மூவர்

நாவல்

மக்ஸீம் கார்க்கி

தமிழில்:

நா. முகம்மது செரீபு, எம்.ஏ.

வெளியீடு

சிந்தன் புக்ஸ்

THE THREE (Novel)
Maxim Gorky
Translated by: N. Mohammed Sherif
Rathuka Pathippagam 1989

Chinthan Books First Edition: 2022

Cover Disign M.G. Rahul
Chinthan Books
327/1 Dewan Sahib Garden
T.T.K. Road, R0yapettah
Chennai - 600014
Phone - 044 28114164
Mobile - 9445123164
Email - kmcomrade@gmail.com

மூவர் (நாவல்)
மக்ஸீம் கார்க்கி
தமிழல்: நா. முகம்மது செரீபு, எம்.ஏ.
ராதுகா பதிப்பகம் 1989
சிந்தன் புக்ஸ் முதல் பதிப்பு 2022

அட்டை வடிவமைப்பு எம்.ஜி.ராகுல்
சிந்தன் புக்ஸ்
327/1 திவான்சாகிப் தோட்டம்
டி.டி.கே. சாலை, இராயப்பேட்டை
சென்னை - 600014
தொலைபேசி 004 28114164
கைபேசி - 9445123164

பக்கம் - 392
விலை - ரூ - 400/-

பதிப்புரை

மாக்ஸீம் கார்க்கி (1868 -1936) - புகழ்பெற்ற சோவியத் - எழுத்தாளர், இருபதாம் நூற்றாண்டின் முக்கிய எழுத்தாளர்களில் ஒருவர். **"தாய்"**, **"சுயவரலாறு"**, **"குழந்தைப் பருவம்"**, **"எனது தொழிற் பயிற்சிகள்"**, **"எனது பல்கலைக் கழகங்கள்"** போன்ற அவரது படைப்புகள் உலகில் பல்வேறு மொழிகளிலும் மொழிபெயர்ப்பு செய்யப்பட்டிருக்கின்றன.

வறுமை, சச்சரவுகள், ஏழ்மை இவற்றுடன் கஷ்டப்பட்டு உழைக்கின்ற ஏழை மக்களால் நிறைந்து காணப்படும் ஆட்டங்கண்ட வீட்டில் "மூவர்" நாவலின் கதாநாயகர்களுடைய வாழக்கை கழிகிறது. அவர்களில் ஒருவனாகிய இலியா லுனியோவ் எப்படி ஒருவர் வாழ வேண்டும் என்ற கேள்விக்கு விடை காண முயன்று தோல்வியடைகிறான். மற்றொருவனாகிய யாக்கவ் ஃபிலிமோனவ் பயந்தவன், எதற்கும் வெட்கப்படுபவன்; அவன் வாழ்க்கையின் அநீதிகளால் தொடர்ந்து அச்சமுற்றுப் போகிறான். மூன்றாமவனாகிய பாவெல் கிரச்சோவ் சுதந்திரமானவன், விடாமுயற்சி உள்ளவன்; அவன் வாழ்க்கையில் உண்மையான வழியைக் காண்பதில் கடைசியில் வெற்றி பெறுகிறான்.

மிகச்சிறந்த கலைஞராகிய கார்க்கி, இந்த நாவலின் வாயிலாக புரட்சிக்கு முந்திய ருஷ்யாவை, மனித ஆன்மாவை அலைக்கழிக்கும் சொத்தின் செல்வாக்கை, சாத்வீகமான எதிர்ப்பின் பயனின்மையை, வாழ்வின் உண்மையான வழியை மிகத்திறமையாகச் சித்திரிக்கிறார்.

1

கேர்ழெநெத்ஸ் என்ற நதியின் கரையிலிருந்த காடுகளின் நெடுகிலும் பல தனித்தனி கல்லறைகள் சிதறிக்கிடந்தன. பழம் துறவிகளின், பண்டைய சமயப்பிரிவின் பக்தர்களின் எலும்புகள் இந்தக் கல்லறைகளுக்குள்ளாகச் சிதைந்து கிடந்தன. அன்தீபா என்ற பெயருடைய அத்தகைய துறவிகளில் ஒருவரைப் பற்றி கேர்ழெநெத்ஸ் பிராந்தியத்தின் கிராமப்புற மக்கள் கீழ்வரும் கதையைத் திரும்பவும் சொல்கிறார்கள்:

கண்டிப்பான போக்குடைய பணக்கார விவசாயியாகிய, லுனியோவ் குடும்பத்தைச் சேர்ந்த அன்தீபா, இந்த உலகத்தின் அநீதியான வாழ்க்கையை ஐம்பது வயது வரை அநுபவித்து விட்டு, திடீரென்று தன்னைத் தியானத்தில் ஈடுபடுத்திக்கொண்டு, வருந்தந்தோய்ந்தவனாக மாறி, தனது குடும்பத்தை விட்டு நீங்கி காட்டிற்குச் சென்றுவிட்டான். அங்கே, ஒரு செங்குத்தான கணவாயின் ஓரத்தில் கட்டைகளால் ஒரு துறவி வாழிடத்தை அமைத்துக் கொண்டு, கோடையிலும் குளிர்காலத்திலும், உள்ளே காலத்திலும், உள்ளே யாரையும் - அறிமுகமானவர்களையோ உறவினர்களையோ - நுழைய விடாமல் எட்டு ஆண்டுகளாகத் தொடர்ந்து வாழ்ந்தான். சில நேரங்களில் காட்டில் தங்களது வழியைத் தவறவிட்ட மக்கள் அன்தீபா துறவி வாழிடத்துக்குத் தற்செயலாக வந்த போது, வாயிற்படியின் அருகே முழங்காலிட்டுத் தொழும் அவனைக் கண்டார்கள். அச்சமூட்டுவதாக அவனது தோற்றம் இருந்தது: உண்ணா நோன்பாலும் தொழுகையாலும் மெலிந்து போய்விட்டிருந்த அவன், காட்டின் விலங்கைப் போல, முடி மண்டிக் காணப்பட்டான். எப்பொழுதெல்லாம் அவனது பார்வை மனிதர்கள் மீது விழுந்ததோ, அப்பொழுதெல்லாம் எழுந்து நின்று பணிவுடன் தாழ்வாக வணங்கினான்.

காட்டை விட்டு வெளியே செல்ல அவனிடம் அவர்கள் வழி கேட்டால் எந்த வார்த்தையும் இன்றி பாதையைச் சுட்டிக்காட்டுவான், திரும்பவும் மனிதர்களைத் தாழ்வாக வணங்கிவிட்டு, வாழிடத்துக்குள் சென்று, கதவைப் பூட்டிக் கொள்வான். அந்த எட்டு ஆண்டுகளிலே பலர் அவனை அடிக்கடி பார்த்திருக்கின்றனர், ஆனால் எவரும் அவனது குரலை ஒருபோதும் கேட்டதில்லை. அவனுடைய மனைவியும் குழந்தைகளும் அவனைப் போய்ப் பார்த்தனர்; அவர்கள் கொண்டுவந்த உணவையும் துணிகளையும் ஏற்றுக்கொண்டு, மற்ற எல்லாருக்கும் செய்தது போலவே அவர்களிடமும் பணிந்து தாழ்வாக வணங்கினான், மற்றவர்களிடம் போலவே அவர்களிடமும் வார்த்தை ஏதும் சொல்லவில்லை.

எல்லாத் துறவி வாழிடங்களும் அழிக்கப்பட்ட அதே ஆண்டில்தான் அவன் இறந்தான். அவனுடைய மரணம் கீழ்வரும் முறையில் நிகழ்ந்தது:

காட்டிற்குள்ளாக ஒரு போலீஸ் அதிகாரியும் அவனுடைய ஆட்களும் வந்தனர், தனது வாழிடத்தின் மத்தியில் அன்தீபா முழங்காலிட்டு அமைதியாகத் தொழுவதைக் கண்டனர்.

"ஏய், யாரங்கே!" எனக் கத்தினான் போலீஸ் அதிகாரி. "வெளியே வா! உன்னோட குடிசையை நாங்க வெட்டிச்சாய்க்கப் போகிறோம்!..." ஆனால் அவன் சொன்னதை அன்தீபா செவிமடுக்கவில்லை.

போலீஸ் அதிகாரி எவ்வளவு உரக்கக் கத்தியும் துறவி ஒரு வார்த்தையும் கூட பதிலளிக்கவில்லை. அன்தீபாவை வெளியே இழுத்து வரும்படி தனது ஆட்களுக்கு போலீஸ் அதிகாரி கட்டளையிட்டான். ஆனால் அவனுடைய ஆட்களோ, தங்களுடைய முன்னிலையைப் புறக்கணித்தவாறு கிழவன் ஆர்வத்தோடு தொழுகை நடத்திக் கொண்டிருப்பதைப் பார்த்து, அவனுடைய உள் வலிமையால் திகைப்புற்று, போலீஸ் அதிகாரிக்குக் கீழ்ப்படிய மறுத்துவிட்டனர். அவனோ பிறகு குடிசையை அழித்துச் சிதைக்கும்படி அவர்களுக்கு உத்தரவிட்டான். எச்சரிக்கையோடு, கிழவனை இடித்து விடுமோ என்ற பயத்துடன், கூரையைத் தனித்தனியாகப் பிரிக்கத் தொடங்கினார்கள்.

கிழவனுடைய தலைக்கு மேலாக கைக்கோடரிகள் வெட்டின, தரைமீது வீசி எறியப்பட்ட பலகைகள் முறிந்தன, அடிகளால் எழுந்த மந்தமான ஓசை காட்டிற்குள்ளாகச் சென்று, வாழிடத்துக்கு மேலாக திடுக்கிட்டவாறு பறவைகளை வட்டமடிக்கும் படியும், மரங்களிலுள்ள இலைகள் நடுங்கும்படியும் செய்தன. எதையும் கேட்காதது போலவும், காணாதது போலவும் கிழவன் தொழுது கொண்டே இருந்தான்... சுவர்களின் கட்டைகளை வேலையாட்கள் பிரிக்கத் தொடங்கினார்கள்; இன்னமும் துறவி முழங்காலிட்டு அசைவற்று இருந்தான். கடைசிக் கட்டைகளும் அப்பால் இழுத்துப் போடப்பட்ட போது, போலீஸ் அதிகாரி கிழவனிடம் சென்று அவனுடைய முடியைப் பற்றிப் பிடித்தான்.

"பிதாவே... அவர்களை மன்னியும்!" என்று தணிவான குரலில், தனது கண்களை விண்வரை உயர்த்தி ஆண்டவனிடம் சொன்னான் கிழவன்.

அவன் கீழே விழவும், உயிர் பிரிந்துவிட்டது. - இது நிகழ்ந்த நேரத்தில் அன்தீபாவின் மூத்த மகன் யாக்கவுக்கு இருபத்தி மூன்று வயதும், அவனுடைய இளைய மகன் தெரேன்திக்கு பதினெட்டு வயதும் ஆயின. இன்னமும் தனது வாலிபத்தில் இருந்த யாக்கவ் வலிமையும் அழகும் பொருந்திய இளைஞன், தனக்கு மடத்துணிச்சல்காரன் என்ற பட்டப் பெயரைச் சம்பாதித்துக் கொண்டான். மேலும் அவனது அப்பாவின் சாவுச் சமயத்தில் மிக ஒழுக்கக் கேடுள்ள திருத்த முடியாத

இளைஞன் என்று அவ்வட்டாரத்தில் அறிமுகமாகி இருந்தான். ஒவ்வொருவரும் அவனைப் பற்றி புகார் செய்தார்கள் - அவனுடைய தாயார், பஞ்சாயத்துத் தலைவர், அண்டை அயலார். அவர்கள் அவனைக் குளிர்ந்த தனியறையில் வைத்து மலாற்றால் அடித்தார்கள்; விசாரணை எதுவுமில்லாமலேயே அடித்தார்கள். ஆனால் இவற்றில் எதுவுமே அவனைக் குணப்படுத்தவில்லை. நீர்நாய்கள் போல அந்தளவு சுறுசுறுப்பான, புதிய எதையும் வெறுக்கின்ற, பழம் நம்பிக்கைக்கு வெறியோடு தங்களை ஈடுபடுத்திக்கொண்ட மக்களாகிய பழைய சமயவாத மக்களுக்கு மத்தியில் அந்தக் கிராமத்தில் வசிப்பது அவனுக்கு மேன்மேலும் சிரமமாகிக் கொண்டுவந்தது. யாக்கவ் புகைபிடித்தான், வோட்கா குடித்தான், அந்நியநாட்டுத் துணிகளை அணிந்தான். அவன் தொழுகையில் கலந்து கொள்ளவில்லை. கிராமத்துப் பெரியவர்கள் அவனை வன்மையாகக் கண்டித்த போதும், அவனுடைய அப்பாவைப் பற்றி நினைவுபடுத்திய போதும், அவன் இகழ்ச்சியோடு சிரிக்க மட்டுமே செய்தான்.

"பொறுங்கள், வயதான நல்லவர்களே," என்றான். "எல்லாவற்றுக்கும் அளவுண்டு. என்னோட பாவங்களைச் செய்து முடிக்கும் போது, நானுங்கூட பச்சாதாபப்படுவேன்! ஆனா அதற்கான நேரம் இன்னும் வரலே. என் அப்பாவை என்னோட வச்சுப் பார்க்காதீங்க - அவர் ஐம்பது ஆண்டு பாவ வாழ்க்கை வாழ்ந்துவிட்டு எட்டு ஆண்டுகளுக்கு மட்டுமே பச்சாதாபப்பட்டார்!... என்னோட பாவங்கள் பறவைக்குஞ்சுக்கு முளைத்த சிறகு மாதிரி; அவை அண்டங்காக்காயோட சிறகுகள் மாதிரி வளரும் போது, இந்த இளம் ரத்தம் பச்சாதாபப்படுவதற்குப் போதுமான நேரம் வரும்..."

"சமயபேதி!" என்று கிராமத்தவர்கள் அவனை அழைத்தார்கள், அவனுக்குப் பயந்தார்கள், அவனை வெறுத்தார்கள். அன்தீபாவினுடைய சாவுக்கு சுமார் இரண்டு ஆண்டுகளுக்குப் பிறகு யாக்கவ் மணம் முடித்தான். அவனுடைய சொந்தக் கிராமத்தில் எவரும் தன் மகளை அவனுக்குத் திருமணம் செய்ய முன்வரவில்லை, ஏனெனில் முப்பது ஆண்டுகளாக அவனுடைய தந்தை கஷ்டப்பட்டுச் சேர்த்த பணத்-திலிருந்து அவன் பெற்றதை எல்லாவகையிலும் ஊதாரித்தனமாகச் செலவு செய்தான் என்பதை அங்கே எல்லாரும் அறிந்திருந்தார்கள். ஆகவே தொலைதூரக் கிராமத்திலிருந்து ஓர் அழகிய அநாதையை, திருமண விழாவுக்கான செலவுகளுக்காகத் தன் தந்தையினுடைய தேனீ பண்ணையை விற்று மணம் செய்து கொண்டான். கூச்சமுள்ளவனும், மிகுதியும் பேசாத கூனனும், நீளமான கைகள் கொண்டவனுமான அவனுடைய தம்பி தெரேந்தி அண்ணனுடைய வாழ்க்கைக்கு எதிர்ப்பு எதுவும் காட்டவில்லை; அவனது நோய்வாய்ப்பட்ட தாயும் அவளது

பெரும்பகுதி நேரத்தைக் கணப்படுப்பு பரணில் படுத்துச் செலவிட்டாள். அங்கிருந்தவாறே, கரகரப்பான, அச்சுறுத்துகிற குரலில் அவனைத் திட்டுவாள். அதைக் கேட்டாலே அவளது உள்ளக் குமைச்சல் தெரியும்:

“கடைகெட்டவனே!... குறைஞ்சது உன்னோட சொந்த ஆன்மாவையாவது நீ காப்பாத்தனும்.!.. நீ என்ன செய்கிறாய் என்று நினைத்துப்பாரு!”

“கவலைப்படாதீங்க, அம்மா! சொர்க்கத்தில் ஆண்டவன் முன்னால எனக்காக அப்பா பரிந்து பேசுவார்...”

ஏறத்தாழ ஓராண்டு காலம் யாக்கவ் தன் மனைவியுடன் சமாதானமாகவும் அமைதியாகவும் வாழ்ந்தான், வேலை செய்யவும் தொடங்கினான். ஆனால் பிறகு அவனுடைய முரட்டுத்தனமான குணம் அவனை வெல்லவே, பல மாதங்களுக்கு வீட்டை விட்டுக் காணாமற் போய், கந்தலுடனும் காயங்களுடனும் பசியுடனும் தன் மனைவியி டம் திரும்புவான்... அவனது தாய் இறந்தாள். ஈமச்சடங்கில் குடித்திருந்த யாக்கவ் தனது பழைய எதிரியாகிய பஞ்சாயத்துத் தலைவரை ஊனமாக்கவே ராணுவத்தில் உள்ள கைதிகளுடைய பிரிவிற்கு அனுப்பப்பட்டான். தனது தண்டனைக் காலத்தை அவன் முடித்துவிட்ட போது, சிடுசிடுப்புடனும், பழிவாங்கும் நோக்கத்துடனும், மழித்தத் தலையுடன் திரும்பினான். முன்னிலும் அதிகமாக கிராமத்தவர்கள் அவனை வெறுத்தார்கள். அவர்களுடைய வெறுப்பு அவனது குடும்பத்தின் உறுப்பினர்களிடமும் சென்றது. குறிப்பாக, சாதுவான கூனன் தெரேன்தியிடம். அவனுடைய குழந்தைப் பருவத்திலிருந்தே அவனைக் கிராமத்திலுள்ள இளம் பெண்கள், பையன்கள் கேலி செய்து வந்தனர். அவர்கள் யாக்கவை சிறைப்பறவை என்றும் கொள்ளைக்காரன் என்றும், தெரேன்தியை குரூபி என்றும் மாயாவி என்றும் அழைத்தனர். தெரேன்தி அவர்களுடைய சாபங்களையும் கேலிகளையும் அமைதியாக ஏற்றுக்கொண்டான்; ஆனால் யாக்கவ் அவர்களை நேரடியாக அச்சுறுத்தினான்.

“கொஞ்சம் பொறுங்க!..” என்பான். “இன்னும் உங்களுக்குக் காட்டுவேன்!”

அவனுக்கு ஏறத்தாழ நாற்பது வயதாகும் போது கிராமத்தில் பயங்கரமான தீ விபத்து ஒன்று ஏற்பட்டது. அதற்காக அவன் குற்றம் சாட்டப்பட்டு சைபீரியாவுக்கு நாடு கடத்தப்பட்டான்.

தீ விபத்தின் போது பைத்தியமாகி விட்ட யாக்கவினுடைய மனைவியையும், கண்டிப்பானவனும் கருமையான கண்கள் கொண்டவனுமாகிய பத்து வயது நிரம்பிய வலிவுள்ள மகன் இலியாவையும் பார்த்துக்கொள்ளக் கூடிய பொறுப்பு தெரேன்தியிடம்

வந்தது. இலியா கதவுகளுக்கு அப்பால் வந்த போதெல்லாம், சிறுவர்கள் அவனைத் துரத்தவும் கல் கொண்டு எறியவும் செய்வார்கள். பெரியவர்களோ அவனைப் பார்த்து, இப்படிச் சொல்வார்கள்:

“குட்டிப் பிசாசே! நீ எங்காவது காணாமப் போயிருவே!... குற்றவாளியோட மகனே!...”

உடல் வேலை செய்ய முடியாத தெரேன்தி, தீ விபத்துக்கு முன்னால் தார், நூல், ஊசிகள், பிற சில்லறைச் சாமான்கள் போன்றவற்றை விற்று வந்தான். ஆனால் கிராமத்தில் பாதியை அழித்த தீ, வியாபாரத்திற்காக தெரேன்தி வைத்திருந்த எல்லாப் பொருள்களுடனும் லுனியோவ் குடும்பத்தினுடைய வீட்டையும் எரித்து விட்டது. ஆகவே நெருப்பை அணைத்த போது, உலகத்தில் இந்தக் குடும்பத்துக்கு இருந்ததெல்லாம் ஒரு குதிரையும் நாற்பத்து மூன்று ரூபிள்களுமே. கிராமத்தார்களுடைய எதிர்ப்பு அந்தளவு இருந்ததால், இங்கே திரும்பவும் வாழ்க்கை நடத்துவது ஒருபோதும் முடியாது என்பதை தெரேன்தி அறிந்தான். தன் அண்ணனுடைய மனைவியை மாதம் அரை ரூபிள் கொடுத்து பார்த்துக் கொள்ளும் பொறுப்பைத் தனித்து வாழ்ந்த கிழவி ஒருத்தியிடம் விட்டான். பிறகு தனக்காக ஒரு பழைய வண்டியை வாங்கி, அதில் அண்ணன் மகனை ஏற்றிக்கொண்டு, மாவட்டத்தில் பெரிய நகரத்தில் அருந்தகத்தோடு இருந்த மதுக்கடையில் வேலை பார்த்த பெத்ருகா ஃபிலிமோனவ் என்ற தூரத்து உறவினனிடம் உதவி வேண்டி புறப்பட்டான்.

தனது வீட்டின் எரிந்து போன மிச்சசொச்சங்களிலிருந்து ரகசியமாக இரவில் செல்லும் திருடனைப் போல வண்டியை ஓட்டிக்கொண்டு சென்றான் தெரேன்தி. அவ்வாறு செல்கையில் கன்றுக்குட்டி போன்ற தனது கறுத்த கண்களால் பின்னுக்குத் திரும்பிப் பார்த்துக்கொண்டான். குதிரை மெதுவாக நகர்ந்தது. நொடிகளுக்கு மேலாக வண்டி குலுங்கியது. பின்னே உலர்ந்த புல்லில் படுத்துக்கொண்டு வந்த இலியா குழந்தைத்தனத்தின் தூக்கத்தில் விரைவில் ஆழ்ந்து விட்டான்...

நள்ளிரவில் ஓர் ஓநாயின் ஊளையைப் போல ஒத்திருந்த மயிர்க்கூச்செரியும் சப்தம் கேட்டு அவன் விழித்தான். அது பிரகாசமான இரவு, காட்டின் ஓரத்தினருகே வண்டி நின்று கொண்டிருந்தது. பனிபடிந்த புல்லை அரைத்துத் தின்ற போது குதிரை சீறிக் கொண்டிருந்தது. வயலின் நடுவில் ஒரு தனித்த பைன் மரம் காட்டை விட்டுத் துரத்தப்பட்டது போல நின்றது. தனது சித்தப்பாவைத் தேடி இலியாவினுடைய கூர்மையான கண்கள் ஆர்வத்தோடு அலைந்த போது, அவ்வப்போது அவனுக்குக் கேட்ட குதிரைக் குளம்புகளின் மிதிப்பொலியானது இரவின் அமைதியில் தெளிவாகக் கேட் டது; அதனுடைய சீறல் ஆழமான பெருமூச்சுப் போல ஒலித்தது. மேலும்

விநோதமானதும் புரிந்துகொள்ள முடியாததுமான ஊளைச் சப்தம் குழந்தையினுடைய காதுகளில் அதிர்ந்து அவனுக்கு அச்சத்தை மூட்டியது.

“சித்தப்பா!” என்று மெதுவாகச் சொன்னான்.

“ஹூம்?” என்று தெரேன்தி படபடவென்று பதிலளித்தான். ஊளைச் சப்தமும் திடீரென்று நின்று போனது.

“எங்கே இருக்கீங்க?”

“இங்கேதான்... திரும்பவும் தூங்கு...”

இலியா தனது சித்தப்பாவைப் பார்த்தான். வேரோடு பிடுங்கி எறியப்பட்ட அடிமரம் போலக் கறுத்த நிழலாய், காட்டின் ஓரத்தினருகே இருந்த ஒரு குன்றின் மேல் அவன் உட்கார்ந்து கொண்டிருந்தான்.

“நான் பயப்படுறேன்,” என்றான் பையன்.

“என்னத்துக்காகப் பயப்படுறே?... நம்மைத் தவிர இங்கே யாருமில்லே...”

“யாரோ ஊளையிடுறாங்க...”

“நீ கனவு கண்டிருப்பே...”

“சத்தியமா...”

“இது ஓநாயாக இருக்கலாம்... தூரத்திலே... தூங்கப் போ...”

ஆனால் இலியாவால் தூங்க முடியவில்லை. அமைதி அச்சுறுத்திக் கொண்டிருந்தது, ஊளைச் சப்தம் அவனது காதுகளில் தொடர்ந்து ஒலித்துக் கொண்டே இருந்தது. அவன் தன்னைச் சுற்றிலும் கருத்தூன்றியவாறு நோக்கு கையில், காட்டின் நடுவே ஒரு குன்றின் மேல் நின்ற ஐந்து தூபிகள் கொண்ட வெண்ணிற சர்ச்சின் திசையைப் பார்த்தவாறு தன் சித்தப்பா இருப்பதையும், அதற்கு மேலாகப் பெரிய வட்ட நிலா பிரகாசமாக ஒளிவிட்டுக் கொண்டிருப்பதையும் கவனித்தான். அது ரொமதன் என்ற கிராமத்து சர்ச் என்பது பையனுக்குத் தெரியும். அதன் மறுபுறம் சுமார் இரண்டு கிலோமீட்டர் தொலைவில் அவர்களுடைய சொந்த கிராமமாகிய கிதெழ்னயா காட்டின் மத்தியில் கணவாயின் ஓரத்தில் இருந்தது.

“நாம ரொம்ப தூரம் போயிடலே,” என்றான் சிந்தனையில் ஆழ்ந்தவனாக.

“என்ன?” என்றான் அவனது சித்தப்பா.

“நாம ஏற்கெனவே இன்னும் அதிக தூரத்தில் இருக்க வேண்டும்னு சொன்னேன்... அங்கேயிருந்து யாராவது வரலாம்...”

கிராமத்தின் திசையில் இலியா வெறுப்போடு தலையாட்டினான்.

“இன்னும் ஒரு நிமிஷத்திலே நாம புறப்பட்டுறுவோம்!” என முறுமுறுத்தான் அவனுடைய சித்தப்பா. திரும்பவும் எல்லாம் அமைதியானது. இலியா வண்டியின் சேற்றுக்காப்பின் மீது சாய்ந்து, தன் சித்தப்பா போல அதே திசையில் பார்த்தான். காட்டின் கருமையான நிழல்களில் கிராமத்தைப் பிரித்தறிய முடியாது இருந்தது, ஆனால் அதனது வீடுகளையும், மக்களையும், சாலையின் நடுவில் இருந்த கிணற்றுக்கு அருகிருந்த பழைய வில்லோ மரம் உள்ளிட்டவற்றை தான் பார்க்க முடியும் என்று இலியா எண்ணினான். வில்லோ மரத்திற்குக் கீழேதான், கிழிந்த சட்டையுடன், கைகளும் கால்களும் கயிறுகளால் கட்டப்பட்டு அவனுடைய அப்பா கிடந்தான். அவனுடைய கைகள் பின்புறம் முறுக்கப்பட்டிருந்தன, அவனுடைய திறந்த நெஞ்சு முன்னுக்கு வளைந்திருந்தது, வில்லோ மரத்துடன் சேர்ந்து விட்டதுபோல அவனுடைய தலை காணப்பட்டது. செத்தவனைப் போல அசைவற்றுக் கிடந்தான், தன்னைச் சுற்றிலும் கூடி நின்ற விவசாயிகளை வெறித்து நோக்கினான். அங்கே நின்றவர்கள் அவனைப் பார்த்துக் கத்தவும் திட்டவும் செய்தனர். இந்த நினைவு பையனுக்குச் சோர்வை உண்டாக்கி, அவனது தொண்டையில் அடைப்பது போலிருந்தது. கதறவிருப்பது போல உணர்ந்தான், ஆனால், தன் சித்தப்பாவுக்குச் சிரமம் கொடுக்க அஞ்சி, தனது சிறிய உடம்பை முறுக்கி கண்ணீரைத் தடுத்து நிறுத்திக்கொண்டான்...

திடீரென்று மெதுவான ஊளைச் சப்தம் திரும்பவும் தொடங்கியது. முதலில் ஒரு நீண்ட பெருமூச்சு வந்தது, பிறகு ஒரு தேம்பல். அது பேச முடியாத அவலமிக்க ஊளையாக மாறியது:

“ஊ... ஊ... ஊ!...”

பையன் பயத்தினால் நடுங்கி, முற்றிலும் அசைவற்றுப் போனான். ஒலியோ அதிர்ந்து மேலும் பலமாகியது. “சித்தப்பா! நீங்களா ஊளை-யிடுறீங்க?...” எனக் கத்தினான் இலியா.

தெரேன்தி பதில் பேசவும் இல்லை, அசையவும் இல்லை. பிறகு பையன் வண்டியிலிருந்து கீழே குதித்து அவனை நோக்கி ஓடி, அவனது காலடியில் வீழ்ந்து கதறத் தொடங்கினான். தேம்பல்களுக்கு இடையே தன் சித்தப்பா பேசுவதை அவனால் கேட்க முடிந்தது:

“அவர்கள் நம்மை பிழிஞ்சு தள்ளிட்டாங்க... சொர்க்கத்தில் இருக்கும் அருமைக் கடவுளே! இப்ப நாங்க எங்கே போவது?”

“கொஞ்சம் பொறுங்க... நான் பெரியவனாகும் போது... அவர்களுக்கு யார் என்று காட்டுறேன்!..” என்று கண்ணீரை அடக்கிக் கொண்டே பையன் சொன்னான்.

அவன் அழுது முடித்துவிட்ட போது, தூங்கிப் போய் விட்டான். அவனது சித்தப்பா அவனைக் கைகளில் தூக்கி வண்டியில் படுக்க வைத்துவிட்டு, திரும்பிச் சென்று மீண்டும் ஊளையிடத் தொடங்கினான். நீண்ட, துயரார்ந்த புலம்பல். அது நாய்க்குட்டியின் ஊளையைப் போல இருந்தது.

2

இந்த நகரத்திற்கு வந்ததை இலியா நன்றாக நினைவு வைத்திருந்தான். அதிகாலையில் அவன் கண்விழித்த போது, அகன்றதும் கலங்கியதுமான ஆற்றையும், அதன் மறுபக்கத்தில் உயர்ந்த மலையின் மேல் சிவப்பு மற்றும் பச்சைக் கூரைகளுடன் பழத்தோட்டங்களால் சூழப்பட்டிருந்த வீடுகள் அமைந்திருப்பதையும் கண்டான். வீடுகள் மலை மீது தத்தித்தடவி ஏறுவது போல கண்ணைக் கவருகின்றவாறு கூட்டங்கூட்டமாக அமைந்திருந்தன. உச்சியை அடைந்ததும் அவைகளாகவே ஒரே நேர் கோட்டில் ஒழுங்காக வரிசைப்படுத்திக் கொண்டு பெருமையோடு நதிக்கு மேலாகப் பார்த்தன. கூரைகளுக்கு மேலாக சர்ச்சுகளின் தங்கச் சிலுவைகளும் தூபிகளும் வானை எட்டுவது போல எழுந்து நின்றன. சூரியன் அப்போதுதான் வெளியேறி வந்து கொண்டிருந்தது; அதனுடைய சாய்வான கதிர்கள் அவ்வீடுகளின் சன்னல்களில் பிரதிபலித்தன, நகரம் முழுமையுமே சுடர்விட்டுப் பிரகாசிப்பது போல பொன்னிறத்துடன் மின்னியது.

“ஆகா! அங்கே என்ன அழகு!” என்று கூவிய சிறுவன், இந்த அற்புதமான காட்சியை அமைதியான ஆனந்த பரவசத்தில் திளைத்தவாறு பார்க்கத் தொடங்கினான். ஆனால் சீக்கிரமே வேதனைப்படுத்துகிற சிந்தனை அவன் மனத்திற்குள்ளாக எழுந்தது: இங்கே அவர்கள் எங்கே வசிப்பார்கள் சாக்கு கால்சட்டை அணிந்து, சடை மயிர்த் தலையுடன் இருந்த சிறுவனாகிய அவனும், அருவருப்பான, கூன் விழுந்த அவனது சித்தப்பாவும்? செல்வம் படைத்த, தூய்மையான, தங்கத்துடன் மின்னும் மிகப்பெரிய அந்நகரத்திற்குள்ளாக அவர்களை நுழைய விடுவார்களா? ஏழைகளை அவர்கள் நகரத்திற்குள்ளாக அனுமதிக்க மாட்டார்கள் என்ற காரணத்தினால்தான் அவர்களுடைய வண்டி இங்கே ஆற்றின் கரையில் நின்று கொண்டிருக்கிறது என்று நினைத்தான். அனுமதி வாங்குவதற்காக அவனுடைய சித்தப்பா போயிருக்கக் கூடும்.

அமுக்கும் இதயத்துடன் தன் சித்தப்பாவைத் தேடலானான். மற்ற வண்டிகள் அவர்களது வண்டியைச் சூழ்ந்து நின்றன. அவற்றில் சில மரத்தாலான பால் கூடைகளால் நிரப்பப்பட்டிருந்தன, மற்றவை உருளைக்கிழங்கு சாக்குகளும், வெள்ளரிக்காய், வெங்காயம், பெர்ரிகள் மற்றும் கோழிகள் கொண்ட கூடைகளும் கொண்டு

நிரம்பி நின்றன. விவசாயிகளும் அவர்களுடைய மனைவிகளும் வண்டிகளில் உட்கார்ந்திருந்தார்கள், அல்லது அவற்றிற்கு அருகே நின்றார்கள். இலியா வழக்கமாகச் சந்தித்த மக்களைப் போல அவர்கள் இல்லை: அவர்கள் பேசியபோது ஒவ்வொரு வார்த்தையையும் உரக்கவும், தனித்தன்மையோடும் தெளிவுபடக் கூறினார்கள், இலியா வழக்கமாகப் பார்த்தவாறு நீலநிற கால்சட்டை இன்றி பிரகாசமான வண்ண இழைகளால் நெய்யப்பட்ட சணல் துணிகளையும், சிவப்பு காலிகோ துணிகளையும் அணிந்திருந்தார்கள். அநேகமாக அவர்கள் எல்லாருமே கால்களில் காலணிகள் அணிந்திருந்தனர், அவர்களுக்கு அருகே நடந்து வந்த கொடுவாளுடன் இருந்த மனிதனுக்கு அவர்கள் அந்தளவு மரியாதை காட்டவில்லை, இதுவே அவனுக்கு அச்சத்தைக் காட்டவில்லை. இலியா அதை விரும்பினான். வண்டியில் அமர்ந்து ஆர்வத்தோடு, இந்தக் காட்சியைப் பார்த்துக்கொண்டிருந்த போது, தானும் ஒரு நாள் காலணிகளும், சிவப்பு காலிகோ சட்டையும் அணியக்கூடும் எனக் கனவு கண்டான்.

சற்று தொலைவில் இருந்த விவசாயிகளுக்கு மத்தியில் சித்தப்பா தெரேன்தியைக் கண்டான். ஆழமான மணலின் ஊடாக உறுதியான காலடிகளோடு அவன் நீளடியிட்டு வந்தான். அவனது தலை பின்னுக்குச் சாய்ந்திருந்தது. முகத்திலோ மகிழ்ச்சியான தோற்றம் இருந்தது. இன்னும் சற்றுத் தொலைவில் இருக்கும் போதே அவன் இலியாவைப் பார்த்து புன்னகை செய்யவும் தன் கையிலிருக்கும் எதையோ தூக்கிக் காட்டவும் செய்தான்.

“கடவுள் நம்மோடு இருக்கிறார், இலியா!” என்றான். “கொஞ்சங்கூடச் சிரமமில்லாமல் பெத்ரூகாவைக் கண்டேன்... இதோ, இப்போதைக்கு இதைச் சவை!...” என்று சொல்லி ஒரு பிஸ்கட்டை நீட்டினான்.

பய உணர்ச்சியுடன் பையன் அதைப் பெற்றுக்கொண்டு, தன் சட்டையில் உள்ளுக்குள்ளாகத் திணித்தான்.

“நகரத்திற்குள்ளாக அவர்கள் யாரையும் அனுமதிக்கிறது இல்லையா?” எனக் கவலையோடு கேட்டான். “சீக்கிரமே விடுவாங்க... படகு வந்த உடனேயே விடுவாங்க.”

“நம்மைப் பற்றி என்ன?”

“நம்மையுந்தான்!”

“அப்பாடா!” என்று நிம்மதியுடன் இலியா கூறினான். “நம்மை உள்ளே விடமாட்டாங்கன்னு நெனச்சேன்... நாம எங்கே வசிக்கப் போறோம்?”

“எனக்குத் தெரியாது...”

“அந்தப் பெரிய சிவப்பு வீட்டில் இருக்கனும்னு விரும்புறேன்...”

“அது போர்வீரர் குடியிருப்பு!.. போர்வீரர்கள் அங்கே குடியிருக்காங்க...”

“பிறகு அதோ அங்கே-தெரியுதே? கொஞ்சம் உயரத்தில்!”

“ஆக நீ விரும்புறது அதுதான், இல்லையா? அதுவும் கூட நமக்கு ரொம்ப உயரத்திலே இருக்கு!...”

“பரவாயில்லே!” என்றான் இலியா நம்பிக்கையூட்டியவாறு, “அங்கே நாம் ஏறிப் போகலாம்!...”

“அற்பக் குரங்கே!” என்று தெரேன்தி பெருமூச்சு விட்டுவிட்டு, திரும்பி மீண்டும் எங்கோ புறப்பட்டான்.

நகரத்தின் ஓரத்தில் சந்தையருகே இருந்த ஒரு பெரிய சாம்பல்நிற வீட்டிற்கு அவர்கள் வசிக்கச் சென்றார்கள். அதனுடைய நான்கு சுவர்களிலும் எண்ணிக்கையற்ற கொட் டகைகள் இருந்தன, மேற்கொண்டு கட்டப்பட்டவைகளும் இருந்தன - அவற்றில் சில புதியன, மற்றவை அந்த வீட்டைப் போலவே அழுக்கான சாம்பல் நிறத்தில் இருந்தன. எல்லாச் சன்னல்களும் கதவுகளும் உருக்கோணலாகிப் போய், எல்லாத் தட்டிகளும் கிறீச்சிட்டன. கொட்டங்கள், வேலி, படலைகள் தளர்ந்து தொங்கி, ஒன்றின் மீது ஒன்று சாய்ந்து இற்றுப்போன மரத்தின் ஒரு பெருங்குவியலாக மாறியிருந்தது. சன்னல்களின் கண்ணாடிகள் நாள்பட்டதால் மங்கிப் போயின, முகப்பின் சில துலாக்கட்டைகள் துருத்திக் கொண்டு வெளியே வந்து, அங்கே ஒரு அருந்தகம் நடத்திய அதனுடைய சொந்தக்காரனைப் போன்று வீடு காட்சியளித்தது. அவனுங்கூட வயதாகியும், நரைத்தும் போய்விட்டான்; சுருக்கம் விழுந்த அவனது முகத்தில் இருந்த கண்கள் சன்னல்களில் இருந்த கண்ணாடியைப் போலவே மங்கலாக இருந்தன. நடந்த போது ஒரு தடித்த கைத்தடியால் அவன் தன்னைத் தாங்கிக் கொண்டான். அவனுடைய தொந்தி விழுந்த வயிற்றைத் தூக்கிக்கொண்டு நடக்க அவன் சிரமப்பட்டது போல இருந்தது.

இந்த வீட்டில் வசிக்க முதன் முதலில் இலியா வந்தபோது, அது முழுக்கவும் ஏறி எல்லாவற்றையும் அவன் பார்வையிட்டான். அதனுடைய வியக்கத்தக்க அளவால் அவன் மலைப்புற்றான். அதற்குள்ளாக பலர் நெரிசலுறவே கிதெழ்னயா கிராமத்து மொத்தத்தையும் விட இங்கே அதிகமான மக்கள் இருக்க வேண்டும் என்பதில் இலியா உறுதியாக இருந்தான். இரு தளங்களை எடுத்துக் கொண்ட அருந்தகம் எப்போதுமே நெரிசல் மிகுந்து இருந்தது. குடிமயக்கம் கொண்ட பெண்கள் சிலர் பரண் மீது அறைகளில் குடியிருந்தனர். அவர்களில் ஒருத்தி, ஏராளமான கருத்த முடியும், எடுப்பான குரலும், மதித்ஸா என்ற பட்டப்பெயரும் கொண்டவள்.

அவளது கோபமான கருத்த கண்கள் இவனுடையதைச் சந்திக்கும் போதெல்லாம் இவனது ஆன்மா பயத்தால் நடுங்கியது. செருப்புத் தைப்பவனான பெர்ஃபீஷ்கா கால்களின்றி இருந்த தனது உபயோகமற்ற மனைவியுடனும், ஏழு வயது மகளுடனும், கந்தை பொறுக்கி யெரெமேய் தாத்தாவும், எலும்பும் தோலுமானவளும், உரத்த குரல் கொண்டவளுமான பொலொரோதயா என்ற பிச்சைக்காரக் கிழவியும், வயதானவனும் அமைதியானவனும் அதிகம் பேசாதவனுமான மகார் என்ற வண்டியோட்டியும் அடித்தளத்தில் வாழ்ந்தார்கள். வெளி முற்றத்தின் ஒரு மூலையில் காலை முதல் இரவு வரை நெருப்பு எரிந்து கொண்டிருக்கும் கொல்லனுடைய பட்டறை இருந்தது. அங்கே வண்டிச் சக்கரங்களுக்குப் பட்டாவும், குதிரைகளுக்கு லாடமும் போடப்பட்டன; சுத்தியல்களின் ஒலி பலமாகக் கேட்டது. உயரமும் ஒடிசலுமான கொல்லன் சவேல், தனது தாழ்ந்த, கடுகடுப்பான குரலில் பாடல்களைப் பாடினான். பொன்னிற முடியும் நீலநிறக் கண்களும் கொண்ட, உருண்டு திரண்ட சிறிய பெண்ணாகிய அவனுடைய மனைவி சில வேளைகளில் அவனது பட்டறைக்கு வருவாள். அவள் எப்போதுமே தலையில் வெள்ளைச் சால்வை அணிந்தாள், பட்டறையின் கருப்புத் துவாரத்தின் பின்னணியில் வெள்ளைத் தலையைப் பார்ப்பது விநோதமாக இருந்தது. வெள்ளி போன்ற சிரிப்பைப் பெற்றிருந்தாள், சில நேரங்களில் சம்மட்டி அடிகளில் கணகண ஒலிகள் எழுப்பி அதற்கு எதிரொலிப்பான் சவேல். ஆனால் மிக அடிக்கடி அவள் மீது சீறி விழுவதன் மூலம் பதிலளித்தான்.

இந்தப் பழைய வீட்டின் ஒவ்வொரு துளையிலும் ஒரு மனிதனைக் காண முடிந்தது, காலையிலிருந்து இரவில் பின்நேரம் வரை, பழைய துருப்பிடித்த பானையில் ஏதோ குமிழியிடுவது போலவும், கொதிப்பது போலவும் இரைச்சலுடனும் சப்தத்துடனும் அந்த இடம் குலுங்கியது. வெளி முற்றத்திலோ, படலையின் அருகே பெஞ்சிலோ உட்கார்வதற்கு மாலையில் எல்லாருமே தங்களுடைய துளைகளை விட்டுத் தவழ்ந்து வந்தார்கள். செம்மான் பெர்ஃபீஷ்கா அக்கார்டியன் வாசித்தான், சவேல் ஒரு பாட்டுக் கதறினான். குடித்திருந்தால் மதித்ஸாவோ சிறப்பான துயர ராகத்தில் பாடுவாள். யாராலும் அந்த வார்த்தைகளைப் புரிந்துகொள்ள முடியாதபடி மனங்கசந்து அழுது கொண்டே பாடுவாள்.

எங்கோ வெளி முற்றத்தின் ஒரு மூலையில் எல்லாக் குழந்தைகளும் யெரெமேய் தாத்தாவைச் சுற்றி வட்டமாகச் சூழ்ந்துகொள்வார்கள்.

“எங்களுக்குக் கதை சொல்லுங்க, தாத்தா!” அவர்கள் அவனை நயந்து பேசுவார்கள். “தயவு செய்து, தய-வு செ-ய்-து!...”

கணநேரத்திற்குக் கிழவன் அவர்களைத் தனது வேதனை தருகின்ற சிவந்த கண்களால் நோக்குவான். அவனது சுருங்கிய கன்னங்கள்

வழியாக அடர்ந்த கண்ணீர் வழிந்தோடிக் கொண்டிருக்கும்; பிறகு, தனது பழைய, மங்கிப்போன தொப்பியைத் தலையில் வைத்துக்கொண்டு உயர்ந்த, நடுங்குகிற, பாட்டுப்பாடும் குரலில் தொடங்குவான்:

“ஒரு நாட்டில், ஒரு குறிப்பிட்ட இடத்தில், பெயரறியாப் பெற்றோர்க்கு கடவுள் பக்தியற்ற கயவன் ஒருவன் மகனாகப் பிறந்தான், ஏனெனில் தங்களுடைய பாவங்களுக்காக அவர்கள், எல்லாம் அறிந்த கடவுளால் இவ்வாறு தண்டிக்கப்பட்டனர்...”

தன்னுடைய பற்களற்ற, கருப்பு வாயை யெரெமேய் தாத்தா திறந்த போதும் மூடிய போதும் நீண்ட சாம்பல் நிறத் தாடி நடுங்கி அசைந்தது. அவனது தலையுங்கூட அசைந்தது. ஒன்றன்பின் ஒன்றாக கண்ணீரும் கன்னங்களின் வழியாக வழிந்து ஓடிக்கொண்டிருந்தது.

“இந்த மகன் துணிச்சல்மிக்க கெட்டவனாக மாறிவிட்டான்,” என்று கிழவன் தொடர்ந்தான். “நமது பிதா கிறிஸ்துவிடம் அவன் நம்பிக்கை வைக்கவில்லை; கன்னி மேரியையும் அவன் விரும்பவில்லை; சர்ச்சைக் கடந்து செல்லும் போது தலை குனியாமல் செல்வான்; தனது அப்பாவுக்கும் அம்மாவுக்கும் அவன் ஒருபோதும் கீழ்ப்படிய வில்லை...”

கிழவனுடைய மெல்லிய குரலைக் குழந்தைகள் ஆழ்ந்த கவனத்தோடு கேட்டனர், எதுவும் பேசாது அவனுடைய முகத்தையே பார்த்தபடி உட்கார்ந்திருந்தனர்.

ஆனால் அவர்களில் எவரும் பெத்ரூகாவினுடைய மகன் யாக்கவ் போல அவ்வளவு கவனமாகக் கேட்கவில்லை. அவன் கூரிய மூக்கும், ஒல்லியான கழுத்தின் மீது நின்ற பெரிய தலையும் கொண்ட மெலிந்த சிறுவன். அவன் ஓடிய போது, முறிந்து விழவிருப்பது போல அவனுடைய தலை இந்தப் பக்கமும் அந்தப் பக்கமும் துள்ளியது. அவனது கண்கள் பெரியனவாகவும் அமைதியற்றதாகவும் இருந்தன. பொருள்களைக் கூர்ந்து நோக்க அஞ்சியது போல அவை விரைந்து நழுவின. மேலும் அவை நிலைத்து நின்றாலோ, பிதுங்கிக்கொண்டு வந்து, முகம் செம்மறியாட்டின் தோற்றத்தைத் தந்தது. அவனது மெலிந்த, குருதியற்ற முகமும், தூய்மையான, வித்தியாசமான உடையும் மற்ற பையன்களினின்றும் அவனைப் பிரித்துக்காட்டியது. இலியா உடனடியாக அவனுடன் நட்பு கொண்டுவிட்டான்.

“உங்க கிராமத்தில் நிறைய மந்திரவாதிகள் இருக்காங்களா?” தங்களுடைய அறிமுகத்தின் முதலாவது நாளில் தனது புதிய நண்பனிடம் யாக்கவ் கேட்டான்.

“கொஞ்சம் பேர் உண்டு,” என இலியா பதிலளித்தான். “எங்களோட பக்கத்துவீட்டுக்காரன் ஒரு மந்திரவாதி.” “செம்பட்டைத் தலையா?” குசுகுசுவென்று வினவினான் யாக்கவ்.

“இல்லை, அவனுக்குச் சாம்பல் நிறம்... அவர்கள் எல்லாருக்குமே சாம்பல் நிறம்...”

“சாம்பல் நிறத் தலைகள் அவ்வளவு மோசமில்லே அவர்கள் அன்பான இதயம் கொண்டவுங்க... ஆனா செம்பட்டைத் தலைக்காரங்க -- அம்மாடி! இரத்தத்தை உறுஞ்சுவாங்க...”

அந்த வெளிமுற்றத்தில் வளர்ந்திருந்த புதருக்கடிக்குக் கீழே ஒரு குப்பைக் குவியலுக்கு மறுபுறத்தில் ஒரு பழைய லின்டன் மரத்திற்குக் கீழாக மிகவும் வசதியானதும் கவர்ச்சி மிக்கதுமான மூலையில் அவர்கள் உட்கார்ந்திருந்தார்கள். கொட்டகைக்கும் வீட்டிற்கும் இடையே இருந்த குறுகலான திறவை வழியாக அங்கே நசுங்கிக்கொண்டு செல்ல வேண்டி இருந்தது. இந்த அமைதியான மூலையில் உயரே வானத்தையும், மூன்று சன்னல்களையும் கொண்ட (அதில் இரண்டு தட்டி போடப்பட்டவை) வீட்டின் சுவரையும் தவிர வேறு எதையும் பார்க்க முடியாது. அந்த லின்டன் மரத்தின் கிளைகளில் சிட்டுக் குருவிகள் கிறீச்சிட்டன, அதற்குக் கீழே வேர்களின் கரணைகளின் மீது அமர்ந்து பையன்கள் அவர்களுக்கு ஆர்வமானவை பற்றி தணிவான குரலில் பேசினார்கள்.

இந்த வீட்டு வாழ்க்கையில் நாளுக்குநாள் பெரிதாக ஏதோ கிறீச்சிடுவதாகவும், பல்வண்ணக் கந்தைகளை இவனது முகத்தில் ஆட்டுவதாகவும், தன்னைக் குருடாக்குவது போலவும், செவிடாக்குவது போலவும் இலியா உணர்ந்தான். தனது அறிவை இழந்து காணப்படுவது போல அந்தளவு குழப்பமடைந்தான். அருந்தகத்தில், தன் சித்தப்பா தெரேன்தி வியர்வை வழிந்தோட தட்டுகளைக் கழுவிக்கொண்டிருக்கும் மேசைக்கு அருகே நின்று, வரவும் போகவும் குடிக்கவும் உண்ணவும் கத்தவும் முத்தமிடவும் சண்டையிடவும் பாடவும் புகை மண்டலத்தில் பைத்தியங்கள் போலக் கும்பலாகச் சுற்றிவரவும் செய்கிற மக்களைப் பார்த்துக் கொண்டிருப்பான் இலியா.

“போடா, வெளியே போ,” என்று கூனலை ஆட்டிக் கொண்டும், கிளாசுகளால் ஓயாது ஓசை எழுப்பிக்கொண்டும் இருக்கும் அவனது சித்தப்பா சொல்வான். “இங்கே என்ன செய்துக்கிட்டு இருக்கே? முற்றத்துக்குப் போடா! இல்லாட்டா முதலாளி உன்னைத் திட்டுவான்!...”

“அய்-யோ!” என்பது தன்னுடைய விருப்பமான கூவலை வெளியே செல்கையில் இலியா மனத்தில் நினைத்துக் கொண்டான். அருந்தகத்தின் ஆரவாரத்தால் அவனுக்குத் தலை சுற்றியது. முற்றத்தின் ஒரு மூலையில் சவேல் சம்மட்டி அடித்துக்கொண்டும், தனது வேலை உதவியாளனை வசை கூறிக்கொண்டும் இருந்தான்; கீழ்த்தளத்து சன்னல் வழியாக செருப்புத் தைக்கும் பெர்ஃபீஷ்கா பாடிய கிளர்ச்சியூட்டும்

பாடல் மிதந்து வந்தது; மேல்மாடித் தனியறைகளிலிருந்து குடித்திருந்த பெண்களின் கூச்சல்களும், வசைமொழிகளும் வந்தன. கொல்லனுடைய மகன் பாவெல் ஒரு குச்சியைக் குதிரையாட்டம் ஆடியபடி கோபமாகக் கத்திக் கொண் டிருந்தான்:

“நில்லு, மடக் குதிரையே!” அவனது வட்டமானதும், குறும்புத் தனமானதுமான முகம் புகைக்கரிக் கறையால் அழுக்காகி இருந்தது, அவனது முன்தலையில் ஒரு கட்டி இருந்தது, சட்டை கிழிந்து அவனது உறுதியான உடம்பின் தோற்றத்தைக் காட்டியது. வெளி முற்றத்தில் பாவெல்தான் மிகவும் குறும்புக்காரப் பையனாக இருந்தான். சுறுசுறுப்பற்ற இலியாவுக்கு அவன் ஏற்கெனவே இரண்டு அடிகள் கொடுத்துவிட்டான். தனது சித்தப்பாவிடம் அழுதுகொண்டு இலியா புகார்செய்த போது, அவனோ வெறுமனே தனது தோள்களைக் குலுக்கினான்:

“ஒன்னும் செய்ய முடியாது. பல்லை இளித்துவிட்டுப் பொறுத்துக்கொள்!...”

“அவனை ஒருகை பார்க்கிறேன்!” தனது கண்ணீருக்கிடையே இலியா உறுதியளித்தான்.

“எதையும் செய்ய வேண்டாம்!” அவனது சித்தப்பா கண்டிப்போடு எச்சரித்தான். “அம்மாதிரி காரியத்தைச் செய்வதாக நினைக்கக் கூட வேணாம்!...”

“பிறகு ஏன் அவன் செய்யுறான்?”

“அவன் அவன்தான்!... அவன் இந்த ஊர்க்காரன்... நீ வேறு ஆளு...”

இலியா தொடர்ந்து பாவெலை அச்சுறுத்தி வந்தது அவனது சித்தப்பாவுக்கு அந்தளவு கோபம் மூட்டவே, தனது வழக்கத்திற்கு மாறாக அவனிடம் சத்தம் போட்டான். இதன் மூலம் இலியா அறிந்து கொள்ளும்படி செய்யப்பட்டான். அதாவது “அந்த ஊரைச்” சேர்ந்த பையன்களுக்குச் சமமாகத் தன்னை நினைக்க முயலக் கூடாது என்று. ஆகவே, பாவெல் மீதான தனது வெறுப்பை மறைத்துக்கொண்டு, முன்னிலும் அதிகமாக அவன் யாக்கவுடன் நட்பு கொண்டான்.

யாக்கவ் பெருமைக்குகந்த சிறுவன். அவன் ஒருபோதும் சண்டை-யிட்டதுமில்லை, தனது குரலை உயர்த்திப் பேசியதுமில்லை. அவன் விளையாட்டுகளில் அபூர்வமாகப் பங்கெடுத்ததான். எனினும் பணக்காரர் வீட்டு முற்றங்களிலும், பொதுச் சதுக்கங்களிலும் பிள்ளைகள் ஆடுகிற விளையாட்டுகளை விவரிப்பதில் விருப்பமுடையவனாக இருந்தான். இலியா தவிர, யாக்கவ் நட்புப் பாராட்டிய ஒரே ஆள் செம்மான் பெர்ஃபீஷ்காவினுடைய மகளான ஏழு வயது மாஷாதான். அழுக்கான, ஒல்லியான, கருத்த சுருள்முடிகளோடு

அச்சிறுமி முற்றத்தில் காலை முதல் இரவு வரை துள்ளியாடுவதைக் காண முடிந்தது. அவளுடைய தாயாரும் அடித்தள நுழைவாசலில் எப்போதும் உட்கார்ந்து கொண்டிருந்தாள். உயரமான பெண்ணாகிய அவள், முதுகில் அடர்த்தியான சடை தொங்க, எதையாவது தைத்துக் கொண்டு தொடர்ச்சியாகக் குனிந்தபடி இருந்தாள். தனது சின்னஞ்சிறு சிறுமியைப் பார்ப்பதற்காக அவள் தனது தலையை உயர்த்திய போது, அவளது முகத்தோற்றத்தை இலியா கண்டான். அது நீலம் பாரித்து வீங்கிப் போய் அசைவற்று இருந்தது, ஒரு பிணத்தின் முகத்தைப் போல; அவளுடைய கருத்த, அன்புமிக்க கண்கள் கூட அசையவில்லை. அவள் எவருடனும் பேசியதில்லை. அவள் தனது மகளைக்கூட அடையாளங் காட்டியே அழைத்தாள், ஆனால் அபூர்வமாக அவ்வப்பொழுது கரகரத்த, மூச்சுத் திணறலுடன் கத்துவாள்:

“மாஷா!”

முதலில் இலியா அவளை விரும்பினான், ஆனால் இரண்டு ஆண்டுகளாக அவளால் நடக்க முடியவில்லை என்பதையும் சீக்கிரமே அவள் செத்துப் போவாள் என்பதையும் அவன் கேள்விப்பட்ட போது, அவளிடம் பயந்து போனான்.

ஒருநாள் இலியா அவளுக்கு அருகே நடந்து போய்க் கொண்டிருந்த போது அவனது சட்டையைப் பற்றிப் பிடித்துத் திகிலடித்த பையனைத் தன்னிடம் இழுத்தாள். “தயவுசெய்து மாஷாவிடம் நன்றாக நடந்துகொள்!...” என்றாள்.

அவளால் பேச முடியவில்லை, அவளது மூச்சு ஏக்கத்தோடு வந்தது.

“அவளிடம் நன்றாக நடந்துகொள், கண்ணே!...” என்ற அவள் இரங்கத்தக்கவாறு அவனது முகத்துக்குள்ளாகப் பார்த்துவிட்டு, அவனைப் போக விட்டாள்.

அன்றைய நாளிலிருந்து இலியாவும் யாக்கவும் செம்மானுடைய சிறுமியை மிகுந்த அக்கறையோடு பார்த்துக் கொண்டார்கள். தீங்கிலிருந்து அவளைக் காப்பாற்றத் தங்களால் முடிந்த எல்லாவற்றையும் செய்தார்கள். வயதான ஒருவர் தனது உதவியைக் கேட்டதை இலியா பெரிதாக மதித்தான், ஏனெனில் பெரியவர்களில் பலர் சிறுவர்களை அடிப்பதையும் வேலை வாங்குவதையும் தவிர எதுவும் செய்வதில்லை. வண்டியோட்டி மகார், அவனது வண்டியைக் கழுவிக் கொண்டிருக்கும் போது பிள்ளைகள் அவனுக்கு அருகே போக நேர்ந்தால் அவர்களை உதைத்து, முகத்தில் ஈரமான கந்தல் துணியால் அடிப்பான். ஆர்வத்தின் காரணமாக யாராவது தனது பட்டறைக்குள்ளாக வந்தால் சவேல் தனது நிதானத்தை இழந்து, பையன்கள் மீது கரிப்பைகளை எறிவான். தனது சன்னலுக்கு முன்னால்

நின்று யாராவது வெளிச்சத்தை மறைப்பார்களானால் தனது கைக்குக் கிடைக்கும் முதலாவது பொருளை அவர்கள் மீது பெர்ஃபீஷ்கா வீசி எறிவான்... சில நேரங்களில் தங்களுக்குச் செய்வதற்கு எதுவுமே இல்லாத போது தகுந்த காரணமின்றி, கேலிக்காகப் பெரியவர்கள் குழந்தைகளை அடிப்பார்கள். ஆனால் யெரெமேய் தாத்தா அவர்களை அடித்ததே இல்லை.

வெகு சீக்கிரத்திலேயே நகரத்து வாழ்க்கையை விட கிராமத்து வாழ்க்கை சிறந்தது என்று இலியா நினைக்கலானான். கிராமத்தில் விரும்பிய போதெல்லாம் சுற்றித் திரிய முடியும், ஆனால் இங்கோ வெளிமுற்றத்தை விட்டுச் செல்ல அவனது சித்தப்பா தடை விதித்தான். கிராமத்தில் வாழ்க்கை அதிக அமைதியாக இருந்தது. அங்கே இடவசதியும் நிறைய இருந்தது. தனக்குத் தெரிந்த வேலையைச் செய்வதில் மக்கள் ஈடுபட்டிருந்தார்கள். இங்கோ அவர்கள் விரும்பியவற்றைச் செய்தார்கள், ஆனால் தங்களுடைய அன்றாட உணவுக்காக மற்றவர்களைச் சார்ந்திருந்தார்கள். மேலும் எப்போதுமே அரைப்பட்டினி கிடந்தார்கள்.

ஒருநாள் மதியச் சாப்பாட்டு வேளையின் போது தெரேன்தி ஒரு நீண்ட பெருமூச்சு விட்டான்.

“இலையுதிர் காலம் வருகிறது, இலியா...” என்றான். “அப்போது நிலைமை மிக மோசமாக இருப்பதை உணர்வோம்!... ஓ, கடவுளே!...”

கோசுக்கீரை சூப் இருந்த வட்டிலை மனச்சோர்வுடன் உற்றுப் பார்த்தபடியே உட்கார்ந்திருந்தான். பையனுங் கூட சிந்தனையில் ஆழ்ந்தான். எந்த மேசையில் தெரேன்தி பாத்திரங்களைக் கழுவினானோ அதே மேசையின் முன் அமர்ந்துதான் அவர்கள் சாப்பிட்டுக் கொண்டிருந்தார்கள்.

“யாக்கவுடன் சேர்ந்து நீயும் அவசியம் பள்ளிக்கூடத்திற்குப் போகனும்னு பெத்ரூகா சொல்றான். நீ அவசியம் போகனும்னு எனக்கும் தெரியுது... படிக்காத குருடனாக இருந்தால் ஒருவனால் எதையும் பெற முடியாது!... ஆனா நீ பள்ளிக்குப் போவதாக இருந்தால் உனக்குச் செருப்பும், துணிமணியும் வேணுமே!... அய்யோ, கடவுளே! நீதான் எங்களுக்கு ஒரே நம்பிக்கை!...”

அவனது தன் சித்தப்பாவினுடைய பெருமூச்சுகளும், கண்களில் தெரிந்த துயரார்ந்த தோற்றமும் இலியாவுக்கு வேதனையை ஏற்படுத்தின.

“நாம இங்கேயிருந்து எங்கேயாவது போயிறலாம்!...” என்று மெதுவாக முன்மொழிந்தான் இலியா.

“எங்கே போறது?” என்று கூனன் துயரத்தோடு கேட்டான்.

“நாம காட்டுக்குப் போகலாம்!” என்றான் இலியா திடீரென்று ஆர்வமிக்கவனாய். “தாத்தா எப்படி ஆண்டுக்கணக்கா காட்டிலே தன்னந்தனியா வாழ்ந்தார் என்று நீங்க எங்கிட்டச் சொன்ன கதை நினைவிருக்கா? நாமோ இரண்டு பேர் இருக்கிறோம்! மரங்களிலிருந்து பட்டை எடுப்போம்!... நரிகளையும் அணில்களையும் கொல்வோம்... நீங்க ஒரு துப்பாக்கி வச்சுக்கங்க, நான் கண்ணிகள் வச்சுக்கிறுவேன்!... நான் பறவைகளைப் பிடிப்பேன். நிச்சயமாச் செய்வேன்! அதோட பெர்ரிகளும் காளான்களும் இருக்கும்... நாம் போகலாம், போவோமா?...”

அவனுடைய சித்தப்பா அவனைப் பாசத்தோடு உற்று நோக்கினான்.

“ஓநாய்களும் கரடிகளும் இருக்கே, அதைப்பற்றி என்ன?” என்று புன்னகையுடன் கேட்டான் சித்தப்பா. “நீங்க ஒரு துப்பாக்கி வைத்துக் கொள்ளணும்,” என்றான் இலியா ஆர்வத்துடன். “நான் பெரியவனாகும் போது காட்டு விலங்குகளுக்குப் பயப்பட மாட்டேன்!.. என்னோட வெறுங்கைகளாலேயே அவற்றைக் கொல்வேன்!.. இப்பக்கூட யாருக்கும் நான் பயப்படலே! வாழ்றதுக்கு இங்கே வழியே இல்லை! நான் சின்னப் பையன், இருந்தாலும் என்னால பார்க்க முடியுது! கிராமத்தை விட மக்கள் இங்கே மிகவும் புண்படும்படி நடத்துறாங்க. என் தலைக்கு மேலாகக் கொல்லன் அடிக்கும் போது அது பிறகு நாள் பூராவும் முனகிக்கிட்டே இருக்கு!...”

“ஓ, நீ கடவுளோட அநாதை!” என்று கூறி தெரேன்தி தனது கரண்டியைக் கீழே எறிந்துவிட்டு விரைந்து எங்கோ வெளியேறினான்.

அன்று மாலை, முற்றத்தில் சுற்றிக்கொண்டிருந்த இலியா களைப்புற்ற போது வீட்டிற்குள்ளாக வந்து தனது சித்தப்பாவினுடைய மேசைக்கு அருகே கீழே உட்கார்ந்தான். அரைத் தூக்கத்தில் இருக்கையில் தேநீர் அருந்துவதற்காக அருந்தகத்திற்கு வந்திருந்த யெரெமேய் தாத்தாவுடன் தெரேன்தி பேசுவதைக் கேட்டான். கந்தல் பொறுக்கி, கூனனுடன் நட்புக் கொண்டதோடு, அவனது மேசைக்கு அருகிலேயே எப்போதும் ஓர் இருக்கையைத் தேநீர் பருகத் தேர்ந்தெடுத்தான்.

“கவலைப்படாதே!” தனது கீச்சுக்குரலில் யெரெமேய் சொன்னதை இலியா செவிமடுத்தான். “ஒரே ஒரு விஷயந்தான் இருக்கு, அது கடவுள்! நாம எல்லாருமே கடவுளோட அடிமைகள், அது அப்படித்தான் வேத நூல்லே எழுதியிருக்கு... கடவுள் உன்னோட வாழ்க்கையைப் பார்க்கிறார். நிச்சயமா, மகிழ்ச்சியான ஒரு நாள் வரும், அப்ப தனது தேவதூதனைக் கூப்பிட்டுச் சொல்வார்: “தேவதூதனே! கீழே போய் என்னுடைய பணிவுமிக்க அடிமை தெரேன்தியின் வாழக்கையைச் சுலபமாக்கு...”

“தாத்தா என்னோட நம்பிக்கையைக் கடவுளிடம் வைக்கிறேன். வேறு என்ன நான் செய்ய முடியும்?” என்று தெரேன்தி மெதுவாகச் சொன்னான்.

“இலியாவைப் பள்ளிக்கூடத்தில் சேர்ப்பதற்கு வேண்டிய பணத்தை நான் எப்படியும் தயார் செய்கிறேன்!.” என்று மதுக்கடைப் பணியாளன் பெத்ருகா கோபமாக இருக்கும் போது கத்துவது போல யெரெமேயின் குரல் ஒலித்தது. “அதை உனக்குக் கடனாத் தாறேன்... நீ பணக்காரனாகும் போது அதைத் திருப்பிக் கொடுத்தால் போதும்...”

“தாத்தா!” என்று மூச்சுவாங்கக் கூவினான் தெரேன்தி.

“அதெல்லாம் சரி, எதுவும் சொல்ல வேணாம்! இப்போதைக்கு உன்னோட பையனை என்னிடத்தில் விட்டு வை. அவன் இங்கே வேலை எதுவும் செய்ய வேண்டாம். என்னோட பணத்துக்கான வட்டிக்குப் பதிலாக அவன் இருப்பான்... ஓர் எலும்போ கந்தலோ எனக்காகத் தேடி எடுப்பான்... என் கஷ்டத்திலிருந்து காப்பாத்துவான்...”

“ஆண்டவன் உங்களுக்கு வெகுமதி வழங்குவாராக!...” என்று கீச்சுக் குரலில் கத்தினான் கூனன்.

“ஆண்டவன் எனக்கு வெகுமதி வழங்குவார், நான் உனக்கு வெகுமதி வழங்குவேன், நீ பையனுக்கு வெகுமதி வழங்குவாய், பையன் ஆண்டவனுக்கு வெகுமதி வழங்குவான். ஆக சக்கரம் எப்படி வட்டமாச் சுற்றுது பார்... யாரும் யாரிடமும் எதுக்கும் கடன்பட மாட்டோம்...ஐயோ, சகோதரனே! நான் பல ஆண்டுகள் வாழ்ந்துட்டேன், பல விஷயங்களைப் பார்த்துட்டேன், ஆனா ஆண்டவனைப் பார்ப்பதற்குச் சமமா எதுவுமே இல்லை. எல்லாமே அவர் கிட்டே இருந்துதான் வருது, எல்லாமே அவர் கிட்டேதான் போகுது, அவரோடது திரும்பவும் அவருக்கே!...’

அவர்களுடைய பேச்சின் முணுமுணுப்புக்கு இலியா தூங்கிப் போய்விட்டான். மறுநாள் அதிகாலையில் யெரெமேய் தாத்தா அவனை எழுப்பினான்.

“ஏய், இலியா! என்னோடு வெளியே போகலாம் வா!” என்று அழைத்தான்.

3

கந்தல் பொறுக்கி யெரெமேயின் மென்மையான கவனிப்பில் இலியா மகிழ்ச்சியாக வாழ்ந்தான். ஒவ்வொரு நாளும் அதிகாலையில் கிழவன் அவனை எழுப்ப, கந்தல்கள், எலும்புகள், தாள், பழைய இரும்பு, கிழிந்த தோல்கள் இவற்றைச் சேகரிக்க இருவரும் காலை

முதல் மாலையில் பின்நேரம் வரை வெளியே சென்றார்கள். நகரம் பெரிதாக இருந்ததால் இதில் ஆர்வமூட்டும் விஷயங்கள் பல இருந்தன. முதல் சில நாள்களுக்கு மக்களையும் வீடுகளையும் ஆழ்ந்து அறிவதில் மிகவும் சுறுசுறுப்பாக இருந்தான் இலியா. ஒவ்வொன்றைப் பற்றியும் வியப்புற்றான். கிழவனிடம் பல கேள்விகளைக் கேட்டான். அவனுக்கோ உதவி செய்ய நேரமில்லாதிருந்தது... யெரெமேய் விருப்பத்தோடு பேசக் கூடியவன் தான். குனிந்த தலையோடு, கண்கள் தரையைப் பார்த்தபடி இருக்க, தனது கைத்தடி உலோக நுனியால் தனது பாதையில் தட்டிக் கொண்டு, கண்களில் வழிந்து கொண்டிருந்த நீரைத் தனது கந்தல் சட்டைக் கையாலோ, தனது அழுக்குச் சாக்கின் ஓரத்தாலோ துடைத்துக் கொண்டு, தன்னுடைய சின்னஞ்சிறு உதவியாளனுக்கு அலுப்புத்தட்டும், பாட்டுப்பாடுகிற குரலில் இடைவிடாது விளக்கிக்கொண்டு, வீடு வீடாகப் போய்க் கொண்டிருந்தான்.

"இந்த வீடு வியாபாரி ப்சேலினுக்குச் சொந்தமானது. அவன் ஒரு பணக்காரன்!..."

"தாத்தா," கேட்டான் இலியா, "மக்கள் எப்படிப் பணக்காரங்களா ஆகுறாங்க?"

"அவர்களோட நெற்றி வியர்வையைச் சிந்தி, அதாவது வேலை செய்வது மூலமாக... அவர்கள் நாள் பூரா வேலை செய்யுறாங்க, ராத்திரிப் பூரா வேலை செய்யுறாங்க, தங்களோட பணத்தைச் சேமிக்கிறாங்க. நிறையப் பணத்தைச் சேர்த்ததும் ஒரு வீடு கட்டுறாங்க, குதிரைகளையும், தட்டுகளையும், எல்லா வகையான பொருள்களையும் வாங்குறாங்க. எல்லாமே புதுசா! அப்புறம் கடை உதவியாளர்களையும், துப்புரவுத் தொழிலாளிகளையும் கூலிக்கு அமர்த்தி தங்களுக்காக அவர்களை வேலை செய்யச் சொல்லிவிட்டு, பணக்காரர்கள் நல்ல ஓய்வு எடுக்குறாங்க, வாழ்க்கையை அநுபவிக்கிறாங்க, எதுவுமே செய்யுறதில்லே. அது நேர்மையான உழைப்பு என்று மக்கள் சொல்றாங்க... ஆனா வேறு சிலர் பாவத்தாலே பணக்காரர்கள் ஆகுறார்கள். இந்த வியாபாரி ப்சேலின் இளைஞனாக இருந்த போது ஒரு மனிதனைக் கொன்னுட்டதாகச் சொல்றாங்க. ஒருகால் பொறாமையால் இப்படிச் சொல்லப்படலாம் அல்லது உண்மையாகவும் இருக்கலாம். அவன் பொல்லாதவன், ப்சேலின் தான்... அவனோட கண்களில் அச்சமூட்டுற தோற்றம் இருக்கு... அவனுடைய கண்கள் இங்குமங்கும் போய்க் கொண்டிருந்தன, அவை எங்கோ ஒளிந்து கொண்டன... ஒருவேளை ப்சேலினைப் பற்றி அவர்கள் சொல்றது பொய்யா இருக்கலாம்... ஒரு மனிதன் திடீரென்று பணக்காரனாவது நடக்க முடியும்... அதிர்ஷ்டம் அடிக்கலாம். உண்மையைத் தெரிந்த ஒரே ஆள் ஆண்டவர்தான். நமக்கு எதுவுமே தெரியாது!.. நாம்

வெறுமனே மனிதர்கள் தான்! மனிதர்கள் ஆண்டவனுடைய விதை... விதை, மனம், மனிதர்களாகிய நாம் எல்லாரும் அப்படித்தான்!.. பூமிக்கு மேலாக நம்மைப் பரத்தி விட்டு, நீங்க வளரணும் என்று ஆண்டவர் சொல்கிறார்! 'மனிதர்களே, வளருங்கள், நீங்கள் என்னவாக மாறுகிறீர்கள் என்று நான் பார்க்கிறேன்...' அப்படித்தான்! இந்த வீடு சபனேயெவுக்குச் சொந்தமானது... அவன் ப்சேலினை விடப் பணக்காரன். எல்லாரையும் விட அவன் மகாக் கொடுமைக்காரன். எனக்குத் தெரியும்... தீர்ப்பு வழங்க வேண்டியவர் ஆண்டவர் தானே தவிர, நான் இல்லை. ஆனா அது உண்மையின்னு எனக்குத் தெரியும்... அவன் எங்க கிராமத்தில் கிராமத் தலைவனாக இருந்தான், எப்படித் திருடினான் தெரியுமா! எங்களோட முதுகுத் தோல்களையே திருடினான்!.. சபனேயெவிடம் ஆண்டவர் ரொம்பவும் பொறுமையா இருந்தார், ஆனா கடைசியில் அவரோட பொறுமை மீறிப்போச்சு. முதல்லே சபனேயெவ் செவிடனாப் போனான். பிறகு அவனோட மகன் குதிரைகளால் கொல்லப்பட்டான்... அப்புறம் சமீபத்தில் அவனோட மகளும் ஓடிப்போயிட்டாள்..."

கிழவனுடைய ஒவ்வொரு வார்த்தையையும் கவனமாகக் கேட்டுக் கொண்டிருக்கும் போதே பெரிய வீடுகளின் மீது இலியா பார்வையைச் செலுத்தினான்.

"உள்ளுக்குள்ளே இலேசாகத் தலையைக் காட்ட என்னால் முடிந்தால்!..." என்று சில நேரங்களில் சொன்னான்.

"உன்னால் முடியும்! கஷ்டப்பட்டுப் படி, பெரியவனாகும் போது, எல்லாவற்றையும் நீ பார்க்க முடியும்! நீயே கூட பணக்காரனாகலாம்... நன்கு வாழலாமே... ஐயையே! இப்ப, என்னை எடுத்துக்கொள், நீண்ட காலம் நான் வாழ்ந்துட்டேன், என்னோட கண்கள் வெளியே பிதுங்குற அளவுக்கு அவ்வளவு கஷ்டப்பட்டு பொருள்களைப் பார்த்தேன்... இந்தக் கண்ணீர் வழிந்தோடுறதை என்னால நிறுத்த முடியாது. ஆகவேதான் நான் மெலிந்தும் தளர்ந்தும் இருக்கேன்... கண்ணீரோட என்னிடமிருந்து எல்லாமே ஓடிப்போகுது!..."

ஆண்டவனைப் பற்றிக் கிழவன் பேசுவதைக் கேட்க இலியா பெருமகிழ்ச்சியுற்றான், அதைக் கிழவன் அவ்வளவு அருமையாகவும், அத்தனை பற்றுதலோடும் சொன்னான். அவனுடைய மென்மையான வார்த்தைகள் குழந்தையின் நெஞ்சத்தில் உறுதியான நம்பிக்கையை, சிறந்ததாக எதிர்காலத்தில் ஏதோ இருக்கிறது என்ற ஒளிமயமான நம்பிக்கையை ஏற்படுத்தன. இது அவனை அதிக மகிழ்ச்சியுடையவனாக ஆக்கியது. இந்த நகரத்தில் வசிக்க முதலாவதாக அவன் வந்ததைக் காட்டிலும் மீண்டும் குழந்தையாகத்தான் மாறி இருந்தான்.

குப்பைக் குவியல்களுக்குள்ளாகத் தோண்ட கிழவனுக்கு அவன் ஆர்வத்தோடு உதவினான். குப்பைக் கூளங்களின் ஊடாகத் தேடுவது ஏதோ பரவசமூட்டுவதாக இருந்தது; எப்பொழுதெல்லாம் குறிப்பிட்ட மதிப்புடைய ஏதேனும் தேடி எடுக்கப்பட்டதோ அப்பொழுதெல்லாம் கிழவனுடைய முகத்தில் மகிழ்ச்சி காணப்பட்டதைக் காண இலியா பெரிதும் மகிழ்ந்தான். ஒருநாள் ஒரு பெரிய வெள்ளிக் கரண்டியை இலியா கண்டெடுத்தான். இதற்காகக் கிழவன் அவனுக்கு அரை பவுண்ட் இனிப்பு மிட்டாய் வாங்கி வந்தான். மற்றொரு முறை பூசணம் பிடித்த பர்ஸ் ஒன்றை அவன் கிளறி எடுத்த போது அதில் ஒரு ரூபிளுக்கு மேலாக இருந்தது தெரிந்தது. சில நேரங்களில் அவர்கள் கத்திகளையும், முள்கரண்டிகளையும், சுரைகளையும், உடைந்த வெண்கலப் பொருள்களையும் கண்டெடுத்தார்கள். ஒரு முறை நகரத்திலிருந்து வந்த சாக்கடைக் கணவாயிலிருந்து கனமான வெண்கல மெழுகுவர்த்திச் சட்டத்தை வெளியே இழுத்தான் இலியா. அப்படிப்பட்ட பொறுக்குதல்களுக்கு மதிப்பு சேர்க்கும் எதையும் அவன் கொண்டுவந்து சேர்த்த போது ஒவ்வொரு முறையும் கிழவன் அவனுக்குச் சிறு பரிசு கொடுத்தான்.

"பாருங்க, தாத்தா!" என்று மகிழ்ச்சியாகக் கத்துவான் இலியா. "இதைப் பாருங்க! அய்-யோ!"

"கத்த வேணாம்! கத்த வேணாம்!... ஐயோ, கடவுளே!..." என்று கவலையுடன் சுற்றிலும் பார்த்தவாறே கிழவன் கெஞ்சுவான்.

அசாதாரணமான பொருள்களின் கண்டுபிடிப்பு எப்போதுமே அவனுக்கு அச்சத்தைத் தந்தது. பையனுடைய கைகளிலிருந்து அதை விரைவாகப் பறித்து தனது மிகப்பெரிய சாக்கிற்குள்ளாகத் திணிப்பான்.

"உன் வாயை அடைக்கிறது எப்படியின்னு கத்துக்க!..." என்று அன்புடன் அவன் சொல்வான், அவனது சிவந்த கண்களினின்றும் கண்ணீர் வழிந்தோடியது.

அவன் இலியாவுக்கு ஒரு சிறிய சாக்கையும், உலோக நுனி கொண்ட ஒரு கம்பையும் கொடுத்தான். இந்தத் தொழில் சாதனத்திற்காகப் பையன் பெருமைப்பட்டான். தனது சொந்தச் சாக்கில் பெட்டிகள், உடைந்த பொம்மைகள், உடைந்த மண்பாண்டங்களின் வர்ணத் துண்டுகள் ஆகியனவற்றைச் சேகரித்தான்; தனது முதுகின் மேல் அவற்றின் கனத்தை உணரவும், அவன் நடக்கையில் அவை ஏற்படுத்தும் கலகலப்பைக் கேட்கவும் விரும்பினான். என்ன பொறுக்க வேண்டும் என்பதை அவனுக்கு யெரெமேய் தாத்தா கற்பித்திருந்தான்.

"அதை, இதைப் பொறுக்கி அவற்றை வீட்டுக்குக் கொண்டு வந்து குழந்தைகளுக்குக் கொடு. அது அவர்களுக்கு மகிழ்ச்சி ஏற்படுத்தும்.

மக்களை மகிழ்ச்சிப்படுத்துவது நல்ல காரியம். நாம் அதைச் செய்ய வேண்டும் என்று ஆண்டவன் விரும்புகிறான்... ஒவ்வொருத்தரும் மகிழ்ச்சியை விரும்புறாங்க, ஆனால் அதுவோ உலகத்தில் மிகக் குறைவாகத்தான் இருக்கு! சில மக்கள் வாழக்கையில் ஒரு முறைகூட அதன் சுவையைப் பெற முடியாதபடி அது மிகக் குறைவாகத்தான் இருக்கு. ஒரு முறைகூட இல்லை!...”

வீடு வீடாகப் போவதை விட நகரத்தின் குப்பைக் குவியல்களையே இலியா பெரிதும் விரும்பினான். யெரெமேய் போன்ற இரண்டு, மூன்று கந்தல் பொறுக்கிகளைத் தவிர குப்பைக் குவியல்களைச் சுற்றி யாருமே இல்லை. நகரத்திலோ கையில் பெருக்குமாறுடன் வரும், கெட்ட வார்த்தைகள் பேசும், முற்றத்தை விட்டுத் விட்டுத் துரத்தும், அடிக்கும் தெருக் கூலியாளை அச்சத்துடன் எதிர்பார்க்க வேண்டிய தேவை இங்கு இல்லை.

ஒவ்வொரு நாளும் சுமார் இரண்டு மணி நேரத்திற்குக் குப்பைக் குவியல்களைக் கிளறிய பிறகு, யெரெமேய் இப்படிச் சொல்வான்:

“இலியா, அது போதும்! ஓய்வு எடுத்துக்கிட்டு நாம ஏதாவது சாப்பிடலாம்!”

ஒரு ரொட்டித் துண்டை தனது சட்டைப்பையிலிருந்து எடுத்து, சிலுவை வைத்துக்கொண்டு, அதை உடைப்பான். அதைச் சாப்பிட்டு முடித்துவிட்ட போது, பள்ளத்தாக்கின் ஓரத்தில் நீட்டிப் படுத்து அரைமணி சுமாருக்கு ஓய்வு எடுப்பார்கள். பள்ளத்தாக்கு ஓர் ஆற்றில் முடிந்ததை அவர்கள் படுத்திருந்த இடத்திலிருந்தே பார்க்க முடிந்தது. ஆறு அலைகள் எழுப்பி மெதுவாகச் சென்றது. அது அகலமாகவும் வெண்ணீலமாகவும் இருந்தது. இலியா அதைக் கவனித்த போது, அதனுடைய நீரில் மிதக்க ஏங்கினான். ஆற்றுக்கு அப்பால் அகன்ற புல்வெளிகள் நீண்டு கிடந்தன. வைக்கோற் போர்கள் சாம்பல் நிறக் கோபுரங்களைப் போல உயர்ந்து நின்றன. அதற்கும் வெகு தொலைவில், பூமியின் விளிம்பில், இருண்ட காட்டின் சுவர் விண்ணை எட்ட நின்றது. புல்வெளிகளில் அமைதியாகவும் கனிவுள்ளதாகவும் இருந்தது, அங்கே காற்று தூய்மையாகவும், சுத்தமாகவும், இனிய நறுமணமுடையதாகவும் இருக்க வேண்டும் என உணர வைத்தது... இங்கோ மக்கிப் போன குப்பையின் நாற்றம் மூக்கைத் துளைத்தது; அது இலியாவின் நெஞ்சை அழுத்தியது, மூக்கை நமைச்சல் எடுக்க வைத்தது. யெரெமேய் தாத்தாவினுடையதைப் போன்று கண்களைக் குளமாக்கியது...

இலியா மல்லாக்கப் படுத்து வானத்தின் மோட்டை, அதனது உச்சியை வீணாகத் தேடியபடி உற்றுப்பார்த்தான். துயரமும், தூக்கமும் நிறைந்த ஓர் உணர்வு அவனைக் கவ்வ, ஏதோ மங்கலான உருவங்கள்,

காட்சிகள் அவனது மனத்தில் தோன்றின. அவனது பார்வையிலிருந்து தப்பிய யாரோ மிகப்பெரிய ஒருவர் அங்கே வானத்திலே மிதந்து கொண்டிருந்தார். அவர் கடுமையாகக் காணப்பட்டாலும் அன்பாக இருந்தார். தெளிவான ஒளிக்கற்றையை உமிழ்ந்து கொண்டிருந்தார். தானும் யெரெமேய் தாத்தாவும், இந்த முழு உலகமும் அந்த யாரையோ நோக்கி மேலேமேலே எல்லையற்ற புறவெளிக்குள்ளாக, நீல ஒளிக்குள்ளாக, தூய்மைக்குள்ளாக, வெளிச்சத்திற்குள்ளாகப் பாய்ந்து செல்வது போலக் கற்பனை செய்தான்... ஓர் இனிய அமைதியான மகிழ்ச்சி அவனுடைய இதயத்தை நிறைத்தது.

மாலையில் வீடு திரும்பியதும், நாள் முழுக்கக் கடுமையான வேலை செய்து விட்டு ஓய்வெடுக்க வீடு திரும்பியிருந்த ஒருவனுடைய பாவனையுடன் முற்றத்திற்குள்ளாக நுழைந்தான். மற்ற குழந்தைகள் ஈடுபட்டிருக்கும் முட்டாள்தனமானவற்றில் ஈடுபட அவனுக்கு நேரம் கிடைக்கவில்லை. அவனுடைய கம்பீரமான தோற்றமும், அவன் முதுகில் இருந்த, எப்போதுமே பல்வேறு ஆர்வமூட்டும் பொருள்களுடனும் இருந்த சாக்கும் மற்ற குழந்தைகளிடத்தில் இவனுக்கு மரியாதையை ஏற்படுத்தியது...

குழந்தைகளைப் பார்த்து யெரெமேய் தாத்தா முறுவலிப்பான், சில கேலிகளைக் கூறுவான்.

"இதோ நாம் பிதுங்குகின்ற சாக்குகளை நம்முடைய முதுகுகளின் மீது சுமந்தபடி வருகின்றோம்!... இலியா, போய் உன்னோட மூஞ்சியைக் கழுவிக்கொண்டு வந்து என்னுடன் அருந்தகத்திற்குத் தேநீர் பருக வா!..."

குழந்தை அவனுடைய சாக்கைக் கண்டு மருண்ட குழந்தைகளின் கூட்டம் சாக்கைக் கவனமாகத் தொட்டபடி பின் தொடர, அடித்தள நுழைவாயிலுக்கு வீம்பு நடைபோட்டு இலியா செல்வான். ஆனால் பாவெல் மட்டுமே துடுக்காக அவனுடைய வழியில் தடையாக நிற்பான்.

"போடா, தெருப்பெருக்கியே! நீ என்ன கொண்டு வந்திருக்கிறாய் என்று எங்களுக்குக் காட்டு..." என்று சொல்வான்.

"பொறு!" என்று இலியா கண்டிப்பாகச் சொல்வான். "நான் தேநீர் சாப்பிட்டு முடித்த பிறகு உனக்குக் காட்டுவேன்..."

அருந்தகத்தில் அவனுடைய சித்தப்பா புன்னகையோடு அவனை வரவேற்பான்.

"ஆக, ஊழியன் வீடு வந்துட்டான், இல்லையா? பாவம், நீ சக்திமிக்க குட்டி உதவாக்கரை!... களைப்பாயிட்டியா?"

அவனை ஓர் ஊழியன் என்று அவனது சித்தப்பா அழைத்தது இலியாவுக்கு மகிழ்ச்சியாக இருந்தது. மேலும் அவனுடைய சித்தப்பா மட்டுமே இப்படி அழைக்கவில்லை. ஒருநாள் பாவெல் வழக்கம்

போல ஏதோ குறும்பு செய்யவே, சவேல் அவனைப் பிடித்துத் தனது முழங்கால் முட்டுகளுக்கு இடையே வைத்து ஒரு கயிற்றால் சுரீரென்று அடித்துக் கொண்டிருந்தான்.

"டேய், உன் குறும்பு ஒன்னும் பலிக்காது, சின்னக் குரங்கே!" என்று சவேல் அதே நேரத்தில் சொன்னான். "இதையும் வாங்கிக்க... இதையும்!.. இதையும்! உன் வயசுப் பையன்கள் சோத்துக்குச் சம்பாதிக்கிறாங்க, ஆனா நீ செய்யுறதெல்லாம் உன் வயிற்றை நிரப்பிக்கிட்டு, துணிமணிகள் மாட்டிக்கிட்டுத் திரியுறே!..."

பாவெல் உதைந்தான், நெளிந்தான், அடிவயிற்றிலிருந்து ஊளை-யிட்டான், ஆனால் கயிறோ தொடர்ந்து இரக்கமில்லாதபடி விழுந்து கொண்டே இருந்தது. தனது எதிரியின் முரட்டுத்தனமான, வேதனை தரும் கிறீச்சிடலைக் கேட்டதில் விநோதமான மனநிறைவு அடைந்தான் இலியா. மேலும் கொல்லனுடைய வார்த்தைகள் பாவெலை விட தான் மேலானவன் என்ற மனநிறைவை ஏற்படுத்தின.

இது அவனது விளையாட்டுத் தோழனிடம் இரக்கம் கொள்ளுமாறு செய்தது.

"வேண்டாம், சவேல் மாமா!" என்று திடீரென்று கத்தினான்.

இலியா பக்கம் திரும்புவதற்கு முன்பாக கடைசி அடி கொடுத்த கொல்லன் கோபத்தோடு சொன்னான்: "நீ பேசாமப் போ! அவனுக்காக எதுக்கு நீ பரிந்து பேசுறே?... உனக்கும் கொடுக்கணும்னு நீ விரும்புறியா?..." தன் மகனைப் பக்கவாட்டில் தள்ளிவிட்டு பட்டறைக்கு நடந்தான். பாவெல் எழுந்து தள்ளாடியவாறே குருடனைப் போல முற்றத்தின் ஓர் இருண்ட மூலைக்குச் சென்றான். இலியா அவனைப் பின்தொடர்ந்தான். அவனது இதயம் இரக்க உணர்ச்சியால் துடித்தது. மூலையில் முழங்காலிட்டு நின்ற பாவெல் வேலியில் தனது தலையை அழுத்திக் கொண்டு, கைகளை இடுப்புக்குக் கீழாக வைத்துக்கொண்டு, முன்னிலும் அதிகமாக ஊளையிட்டான். தோற்றுப்போன தனது எதிரிக்கு ஏதாவது ஆறுதல் சொல்ல இலியா விரும்பினான், ஆனால் வெளிவந்த வார்த்தை இதுதான்:

"வலிக்குதா?"

"போடா அங்குட்டு!" கத்தினான் பாவெல்.

அவனுடைய கதறல் இலியாவைச் சங்கடப்படுத்தவே அறிவுறுத்துகின்ற தொனியில் பேச ஆரம்பித்தான்: "நீ எப்ப பார்த்தாலும் மற்றவர்களை அடித்துக் கொண்டே இருக்கிறாய், அதனால்தான்...' "

ஆனால் அவன் முடிப்பதற்கு முன்பே பாவெல் அவன் மீது பாய்ந்து கீழே தள்ளினான். இது இலியாவுக்குக் கோபமூட்டியது. ஒரு பந்து போல இருவரும் தரையில் உருண்டார்கள். பாவெல் அவனைக்

கடிக்கவும் பிறாண்டவும் செய்தான். இலியாவோ அவனுடைய தலைமயிரைப் பற்றி, "போகவிடு!" என்று இரக்கம் காட்டுமாறு பாவெல் கத்துகிறவரை அவனது தலையைத் தரைமீது மோதினான்.

"பார்த்தியா?" என்ற இலியா வெற்றிப் பெருமிதத்தோடு எழுந்தான். "உன்னை விட நான் பலசாலி! திரும்பவும் என்னை எப்பவும் தொடாதே!"

தனது முகத்தில் வழிந்த இரத்தத்தைச் சட்டைக் கையால் துடைத்தவாறு அவன் அப்பால் நடந்தான். முற்றத்தின் நடுவே உம்மென்று புருவத்தை நெறித்தவாறு கொல்லன் நின்று கொண்டிருந்தான். அவனைப் பார்த்த போது இலியா நடுக்குற்று நின்றான். அவனுடைய மகனை அடித்ததற்காக நிச்சயமாக சவேல் தன்னை அடிப்பான் என்று நினைத்தான். ஆனால் கொல்லனோ தோள்களை மட்டும் குலுக்கிக்கொண்டு சொன்னான்:

"என்ன அப்படி வெறிச்சுப் பார்க்கிறே? என்னை முன்னாடி பார்த்ததில்லே? போயிரு!"

அதே நாள் மாலை சவேல் படலைக்கு வெளியே இலியாவைப் பிடித்து அவனது பின்னந்தலையில் இலேசான சுண்டு கொடுத்தான்.

"தொழில் எப்படி இருக்கு, கந்தல் பொறுக்கியே?' ஒரு லேசான புன்னகையுடன் கேட்டான்.

இலியா மகிழ்ச்சியோடு கிளுகிளுத்தான்: இதுதான் இன்பம். அச்சமூட்டுகிற, அந்த முற்றத்தில் வலிமையானவனும், எல்லாராலும் பயந்து மரியாதை செய்யப்பட்டவனுமாகிய சவேல் இவனோடு கேலி பேசிக் கொண்டிருந்தான்! இலியாவினுடைய தோளைத் தனது இரும்பு விரல்களால் பற்றிய சவேல் இந்த மகிழ்ச்சியைக் கூட்டுவது போலப் பேசினான்:

"ஓகோ! நீ பலம்வாய்ந்த குட்டிப் பையன்! டேய், அது இன்னும் பல ஆண்டுகளுக்கு வலிமையானதா இருக்கும். சரி, வளர்!... நீ பெரியவனாகும் போது என்னோட பட்டறையில் உன்னை வேலைக்குச் சேர்த்துக்கொள்கிறேன்!..."

கொல்லனுடைய மிகப் பெரிய காலை இலியா பற்றி அதை நெருக்கமாக அணைத்துக் கொண்டான். சிறுவனுடைய இதயத்தின் மெய்மறந்த கிளர்ச்சியை சவேல் கட்டாயம் உணர்ந்திருக்க வேண்டும். ஆகவேதான் தனது கனமான கையை அவன் தலைமீது வைத்து, கணநேர இடைவெளிக்குப் பிறகு கீ''குரலில் சொன்னான்:

"ஐயோ, பாவம் அநாதைச் சிறுவன்!... இதோ, போக விடு!..."

அன்று மாலை மகிழ்ச்சிமிக்க இலியா தனது வழக்கமான பணியை மேற்கொண்டான் - பகலில் சேகரித்த பரிசுகளை வழங்குகின்ற பணி.

அவனுடைய விளையாட்டுத் தோழர்கள் தரையில் அமர்ந்து அந்த அழுக்குச் சாக்கின் மீது பொறாமைமிக்க கண்களைப் பதித்தவாறு இருந்தார்கள். ஒவ்வொன்றாக இலியா வெளியே எடுத்தான்: கிழிந்த காலிகோ துணிகள், மரத்தாலான பழைய போர்வீரன், காலியான பாலிஷ் டப்பா, காலியான தலைக்குத் தேய்க்கும் எண்ணெய் டப்பா, கைப்பிடியில்லாத நெளிந்த தேநீர்க் குவளை.

"இது என்னோடது! இல்லை, என்னோடது!" என்று பொறாமைமிக்க கூச்சல்கள் கேட்டன, அரிய பொருள்களுக்காக அழுக்கான சிறிய கைகள் நீண்டன.

"பொறு! பறிக்க வேணாம்!" என்று இலியா உத்தரவிட்டான். "எல்லாத்தையும் நீங்க ஒரேயடியாப் பறித்தால் அது விளையாட்டாக இருக்குமா? சரி, கடை திறந்திருக்கிறது! காலிகோ துண்டை வாங்க யார் விரும்புறது?... மிகச் சிறந்த காலிகோ! ஐம்பது கோபெக்!... மாஷா, இதை வாங்கு!"

"இது அவளுக்காக வாங்கியது!" என்ற யாக்கவ், இந்தச் சந்தர்ப்பத்திற்காகத் தயாராக வைத்திருந்த உடைந்த மண்பாண்டத் துண்டு ஒன்றைத் தனது பையிலிருந்து எடுத்து அதை விற்றுக் கொண்டிருந்தவனுடைய கையில் திணித்தான். ஆனால் இலியா அதை எடுத்துக்கொள்ளவில்லை. "அதில் விளையாட்டு இல்லை," என்றான் இலியா.

"நீ என்னோட பேரம் பேசணும், சனியனே! நீ பேரம் ஒருபோதும் பேசுறதேயில்லை!... இது போலச் சாமான்களை யார் வாங்குறாங்க?"

"நான் மறந்துட்டேன்!" என மன்னிப்புக் கேட்டான் யாக்கவ்.

ஆகவே சுறுசுறுப்பான பேரம் தொடங்கியது. வாங்குபவர்களும் விற்பவனும் தங்களுடைய பணியில் ஈடுபட்டிருந்த வேளையில், தனக்குப் பிடித்தமானவற்றை பாவெல் திருடிக்கொண்டு ஓடினான்.

"இதோ, நான் திருடிட்டேன்!" என்று கேலிக்குரலில் கத்திக்கொண்டும் குதித்துக்கொண்டும் சுற்றி ஆடிக்கொண்டும் இருந்தான். "இதை எடுக்கிறப்ப யாருமே என்னைப் பார்க்கலே! முட்டாள்கள், சனியன்கள்!"

இத்தகைய அவனுடைய குறும்புகள் அவர்களை வெறிகொள்ளச் செய்தன. சின்னஞ்சிறுவர்கள் கத்தவும் அழவும் செய்தார்கள். யாக்கவும் இலியாவும் முற்றத்தைச் சுற்றிலும் திருடனைத் துரத்தினார்கள். ஆனால் அவர்களால் அவனை அநேகமாக ஒருபோதும் பிடிக்க முடியவில்லை. நாளாவட்டத்தில் அவனுடைய குறும்புகளுக்கு அவர்கள் பழக்கப்பட்டுப் போய் அவனிடமிருந்து வேறு எதையும் அவர்கள் எதிர்பார்க்கவில்லை. மனமார எல்லாரும் அவனை

வெறுத்தார்கள். யாருமே அவனோடு விளையாடுவதில்லை. பாவெல் தனித்து விடப்பட்டான், யாருக்கேனும் தீங்கு செய்வதற்கான வாய்ப்பை அவன் எப்போதுமே எதிர்பார்த்துக் கொண்டிருந்தான்.

செருப்பு தைப்பவனுடைய சுருட்டைமுடிச் சிறுமியிடம் ஒரு தாதியைப் போல மிகுந்த அக்கறையுடையவனாக இருந்தான் யாக்கவ். தனக்குச் சேர வேண்டியன என்பது போல அவனுடைய உதவிகளை ஏற்றுக்கொண்ட அவள், அவனிடத்தில் தனது பாசத்தைக் காட்ட வேண்டிய சந்தர்ப்பங்கள் இருந்த போதிலும் அடிக்கடி அவனை அறையவும் பிறாண்டவும் செய்தாள். முன்னைக் காட்டிலும் இலியாவுடன் மிக நட்புக் கொண்டான். அவனிடத்தில் எப்போதுமே ஏதோ விநோதமான கனவுகளைத் திரும்பச் சொல்லிக் கொண்டிருந்தான்.

“என்னிடத்தில் ஏராளமான பணம் இருந்தது போல, எல்லாமே ரூபிள்களில் ஒரு பெரிய சாக்கு நிறைய! இங்கே காடுகளின் வழியா அதைக் கஷ்டப்பட்டு இழுத்துக்கிட்டுப் போறேன். திடீரென்று - கொள்ளைக்காரர்கள்! பயங்கரமானவர்கள், கத்திகளோட! நான் ஓடத் தொடங்கினேன்! திடீரென்று என்னோட சாக்குக்குள்ளாக ஏதோ அசையுறதை உணர்ந்தேன்... அதை அப்பால் வீசி எறிந்தேன்! ஆனா அதிலிருந்தோ பறவைகள் பறந்து வெளியேறின - சர், சர்ன்னு சப்தம்!.. ஏராளமான சிஸ்கின்கள், சிட்டுக் குருவிகள், சிங்காரிகள்! அவை என்னை அப்படியே இறுகப் பிடிச்சு, எங்கேயோ தூக்கிப் போச்சு -ரொம்ப ரொம்ப தூரமா ஆகாயத்திலே!”

அவன் சொல்வதை நிறுத்தி விட்டு, தனது முகத்தில் செம்மறியாட்டின் தோற்றத்துடன் உற்றுப் பார்த்துக் கொண்டு உட்கார்ந்தான்...

“அப்புறம்?” முடிவைக் கேட்க ஆவல் கொண்டவனாக இலியா வற்புறுத்தினான்.

“நான் ஒரேயடியாக பறந்து போனேன்!...” எனச் சிந்தனை வயப்பட்டவனாக யாக்கவ் முடித்தான்.

“எங்கே?”

“வந்து...ஒரேயடியா!”

“ப்பூ!” என்றான் இலியா வெறுப்புக்கிடமான ஏமாற்றத்துடன். “எங்கே என்பதைக் கூட உன்னால் நினைவுபடுத்த முடியலியா!...”

அருந்தகத்தை விட்டு வெளியே வந்த யெரெமேய் தாத்தா சுற்றிலும் பார்க்கையில் தனது கண்களை மறைத்துக் கொள்வதற்காகக் கையை உயர்த்தினான்.

“இலியா! இங்கேயா இருக்கே? தூங்கப் போக நேரமாச்சு!..” என்று கூப்பிட்டான்.

கிழவன் சொன்னதை இலியா கடமை உணர்வோடு பின்பற்றி, தனது படுக்கையாகப் பயன்பட்ட உலர்ந்த புல் பெரிய சாக்கின் மீது படுத்தான். அந்தச் சாக்கின் மீது அவன் கண்ட கனவுகள் இனிமையாக இருந்தன. கந்தை பொறுக்கியுடன் அவனது வாழ்க்கை மகிழ்ச்சியானதாக இருந்தது. ஆனால் இந்த இனிமையான, எளிதான வாழ்க்கை நீண்ட நேரம் நிலைத்திருக்கவில்லை.

4

யெரெமேய் தாத்தா இலியாவுக்குக் காலணிகளும், பெரிய, கனமான கோட்டும், குல்லாயும் வாங்கிவந்து பள்ளிக்கு அனுப்பினான். ஆவலுடனும் அச்சத்துடனும் இலியா புறப்பட்டுச் சென்றான்; ஆனால் வருத்தத்துடன், காயமுற்று, உற்சாகமற்று, கண்களில் நீர் பெருகத் திரும்பி வந்தான். அவன் யெரெமேய் தாத்தாவினுடைய உதவியாள் என்பதைப் பையன்கள் உடனடியாகக் கண்டுகொண்டு மொத்தமாகக் கத்திக் கூச்சல் போடத் தொடங்கினார்கள்:

“கந்தை பொறுக்கி! துர்நாற்றம் பிடித்த தோட்டி!” சிலர் அவனைக் கிள்ளினார்கள், மற்றவர்கள் நாக்குகளை நீட்டிக் கேலி செய்தார்கள். ஒரு பையன் நெருக்கமாக வந்து மோந்து பார்த்துவிட்டு முகத்தைச் சுளித்தவாறு அப்பால் சென்றான்.

“அப்பாடா, என்ன நாத்தம்!” எனக் கத்தினான். “எதுக்காக அவர்கள் என்னைக் கேலி செய்யுறாங்க?” தன் சித்தப்பாவிடம் இலியா திகைப்புடனும் மனப்புண்ணுடனும் கேட்டான். “குப்பைகளைப் பொறுக்குறதில் வெட்கப்படும்படி ஏதாவது இருக்கா?”

“பரவாயில்லை!” என்ற தெரேன்தி பையனுடைய தலையில் தட்டிக் கொடுத்ததுடன், தன் அண்ணன் மகனுடைய ஆவல்மிக்க பார்வைக்குத் தெரியாதவாறு தன் முகத்தைத் திருப்பிக் கொண்டான். “அவர்கள் சும்மா... குறும்பு செய்யுறாங்க... அதை நீ பொருட்படுத்த வேணாம்!... கொஞ்ச நாள் போனா உனக்கு அதெல்லாம் பழகிப் போகும்...”

“அவுங்க என்னோட காலணிகளையும் கோட்டையும் பற்றிக்கூட கிண்டல் செய்யுறாங்க!.. அதெல்லாம் என்னோடது இல்லை என்றும், குப்பை மேட்டிலிருந்து வந்தவை என்றும் சொல்றாங்க!...”

யெரெமேய் தாத்தா கூட அவனை நோக்கிக் களிப்பாகக் கண்சிமிட்டினான், ஆறுதல் வார்த்தைகள் கூறினான்:

“பொறுமையா இரு, மகனே! ஆண்டவன் உனக்கு அதைக் கணக்கிடுவார்!... அவரைத் தவிர வேறு யாரும் இல்லை!”

ஆண்டவனுடைய எல்லாச் சிந்தனைகளையும், அவருடைய எல்லா நோக்கங்களையும் நிச்சயமாக அறிந்தவன் போல, ஆண்டவன் பற்றி கிழவன் அந்தளவு மகிழ்ச்சியோடும் நம்பிக்கையோடும் பேசினான். அவனுடைய வார்த்தைகள் பையனுடைய புண்பட்ட உணர்வை தற்காலிகமாகப் போக்கின. ஆனால் மறுநாள் புதுப்பிக்கப்பட்ட வேகத்துடன் அது திரும்பி வந்தது. தன்னை ஒரு முக்கியமான மனிதனாகவும் வேலைக்காரனாகவும் கருதுகின்ற பழக்கம் இலியாவிடம் வளர்ந்து விட்டிருந்தது; கொல்லன் சவேல் கூட அவனிடத்தில் ஒழுங்காக நடந்து கொண்டான். ஆனால் இந்தப் பள்ளிப் பையன்கள்தாம் அவனைக் கேலி செய்து கொண்டிருந்தார்கள். அத்தகைய ஒரு விஷயத்திற்கு அவனால் ஒத்துப்போக முடியவில்லை. பள்ளியைப் பற்றிய அவனது முதலாவது மனப்பதிவின் கசப்புத்தன்மை ஒவ்வொரு நாளும் அவனது இதயத்திற்குள்ளாக ஆழமாகப் பதிந்தவாறு அதிகரித்தது. பள்ளிக்கு வருகை தருவது என்பது வேதனைமிக்க கடமையாக இருந்தது. அவனுடைய உணர்வாற்றல்களை உடனடியாகப் புரிந்து கொண்ட ஆசிரியர் மற்றவர்களுக்கு அவனை ஒரு முன்மாதிரியாகக் கருதினார். இது அவன் மீதான அவர்களுடைய வெறுப்பை அதிகப்படுத்தியது. முன் பெஞ்சின் மீது அமர்ந்திருந்த அவனால், தனக்குப் பின்னாலிருந்த பையன்களின் பகைமை உணர்வைப் புரிந்து கொள்ள முடிந்தது. எப்போதுமே அவனைக் கவனித்துக் கொண்டிருந்த அவர்கள், கூர்மதியுடனும் திறமையுடனும் அவனைக் கேலி செய்வதற்கான வாய்ப்புகளை ஏற்படுத்த முயன்று, அதில் வெற்றியும் பெற்றார்கள். அதே பள்ளிக்குத்தான் யாக்கவ் போய் வந்தான். அவன் கூட பையன்களுடன் பிரபலமில்லாதவனாக இருந்தான். அவனைச் செம்மறி ஆடு என்று அழைத்தார்கள். அவன் கவனக் குறைவானவன், ஏதும் செய்யமுடியாதவன், எனவே அவன் எப்போதுமே தண்டிக்கப்பட்டான். ஆனால் அவன் தண்டனையைப் பொருட்படுத்தாவன் போலக் காணப்பட்டான். உண்மையில், தன்னைச் சுற்றி நடப்பவைகளை அநேகமாக அவன் புறக்கணித்தே வந்தான். வீட்டிலும் சரி, பள்ளியிலும் சரி தனித்தே வாழ்ந்தான். மேலும் ஏதேனும் புரிந்துகொள்ள முடியாத கேள்விகளால் இலியா வியப்படையாமல் ஒரு நாளும் செல்லவில்லை.

"இலியா," என்று அவன் கேட்பான், "இத்தகைய சிறிய கண்களோட மக்களால் எல்லாத்தையும் எப்படிப் பார்க்க முடியுது?... அவர்களால் முழு நகரத்தையும் பார்க்க முடியும். அதோ இந்தத் தெருவை எடுத்துக்கொள் - அது பூராவுமே உன்னோட கண்களுக்குள்ளாக எப்படி நுழைய முடியும்?..."

முதலில் இத்தகைய கேள்விகளுக்கு இலியா போதிய முக்கியத்துவம் கொடுத்தான். ஆனால் வெகு சீக்கிரமே அவை அவனை அலைக்கழிப்பதாக, அவனுடைய நெஞ்சைத் தொடர்ந்து எரிச்சலூட்டி வந்த நிகழ்ச்சிகளினின்றும் அவனது கவனத்தைத் திருப்புவதாக மாறின. அத்தகைய நிகழ்ச்சிகள் பல இருந்தன. தான் பார்த்தைப் பற்றி அருமையான மதிப்பீடு செய்ய விரைவிலேயே கூர்மதியுடன் கவனித்துக்கொண்டு விட்டான்.

ஒரு முறை பள்ளியிலிருந்து திரும்பி வந்ததும் ஓர் இளிப்புடன் யெரெமேயிடம் சொன்னான்:

"நம்ம ஆசிரியரைப் பார்த்தியா?! சீச்சீ!... புத்திசாலியா அவர்?... நேற்று கடைக்காரன் மலஃபேயெவுடைய மகன் ஒரு சன்னலை உடைத்துவிட்டான். அவர் செய்ததெல்லாம் அவனிடம் பேசியதுதான், இன்னைக்கோ தன்னோட சொந்தப் பணத்தில் ஒரு புதிய கண்ணாடி போட்டார்..."

"பாருடா, அவர் எவ்வளவு அன்பானவர்னு பாரு!" என்றான் மனமுருகுதலோடு யெரெமேய்.

"அன்பானவர்!" இகழ்ந்தான் இலியா. "வான்யா க்லுசர்யோவ் கண்ணாடியை உடைத்த போது அவனுக்குச் சாப்பாடு இல்லாம செய்து, அவனோட அப்பாவைக் கூட்டிவரச் சொல்லி, 'கண்ணாடிக்கு நாற்பது கோபெக்!' என்றார். வான்யாவுடைய அப்பா அதோட அவனுக்கு அடியுங் கொடுத்துட்டுப் போனார்!..."

"அந்த மாதிரியான விஷயங்களைப் பார்க்காமல் உன் கண்ணை மூடிக்க, இலியா!" என்று கிழவன் சிரமத்துடன் இமைத்துக் கொண்டு தனது அறிவுரையைக் கூறினான். "அது உன்னோட விவகாரம் இல்லை-யின்னு நீயாகவே சொல்லிக்க. எது நியாயம், அநியாயம் என்று சொல்லவேண்டியது ஆண்டவன் தான், நாம இல்லே! நாம அதைச் செய்ய முடியாது. எல்லாவற்றையும் பற்றிய அளவு அவருக்குத்தான் தெரியும்!... பாரு, இத்தனைக் காலமும் நான் இந்த உலகத்திலே வாழ்ந்துட்டேன், எல்லா அநியாயத்தையும் பார்த்துட்டேன், எண்ணிப்பார்ப்பது கஷ்டம்! ஆனா, நியாயத்தை ஒரு துளி பார்க்கலே!... இருந்தும் இங்கேயே எண்பது வயசுக் கிழவனாகப் போறேன்... நிச்சயமா இத்தனை காலத்திலே நீதி எனக்கு எதிரா எங்காவது உரசி-யிருக்கணும்... ஆனா அதை நான் ஒருபோதும் பார்க்கலே... அதனோட சுவை எப்படியிருக்கும் என்பதைக் கூட நான் அறிந்ததில்லை!..."

"அப்படியா! அறிய அதில் என்ன இருக்கு?" என்றான் சந்தேகத்தோடு இலியா. "இதிலேயிருந்து நீங்க நாற்பது கோபெக் எடுத்தா, அதிலேயிருந்தும் அதை எடுங்க. அது தான் நியாயம்!..."

ஆனால் கிழவன் ஒப்புக்கொள்ளவில்லை. மனிதர்களின் குருட்டுத்தனத்தைப் பற்றியும், மற்றவர்களைப் பற்றி நியாயமான தீர்ப்பு வழங்க அவர்களுடைய இயலாமை பற்றியும் நீண்ட நேரம் பேசினான். ஆண்டவனால் மட்டுமே நியாயமாகத் தீர்ப்பளிக்க முடியும் என்றான். இலியா கவனத் தோடு செவிமடுத்தான். ஆனால் அவனுடைய முகம் மேன்மேலும் துயரார்ந்தும், கண்கள் கறுத்துக் கொண்டும் வந்தன...

“ஆண்டவன் எப்ப நியாயம் வழங்கப் போறார்?” திடீரென்று அவன் கிழவனிடம் கேட்டான்.

“யாருக்கும் தெரியாது! மணி அடிக்கும், இருப்பவர்களையும் இறந்தவர்களையும் தீர்மானிக்க அப்ப அவர் மேகங்களை விட்டுக் கீழே இறங்கி வருவார்... ஆனா எப்பன்னு யாருக்குந் தெரியாது... இதோ, நீ என்னுடன் கொஞ்ச நேரத்துக்கு மாலைநேர வழிபாட்டுக்கு வா, இளைஞனே!”

ஆகவே மறு சனிக்கிழமை இலியா யெரெமேய் தாத்தாவுடன் சர்ச்சுக்குச் சென்றான். இரண்டு கதவுகளுக்கு இடையே சர்ச்சின் முகமண்டபத்தில் பிச்சைக்காரர்களுக்கு மத்தியில் அவர்கள் நின்றனர். தெருக்கதவு திறக்கப்பட்ட போதெல்லாம், இலியா குளிர்காற்றில் சிக்குண்டான். அவனது கால்கள் மறமறத்துப் போகவே, அவற்றை வெதுவெதுப்பாக்கிக் கொள்ள கல்தரையில் ஓங்கி மிதித்தான். கண்ணாடிபதித்த கதவின் வழியாகச் சுடரொளி வீசுகின்ற முறையில், உயிரோடு நடுங்குவது போல, தங்கத்திற்கு மத்தியில் மினுமினுத்துக் கொண்டிருந்த பல மெழுகுவர்த்திகளின் சுவாலைகளையும், வழிபடுபவர்களுடைய கருத்த தலைகளையும், உருவச்சிலைகளின் முகங்களையும், அவற்றின் அழகிய செதுக்கு வேலைப்பாடுகளையும் கண்டான்.

வெளியில் இருப்பதைக் காட்டிலும் இங்கே சர்ச்சுக்குள் மக்கள் மிகவும் இரக்கமுள்ளவர்களாகவும் கீழ்ப்படிபவர்களாகவும் காணப்பட்டனர். மேலும் தங்களுடைய இருண்டதும் அமைதியானதும் சாந்தமானதுமான உருவங்களைத் தொட்ட அந்தத் தங்க மினுமினுப்பில் மிகவும் அழகானவர்களாகக் காணப்பட்டனர். சர்ச்சுக்குள்ளாக வரும் கதவு திறக்கப்பட்ட பொழுதெல்லாம் வெதுவெதுப்பானதும் நறுமணம் கமழ்வதுமான பாடலின் அலை அவனிடம் வந்து சேர்ந்தது. அது பையனுக்கு மேலாக மென்மையாக அடித்துச் செல்கையில் அவன் அதில் பெருமகிழ்ச்சியுற்றான். யெரெமேய் தாத்தாவுக்கு அருகில் நின்று கொண்டு, அவனுடைய பிராத்தனை கிசுகிசுப்புகளைக் கேட்பது நன்றாக இருந்தது. சர்ச்சின் ஊடாக இனிய ஒலிகள் மிதந்து சென்றன. திரும்பவும் கதவு - திறக்கப்படுவதற்காக இலியா பொறுமையின்றி காத்திருந்தான். ஏனெனில் அவற்றினுடைய வெதுவெதுப்பான நறுமணம்

அவனுக்கு மேலாக மிதந்து செல்லும். பள்ளியில் கெடுநோக்கான குறும்புகள் செய்பவர்களில் ஒருவனான கிரீஷா புப்னோவும், எப்போதுமே சண்டையை இழுத்த வலிமையான இளைஞன் ஃபேத்யா தல்கானவும் பாடகர் குழுவில் பாடிக் கொண்டிருந்தது அவனுக்குத் தெரியும். ஆனால் அக்கணத்தில் அவர்களை அவன் வெறுக்கவோ, கோபங்கொள்ளவோ இல்லை. சிறிதளவு அவர்களிடம் பொறாமைப்பட்டான், தானும் அங்கே பாடகர் குழுவோடு நின்று, வழிபடுபவர்களின் கூட்டத்தைக் கீழ்நோக்கிப் பார்க்க விரும்பினான். எல்லாருக்கும் மேலாக உயரத்தில், அருளாட்சியின் வாயிலுக்கு அருகிலேயே நிற்பது பெருமைக்குரியதாகத்தான் இருக்க வேண்டும். சர்ச்சை விட்டு அவன் வெளியே போன போது, தான் சிறந்த பையன் என உணர்ந்தான். புப்னோவோடும் தல்கானவோடும் வேறு எல்லா முரட்டுப் பையன்களோடும் சமாதானம் செய்து கொள்ளத் தயாராக இருந்தான். ஆனால் திங்கள்கிழமையன்று பள்ளியிலிருந்து வீட்டிற்கு எப்போதும் போல புண்பட்டவனாகவும், கடுகடுப்பு மிக்கவனாகவும் வந்தான்.

ஒவ்வொரு கூட்டத்திலும் தான் இருப்பதைக் கஷ்டமாக உணர்கிற ஒருத்தன் இருக்கிறான். இது மற்றவர்களை விட அவன் சிறந்தவன் அல்லது கெட்டவன் என எப்போதுமே பொருள்படாது. கேலியைக் கவர்வதற்கு ஒருவன் அறிவுமிக்கவனாகவோ, அருவருப்பான மூக்கைப் பெற்றவனாகவோ இருக்க வேண்டியதில்லை. வேடிக்கைக்கு மட்டுமே கும்பல் ஒருவனைப் பிரிக்கிறது, ஏனெனில் கூட்டத்திற்கு ஒரே ஓர் ஆசைதான்-வேடிக்கை. பள்ளியைப் பொருத்தவரை பையன்கள் இலியாவைத் தேர்ந்தெடுத்தார்கள். பள்ளியில் இருந்த எல்லா ஆர்வத்தையும் அவனிடமிருந்து கொள்ளை கொண்டு, அதற்கும் மேலாகச் சிந்திக்கும்படி செய்த ஏதோ நிகழ்ச்சி இந்தக் கணத்தில் மட்டும் அவனது வாழ்க்கையில் ஏற்பட்டிருக்காவிட்டால் விஷயங்கள் அவனுக்காக வருத்தப்படுவதாகவே அமைந்திருக்கும்.

ஒருநாள் பள்ளியிலிருந்து யாக்கவுடன் வீடு திரும்பிய போது தனது வீட்டின் வெளிவாசலுக்கு அருகே ஆத்திரங்கொண்ட கும்பல் ஒன்றைப் பார்த்ததுடன் இது எல்லாமே தொடங்கின.

"பாரு!" என்று கத்தினான் இலியா. "அங்கே இன்னொரு சண்டை நடக்கணுமே?... ஓடிப்போய்ப் பார்க்கலாம்!"

அவர்கள் முன்னோக்கி விரைந்து, யாரோ அந்நியர்கள் முற்றத்திலே ஓடிக்கொண்டும் கத்திக்கொண்டும் இருப்பதைக் கண்டார்கள்.

"போலீசைக் கூப்பிடு! அவனைக் கட்டிவைக்க வேண்டும்!" என்று கத்தினார்கள்.

பட்டறைக்கு வெளியே குறிப்பிடத்தக்க அளவு கும்பல் கூடியிருந்தது. அதன் மையத்திற்குள்ளாகத் தங்களைத் திணித்துக்கொண்ட பையன்கள் உடனடியாகப் பின்வாங்கினார்கள். பனியில் ஒரு பெண் குப்புற விழுந்து கிடந்தாள். தலையின் பின்புறம் குருதி படிந்து மாப்போன்ற பொருளால் மூடப்பட்டிருந்தது. அவளது தலையைச் சுற்றிலும் பனி குருதியால் ஆழச் சிவந்திருந்தது. அவளுக்கருகே கசங்கிய வெள்ளைச் சால்வையும் கொல்லனுடைய பெரிய பற்றுக்குறடும் கிடந்தன. உடம்பெல்லாம் குருகி பட்டறையின் கதவருகே அமர்ந்திருந்த கொல்லன், முன்னே கிடந்த பனிக்கட்டியைப் பற்றியவாறு நீண்டு கிடந்த அவளுடைய கைகளை உற்றுப் பார்த்துக் கொண்டிருந்தான். கடுமையாக நோக்கிய கொல்லனுடைய புருவங்கள் விறைத்துக் காணப்பட்டன; அவனுடைய பற்கள் நெருக்கமாக இறுகியிருந்தன, அவனுடைய தாடைகளின் மூட்டுவாய்களில் இரு வட்டமான குமிழிகளைக் காண முடிந்தது. அவனது முகம் மெலிந்து காணப்பட்டது. தனது வலக்கரத்தால் கதவின் பக்கவாட்டத்தைப் பிடித்துக் கொண்டிருந்தான். அவனுடைய கருமையான விரல்கள் தொடர்ந்து நடுங்கிக் கொண்டிருந்தன. அவனது விரல்களைத் தவிர உடம்பில் எதுவுமே அசையவில்லை.

கடுமையான முகங்களுடன் மக்கள் மௌனமாக அவனை உற்றுப் பார்த்துக் கொண்டிருந்தனர். வெளி முற்றத்தில் நிறைய இரைச்சலும் நடமாட்டமும் இருந்த போதிலும், பட்டறைக்கு அருகே ஒவ்வொருவரும் அமைதியாக நின்றார்கள். வியர்த்தும் அலங்கோலமாகவும் யெரெமேய் தாத்தா கும்பலை விட்டுத் தனது பாதையை வகுத்துச் சென்றான்.

“இந்தா, தண்ணி குடி, சவேல்...” என்ற அவன், தனது நடுங்குகின்ற கையால் நீர் அகப்பையை நீட்டிக் கொண்டிருந்தான்.

“அவனுக்குத் தேவை தண்ணீரில்லே, சுருக்குக் கயிறு தான்,” என்று கும்பலில் யாரோ முணுமுணுத்தான்.

அகப்பையைத் தனது இடக்கையால் எடுத்த சவேல் மிகமிக நீண்ட நேரத்திற்குத் தண்ணீரைப் பருகினான்.

நீரை முழுக்கவும் குடித்து முடித்த போது, காலி அகப்பைக்குள்ளாக வெறித்து நோக்கிக் கம்மிய குரலில் பேசினான்: “நான் அவளை எச்சரித்தேன், ‘அதை நிறுத்து, நாயே,’ என்றேன். ‘நீ நிறுத்தலேன்னா உன்னைக் கொல்லுவேன்!’ என்றும் சொன்னேன். நான் அவளை மன்னித்தேன்... திரும்பத்திரும்ப மன்னித்தேன்.... ஆனா அவள் அதைக் கேட்கலே... ஆகவே தான் உனக்கு இப்படி!.. பாவெல்... இப்ப அநாதை... தாத்தா... நீ அவனைப் பார்த்துக்கோ... ஆண்டவன் உனக்கு அருள்புரிவார்...”

"ஐயோ, நீ பாவியா!" என்று தாத்தா நடுங்குகின்ற கையைக் கொல்லனுடைய தோள்மீது போட்டபடி பரிதாபத்தோடு கூறினான்.

"பாதகன்!.. ஆண்டவனைப் பற்றிப் பேச முனைகிறான்!.." என்று கும்பலிலிருந்து மீண்டும் ஏதோ குரல் வந்தது.

அத்துடன் கொல்லன் புருவங்களை நெறித்துத் துடுக்குற்று விலங்கைப் போல உறுமினான்:

"இங்கே என்ன வேணும்? எல்லாரும் வெளியே போங்க!" அவனுடைய கத்தல் கசையடி போல இருக்கவே, சிறு முணுமுணுப்புடன் கும்பல் உடனே அப்பால் பின்வாங்கியது. கொல்லன் எழுந்து இறந்து போன தன் மனைவியை நோக்கி நடந்தான், ஆனால் திடீரென்று வட்டமாகச் சுழன்று நிமிர்ந்தவாறு நேராகப் பட்டறைக்குள்ளாகச் சென்றான். தனது அடைக்கல் மீது உட்கார்ந்து, தனக்குத் தலை வலிப்பது போலத் தனது கைகளால் தலையைப் பற்றியவாறு முன்னும் பின்னும் தள்ளாடியதை எல்லாரும் பார்த்தார்கள். இலியா அவனுக்காக வருத்தப்பட்டான். அப்பால் நடந்து சென்று கனவில் நடப்பது போல வெளி முற்றத்தில் நடைபோடத் தொடங்கிய அவன், மக்களுடைய குரல்களைக் கேட்டவாறு ஒரு குழுவிடமிருந்து மற்றொரு குழுவாகச் சென்றான். ஆனால் அவர்கள் பேசிய எதையும் அவனால் புரிந்துகொள்ள முடியவில்லை.

போலீசார் வந்து கும்பலைக் கலைத்து விட்டு, பிறகு கொல்லனைக் கூட்டிச் சென்றார்கள்.

"போய்வருகிறேன், தாத்தா!" என்று படலைக்கு வெளியே செல்கின்ற போது சவேல் கத்தினான்.

"போய்வா, சவேல். போய்வா, அருமை நண்பனே!" அவனுக்குப் பின்னால் நடக்க முயன்றவாறு உச்சக் குரலில் உடனே கத்தினான் யெரெமேய்.

வேறு எவரும் கொல்லனுக்குப் பிரியாவிடை கூறவில்லை...

சிறுசிறு கூட்டங்களாக மக்கள் இன்னமும் வெளிமுற்றத்தில் பேசிக் கொண்டவாறு கொலை செய்யப்பட்ட பெண்ணின் உடலைக் கள்ளத்தனமாகப் பார்த்துக் கொண்டிருந்தார்கள்: யாரோ ஒருவன் அவளது தலையைக் கரிச் சாக்கால் மூடினான். பட்டறையின் கதவு வழியில் சவேல் வழக்கமாக உட்கார்ந்த இடத்தில் பற்களுக்கிடையே சுங்கானை வைத்தவாறு ஒரு போலீஸ்காரன் உட்கார்ந்திருந்தான். யெரெமேய் தாத்தா அவனிடம் சொன்னவற்றைச் சோர்வான பார்வையுடன் கேட்டவாறு புகைத்துக்கொண்டும் துப்பிக்கொண்டும் இருந்தான்.

"அவளைக் கொன்றது அவன்தான்னு நீங்க நினைக்கிறீங்களா?" என்று தணிந்த புதிரான தொனியில் யெரெமேய் சொன்னான். 'அவன் இல்லே, ஆனா கறுப்பு சக்திதான் - அதுதான் அவளைக் கொன்றது! ஒருத்தன் இன்னொருத்தனைக் கொல்ல முடியாது... அவன் செய்யலே, நல்ல சனங்களே!"

என்ன நடந்தது என்பதன் புதிரை, கேட்டவர்களுக்கு விளக்குகையில் இருமினான், தனது கைகளை நெஞ்சோடு வைத்து அழுத்தினான், எதையோ அப்பால் துரத்துவது போலக் கைகளை அலைத்தான்.

"பற்றுக்குறடால் தாக்கியது அவன்தான் -எந்தச் சாத்தானும் இல்லை," என்று எச்சிலைத் துப்பிய போலீஸ்காரன் சொன்னான்.

"ஆனா அவனைச் செய்ய வைத்தது யார்?" என்று கத்தினான் கிழவன். "நீ பார்க்க வேண்டியது அதுதான் அவனைச் செய்ய வைத்தது யார்?"

"இங்கே பாரு! அவன் உனக்கு என்ன வேணும்? உன் மகனா?" எனக் கேட்டான் போலீஸ்காரன்.

"இல்லையில்லை!.."

"சும்மா இரு! அவன் உன் உறவினனா?"

"உண்மை இல்லே. எனக்கு எந்த உறவுக்காரனும் இல்லே..."

"பின்னே எதுக்காக அவனைப் பற்றிக் கவலைப்படுறே?"

"நானா? ஓ, ஆண்டவரே!.."

"நான் உனக்குச் சொல்ல வேண்டியது இதுதான்," என்று கண்டிப்போடு பேசினான் போலீஸ்காரன். "உனக்கு வயசானதாலே இந்த மாதிரி புலம்புறே... போடா!"

கனமான தனது வாயின் ஓர் ஓரத்தின் வாயிலாகக் புகைத்திரளை விட்ட போலீஸ்காரன் கிழவன் பக்கம் முதுகைத் திருப்பிக் கொண்டான். ஆனால் யெரெமேய் தனது கீச்சுக்குரலில் தொடர்ந்து விரைவாகப் பேசிக் கொண்டே இருந்தான், பேசிய போது தனது கைகளை ஆட்டினான்.

மகார், பெர்ஃமீஷ்கா, மதித்ஸா மற்றும் அட்டாலியில் வசித்த பெண்கள் சேர்ந்திருந்த ஒரு குழுவிடம் சேர்ந்து கொள்வதற்காக வெளிறிப்போயும் கண்களை அகல விரிந்தும் இருந்த இலியா பட்டறையிலிருந்து நடந்து போனான்.

"பாருங்க, மணமாவதற்கு முன்னாலே அவள் சரியில்லாமல் திரிந்தாள்!" என்று பெண்களில் ஒருத்தி சொல்லிக் கொண்டிருந்தாள். "ஒருவேளை பாவெல் கொல்லனோட மகனாக இல்லாது இருக்கலாம், ஆனா கடைக்காரன் மலஃபேயெவுடைய வீட்டில் தங்கியிருந்த ஆசிரியருடைய மகனாக இருக்கலாமே..."

"தன்னைத் தானே சுட்டுக்கொண்டவனா?" எனக் கேட்டான் பெர்ஃபீஷ்கா.

"அவன்தான்! அவனோடதான் அவள் முதன் முதல்லே ஆரம்பிச்சா..."

பெர்ஃபீஷ்காவின் முடமான மனைவி முற்றத்தில் ஊர்ந்து வந்து அடித்தளத்திற்குச் செல்லும் நுழைவாயிலில் தனது இடத்தைப் பிடித்துக் கொண்டு ஒரு பழைய துணியால் தன்னைச் சுற்றிக் கொண்டு உட்கார்ந்தாள். அவளது கைகள் அசைவற்றுத் தொடையில் விழுந்தன, கறுத்த கண்கள் வானத்தை நோக்கி நிலைக்குத்தி நின்றன, இறுக்கமான உதடுகளின் ஓரங்கள் தொங்கியிருந்தன. இலியாவுடைய பார்வை அவளது கண்களுக்கும் வானத்தின் ஆழத்திற்கும் இடையே முன்னும் பின்னும் பயணம் செய்தது. ஒருவேளை பெர்ஃபீஷ்காவினுடைய மனைவி ஆண்டவனைப் பார்த்து அமைதியாக அவனிடத்தில் முறையிட்டுக் கொண்டிருக்கக் கூடும் என்ற எண்ணம் அவனுக்கேற்பட்டது.

விரைவிலேயே எல்லாக் குழந்தைகளும் அடித்தளத்தின் நுழைவா-யிலில் நெருங்கி ஒன்று சேர்ந்தார்கள். என்ன நடந்தது என்பதை சவேலுடைய மகன் அவர்களுக்குத் திரும்பச் சொன்ன போது மாடிப்படிகளில் அமர்ந்து பயங்கரமான நடுக்கத்தோடு கேட்ட அவர்கள் தங்களுடைய நடுங்குகின்ற தோள்களைச் சுற்றித் துணிகளை நெருக்கமாக இழுத்து விட்டுக் கொண்டார்கள். பாவெலுடைய முகம் மெலிந்து போனது, அவனுடைய வஞ்சகமான கண்களோ திகைப்புற்றுப் போய் வழமையற்ற தோற்றத்தைக் காட்டின. ஆனால் அன்றைய நாளின் கதாநாயகனாக அவன் தன்னைக் கருதிக்கொண்டான்: முன்னர் ஒருபோதும் மக்கள் அவனிடம் அந்தளவு அக்கறை காட்டியதில்லை. தன்னுடைய கதையை அவன் பத்தாவது தடவை கூறியிருப்பான். இப்போது அவன் அலட்சியமாகவும் ஆர்வமில்லாமலும் பேசினான்:

"மூணு நாளைக்கு முன்னாலே அவள் போனபோதே அப்பா தன்னோட பற்களை நெறித்தார், அப்போது இருந்து பைத்தியம் போலக் கர்ஜித்துக் கொண்டிருந்தார். என் தலைமுடியைப் பிடிச்சு இழுக்கத் தொடங்கினார்... ஏதோ நடக்கப் போகுதுன்னு என்னால பார்க்க முடிந்தது! பிறகு அவள் வீடு திரும்பினாள். வீடு பூட்டியிருந்தது - நாங்க பட்டறையில் இருந்தோம். துருத்திக்குப் பக்கத்திலே நான் நின்று கொண்டிருந்தேன். அதோ அம்மா வருவதைப் பார்த்தேன். கதவுப் பக்கத்திலேயிருந்து, 'எனக்குச் சாவியைக் கொடு!' என்றாள். அப்பாவோ பற்றுக்குறடை எடுத்துக்கிட்டு அவளை நோக்கி நடந்தார். அவளிடம் ஊர்ந்து செல்வது போல மெதுவாப் போனார்... அது அந்தளவு பயமா இருக்கவே நான் கண்ணை மூடிக்கிடேன்! 'அம்மா, ஓடிரு!' என்று கத்த விரும்பினேன், ஆனா கத்தலே... நான் கண்ணைத்

திறந்தப்ப அவர் இன்னமும் அவளிடம் போய்க் கிட்டிருந்தார்! அவரோட கண்லே நீங்க நெருப்பைப் பார்த்திருக்கணும்! அவள் பின்வாங்க முயன்று, ஓடுறதுக்காகத் திரும்பினாள், ஆனா...''

பாவெலுடைய முகம் திடீரென்று நடுக்குற்றது, அவனுடைய எலும்புந்தோலுமான உடம்பு முழுவதும் ஒரு குலுங்கு குலுங்கியது. ஒரு நீண்ட பெருமூச்சை இழுத்துக்கொண்டு, அதை வெளியே இழுத்து விடும்போது சொன்னான்:

''அப்பத்தான் பற்றுக்குறடாலே அவளை அடிச்சார், ஐயோ!''

அசைவற்று உட்கார்ந்த குழந்தைகள் நடுங்கினர். ''அவள் தனது கைகளை வீசிக்கொண்டு நீருக்குள்ளாகக் குதிப்பதைப் போலக் கீழே விழுந்தாள்...''

பிறகு அவன் ஒரு மரச்சீவலைப் பொறுக்கி எடுத்து அதைக் கவனமாகப் பார்த்துவிட்டுக் குழந்தைகளின் தலைகளுக்கு மேலாகச் சுழற்றி எறிந்தான். எல்லாக் குழந்தைகளும் திரும்பவும் அசைவற்று உட்கார்ந்து, அவனிடத்தில் எதையோ எதிர்பார்ப்பது போல இருந்தனர். ஆனால் தலையைத் தொங்க போட்டபடி இருந்த அவன் எதுவுமே சொல்லவில்லை.

''நல்லா செத்துப் போற மாதிரி அவளைக் கொன்றரா?'' என மெல்லிய, நடுங்குகின்ற குரலில் மாஷா கேட்டாள்.

''மட்டி!'' தனது தலையை நிமிர்த்தாமலேயே பாவெல் சொன்னான்.

மாஷாவைச் சுற்றித் தனது கையைப் போட்டு யாக்கவ் அவளைத் தன் பக்கமாக இழுத்துக்கொண்டான், இலியாவோ பாவெலிடம் நெருங்கினான்.

''அவளுக்காக நீ வருத்தப்படுறியா?'' என்று மெதுவாகக் கேட்டான்.

'இதைப் பற்றி உனக்கென்ன வேலை?'' என்று பாவெல் கோபமாகக் கேட்டான்.

எல்லாருமே உடனே அவனை அமைதியாகப் பார்த்தார்கள்.

''அவள் சரியில்லாதவள்,'' என்று கணீரென்ற குரலில் மாஷா சொன்னாள், ஆனால் யாக்கவ் அவசரமாக அவளை இடைமறித்தான்:

''அவனைப் போலக் கணவன் யாராக இருந்தாலும் இப்படித்தான்!.. எப்பப் பார்த்தாலும் அழுக்காகவும் முறுமுறுத்துக் கொண்டும் - அதுவே சாகடிக்கப் போதுமானது!.. அவளோ பெர்ஃபீஷ்கா போல குதுகலமாகவும் மகிழ்ச்சியாகவும் இருந்தாள்...''

பாவெல் அவனை ஒரு பார்வை பார்த்துவிட்டு, பெரியவர்க்குரிய கம்பீரமான, கனத்த தொனியில் தனது கதையைத் தொடர்ந்தான்:

“நான் அவளிடத்தில் சொன்னேன், ‘அம்மா, பார்த்துக்கோ! இல்லாட்டி அவர் உன்னைக் கொன்னுடுவார்!..’ ஆனா நான் சொன்னதை அவள் பொருட்படுத்தலே... அப்பாவிடம் நான் ஒன்னும் சொல்ல வேணாம் என்று என்னிடம் மட்டுமே சொன்னாள்... என் வாயை அடச்சு வைக்கிறதுக்காக எனக்குப் பரிசுகள் வாங்கி வந்தாள். அவளுடைய ஸார்ஜென்ட்-மேஜர் எனக்கு ஐந்து கோபெக் ஒழுங்கா கொடுத்து வந்தான். நான் அவனிடம் குறிப்பு கொண்டுபோன நேரமெல்லாம் அவன் எனக்கு ஐந்து கோபெக் கொடுத்தான்... அன்புள்ளம் கொண்டவன்!.. பயங்கரமா வலிமையானவன்... ரொம்பப் பெரிய மீசை வச்சிருந்தான்...”

“வாள் இருக்கா?” வினவினாள் மாஷா.

“நீ அதைப் பார்த்திருக்கணும்!” என்று பாவெல் பெருமையோடு மேலும் தொடர்ந்தான், “ஒரு தடவை அதை நான் உறையிலிருந்து வெளியே எடுத்தேன். ஐயோ, அது எவ்வளவு கனமா இருந்தது!”

“இப்ப நீ கூட இலியாவைப் போல அநாதை...” என்று யாக்கவ் தன்னை மறந்து சொன்னான்.

“இல்லவே இல்லை,” என்று அதிருப்தியாக மறுத்துச் சொன்னான் அநாதை. “அவனைப் போல நான் கந்தை பொறுக்குவேன்னு நீ நினைக்கிறியா? அதை நான் காறித் துப்புறேன்!”

“நான் நினைச்சது அப்படியல்ல...”

“இப்ப எனக்கு எப்படி விருப்பமோ அப்படிச் செய்வேன்!..” என்று பெருமையடித்துக் கொண்ட பாவெல், தனது தலையை உயர்த்தி மின்னுகின்ற கண்களால் சுற்றிலும் பார்த்தான். ‘நான் அநாதை இல்லை... நான் அப்படி யே... நானாகவே சம்பாதித்து வாழ்ந்துகொள்வேன். என்னைப் பள்ளிக்கு அனுப்ப அப்பா விரும்பலே. இப்ப அவரை ஜெயில்ல போட்டிருக்காங்க... நானோ பள்ளிக்குப் போய் உங்க எல்லாரைக் காட்டிலும் நல்லாப் படிப்பேன்!”

“பள்ளிக்குப் போக உடைகளை நீ எங்கே இருந்து பெறப்போறே?” என்று இலியா சிரித்தவாறு இறுமாப்புடன் கேட்டான். “பள்ளியில் அழுக்குப் பிடித்த கீழ்மக்களை விரும்புறதில்லே!..”

“உடைகளா? பட்டறையை விற்பேன்!”

இலியா தோல்வியை உணருமாறு, எல்லாக் குழந்தைகளும் பாவெலை மரியாதையோடு நோக்கினார்கள். தன்னுடைய கடைசி வார்த்தைகள் ஏற்படுத்திய மனப்பதிவை பார்த்த பாவெல் முன்னைக் காட்டிலும் அதிகமாகத் தம்பட்டம் அடிக்கலானான்.

“நானே ஒரு குதிரையை வாங்குவேன்... உண்மையான உயிருள்ள குதிரையை! அதில் ஏறிக்கொண்டு பள்ளிக்குப் போவேன்!..”

இந்தக் கருத்தானது அவனைப் பெரிதும் மகிழ்ச்சிக்குள்ளாக்கவே புன்னகை செய்தான், எனினும் அது மருட்சிமிக்கதாக இருந்தது. அது தோன்றி உடனே மறைந்து விட்டது.

"இப்ப உன்னை அடிக்க யாருமே இல்லை," திடீரென்று கூறினாள் மாஷா பொறாமையுடன், அவனை உற்றுப் பார்த்துக் கொண்டே.

"ஓகோ, அதைச் செய்யுறதுக்கு யாராவது வருவாங்க!" நம்பிக்கையுடன் மறுத்தான் இலியா.

பாவெல் அவனைப் பார்த்துவிட்டுக் கொடூரமாகப் பக்கவாட்டில் காறித் துப்பினான்.

"அது யாரு, நீயா? அடிச்சுப் பாரு!"

யாக்கவ் திரும்பவும் குறுக்கிட்டான்.

"வேடிக்கையான விஷயம், சகோதரர்களே!..." என்றான், "கொஞ்ச நேரத்துக்கு முன்னாலேதான் நடந்துக்கிட்டும், பேசிக்கிட்டும், வேலை பார்த்துகிட்டும் இருந்தாள்... நம்மைப் போல ஓர் உயிருள்ள ஆளா-பிறகு பற்றுக்குறடாலே தலையில் அடி வாங்கினாள் - இப்ப அவள் எங்கே இருக்கா?.."

மற்ற மூன்று குழந்தைகளும் யாக்கவைக் கூர்ந்து நோக்கினார்கள், அதே வேளை அவனுடைய கண்கள் மேன்மேலும் விரிந்து கொண்டே போய் கிண்டல் செய்யுமாறு பிதுங்கின.

"ஆமாம்!" என்றான் இலியா, "அதைப் பற்றியும் நான் நினைத்துக் கொண்டிருக்கிறேன்..."

"ஒரு மனிதன் செத்துப் போயிட்டான்னு சொல்றாங்க, அப்படீன்னா என்ன அர்த்தம்?"

"அவனோட ஆன்மா பறந்து போச்சு," என்று பாவெல் சோகத்தோடு விளக்கினான்.

"ஆகாயத்திற்கு" என்று சேர்த்துக் கொண்ட மாஷா வானத்தை நோக்கிப் பார்த்து, யாக்கவுக்கு நெருக்கமாக உட்கார்ந்தாள். இந்நேரத்தில் நட்சத்திரங்கள் வெளித் தோன்றியிருந்தன, அவற்றில் ஒன்று - மிகப்பெரிய, பளிச்சென்ற ஒன்று மினுமினுக்கவில்லை. மற்றவற்றைக் காட்டிலும் பூமிக்கு மிகச் சமீபமாகக் காணப்பட்டதுடன் இமைக்காத கண்ணுடன் கீழ்நோக்கி வெறித்துப் பார்ப்பது போலத் தோன்றியது. மாஷாவைப் பின்பற்றி மூன்று பையன்களும் தங்களுடைய விழிகளை உயர்த்தினார்கள். பாவெல் லேசாகப் பார்த்து விட்டு, எழுந்து விரைந்து எங்கோ அப்பால் போய்விட்டான். இலியா நீண்ட நேரம், கூர்ந்து கண்ணில் அச்சத்துடன் நோக்கினான்; யாக்கவுடைய பெரிய கண்கள் நீலவான் பரப்பிலே எதையோ தேடுவது போல அலைந்தன.

"யாக்கவ்!" என்றான் அவனுடைய நண்பன், தனது தலையைத் தொங்கவிட்டவாறு.

"என்ன?"

"நான் சிந்தித்துக் கொண்டேயிருக்கேன்..." இலியாவினுடைய குரல் தடைபட்டது.

"எதைப் பற்றி?" என்று யாக்கவ் மெதுவாகக் கேட்டான்.

"எப்படி அவர்கள்... அவன் அவளைக் கொன்னான்... இப்ப... இப்ப விரைந்து போய்க்கொண்டும் ஏதோ பேசிக் கொண்டும் கூச்சல் கிளப்பிக்கொண்டும் இருக்காங்க... ஆனா யாருமே அழலே... யாருமே வருத்தப்படலே..."

"யெரெமேய் அழுதார்..."

"அவர் எப்பவுமே அழுவார்... ஆனா பாவெல்? தேவதைக் கதை சொல்றது மாதிரி அவன் நமக்குக் கதை சொன்னான்..."

"அவன் வீரமான ஆளா இருக்க விரும்புறான்... வருத்தப்படுறான், ஆனா அவன் ஒப்புக்கொள்ள வெட்கப்படுறான். இப்ப ஓடிப் போய் கண்ணு பிதுங்கிற மாதிரி அழுதுக்கிட்டிருக்கான் என்று பந்தயம் கட்டுவேன்!"

எதுவுமே பேசிக் கொள்ளாமல் சில நிமிடங்களுக்கு அவர்கள் ஒருவரையொருவர் நெருக்கிக்கொண்டு உட்கார்ந் திருந்தார்கள்.

யாக்கவின் முழுங்கால்களின் மீது மாஷா தூங்கிப் போய்விட்டாள், அவளுடைய முகமோ இன்னமும் வானத்தை நோக்கிப் பார்த்தவாறு இருந்தது.

"நீ பயந்துட்டியா?" என்று கிசுகிசுத்தான் யாக்கவ்.

"ஆமாம்," என்று இலியாவும் திரும்பக் கிசுகிசுத்தான்.

"அவளோட ஆவி நம்மை வேட்டையாடுறதுக்குத் திரும்ப வரும்..."

"ஆ...மாம். மாஷா தூங்குறாள்..."

"நாம் அவளை வீட்டுக்குத் தூக்கிப் போகணும்... ஆனா என்னால் நகரக்கூட முடியாதுன்னு பயப்படுறேன்..."

"உன்னோட நானும் வாறேன்."

அந்தச் சிறுமியினுடைய தலையைத் தனது தோளின் மீது போட்டுக்கொண்டு, அவளது மெலிந்த உடலைச் சுற்றி தனது கைகளைப் போட்டுக்கொண்டு, இழுத்தவாறு எழுந்தான் யாக்கவ்.

"பொறு, இலியா, நான் முதல்லே போறேன்..." என்று கிசுகிசுத்தான் அவன்.

தனது சுமையின் நிறையால் தள்ளாடியபடி அவன் முன்னே சென்றான். அவனுக்கு மிக நெருக்கமாக, தன் நண்பனுடைய தலையின் பின்புறத்தைத் தனது மூக்குத் தொடுகின்ற அளவுக்கு இலியா பின்தொடர்ந்தான். ஏதோ கண்ணுக்குத் தெரியாத பிராணி ஒன்று தன்னைப் பின் தொடர்ந்து வருவதாகவும் தன் கழுத்தின் மீது குளிர்ந்த மூச்சை விடுவதாகவும் எந்த நொடியிலும் தன்னைக் கவ்விப் பிடிக்கப் போவதாகவும் அவன் கற்பனை செய்து கொண் டான்.

"வேகமாப் போ!.." என்று கிசுகிசுத்து, தன் நண்பனின் முதுகை அழுத்தினான்.

5

இதையடுத்து வெகு சீக்கிரத்தில் யெரெமேய் தாத்தாவினுடைய உடல் நலம் கெட ஆரம்பித்தது. கந்தல் பொறுக்க மிகமிக அரிதாகத்தான் சென்றான். வீட்டிலேயே தங்கி, முற்றத்தைச் சும்மா சுற்றி அலைந்து கொண்டிருக்கவோ தனது இருண்ட குகையில் படுக்கையில் படுக்கவோ செய்தான். வசந்தகாலம் வந்து கொண்டிருந்தது, எப்பொழுதெல்லாம் சூரியன் பிரகாசித்ததோ, அப்பொழுதெல்லாம் கிழவன் எழுந்து உட்கார்ந்து கதிரில் குளிர் காய்வான், தனது விரல்களில் கவலையோடு ஏதோ எண்ணிக்கொண்டிருக்கும் போது, ஓசையின்றி தனது உதடுகளை அசைத்துக் கொள்வான். குழந்தைகளுக்கு மிக அரிதாகவே கதைகள் சொன்னான், அவையும் மகா மட்டமாக இருந்தன. அவனுடைய இருமல் அவனைத் தொடர்ந்து இடைமறித்தது. யாரோ அல்லது எதுவோ வெளியே விட அனுமதி கேட்பது போல அவனுடைய நெஞ்சின் அடி ஆழத்திலிருந்து கரகரப்பான சிணுங்கல் வெளிவந்தது.

மற்ற எவரைக் காட்டிலும் கிழவனுடைய கதைகளை விரும்பிய மாஷா இருமலால் எரிச்சலுற்றாள்.

"ஓ, அதை நிறுத்து!" என்பாள்.

"பொ...று!.." என்று கிழவன் மூச்சு வாங்கிக்கொள்வான். "அது நின்னு போயிறும்... ஒரு நிமிடத்தில்..." ஆனால் இருமல் நிற்கவில்லை. அது மேன்மேலும் மோசமாகிக் கொண்டே போய், அவனுடைய மெலிந்த உடலை தூக்கித் தூக்கிப் போட்டு, உயிர் போவது போல அலைத்தது. சில நேரங்களில் கதையின் முடிவைக் கேட்பதற்குக் காத்திராமல் கூட குழந்தைகள் புறப்பட்டுப் போய்விடுவார்கள், பிறகு கிழவனோ மிகவும் வேதனைத் தோற்றத்துடன் அவர்களைப் பார்ப்பான்.

கிழவனுடைய நோயினால் மதுக்கடைக்காரன் பெத்ருகாவும் அவனுடைய சித்தப்பா தெரேன்தியும் மிகவும் கலங்கிப் போனார்கள் என்பதை இலியா கவனித்தான். ஒரு நாளில் சில முறை பெத்ருகா

அருந்தகத்தின் பின்வாசல் வழியில் தோன்றி, யெரெமேய் தாத்தாவைத் தனது களிப்பு நிறைந்த, சாம்பல் நிறக் கண்களால் சுற்றிலும், தேடினான்.

"சரி, எப்படியிருக்கு, தாத்தா?" என்று கிழவனைப் பார்த்துக் கேட்பான். "நல்லா இருக்கா?"

பெத்ரூகா கட்டுறுதியான உடலில் இளஞ்சிவப்பு நிற பருத்திச் சட்டை அணிந்திருந்தான். அதனுடைய ஓரங்கள் பளபளக்கின்ற காலணிகளின் உச்சிகளுக்குள்ளாகத் திணிக்கப்பட்டிருந்த அகன்ற காற்சட்டைப் பைகளுக்குள்ளாகக் கைகளைத் திணித்துக் கொண்டிருந்தான். அவனுடைய பைகளிலிருந்து நாணயத்தின் கலகல ஒலி எப்போதுமே வந்து கொண்டிருந்தது. முன்னந்தலையிலிருந்து வழுக்கை தொடங்கிக் கொண்டிருந்தது. ஆனால் தலையில இன்னமும் பல பொன்னிறச் சுருள்முடிகள் இருந்தன. தலையை அலைத்து முடியைச் சரி செய்து கொண்டான். இலியா அவனை முன்னர் ஒருபோதும் விரும்பியதே இல்லை. ஆனால் இப்போது அவனுடைய வெறுப்பு வளர்ந்திருந்தது. யெரெமேய் தாத்தாவை பெத்ரூகாவுக்குப் பிடிக்காது என்பதும் அவனுக்குத் தெரியும், ஒரு முறை தன் சித்தப்பா தெரேன்தியிடம் மதுக்கடைக்காரன் சொல்லிக் கொண்டிருந்ததைக் கேட்டான்:

"அவன் மீது ஒரு கண் வச்சுக்கோ, தெரேன்தி! அவன் ஒரு கஞ்சன்!.. அவனோட அந்தத் தலையணைக்குள்ளாக நிறையப் பணம் வச்சிருக்கான் போலத் தெரியுது. அது உன் விரலை விட்டு நழுவிப்போக விட்டுறாதே! அந்தக் கிழட்டு அகழ் எலியிடம் உயிர் அவ்வளவு அதிகமில்லே; நீ அவனுடன் நல்ல சிநேகமா இருக்கே, இந்த உலகத்தில் அவனுக்கு எந்த உறவினனும் கிடையாது!.. புத்தியைப் பயன்படுத்து, அப்பனே!.."

தன்னுடைய மாலை நேரங்களை யெரெமேய் தாத்தா அருந்தகத்தில் தெரேன்தியிடம் கடவுளைப் பற்றியும் இந்த உலக விவகாரங்களைப் பற்றியும் பேசியபடி இன்னமும் செலவிட்டு வந்தான். நகர வாழ்க்கை கூனனை முன்னை விட அவலமானதாக ஆக்கியது. தட்டுக் கழுவுவதில் சலிப்புற்றவன் போலக் காணப்பட்டான்; அவனுடைய கண் பார்வை மங்கி அச்சமிக்க தோற்றத்தைக் கொண்டிருந்தது. அருந்தகத்தின் வெப்பத்தில் அவனது உடம்பு உருகிவிட்டது போன்ற தோற்றத்தில் இருந்தது. அவனுடைய அழுக்கடைந்த சட்டை கூனுக்கு மேலே தூக்கிக் கொண்டு அவனது இடுப்பை வெளிக்காட்டியது. ஆட்களிடம் அவன் பேசுகின்ற போது, எப்போதுமே தனது கைகளை முதுகுக்குப் பின்னே வைத்துக்கொண்டு விரைவான இயக்கத்தால் சட்டையை இழுத்துவிட்டுக் கொள்வான். அது அவனுடைய கூனுக்குப் பின்னே எதையோ ஒளித்து வைத்திருப்பது போன்ற மனப்பதிவை ஏற்படுத்தும்.

யெரெமேய் தாத்தா முற்றத்தில் உட்காரும் போதெல்லாம், தெரேன்தியும் வாசலுக்கு வந்து, கையால் கண்ணை மறைத்துக்கொண்டு அவனைக் கூர்ந்து நோக்குவான். அவனுடைய மெலிந்த முகத்தில் மஞ்சள் நிறத் தாடி நடுங்கிக் கொண்டிருந்தது.

''எதேனும் தேவைப்படுதா, யெரெமேய் தாத்தா?'' என்று குற்றவுணர்வுடன் கேட்பான்.

''ஒன்னுமில்லே, நன்றி! வேண்டாம்... ஒன்னுமில்லே...''

பிறகு கூனன் மெதுவாகத் திரும்பி தனது சதைப் பிடிப்பற்ற கால்களால் அருந்தகத்துக்கு மீண்டும் போவான்.

''எனக்கு ஒருபோதும் சரியாகாது,'' என்று யெரெமேய் அடிக்கடி திரும்பச் சொல்லி வந்தான். ''என்னோட நேரம் வந்துருச்சுன்னு தெளிவாத் தெரியுது!''

ஒருநாள் அடித்தளத்துத் துளையில் உள்ள தனது படுக்கைக்குப் போய்க் கொண்டிருந்த போது இருமலின் மோசமான தாக்குதல் வந்தது.

''இது ரொம்ப முன்னதாக, தேவரே!'' என்று முணு முணுத்தான். ''என்னோட பணி இன்னமும் முடியலே!.. பணம்... இத்தனை ஆண்டுகளாக நான் சேர்த்துக்கொண்டு வந்தது... சர்ச்சுக்காக. எங்க கிராமத்தில், ஆண்டவனோட ஆலயங்கள் மக்களுக்குத் தேவை. எங்களைப் போன்ற பாவிகளுக்கு அவைதான் மறைவிடம்... ஆனா நான் இன்னும் போதுமானது சேமிக்கலே... தேவரே! அதோ ஒரு கழுகு பறக்குது, இரையைப் பார்க்குது!.. இலியா, எங்கிட்டப் பணம் இருக்கு - நினைவில் வச்சுக்க... ஆனா யாரிடமும் சொல்லிடாதே! புரியுதா?..''

தனக்குப் பெரிய ரகசியம் ஒன்று சொல்லப்பட்டதாக இலியா உணர்ந்தான், கிழவனின் புலம்பலில் அந்தக் 'கழுகு' யார் என்பது அவனுக்கு மிக நன்றாகத் தெரியும்.

சில நாள்களுக்குப் பிறகு பள்ளியிலிருந்து திரும்பிய இலியா தனது பள்ளி உடுப்புகளைக் களைந்து கொண்டிருந்த போது, யாரோ தன்னைச் சாகடிக்கத் திணறச் செய்வது போல யெரெமேய் திணறிக்கொண்டும் பெருமூச்சு விட்டுக்கொண்டும் இருப்பதைக் கேட்டான்.

''ச்சூ... ச்சூ... போ அப்பாலே!..'' என்று கிழவன் மூச்சு வாங்கினான்.

அச்சத்துடன் பையன் தாத்தாவின் அறைக் கதவைத் தள்ளினான். அது தாழிடப்பட்டிருந்தது.

அதன் மறுபக்கத்திலிருந்து கிழவனுடைய கிசுகிசுப்பு வந்தது:

''ச்சூ!.. கருணை காட்டு, என் ஆண்டவரே... கருணை காட்டும்...''

படுத்து கதவில் இருந்த ஒரு பிளவில் இலியா தனது கண்ணை வைத்துப் பார்க்கையில் கிழவன் மல்லாக்கப் கொண்டு தனது கைகளை ஆட்டிக்கொண்டிருப்பதைக் கண்டான்.

“தாத்தா!” ஏக்கத்தோடு பையன் கத்தினான். கிழவன் துடுக்குற்று தலையை உயர்த்தினான். பிறகு உரக்க முணுமுணுக்கத் தொடங்கினான்:

“பெத்ரூகா, பாரு - அது ஆண்டவரோடது! அது அவருக்குத்தான்! அவரோட ஆலயத்திற்காக... போடா... கழுகே நீ... அது உங்களோடையது, ஆண்டவரே! காப்பாத்துங்க... காப்பாத்துங்க...”

இலியா பயத்துடன் நடுங்கினான், ஆனால் அறையிலிருந்து வெளியேற முடியவில்லை. ஏனெனில் கிழவனுடைய உறுதியற்ற காற்றில் அலைந்து கொண்டிருந்த கை, தனது வளைந்த விரலை யாரையோ அச்சுறுத்துவது போலக் காட்டியது.

“கவனி, அது ஆண்டவரோடது!... கவனம்!...”

கிழவனுடைய உடம்பு திடீரென்று முடிச்சுப் போலச் சுருங்கியது, பின்னர் அவன் படுக்கையில் அமர்ந்தான். அவனுடைய வெள்ளைத் தாடி, பறந்து செல்லும் புறாவின் சிறகு போல படபடத்தது. தனக்கு முன்னே கைகளை நீட்டி, யாரையோ பலமாகத் தள்ளிக்கொண்டு தரையில் விழுந்தான்.

இலேசாகக் கிறீச்சிட்ட இலியா அப்பால் ஓடிய போது, அவனுடைய காதுகளில் கிழவனுடைய ‘ச்சூ... ச்சூ...’ தொடர்ந்து ஒலித்தது.

மூச்சுத்திணற அருந்தகத்திற்குள் ஓடி இலியா கூவினான்: “அவர் செத்துப் போயிட்டார்...”

மறுமூச்சுத் திணறியவாறு ஒரே இடத்தில் ஒருகால் மாற்றி காலில் நிற்கத் தொடங்கிய தெரேன்தி, கவுண்டருக்குப் பின்னால் நின்று கொண்டிருந்த பெத்ரூகாவைப் பார்த்ததும் தனது சட்டையை ஒழுங்காக இழுத்துவிட்டுக் கொண்டான்.

“பிறகு என்ன? அவரது ஆத்மா சாந்தியடையட்டும்!” என்று மதுக்கடைக்காரன் சிலுவை அடையாளமிட்டுக் கொண்டு பயபக்திமிக்க குரலில் சொன்னான். “ஒருவகையில் ரொம்ப நல்ல மனுசன்... நான் போய்ப் பார்க்கிறேன்... இலியா, நீ இங்கேயே இரு. எதாவது தேவைப்பட் டா என்னைக் கூப்பிடு, கேட்குதா? இங்கேயே பார்த்துக் கொள், யாக்கவ்...”

தரையில் தனது குதிகால்களைப் பலமாக மிதித்தவாறு பெத்ரூகா அவசரமில்லாமல் வெளியே நடந்தான்... அவனுக்குப் பின்னாலிருந்த கதவு மூடப்பட்டதுமே கூனனிடம் அவன் சொன்னதைப் பையன்கள் கேட்டார்கள்:

“போகலாம் வா, போகலாம் வா, நீ கிழட்டு முட் டாள்!..”

இலியா மோசமாக நடுக்குற்றுப் போனான், ஆனாலும் அவனைச் சுற்றிலும் நடந்தவற்றை அவன் கவனிக்காமல் இல்லை.

"அவன் சாகிறதை நீ பார்த்தியா?" என்று கவுண்டருக்குப் பின்பக்கத்-திலிருந்து யாக்கவ் கேட்டான். இலியா அவனை உற்றுப்பார்த்தான்.

"என்னத்துக்காக அவுங்க அங்கே போறாங்க?.." என்று யாக்கவினுடைய கேள்வியைப் புறக்கணித்தவாறு கேட்டான்.

"பார்க்கிறதுக்காகத்தான்!.. அவர்களுக்காகத்தான் நீ வந்தே, இல்லையா?"

இலியா தனது கண்களைக் கசக்கிக்கொண்டு மூடினான். "என்ன மாதிரி அவர் அவனைத் தள்ளிவிட்டார்!"

"யார் யாரைத் தள்ளியது?" என்று கேட்ட யாக்கவ் ஆவலோடு தன் முகவாய்க் கட்டையை நீட்டினான்.

"தாத்தா பிசாசைத் தள்ளினார்!" என்று சற்று இடைவேளைக்குப் பிறகு இலியா பதிலளித்தான்.

"நீ பிசாசைப் பார்த்தியா?" எனக் கேட்ட யாக்கவ், அவனிடம் ஓடிச் சென்றான். பதிலேதும் சொல்லாமல் இலியா தனது கண்களைத் திரும்பவும் மூடினான்.

"நீ பயப்படலியா?" என்ற யாக்கவ், இலியாவின் சட்டைக் கையைப் பற்றி இழுத்தான்.

"பொறு!" என்றான் இலியா திடீரென்று. "நான்... ஒரு நிமிடம் வெளியே போறேன்... உன் அப்பாவிடம் சொல்ல மாட்டாய், இல்லையா?"

சந்தேகத்தால் உந்தப்பட்ட அவன், நொடிப் பொழுதில் அடித்தளத்தை அடைந்து, கதவின் வெடிப்பை நோக்கி சுண்டெலி போல அவ்வளவு அமைதியாக ஊர்ந்து சென்றான். கிழவன் இன்னும் உயிரோடு இருந்தான். கரகரப்பாக மூச்சுவிட்டுக்கொண்டு இரண்டு கரிய உருவங்களின் காலடிகளில் அவனுடைய உடம்பு தரையில் கிடந்தது.

இருளிலே அந்த இருவரது உடல்களும் ஒரு பெரிய அருவருப்பாக வடிவமாக இணைந்தன. கடைசியில் தன் சித்தப்பா கிழவனுடைய படுக்கைக்கு அருகே முழங்காலிட்டு அமர்ந்து, அவசரமாகத் தலையணையைத் தைத்துக் கொண்டிருப்பதை இலியா கண்டுகொண்டான். துணியின் வழியாக நூல் சொருகப்படும் ஓசையை அவனால் தெளிவாகக் கேட்க முடிந்தது. தெரேன்திக்குப் பின்னே நின்ற பெத்ருகா அவனுக்கு மேலாகக் குனிந்து கொண்டிருந்தான்.

"வேகப்படுத்து..." என்று கிசுகிசுத்தான். "ஊசியும் நூலும் தயாரா வச்சிருக்கும்படி உங்கிட்டே நான் சொன்னேன்... இங்கே நூலைக்

கோப்பதா... நல்ல ஆள் நீ!'' அவனது பெரிய பெத்ரூகாவினுடைய கிசுகிசுப்பு, செத்துக் கொண்டிருக்கும் மனிதனின் பெருமூச்சுகள், தையலின் ஒலி, சன்னலுக்கு வெளியே துவாரத்திற்குள்ளாக ஓடுகிற நீரின் சோகமான கலகலப்பொலி ஆகியன விவரிக்க முடியாத முணுமுணுப்பாக மாறி பையனுடைய உணர்வுகளை மழுங்கச் செய்தன. சுவரினின்றும் அமைதியாக நகர்ந்து அடித்தளத்துக்கு மேலாகத் தொற்றி ஏறினான். ஓர் இரைச்சலுடன் கண்ணுக்கு முன்னால் ஒரு சிலந்தி சக்கரம் போல பின்னிக் கொண்டிருந்தது. படிகளில் ஏறிய போது, பிடி கம்பியை இறுக்கமாகப் பற்றிக் கொண்டான், பாதங்களை நகர்த்தக் கூட அவனால் முடியவில்லை; அருந்தகத்தின் கதவை அவன் அடைந்த போது நின்று மெதுவாக அழுதான். தனக்கு முன்னால் யாக்கவ் தாவிக்கொண்டும், ஏதோ சொல்லிக்கொண்டும் இருப்பதைக் கவனித்தான். பிறகு பின்னுக்கிருந்து தள்ளுவதை உணர்ந்த அவன் பெர்ஃபீஷ்காவின் குரலைக் கேட்டான்:

''யாரைச் சொல்றே, யார்? எப்படி அது?- சாவா? ஐயோ, பிசாசே!..'' இலியாவை இன்னுமொரு தரம் தள்ளி விட்டு, அந்தச் செம்மான் படிகள் அதிருமாறு வேகமாக ஓடினான்.

''ஆ... ஆ..!'' கீழ்த்தளத்தை அடைந்ததும் வேதனையால் புலம்பினான்.

தனது சித்தப்பாவும் பெத்ரூகாவும் படிகளின் மேலேறி வந்து கொண்டிருப்பதை இலியா செவிமடுத்தான். தான் அழுதுகொண்டிருப்பதை அவர்கள் பார்க்கக் கூடாதென்று அவன் நினைத்தான். ஆனால் கண்ணீரை அவனால் நிறுத்த முடியவில்லை.

''ஐயோ!..'' என்று கத்தினான் பெர்ஃபீஷ்கா. ''நீங்க அவனைப் பார்த்துவிட்டீர்களா?''

தெரேன்தி தனது அண்ணன் மகனை அந்தளவு அதிகம் பார்க்காமலேயே அவனை விரைந்து கடந்து சென்றான், ஆனால் பெத்ரூகாவோ நின்று, இலியாவினுடைய தோள் மீது தனது கையை வைத்தான்.

''அழுகிறாயா?'' என்றான். ''அது சரிதான்... நீ நன்றியுள்ள பையன் என்றும், உனக்காகச் செய்திருப்பதைப் பாராட்டுகிறாய் என்றும் அருத்தம். கிழவன் உன்னிடத்தில் மிகவும் அன்பாக இருந்தான்!..''

பிறகு, இலியாவைப் பக்கவாட்டில் தள்ளியபடி மேலும் தொடர்ந்தான்:

''ஆனா கதவில் நின்று உன்னைப் பிடிக்கும்படி செய்து விடாதே...''

தனது சட்டைக் கைநுனியால் முகத்தைத் துடைத்துக் கொண்ட இலியா, தன்னைச் சுற்றிலும் இருந்த எல்லாரையும் பார்த்தான். தனது

சுருள் முடியை அலைத்தபடி பெத்ரூகா திரும்பவும் கவுண்டருக்குப் பின்பக்கத்தில் நின்று கொண்டிருந்தான். அவனுக்கு முன்பாக உதடுகளில் முறுவல் தவழ பெர்ஃபீஷ்கா நின்றான். முறுவலிப்புக்கு எதிர்மாறாக, சீட்டாட்டத்தில் தனது கடைசிக் கோபெக்கையும் தவற விட்டவனுடைய தோற்றம் அவனது முகத்திலே இருந்தது.

“உம், உனக்கு என்ன வேணும், பெர்ஃபீஷ்கா?” என்று தனது புருவங்களை உயர்த்தியவாறு பெத்ரூகா கண்டிப்பாகக் கேட்டான்.

“கொஞ்சம் விருந்து, ஏதோ வோட்கா இருக்குமா?” எனக் கேட்டான் பெர்ஃபீஷ்கா.

“ஏன் இருக்கணும்?” என மெதுவாகவும் கண்டிப்பாகவும் மதுக்கடைக்காரன் கேட்டான்.

“எல்லாம் நாசமாப் போகட்டும்!” எனக் கத்திய செம்மான் தனது பாதத்தை ஓங்கி மிதித்தான். “ஆக, அதிலே எனக்கு எதுவும் கிடைக்காது, இல்லையா? எப்படியோ போகட்டும்! சுருக்கமாச் சொன்னா உனக்குப் பூரிப்பும் மகிழ்ச்சியும் ஏற்பட வாழ்த்துறேன்!”

“எதைப் பற்றி நீ புலம்பிக்கிட்டு இருக்கே?” என்று கேட்டான் கலக்கமடையாத பெத்ரூகா.

“ஓ, குறிப்பா ஒன்னுமில்லே. என்னோட முட்டாள்தனம்!”

“நீ ஒரு கிளாஸ் வோட்கா விரும்புறேன்னு ஊகிக்கிறேன். அதைத்தானே நீ சுட்டிக்காட்டுறே? ஹா-ஹா!”

“ஹா-ஹா-ஹா!” என்று எதிரொலிக்கின்ற செம்மானின் கணீரென்ற சிரிப்பு அருந்தகத்தில் கேட்டது.

தலையை விட்டு எதையோ அசைத்து வெளியே தள்ளுவது போலத் தலையை ஆட்டி விட்டு இலியா எங்கோ சென்றான்.

அந்த இரவு அவன் தனது சொந்தப் படுக்கையில் தூங்கவில்லை; அருந்தகத்தில் தெரேன்தி தட்டுகளைக் கழுவும் மேசைக்குக் கீழே தூங்கினான். கூனன் அவனைப் படுக்க வைத்து விட்டு, மேசைகளைத் தேய்த்து சுத்தம் செய்யத் தொடங்கினான். அடிபருத்த தேநீர் பாத்திரங்களுக்கும், அலமாரியில் இருந்த போத்தல்களுக்கும் மேலாக அருந்தகத்தில் ஒரு விளக்கு பொருத்தப்பட்டிருந்தது. எனினும் ஒரே இருட்டாக இருந்தது. வெளியே தூறல் விழுந்து கொண்டிருந்தது காற்று சற்று பலமாக வீசியது... பெருத்த முள்ளம் பன்றி போலக் காணப்பட்ட தெரேன்தி, மேசைகளை நகர்த்திய பொழுது தொடர்ந்து பெருமூச்சு விட்டுக்கொண்டிருந்தான். விளக்கிற்கு அருகே அவன் வந்த போதெல்லாம், அவனுடைய கருத்த நிழல் தரை மீது விழுந்தது; யெரெமேய் தாத்தாவுடைய ஆவிதான் தெரேன்தியிடம் ‘ச்சூ... ச்சூ!..’

என்று சொல்வதற்காகத் திரும்ப வந்திருக்கிறது என்று இலியா கற்பனை செய்தான்.

பையன் குளிரினாலும் பயத்தினாலும் நடுக்குற்றுப்போனான். அருவருப்பான வாசனையால் மூச்சுத் திணறினான். அன்று சனிக்கிழமை, புதிதாகத் தேய்த்துக் கழுவப்பட்ட தரையினின்றும் அழுகல் வாசனை வந்தது. விரைந்து வந்து தனக்கு அருகே படுத்துக் கொள்ளுமாறு தன் சித்தப்பாவைக் கேட்க விரும்பினான். ஆனால் வலியின் உணர்வும் மனக்கசப்பும் அவனைப் பேச விடாது தடுத்தன. வளைந்த, வெண் தாடியுடன் யெரெமேய் தாத்தாவை அவன் தொடர்ந்து பார்த்துக் கொண்டிருந்ததுடன், மென்மையான, கரகரத்த குரலில் அவன் சொல்வதையும் கேட்டுக் கொண்டிருந்தான்:

"எல்லாவற்றையும் பற்றிய அளவை ஆண்டவர் அறிவார்... பரவா-யில்லை!..."

கடைசியில் அவனால் அதைப் பொறுத்துக்கொள்ள முடியவில்லை.

"வந்து படுத்துக்கங்க!" என அவலமிக்க குரலில் சொன்னான்.

கூனன் திடுக்கிட்டு நின்று விட்டான்.

"ஒரு நிமிஷம்! ஒரே ஒரு நிமிஷம்!..." என்று பணிவுடன் கூறிய அவன், ஒரு மேசையிலிருந்து மற்றொன்றுக்கு அவசரமாகப் பாய்ந்து செல்லத் தொடங்கினான். தன் சித்தப்பாவும் கூட பயந்துவிட்டான் என்பதை இலியா உணர்ந்தான். "அவனுக்குச் சரியாக வேண்டும்," என்று தனக்குத்தானே சொல்லிக்கொன்டான்.

சன்னல் சட்டத்தின் மீது மழை சலிப்பூட்டுவது போல அடித்துக்கொண்டிருந்தது, விளக்கு மினுமினுத்தது, விளக்கு வெளிச்சத்தில் தேநீர் பாத்திரங்களும் போத்தல்களும் அமைதியாக இளித்துக் கொண்டிருந்தன. தன் சித்தப்பாவினுடைய ஆட்டுத்தோல் கோட்டை இலியா தனது தலைக்கு மேலாக இழுத்துக்கொண்டு, மூச்சைப் பிடித்தவாறு படுத்திருந்தான். பிறகு தனக்கு அருகே சலசலப்புக் கேட்டதை உணர்ந்தான். அவன் உடம்பெல்லாம் சில்லிட்டுப் போனது, தலைக் கோட்டை விலக்கிக்கொண்டு பார்த்தபோது, தெரேன்தி முழங்காலிட்டு அமர்ந்து, தனது முகவாய்க் கட்டை மார்பின் மீது இருக்குமாறு இருப்பதைக் கண்டான்.

"அன்பான ஆண்டவரே!..." என்று கிசுகிசுத்தான். "ஆண்டவரே!"

அந்தக் கிசுகிசுப்பு யெரெமேய் தாத்தாவினுடைய கரகரப்பான சுவாசத்தை இலியாவுக்கு நினைவுபடுத்தியது. அறையின் இருட்டு நடுக்கத்தைத் தருவது போலக் காணப்பட்டது. தளமும் கூட அதிர்ந்தது. புகைபோக்கிகளில் காற்று சீறியது.

"தொழ வேணாம்!" என்று உரத்த குரலில் இலியா கத்தினான்.

"ஐயோ, நீ என்னடா?" என்று கூனன் பாதிக்குரலில் கூறினான். "தூங்கப் போ, கிறிஸ்துவோட அன்புக்காக!"

"தொழ வேணாம்!" என்று திரும்பவும் வலியுறுத்திச் சொன்னான் இலியா.

"உம், நல்லது, நான் தொழ மாட்டேன்!..."

இருளும் ஈரிப்பும் கூடுதலான அழுத்தத்துடன் இலியாவைச் சோர்வடையச் செய்தன. அவனுக்குச் சுவாசிக்கச் சிரமமாக இருந்தது. பல்வேறு உணர்வுகள் அவனுக்குள்ளாக அலைமோதின: அச்சம், யெரெமேய் தாத்தாவுக்காக இரக்கம், தன் சித்தப்பாவுக்காகக் கோபம். சிறிது நேரம் அப்படியும் இப்படியுமாகப் புரண்டவன் பிறகு உட்கார்ந்து கொண்டு முனகினான்.

"என்னடா? என்ன விஷயம்?..." என்று அவனைப் பற்றியவாறு அச்சத்துடன் கிசுகிசுத்தான் அவனது சித்தப்பா. இலியாவோ அவனை அப்பால் தள்ளிவிட்டான்.

"ஓ ஆண்டவரே! எங்கேயாவது நான் ஒளிஞ்சுக்கிற முடிஞ்சா... ஆண்டவரே!" ஏக்கத்தாலும், அச்சத்தாலும், கவலையாலும் கண்ணீர் விட்டுப் புலம்பினான் இலியா.

கண்ணீர் விட்டது அவனை மூச்சுத் திணற வைத்தது. அருந்தகத்தின் அசுத்தக் காற்றை பலமாக மூச்சிழுத்தவாறு தலையணையில் சாய்ந்து தேம்பியழுதான்.

6

இந்த நிகழ்ச்சிகளுக்குப் பிறகு பையனின் சுபாவம் முற்றிலுமாக மாறிவிட்டது. முன்பெல்லாம் பள்ளியில் யாரிடம் நட்புக்கொள்ள வேண்டாமென்று கருதினானோ, அந்தப் பையன்களிடமிருந்து மட்டுமே விலகியிருந்தான். அவர்களுக்குப் பணியவோ நெருக்கமாக இருக்கவோ அவன் விரும்பவில்லை. ஆனால் வீட்டில் எல்லாருடனும் நட்புக்குரியவனாக இருந்தான். மூத்தவர்கள் அவன் மீது காட்டுகிற அக்கறையைக் கண்டு மகிழ்ச்சியடைந்தான். இப்போது அவன் எல்லாரிடமிருந்தும் தன்னைத் தனிமைப்படுத்திக் கொண்டு, தனது வயதுக்கு மீறிய கண்டிப்புமிக்கவனாக மாறியிருந்தான். அவனது முகத்திலே கடுகடுப்பு காணப்பட்டது. உதடுகள் சுருங்கிப் போய் இருந்தன. தன்னிலும் பெரியவர்களைக் கண்ணைச் சுருக்கிக்கொண்டு பார்த்தான். அவர்களுடைய பேச்சைக் கிண்டல் மிளிரும் கண்களுடன் செவிமடுத்தான். யெரெமேய் தாத்தா இறந்த நாளன்று அவன்

பார்த்தவற்றின் நினைவு அவனுக்குச் சிரமத்தைத் தந்தது. பெத்ரூகாவும் அவனது சித்தப்பாவும் செய்த குற்றத்தில் தனக்கும் பங்கிருக்கிறது என்ற எண்ணத்திலிருந்து அவனால் விடுபட முடியவில்லை. தான் கொள்ளையடிக்கப்படுவதைக் கண்டு, அந்தப் பணத்தைப் பற்றி பெத்ரூகாவிடம் இலியாவாகிய தானே சொல்லியிருக்க வேண்டும் என்று செத்துக்கொண்டிருந்த யெரெமேய் தாத்தா எண்ணியிருக்க வேண்டும். என்னமோ, இந்த எண்ணமானது இடைவிடாமல் அவனிடம் வளர்ந்து, மனக்கசப்பையும், அவனைச் சுற்றி-யிருந்தவர்களிடம் சந்தேகத்தையும் ஏற்படுத்தியது. மற்றவர்களிடம் ஏதோ கெடுதல் தன்மையைக் கண்டுபிடிக்கையில் ஆறுதல் கண்டான். தனது சொந்தக் குற்றத்தைக் குறைப்பது போல.

அவனோ கெடுதல் தன்மையைத் தான் நிறையக் கண்டான். அந்த வீட்டில் குடியிருந்த ஒவ்வொருவரும் பெத்ரூகாவை மோசடிக்காரன் என்றும் திருட்டுச் சாமான்களை வாங்குபவன் என்றும் அழைத்தார்கள். அத்துடன் அவனுக்கு முன்னே எல்லாரும் தலைகுனிந்து மரியாதையோடு “பியோத்தர் அவர்களே” என அழைத்தார்கள். மதித்ஸாவுக்கு அநாகரிகமான பட்டப் பெயர் வைத்திருந்தார்கள். அவள் குடித்திருக்கும் போது அவளைத் தள்ளி விடவும் அடிக்கவும் செய்தார்கள். ஒருநாள், குடித்துவிட்டு சமையலறைச் சன்னலுக்குக் கீழே அவள் அமர்ந்திருந்த போது, சமையல்காரன் அவள் மீது ஒரு வாளி கழிவுநீரை ஊற்றி விட்டான்... எனினும் அவளது சேவைகளை எல்லாரும் ஏற்றுக்கொண்டார்கள். ஆனால் அவளுக்கு வசவையும் அடியையும் தவிர வேறு எதையும் திருப்பிச் செய்யவில்லை. தனது நோயாளி மனைவியைக் குளிப்பாட்டி விடுமாறு பெர்ஃபீஷ்கா எப்போதும் அவளிடம் கேட்டுக்கொள்வான்; கூலியும் கொடுக்காது ஒவ்வொரு விடுமுறை நாளுக்கும் முந்திய நாள் அருந்தகத்தை அவளைத் துப்புரவு செய்யுமாறு சொல்வான் பெத்ரூகா; அவனுக்கு அவள் தயாரித்த சட்டைகளை தெரேன்தி பெற்றுக்கொண்டான். எல்லாருக்காகவும் அவள் வேலை செய்தாள், அதை நன்றாகவும் செய்தாள். எந்தப் பாராட்டும் இல்லாமல். நோய்வாய்ப் பட்டவர்களைக் கவனித்துக்கொள்ளவும், குழந்தைகளைப் பார்த்துக்கொள்ளவும் அவள் விரும்பினாள்...

அந்த வீட்டிலேயே கடும் உழைப்பாளியான செம்மான் பெர்ஃபீஷ்காவை யாரும் முக்கியமாகக் கருதவில்லை என்பதை இலியா கண்டு கொண்டான். ஒரே ஒரு நேரத்தில் மட்டுமே சிறிதளவு கவனம் செலுத்தினார்கள். அதாவது குடித்திருந்த அவன் அருந்தகத்தில் அக்கார்டியனுடன் உட்கார்ந்திருக்கும் போதோ, முற்றத்தில் அலைந்து வேடிக்கைப் பாடல்களைப் பாடிக்கொண்டு இருக்கும்

போதோ மட்டுந்தான். ஆனால் அவன் எத்தகைய பரிவுடன் தனது செயலற்றுப் போன மனைவியை வாசலுக்குத் தூக்கிவந்ததையோ, தனது மகளைத் தூங்க வைப்பதற்கு, முத்தங்கள் தந்து தனது அன்பைக் காட்டியதையோ, அவளது மகிழ்ச்சிக்காகத் தனது முகத்தைக் கோணலாக்கிக் காட்டியதையோ யாரும் அறிந்ததில்லை. சிரித்தவாறும் கேலி செய்தவாறும் அவன், எப்படிச் சமையல் செய்வது, அறையைச் சுத்தமாக வைத்திருப்பது என்பதை அவளுக்குக் கற்பிக்கும் போது, தன்னைப் பற்றி அவன் பொருட்படுத்தவில்லை. அதன் பிறகு அவன் அமர்ந்து, ஏதோ மட்டமான, அழுக்குக் காலணிக்கு மேலாக இரண்டாக வளைந்து இரவெல்லாம் தைத்ததை யாரும் பார்க்கவில்லை.

கொல்லன் சிறையில் அடைக்கப்பட்ட போது, அவன் மகனிடத்தில் சிறிதளவு அக்கறையாவது காட்டியவன் செம்மான்தான். அவன் உடனடியாக பாவெலைத் தன்னுடன் வசிப்பதற்காகக் கூட்டிக்கொண்டான். பையன் மெழுகுதிரி ஏற்றினான், தரையைப் பெருக்கினான், நீர் கொண்டு வந்தான், ரொட்டி, குவாஸ், வெங்காயம் வாங்கக் கடைக்குச் சென்றான். விழாநாள்களில் செம்மான் குடித்திருந்ததை எல்லாரும் பார்த்தார்கள், ஆனால் மறுநாள் வெறியற்று இருக்கும் போது தன் மனைவியிடம் என்ன சொன்னான் என்பதை ஒருவரும் கேட்டதில்லை.

“என்னை மன்னிக்கணும், தூன்யா! நான் குடிக்க விரும்புறேன்னு நீ நினைக்கிறியா? அது நான் பிறவிக் குடிகாரன் என்கிறதுக்க அல்ல, சும்மா ஒரு மாற்றத்துக்காகத்தான். வாரம் முழுக்க உட்கார்ந்து தைக்கிறேன். களைப்படைந்து போறேன்! அதனாலே தான், பாரு, குடிக்கிறேன்!...”

“அதுக்காக உன்னை நான் குற்றம் சொன்னேனா? பரம பிதாவே! உனக்காக நான் பரிதாபப்படுறேன்!...” அவளுடைய குரல் கரகரப்பாக இருந்தது. அவளது தொண்டையிலிருந்து கரமுறவென்ற ஒலி வந்தது. “நீ எப்படி வேலை செய்யுறே என்பதை நான் பார்க்கலே என்று நினைக்கிறியா? ஆண்டவர் என்னை உனக்குப் பாரமாக் கொடுத்திருக்கார். நான் செத்துப் போனால்தான் என்னால உன்னை சுதந்திரமா இருக்க விட முடியும்!...”

“அந்த மாதிரிப் பேசாதே! நீ அந்த மாதிரி பேசுறதை நான் பொறுத்துக்க மாட்டேன். உனக்குக் கெடுதல் செஞ்சது நான்தான்!... அது நான் மோசமான இதயம் படைத்தவன் என்பதல்ல காரணம் நான் வெறுமனே பலவீனமானவன். ஒருநாள் நாம் வேறொரு தெருவுக்குக் குடியிருக்கப் போவோம், அங்கே எல்லாமே வித்தியாசமா இருக்கும்... சன்னல்கள், கதவுகள்... நீ விரும்புற எதுவும்! சன்னல்கள் எல்லாம் தெருவைப் பார்த்து இருக்கும், காகிதத்தில் காலணி மாதிரி வெட்டி தொழில் அடையாளமா சன்னல் மேலே ஒட்டி வைப்போம்! சனங்க கூட்டமா வருவாங்க! விஷயங்கள் அப்படிப் போகும்! நெருப்புப்பத்த

வச்சு, துருத்தியை ஊதுவோம், அது நாம பணத்தைப் பெருக்குறோம்னு அருத்தம், என்னோட அருமை சகாக்களே!"

பெர்ஃபீஷ்காவினுடைய வாழ்க்கையின் எல்லா விவரங்களும் இலியாவுக்குத் தெரியும். செம்மானால் மிகுந்த சிரமப்பட்டுத்தான் வாழ்க்கை நடந்த முடிந்தது என்பதை அவன் பார்த்திருந்தான். அவன் எப்போதுமே மகிழ்ச்சியாகவும் அற்புதமான முறையில் அக்கார்டியன் வாசித்துக் கொண்டும் இருந்தான். அதற்காக இலியா அவனை மதித்தான்.

அதே சமயத்தில் பெத்ருகாவோ, கவுண்டருக்குப் பின்னே அமர்ந்து சொக்கட்டான் ஆடினான். காலை முதல் இரவு வரை தேநீரைக் குடித்துக்கொண்டு, வேலையாட்களை ஏசிக் கொண்டிருந்தான். யெரெமேய் இறந்த உடனேயே, தெரேன்திக்கு மதுக்கடையில் வேலை செய்வது எப்படி என்பதை கற்பித்து தான் வேலை எதுவும் செய்யாமல் முற்றத்தில் மேலுங்கீழும் அலைந்தவாறு சீட்டியடித்துக்கொண்டும், எல்லாக் கோணங்களினின்றும் வீட்டைப் பார்த்தவாறும், தனது முட்டிகளால் சுவரின் வலிமையைச் சோதித்துக்கொண்டும் திரிந்தான்.

இலியா பல விஷயங்களைக் கவனித்தான், எல்லாமே மட்டமானவையாகவும், சோர்வூட்டுவதாகவும், முன்னிலும் அதிகமாகத் தனது சக ஆட்களை வெறுக்கச் செய்வதாகவும் இருந்தன. தனது மனப்பதிவுகளைப் பற்றி யாரிடமாவது பேச வேண்டும் என ஏங்கினான், ஆனால் தனது சித்தப்பாவிடம் அவன் பேச விரும்பவில்லை. யெரெமேய் இறந்ததிலிருந்தே அவர்களுக்கிடையே ஒரு வலிமையான, ஆனால் கண்ணுக்குப் புலப்படாத தடை எழுந்து, முன்னைப் போலத் தனது சித்தப்பாவுடன் இலகுவாகவும் நெருக்கமாகவும் இலியா தொடர்பு கொள்வதைச் சிரமமாக்கி விட்டது. யாக்கவும் அவனிடம் எதையும் விளக்க முடியாது தனிமையில் முற்றிலும் மாறுபட்ட முறையில் வாழ்ந்தான்.

கிழவன் யெரெமேயின் சாவு காரணமாக யாக்கவும் கவலைப்பட்டான். அடிக்கடி அவனைப் பற்றி வருந்தந் தோய்ந்த குரலில், வருந்தந்தோய்ந்த முகத்துடன் பேசினான்.

"வாழ்க்கை இப்ப ரொம்ப சலிப்பா இருக்கு!.. யெரெமேய் தாத்தா உயிரோட இருந்திருந்தா நமக்குக் கதை சொல்லுவாரு. நல்ல கதைகளைப் போல சிறந்தது எதுவுமே இல்லை!"

ஒருநாள் அவன் இலியாவிடம் ரகசியமாகச் சொன்னான்: "நான் ஏதாவது உனக்குக் காட்டணும்னு விரும்புறியா? யார் கிட்டேயும் சொல்ல மாட்டேன்னு சத்தியம் செய்! 'நான் சொன்னா எப்பவுமே நாசமாப் போவேன்னு' சொல்லு!..."

இந்த உறுதி மொழியை இலியா திரும்பச் சொன்னதும், முற்றத்தின் மூலையில் இருந்த பழைய லின்டன் மரத்துக்கு அவனை அழைத்துச் சென்று, அந்த மரத்தில் இருந்த ஒரு பொந்தை மிகத் திறமையாகப் பொருத்தியிருந்த மரப்பட்டை துண்டு ஒன்றை அகற்றினான். திறப்பைப் பெரிதாக்குவதற்காகத் துவாரத்தின் ஓரங்கள் கத்தியால் செதுக்கப்பட்டிருந்தன, உள்புறமானது பிரகாசமான கந்தைத் துணிகள், காகிதங்கள், தகர மடிப்புகள், தேயிலைக் காகிதங்கள் இவற்றால் அலங்கரிக்கப்பட்டிருந்தது. மிகவும் ஆழத்தில் சிறிய செம்பு உருவம் ஒன்று நின்றது, அதற்கு முன்னே ஒரு மெழுகுவர்த்தித் துண்டும் இருந்தது.

"பார்த்தாயா?" என்று திரும்பவும் மரப்பட்டையைப் பொருத்திய போது யாக்கவ் கேட்டான்.

"இது எதுக்காக?"

"இது கிறிஸ்து ஆலயம்!" என்றான் யாக்கவ். "ராத்திரி நேரத்தில் என்னை யாரும் பார்க்காத போது தொழுவதற்காக இங்கே வருவேன்... சரிதானா?"

இக்கருத்தை இலியா விரும்பினான்.

ஆனால் இது ஆபத்தானது என்று அதே நேரத்தில் நினைத்தான். "நெருப்பை யாராவது பார்த்துட்டா என்னவாகும்? உன் அப்பா உனக்குச் சரியாக் கொடுப்பாரு!"

"ராத்திரியிலே யார் பார்க்கப் போறாங்க? எல்லாரும் தூங்குவாங்க, எல்லாமே அமைதியா இருக்கும்... நான் சின்னவன் - பகல் நேரத்திலே நான் வேண்டிக்கிட்டா கடவுளாலே கேட்க முடியாது... ஆனா ராத்திரி-யிலே அவரால கேட்க முடியும்!... இல்லையா?"

"எனக்குத் தெரியாது!... ஒருகால் கேட்கலாம்!..." என்று சிந்தனையோடு கூறிய இலியா, பெரிய கண்கள் கொண்ட தன் நண்பனுடைய வெளிறிய முகத்தை உற்று நோக்கினான்.

"நீயும் வந்து என்னோட தொழுகிறியா?" என்றான் யாக்கவ்.

"என்ன வேண்டித் தொழுவே? என்னைப் புத்திசாலியா ஆக்கும்படியும், நான் விரும்புற எல்லாத்தையும் தரும்படியும் கடவுளை வேண்டிக்கொள்வேன்!... நீ?"

"நானும் அப்படித்தான்..."

ஆனால் கணநேரச் சிந்தனைக்குப் பிறகு யாக்கவ் விளக்கினான்:

"சிறப்பா எதுக்காகவும் நான் தொழ விரும்பலே... சும்மா தொழணும், அவ்வளவுதான்!... அது ஆண்டவரைப் பொருத்தது!... அவர் எதை விரும்புறாரோ அதை எனக்குக் கொடுக்கட்டும்..."

அன்றைக்கு இரவே வழிபடப் போவதென்று அவர்கள் ஒப்புக்கொண்டு, நள்ளிரவில் விழித்துக்கொள்வது என்ற உறுதியான தீர்மானத்துடன் படுக்கைக்குச் சென்றார்கள். ஆனால் அந்த இரவில் அவர்கள் விழித்தெழவில்லை, மறு நாளும் இல்லை, அதற்குப் பிறகு பல நாள்களும் இல்லை. பல புதிய மனப்பதிவுகள் இலியாவினுடைய மனத்திற்குள்ளாக வந்து குழுமத் தொடங்கவே, அந்த கிறிஸ்து ஆலயம் பற்றிய எல்லாவற்றையும் அவன் மறந்து விட்டான்.

எந்த லின்டன் மரத்தில் யாக்கவ் தனது கிறிஸ்து ஆலயத்தை அமைத்திருந்தானோ, அந்த மரத்தில் சிஸ்கின்களையும் சிட்டுக்குருவிகளையும் பிடிப்பதற்காக வலைப்பொறியை பாவெல் தொங்கவிட்டிருந்தான். பாவெலுடைய புதிய வாழ்க்கை சிரமமானதாக இருந்தது. அவன் மெலிந்தும் வெளிறியும் போயிருந்தான். முற்றத்தில் வந்து விளையாட முடியாத அளவுக்கு பெர்ஃபீஷ்காவுக்காக வேலை செய்வதில் மும்முரமாக இருந்தான்; விழாநாள்களில் செம்மான் குடித்து மயங்கி இருந்த வேளைகளில் மட்டுமே அவனுடைய விளையாட்டுத் தோழர்கள் அவனைப் பார்க்க முடிந்தது. பள்ளியில் அவர்களுக்கு என்ன கற்பிக்கப்பட்டது என்பதைக் கேட்டுத் தெரிந்து கொண்டான் பாவெல். அவற்றைச் செவிமடுத்த போது பொறாமையோடு முகஞ்சுளித்தான். அது அவனுடைய நண்பர்களைப் பெரியவர்களாகக் காட்டியது.

“நீங்க தயங்க வேண்டியதில்லை. நானும் கூட படிக்கப் போகிறேன்!...”

“பெர்ஃபீஷ்கா உன்னை விட மாட்டான்!..”

“நான் ஓடிப் போயிருவேன்,” என்று பாவெல் தீர்மானத்தோடு கூறினான்.

உண்மைதான், சில நாள்களுக்குப் பிறகு சற்று சிரிப்புடன் செம்மான் அறிவித்தான்:

“என்னோட கையாளு ஓடிப் போயிட்டான், குட்டிப் பிசாசு!...”

அன்று மழை கொட்டிக்கொண்டிருந்தது. வாரிக் கொள்ளாத தலையுடன் காணப்பட்ட பெர்ஃபீஷ்காவையும் சாம்பல் நிறமாகவும் துயரார்ந்ததாகவும் காணப்பட்ட வானத்தையும் கடைக் கண்ணால் இலியா நோக்க, பாவெலுக்காக அவன் இதயத்தில் பரிவு ஏற்பட்டது. மேலே பாதுகாக்கப்பட்ட கூடாரத்தின் தொங்கிய கூரையால் சுவரில் சாய்ந்தவாறு இலியா அந்த வீட்டை உற்று நோக்கினான். அது சுருங்குவது போலும் தரைக்குள்ளாக அமிழ்வது போலும் காணப்பட்டது. பழைய துலாக்கட்டைகள் முன் எப்போதை விடவும் உப்பிக் கொண்டிருந்தன. பல்லாண்டு காலத்தில் அந்த வீட்டிற்குள்ளாகச் சேர்ந்த அழுக்கு முழுவதும் அவற்றிற்கு எதிராக

வலுவாக அழுத்திக் கொண்டிருப்பது குடிவெறிக் கூச்சல் போல இருந்தது. குடிவெறித் துயரப் பாடல்களாலும் அதனது வாழ்நாள் முழுக்க உறிஞ்சப்பட்டு, இந்த வீடு முற்றிலும் துயரமிகுந்ததாக இருந்தது; எண்ணிக்கையற்ற குடியிருப்பாளர்களின் கால்கள் பட்டு அதனுடைய பலகைகள் அந்தளவுக்கு மிதிபட்டும் ஆடியும் போ-யிருந்தன. வீடு அதிக காலம் நீடிக்க முடியாது. மெதுவாக நொறுங்கிக் கொண்டிருந்தது. அதனுடைய மங்கிய சன்னல் கண்ணாடிகள் துயரார்ந்த பார்வையை உலகை நோக்கித் திருப்பியிருந்தன.

“ஹூம், ஐயோ!” என்றான் செம்மான். “சீக்கிரமாவே ஓடு உடைந்து விதைகள் நடுங்கிக்கிட்டு வெளியேறப் போகுது. குடியிருக்கிற நாமோ, புகுந்து கொள்வதற்காக ஏதாவது புதிய துளைகளைத் தேடிக்கிட்டு நாலா பக்கமும் ஓடிக்கிட்டிருப்போம்... மற்ற இடங்களில் புதிய பிளவுகளை நாம் கண்டுபிடிப்போம்... நாம் புதிய முறையில் வாழ்வோம்... எல்லாமே வித்தியாசமா இருக்கும்: சன்னல்கள், கதவுகள், உள்பட. மூட்டைப் பூச்சிகள் கூட நம்மைப் புதிய முறையில் கடிக்கும்!... எவ்வளவு சீக்கிரம் போறமோ அவ்வளவு நல்லது. இந்த ‘மாளிகை’ சலிச்சுப் போச்சு...” ஆனால் செம்மானுடைய கனவுகள் நனவாகவில்லை. வீடு வெடிக்கவில்லை. மதுக்கடைக்காரன் பெத்ரூகா அதை விலைக்கு வாங்கினான். விற்பனை முடிந்த பிறகு பழைய மரங்களைத் தடவுவதும் குத்துவதுமாக இரண்டு நாள்களைச் செலவிட்டான். பிறகு செங்கல்களும் பலகைகளும் கொண்டுவரப்பட்டு சாரக்கட்டு எழுப்பப்பட்டது, அடுத்த இரண்டு மாதங்களுக்கு சுத்தியல் அடிகளுக்கு அந்த வீடு அசைந்துகொண்டும் முனகிக்கொண்டும் இருந்தது. பலகைகள் அறுக்கப்பட்டன, வெட்டப்பட்டன, ஆணிகள் அடிக்கப்பட்டன. உளுத்துப்போன பலகைகள் கிறீச்சொலியுடன் தூக்கி எறியப்பட்டு, அவற்றினுடைய இடங்களில் புதியன வைக்கப்பட்டன. ஒரு புதிய பகுதியுடன் அந்த வீடு விரிவுபடுத்தப்பட்டு, மழைத் தடுப்புப் பலகைகள் வைக்கப்பட்டன. இப்பொழுது அது குள்ளமாகவும் அகலமாகவும் இருந்தது. பூமியை விட்டு வெளியே நேரடியாக எழுந்து நின்றது. புதிய வேர்களைக் கீழே விட்டது போல. வீட்டின் முகப்பில் பெத்ரூகா பெரிய, புதிய பெயர் பலகையைத் தொங்க விட்டான் - கருநீலப் பின்னணியில் பொன்னிற எழுத்துகள்:

“பியோத்தர் ஃபிலிமோனவின் நண்பர்களின் இனிய ஓய்வில்லம்”.

“ஆனா இன்னமும் உள்ளே குப்பையாயிருக்கு,” என்று கருத்துத் தெரிவித்தான் பெர்ஃபீஷ்கா.

புன்னகை செய்து இலியா தனது உடன்பாட்டைக் காட்டினான், அவனுங்கூட மறுநிர்மாணம் செய்யப்பட்ட வீடு வெறுமனே போலியானது என்று உணர்ந்தான். இப்போது எங்கோ வாழ்ந்து

வேறு விஷயங்களைப் பார்த்துக் கொண்டிருக்கும் பாவெல் பக்கம் அவனுடைய சிந்தனைகள் திரும்பின. செம்மானைப் போலவே இலியாவும் புதிய கதவுகள், புதிய சன்னல்கள், புதிய மக்கள் பற்றிக் கனவு கண்டான்... இப்பொழுது அந்த வீட்டில் வாழ்க்கை இன்னும் மோசமானது. பழைய லின்டன் மரம் வெட்டப்பட்டு, அதை ஒட்டி-யிருந்த ஒதுக்கிடம் மறைந்து அந்த இடத்தில் வீட்டின் ஒரு புதிய பகுதி தோன்றியது. குழந்தைகள் உட்காரவும் பேசவும் விரும்பிய மற்ற இடங்கள் மறைந்து போயின. கூடுவதற்கு வசதியாக ஒரே ஒதுக்கிடம், முன்னர் பட்டறை இருந்த இடத்திற்குப் பின்னே குப்பைக் கூளங்கள் குவிக்கப்பட்டிருந்த இடந்தான். ஆனால் அங்கே உட்கார்வது அச்சந்தருவதாக இருந்தது: அந்தக் குப்பைக் குவியலுக்குக் கீழாக சவேலினுடை கொலை செய்யப்பட்ட மனைவி ரத்தம் வடியும் தலையுடன் புதையுண்டு கிடந்தாள் என்று குழந்தைகள் கற்பனை செய்தார்கள்.

மதுக்கடைக்குப் பின்னே இருந்த சிறிய அறைக்குள்ளாக தெரேன்தி சித்தப்பாவுக்காக பெத்ரூகா இடம் ஒதுக்கினான். பச்சை நிற சுவர்த்தாளால் மூடப்பட்டிருந்த மெல்லிய தடுப்பின் ஊடாக சுருட்டுப் புகையும், அருந்தகத்தினுடைய இரைச்சல்களும், வோட்காவின் மணமும் வந்தன. அறை சுத்தமாகவும், வறட்சியாகவும் இருந்தது. ஆனால் அடித்தளத்தில் இருந்ததை விட மோசமானதாக இருந்தது. ஏனெனில் ஒரே சன்னல் அதனுடைய கூடத்தின் சாம்பல் நிறச் சுவரை எதிர்நோக்கி இருந்தது; சூரியன், நட்சத்திரங்கள், வானம் இவற்றைக் காண முடியாதவாறு சுவர் தடுத்தது. அதே வேளை அடித்தளத்து அறையில், சன்னலுக்கு முன்னால் முழங்காலிட்டு அமர்ந்தால் மேற்கண்ட எல்லாவற்றையும் பார்க்க முடிந்தது... ஒரு செந்நீலச் சட்டையும், அதற்கு மேலாக ஒரு பெட்டியில் தொங்குவதைப் போல அவன் மீது தொங்கிய ஒரு ஜாக்கெட்டுடனும் தெரேன்தி சித்தப்பா காலை முதல் இரவு வரை கவுண்டருக்குப் பின்பக்கத்தில் நின்றான். குரைக்கின்ற, வறண்ட குரலில் மக்களிடம் பேசினான். தனது எசமானனுடைய சொத்தைக் காவல் காக்கும் நாய் போல, கவுண்டர் அருகே மக்களை உற்று நோக்கினான். இலியாவுக்குச் சாம்பல் நிறக் கம்பளி ஜாக்கெட், காலணி கள், மேலங்கி, குல்லாய் ஆகியவற்றை வாங்கினான். ஆனால் இவற்றை இலியா அணிந்துகொண்ட போது, அவனால் கந்தல் பொறுக்கிக் கிழவனை நினைத்துப் பார்க்காமல் இருக்க முடியவில்லை. அவன் தன் சித்தப்பாவிடம் அரிதாகவே பேசினான். அவனுடைய நாள்கள் மெதுவாகச் சலிப்புடன் நகர்ந்தன. தான் வாழ்ந்த கிராமத்தை மிக அடிக்கடி நினைவு கூர்ந்தான்; அங்கே வாழ்க்கை அருமையாக இருந்தது என்பதில் உறுதியாக இருந்தான் -

மிகவும் அமைதியாக, மிகவும் புரிந்து கொள்ளத்தக்கதாக, எளிமையாக. கேர்ழெநெத்ஸ் காடுகளையும் துறவி அன்தீபாவைப் பற்றி தெரேன்தி சித்தப்பா இவனிடம் சொன்ன கதைகளையும் நினைத்துப் பார்த்தான். அன்தீபாவைப் பற்றிய சிந்தனைகள் பாவெல் பற்றிய சிந்தனைகளை ஏற்படுத்தின. இப்போது அவன் எங்கே இருந்தான்? ஒரு கால் அவனுங்கூட காடுகளுக்கு ஓடிப் போய் ஒரு குகையைக் கட்டி அங்கே வாழ்ந்து கொண்டிருக்கலாம். காற்றின் ஓலமும் ஓநாய்களின் ஊளையும் காட்டை நிறைத்தது- அச்சந்தரும் எனினும் இனிய ஒலிகள். குளிர்காலத்தில், பருவநிலை அருமையாக இருந்த போது, எல்லாமே வெள்ளி போல மின்னின, காலில் மிதிபடும் பனியின் நொறுங்கும் ஓசையைத் தவிர வேறு எந்த ஒலியையும் கேட்க முடியாது, முற்றிலும் அசையாது ஒருவர் நின்றால், தனது சொந்த கேட்க இதயத் துடிப்புகளைத் தவிர வேறு எதையும் முடியாது.

நகரத்தில் எப்பொழுதுமே, இரவில் கூட, எண்ணற்ற இரைச்சலும் ஆரவாரமும் இருந்தன. மக்கள் பாடினார்கள், கத்தினார்கள், முனகினார்கள்; வண்டிகளும், மூடுவண்டிகளும், சன்னல் சட்டங்களிலுள்ள கண்ணாடிகள் அதிருமாறு தெருவில் கடகடத்து ஓடின. பள்ளி செல்லும் பையன்கள் எப்பொழுதுமே குறும்பு செய்து கொண்டிருந்தார்கள்; பெரியவர்கள் எப்பொழுதுமே ஏசிக்கொண்டும், சச்சரவிட்டுக் கொண்டும், குடித்துக்கொண்டும் இருந்தார்கள். யாரையும் நம்பும்படியாக இல்லை. அவர்கள் பெத்ரூகாவைப் போல மோசக்காரர்களாகவோ, சவேலைப் போல கோபமுள்ளவர்களாகவோ இருந்தனர். அல்லது பெர்ஃபீஷ்கா, தெரேன்தி சித்தப்பா, மதித்ஸா போல பயனற்றவர்களாக இருந்தனர்... அவர்கள் எல்லாரிலும் செம்மானின் வாழ்க்கையால் இலியா அதிசயித்துப் போனான்.

ஒருநாள் காலை பள்ளி செல்ல இலியா தயாராகிக் கொண்டிருந்த போது, பறட்டைத் தலையுடனும் இரவு முழுவதும் தூங்காதவனைப் போன்ற தோற்றத்துடனும் பெர்ஃபீஷ்கா அருந்தகத்திற்குள் நுழைந்தான். ஒரு வார்த்தை கூடப் பேசாது கவுண்டர் முன்னால் நின்று தெரேன்தியை உற்று நோக்கினான். அவனது இடக்கண் சுழித்து பாதி மூடியிருந்தது, அவனுடைய கீழ் உதடு கோமாளித்தனமாகக் கீழே தொங்கியது. தெரேன்தி சித்தப்பா அவனை மேலோட் டமாகப் பார்த்து முறுவலித்து, செம்மான் வழக்கமாகக் காலையில் பருகும் அளவுக்கு மூன்று கோபெக் மதிப்புள்ள ஒத்கா கிளாசை அவனுக்கு ஊற்றினான். நடுங்கும் கையால் பெர்ஃபீஷ்கா கிளாசை எடுத்து, அதிலிருந்ததை தனது வாய்க்குள்ளாக ஊற்றினான். ஆனால் வழக்கமாகச் செய்வது போல, முறுமுறுக்கவும் திட்டவும் செய்யவில்லை. மறுபடியும், துடிக்கின்ற இடக் கண்ணால் மதுக்கடைப் பணியாளை வெறித்து

நோக்கினான். வலக்கண்ணோ மங்கலாகவும் பார்க்க முடியாதது போல அசைவற்றும் இருந்தது.

“உங்க கண்ணில் என்ன கோளாறு?” என்று தெரேன்தி கேட்டான்.

பெர்ஃபீஷ்கா தனது கண்ணைத் தேய்த்து விட்டுக் கொண்டு, கையை உற்றுப்பார்த்தான். பிறகு திடீரென்று மிகவும் உரத்தும் தெளிவாகவும் சொன்னான்:

“என்னோட அருமை மனைவி செத்துப் போயிட்டா...” தெரேன்தி தெய்வ உருவச்சிலை பக்கம் திரும்பி சிலுவை வைத்துக்கொண்டான்.

“அவள் ஆத்மா சாந்தியடைவதாக!” என்று முணுமுணுத்தான்.

“என்ன?” என்ற பெர்ஃபீஷ்கா அவனது முகத்தைப் பிடிவாதமாகப் பார்த்துக்கொண்டு கேட்டான்.

“அவள் ஆத்மா சாந்தியடைவதாக என்று சொன்னேன்.”

“ஆமா... செத்துப் போயிட்டா!...” தனது குதிகாலை விரைந்து திருப்பி வெளியேறிச் சென்றான் செம்மான்.

“வேடிக்கையான ஆசாமி!” என்ற தெரேன்தி துயரத்துடன் தனது தலையை ஆட்டினான். செம்மான் ஒரு வேடிக்கையான ஆசாமி என்பது போல இலியாவுக்கும் தோன்றியது... பள்ளி செல்லும் வழியில் இறந்தவளைப் பார்ப்பதற்காக அடித்தளத்திற்குள்ளாக நுழைந்தான். அறை இருட்டாகவும், ஆட்கள் நிறைந்தும் காணப்பட்டது. மேல்மாடத்திலிருந்து வந்த பெண்கள் மூலையில் கிடந்த படுக்கையைச் சுற்றிலும் நின்று அடித்தொண்டையில் பேசிக் கொண்டிருந்தார்கள். மாஷாவுக்கு ஏதோ உடை போட்டுப் பார்க்க மதித்ஸா முயன்று கொண்டிருந்தாள். “தோள்களுக்குக் கீழே இறுக்கமாக இருக்கிறதா?’ என்று அவள் கேட்டாள்.

“ஆமா!..” என்று முரண்டைக் காட்டும் குரலில் பேசிய மாஷா தனது கைகளை நீட்டினாள்.

செம்மான் தனது மகளைக் கவனித்தவாறு கோணி உட்கார்ந்துகொண்டிருந்தான். அவனது இடக்கண் இன்னமும் துடித்துக்கொண்டிருந்தது. இறந்தவளின் உப்பிய வெளிறிய முகத்தை இலியா உற்று நோக்குகையில், எப்போதுமே மூடியிருக்கும் அந்த இருண்ட கண்களை நினைவு கூர்ந்தான். சோர்வையும் அச்சத்தையும் உணர்ந்தவாறு அங்கிருந்து வெளியேறினான்.

ஆனால் பள்ளியினின்றும் வீடு திரும்பி, அருந்தகத்திற்குள்ளாக நுழைந்த போது பெர்ஃபீஷ்கா அக்கார்டியன் வாசித்துக்கொண்டு, சிற்றின்ப உணர்வுடன் பாடிக் கொண்டிருப்பதைக் கேட்டான்:

என்னரும் இனியவளே,
எடுத்ததேன் என் இதயத்தை.
ஏன் இப்படிச் செய்தாய்,
எங்கே எறிந்தாய் அதை?

"ஐயோ!.. பெண்கள் என்னை வெளியே துரத்திட்டாங்க! 'வெளியே போ!'ன்னு கத்துனாங்க. 'வெளியே போ, பிசாசே, குடிகாரா, நீள மூஞ்சியே!...' நான் பொருட்படுத்தலே... என்னால தாங்கிக்கிற முடியும்... திட்டுங்க, அடிங்க, எல்லாம் ஒன்னுதான்! நான் விரும்புறதெல்லாம் வாழ்க்கையைக் கொஞ்சமாவது அனுபவிக்கனும்!... ரொம்பக் கொஞ்சமாவது! நாசமாப் போக! சகோதரர்களே! ஒவ்வொருத்தனும் வாழ்க்கையைக் கொஞ்சமாவது அநுபவிக்க விரும்புறானுங்க! நாம எல்லாருமே ஒரே மாதிரி ஆன்மாதான்!"

விம்முவது யார்? அழுவது யார்?
விசும்புவதால் பெறும் பயன் என்ன?
முனகலை நிறுத்து, வாயினை மூடு.
முறுக்கினைச் சுவைத்து நோவினை நிறுத்து!

பெர்ஃபீஷ்காவினுடைய மூஞ்சி மிக ஒளிவிசியது; வெறுப்புடனும் அச்சத்துடனும் இலியா அவனைக் கவனித்தான். தன் மனைவி-யினுடைய மரண நாளன்று இது போல நடந்து கொள்வதற்காகச் செம்மானை ஆண்டவன் தண்டிப்பான் என்று அவன் உறுதியாக நம்பினான். எனினும் மறுநாளும் பெர்ஃபீஷ்கா குடித்துவிட்டு, கண்ணைச் சிமிட்டிக்கொண்டும், பல்லை இளித்துக்கொண்டும் சவப்பெட்டிக்குப் பின்னே தள்ளாடிக்கொண்டு சென்றான். ஒவ்வொருவரும் அவனைக் கண்டித்தார்கள், யாரோ அவனது கழுத்தின் பின்புறம் அடிக்கவும் செய்தார்கள்...

"ஏய்! அதை நினைச்சுப்பார்!..." என்று இலியா சவ அடக்கம் நடந்த மாலை யாக்கவிடம் சொன்னான். "அவன் ஒரு பிசாசு, அந்த பெர்ஃபீஷ்காதான்!"

"அவன் எப்படியிருக்கான் என்பதைப் பற்றி எனக்கு அக்கறை இல்லை!" அலட்சியமாகச் சொன்னான் யாக்கவ். யாக்கவிடம் ஏற்பட்ட மாற்றத்தைப் பற்றிச் சிறிது காலமாகவே இலியா குறிப்பிட்டான். விளையாட முற்றத்திற்கு மிக அரிதாகத்தான் வந்தான். இலியாவைத் தவிர்ப்பது போல வீட்டிலேயே உட்கார்ந்துகொண்டான். பள்ளியில் தனது வெற்றியினால் பொறாமை கொண்ட தனது நண்பன் அவனுடைய பாடங்களைக் கஷ்டப்பட்டுப் படித்துக்கொண்டிருக்கிறான் என்று இலியா முதலில் நினைத்தான். ஆனால் யாக்கவ் மிக மோசமான

பள்ளிப் பையனாக மாறினான். அவனுடைய கவனக் குறைவுக்காகவும் அற்ப விஷயங்களைப் புரிந்து கொள்ளத் தவறுவதற்காகவும் ஆசிரியர் எப்போதுமே அவனைத் திட்டிக்கொண்டு இருந்தார். பெர்ஃபீஷ்காவிடம் யாக்கவினுடைய போக்குக் குறித்து இலியா வியப்படையவில்லை. ஏனெனில் வீட்டில் என்ன நடந்தது என்பது பற்றி அவனுடைய நண்பன் அக்கறை எடுத்துக் கொள்ளவில்லை. ஆனால் மாற்றத்திற்கான காரணத்தை அறிந்து கொள்ள ஆர்வமுடையவனாக இருந்தான்.

“நீ ஏன் இப்படி இருக்கே?” என்று அதன் காரணமாகத் தான் ஒருநாள் அவனிடம் கேட்டான். “இதுக்கு மேலே என்னோட நண்பனாக இருக்க நீ விரும்பலியா?”

“நானா? ஏன் இந்தப் பொய்?” என்று யாக்கவ் வியப்பால் கூவினான்; பிறகு, திடீரென்று விரைவாகப் பேசத் தொடங்கினான்: “கேளு, வீட்டுக்குப் போ - போயிரு!.. ஒரு நிமிஷத்திலே நானும் வாறேன்... நான் உனக்கு என்ன காட்டப்போறேன் என்பதைப் பார்க்கிற வரை கொஞ்சம் பொறு!”

அவன் திரும்பிக்கொண்டு ஓட்டம் பிடித்தான், ஆர்வம் மேலிட இலியா தனது அறைக்குச் சென்றான். அந்நேரத்தில் யாக்கவ் உள்ளே ஓடிவந்து கதவைத் தாழிட்டு விட்டு, சன்னலுக்குச் சென்று, தனது சட்டையை விட்டு வெளியே ஒரு சிவப்புப் புத்தகத்தை எடுத்தான்.

“இங்கே வா!” என்று மெதுவாகக் கூறிய அவன், தெரேன்தியின் படுக்கையில் அமர்ந்து தனக்கருகே உட்காரும்படி இலியாவுக்குக் குறிப்புக் காட்டினான். புத்தகத்தைத் திறந்து, தனது முழங்காலின் மீது அதை வைத்து, அதற்கு மேலாகத் தாழக் குனிந்தான்.

“தொலைவிலே துணிச்சல்மிக்க ஒரு வீரன் உயரமான, வானத்தைப் போல உயரமான ஒரு மலையைக் கண்டான்,” என்று படித்தான். ‘அதன் நடுவே ஓர் இரும்பு வாயில் இருந்தது. வீரனுடைய அஞ்சாத இதயம் துணிச்சலால் நிறைந்திருந்தது. தனது ஈட்டியைச் சரிப்படுத்திக் கொண்டு, தனது குதிரையைக் குதிமுள்ளால் தூண்டி, முன்னோக்கி விரைந்தான்... உரத்த கத்தலுடன் முன் னோக்கி விரைந்தான், தனது வலிமையெல்லாம் திரட்டி வாயிலைத் தாக்கினான். இடி போன்ற முழக்கத்துடன் இரும்பு வாயில் ஆயிரம் துண்டுகளாகச் சிதறியது... புகையும் வெளிப் சுவாலையும் மலையினின்றும் அனற்கொழுந்து வெளிப்பட்டது. பூமியே நடுக்குறுமாறு ஒரு குரல் வெளிவந்து, பாறைகளை உயரே கிளப்பி கீழே விழுந்து உடையுமாறு செய்து கத்தியது. ‘ஆக கடைசியில் நீ வந்துவிட்டாய், மடத் துணிச்சல்காரனே! சாவும் நானும் உனக்காக நீண்ட நேரமாகக் காத்திருக்கிறோம்!...’ புகையினால் பார்வை மங்கிப் போன அந்தத் துணிவுமிக்க வீரன்...”

“யார் அவன்?” தனது நண்பனின் உணர்ச்சிமயமான குரலை ஆவலோடு கேட்டுக்கொண்டிருந்த இலியா கேட்டான்.

“என்ன?” என்று தனது வெளிறிய முகத்தை நிமிர்த்தியவாறு யாக்கவ் கேட்டான்.

“வீரன் என்றால் என்ன?”

“‘ஒரு வீரன்... ஒரு குதிரைமீது... ஓர் ஈட்டியுடன்... அச்சமில்லாத ரயூல்... அவன் காதலித்த பெண்ணைப் பறவை நாகம் ஒன்று களவாடியது... பேரழகிய லுயீஸா... ஆனா வாயை மூடிக்கொண்டு கேள், பிசாசே!..” என்று பொறுமையில்லாமல் கத்தினான் யாக்கவ்.

“போ, போ!.. ஆனா பொறு-பறவை நாகம் என்பது என்ன?”

“இறக்கையுடன் உள்ள பாம்பு... உருக்கு வளைநகக் கால்கள்... மூன்று தலைகள்... நெருப்பைக் கக்கும், தெரியுமா?”

“ப்பூ!” என்ற இலியா கண்களை அகல விரித்தான். “அவன் அதற்குச் சரியாக் கொடுப்பான், இல்லையா?...” என்று குத்தலாகச் சொன்னான்.

துணிவுமிக்க வீரர்களின் அடிகளால் கொடிய அரக்கர்கள் கீழே சாவர். ஒரு புதியதும் மந்திரமிக்கதுமான உலகத்திற்குள்ளாக, பரபரப்பும் வியப்பும் நிறைந்து கிளர்ச்சியூட்டுகிற மகிழ்வுடன், அந்தப் புத்தகத்திற்குள்ளாக அந்த இரு பையன்களும் ஒருசேரச் சென்றார்கள்; அங்கே எல்லாம் பரந்தும் அற்புதமாகவும் இருந்தன, இந்தச் சோர்வுமிக்க, கவர்ச்சியற்ற வா”கையை ஒத்திருக்கக் கூடியது எதுவுமே அங்கு இல்லை. அந்த உலகத்தில் குடிகாரர்களோ, மோசமான ஆடையணிந்த பயனற்ற கீழ் மக்களோ இல்லை. ஆட்டங்கொடுக்கின்ற மர வீடுகளுக்குப் பதிலாகப் பொன்னிறமாகப் பிரகாசிக்கக் கூடிய மாளிகைகளும் வானத்தை முட்டுகின்ற அளவுக்கு உயரமான கோபுரங்கள் கொண்ட நுழைய முடியாத இரும்புக் கோட்டைகளும் இருந்தன. கற்பனையின் அற்புதமான உலகத்திற்குள்ளாகக் குழந்தைகள் நுழைந்தார்கள். அதேவேளை தடுப்பின் மறுபுறத்தில் அக்கார்டியன் இசை கேட்டுக் கொண்டிருந்தது, கிளர்ச்சியுடைய செம்மான் பெர்ஃபீஷ்கா தெளிவாகப் பாடிக்கொண்டிருந்தான்:

சாவு சூழும் போது பிசாசு வரமாட்டான்!
சாவு வரும் முன்பே பிசாசிடம் செல்வேன்,
நெருங்கிப் பேசி அவன் சகவாசம் பெறுவேன்!

“இன்னும் வாசி! மகிழ்ச்சிமிக்க நல்ல மனிதர்களையே ஆண்டவர் விரும்புகிறார்!”

செம்மானுடைய துளைக்கின்ற குரலுடன் ஒத்துப்போக அக்கார்டியன் தடுமாறியது.

வயது மூப்பினால் வதங்கித் துவண்டான்,
அதிர்ஷ்டசாலி அன்றோ?
நமன்கைப்பட்டு நரகிற்குச் செல்வாய்,
மகிழ்வான் அங்கன்றோ!

ஒவ்வொரு அடியும் பெரும் சிரிப்பையும் ஒப்புதலுக்கான முழக்கத்தையும் கொண்டு வந்தது.

இந்தப் புயலிரைச்சலினின்றும் மெல்லிய பலகைகளால் தடுக்கப்பட்ட சிறிய அறையில், இரு பையன்களும் புத்தகத்திற்கு மேலாகக் குனிந்து இருக்க, ஒருவன் மென்மையாகக் கிசுகிசுத்தான்:

“...பிறகு அந்த வீரன் அரக்கனை இரும்புப்பிடியாய் பிடிக்க, வலியாலும் பயத்தாலும் இடிமுழக்கம் போல அரக்கன் கர்ஜித்தான்...”

7

வீரனையும் பறவைநாகத்தையும் பற்றிய இந்தப் புத்தகத்தை அடுத்து “குயாக், அல்லது சாவுக்கு விசுவாசம்”, “துணிவுமிக்க இளவரசன் ஃபிரான்சில் மற்றும் அழகிய அரசி ரென்ஸிவேனாவின் கதை” ஆகியனவற்றை வாசித்தார்கள். மிகச்சமீப காலம்வரை எதார்த்தத்தின் மனப் பதிவுகளால் நிறைந்த இலியாவினுடைய மனத்தை இப்போது வீரர்களும் சீமாட்டிகளும் பிடித்துக் கொண்டார்கள். புத்தகங்கள் வாங்குவதற்காக நண்பர்கள் கல்லாப்பெட்டியிலிருந்து இரு பத்துக் கோபெக்குகளை மாறிமாறி எடுத்தார்கள். ஆக அவர்களிடம் நிறையப் புத்தகங்கள் இருந்தன. “யாஷ்கா சிமெர்தென்ஸ்கி”யின் வீரதீரங்கள் பற்றி கற்றுக் கொண்டார்கள். “தாத்தாரியக் குதிரைவீரன் யப்பான்சா”வால் பரவசமுற்றார்கள். மேன்மேலும் அவர்கள் தங்களைச் சுற்றிலும் இருந்த அருவருப்பான வா”கையை விட்டுவிட்டு, கெட்ட விதியின் சங்கிலிகளை உடைத்து, மகிழ்ச்சியை எப்போதுமே ஈட்டிய வீரர்களின் உலகத்திற்குள்ளாகச் சென்றார்கள். அது அவர்களை இன்பத்தில் ஆழ்த்தியது.

ஒருநாள் பெர்ஃபீஷ்கா போலீஸ் நிலையத்திற்கு அழைக்கப்பட்டான். சில சந்தேகங்களுடன் அவன் புறப்பட்டுச் சென்றான், ஆனால் மகிழ்ச்சியான மனநிலையுடன் பாவெலின் கையை இறுகப் பற்றியவாறு திரும்பி வந்தான். எப்போதும் போல பாவெல் கூரிய கண்களுடன் இருந்தான். ஆனால் அளவுமீறி மெலிந்து போயிருந்தான். அவனுடைய தோற்றமானது ஓரளவு எதிர்ப்பாற்றலை இழந்திருந்தது. செம்மான் அவனை அருந்தகத்திற்குள்ளாக இழுத்துச் சென்றான்.

“இதோ, நல்லவுங்களே, பேன்ஸா நகரத்திலிருந்து கைதிகளுடன் கால்நடையாவே சற்று முன்னாலே இங்கே வந்து சேர்ந்த பாவெல்தான் இப்ப நீங்க பார்க்கிறீங்க!..” என்ற அவனது இடக்கண் துடித்தது. “இளைஞர்கள் எப்படி இருக்காங்கன்னு கொஞ்சம் பாருங்க. மகிழ்ச்சி தங்ககிட்டே வரும் என்பதற்காகக் காத்துக்கிட்டு அவர்கள் அடுப்படியில் படுத்துத் தூங்கலே; சீக்கிரமே அவர்களாலே தங்களோட சொந்தக் கால்லே எழுந்து நிற்க முடியும், அதைத் தேடி அவுங்க புறப்பட்டுட்டாங்க!”

அவனுக்கு அருகே நின்ற பாவெல் தனது ஒரு கையைக் கிழிந்த காற்சட்டைப் பைக்குள்ளாக விட்டுக் கொண்டும் செம்மானின் பிடியிலிருந்து மற்றொரு கையை விடுவிக்க முயன்று கொண்டும் இருந்தான்; அவனையே தனது கடைக்கண்ணால் கடுகடுப்போடு உற்றுநோக்கினான். பையனுக்கு உதை கொடுக்குமாறு செம்மானுக்கு யாரோ ஆலோசனை சொன்னான்.

“எதற்காக?” என்று பெர்ஃபீஷ்கா கண்டிப்போடு கேட்டான். “அவனுக்கு விருப்பமான இடங்களுக்கு அவன் சுற்றித் திரியட்டும். ஒருவேளை அவன் மகிழ்ச்சியைக் கண்டுபிடிக்கக் கூடும்.”

“அவன் அவசியம் பசியா இருக்கணும்!” என்று தெரேன்தி ஊகித்தான். “இந்தா, பாவெல்!” என்று சொல்லி அவனிடம் ரொட்டித் துண்டை நீட்டினான்.

அதை அமைதியாக எடுத்துக்கொண்டு, கதவை நோக்கிச் சென்றான் பாவெல்.

“ஃப்பீ!” என்று செம்மான் அவனுக்குப் பின்னே சீட்டியடித்தான். “போய் வா!”

தனது அறையின் கதவிலிருந்து இந்தக் காட்சியைக் கவனித்துக் கொண்டிருந்த இலியா, பாவெலுக்குச் சைகை காட்டினான். ஒருவிதத் தயக்கத்துடன் பாவெல் அவனிடம் சென்றான். எனினும் அறைக்குள் நுழைவதற்கு முன்பாக வெளியே நின்று, பிறகு வந்து சந்தேகத்தோடு அறையை ஒரு பார்வை பார்த்தான்.

“உனக்கு என்ன வேணும்?” எனக் கண்டிப்புடன் கேட்டான்.

“ஹலோ!..”

“உம், ஹலோ!..”

“உட்கார்!..”

“எதுக்காக?”

“ஒன்னுமில்லே!.. சும்மா பேச!..”

பாவெலுடைய கோபமான வினாக்களாலும் கரகரத்த குரலாலும் இலியா குழம்பி போனான். அவன் எங்கே போயிருந்தான்,

என்ன பார்த்தான் என்பது பற்றி அவனிடம் கேட்பதற்கு மிகுந்த ஆவலுடையவனாக இருந்தான். ஆனால் பாவெல் ஒரு நாற்காலியில் உட்கார்ந்து, ரொட்டியை அசை போட்டுக்கொண்டு தானே கேள்விகள் கேட்கத் தொடங்கினான்.

"பள்ளியை முடிச்சுட்டியா?"

"இன்னும் இல்லே. வசந்தகாலத்தில் தான்!"

"நான் ஏற்கெனவே முடிச்சிட்டேன்!.."

"நீயா?" இலியாவினுடைய குரலிலே சந்தேகக் குறி இருந்தது.

"அதை நான் மிக விரைவாகப் படித்தேன்!"

"நீ எங்கே படிச்சே?'

"ஜெயில்ல. கைதிங்க எனக்குக் கற்றுக்கொடுத்தாங்க!.." என்றான் பெருமையாக.

மெலிந்த இலியா நெருக்கமாக நகர்ந்தான். அவனது முகத்தை மரியாதையுடன் நோக்கினான்.

"அங்கே ரொம்ப பயங்கரமா இருந்துச்சா?"

"இல்லையில்லை!.. எல்லா வகையான ஜெயில்களில், பல நகரங்களிலும் இருந்திருக்கிறேன்... அங்கே நான் சீமான்களுடன் ஒட்டிக் கொண்டேன்... ஜெயிலில் சீமான்கள் கூட இருந்தாங்க... நிஜமாக சீமாட்டிகள் கூட இருந்தாங்க! பல்வேறு மொழிகளைப் பேச முடியும். அவர்களுக்காக சிறைச் சாலையில் தனி அறைகளை நான் பெருக்கினேன்! அவர்கள் பிசாசுகள், மகிழ்ச்சியோடு இருந்தாங்க, ஜெயிலில் இருக்கிறதைப் பற்றிக் கவலைப்படவே இல்லை!.."

"கொள்ளைக்காரங்களா?"

"உண்மையான கைதேர்ந்த திருடர்கள்," என்று பாவெல் பெருமையாகச் சொன்னான்.

இலியா இமைகளைச் சிமிட்டினான், பாவெல் மீதான அவனுடைய மரியாதை மேலும் அதிகரித்ததை உணர்ந்தான்.

"ருஷ்யர்களா?" என்று கேட்டான்.

"அவர்களில் சிலர் யூதர்கள்... உலகத்திலேயே மிகச் சிறந்தவர்கள் கைதிகள் தாம்!.. அவர்கள் என்ன செய்யலே! எல்லாரிடமிருந்தும் கொள்ளையிட்டாங்க, வித்தியாசமில்லாமல்!.. மேலும் அவர்களைப் பிடித்துக் கொண்டார்கள், பிறகு - சைபீரியாவுக்கு!"

"நீ எப்படிப் படிச்சே?'

"ரொம்பவும் எளிமையானது... எனக்குச் சொல்லிக் கொடுங்க என்று வெறுமனே சொன்னேன். எனக்குக் கற்றுக் கொடுத்தாங்க..."

“படிக்கவும் எழுதவுமா?”

“எழுதுறதில் நான் அவ்வளவு சரியில்லே!.. ஆனா நீ விரும்புற அளவுக்கு என்னால் படிக்க முடியும்! நான் ஏராளமான புத்தகங்கள் படித்தேன்!..”

புத்தகங்களின் விஷயங்கள் குறித்து இலியா ஆர்வங்காட்டினான். “யாக்கவும் நானும் கூட புத்தகங்கள் படிக்கிறோம்!” என்றான்.

அவர்கள் படித்திருந்த புத்தகங்களின் பெயர்களை அறிந்து கொள்ளும் ஆர்வத்தில் ஒருவரையொருவர் குறுக்கிட்டுக் கொண்டார்கள். சீக்கிரமே பாவெல் பெருமூச்சு விட்டான்.

“உங்களை மாதிரி பிசாசுகள் என்னை விட அதிகம் படித்திருப்பது போலத் தோணுது!” என்றான். “நான் பெரும்பாலும் கவிதைதான் படித்தேன்... அங்கே எல்லா வகையான புத்தகங்களும் இருந்தன, ஆனா அதில் சிறந்தவை கவிதை நூல்கள்தாம்...”

யாக்கவ் உள்ளே வந்தான்; அவனுடைய கண்கள் வியப்பினால் அகல விரிந்திருக்க, சிரிக்கத் தொடங்கினான்.

“செம்மறியே!” என்றான் பாவெல். “என்னத்துக்காக நீ சிரிக்கிறே?”

“நீ எங்கே போயிருந்தாய்?”

“உன்னால போகவே முடியாத ஓர் இடத்துக்கு!..”

“நீ என்ன நினைக்கிறே?” என்று இலியா யாக்கவிடம் கேட்டான். “அவன் புத்தகங்களும் படித்தான்...”

“அவனா?” என்ற யாக்கவ் உடனடியாக மிகவும் இயல்பான தொனியில் பாவெலுடன் பேசத் தொடங்கினான். மூன்று பையன்களும் கீழே அமர்ந்து விரைவாகவும் தொடர்பில்லாமலும் பேசத் தொடங்கினார்கள். அவர்கள் பேசியவை அசாதாரணமான அக்கறை கொண்டடவையாக இருந்தன.

“நான் பார்த்த விஷயங்கள்! அவற்றில் பாதியைக்கூட என்னால் உங்களுக்குச் சொல்ல முடியாது!” என்று பாவெல் பெருமையோடு, ஆர்வத்தோடு பேசினான். “ஒருதரம் இரண்டு நாள்களுக்கு நான் சாப்பிடாமல் இருந்தேன்... ஆனால் பரவாயில்லை! இராப் பொழுதை காட்டில் செலவிட்டேன்... எல்லாம் தனியாகவே.”

“நீ பயப்படலியா?” என்றான் யாக்கவ்.

“போய்ப் பாரு, பிறகு நீ தெரிஞ்சுக்குவே! சில நாய்கள் அநேகமா என்னை விழுங்கிருச்சி... அது கஸான் நகரத்தில் நடந்துச்சு... அங்கே யாரோ ஒரு கவிஞருடைய பெரிய சிலை இருக்கு. அதனால் தான் அங்கே அதை வச்சிருக்காங்க... ஏன்னா அவர் ஒரு கவிஞர்... அவர் எவ்வளவு பெரியவர் என்பதை நீங்க பார்த்தாகணும்!.. கால் இந்தப் பெரிது!

கைமுட்டி உன்னோட தலை அளவு, யாக்கவ்! நான் கவிதையும் எழுதப் போறேன். ஓரளவு எழுதுறதுக்கு நான் ஏற்கெனவே படிச்சிருக்கேன்!..”

திடீரென்று அவன் உடலை முறுக்கி, படுக்கைக்குக் கீழே கால்களை இழுத்துக் கொண்டான். ஒரே இடத்தில் பார்வையைச் செலுத்தியவாறு, புருவங்களை நெறித்து முணுமுணுத்தான்:

ஆடையணியுடன் தெவிட்டிய மக்கள்
வீதி உலா வருவார்,
ஐயா பசிக்குதென ஒரு பைசா கேள்.
அடித்துத் திட்டி ஓட்டுவார்!

இதை முடித்தபோது, பையன்களைப் பக்கப் பார்வை பார்த்துவிட்டு தனது தலையை மெதுவாகத் தொங்கப் போட்டுக்கொண்டான். இதையடுத்து சங்கடமான அமைதி அங்கே கணநேரம் நீடித்தது.

“அதைக் கவிதையின்னு நீ சொல்றியா?” என்று கவனமாக இலியா கேட்டான்.

“உன்னால கேட்க முடியலியா?” என்று பாவெல் சிடுசிடுப்போடு எதிர்த்துச் சொன்னான். “ ‘தெவிட்டிய மக்கள்’ என்றால் கவிதையாக்கும்!..”

“உண்மையில் அது கவிதைதான்!” என்று யாக்கவ் விரைந்து கத்தினான். “நீ எப்பப்பார்த்தாலும் குற்றம் கண்டுபிடிக்கிறாய், இலியா!”

“நான் இன்னும் கொஞ்சம் எழுதியிருக்கிறேன்,” என்று ஆர்வத்தோடு கூறிய பாவெல், யாக்கவ் பக்கமாகத் திரும்பி புதிய கவிதையை அதே வேகத்தில் கடகடவென ஒப்பித்தான்.

வானம் குமுறுது பூமிகுளிருது,
கூதிர்காலம்இச் சகத்தினைக் கவ்வுது,
கல்லு மண்ணன்றித் தின்ன ஒன்றில்லை,
கந்தையை அன்றிப் போர்த்த வேறில்லை!

“ப்பூ” என்று கூவிய யாக்கவ் தனது கண்களை அகல விரித்தான்.

“அதைத்தான் நான் கவிதையின்னு சொல்வேன்!” என்று யாக்கவ் காட்டிய அதேயளவு பாராட்டுடன் இலியா கூறினான்.

பாவெலுடைய கன்னங்களுக்கு மேலாக இலேசாகச் சிவந்தது. கண்களில் புகைபட்டவனைப் போல, அவற்றைக் கசக்கிக்கொண்டிருந்தான்.

“நான் நீண்ட கவிதைகள் எழுதப் போறேன்!” என்று பெருமையாகச் சொன்னான். “அது அவ்வளவு கஷ்டமானது இல்லை! நீங்களும் முயன்று பார்க்கலாம்: காடு - கீடு, வானம் - கீனம்!.. சுதந்திரத்தைப் போல- கோல!.. வார்த்தைகள் தானாகவே வெளிவருது!”

“இப்ப நீ என்ன செய்யப் போறே?” என்று இலியா அவனைக் கேட்டான்.

பாவெல் கண்சிமிட்டி, சுற்றிலும் பார்த்துவிட்டுச் சற்று நேரத்திற்கு மௌனமாக இருந்தான்; பிறகு மென்மையாகவும் தயக்கத்துடனும் சொன்னான்:

“ஓ, ஏதாவது!..”

ஒரு நொடிக்குப் பிறகு மிகவும் தீர்மானத்துடன் கூறினான்:

“ஆனா நான் சீக்கிரமே திரும்பவும் ஓடிப்போயிருவேன்!..”

அவன் செம்மானுடன் வசித்தான். ஒவ்வொரு மாலையிலும் பையன்கள் அவனுடைய அறையில் ஒன்று கூடினார்கள். தெரேன்தியினுடைய சிறிய அறையில் இருப்பதை விட அடித்தளத்தில் அமைதியாகவும் மிக மகிழ்ச்சியாகவும் இருந்தது. பெர்ஃபீஷ்கா வீட்டில் அபூர்வமாக இருந்தான். அவனுக்குச் சொந்தமான எல்லாவற்றையும் குடித்தே தீர்த்தான். இப்போதோ அவன் அநேகமாகப் பிற செம்மான்களுக்காகச் சில்லறை வேலை செய்வதில் செலவிட்டான். அல்லது வேலையில்லாமல் போனால் அருந்தகத்தில் உட்கார்ந்திருந்தான். வெறுங்காலுடனும் அரை நிர்வாணமாகவும் தனது பழைய அக்கார்டியனைத் தோளில் தொங்கப்போட்டுக் கொண்டு அங்கே சென்றான். அவனது மகிழ்ச்சியின் ஒரு பகுதி அந்த வாத்தியத்தில்தான் குடியிருந்தது. அவனும் கருவியும் ஒன்று போலவே தோற்றமளித்தனர்: கோணமாக இழிவான தோற்றமாக, முற்றிலும் ஆரவாரமிக்க அசையும் தொனியுமாக. ஆரவாரமிக்க சலசலப்பொலியின் தளர்வுறாத வேடிக்கையான பாடல்களின் படைப்பாளன் என்று பெர்ஃபீஷ்கா எல்லாத் தொழிலாளர்களுக்கும் அறிமுகமாகி இருந்தான். அவன் வரவேற்கப்படாத எந்தத் தொழிற்சாலையுமே கிடையாது. தனது பாடல்களாலும் நல்ல வேடிக்கைக் கதைகளாலும் உழைப்பாளி மக்களின் துயரார்ந்த சலிப்பூட்டுகிற வாழ்க்கைக்கு வெளிச்சத்தைக் கொண்டு வருபவன் என்பதற்காக அவர்கள் அவனை விரும்பினார்கள்.

அவன் சில கோபெக்குகள் சம்பாதித்த பொழுதெல்லாம், அவற்றில் பாதியைத் தனது மகளுக்குக் கொடுத்தான். அவளுடைய நலத்திற்காக அவனது உள்ளார்ந்த கவலையின் தொடக்கமும் இறுதியும் அதுதான். தனது விதிக்கு அவளே முழு எசமானியாக இருந்தாள். நன்கு வளர்ந்திருந்தாள், அவளது கருத்த சுருள்முடி தோள்கள் வரை தொங்கியது, கரு விழிகள் பெரிதாகி மிகவும் கண்டிப்புமிக்கதாயின. மெலிந்தும் நொசிவாகவும் இருந்த அவள் அவர்களுடைய சிறிய அடித்தளத்து அறையில் மிகவும் திறமைவாய்ந்த வீட்டுப் பொறுப்பாளியாகத் திகழ்ந்தாள். நெருப்பு மூட்டுவதற்குக் குச்சிகள் பொறுக்கினாள். ஏதோ சூப்பு வடித்து இறக்க

முயன்றாள். உச்சிப் பொழுது வரை தனது புகைக்கரியால் அழுக்கான ஸ்கர்ட்டைச் சுருக்கிக்கொண்டு, வியர்வையுடன் தனது வேலையில் மூழ்கியவளாகச் சுற்றித் திரிவாள். மதிய உணவு தயாரான போது, அறையைக் கூட்டிப் பெருக்கினாள். உடம்பைக் கழுவி உடை மாற்றிக் கொண்டாள். தனது உடைகளைச் சரிசெய்து கொள்ள சன்னல் அருகேயுள்ள மேசையின் முன் அமர்ந்தாள்.

இவளைப் பார்ப்பதற்கு பன் ரொட்டிகள், தேயிலை, சர்க்கரை இவற்றுடன் மதித்ஸா அடிக்கடி வந்தாள். ஒரு முறை நீலநிற உடை ஒன்றைக் கூட மாஷாவுக்கு அன்பளிப்பாகத் தந்தாள். அவளுடைய முன்னிலையில் முதிர்ந்த இல்லத்தலைவியைப் போல நடந்து கொண்டாள் மாஷா. அவர்களுடைய சிறிய தகர சமோவாரைச் சூடாக்குவாள். மேலும் சுவைமிக்க, சூடான தேநீரைப் பருகுகையில், ஒருவருக்கொருவர் வெட்டிப் பேச்சுகளைப் பறிமாறிக்கொள்ளவும் பெர்ஃபீஷ்காவைத் திட்டவும் செய்வார்கள். மதித்ஸா ஆர்வத்தோடு அவனைத் திட்டினாள்; தனது உயர்ந்த மெல்லிய குரலில், மாஷா அவளை ஆதரித்தாள்; ஆனால் ஆர்வமில்லாதவாறு, வெறுமனே மரியாதையாக. தன் தந்தையைப் பற்றி அவனிடம் எப்போதுமே இரக்கம் காட்டுகிற தொனியில் பேசினாள் மாஷா.

"அவரோட குடல் காயட்டும்!" என்று கூச்சலிட்ட மதித்ஸா, தனது புருவங்களைக் கோபத்தோடு ஒருசேர நெறித்தாள். "பார்த்துக்கொள்ள தனக்கு ஒரு சிறுமி இருக்கிறாள் என்பதை அந்தக் குடிகாரக் களிமகன் மறந்துட்டானா? அந்தக் கிழட்டுப் பன்றி மூஞ்சியைப் பாக்கை இடிப்பது போல இடித்தால்தான் அவனுக்குச் சரிப்பட்டு வரும்!"

"நான் பெரியவள் என்கிறதும் என்னை நானே கவனித்துக்கொள்ள முடியும் என்கிறதும் அவருக்குத் தெரியும்..." என்றாள் மாஷா.

"அட, ஆண்டவனே, ஆண்டவனே!" என்று பெருமூச்சு விட்டாள் மதித்ஸா. "இந்த உலகத்தில் என்ன நடக்குமோ? பெண்ணுக்கு என்னவெல்லாம் ஏற்படுமோ? முன்னே உன்னை மாதிரி மங்கை ஒருத்தி எங்கிட்டே இருந்தாள்!.. ஹொரோல் நகரத்திலே என் தாயாருடைய வீட்டில் அவளை நான் விட்டிருந்தேன்... அது அவ்வளவு தொலைவிலே இருந்துச்சு, திரும்பிப் போக அவர்கள் என்னை விட்டிருந்தால் கூட என் வழியைக் கண்டுபிடிப்பது என்னால முடியவே முடியாது... அந்த மாதிரி விஷயங்கள் ஒரு மனிதனுக்கு நடக்குது!.. ரொம்பக் காலம் வசிப்பதனால் வீடு எங்கே இருக்கு என்பது கூட மறந்து போச்சு..."

பசுவைப் போன்ற கண்கள் கொண்ட இந்தப் பெண்ணின் ஆழ்ந்த குரலைக் கேட்பதற்கு மாஷா விரும்பினாள். அவளைச்

சுற்றிலும் தவிர்க்க முடியாதபடி ஓத்காவின் நெடி வீசியது, ஆயினும் அவளுடைய மடியில் மாஷா ஏறுவதையோ, அவளது பெரிய மார்புகளில் அழுத்துவதையோ, நன்கு அமைந்த தடித்த உதடுகளில் முத்தமிடுவதையோ தடுக்கவில்லை. காலையில் மாஷாவைப் பார்க்க மதித்ஸா வந்திருந்தாள். சிறுவர்கள் மாலையில் அவள் வீட்டில் கூடினார்கள். புத்தகம் இல்லாத போது பையன்கள் சீட்டாடினார்கள். ஆனால் இது அபூர்வமாகத்தான் நேரிட்டது. படிப்பதைக் கேட்பதில் மாஷா கூட மகிழ்ச்சியடைந்தாள். மேலும் மிகவும் பயங்கரமான இடங்கள் வந்த போது சிறிதாகக் கீச்சுக் குரலில் கத்தினாள்.

யாக்கவ் முன்னிலும் அதிகமாக மாஷாவிடம் அன்பு பாராட்டினான். அவளுக்கு எப்போதுமே வீட்டிலிருந்து ரொட்டித் துண்டுகள், இறைச்சி, தேயிலை, சர்க்கரை, மண்ணெண்ணெய் நிரப்பிய பீர் போத்தல்கள் ஆகியன கொண்டுவந்தான். எப்போதாவது புத்தகங்கள் வாங்கி எஞ் சிய சில்லறையை அவளுக்குக் கொடுத்தான். இது அவனுக்குப் பழக்கமாகி விட்டது, உண்மையில் ஆடம்பரமின்றி அதைச் செய்தான். மாஷாவும் இதைக் கவனிக்காமலேயே ஏற்றுக்கொண்டாள். அவளுக்கு அது இயற்கையானதாக இருந்தது.

“யாக்கவ்,” என்று கூறுவாள், “என்னிடம் நிலக்கரி இல்லை!”

குறிப்பிட்ட நேரத்தில் நிலக்கரியோ பணமோ அவளுக்குக் கொண்டுவருவான், பிந்தியதைக் கொண்டுவரும் போது கூறுவான்:

“இதோ, போய் ஏதாவது கொஞ்சம் வாங்கிக்கொள்!.. இந்த முறை என்னால எதையும் திருட முடியலே!”

அவர்களுடைய உறவுக்கு இலியாவும் கூட பழக்கப்பட்டுப் போனான்; உண்மையில், முற்றத்தில் இது பற்றி எவரும் சிந்தித்ததாகத் தெரியவில்லை. சில நேரங்களில் யாக்கவ் வேண்டிக் கொண்டதற்காக இலியாவே சமையலறையிலிருந்தோ மதுக்கடையிலிருந்தோ ஏதாவது திருடிக்கொண்டு செம்மானுடைய அறைக்குள்ளாகக் கொண்டுவருவான். தன்னைப் போலவே தாய் அற்ற, மெலிந்த, கருத்தமுடிச் சிறுமியை நேசித்தான். தனிமையில் வாழ முடிவதற்கும், வளர்ந்த பெரியவளைப் போல தனக்கு எல்லாவற்றையும் தானாகவே செய்துகொள்வதற்கும் அவளை அவன் பாராட்டினான். அவளுடைய சிரிப்பைக் கேட்கவும், எப்பொழுதுமே அவளை மகிழ்ச்சிப்படுத்தவும் விரும்பினான். வெற்றியடையாத போது, கோபமடைந்து அவளைக் கேலி செய்வான்.

“செம்பட்டைத் தலை கருமூஞ்சி!” என்பான்.

“சடைமுடி தட்டை மூஞ்சி!” என்று தனது கண்களைச் சுருக்கிக்கொண்டு எதிர்த்துச் சொல்லுவாள்.

நியாயமாகச் சச்சரவிடுகின்ற வரை அவர்கள் வார்த்தை மாறி வார்த்தை சொல்லிக் கொண்டே இருப்பார்கள்.

மாஷா உடனே கோபமடைந்து, இலியாவின் மீது பாய்ந்து அவன் முகத்தைப் பிறாண்ட முயல்வாள். ஆனால் அவன் எப்போதுமே தப்பித்துக்கொண்டு அகமகிழ்வோடு சிரிப்பான்.

ஒருமுறை அவர்கள் சீட்டாடிக் கொண்டிருந்த போது, அவள் ஏமாற்றுவதை அவன் கண்டுபிடித்தான்.

“யாக்கவினுடைய காதலியே!” கோபத்தோடு அவளைப் பார்த்துக் கத்தினான், மேலும் சமீபத்தில் அர்த்தம் தெரிந்து கொண்ட ஓர் அருவருப்பான வார்த்தையையும் சேர்த்துச் சொன்னான். அவனுக்கு அருகே யாக்கவ் உட்கார்ந்து கொண்டிருந்தான். முதலில் அவன் சிரித்தான், ஆனால் மாஷாவினுடைய முகமாற்றத்தையும், கண்களில் கண்ணீர் பொங்குவதையும் கண்ட போது வெளிறிப் போய் எதுவும் பேசாது இருந்தான். திடீரென்று அவன் தாவி எழுந்து, இலியாவின் மீது பாய்ந்து, அவன் மூக்கில் குத்துவிட்டு, தலை மயிரைப் பற்றிப் பிடித்து, கீழே தரைக்கு இழுத்துச் சென்றான். இது எல்லாமே அந்தளவு விரைவாக நடைபெறவே தன்னைத் தற்காத்துக்கொள்ள இலியாவுக்கு நேரமில்லை. மறு நிமிடம், வலியாலும் கோபத்தாலும் நிதானமிழந்து, காளையைப் போலத் தனது தலையைத் தொங்க விட்டுக்கொண்டு யாக்கவ் மீது பாய்ந்து “பாரு! உன்னை விடமாட்டேன்!” என்று கத்தினான், ஆனால் மேசையின் முன்னே அமர்ந்து, கைகளில் தலையை வைத்து யாக்கவ் அழுது கொண்டிருப்பதையும், மாஷா அவனுக்கு அருகே நின்று கொண்டிருப்பதையும் கண்டான்.

“அவனோட சிநேகிதமா இருக்க வேணாம்,” என்று கண்ணீர் மல்க யாக்கவிடம் வலியுறுத்திச் சொன்னாள். “அவன் ஒரு அயோக்கியன்... மிகப் பொல்லாதவன்! அவுங்க எல்லாம் இப்படித்தான் - அவனோட அப்பா ஒரு கைதி... அவனோட சித்தப்பா ஒரு கூனன்!.. அவனுக்கும் கூன் வந்துரும்! நீ வம்புக்காரன்!” பயமில்லாமல் இலியாவைத் தாக்க முயன்றவாறு கத்தினாள். “நீ ஒரு கெட்ட பன்றி! கோழைத்தனமான சொறிநாய் நீ! என்னோட சண்டைக்கு வா! உன் மூஞ்சியைப் பிறாண்டுவேன்! வா, பார்ப்போம்!”

ஆனால் இலியா அசையவில்லை. யாக்கவுக்குத் தீங்கு செய்ய அவன் எண்ணாத நிலையில், அங்கே உட்கார்ந்து யாக்கவ் அழுது கொண்டிருப்பதைப் பார்க்க அவனை உறுத்தியது, சிறுமியுடன் சண்டையிட அவன் வெட்கப்பட்டான். அவனுடன் சண்டையிட அவள் நிச்சயமாகத் தயாராக இருந்தாள் என்பதை அவன் மிக நன்றாகப் பார்த்தான். ஒரு வார்த்தை கூடப் பேசாது திரும்பி, அடித்தளத்-

திலிருந்து வெளியேறிச் சென்றான், நீண்ட நேரம் முற்றத்தில் கனமான, துயர உணர்வுடன் அங்குமிங்கும் நடந்தான். கடைசியில் பெர்ஃபீஷ்காவினுடைய சன்னலுக்குச் சென்று கீழே இருந்த அறைக்குள்ளாக நோட்டமிட்டான். யாக்கவும் மாஷாவும் திரும்பவும் சீட்டாடிக் கொண்டிருந்தார்கள். சீட்டுகளால் தனது முகத்தை மாஷா பாதி மறைத்திருந்தாள், சிரிப்பது போலக் காணப்பட்டது. யாக்கவ் சீட்டுகளைப் பார்த்துக்கொண்டிருந்தான், இப்போது ஒரு சீட்டைத் தொடவும், இப்போது மற்றொன்றைத் தொடவுமாக உறுதியற்று இருந்தான். இலியா துக்கமாயிருந்தான். மறுபடியும் திரும்பி முற்றத்தில் நடந்தான். பிறகு தீர்மானமாக அடித்தளத்திற்குச் செல்லும் படிகளில் இறங்கி நடந்தான்.

"என்னைத் திரும்பவும் ஆட விடுங்க!" என்ற அவன் மேசையை நோக்கிச் சென்றான்.

அவனுடைய இதயம் பலமாக அடித்துக் கொண்டது, கன்னங்கள் எரிந்தன, கண்களைத் தாழ்த்தியவாறு நின்றான். மாஷாவும் சரி, யாக்கவும் சரி ஒரு வார்த்தை கூடப் பேசவில்லை.

"இனிமேலே நான் சச்சரவு செய்ய மாட்டேன்!.. சத்தியமா நான் செய்ய மாட்டேன்!" என்ற இலியா அவர்களைத் திருட்டுத்தனமாக நோக்கினான்.

"ஊம், நல்லது, உட்காரு. அப்படிப்பட்டவன் நீ!" என்றாள் மாஷா.

"நீ மடையன்!" என்று யாக்கவ் கண்டிப்போடு சொன்னான். "இனிமேலும் நீ சின்னப் பையன் இல்லை... என்ன சொல்றோம் என்பதை நீ தெரிஞ்சுக்கணும்..."

"நீ எனக்கு என்ன செய்தாய்?" என்று கண்டிக்கும் முறையில் இலியா கேட்டான்.

"அது உனக்குத் தகும்!" என்று மாஷா கண்டிப்புடன் கூறினாள்.

"சரி! இப்ப நான் கோபித்துக்கொள்ளவில்லை... அது என்னோட தப்பு!.." என்று ஒப்புக்கொண்ட இலியா, யாக்கவைப் பார்த்து குழப்பமாக முறுவலித்தான். "நீயும் கோபித்துக்கொள்ளாதே, சரிதான்?"

"சரிதான்! இதோ, சீட்டைப் பிடி..."

"நீ வெறிபிடித்த சாத்தான்!" என்று மாஷா சொன்னதுடன் எல்லாமே முடிந்து போயின.

ஒரு நிமிடத்திற்குப் பிறகு தனது சீட்டாட்டத்தில் ஆழ்ந்து இலியா புருவத்தைச் சுழித்துக்கொண்டிருந்தான். அவன் எப்பொழுதுமே மாஷாவினுடைய வலப்புறத்தில் அமர்ந்தான். இதனால் அவளுக்குச் சீட்டுகளை இறக்க முடிந்தது. அவள் தோற்பதைக் காண அவனுக்கு

மிகவும் பிடிக்கும். அவளை ஜெயிப்பதற்கு வேண்டிய எல்லாவற்றையும் இலியா செய்தான். ஆனால் அவளோ திறமையான ஆட்டக்காரி. வழக்கமாகத் தோற்றவர்களில் யாக்கவும் ஒருவன்.

“அடா நீ, கண்களைப் பரக்க விழிப்பவனே!” என்று கொஞ்சலான அனுதாபத்தோடு மாஷா கூறுவாள். “நீ திரும்பவும் தோற்ற கழுதை!”

“இந்தச் சீட்டுகள் நாசமாகப் போக! இதோட எனக்குச் சலிச்சுப் போச்சு! நாம படிக்கலாம்!”

அழுக்குப் பிடித்த, ஓரங்கள் மடங்கிய ஒரு புத்தகத்தை எடுத்து காதலின் பெயரால் ஏற்றுக்கொண்ட துயரங்களையும், அடைந்த வீரமிக்க வெற்றிகளையும் பற்றிப் படிக்கத் தொடங்குவார்கள்.

அவர்களுடைய வாழக்கை முறையை பாவெல் உற்றுப் பார்த்தான்.

“சாத்தான்களே, எப்படி வாழ்றீங்க!” என்று ஒருமுறை எல்லா இடங்களுக்கும் சென்று விஷயங்களைப் பார்த்தவன் போன்ற பாவனையுடன் சொன்னான்.

யாக்கவையும் மாஷாவையும் பக்கப்பார்வை பார்த்துக் கொண்டு, சற்று சிரித்தவாறு, ஆனால் மிகுந்த கண்டிப்புடன் சொன்னான்:

“யாக்கவ், நீ ஒரு நாளைக்கு மாஷாவைக் கல்யாணம் பண்ணிக்கிறப் போறே!”

“மடையன்!..” என்று புன்னகையுடன் சொன்னாள் மாஷா. அவர்கள் நால்வரும் வாய்விட்டுச் சிரித்தார்கள். அவர்கள் ஒரு புத்தகத்தைப் படித்து முடித்த போதோ, படித்ததனால் களைப்படைந்த போதோ தனது பயணங்களைப் பற்றி பாவெல் அவர்களுக்குச் சொல்லுவான். புத்தகங்களைப் போல அவையும் கேட்பதற்கு அந்தளவு ஆர்வமிக்கவைகளாக இருந்தன.

“பாஸ்போர்ட் இல்லாமல் என்னால் எங்குமே போக முடியாது என்பதை நான் கண்டுகொண்ட உடனேயே, தந்திரங்களைக் கையாளத் தொடங்கினேன், சகோதரர்களே. போலீஸ்காரரைப் பார்த்தால், வேகமா நடப்பேன், ஏதோ முக்கியப் பணிக்குச் செல்றது போல, அல்லது யாருடனாவது நெருக்கமாக ஒட்டிக்கொள்வேன். அவர் என்னோட எசமானன் அல்லது என்னோட அப்பா அல்லது யாரோ ஒருத்தர் மாதிரி... போலீஸ்காரர் என்னை உற்றுப்பார்ப்பார். ஆனா என்னை ஒருபோதும் பிடித்து இழுத்தது இல்லை... கிராமங்கள் சிறந்தவை, அங்கே போலீஸ்காரர்களே கிடையாது, கிழவர்கள், கிழவிகள், குழந்தைகள் தவிர யாரும் இல்லை. ஆண்கள் எப்பவுமே வயல்களில் இருப்பாங்க. அவுங்க கேட்பாங்க, ‘நீ யாரு?’ - ‘பிச்சைக்காரன்...’ - ‘உனக்கு வேண்டியவுங்க யாரு?’ - ‘ஒருத்தரும் இல்லை...’ -‘எங்கே இருந்து வாறே?’ - ‘நகரத்திலிருந்து!’ அவ்வளவு தான்! தின்னவும் குடிக்கவும்

அவுங்க ஏராளமா எனக்குக் கொடுத்தாங்க. நான் விரும்பியதை என்னால செய்ய முடிந்தது, தவழவோ ஓடவோ-எந்த வித்தியாசமும் கிடையாது... சுற்றிலும் வயல்களையும் காடுகளையும் தவிர எதுவும் கிடையாது... வானம்பாடிகள் பாடிக்கிட்டிருக்கும்... நம்மையும் பறந்து அவற்றோட சேர்ந்துக்கிற விரும்பச் செய்யும்! வயிறு முட்டச் சாப்பிட்டு விட்டால் பிறகு ஒன்றும் வேண்டாம். பிறகு என்னால நடக்க முடியும், பூமியோட கடைக்கோடிக்கே. யாரோ என்னைப் பிடிச்சு இழுக்கிறது மாதிரி அல்லது என் தாயார் என்னை அவளோட கைகளில் தூக்கிக்கிட்டுப் போறது மாதிரி இருந்தது. ஆனா, அம்மாடியோ! சில நேரங்களில் எனக்குப் பசி எப்படி இருந்துச்சு! என் குடலெல்லாம் காய்ந்து போச்சு! மண்ணைக் கூட சாப்பிட வேணும் போல உணர்ந்தேன்! என் தலை சுற்றியது... ஆனா, கடைசியாக பல்லால் கடிப்பதற்கு ரொட்டித் துண்டு கிடச்ச போது, அப்ப எப்படி இருந்துச்சு தெரியுமா! இராத்திரியும் பகலும் நான் சாப்பிட்டுக்கொண்டே இருக்க முடியும். அற்புதம்! ஆனா என்னை ஜெ-யில்ல போட்ட போது நான் இன்னும் மகிழ்ச்சி அடைந்தேன்... முதலில் பயந்தேன், ஆனா பிறகு மகிழ்ச்சி அடைந்தேன்! போலீஸ்காரர்களுக்கு மிக அஞ்சி நடுங்கினேன் அவுங்க என்னைப் பிடிச்சா நசுக்கிக் குழம்பாக்கி விடுவாங்கன்னு நினைச்சேன்! ஆனா அவன் என்னைச் சும்மா விட்டுட்டான் - வெறுமனே எனக்குப் பின்னாலே வந்து என் பின் கழுத்தைப் பிடிச்சான்! கடிகாரக்கடையில் நான் நின்றுக்கிட்டு இருந்தேன்... ஏராளமான கடிகாரங்கள் - தங்கத்தாலும் மற்றதாலும் ஆனவை. ஆகவே அவன் என்னைப் பிடிச்சுட்டான்! நான் உரக்க அழத் தொடங்கினேன். அவன் என்னிடம் பக்குவமாக் கேட்டான், 'நீ யாரு? எங்கே இருந்து வாறே?' ஊம், நான் அவனிடம் சொன்னேன்; எல்லாத்தையும் அவுங்க கண்டுபிடிக்கிறாங்க... ஆகவே என்னை அவன் காவல் நிலையத்துக்குக் கூட்டிப் போனான்... அங்கே எத்தனை கனவான்கள் இருந்தாங்க... "எங்கே போயிக்கிட்டிருக்கே?" என்று எங்கிட்டே கேட்டாங்க. "புனிதப் பயணம் போறேன்..." என்றேன். அவுங்க சிரிச்சாங்க... பிறகு என்னை ஜெயில்ல போட்டுட்டாங்க... அங்கேயும் கூட அவுங்க சிரிச்சாங்க. பிறகு அந்தக் கனவான்கள் அவுங்களுக்காக என்னை வேலைசெய்ய வச்சாங்க... என்ன மாதிரி பிசாசுகள் அவுங்க! அம்மாடியோ!"

'கனவான்களைப் பற்றி அவன் பேசிய போது பெரும்பாலும் வியப்போடு குறிப்பிட்டான். அவனுடைய கற்பனையை மிக நன்றாக அவர்கள் கவர்ந்துவிட்டது போலக் காணப்பட்டது. ஆனால் தனிப்பட்டவர்களின் மனப்பதிவுகள் அவனுடைய நினைவுக்குள்ளாக ஒரு பெரிய உருவமற்ற மாசாக இணைந்திருந்தது.

சுமார் ஒரு மாதம் செருப்புத் தைப்பவனிடம் இருந்த பாவெல் திரும்பவும் எங்கோ காணாமற் போய்விட்டான். அவன் ஓர் அச்சகத்தில்

வேலை செய்து கொண்டு, எங்கோ நகரத்தில், முற்றிலும் தொலைவில் வசித்து வந்தான் என்பதைப் பின்னர் பெர்ஃபீஷ்கா கண்டுபிடித்தான். இதைக் கேட்டதும் இலியா பொறாமையால் லேசாகப் பெருமூச்சு விட்டான்.

“நம்மோட வாழ்க்கை முழுக்க நீயும் நானும் இங்கேயே உழன்று கொண்டிருக்கப் போறோம் என்று தான் எனக்குத் தோணுது...” என்று யாக்கவிடம் துயரம் கலந்தவாறு சொன்னான்.

பாவெல் காணாமற் போய்விட்ட பிறகு முதல் முறையாக எதையோ பறிகொடுத்தது போல உணர்ந்தான் இலியா. ஆனால் சீக்கிரமே திரும்பவும் கற்பனையின் விநோதமானதும் அதிசயமானதுமான உலகத்தில் மூழ்கிப் போனான். அவனும் யாக்கவும் திரும்பவும் புத்தகங்களைப் படிக்கத் தொடங்கினார்கள், மேலும் அரைத் தூக்கத்திற்கும் நடப்பதற்கும் இடையில் தொங்குபவனைப் போன்ற இனிய மனநிலையில் இலியா சுற்றிவந்தான்.

முரட்டுத்தனமாகவும் எதிர்பாராவிதமாகவும் அவன் திரும்பவும் பூமிக்குக் கொண்டு வரப்பட்டான். ஒருநாள் காலை அவனுடைய சித்தப்பா இவ்வாறு சொல்லி அவனை உசுப்பினான்:

“ஒன்னுக்கு இரண்டு முறை சுத்தமாக் குளிச்சுட்டு சீக்கிரமா வா...”

“ஏன்? நான் எங்கே போறேன்?” என்று தூக்கக் கலக்கத்தோடு கேட்டான் இலியா.

“வேலை பார்க்க! கடைசியா உனக்கு வேலை கிடைத்ததுக்கு ஆண்டவனுக்கு நன்றி சொல்!.. மீன் வியாபாரி ஒருத்தரிடம்.”

கெட்ட நிமித்தத்தால் இலியாவினுடைய இதயம் கனத்தது. அவன் நன்கு அறிந்ததும் அந்தளவு பழக்கப்பட்டுப் போய் இருந்ததுமான இந்த வீட்டை விட்டுப் போவதால் திடீரென்று எல்லா விருப்பத்தையும் இழந்தான்; மேலும், ஒரு சமயம் அந்தளவு வெறுத்த இந்த அறை இப்போது அதிசயிக்கத்தக்கவாறு பிரகாசமாகவும், தூய்மையாகவும் அவனுக்குத் தோன்றியது. படுக்கையின் விளிம்பில் அமர்ந்து, தனது உடைகளை அணியச் சக்தியின்றி தரையை வெறித்து நோக்கிக் கொண்டிருந்தான்... உதடுகளைப் பிதுக்கிக் கொண்டும் தலைவாராமலும், இடது தோள் பக்கமாகத் தலையைத் தொங்கப் போட்டவாறும் யாக்கவ் உள்ளே வந்தான்.

“வேகப்படுத்து, அப்பா உனக்காகக் காத்துக்கிட்டிருக்கார்...” விரைந்து தன் நண்பனைப் பார்த்தவாறு சொன் னான். “எப்பவாவது நீ திரும்பி வருவாயா?”

“ஊம்...”

“மறந்துறாதே... போய் மாஷாவிடம் சொல்லிக்க.”

“ஏன்? நான் ஒரேயடியாப் போயிறலே,” என்றான் இலியா கோபத்துடன்.

மாஷா அவளாகவே வந்து சேர்ந்தாள். கதவை அடைந்த போது அவள் நின்று இலியாவை உற்று நோக்கினாள்.

“ஆக போகப்போறே?” என்றாள் வருத்தத்துடன். இலியா குறும்புத்தனமாகத் தனது ஜாக்கெட்டை இழுத்து விட்டுக்கொண்டு வசை மொழிந்தான். மாஷாவும் யாக்கவும் ஒருங்கே பெருமூச்சு விட்டார்கள்.

“உறுதியாத் திரும்பி வரணும்!” என்றான் யாக்கவ்.

“சரி, இரு!” என்று கடுமையாகச் சொன்னான் இலியா.

“பாரு, அவன் பெரிய ஆளுன்னு நினைக்கிறான், இல்லையா? ஒரு கடையில் வேலை செய்ய!..” என்றாள் மாஷா.

“நீ ஒரு முட்டாள்!” என்று அமைதியாகவும் குற்றஞ் சாட்டுவது போலும் சொன்னான் இலியா.

சில நிமிடங்களுக்குப் பிறகு நீண்ட மேற்சட்டையும் கிறீச்சிடும் காலணிகளும் அணிந்திருந்த பெத்ரூகாவுக்கு அருகாக தெருவில் நடந்து போய்க்கொண்டிருந்தான்.

“எல்லாரும் மதிக்கிற ஆளாகிய கிரீல் இவானவிச் ஸ்துரோகனி அவர்களிடம் வேலை செய்யுறதுக்காக உன்னை நான் அழைத்துக்கொண்டு போறேன்...” என்று பெத்ரூகா அழுத்தமாகச் சொன்னான். “அவருடைய தர்ம காரியங்களுக்காகவும் நல்ல வேலைகளுக்காகவும் பதக்கங்கள் பெற்றவர் அவர் - அதை எண்ணிப் பாரு! நகரச் சபையில் அவர் ஓர் உறுப்பினர், மேயராகக்கூட தேர்ந்தெடுக்கப்படலாம். நீ அவருக்கு நல்லவனாகவும் நம்பிக்கையுள்ள வேலைக்காரனாகவும் இருந்தால், உலகத்தில் நீ தலையெடுக்க அவர் உதவி செய்வார்... நீ கண்டிப்பான இளைஞன், செல்லப் பிள்ளை அல்ல... ஒருத்தனுக்கு அவர் நல்ல காரியம் செய்வது என்பது வாயிலேயிருந்து எச்சிலைத் துப்புவது போல அவ்வளவு சுலபமானது அவருக்கு...”

இதைக் கேட்கையில் ஸ்துரோகனியின் உருவத்தை மனத்தால் வரைய முயற்சி செய்தான் இலியா. ஏதோ காரணத்திற்காக, அவர் யெரெமேய் தாத்தாவைப் போல, மெலிந்து, மனதுக்கு இனியவராய், அன்புள்ளம் கொண்டவராய் அவசியம் இருக்க வேண்டும் என்ற மனப்பதிவைக் கொண்டான். ஆனால் மீன் கடைக்குள்ளாக நுழைந்ததும் கொழுத்த தொந்தியுடன் உயரமான ஆள் கவுண்டருக்குப் பின்னே நிற்பதைக் கண்டான். அவரது தலையில் முடியே இல்லை, ஆனால்

முகமோ, கண்களிலிருந்து கன்னம் வரை, அடர்ந்த சிவப்புத் தாடியால் மூடப்பட்டிருந்தது. அவருடைய புருவங்கள்கூட அடர்த்தியாகவும் சிவப்பாகவும் இருந்தன, சிறிய பச்சை நிறக் கண்கள் புருவங்களுக்குக் கீழாகக் கோபத்தோடு அலைந்தன.

"அவரை வணங்கு!" என்று பெத்ரூகா சிவப்பு மனிதனைக் கண்ணால் காட்டி இலியாவிடம் கிசுகிசுத்தான். ஏமாற்றத்துடன் இலியா தனது தலையைத் தாழ்த்தினான்.

"உன் பெயர் என்ன?" என்று கடையில் பெரு முழக்கமான குரல் வந்தது. "நல்லது, இலியா, கண்ணைத் துலக்கிக் கொண்டு பார்! இப்ப உலகத்தில் உனக்கு உன்னோட எசமானரைத் தவிர வேறு யாரும் இல்லை! நண்பர்கள் இல்லை, உறவினர்கள் இல்லை, தெரியுமா? இப்ப இருந்து உனக்கு நானே தாயும் தந்தையும், நான் உனக்குச் சொல்லக்கூடிய கடைசிப் பேச்சு இதுதான்..."

கடையைச் சுற்றிலும் இலியா கள்ளத்தனமாகப் பார்வையைச் செலுத்தினான். கூடைகளில் பனிக்கட்டியில் மிகப்பெரிய ஷீத் மீன்களும், ஸ்டர்ஜன் மீன்களும் வைக்கப்பட்டிருந்தன; அலமாரிகளிலே காய்ந்த பைக் மற்றும் கார்ப் மீன்கள் குவிக்கப்பட்டிருந்தன; பளபளக்கின்ற தகரப் பெட்டிகளை எல்லா இடங்களிலும் காண முடிந்தது. கடை சிறியதாகவும், சாமான்கள் கொண்டதாகவும், மீன் கவிச்சி நிறைந்ததாகவும் இருந்தது. தரையில் இருந்த மரத் தொட்டி களில் ஸ்டர்ஜன், பர்பாட், பெர்ச், ஸ்கார்ப் போன்ற உயிருள்ள மீன்கள் நீந்தின. மிகச் சிறிய பைக் மீன் ஒன்று மற்ற மீனைப் பக்கவாட்டில் தள்ளிக் கொண்டும், தனது வாலினால் தரை மீது நீரைத் தெளித்துக் கொண்டும் துணிச்சலோடு இங்குமங்கும் விரைந்து சென்றது. இலியா அதற்காக வருத்தப்பட்டான்.

வட்டமான கண்களும் வளைந்த மூக்கும் கொண்டு, கோட்டான் போலத் தோற்றமளித்த தடித்த குள்ளமான விற்பனையாளன் ஒருவன் இலியாவிடம் தொட்டிகளினின்றும் தூங்குகிற மீன்களை வெளியே எடுக்குமாறு கட்டாயப் படுத்தினான். பையன் தனது சட்டைக் கைகளைச் சுருட்டி விட்டுக் கொண்டு தொடர்பின்றி அவற்றை எடுத்தான்.

"முட்டாளே, தலையைப் பார்த்துப் பிடி!" என்று விற்பனையாளன் அரைக் குரலில் கூறினான்.

சில நேரங்களில் அசையாமல் இருந்த உயிருள்ள மீனைப்பிடிக்கின்ற தவற்றினையும் இலியா செய்தான். அது அவனுடைய விரல்களின் வழியாக நழுவி, முறுக்கிக் கொண்டே போய் தொட்டியின் பக்கவாட்டில் தனது தலையை மோதிக் கொள்ளும்.

ஒரு முறை மீன் துடுப்பின் முள்ளால் தனது விரலைக் கீறிக்கொண்ட இலியா காயத்தை உறிஞ்சத் தொடங்கினான்.

“உன் வாயை விட்டு விரலை வெளியே எடு!” என்று உரிமையாளர் பலமான குரலில் கத்தினார்.

அதன் பிறகு இலியா ஒரு கனத்த கோடரி கொடுக்கப்பட்டு, பனிக்கட்டியை உடைப்பதற்குக் கீழறைக்கு அனுப்பப்பட்டான்; தொட்டிகளுக்குள்ளாகப் போட மிகச் சிறியதாக உடைக்க வேண்டி இருந்தது. பனிக்கட்டித் துண்டுகள் மேலாகப் பறந்து வந்து அவன் முகத்தில் அடித்தன, கழுத்துப்பட்டைக்குப் பின்னால் நழுவிச் சென்றன; கீழறையில் குளிராகவும் இருளாகவும், இலியா கவனமாக இல்லாவிடில் மேலே தூக்கும் கோடரி நிச்சயமாக அடித்து விடும் அளவுக்குக் கூரை தாழ்வானதாக இருந்தது. சில நிமிடங்களுக்கு வேலை செய்த பிறகு, முற்றிலுமாக வியர்த்துப் போய் கீழறையிலிருந்து வெளியே வந்தான் இலியா.

“ஏதோ ஒரு ஜாடியை அங்கே உடச்சுட்டேன்...” என்று முதலாளியிடம் அறிவித்தான்.

ஸ்துரோகனி கண நேரத்திற்கு அவனைக் கவனமாக உற்றுப் பார்த்தார்.

“இந்த முறை நான் உன்னை மன்னிப்பேன்,” என்றார். “நான் உன்னை மன்னிப்பேன் ஏன்னா நீ தானே எங்கிட்டச் சொன்னே... ஆனா அடுத்த முறை உன் காதைக் கிள்ளித் திருகிருவேன்...”

ஒரு பெரியதும் இரைச்சல் மிக்கதுமான எந்திரத்தின் திருகாணி சுற்றிச்சுழல்வது போலச் சிறப்பற்றதாக ஒரே விதமான வட்டத்தைச் சுற்றிச் சுற்றி வந்தது இலியாவினுடைய வாழ்க்கை. காலை ஐந்து மணிக்குக் கண் விழித்து, அவனது எசமானன், எசமானனது குடும்பம் மற்றும் விற்பனையாட்கள் அடங்கிய அந்த வீட்டிலுள்ள அனைவரின் காலணிகளையும் துடைத்துப் பளபளப்பூட்டினான். பிறகு கடைக்குச் சென்று தரையைப் பெருக்கினான், மேசைகளையும், தராசுகளையும் கழுவிச் சுத்தம் செய்தான். கடை திறந்த போது வாடிக்கையாளர்களுக்காகப் பொருள்கள் எடுத்து வந்தான். அவர்கள் வாங்கியவற்றை அவர்களுடைய வண்டிகளுக்குத் தூக்கிச் சென்றான். பகலில் சாப்பாட்டுக்காக வீடு சென்றான். மதிய உணவுக்குப் பிறகு செய்வதற்காக அவனுக்கு எதுவுமே இல்லை. மேலும் சில்லறை வேலைகளுக்காக அவன் அனுப்பப்படாவிட்டால் கதவருகே நின்று சுறுசுறுப்பான சந்தையைக் கவனிக்கவும், இந்த உலகத்தில் எவ்வளவு மக்கள் இருக்கிறார்கள், ஏராளமான மீன், இறைச்சி, காய்கறிகள் சாப்பிடுகிறார்கள் என்று அவன் சிந்தித்தான்.

“மிகயீல் அவர்களே!” என்று ஒரு முறை கோட்டான் போன்ற விற்பனையாளனை அழைத்தான்.

"என்ன?"

"எல்லா மீனையும் பிடித்த பின்பும், எல்லாக் கால்நடைகளையும் கொன்ற பின்பும் மக்கள் என்ன சாப்பிடுவார்கள்?"

"முட்டாள்!" என்றான் விற்பனையாளன்.

மற்றொரு முறை கல்லாவின் மேல் கிடந்த ஒரு பத்திரிகையை எடுத்து, கதவருகே நின்ற போது அதைப் படிக்கத் தொடங்கினான். விற்பனையாளனோ அவன் கையினின்றும் அதைப் பறித்து அவன் மூக்கில் ஒரு குத்து விட்டான்.

"உனக்கு யார் அனுமதி தொடுத்தது?" என்று பயமுறுத்தலோடு கேட்டான். "கழுதை..."

இந்த விற்பனையாளனை இலியாவுக்குப் பிடிக்கவில்லை. கடை முதலாளியிடம் பேசும் பொழுதெல்லாம் அடிமைப் பாங்குடன் பேசுவான். ஆனால் அவருடைய முதுகுக்குப் பின்னால் மோசக்காரன், செம்பட்டை பிசாசு என்று அழைப்பான். சனிக்கிழமைகளிலும், விழா நாள்களுக்கு முந்திய நாள்களிலும் முதலாளி இரவு முழுக்க வழிபாட்டில் இருப்பதற்காக முன்னதாகவே கடையை விட்டுக் கோ-யிலுக்குப் போய் விடுவார்; அதன் பிறகு இந்த விற்பனையாளனின் மனைவியோ சகோதரியோ கடைக்கு வருவார்கள், அவர்களிடம் மீன் பொட்டலங்களையும் காவியர், டப்பிகளில் அடைந்த மீனையும் வீட்டுக்கு எடுத்துச் செல்லக் கொடுப்பான். பிச்சைக்காரர்களைக் கொடுமைப்படுத்துவதில் மகிழ்ச்சியடைந்தான். பிச்சைக்காரர்களில் பலர் வயதானவர்களாகவும் யெரெமேய் தாத்தாவை இலியாவுக்கு நினைவுபடுத்துபவர்களாகவும் இருந்தனர். ஒரு கிழவன் கதவருகே நின்று பிச்சைக்காக மென்மையாகக் கெஞ்சுகிற போதெல்லாம், இந்த விற்பனையாள் ஒரு சிறிய மீனை அதன் தலையைப் பிடித்து எடுத்து, பிச்சைக்காரனின் நீட்டிய உள்ளங்கைக்குள்ளாக செதில் எலும்புகள் சதையைப் பிய்க்குமாறு அத்தனை வலிமையோடு திணிப்பான். வலிதாங்க மாட்டாது பிச்சைக்காரன் தனது கையைப் பின்னுக்கு இழுத்த போது, இந்த விற்பனையாள் கோபமான கேலிச் சொல்லால் அவனைத் திட்டினான்:

"இது வேணாம்? உனக்குப் போதாது? போடா..."

ஒருநாள் கிழப் பிச்சைக்காரி ஒருத்தி காய்ந்து போன பைக் மீன் ஒன்றை எடுத்துத் தனது கந்தல்களுக்குள்ளாகப் போட்டுக்கொண்டாள். விற்பனையாள் அதைப் பார்த்து விட்டான். அவளது கழுத்தைப் பற்றிப் பிடித்து, மீனையும் பிடுங்கிக்கொண்டு, தனது இடக் கையால் அவள் முகத்தைத் தள்ளி, வலக்கையால் ஒரு குத்து விட்டான். அவளோ கதறவும் இல்லை ஒரு வார்த்தை பேசவும் இல்லை; குனிந்த தலையுடன்

வெறுமனே நடந்து சென்றாள். அவளுடைய மூக்கினின்றும் கருமையான ரத்தம் இரண்டு சொட்டு வடிந்ததை இலியா பார்த்தான்.

“நீ பெறவேண்டியதைப் பெற்றுக்கொண்டாய் இல்லையா?” என்று அவளுக்குப் பின்னே கத்தினான் விற்பனையாள்.

கார்ப் என்ற மற்றொரு விற்பனையாளனை நோக்கிச் சொன்னான்:

“நான் பிச்சைக்காரர்களை வெறுக்கிறேன்!.. தண்டத் தீனி! அட்டை மாதிரி ஒட்டிக்கிருவாங்க, வயிறுமுட்டச் சாப்பிட்டு இருந்தாலும் பிச்சை கேட்டுப் போவாங்க! அருமையா வாழ்றாங்க… ‘கிறிஸ்துவினுடைய தம்பிகள்’ என்று சாதாரண சனங்க சொல்றாங்க. நல்லது, கிறிஸ்துவுக்கு நான் என்ன உறவுன்னு தெரிஞ்சுக்க விரும்புறேன் - எதுவுமே இல்லையா? என் வாழ்க்கை பூராவும் வெயிலில் கிடக்கும் புழுப் போல புரண்டுகொண்டும் நெளிந்துகொண்டும் இருக்கிறேன். எனினும் அதுக்காக எனக்கு என்ன கிடைக்குது? ஓய்வு இல்லை, அமைதி இல்லை, மரியாதை இல்லை…”

மற்றொரு விற்பனையாள் கார்ப் மிகுந்த பக்திமான். எப்போது பார்த்தாலும், சர்ச், பாடகர் குழு, பாதிரியாருடைய பூஜை இவை பற்றியே பேசிக்கொண்டிருந்தான். ஒவ்வொரு சனிக்கிழமையும், தான் வழிபாட்டுக்குச் சுணங்கி விடுவோமோ என்று பயந்தான். கிரண கேந்திரங்களிலும் ஆர்வமுடையவனாக இருந்தான். அந்த நகரத்திற்கு யாரோ ‘மந்திரவாதி’ வரும் போதெல்லாம் கார்ப் நிச்சயமாக அங்கே போய் அவனுடைய நிகழ்ச்சிகளைக் காண்பான்… கார்ப் நெடியவனாகவும் மெலிந்து, சுறுசுறுப்பு மிக்கவனாகவும் இருந்தான். கடையில் கூட்டம் நிரம்பி வழியும் போது, வாடிக்கையாளர்களுக்கு இடையே ஒரு பாம்பைப் போல நெளிந்தவாறும், எல்லாரிடமும் புன்னகை செய்தவாறும் பேசியவாறும் தன்னுடைய வியாபாரத் திறமைகளுக்கான பாராட்டை எதிர்பார்ப்பவன் போல, உரிமையாளருடைய கடைக்கண்ணால் எடுப்பான தோற்றத்தை அடிக்கடி பார்த்தவாறும் இருப்பான். இலியாவுடனான அவனது போக்கு அசட்டையாகவும் கிண்டலாகவும் இருந்தது. அதுபோல இலியாவுக்கும் அவனைப் பிடிக்கவில்லை. ஆனால் இலியா தனது முதலாளியை விரும்பினான். காலையிலிருந்து இரவு வரை கல்லாவிற்குப் பின்பக்கத்தில் இருந்து, பெட்டியில் பணத்தைப் போட்டவாறு ஸ்துரோகனி நின்றார். இதை அலட்சியமாகவும், பேராசை இல்லாமலும் அவர் செய்ததைக் கண்ட இலியா மகிழ்ச்சியடைந்தான். ஸ்துரோகனி தன்னிடம் மற்ற விற்பனையாள்களிடம் பேசியதை விட மிகவும் அடிக்கடி அன்பான தொனியில் பேசியதையும் கவனித்த அவன் மேலும் மகிழ்ச்சியுற்றான். அமைதியான நேரங்களில் வியாபாரம் மந்தமாக இருந்த போது, கதவருகே தலையைத் தொங்கப்

போட்டவாறு இலியா நின்று கொண்டிருந்த போது, ஸ்துரோகனி சில நேரங்களில் அவ னை அழைப்பார்:

“ஏய், இலியா, என்ன தூங்கப் போறியா?”

““இல்லீங்க...”

“என்ன காரணத்துக்காக எல்லா நேரமும் இப்படி யோசனையில் இருக்கே?”

“எனக்குத் தெரியாது...”

“சலிப்பா?”

“ஆமாம்...”

“அது சரி. நானுங்கூட என் காலத்தில் சலிப்பா இருந்தேன்... ஒன்பதிலிருந்து முப்பத்தி இரண்டு வயசு வரை மற்றவங்களுக்காக வேலை பார்த்து சலிச்சுப் போனேன்... ஆனா கடந்த இருபத்தி மூனு ஆண்டா மற்றவர்கள் எப்படிச் சலிப்பு அடையுறாங்கன்னு பார்த்துவாறேன்...” அதெல்லாம் ஒன்றும் செய்வதற்கில்லை - விஷயங்கள் இப்படித்தான் போகும் என்று சொல்வது போல ஸ்துரோகனி தலையை ஆட்டிக்கொண்டிருந்தார்

இந்த முறையில் ஸ்துரோகனி தன்னிடம் இரண்டு அல்லது மூன்று முறை பேசிய பிறகு, மிகப்பெரிய அருமையானதும் சுத்தமானதுமான காற்றோட்டமுள்ள வீடு வசிப்பதற்கு இருக்கும் போது, எதற்காக பணக்காரனும் பெரும்புள்ளியுமான இவர் தனது நேரம் முழுவதையும் உப்பு மீனின் முடை நாற்றம் நிறைந்த இந்த அழுக்கடைந்த கடையில் செலவு செய்ய வேண்டும் என்று இலியா வியப்படையத் தொடங்கினான். அது ஒரு விநோதமான வீடு: மிகவும் கண்டிப்பானதும் அமைதியானதுமான அந்த வீடு உறுதியான நடைமுறைகளுக்கு ஆட்பட்டிருந்தது. வீட்டுச் சொந்தக்காரர், அவர் மனைவி, மூன்று மகள்கள், ஒரு சமையல்காரி, வேலைக்காரி, தெருக்கூட்டுபவனாகவும் குதிரைவண்டி ஓட்டுபவனாகவும் இருந்த ஒருவன் இவர்களைத் தவிர அந்த இரண்டு மாடி வீட்டில் யாரும் இல்லாத போதும், இவ்வீடு நெருக்கமான இருந்தது. அங்கு குடியிருந்த எல்லாரும் தணிந்த குரலில் பேசினார்கள். பெரியதும், தூய்மையானதுமான முற்றத்தின் வழியாக நடந்து செல்லும் போது, திறந்த வெளியில் தங்களைக் காண்பதற்கு அஞ்சுபவர்கள் போல வேலியைத் தழுவினார்கள். இந்த அமைதியான, கம்பீரமான வீட்டை, அழுக்கானதும் இரைச்சல் மிக்கதும் இழிந்ததுமான பெத்ருகாவினுடைய வீட்டோடு ஒப்பிட்டுப்பார்த்து, பிந்தியதைத்தான் பெரிதும் விரும்புவதாக இலியா தீர்மானித்துத் தானாகவே வியப்படைந்தான். அமைதியாகவும், சாந்தமாகவும் தனது சொந்த வீட்டில் வசிக்க முடியும் போது எதற்காக அந்த வியாபாரி

சந்தையின் இரைச்சலும் குழப்பமும் மிகுந்த இடத்தில் தனது நேரம் முழுவதையும் செலவிட்டார் என்பதை அவரிடம் கேட்க பையன் ஏங்கினான்.

ஒருமுறை கார்ப் எங்கோ வெளியே போயிருந்தான். மிகயீலும் பிச்சைக்கார விடுதிக்கு அன்பளிப்புச் செய்ய கெட்டுப்போன மீனைப் பிரித்து எடுக்கக் கீழே நிலவறைக்குப் போயிருந்தான். அப்போது ஸ்துரோகனி இலியாவுடன் பேசத் தொடங்கியதும், பையன் அவரிடம் கேட்டான்:

“கிரீல் அவர்களே, நீங்க ஏன் கடையை விட்டுறக் கூடாது?.. நீங்க பணக்காரர்... உங்க வீடு அவ்வளவு அருமையா இருக்கு, இங்கே ஒரே நாத்தமாயும் சலிப்பாயும் இருக்கு!.. இந்த இடத்தில் நீங்க ஏன் தங்கணும்?..”

ஸ்துரோகனியின் சிவந்த புருவங்கள் நெளிந்தன. கல்லாவின் மீது சாய்ந்து பையனைக் கூர்ந்து நோக்கினார்.

“அப்படியா?” என்று இலியா முடித்த போது கூறினார். “நீ சொல்ல விரும்புனது எல்லாத்தையும் சொல்லிட்டியா?” என்று நீட்டினார்.

“ஆமாம்...” என்றான் பையன் தடுமாற்றத்துடன்.

“இங்கே வா!”

இலியா அருகே சென்றான். பையனின் முகவாய்க் கட்டையைப் பிடித்து, அவனது தலையைப் பின்னுக்குத் திரும்பி, தனது கண்களைச் சுருக்கிக்கொண்டு அவனையே பார்த்தார்.

“இப்படிச் சொல்லச் சொல்லி யாராவது உன்னைத் தூண்டுனாங்களா அல்லது நீயாகவே நினைச்சியா?”

“உண்மையா, நானாகத்தான்.”.

“ஊம்... அப்படினா - நல்லது! சரி, நான் என்ன சொல்றேன்னு கேளு: நீ என்னிடம், உன் முதலாளியிடம் இந்த முறையில் பேசத் துணியாதே! நினைவிலே வச்சுக்க! உன் இடத்துக்குப் போடா...”

கார்ப் உள்ளே வந்த போது, வெளிப்படைடையாக எந்தக் காரணமும் இன்றி, கார்பிடம் பேசியது போல ஆனால் கடைக்கண்ணால் இலியாவைப் பார்த்துக்கொண்டு முதலாளி பேசினார்:

“ஒருத்தன் தன்னோட கடைசி நாள் வரையிலும் ஏதாவது வேலை செய்தாகணும்... முட்டாளுக்கு மட்டுந்தான் அது தெரியாது. ஒன்னுமே செய்யாமல் ஒரு மனிதனால் எப்படி வீணாக வாழ முடியும்? ஏதாவது ஒரு வேலையில் ஒருவன் தன்னை ஈடுபடுத்திக்கொள்ளாவிடில் அதில் எந்த அர்த்தமும் இல்லை...”

“ரொம்பவும் சரி, கிரீல் அவர்களே!” என்ற விற்பனையாளன் தன்னைச் சுறுசுறுப்பாக்கிக்கொள்ள ஒரு வேலையைத் தேடி கடையைச் சுற்றிலும் ஆர்வத்தோடு பார்வையைச் செலுத்தினான். ஸ்துரோகனியை இலியா கூர்ந்து பார்த்துவிட்டுச் சிந்தனையில் ஆழ்ந்தான். இந்த மாதிரி ஆட்களுடன் வாழ்க்கை மேன்மேலும் சலிப்பு மிக்கதாகி விட்டது. கண்ணுக்குப் புலனாகாத ஒரு பந்தை விட்டு சாம்பல் நிற நூல்களைப் பிரிப்பது போல நாள்கள் ஒன்றன் பின் ஒன்றாக இழுத்துக்கொண்டு சென்றன. அவற்றிற்கு ஒரு முடிவே வராது என்றும் அவன் உயிர் வாழ்கின்ற வரை சந்தையின் இரைச்சலைக் கதவருகே நின்று கேட்டுக்கொண்டிருக்க வேண்டும் என்றும் அவனுக்குத் தோன்றியது. ஆனால் பார்த்தவற்றாலும் படித்தவற்றாலும் உத்வேகம் பெற்றிருந்த அவனுடைய சிந்தனை, வாழ்வின் சலிப்பினால் நிலைகுலைந்து போய்விடவில்லை; அது மெதுவாக ஆனால் இடைவிடாமல் வேலை செய்துகொண்டே இருந்தது. சில நேரங்களில் இந்த மௌனமான, கண்டிப்பு மிக்க பையன், தன்னைச் சுற்றியுள்ள மக்களைக் கவனிப்பது அந்தளவு சலிப்புமிக்கதாக உணர்ந்தான், ஆகவே தனது கண்களை மூடி, எங்காவது தொலைதூரத்திற்கு - அலைந்து திரிந்த போது பாவெல் அடைந்த இடத்தைக் காட்டிலும் தொலைவிற்கு - திரும்பவும் இந்த சலிப்புத் தட்டக் கூடியதும், புரிந்து கொள்ள முடியாததுமான சந்தடிமிக்க இடத்திற்குத் திரும்பவும் வராதபடி எங்காவது தொலைதூரத்திற்குத் தூக்கிச் செல்லப்பட வேண்டும் என்று விரும்பினான்.

விழாக்களின் போது சர்ச்சுக்கு அனுப்பி வைக்கப்பட்டான். அவனுடைய இதயம் வெதுவெதுப்பானதும், நறுமணமிக்கதுமான நீரில் கழுவப்பட்ட உணர்வுடன் அவன் எப்போதுமே வீடு திரும்பினான். ஆறு மாதங்களில் இரண்டு முறை மட்டுமே தனது சித்தப்பாவைப் பார்க்க அவன் அனுமதிக்கப்பட்டான். அங்கே எல்லாமே கிட்டத்தட்ட வழமை போல இருப்பதைக் கண்டான். கூனன் மெலிந்திருந்தான், பெத்ருகா இன்னும் பலமாகச் சீட்டியடித்தான், இளஞ்சிவப்பான அவனது முகம் சிவப்பாக மாறியிருந்தது.

தன் தந்தை தனக்கு எந்த அமைதியும் கொடுக்கவில்லை என்று யாக்கவ் புகார் செய்தான்.

“அவர் எப்பப் பார்த்தாலும் ஒரே இழிவுரையைத்தான் சொல்லிக்கிட்டிருக்கார். ‘வியாபாரம் தொடங்கு…’ என்கிறார். ‘என் வீட்டில் எந்தப் புத்தகப் புழுவும் இருக்க நான் விரும்பலே…’ ஆனா இந்த அருந்தகத்தை என்னால பொறுத்துக் கொள்ள முடியாதது என்னோட தவறா? இரைச்சல், சத்தம், ஊளை, ஓர் ஆள் தான் பேசுவதைக் கூட கேட்க முடியாது!.. சிலை விற்பனைக் கடையில் எனக்கு ஒரு வேலை பார்த்துத் தரும்படி அவரிடம் சொன்னேன்…

அங்கே நிறைய வாடிக்கையாட்கள் வரவில்லை, மேலும் எனக்கும் உருவச்சிலைகள் பிடிக்கும்...''

யாக்கவ் துயரத்துடன் கண் சிமிட்டினான், அவனது முன்னந்தலையின் மஞ்சள் நிறமான தோல், அவனது அப்பாவினுடைய தலை வழுக்கை போல மினுமினுத்தது. ''நீங்க இன்னமும் புத்தகங்கள் படிக்கிறீங்களா?'' எனக் கேட்டான் இலியா.

''உண்மைதான்! எங்க வாழ்க்கையில் அது மட்டுந்தான் எங்களோட ஒரே மகிழ்ச்சி... புத்தகத்தைப் படிக்கிற போது வேறு இடத்தில் இருப்பது போலத் தோனுது... ஆனால் அதை முடிக்கிற போதோ மணிக்கூண்டிலிருந்து விழுந்து விட்டது போல இருக்கு...'' இலியா தன் நண்பனை நோக்கினான்.

''ஏதோ கிழவனைப் போல நீ இருக்கே...'' என்றான். ''மாஷா எங்கே இருக்கா?''

''பிச்சை வாங்க விடுதிக்குப் போயிருக்கா. இப்ப அவளுக்கு என்னால நிறைய உதவி செய்ய முடியாது -அப்பா என் மீது ஒரு கண் வச்சிக்கிட்டிருக்கார்... பெர்ஃபீஷ்கா எப்பவும் முடியாம இருக்கான்... அதனாலே மாஷா பிச்சைக்கார விடுதிக்குப் போக ஆரம்பிச்சுட்டா. அவுங்க சூப்பும் சாமான்களும் கொடுக்குறாங்க... மதித்ஸா அவளுக்காகச் செய்ய முடிந்த உதவியைச் செய்யுறாள்... மாஷாவுக்கு சிக்கலான நேரம்...''

''இங்கே, உங்க கூட இருக்கிறதும் சலிப்பாத்தான் இருக்கு,'' என்றான் இலியா சிந்தனை வயப்பட்டபடி.

''ஆனா அங்கேயும் உனக்கு மிகவும் சலிப்பா இருக்கா?''

''மிக பயங்கரமானது!.. இங்கே உங்களிடம் புத்தகங்களாவது இருக்கு... எங்களிடம் இருக்கிற ஒரே புத்தகம் ''சமீபகாலத் தந்திரங்களும் கைத்திறனும்''. ஒரு விற்பனையாளன் அதை அவனோட பெட்டிக்குள்ளாகப் பூட்டியே வச்சிருக்கான்... அதைப் படிக்கிறதுக்கு எனக்கு வாய்ப்பே கிடைக்கலே... அதை அவன் எனக்குக் கொடுக்க மாட்டான், கிழட்டுக் கஞ்சப்பயல்! யாக்கவ், உன்னோட வாழ்க்கையும் என்னோட வாழ்க்கையும் மோசமா இருக்கு...''

''மோசந்தான், சகோதரனே...'

அவர்கள் சற்றுக் கூடுதல் நேரம் பேசிவிட்டுப் பிரிந்தார்கள், இருவருமே சோர்வுற்றிருந்தனர்.

அடுத்த சில வாரங்கள் சென்றன, அதன் பிறகு திடீரென்று விதி இலியாவின் மீது கடுமையாக, ஆனால் கருணையுடன் விளையாடியது. ஒருநாள் காலை வியாபாரம் சுறுசுறுப்பாக இருந்த போது, கடைச்

சொந்தக்காரர் கல்லாவின் மீது கிடந்த சாமான்களைத் திடீரென்று அவசரமாகக் கிண்டிக்கிளற ஆரம்பித்தார். அவருடைய நெற்றி குப்பென்று சிவந்து, கழுத்தில் ரத்த நாளங்கள் புடைத்தன. "இலியா!" என்று கூவினார்.

"தரையைப் பார். பத்து ரூபிள் நோட்டு உனக்குத் தெரியுதா?.."

தன் முதலாளியைக் கூர்ந்து நோக்கிய இலியா, பிறகு தனது பார்வையை விரைந்து தரை மீது திருப்பினான். "இல்லே..." என்று அமைதியாகப் பதிலளித்தான்.

"நல்லாப் பாருன்னு உனக்குச் சொல்றேன்!.."

தனது முழங்குகின்ற குரலில் ஸ்துரோகனி கர்ஜித்தார். "இப்பப் பார்த்தேன்..."

"அடம்பிடிச்ச குட்டிப் பிசாசே, இரு, நான் யாருன்னு காட்டுறேன்!" என்று முதலாளி இலியாவை அச்சுறுத்தினார்.

எல்லா வாடிக்கையாளர்களும் கடையை விட்டுப் போன பிறகு, அவர் இலியாவைத் தன்னிடம் அழைத்து, தனது பலமான, நன்கு கொழுத்த விரல்களால் அவனது காதைப் பிடித்தவாறு இழுத்து இழுத்து ஆட்டத் தொடங்கினார்.

"எப்ப உன்னைப் பார்க்கச் சொன்னேனோ, அப்பப் பார், எப்ப உன்னைப் பார்க்கச் சொன்னேனோ, அப்பப் பார்..." என்று திரும்பத்திரும்ப கரகரத்த குரலில் பேசினார்.

இலியா தனது இரு கைகளையும் எசமானனுடைய தொந்தியில் ஊன்றி, பலமாகத் தள்ளி விலக்கி, தனது காதை இழுத்துக் கொண்டிருந்த முதலாளியிடமிருந்து தன்னை விடுவித்துக்கொண்டான்.

"என்னத்துக்காக என்னைப் போட்டுக் குலுக்குறீங்க?" என்று ஆத்திரத்தோடு கத்தினான், அவனது உடம்பு முழுக்க கோபத்தால் நடுங்கியது. "மிகயீல் பணத்தைத் திருடீட்டார்... அவரோட சட்டையின் இடப்பக்கப் பையில் அது இருக்கு..."

விற்பனையாளன் ஆந்தை போன்ற முகத்தை வியப்பால் தொங்கப் போட்டுக்கொண்டான். பிறகு திடீரென்று அவன் வலக்கையால் ஓங்கி, இலியாவின் தலையில் பலமாக அடித்தான். பையன் புலம்பலுடன் கீழே விழுந்து, கன்னங்களில் கண்ணீர் ஓட, கடையின் ஒரு மூலைக்குத் தவழ்ந்து சென்றான்.

"நிறுத்து! எங்கே?" என்ற முதலாளியினுடைய மிருகக் குரல் ஏதோ இலியாவின் கனவில் வருவது போல வந்தது. "பணத்தை ஒப்படை..."

"அவன் பொய் சொல்றான்..." என்று விற்பனையாளன் சிணுங்கினான்.

"பார்த்துக்க இல்லாட்டி இந்த எடைக் கல்லாலேயே உன் மண்டையில் வச்சிருவேன்!"

"அது என்னோட பணம், கிரீல் அவர்களே... என்னோட... சத்தியமாச் சொல்றேன்..."

"உன் வாயை மூடு!.."

எல்லாமே ஒடுங்கிப் போனது. முதலாளி தனது அலுவல் அறைக்குள்ளாகச் சென்றார். அங்கிருந்து மணிச்சட்டத்தில் மணிகளின் உரத்த ஓசையை கடையில் கேட்டார்கள். விற்பனையாளனை வெறித்துப் பார்த்தவாறு இருந்த இலியா தனது தலையைக் கைகளால் தாங்கிக்கொண்டு தரையில் உட்கார்ந்தான். எதிர்மூலையில் நின்று கொண்டிருந்த விற்பனையாளனும் பதிலுக்கு இலியாவை வெறித்துப் பார்த்தான்.

"என்ன, போக்கிரியே, உனக்குக் கிடைச்சது பிடிச்சு இருக்கா?" தனது பற்களைக் காட்டியவாறு மெதுவாகக் கேட்டான் அவன்.

இலியா தனது தோள்களை இழுத்தானே தவிர எதுவும் பேசவில்லை.

"இப்ப இன்னொரு தரம் உனக்குச் சரியாக் கொடுப்பேன்!"

அவன் பையன் பக்கமாக மெதுவாகத் திரும்ப, அவனுடைய வட்டமான, தீய கண்கள் நிலைக்குத்தி நின்றன. ஆனால் கவுண்டரின் மீது கிடந்த நீண்ட, மெல்லிய கத்தியை இலியா தாவிப் பாய்ந்து பற்றினான். "வா பார்க்கலாம்!" என்றான்.

பிறகு விற்பனையாளன் நின்று, கையில் கத்தியுடன் இருந்த வலிய இளைஞனை அசையாது கண்களால் மதிப்பிட்டான்.

"ஹூம், கைதிக் கூட்டம்..." என்று நிராகரிப்புடன் மெதுவாகச் சொன்னான்.

"வா பார்க்கலாம், வா பார்க்கலாம்!" என்று திரும்பத் திரும்பச் சொன்ன பையன், அவனை நோக்கி ஓர் எட்டு எடுத்துவைத்தான். அவன் பார்த்தவைகள் கண்ணுக்கு முன்னால் ஆடவும் குதிக்கவும் செய்தன. தனக்குள்ளாக ஏதோ ஒரு மிகப் பெரும் சக்தி தன்னை உந்தித் தள்ளுவதை உணர்ந்தான்.

"கத்தியைக் கீழே போடு!" என்ற ஸ்துரோகனியின் குரல் வந்தது.

இலியா துடுக்குற்று, சிவப்புத் தாடியையும், சிவந்த முகத்தையும் மேலோட்டமாகப் பார்த்தான், ஆனால் அசையவில்லை.

"கத்தியைக் கீழே போடுன்னு நான் உனக்குச் சொல்றேன்!" என்று முதலாளியின் குரல் மென்மையாக வந்தது. கத்தியைக் கல்லாவின் மீது வைத்த இலியா, உரக்க விம்மியவாறு திரும்பவும் தரையில் அமர்ந்தான். அவனுக்குத் தலை சுற்றியது, வலித்தது, காது வலித்தது,

நெஞ்சு கனமாக அழுத்தியதால் அவனால் மூச்சுவிடக்கூட முடிய வில்லை, தொண்டை அடைத்துப் பேசுவதைச் சிரமமாக்கியது.

"இந்தா உன்னோட சம்பளம்; உன்னை வெளியேத்தியாச்சு, மிகயீல்..." எசமானனுடைய குரல் எங்கோ தொலைவிலிருந்து இலியாவுக்குக் கேட்டது.

"ஆனா..."

"போடா! இல்லாட்டா நான் போலீசைக் கூப்பிடுவேன்..."

"நல்லது, ஐயா! நான் உங்களை விட்டுவிடுவேன்... ஆனா அந்தப் பையன் மேலே ஒரு கண் வச்சுக்கங்க... அவன் கத்தியுடன் இருக்கான்... ஹி, ஹி!'

"போடா!"

கடையில் திரும்பவும் எல்லாமே அடங்கிப் போயிற்று. இலியா பிடிக்காத உணர்ச்சியினால் துடுக்குற்றான்: தனது முகத்திற்கு மேலாக ஏதோ ஊர்ந்துகொண்டிருந்தது போல அவனுக்குக் காணப்பட்டது. கண்ணீரை வழித்தெறிவதற்காகத் தனது கன்னத்தின் மீது தனது கையை ஓட விட்டான். கல்லாவுக்குப் பின்னிருந்தவாறு அவனது எசமானர் அவனையே கூர்ந்து பார்த்துக்கொண்டிருந்தார். பிறகு எழுந்து நின்று அவன் கதவருகே தனது இடத்திற்குத் தள்ளாடியவாறு சென்றான்.

"பொறு!" என்றார் ஸ்துரோகனி. "அந்தக் கத்தியால உன்னால் அவனைக் குத்தியிருக்க முடியுமா?"

"குத்தியிருப்பேன்!" என்று பையன் அமைதியாகவும் ஆனால் உறுதியாகவும் கூறினான்.

"அப்படி-யா... என்னத்துக்காக உன் அப்பா கடுங்காவலுக்கு அனுப்பப்பட்டார்? கொலையா?"

"கிராமத்துக்குத் தீ வச்சதுக்காக..."

"அவ்வளவு மோசமில்லே..."

கார்ப் உள்ளே வந்து, கதவருகே கிடந்த ஒரு முக்காலியில் அமைதியாக அமர்ந்து தெருவைப் பார்க்கத் தொடங்கினான்.

"கார்ப், என் நல்ல மனுசனே," என்று நகைப்புடன் அவனைப் பார்த்த ஸ்துரோகனி கூறினார்.

"மிகயீலுக்குக் கல்தாக் கொடுத்துட்டேன்...'

"அது உங்களோட விருப்பம், கிரீல் அவர்களே!"

"அவன் திருடத் தொடங்கிட்டான், இல்லையா?"

"ஐயோ! அப்படியா?" என்று கார்ப் அமைதியாகவும் பயத்துடனும் கூவினான்.

ஸ்துரோகனியினுடைய சிவப்புச் சிவப்புத் தாடி சிரிப்பினால் ஆடியது, கல்லாவுக்குப் பின்னே அப்படியும் இப்படியும் அலைந்தார்:

"ஏய், நீ தான் தந்திரக்காரனாச்சே, கார்ப்!.." திடீரென்று சிரிப்பதை நிறுத்தி, ஆழ்ந்து மூச்சிழுத்துக் கொண்டு கடுமையாகப் பேசினார்:

"ஏய், மனுசங்களே, மனுசங்களே! நீங்க எல்லாரும் வாழ விரும்புறீங்க, சாப்பிட விரும்புறீங்க! இலியா, இதை எனக்குச் சொல்லு: ரொம்பக் காலமாவே மிகயீல் திருடிக் கிட்டிருப்பது உனக்குத் தெரியுமா?"

"ஆமா..."

"எங்கிட்ட ஏன் முன்னமேயே சொல்லலே? அவனுக்குப் பயமா?"

"இல்லே, நான் பயப்படலே..."

"வேறு மாதிரி சொன்னா, இந்த முறை நீ சொன்னதுக்குக் காரணம் உனக்குக் கோபம் ஏற்பட்டிருக்கு?.."

"ஆமா," என்று இலியா உறுதியாகச் சொன்னான்.

"ஓகோ, நீ இப்படிப்பட்டவனா!" என்று முதலாளி கூவி னார். பிறகு நீண்ட நேரத்திற்குத் தனது சிவப்புத் தாடி யைத் தடவிக்கொடுத்துக்கொண்டு, எதுவும் பேசாது இலியாவை கண்டிப்புடன் பார்த்துக் கொண்டிருந்தார்.

"உன்னைப் பற்றி என்ன - நீ திருடுறியா?"

"இல்லே..."

"நான் உன்னை நம்புறேன்... நீ திருடவில்லை... ஆனால் கார்ப் எப்படி? கார்ப், இதோ இருக்கான் - அவன் திருடுறானா?"

"திருடுறான்!" பையன் திரும்பவும் சொன்னான்.

கார்ப் வியப்போடு பையனை விழித்து நோக்கினான், பிறகு கண்ணை இமைத்துக்கொண்டு மெதுவாகத் திரும்பினான். முதலாளி கடுகடுப்பாகப் புருவத்தை நெறித்து, திரும்பவும் தனது தாடியைத் தடவத் தொடங்கினார். ஏதோ அசாதாரணமானது நடைபெற்றதை இலியா உணர்ந்து, விஷயங்கள் எப்படி முடியப் போகின்றன என்பதைக் காணக் கூர்ந்த கவனத்தோடு காத்திருந்தான். நாற்றம் பிடித்த காற்றில் ஈக்கள் மொய்த்தன, தொட்டியில் உயிருள்ள மீன்கள் நீரை மெதுவாகத் தெளித்தன.

"கார்ப்!" அசைவற்றவாறு தெருவையே வெறித்து நோக்கிக் கொண்டிருந்த விற்பனையாளனை நோக்கி முதலாளி கத்தினார்.

"என்ன விரும்புகிறீங்க, ஐயா?" என்ற கார்ப், முதலாளியை நோக்கி விரைந்து சென்று, அவரது முகத்தை தனது பரிவும் பண்புமிக்க கண்களால் வெறித்து நோக்கினான்.

“அவன் உன்னைப் பற்றி என்ன சொன்னான் என்பதை நீ கேட்டியா?” என்று இலேசாகச் சிரித்தவாறு ஸ்துரோகனி கேட்டார்.

“ஆமாம்…”

“பிறகு என்ன?”

“ஒன்னும் இல்லை!..” என்ற கார்ப் தனது தோள்களைக் குலுக்கிக்கொண்டான்.

“ ‘ஒன்னும் இல்லை’ என்றால் என்ன அர்த்தம்?”

“இது ரொம்ப எளிமையானது, கிரீல் அவர்களே. தன்னோட சொந்த மதிப்பைத் தெரிந்த ஆள் நான், ஐயா. அவனைப் போல ஒரு சாதாரண பையன் மீது மனத்தாங்கல் கொள்ளப் போறவன் இல்லே நான். நீங்களே இதைப் பார்க்க முடியும், கிரீல் அவர்களே, பையன் முற்றிலுமாக மந்த புத்திக்காரன்-அவனால விஷயங்களைச் சுலபமா புரிஞ்சுக்க முடியாது…”

“விஷயத்தை மாற்ற முயலாதே! அவன் சொன்னது உண்மையா?”

“உண்மை என்றால் என்ன, கிரீல் அவர்களே?” என்று கூவிய கார்ப், திரும்பவும் தனது தோள்களைக் குலுக்கிக் கொண்டு, தலையை ஒரு பக்கமாகச் சாய்த்துக் கொண்டான். “நீங்க விரும்பினா அவனோட வார்த்தைகளை உண்மையானதா எடுத்துக்கிற முடியும்… அது உங்களோட விருப்பம்!..”

கார்ப் பெருமூச்சு விட்டு, மனத்தாங்கலோடு கைகளை விரித்தவாறு பேசினான்.

“என்னோட சொந்தக் கடையில் எல்லாமே என்னோட விருப்பம்தான்…” என்று முதலாளி ஒப்புக்கொண்டார். “ஆக, பையன் முட்டாள்னு நினைக்கிறே, இல்லையா?”

“மகா முட்டாள்,” என்று கார்ப் உறுதியுடன் சொன் னான்.

“நீ தவறா புரிஞ்சுக்கிட்டதாக நான் பயந்துட்டேன்…” என்று ஸ்துரோகனி நிச்சயமற்று சொன்னார், திடீரென்று வாய்விட்டுச் சிரித்தார்.

“அது மாதிரி அவன் வந்ததையும், உன்னைப் பற்றி நேரடியாச் சொன்னதையும் நினைச்சுப் பார்த்தா, ஆ…ஹா! ‘கார்ப் திருடுறானா?’ -‘திருடுறான்!’ ஆ…ஹா!’ தன் முதலாளியினுடைய சிரிப்பைக் கேட்டு பழிவாங்கிய மகிழ்ச்சியில் திளைத்தான் இலியா; காழ்ப்புடன் கார்ப்பையும், நன்றியுடன் ஸ்துரோகனியையும் பார்த்தான். தனது எசமானனுடைய சிரிப்பைக் கேட்ட கார்ப் தானாகவே சிரித்துக்கொண்டு அதற்கு ஈடு கொடுத்தான்.”ஹி… ஹி… ஹி!” எச்சரிக்கையோடு உற்று நோக்கினான். ஆனால் முதலாளி அவனது குறுநகையைக் கேட்டு கடுமையாக உத்தரவிட்டார்:

"கடையை மூடு!.."

இலியா வீட்டிற்குப் போய்க்கொண்டிருக்கையில், கார்ப் தனது தலையை அசைத்து அவனிடம் சொன்னான்:

"டேய், என்ன முட்டாள் நீ! படு மோசமான முட்டாள்! எதுக்காக இதைச் செய்தே? உன் முதலாளியோட நல்லெண்ணத்தைப் பெற அதுதான் வழி என்பது போல! அறிவு கெட்டவனே! அவரிடமிருந்து மிகயீலும் நானும் திருடுவது அவருக்குத் தெரியாதுன்னு நீ நினைக்கிறியா? இந்த மாதிரிதான் அவரும் தன்னோட வா"கையைத் தொடங்கினாரு... மிகயீலுக்கு அவர் கல்தா கொடுத்ததற்காக-என் நெஞ்சார உனக்கு நன்றி சொல்றேன்! ஆனா என்னைப் பற்றி நீ சொன்னதுக்காக உன்னை நான் மன்னிக்கவே மாட்டேன்! அது மடத்தனமானது! என்னோட முகத்துக்கு நேரா என்னைப் பற்றி அது மாதிரி விஷயத்தைச் சொல்றது! முடியாது, என்னால உன்னை மன்னிக்கவே முடியாது!.. என்னிடத்தில் உனக்கு மரியாதை கிடையாது என்பதைத்தான் இது காட்டுது..."

இலியா இந்தப் பேச்சைக் கேட்டான், ஆனால் அதை முறையாக புரிந்துகொள்ளவில்லை. தன்னுடைய கோபத்தை கார்ப் முற்றிலும் வேறுபட்ட வழியில் வெளியிடக் கூடும் என்று நினைத்தான். வீட்டிற்குப் போகும் போது விற்பனையாளன் தன்னை அடிக்கக்கூடும் என்பதில் இலியா அவ்வளவு உறுதியாக இருந்தான். ஆகவேதான் இலியா வீட்டுக்குப் போகப் பயந்தான். ஆனால் கார்பினுடைய வார்த்தைகளில் கோபத்தைக் காட்டிலும் ஏளனமே ஒலித்தது. அவனுடைய அச்சுறுத்தல்கள் இலியாவை பயமுறுத்தவில்லை. அன்று மாலை முதலாளி பையனைத் தனது வீட்டு மாடிக்கு வருமாறு சொல்லியனுப்பினார்.

"ஆகா!" என்று இதைக் கேட்டதும் கார்ப் தீக்குறியாகக் கூவினான். "நல்லது, ஓடு, ஓடு!"

இலியா மேல் மாடியில் நுழைந்து பெரிய அறையின் கதவு முன் நின்றான். ஒரு வட்டமான மேசையின் மீது மிகப்பெரிய சமோவார் இருக்க, அதற்கு மேலாக ஒரு கனத்த விளக்குத் தொங்கிக்கொண்டிருந்தது. மேசையைச் சுற்றி எசமானர், தனது மனைவி, மூன்று மகள்களுடன் அமர்ந்திருந்தார். ஒவ்வொரு இளைய பெண்ணும் மூத்தவளைக் காட்டிலும் தலையளவு குட்டையாக இருந்தாள், எல்லாருமே சிவப்புத் தலைமுடியுடன், நீண்ட முகங்களுடனும் புள்ளிகள் நிறைந்த வெளிறிய தோலுடனும் இருந்தனர். அறைக்குள்ளாக இலியா வந்த போது, அவர்கள் மிக நெருங்கியமர்ந்தனர். மூன்று ஜோடி நடுக்குற்ற நீலநிறக் கண்களும் அவன் மீதே பதிந்திருந்தன.

"அதுதான் அவன்!" என்றார் ஸ்துரோகனி.

"தயவுசெய்து பாருங்க, அவன் எப்படி இருக்கான்னு!" என்று பயத்தோடு கத்திய அவனுடைய மனைவி, முன்னர் பார்த்தே இராதவள் போல சுரித்துக்கொண்டு இலியாவை உற்றுப்பார்த்தாள். ஸ்துரோகனி இலேசாகச் சிரித்துவிட்டுத் தனது தாடியைத் தடவிக்கொண்டு, தனது விரல்களால் மேசையின் மீது தாளம் போட்டார்.

"சரி, இலியா," என்று கம்பீரமாகத் தொடங்கினார், "இனிமேல நீ எனக்குத் தேவைப்படலே என்பதைச் சொல்றதுக்குத்தான் உன்னை வரச் சொன்னேன்; சுருக்கமாச் சொன்னா, உன்னோட மூட்டையைக் கட்டிக்கிட்டு உன் வழியைப் பார்த்து நீ போகலாம்..."

இலியா துடுக்குற, அவன் வாய் அகலத் திறந்தது; பிறகு குதிகாலைத் திருப்பி கதவை நோக்கி நடக்கலானான். "நில்!" என்றார் வியாபாரி, தனது கையை இலியா பக்கம் நீட்டி உள்ளங்கையால் மேசையில் அடித்தார். "நில்!" என்று தணிந்த குரலில் திரும்பச் சொன்னார் அவர்.

"அதைச் சொல்றதுக்காக மட்டும் நான் உன்னைக் கூப்பிட்டு அனுப்பலே." அவர் மெதுவாகவும் உறுதியாகவும் எச்சரிக்கும் தோரணையில் விரலை உயர்த்திக் கொண்டு கூறினார். "இல்லை, இல்லை!.. உனக்குப் பாடம் கற்பிக்க வேண்டும்... உன்னை நான் ஏன் இதுக்கு மேலே விரும்பலே என்பதை விளக்கிச் சொல்ல வேண்டுமா? நீ எனக்கு எந்தத் தீங்கும் செய்யலே - நீ படிச்சவன், சோம்பேறி இல்லை... நேர்மையானவன், ஆரோக்கியமாயிருக்கிறாய்... இதெல்லாம் உன் கையில் இருக்கிற துருப்புச் சீட்டுகள். ஆனா இந்தத் துருப்புச் சீட்டுகள் உன்னிடம் இருந்தாலும் நீ எனக்குத் தேவைப்படலே... நீ பொருந்தி வரலே... ஏன் வரலே? அது தான் கேள்வி..."

இலியா வியப்புற்றான். இங்கே அவனைப் புகழ்கின்ற முதலாளி, அதே நேரத்தில் அவனைத் துரத்திக் கொண்டிருக்கிறார். இந்த இரண்டு விஷயங்களையும் அவனால் ஒருசேரப் பார்க்க முடியவில்லை. இன்பமும் மனத்தாங்கலுமான உணர்வுகள் அவனுக்குள்ளாக அலை மோதின. தான் என்ன செய்துகொண்டிருக்கிறோம் என்பது முதலாளிக்கே தெரியவில்லை என்பது போல இலியாவுக்குத் தோன்றியது... ஓர் எட்டு முன்னுக்கு வைத்தான்.

"என்னைக் கல்தா கொடுப்பதற்குக் காரணம் - நான் கத்தி வைத்திருந்தது தானே?.." என்று பணிவுமிக்க குரலில் கேட்டான்.

"அட ஆண்டவரே!" என்று அச்சத்தால் அலறினாள் முதலாளியினுடைய மனைவி. "என்ன துணிச்சல்காரன்! ஐயோ, கடவுளே!.."

"அந்தோ!" மனநிறைவுடன் கூறிய முதலாளி, புன்முறுவலுடன் தனது விரலை இலியா பக்கம் சுட்டிக்காட்டினார். "நீ ரொம்ப துணிச்சல்காரன்!... அப்படித்தான்! ரொம்பத் துணிச்சல்காரன்... கடைக்காரப் பையன்

பணிவுள்ளவனா இருக்கணும் - 'பணிவுள்ளவர்கள் ஆசிர்வதிக்கப் படுவாங்க' என்று வேத நூலில் எழுதப்பட்டிருப்பது போல... அவன் முதலாளியை நம்பி வாழ்றான்: அவனிடம் முதலாளியோட சாப்பாடு, அவனிடம் முதலாளியோட மூளை, அவனிடம் முதலாளியோட நேர்மை கூட... ஆனா நீயோ உன் சொந்தத் திறமையில் வாழ்றே... உதாரணமா, ஒரு மனுஷனை அவன் முகத்துக்கு நேரே திருடன்னு சொல்றே! அது மோசமானது, துணிச்சலானது... நீ நேர்மையானவனா இருந்தா, எங்கிட்ட வந்து இது பற்றி உன் கதைகளை அமைதியாச் சொல்லு... எல்லாத்தையும் முடிவு செய்ய வேண்டியது நான் தான், நான் தான் எசமானன்!.. ஆனா நீயோ 'திருடன்'னு உளறிக்கொட்டுறே!.. அந்தளவு அவசரம் வேணாம்... மூணு பேரில் ஒருத்தன் மட்டும் நேர்மையானவனா இருந்தா எனக்கு என்ன அக்கறை?.. இங்கே தனிப்பட்ட கணக்கிடுதல் வேண்டும்... ஒருத்தன் நேர்மையானவனா இருந்து, ஒன்பது பேர் போக்கிரிகளாக இருந்தால், யாருமே லாபம் கிடையாது, ஆனா நேர்மையானவன் அழிஞ்சு போயிடுறான். ஆனா ஏழு பேர் நேர்மையானவர்களாக இருந்து, மூணு பேர் போக்கிரிகளாக இருந்தால், உன்னோட பக்கம் வெல்லும்... புரிஞ்சதா? பெரும்பான்மை இருக்கிற பக்கந்தான் சரியான பக்கம்... நீ நேர்மையைப் பார்க்க வேண்டிய வழி அதுதான்..."

உள்ளங்கையினால் தனது நெற்றியில் வழிந்த வியர்வையை ஸ்துரோகனி துடைத்துக்கொண்டு தொடர்ந்தார்:

"பிறகு நீ உடனடியா கத்தியை எடுத்து..."

"ஐயோ, ஆண்டவரே!" என்று அச்சத்தில் கிறீச்சிட்டாள் அவருடைய மனைவி, மங்கையரோ அஞ்சி ஒடுங்கினார்கள்.

"எவன் கத்தியை எடுக்கிறானோ அவன் கத்தியாலேயே சாவான் என்று வேதம் சொல்லுது... அதனாலேதான் நீ இதுக்கு மேலே எனக்குத் தேவைப்படலே... அது அவ்வளவு தான்... இதோ உனக்காக அரை ரூபிள், போயிட்டு வா... உன் வழியைப் பார்த்துப் போ... நினைவு வச்சுக்க-நீ எனக்கு எந்தக் கெடுதலும் செய்யலே, நானும் உனக்குச் செய்யலே... அத்தோட அரை ரூபிள் உனக்கு அன்பளிப்பாகவும் தந்திருக்கிறேன்!.. நீ இன்னமும் குழந்தை இல்லை என்கிறதுனாலே உன்னிடம் கண்டிப்பாகவே நான் பேசி விட்டேன்... வந்து, அது இப்படித்தான்... உனக்காக ஒருகால் நான் வருத்தப்படலாம்... ஆனா நீ பொருந்தி வரவில்லை! கடையாணி அச்சுக்குப் பொருந்தாவிட்டால், அதைத் தூக்கி அப்பால் எறிவதைத் தவிர வேறொன்றும் செய்ய முடியாது... சரி, போயிட்டு வரலாம்..."

இலியாவுக்கு முதலாளியின் பேச்சு மிக எளிமையானதாகக் காணப்பட்டது. முதலாளி தன்னைக் கல்தா கொடுப்பதற்குக் காரணம், கார்ப்பை வெளியேற்றவும் விற்பனையாள் இல்லாமல்

இருக்கவும் அவர் விரும்பவில்லை. இது இலியாவுக்கு மகிழ்ச்சியை ஏற்படுத்தியது; தன் எசமானன் மிகவும் சாதாரணமானவனாகவும் இன்பகரமானவனாகவும் இலியாவுக்குத் தோன்றியது.

"போயிட்டு வாறேன்!" என்ற இலியா, நாணயத்தை உள்ளங்கையில் இறுக்கமாகப் பற்றியிருந்தான். "உங்களுக்கு ரொம்ப நன்றி!"

"அதெல்லாம் சரிதான்!" இலேசான தலையசைப்புடன் ஸ்துரோகனி கூறினார்.

"இங்க பாரேன்! அந்தப் பயல் ஒரு சொட்டுக் கண்ணீர் கூட சிந்தலியே!.." என்று முதலாளியினுடைய மனைவி சொன்னதை அறையை விட்டு வெளியேறும் போது இலியா செவிமடுத்தான்.

முதுகில் மூட்டையுடன், வியாபாரியினுடைய வீட்டின் உறுதியான வெளிவாசலை இலியா கடந்த போது, தான் படித்த புத்தகம் ஒன்று அவனது நினைவுக்கு வந்தது. அதில் வந்த மனிதன், ஆள் நடமாட்டம் அற்ற, வெறுமையான நாட்டைக் கடந்தது போலத் தானும் கடப்பதாகக் காணப்பட்டது. அந்த நாட்டில் மனிதர்களும் இல்லை, மரங்களும் இல்லை - கற்களைத் தவிர எதுவுமே இல்லை, அவற்றிற்கிடையே அன்புமிக்க மாயாவி ஒருத்தன் வாழ்ந்து இந்நாட்டுக்கு வரநேர்ந்த எல்லாருக்கும் அன்புடன் வழிகாட்டிக் கொண்டிருந்தான்.

அது அருமையான வசந்தகால மாலை. சன்னலின் கண்ணாடிகளில் சிவப்பு நெருப்பை மூட்டியவாறு சூரியன் மறைந்து கொண்டிருந்தது. அது முதன்முதலாக அவன் நதிக்கரையிலிருந்து இந்த நகரத்தைப் பார்த்த நாளை இலியாவுக்கு நினைவூட்டியது. முதுகில் இருந்த சுமை அவனை மெதுவாக நடக்க வைத்தது. அவ்வழிச் சென்றவர்கள் அவனுடைய மூட்டையை இடித்துச் சென்றார்கள்; வண்டிகள் கடகடத்துச் சென்றன; சூரியனின் சாய்ந்த கிரணங்களில் தூசி நடனமிட்டது; எல்லாமே இரைச்சலும் பரபரப்பும் மகிழ்ச்சியும் கொண்டு விளங்கியது. இந்த நகரத்தில் வாழ்ந்த சில ஆண்டுகளில் அவனுக்கு நேர்ந்த அனுபவங்கள் அவன் மனத்திற்குள்ளாக நினைவுக்கு வந்தன. அது அவனை நன்கு வளர்ந்தவனைப் போல உணரச் செய்தது. அவனுடைய இதயம் பெருமையுடனும் துணிவுடனும் அடித்துக்கொண்டது, அவனுடைய காதுகளில் வியாபாரியினுடைய வார்த்தைகள் திரும்பத் திரும்ப ஒலித்துக் கொண்டிருந்தன.

"நீ படிச்சவன், சோம்பேறி இல்லை... நேர்மையானவன், ஆரோக்கியமாயிருக்கிறாய்... இதெல்லாம்... உன் கையில் இருக்கிற துருப்புச் சீட்டுகள்..."

இலியா தனது நடையைத் துரிதப்படுத்தினான், மறுநாள் காலை மீன் கடைக்குச் செல்ல வேண்டியதில்லை என்பதால் பெரும் மகிழ்ச்சியோடு புன்னகை செய்தான்...

8

பெத்ருகாவின் வீட்டிற்குத் திரும்பியதும், மீன் கடையில் வேலை பார்த்துக் கொண்டிருந்த போது அவன் உண்மையாகவே வளர்ந்து விட்டதைப் பெருமையுடன் உணர்ந்தான் இலியா. ஒவ்வொருவரும் கவனத்தோடும் மனத்துக்கினிய ஆர்வத்தோடும் அவனை நோக்கினார்கள். பெர்ஃபீஷ்கா தனது கரம் நீட்டி வரவேற்றான்.

“வாழ்த்துகள் கடைக்காரரே! என்ன, சகோதரா உன் வேலையை முடிச்சுட்டியா? போதுமானது, என்ன மாதிரி வீர்ரா மாறிட்டாய் என்பதைப் பற்றிக் கேள்விப்பட்டேன் - ஹா, ஹா! அவர்களோட காலணிகளை நக்கணும்னு விரும்புறாங்க, ஆனா அவர்கள் முகத்துக்கு நேரா உண்மை பேசுறதை அல்ல...”

“ஓ! எவ்வளவு பெரியவனா வளர்ந்துட்டே!” அவனைப் பார்த்த மகிழ்ச்சியில் மாஷா கத்தினாள்.

யாக்கவும் கூட மகிழ்ச்சியடைந்தான்.

“உம், இப்ப நாம எல்லாரும் திரும்பவும் ஒன்னு சேர்ந்துட்டோம்... எங்கிட்ட ‘அல்பிகோய் மக்கள்’ என்ற புத்தகம் இருக்கு. அருமையான கதை! அதில் ஒருத்தன் உண்டு, சிமோன் மொன்ஃபோர் என்று பெயர்... பூதாகாரன்!”

யாக்கவ் அவசரமாக அந்தக் கதையை இலியாவுக்குச் சொல்லத் தொடங்கினான். இலியா அவனைக் கவனித்த போது, பெரிய தலை கொண்ட தனது நண்பன் சிறிதளவும் மாறிப் போய்விடவில்லை என்பதை அறிந்து மனநிறைவு கொண்டான். மீன் கடையில் இருந்த காலத்தில் இலியாவினுடைய நடத்தையில் எதுவும் அசாதாரணமானது இருந்ததாக யாக்கவ் காணவில்லை.

“அப்படித்தான் செய்ய வேண்டும்...” என்றான் எளிமையாக.

அதே சமயம் பெத்ருகா இலியாவின் நடத்தையில் வியப்புற்றான், தனது வியப்பினை மறைத்துக்கொள்ள முடியவில்லை.

“அவர்களுக்கு நீ சரியாக் கொடுத்துட்டே, சகோதரனே!” என்று ஒப்புதலோடு கூறினான். “உண்மையில் கார்ப்புக்குப் பதிலாக உன்னை வைத்துக்கொள்ள கிரீல் அவர்களுக்கு முடியாது. கார்ப்புக்கு வியாபாரம் தெரியும், பயனுள்ள ஆளுங்கூட. அவர்கள் முன்னால வெளிப்படையாகச் சொன்னாய்... ஆகவேதான் கார்ப் உன்னை வெற்றி கொண்டு விட்டான்.”

ஆனால் மறுநாள் தெரேன்தி தன் அண்ணன் மகனுக்குத் தாழ்ந்த குரலில் சொன்னான்:

“பெத்ருகாவிடம் வெளிப்படையா ரொம்பவும் அதிகமாப் பேச வேணாம்... அவனோட கவனமா இரு... அவன் உன்னைப் பற்றிக் கேவலமாப் பேசுறான். ‘பாரு, அவன் உண்மையை நேசிக்கிறவன்!’ என்று சொல்றான்.”

“நேற்று ராத்திரி அவன் என்னைப் பாராட்டினானே!” என்று சிரித்தான் இலியா.

இலியா தன்னைப் பற்றி வைத்திருந்த உயர்ந்த கருத்தைப் பெத்ருகாவினுடைய போக்கு மாற்றிவிடவில்லை. தன்னை ஒரு வீரனாக உணர்ந்தான்; தன்னுடைய இடத்தில் வேறு யாரும் இருந்து நடந்து கொள்வதைக் காட்டிலும் தான் நன்கு நடந்து கொண்டதாக அவன் புரிந்து கொண்டான்.

சுமார் இரண்டு மாதங்களுக்குப் பிறகு, புதிய வேலையைத் தேடி வீணாக அலைந்த பிறகு, இலியாவுக்கும் அவனது சித்தப்பாவுக்கும் இடையே கீழ்வருமாறு பேச்சு வார்த்தை நடைபெற்றது:

“ஆ-மாம்!..” என்று கூனன் துயரத்தோடு தொடங்கினான், “உனக்கு வேலை இல்லை... ரொம்பப் பெரியவனாயிட்டே, யாரும் உன்னை விரும்பலே... சரி, நாம எப்படி வா”கை ஓட்டப்போறோம், கண்ணே?”

“எனக்குப் பதினைந்து வயசாகுது. படிக்க எழுதத் தெரியும்,” என்று இலியா உறுதியோடும் திடநம்பிக்கையோடும் சொன்னான். “ஆனா நான் ரொம்பவும் துணிச்சல்காரனா இருந்தால் எந்த வேலையிலிருந்தும் என்னைத் துரத்துவார்கள்... எப்படியிருந்தாலும்!”

“ஆக நாம என்ன செய்யுறது?” படுக்கையில் கைகளை ஊன்றி உட்கார்ந்தபடியே தெரேன்தி பயத்துடன் கேட்டான்.

“இந்த மாதிரித்தான், எனக்கு ஒரு பெட்டி செய்யச் சொல்லி தச்சனிடம் ஏற்பாடு செய்யுங்க, கொஞ்சம் சாமான்கள் எனக்காக வாங்குங்க - சோப்பு, அத்தர், ஊசிகள், புத்தகங்கள் - எல்லாவகையான சாமான்களும்!.. நான் நகரத்துக்குப் போய் அவற்றை விற்று வாரேன்!”

“என்னால முழுசா உன்னைப் புரிஞ்சுக்க முடியலே, இலியா - அருந்தகம் என் தலைக்குள்ளாகச் சலசலக்குது - இடிக்குது, அடிக்குது!.. அதுக்கு மேலே தெளிவா என்னால சிந்திக்க முடியலே... என்னோட கண்ணிலும் இதயத்திலும் ஒரே ஒரு விஷயந்தான் இருக்கு... ஒன்னே ஒன்னு...”

கூனனுடைய கண்களில் உண்மையிலேயே கடும் இறுக்கம் தெரிந்தது. பணத்தைத் திரும்பத் திரும்ப எண்ணிப்பார்த்துக் கணக்கிட்டு முடிவுக்கு வரமுடியாதது போல இருந்தது.

"நாம முயற்சிக்கலாம்! என்னைப் பார்க்க விடுங்க..." என்று கெஞ்சிய இலியா, தனக்குச் சுதந்திரத்தைக் கொண்டு வரும் வாழ்வின் கனவுகளில் ஆட்பட்டான்.

"சரிப்பா, ஆண்டவன் உன்னோடு இருக்கான்! முயற்சிப்பதில் தப்பில்லை!.."

"பாருங்க! எல்லாமே நல்லபடியா நடக்கும்!.." என்று மகிழ்ச்சியுடன் கத்தினான் இலியா.

கூனன் ஆழ்ந்த பெருமூச்சு விட்டான்.

"ஓய் சரி! நீ மட்டும் சீக்கிரம் பெரியவனானால்!" என்று ஏக்கத்துடன் பேசத் தொடங்கினான். 'நீ பெரியவனானால் நான் இந்த இடத்தை விட்டுப் போயிருவேன்... இந்தச் சாக்கடையில் நங்கூரம் போல நீ என்னைக் கீழே இழுத்துக்கொண்டிருக்கே... நீ இல்லாட்டா நான் துறவிகளிடம் போயிருவேன்... 'ஆசிர்வதிக்கப்பட்ட துறவிகளே!' என்று அவர்களிடம் கூறுவேன். 'ஆசிர்வதிக்கப்பட்ட தந்தைகளே, பாதுகாவலர்களே! என் ஆன்மாவுக்காகப் பரிந்து பேசுங்க, மோசமான பாவி நான்!'"

கூனன் அமைதியாக அழுதான். தன் சித்தப்பா என்ன பாவம் பற்றிப் பேசினான் என்பதை இலியா புரிந்துகொண்டான்; இந்தப் பாவத்தை அவன் மிக நன்றாக நினைவு வைத்திருந்தான். இலியாவின் இதயம் திடுக்கிட்டது, தெரேன்திக்காக வருந்தினான். கூனனுடைய கூச்சமுள்ள கண்களினின்றும் நீர் தொடர்ச்சியாகப் பொங்கி வழிந்ததைப் பார்த்ததும் இலியா சொன்னான்:

"சரி, அழாதீங்க..." கணநேர இடைவெளிக்குப் பிறகு சிந்தித்து விட்டு ஆறுதல் கூறுவது போலத் தொடர்ந்தான்:

"பரவாயில்லை, அவர்கள் உங்களை மன்னிப்பாங்க!.." ஆகவே இலியா வியாபாரியாகத் தனது வாழ்க்கையைத் தொடங்கினான். ஒரு பெட்டியைத் தனது மார்பின் மீது வைத்துக்கொண்டும், மூக்கை நீட்டிக்கொண்டும், தன்னைச் சுற்றிலும் உள்ள மக்களைப் பெருமையாக உற்றுப் பார்த்துக் கொண்டும் காலை முதல் இரவு வரை நகரத்தின் தெருக்களில் வலம் வந்தான். தனது காதுகளுக்கு மேலாகத் தொப்பியை இழுத்து விட்டுக்கொண்டு, குரல் வளையைப் பிதுக்கிக்கொண்டு, தனது வயதுக்குரிய உடைந்த குரலில் கூவினான்:

"சோப்பு! பாலிஷ்! கொண்டை ஊசிகள்! நூல்கள்! ஊசிகள்!"

அவனைச் சுற்றியிருந்த வாழ்க்கை பிரகாசித்து, இரைச்சல் மிகுந்த அலை போல ஓடியது, அதில் அவன் சுதந்திரமாகவும், சுலபமாகவும் நீந்தினான். அவன் சந்தைகளில் மக்கள் நெரிசலால் நெருக்கித் தள்ளப்பட்டான். அருந்தகங்களில் நுழைந்து தனக்காக இரண்டு

குவளைத் தேநீரும் கோதுமை ரொட்டியும் கொண்டுவரச் சொன்னான். தனது சுய மதிப்பை அறிந்தவன் என்ற முறையில் பெருந்தன்மையுடன் அந்த ரொட்டியையும் தேநீரையும் தின்று பருக நீண்ட நேரம் எடுத்துக் கொண்டான். வாழ்க்கை எளிமையானதாகவும், சுலபமானதாகவும், மகிழ்ச்சியானதாகவும் அவனுக்குக் காணப்பட்டது. அவனுடைய கனவுகள் எளிமையானதாகவும் தெளிவானதாகவும் தெளிவானதாகவும் மாறின: சில ஆண்டு காலத்தில் ஏதோ நல்லதும் இரைச்சல் இல்லாததுமான ஒரு தெருவில் சுத்தமான சிறிய கடை ஒன்றைச் சொந்தமாகக் கொண்டிருக்க முடியும் என்று அவனாகவே கற்பனை செய்தான். அவனுடைய கடையிலோ கைகளையோ, துணிகளையோ கறைப்படுத்தாத, தூய்மையான பண்டங்கள் இருக்கும். அவனுங்கூட சுத்தமாகவும், உடல் நலத்துடனும், அழகுடனும் இருப்பான். அக்கம் பக்கத்திலிருப்பவர்கள் அவனை மதிப்பார்கள், இளம் பெண்கள் கருத்தூன்றிய பார்வையை அவன் மீது செலுத்துவார்கள். மாலையில், கடை மூடப்பட்ட போது, தூய, பிரகாசமான அறையில் அமர்ந்து தேநீர் பருகவும், புத்தகம் வாசிக்கவும் செய்வான். அவனுடைய மரியாதைமிக்க வாழ்வின் பிரிக்க முடியாத அமிசமாக முக்கியமானதாகத் திகழ்ந்தது எல்லா விஷயங்களிலும் தூய்மையாயிருந்ததாகும். அப்போது மக்கள் அவனிடத்தில் அருமையாக நடந்துகொண்டார்கள், அவனுடைய உணர்வுகளை அவர்கள் புண்படுத்தவில்லை, அப்போது அவனுடைய கனவு அத்தகையது. இந்தச் சுதந்திரமான வா”கையை அவன் நடத்தத் தொடங்கியதிலிருந்து கேவலப்படுத்துவதைப் பொறுக்கமாட்டாதவனாக மாறியிருந்தான்.

ஆனால் வியாபாரம் நன்கு நடைபெறாத நாளில் எங்கோ அருந்தகத்திலோ, தெருவிலோ களைப்புற்ற அவன் அமர்ந்த போது, போலீஸ்காரர்களின் முரட்டுத்தனமான கூச்சல்களையும் நெக்குதல்களையும் தனது வாடிக்கையாளர்களின் சந்தேகத்திற்குரிய, புண்படுத்தும் போக்கை, இவனைப் போன்ற போட்டி சில்லறைக் கடைக்காரர்களின் திட்டுகளையும் கிண்டல்களையும் நினைத்துப் பார்ப்பான்; பிறகு, ஒரு பெரிய அமைதியற்ற உணர்வானது தெளிவற்ற முறையில் அவனுக்குள்ளாக நகர்ந்து கொண்டிருந்தது. அவனுடைய கண்கள் மிக விரிவடைந்தன, வாழ்க்கைக்குள்ளாக இன்னும் ஆழமான பார்வையைச் செலுத்தினான், அவனுடைய நினைவோ மனப் பதிவுகளால் வளமாக்கப்பட்டு, அவனது பகுத்தறிவின் நுட்பத்திற்குள்ளாக அந்த மனப்பதிவுகளைச் சேர்த்துக்கொண்டிருந்தது. எல்லா மனிதர்களும் தன்னைப் போல ஒரே ஓர் இலக்கை அடையவே முயன்று கொண்டிருந்தார்கள் என்பதைத் தெளிவாகக் கண்டுணர்ந்தான்: எல்லாருமே அதே அமைதியான, வசதியான, தூய்மையான

வாழ்க்கைக்காக ஏங்கி, அதைத் தேடிக் கொண்டிருந்தார்கள். தனது வழியில் நிற்க நேர்கின்ற எவரையும் பக்கவாட்டில் பிடித்துத் தள்ள அவர்களில் எவரும் தயங்கவில்லை; அவர்கள் எல்லாருமே பேராசைமிக்கவர்களாகவும் கருணையற்றவர்களாகவும் இருந்தனர். தேவையற்று அடிக்கடி ஒருவரையொருவர் புண்படுத்தினார்கள். தங்களுக்கு எந்த லாபமும் இல்லாமல், வேதனை உண்டாக்க வேண்டும் என்ற மன நிறைவுக்காக மட்டுமே அப்படிச் செய்தார்கள். சில நேரங்களில் பிறரை இழிவு செய்கின்ற போது சிரித்தார்கள். இரக்கம் காட்டுகிற எவரையும் கண்டுபிடிப்பது மிகவும் அபூர்வமாக இருந்தது...

இத்தகைய சிந்தனைகளால் தனது வியாபாரம் சலிப்பூட்டும் ஒன்றாக அவனுக்குக் காணப்பட்டது. சொந்தமாகச் சிறிய தூய்மையான கடை வைத்திருக்க வேண்டும் என்ற கனவு உருகிக் கொண்டு போய் ஆன்மா முற்றிலும் வெறுமையானதாக, உடம்பு களைத்தும் ஊக்கமிழந்தும் போனதாக உணர்வான். தனது சொந்தக் கடையை வாங்கப் போதுமான பணத்தைச் சேர்க்கத் தன்னால் ஒரு போதும் முடியாது, ஆகவே தனது கடைசி நாள்கள் வரை நெஞ்சில் பெட்டியுடன், தோள் வாரினால் முதுகும் தோள்களும் வலியெடுக்க, வெப்பமான புழுதிமிக்க தெருக்களில் மேலும் கீழும் போய்வர வேண்டும் என அவனுக்குத் தோன்றியது. ஆனால் ஒரு நாளைய சுறுசுறுப்பான வியாபாரம் அவனது உணர்வுகளை மீண்டும் உசுப்பிவிடவும் அவனது கனவை உயிரூட்டவும் செய்தது.

ஒருநாள் நகரத்தினுடைய சுறுசுறுப்புமிக்க தெரு ஒன்றில் இலியாவின் பார்வையில் பாவெல் பட்டு விட்டான். கொல்லனுடைய மகன் கவலையற்று நெடுகிலும் சுற்றித் திரிந்து கொண்டிருந்தான். கந்தலாகிப் போன காற்சட்டையின் பைகளுக்குள்ளாக அவனது கைகள் இருந்தன. நீளமான நீலநிற சட்டை அவனுக்கு மிகவும் பெரியதாக இருந்தது. காற்சட்டையைப் போலவே கந்தலானதும் அழுக்கானதுமான அவனது சட்டை தோள்களினின்றும் தொங்கிக் கொண்டிருந்தது; அவனது பெரிய அருவருப்பான காலணிகள் நடைபாதைக் கற்களின் மேலாக சலசலப்பொலியை ஏற்படுத்தின. முனை உடைந்த தொப்பி இடப்பக்கக் காதுக்கு மேலாக மிடுக்கான தோற்றத்துடன் அமர்ந்திருந்தது. அவனது பாதித்தலை சூரிய வெப்பத்தால் சூடாகி இருந்தது. அவனுடைய முகமும் கழுத்தும் எண்ணெய்க் கசடால் மூடப்பட்டிருந்தன. நீண்ட தொலைவிலேயே அவன் இலியாவை அடையாளம் கண்டுகொண்டு, தனது நடையை வேகப்படுத்தாதபடி, தலையை ஆட்டினான்.

"அருமையா இருக்கிறாயே..." என்றான் இலியா.

பாவெல் தன் நண்பனுடைய கையை இறுக்கமாகப் பற்றிக்கொண்டு சிரித்தான். அழுக்கு முகமூடிக்குக் கீழாக அவனுடைய கண்களும் பற்களும் மகிழ்ச்சியுடன் பளிச்சிட்டன.

“எப்படி இருக்கே?” வினவினான் இலியா.

“என்னால முடிந்த அளவுக்கு. சாப்பிட ஏதாவது இருந்தா சாப்பிடுறோம்; இல்லையின்னா கீச்சு பூச்சுன்னு சத்தம் போட்டுட்டுப் படுக்கப் போவோம்!.. பழைய நண்பனாகிய உன்னைச் சந்திக்கிறதிலே மகிழ்ச்சி, சனியனே!”

“நீ ஏன் எப்பவும் வந்து பார்க்கிறது எங்களைப் இல்லை?” என்றான் புன்னகையுடன் இலியா. அத்தகைய உல்லாசமானதும், பயங்கரமானதுமான அந்நிலையில் தனது பழைய நண்பனைச் சந்திப்பதில் அவனும் மகிழ்ச்சியடைந்தான். பாவெலுடைய காலணிகளையும் ஒன்பது ரூபிள் விலையுள்ள தனது புதிய காலணிகளையும் கடைக் கண்ணால் பார்த்து சுயதிருப்தியுடன் முறுவலித்தான்.

“நீ எங்கே வசிக்கிறே என்பது எனக்கு எப்படித் தெரியும்?” என்றான் பாவெல்.

“அதே பழைய இடத்திலேதான் -பெத்ரூகாவினுடைய வீட்டில்...”

“நீ எங்கேயோ மீன் விற்றுக் கொண்டிருந்ததாக யாக்கவ் எங்கிட்டச் சொன்னான்...”

ஸ்துரோகனியினுடைய கடையில் தனக்கு ஏற்பட்ட அனுபவங்களை இலியா பெருமையுடன் பாவெலிடம் பேசினான்.

“எப்படிப்பட்ட அருமையான காரியம்!” என்று ஏற்றுக் கொள்ளும் வகையில் கூவினான் பாவெல். “நானுங்கூட - குறும்பு செஞ்சதுக்காக அச்சகத்திலிருந்து அவர்கள் என்னைத் துரத்திய போது, வர்ணங்களை கலந்து பெயர் பலகை எழுதுற ஓர் ஓவியக்கலைஞனிடம் வேலை செய்யப் போனேன்... ஈரப்பலகை மீது நான் சாயாட்டா என்னைத் திட்டினாங்க... ஆமா, என்னை அடிச்சாங்க! சைத்தான்கள், நல்லா அடிச்சாங்க! அந்த முதலாளி, அவரோட மனைவி, தலைமைப் பெயிண்டர்... அதற்கு மேல் என்னை அடிக்க முடியாது என்கிற மட்டும் என்னை அடித்தார்கள்... இப்ப நீர் விநியோகிக்கிற வேலைக்காரன் ஒருத்தனுக்காக வேலை பார்த்துக்கொண்டிருக்கிறேன். மாதம் ஆறு ரூபிள்... இப்பத்தான் சாப்பிட்டேன், திரும்பவும் வேலைக்குப் போய்க்கொண்டிருக்கிறேன்...”

“உனக்கு அவசரமில்லேன்னு நினைக்கிறேன்.”

“அந்த வேலை நாசமாப் போக! எல்லா வேலையையும் செய்து முடிக்க முடியுமா? நீ சொல்றது சரிதான் - இந்த நாள்களில் என்றைக்காவது உங்களை வந்து நான் பார்க்க வேண்டி இருக்கு...”

“ஒருதரம் வா!” என்றான் இலியா நட்பு முறையில். “நீங்கள் அங்கே இன்னமும் புத்தகங்கள் வாசிக்கிறீங்களா?”

“உண்மைதான்! நீ?”

“சில நேரங்களில்...”

“கவிதை எழுதுறியா?..”

“ஊம்...”

பாவெல் மறுபடியும் மகிழ்ச்சியுடன் சிரித்தான். “சரி, அவசியம் வந்து எங்களைப் பாரு. உன் கவிதை ளைக் கொண்டுவா...”

“வருவேன்... ஒரு வோத்கா போத்தலை கொண்டு வருவேன்...”

“குடிக்கிறியா?”

“பயங்கரமா... சரி, போயிட்டு வாறேன்!..”

“போயிட்டு வா!” என்றான் இலியா. பாவெல் பற்றிய சிந்தனையுடன் இலியா தனது வழியில் நடந்தான். நைந்த துணிகளையும் காலணிகளையும் அணிந்திருந்த இந்தப் பையன், தனது அருமையான காலணிகளையும், தூய உடைகளையும் கண்டு பொறாமைப்படுவதற்கான அடையாளம் எதையும் ஏன் காட்டவில்லை என்பது இலியாவுக்கு விநோதமாகப்பட்டது. உண்மையில், அவற்றை அவன் கவனித்ததாகக் கூடத் தெரியவில்லை. ஆனால் தான் சுதந்திரமான வாழ்க்கை வாழ்ந்து கொண்டிருப்பது பற்றி இலியா அவனிடம் சொன்ன போது, பாவெல் உண்மையாகவே மகிழ்ச்சியடைந்தான். ஒவ்வொருவரும் தேடிக்கொண்டிருக்கக் கூடிய தூய்மையான, அமைதியான, சுதந்திரமான வாழ்க்கைக்கு பாவெல் மாறுபட்டிருந்தான் என்பது பொருளாக முடியுமா? இந்தச் சிந்தனை அவனை அலைக்கழித்தது.

சர்ச்சுக்குப் போய்வந்த பிறகு இலியா எப்போதுமே குறிப்பாக சோர்வையும் அமைதிகுலைவையும் உணர்ந்தான். வைகறை அல்லது மாலைநேரத் தொழுகைகளைத் தவறவிடுவது அவனுக்கு அபூர்வமாகவே இருந்தது. அவன் தொழவே இல்லை; வழிபாட்டுப் பாடலின் இசையைக் கேட்டுக்கொண்டு வெறுமையான மனத்துடன் எங்கோ மூலையில் வெறுமனே நின்றான். தொழுபவர்கள் அவனைச் சுற்றிலும் அமைதியாகவும், அசைவில்லாமலும் நின்றனர்,

அவர்களுடைய அமைதியில் மன ஒற்றுமை இருந்தது. பாடலின் அலைகளும் நறுமணப் புகையும் கோவிலின் வழியாக மிதந்து சென்றன. அதற்குள்ளாகத் தானும் அகப்பட்டு, வெதுவெதுப்பானதும் அன்பானதுமான வெறுமையில் தன்னை முழுமையாகப் பறிகொடுத்து, அப்பால் அடித்துச் செல்லப்படுவதாக சில நேரங்களில் இலியா கற்பனை செய்தான். கொண்டாட்ட மனநிலை ஆன்மாவைச்

சாந்தப்படுத்தியது; இந்த மனநிலையானது வாழ்க்கையின் பரபரப்புக்கு ஏதோ முற்றிலும் விநோதமானதாக இருந்தது; மேலும் இந்த மனநிலை வாழ்க்கையின் அவாக்களுடன் ஏதோ ஒத்துப் போக முடியாததாக இருந்தது. முதலில் இந்த உளப்பதிவு அவனது ஆன்மாவின் தனியான மூலையில் ஒதுங்கி நின்றது. அங்கே அது அவனுடைய சாதாரணமான அன்றாட மனப்பதிவுகளோடு மோதிக்கொள்ளவும் இல்லை, அவனை அலைக்கழிக்கவும் இல்லை. ஆனால் நாளாவட்டத்தில் ஏதோ ஒன்று அவன் நெஞ்சத்தில் வாழ்ந்து, அது எப்போதுமே அவன் மீது ஒரு கண் வைத்திருப்பது போலக் காணப்பட்டதையும் அவன் கவனித்தான். அது எங்கோ அவனது ஆன்மாவின் அடி ஆழத்திலே அஞ்சி நடுங்கியவாறு பதுங்கியது. மேலும் இந்த உலகப் பரபரப்பிலே அது தனது குரலை உயர்த்தவில்லை. ஆனால் அவன் சர்ச்சில் இருந்த போது அது வளர்ந்து, ஏதோ குறிப்பானதும் அலைக்கழிப்பதுமான ஒன்றைத் தோற்றுவித்தது. தூய்மையான வாழக்கை பற்றிய அவனது கனவுகளுக்கு அது முரண்பட்டு அலைக்கழிக்கின்ற உணர்வுகளைக் கிளப்பியது. அந்த மாதிரி நேரங்களில் அவன் எப்போதுமே துறவி அன்தீபா பற்றிய கதைகளை நினைவு கூரவும், கந்தைபொறுக்கி அன்பான தொனியில் சொல்வதைக் கேட்கவும் செய்தான்:

“ஆண்டவர் எல்லா விஷயங்களையும் பார்க்கிறார், எல்லாவற்றையும் பற்றிய அளவு அவருக்குத் தெரியும்! ஆண்டவரைத் தவிர வேறு யாருமே கிடையாது!”

தனது எதிர்காலக் கனவு தங்களது கவர்ச்சியை இழந்து விட்டது என்பதையும், சில்லறை உடுப்பு விற்பனைக் கடையைத் திறக்க விரும்பாத வேறு ஒரு மனிதன் தனக்குள்ளாக இருக்கிறான் என்பதையும் அறிந்தவாறு பெரிதும் கலக்கமுற்றபடி இலியா வீட்டுக்கு வருவான். ஆனால் வாழ்க்கை தனது ஆதிக்கத்தைச் செலுத்திக் கொண்டிருந்தது. இந்த மற்றொரு மனிதனோ அவனுடைய ஆன்மாவின் ஆழத்தில் மறைந்து கிடந்தான்...

தன்னை இரு பாகங்களாகப் பிரித்தலைத் தவிர எல்லாவற்றைப் பற்றியும் யாக்கவிடம் இலியா பேசினான். தானே அது பற்றி தேவை-யின்றி சிந்திப்பதைத் தவிர்த்தான், அவனைத் தடுமாறச் செய்த உணர்வை அவனால் சுயமாகச் சிந்திக்க முடியவில்லை.

அவன் எப்போதுமே மாலை நேரங்களை இன்பமாகக் கழித்தான். நகரின் மத்தியிலிருந்து வீடு திரும்பியதுமே நேரடியாக மாஷாவினுடைய அடித்தள அறைக்குச் செல்வான்.

“மாஷா கண்ணே! சமோவாரில் தேநீர் தயாரா?” என்று உரிமையாளனுக்குரிய தொனியில் கேட்பான். தயாராகவிருந்த

சமோவார் நிச்சயமாக மேசையின் மேல் உஸ்ஸென்று ஒலியெழுப்பிக் கொண்டிருக்கும். இலியா எப்பொழுதுமே தன்னுடன் ஏதாவது உணவு கொண்டுவந்தான் - கொழுப்புப் பண்டங்கள், இனிப்புத் தின்பண்டங்கள், தேன் ரொட்டி, சில நேரங்களில் சர்க்கரைப் பாகு ஜாம். அவனுக்குத் தேநீர் பரிமாற மாஷா விரும்பினாள். அவளும் கூட பணம் சம்பாதிக்கத் தொடங்கினாள்: மதித்ஸா அவளுக்குக் காகிதப் பூக்கள் தயாரிக்கக் கற்றுக்கொடுத்திருந்தாள். அந்தளவு சடசடவென ஒலித்த மெல்லிய தாள்களால் பிரகாசமான ரோஜாக்கள் வடிவமைப்பது கண்டு அவள் மகிழ்ந்தாள். சில நேரங்களில் நாளொன்றுக்கு பத்துக் கோபெக்குகள் வரை சம்பாதித்தாள். டைபாயிடுக் காய்ச்சலுடன் வந்த அவளுடைய அப்பா மருத்துவமனையில் இரண்டு மாதங்களுக்கு மேலாக இருந்து, மெலிந்தும் வெளிறிப் போயும் நேர்த்தியான கறுத்த மயிர்ச் சுருள்களால் மூடப்பட்ட தலையுடன் வீடு திரும்பினான். கன்னங்கள் மஞ்சள் நிறமாகவும் குழிவிழுந்தும் இருந்தாலும், சடையாகவும் ஒழுங்கு படுத்தப்படாமலும் இருந்த தாடியை மழித்த பிறகு இளமையுடன் தோற்றமளித்தான். அவன் இன்னமும் மற்ற செம்மான்களுக்காக வேலை செய்து கொண்டிருந்தான். இரவைக் கழிப்பதற்கு அரிதாகத்தான் வீட்டிற்கு வந்தான். ஆகவே அவனுடைய மகள் அந்தக் குடியிருப்பில் முழுமையான எசமானியாகத் திகழ்ந்தாள். அவளும் மற்றவர்கள் செய்தது போலவே அவனை பெர்ஃபீஷ்கா என்று அழைக்கத் தொடங்கினாள். அவனிடத்தில் அவள் காட்டிய போக்கினால் செம்மான் குதூகலமடைந்தான். மேலும் தான் சிரிப்பது போலவே அத்தனை மகிழ்ச்சியுடன் சிரிக்க முடிந்த தனது சுருள்முடிச் சிறுமியை அவன் மதித்தான் எனத் தோன்றியது.

மாஷாவுடன் தேநீர் அருந்துவது யாக்கவுக்கும் இலியாவுக்கும் ஒரு பழக்கமாகிவிட்டது. ஒவ்வொரு மாலையிலும் நிறையவும் நீண்ட நேரத்திற்கும் குடித்தார்கள், வியர்த்துக் கொட்ட, அவர்களுக்கு விருப்பமான எல்லாவற்றைப் பற்றியும் பேசினார்கள். நகரத்தின் தெருக்களில் தான் கண்டதைப் பற்றி இலியா விவரித்தான்; படிப்பதற்குப் பெரும் பகுதி நேரத்தைச் செலவிட்ட யாக்கவ், தான் படித்த புத்தகங்கள் பற்றியும் அருந்தகத்தில் நடந்த சண்டைகள் பற்றியும் தன் அப்பாவைப் பற்றிய புகாரையும் அவர்களிடம் சொன்னான். அத்துடன் இலியாவும் மாஷாவும் புரிந்துகொள்ள முடியாததும் மங்கலானதும் ஏதோ கருத்துகளை மிகவும் அடிக்கடி சொன்னான். தேநீர் அசாதாரணமான சுவையாக இருந்தது. கபடமும் பாசமும்மிக்க இனிய, தந்திரமான கிழவனின் மூஞ்சி போல ஒளிமங்கிய அமில ஆக்சைடுகளால் முழுமையாக மூடப்பட்ட சமோவார் அவர்கள் மீது ஒளிவீசியது. ஆனால் தேநீர் பருகுவதற்காக அவர்கள் முழு வேகத்தில் ஆரம்பிக்கும்

போது, நீர் இல்லாத காரணத்தால் சமோவார் நிச்சயமாக அன்பான வன்மத்தோடு இரையவும் உறுமவும் தொடங்கும். மாஷா அதைப் பிடித்துத் தூக்கி நீர் நிரப்புவதற்காக அப்பால் எடுத்துச் செல்வாள். ஒரு மாலைப் பொழுதில் இந்தச் செயலானது பலமுறை திரும்ப நடந்தது.

நிலாக்காலமாக இருந்தால், அதனுடைய கதிர் சன்னல் வழியாக வந்து குழந்தைகளுடன் சேர்ந்து கொண்டது.

பாதி சிதைந்த சுவர்களால் நெருக்கமாகச் சூழப்பட்ட, கனத்த தாழ்வான கூரையும் கொண்ட அந்தக் குழியில் போதிய காற்றும், வெளிச்சமும் இல்லை, ஆனால் இனிய மகிழ்ச்சிக்கு முடிவே இல்லாதிருந்தது. ஒவ்வொரு மாலையிலும் பல நல்ல உணர்வுகளும், பேதமையான சிந்தனைகளும் கிளர்ந்தெழுந்தன.

சில வேளைகளில் பெர்ஃபீஷ்கா அவர்களுடன் சேர்ந்து கொண்டான். அவன் வழக்கமாக ஏற்றத்தாழ்வாகப் பருத்த கணப்படுப்புக்கு அருகே ஓர் இருண்ட மூலையில் மர பீடத்தின் மீது அமர்வான் அல்லது கணப்படுப்புத் திண்ணை மீது ஏறி தலை கீழே தொங்குமாறு, இருட்டில் தனது சிறிய வெண்ணிறப் பற்கள் பளிச்சிடுமாறு, படுத்துக்கொள்வான். அவனுடைய மகள் அவனுக்கு ஒரு பெரிய குவளையில் தேநீரும் சர்க்கரையும் ரொட்டித் துண்டும் கொடுப்பாள்.

“உங்களுக்கு ரொம்ப நன்றி, மரியா அவர்களே. நான் முழுக்க முழுக்க நெகிழ்ந்து போயிட்டேன்!” என்று கிண்டலாகக் கூறுவான்.

சிலசமயம் பொறாமையுடன் பெருமூச்சு விட்டுக்கொண்டு மேலும் தொடர்வான்:

“சிறுவர்களே, உங்க தலையில் இடி விழ, அருமையான வா”கை நடத்துறீங்க! நீங்க முழுமையான ஆட்களைப் போல.”

பிறகு ஒரு புன்னகையுடன் ஆழ மூச்சிழுத்துக்கொண்டு தொடங்குவான்:

“வாழ்க்கையா? அது நல்லா வந்து கொண்டிருக்கு! ஆண்டு தோறும் ஒரு மனுசன் இன்னும் இனிமையா வாழ்றான். உங்க வயசில நான் இருந்தப்ப பேசுறதுக்கு எனக்குக் கிடைத்திருந்த ஒரே நண்பன் தோல்வார்தான். அது என் முதுகில் தட்டிக்கொடுக்க ஆரம்பித்த போதெல்லாம், எனது நெஞ்சமெல்லாம் மகிழ்ச்சியால் நிறைந்தது போல உச்சக் குரலில் கர்ஜிப்பேன். அது நின்ற போது, என் முதுகும் அந்தளவு மனத்தாங்கல் கொண்டு, கோபித்துக் கொண்டு, வீங்கி வலிக்கிறது, ஏன்னா அதனுடைய ஒரே நண்பனுக்காக ஏங்குகிறது. ஆனா நண்பன் நீண்ட காலம் ஒதுங்கி இருக்கலே - மிகவும் வலியுண்டாக்கும் வார் அது! சரி, என்னோட வாழ்க்கையில் நான் பெற்ற ஒரே இன்பம் அதுதான், உண்மையாகத்தான்! நீங்க பெரியவர்களாகும் போது

எல்லாத்தையும் நினைச்சுப் பாருங்க - இந்தப் பேச்சுகள், பல்வேறு நிகழ்ச்சிகள், உங்களோட இந்த இன்பமான வாழ்க்கை, எல்லாந்தான். ஆனா எனக்கு? இதோ இருக்கேன், நாற்பத்தி ஐந்து வயசு, நினைவில வைக்க ஒரு விஷயங்கூட இல்லே! ஒரு துரும்பு இல்லே! ஒன்னுமே இல்லை - எதுவுமே இல்லை. உங்க வயசில நான் இருந்த போது, நான் ஏதோ செவிடனாகவும், ஊமையாகவும் வளர்ந்தது போல இருந்தேன். எனக்கு நினைவில இருக்கிற ஒரே விஷயம் பசியிலும் குளிரிலும் எப்பவுமே பற்களைக் கடித்துக்கொண்டிருந்ததும் என் மூஞ்சியில் ஊமைக்காயங்கள் இருந்ததுமாகும். எலும்புகள், காதுகள், முடி, எல்லாத்தையும் எப்படிப் பாதுகாத்தேன் என்பதை என்னால புரிஞ்சுக்க முடியலே. என் மீது வீசி எறிய அவர்கள் எடுக்காத ஒரே பொருள் அடுப்புத்தான்; ஆனா என்னால எண்ண முடியாத தடவை என்னை அதன் மீது மோதித்தள்ள முயன்றாங்க! ஆமா, அவர்கள் முயற்சி செய்தாங்க, எனக்குப் பாடம் கற்பிச்சாங்க, சணற்கயிறை முறுக்குறது மாதிரி என்னை அவுங்க முறுக்கினாங்க... என்னை அடிச்சாங்க, இடிச்சாங்க, என் தோலை உரிச்சாங்க, ரத்தத்தை உறிஞ்சினாங்க, தரையில் வீசினாங்க, ஆனா ருஷ்யன் மிகவும் உயிராற்றலுள்ள மனுசன்! உரலில் வச்சு அவனைத் தூளாக்குங்க, ஆனா திரும்பவும் முன்னர் மாதிரி வந்திருவான்! நல்ல பாறை மாதிரி வலுவானவன்... உதாரணமா, என்னை எடுத்துக்கங்க, என்னை மாவா அரைச்சாங்க, துண்டு துண்டா வெட்டினாங்க, ஆனாலும் இதோ ஒரு குயில் போல இருக்கேன். உலகத்தோட மகிழ்ச்சியா இருக்கேன். ஓர் அருந்தகத்திலிருந்து மற்றொன்றுக்கு சிறகடிச்சுப் பறக்கிறேன். உலகத்தோட எனக்கு மனநிறைவுதான். ஆண்டவர் என்னை நேசிக்கிறார்... ஒரு சமயம் அவரோட பார்வை மேலே விழுந்துச்சு, சிரித்துக் கொண்டே தலையை ஆட்டினார். ‘தன்னால எதுவும் செய்ய முடியாது!’ன்னு சொன்னார்!.. அதன் பிறகு ஆண்டவர் என்னைக் கைவிட்டுட்டார்...”

அவன் இணக்கமாகச் சொன்னவற்றைக் கேட்ட போது இளைஞர்கள் சிரித்தார்கள். இலியாவும் சிரித்தான், ஆனால் அதே நேரம் பெர்ஃபீஷ்காவின் பேச்சு அவனது நெஞ்சில் நிலைத்து நின்றது. ஒரு சமயம் அவநம்பிக்கையுள்ள நகைப்புடன் செம்மானிடம் ஏதோ ஆருடம் கூறுபவன் போலச் சொன்னான்:

“நீ விரும்பிய எதுவுமே உலகத்தில் இல்லாதது போல நீ பேசுறே.”

“யார் அப்படிச் சொல்றது? நான் எப்பவுமே குடிக்க விரும்புறேன்...”

“இல்லை, உண்மையைச் சொல்: நீ உண்மையாவே விரும்புற எதுவுமே கிடையாதா?” என்று இலியா வலியுறுத்திக் கேட்டான்.

“உண்மையாகவா? வந்து, பிறகு... சொல்றேன். எனக்கு ஒரு புது அக்கார்டியன் வேணும்!.. ஒன்னாம் நம்பர் - இருபது அல்லது இருபத்தைந்து ரூபிள் பெறுவது மாதிரி... அதுதான் நான் விரும்புறது. அப்பப்பா!”

அவன் லேசாகச் சிரித்தான், ஆனால் அடுத்த நிமிடமே வாட்டமுற்றான். கண நேரச் சிந்தனைக்குப் பிறகு இலியாவைப் பார்த்து, முழு நம்பிக்கையுடன் பேசினான்:

“இல்லை, சகோதரா, எனக்கு அக்கார்டியன் கூட வேணாம்... முதலாவதா, அது செலவு பிடிக்கிறதா இருந்தா நிச்சயமா நான் குடிக்கிறதுக்காக விற்றுவிடுவேன்! இரண்டாவதா, இப்ப எங்கிட்ட இருக்கிறதைக் காட்டிலும் அது மட்டமானதாப் போயிட்டா என்ன செய்யுறது? என்னிடம் இருக்கிறது எப்படிப்பட்டது? விலைமதிக்க முடியாதது! இந்த அக்கார்டியனுக்குள்ளாக என்னோட ஆன்மா புகுந்திருக்கு! அபூர்வமான கருவி - இந்த உலகம் பூராத்திலும் இது மாதிரி ஒன்னே ஒன்னுதான் இருக்க முடியும்... அக்கார்டியன் மனைவி மாதிரி... நான் பெற்றிருந்த அதிசயமான மனைவி - தேவதையேதான்! திரும்பவும் எப்படி நான் மணம் செய்துக்கிற முடியும்? அவளை மாதிரி வேறொருத்தியை என்னால கண்டுபிடிக்கவே முடியாது... மேலும் புதுசா வருகிறவளைப் பழையவளுடன் நான் நிச்சயமா ஒப்பிட்டுப் பார்த்துக் கொண்டிருப்பேன் - அது நமக்கு எந்த வகையிலும் நல்லா இருக்க முடியாது... ஆமாம், சகோதரனே, நல்லா இருக்கிறது என்பதனால ஒரு பொருள் நல்லா ஆகிவிட முடியாது, ஆனா அது நேசிக்கப்படுறதுனாலே தான்!”

தன்னுடைய கருவி பற்றி செம்மானின் மதிப்பீட்டை இலியா ஒப்புக்கொண்டான். அதைக் கேட்டவர்கள் எல்லாருமே அதனுடைய தொனியின் சிறப்பினால் ஈர்க்கப் உண்மையாகவேபட்டிருந்தார்கள். ஆனால் செம்மான் எதையும் விரும்பவில்லை என்பதை அவனால் நம்ப முடியவில்லை. இந்தக் கேள்வி அவனது மனத்துக்குள்ளாகவே உருவானது: கழிகடை நிலையில் வாழ்ந்த, தனது வாழ்க்கை முழுவதுமே கந்தல் அணிந்திருந்த, பெரும்பகுதி நேரத்தைக் குடித்தும் அக்கார்டியன் வாசித்தும் செலவிட்டிருந்த ஒரு மனிதன் மேலும் நன்றாக இருக்க எதற்கும் ஆசைப்பட வில்லை என்பது சாத்தியமா? இந்த எண்ணமே பெர்ஃபீஷ்காவுக்கு ஒருவகையான சின்ன புனிதர் போல இலியாவை பார்க்க வைத்தது. ஆர்வத்துடனும் சந்தேகத்துடனும் ஆழ்ந்து நோக்கி, பெத்ரூகாவினுடைய வீட்டில் வசித்த எல்லாரிலும் அவனே சிறந்தவன், மட்டமான குடிகாரனாக இருந்த போதிலும், என்று உணர்ந்தான்...

சில நேரங்களில், இளைஞர்கள் மனிதனது தேடுகின்ற மனத்தையும் இதயத்தையும் மந்திர இருளுக்குள்ளாகக் கவர்கின்ற, அடியற்ற பாதாளங்களைப் போல அவனுக்கு முன்னே திறந்திருந்த அந்தப் பெரியதும் ஆழமானதுமான வினாக்களை நெருங்கினார்கள். அத்தகைய பிரச்சினைகளால் யாக்கவ் பெரிதும் உந்தப்பட்டான். தனது தசைகளை நம்பாதவனைப் போல, உறுதியான பொருள்களைப் பற்றிக் கொள்கின்ற விநோதமான பழக்கத்தைக் கைக்கொண்டிருந்தான். உட்கார்கின்ற போது ஏதோ பொருளின் மீது சாய்ந்து கொள்வான், அல்லது எது கைக்கு அகப்படுகிறதோ அதைப் பற்றிக்கொள்வான். விரைவான ஆனால் நிச்சயமற்ற அடியுடன் தெருவில் நடந்து செல்கிற போதும், ஏதோ காரணம் இல்லாமல் தான் கடக்கின்ற விளக்குத் தூண்களை, ஏதோ அவற்றை எண்ணுபவன் போலத் தொடுவான். வேலிகளின் வலிமையைச் சோதிப்பது போல அவற்றைத் தள்ளுவான். மாலையில் மாஷாவினுடைய குடியிருப்பில் அவன் எப்போதுமே சன்னலுக்குக் கீழே சுவரில் நன்கு சாய்ந்தபடி உட்கார்வான். அவனுடைய நீண்ட விரல்கள் மேசை ஓரத்தை அல்லது நாற்காலியைப் பற்றிக் கொண்டிருக்கும், அவனுடைய பெரிய தலை தோளின் ஒரு பக்கமாகச் சாய்ந்து கிடக்கும், அவனுடைய நீலநிறக் கண்கள் இப்போது சுருங்கியிருக்கும், தனது நண்பர்களை அவன் நோக்குகையில் இப்போது அவனுடைய வெளிறிய முகத்தில் அவை அகன்று விரியும். தனது கனவுகளை விவரிப்பதில் அவன் இன்னமும் ஆர்வமுடையவனாக இருந்தான். மேலும் தான் படித்த புத்தகத்தின் கதையைத் திரும்பச் சொல்கின்ற போது தனது சொந்தக் கண்டுபிடிப்புகளையும் சேர்த்துக்கொள்வதை அவனால் தடுத்துக்கொள்ள முடியவில்லை. இம்மாதிரி செய்தபோது இலியா கண்டுபிடித்து விட்டான். ஆனால் குட்டு வெளிப்பட்டதால் யாக்கவ் குழப்பமடையவில்லை.

“நான் சொன்னது நல்ல முறை,” என்றான் எளிமையாக. “வேதங்களை மட்டுந்தான் நாம் விளக்கும்போது மாற்றக் கூடாது; சாதாரண புத்தகங்களைப் பொருத்து விரும்பியபடி மாற்றிக் கொள்ளலாம்! எப்படியிருந்தாலும், அவை என் மாதிரி சாதாரண ஆட்களால் எழுதப்பட்டவைதானே. எனக்குப் பிடிக்காதவைகளை என்னால மாற்றிக் கொள்ள முடியும்... ஆனா இதை மட்டும் எனக்குச் சொல்லு: ஒருத்தன் தூங்குற போது அவனோட ஆன்மா எங்கே இருக்கிறது?”

“எனக்கு எப்படித் தெரியும்?” என்று பதிலளித்த இலியா, அத்தகைய கேள்விகளை வெறுத்தான். அவை ஒருவிதமான குழப்பத்தை அவனுக்கு ஏற்படுத்தின.

“அது பறந்து போய்விடும்னு நினைக்கிறேன்,” என்றான் யாக்கவ். “இது உண்மை.”

"உண்மையில் பறந்து விடும்," என நம்பிக்கையுடன் பேசுவாள் மாஷா.

"உனக்கு எப்படித் தெரியும்?" என்று கடுமையாகக் கேட்பான் இலியா.

"எனக்குத் தெரியும், அவ்வளவுதான்..."

"அது பறந்து விடும்," என்று புன்னகையுடன் சிந்தனையில் ஆழ்ந்தான் யாக்கவ். "அதுக்குக் கூட ஓய்வு தேவைதான்... அதனாலேதான் நமக்குக் கனவுகள் ஏற்படுது..."

இதை மறுக்க முடியாதபடி, தனது நண்பனிடம் மறுத்துப் பேச வேண்டும் என்ற உள்ளுணர்வை எப்போதுமே அவன் பெற்றாலுங்கூட, இலியா தனது நாவை அடக்கிக்கொண்டான். அநேக நிமிடங்களுக்கு அங்கே அமைதி நிலவியது, அந்நேரத்தில் அடித்தளத்தில் இருள் அதிகரிப்பது போலக் காணப்பட்டது. எண்ணெய் விளக்கு புகைபிடித்திருந்தது, சமோவாரிலிருந்து கரியின் நாற்றம் வந்தது, தலைக்கு மேலாக இருந்த அருந்தகத்திலிருந்து வந்த கம்மிய, விசித்திரமான ஊளை, இரைச்சல் குழந்தைகளுடைய காதுகளில் விழுந்தது. யாக்கவ் திரும்பவும் மெதுவான குரலில் தொடங்கினான்:

"சனங்க சத்தம் போடுறாங்க... நேரத்தை வேலை செய்துக்கிட்டுக் கழிக்கிறாங்க. அதைத்தான் வாழ்க்கையின்னு அவுங்க சொல்றாங்க. பிறகு, திடீரென்று அவன் செத்துப் போறான்... இதற்கு அர்த்தம் என்ன? இலியா, நீ என்ன நினைக்கிறே?"

"எந்த அர்த்தமும் இல்லே... அவனுக்கு வயசாகிப் போய் சாகிறான், அவ்வளவுதான்..."

"ஆனா சின்ன வயசு ஆட்கள் கூட -சிறுவர்கள் கூட சாகிறாங்களே... உடல்நலத்தோட சாகிறாங்க"

"அவுங்க செத்தாங்கன்னா, உடல்நலத்தோட இருந்திருக்கவில்லை..."

"மக்கள் எதுக்காக வாழ்றாங்க"

"திரும்பவும் அதேதான்!" என்று இகழ்ச்சியான சிரிப்புடன் கூவினான் இலியா. "அவர்கள் வாழ்றதுக்காக வாழ்றாங்க. வேலை செய்யுறாங்க, வெற்றிபெற முயற்சிக்கிறாங்க. நல்ல வா"கையை அடையவே ஒவ்வொருத்தரும் விரும்புறாங்க. பணக்காரனாகவும், சுத்தமாகவும் இருப்பதற்கான வாய்ப்பைப் பெற ஒவ்வொருத்தரும் தேடிக்கிட்டிருக்காங்க..."

"அது ஏழைங்க. ஆனா பணக்காரங்களைப் பற்றி என்ன? அவர்கள் எல்லாமே பெற்றிருக்காங்க... விரும்புறதுக்கு அவர்களுக்கு என்ன இருக்கு?" என்று இரைந்தான் யாக்கவ்.

“அறிவு கெட்டவனே! பணக்காரங்களுக்கா? பணக்காரங்களே இல்லாம இருந்தா, ஏழைங்க யாருக்காக வேலை செய்வாங்க?”

யாக்கவ் கணநேரம் இது பற்றிச் சிந்தித்தான்.

“ஆக ஒவ்வொருத்தரும் வேலை செய்யுறதுக்காக வசிக்கிறாங்கன்னு நீ நினைக்கிறே?” எனக் கேட்டான்.

“ஹூம், அப்படித்தான்... அதாவது எல்லாரும் இல்லை... சிலர் வேலை செய்யுறாங்க, மற்றவுங்க சும்மா இருக்காங்க. அவர்களுடைய எல்லா வேலையையும் செய்து முடித்துவிட்டு, தங்களோட பணத்தையும் சேர்த்து வைத்துக் கொண்டு... வாழ்றாங்க.”

“எதற்காக?”

“ஏய், சைத்தான்! அவர்கள் வாழ விரும்புறதை நீ சிந்திக்கலியா? வாழ்றதுக்கு நீ விரும்பலியா?” என்று பொறுமை இல்லாமல் கத்தினான் இலியா. யாக்கவ் மீது அவன் கோபமாக இருந்தான், ஆனால் எதன் காரணமாக என்று அவனால் சொல்ல முடியவில்லை: யாக்கவ் அத்தகைய கேள்விகளைக் கேட்டதற்காகவா, அல்லது முட்டாள்தனமாகக் கேட்டதற்காகவா?

“நீ எதுக்காக வாழ்றே?” என்று கத்தினான் இலியா.

“எனக்குத் தெரியாது!” என்று பணிவோடு யாக்கவ் பதிலளித்தான். “நான் சாக முயற்சி செய்வேன்... அது அஞ்சக் கூடியது... ஆனா அதே நேரத்தில் ஆர்வமூட்டக் கூடியது...”

திடீரென்று மென்மையாகவும் கடிந்து கொள்வதுமான குரலில் பேசத் தொடங்கினான்.

“உனக்கு ஏன் இந்தளவுக்கு வெறி பிடிக்குது என்பதில் எந்தக் காரணமும் இல்லை. கவனி, வேலைக்காகவே மக்கள் வாழ்றாங்க, மக்களுக்காகவே வேலை இருக்கு... ஆனா அவர்களோ? அப்புறம் என்ன? அது ஒரு சக்கரம் போல... இந்தச் சக்கரம் அதே இடத்திலேயே சுத்திக்கிட்டே இருக்கு. என்னதுக்காக? தெரியவில்லை. ஆண்டவர் எங்கே இருந்து வரார்? அவர்தான் அச்சு, ஆண்டவர் தான்! ஆதாமிடமும் ஏவாளிடமும் மக்களை பெற்றெடுக்குமாறும், பூமியில் மக்களை உண்டாக்குமாறும் அவர் சொன்னார். ஆனா என்னத்துக்காக?”

யாக்கவ் தனது நண்பன் பக்கமாகச் சாய்ந்தான். அவன் புதிரான முறையில் கிசுகிசுத்த போது அவனுடைய நீலநிறக் கண்கள் அச்சத்தால் விரிந்தன.

“உனக்குத் தெரியுமா? மக்கள் எதுக்காகப் பிறக்க முடியும் என்பதை ஆண்டவர் சொல்லி விளக்கிட்டார். ஆனா யாராவது அந்த அவருடைய போதனையைத் திருடியிருக்கனும்... அநேகமா சாத்தான்தான்! வேறு

யாரு? சாத்தான்! ஆகவேதான் மக்கள் எதற்காகப் பிறக்கிறார்கள் என்று யாருக்குமே தெரியலே!"

இலியா தனது நண்பனுடைய தொடர்பற்ற பேச்சால் கவரப்பட்டது போல உணர்ந்து மௌனமாக இருந்தான். யாக்கவோ மிகவும் விரைவாகவும், அமைதியாகவும் தனது பேச்சைத் திரும்பத் தொடங்கினான். அவனுடைய கண்கள் வீங்கிப் போயின, அவனது வெளிறிய முகத்தில் அச்சம் காணப்பட்டது, அவனது தொடர்பற்ற பேச்சில் எதையும் புரிந்துகொள்ள முடியவில்லை.

"ஆண்டவர் நம்மிடமிருந்து என்ன விரும்புறார் - உனக்குத் தெரியுமா? ஆகா?!" அவனுடைய வாயை விட்டுக் கொட்டிய தொடர்பற்ற ஓட்டத்தில் திடீர் அழுத்தத்துடன் அந்த வியப்புக் குறி நின்றது. திரும்பவும் தொடர்பற்ற வார்த்தைகளை அவன் பேசினான். தனது நண்பனும் புரவலனுமான யாக்கவை மாஷா வியப்புடன் வாய் திறந்தவாறு உற்று நோக்கினாள். இலியா கோபத்தோடு புருவத்தை நெறித்தான். அவன் நண்பன் சொன்னதைப் புரிந்து கொள்ள முடியாதது அவனுடைய பெருமையைப் புண்படுத்தியது. யாக்கவைக் காட்டிலும் தன்னைப் புத்திசாலி என்று கருதினான். எனினும் யாக்கவினுடைய நினைவாற்றலாலும், எல்லா விஷயங்களையும் பற்றிப் பேசக் கூடிய அவனது திறமையாலும் ஆட்கொள்ளப்பட்டான். கடைசியாகக் கேட்பதில், மௌனத்தில் சலிப்படைந்து போனான்; தலை மூடுபனியால் மூடப்பட்டது போல உணர்ந்தான்.!"

"நிறுத்து, சைத்தான்!" என்று கோபத்துடன் பேச்சாளன் இடைமறித்தான். "உன்னால் புரிஞ்சுக்கிற முடியாத விஷயத்தைப் பற்றி நீ ஏராளம் படிச்சிருக்கே..."

"அதையேதான் நானும் சொல்றேன்: என்னால புரிஞ்சுக்க முடியலே!" என்று ஆச்சரியத்தில் கூவினான் யாக்கவ்.

"பிறகு உனக்குப் புரியலேன்னு சொல்ல வேண்டியது தானே! பைத்தியக்காரனைப் போல உளறிக் கொட்டிக் கொண்டிருக்கே... நானும் இங்கே உட்கார்ந்து நீ சொல்றதைக் கேட்க வேண்டியிருக்கு!"

"ஆனா, பொறு!" என்று வலியுறுத்தினான் யாக்கவ். "எதையுமே புரிஞ்சுக்க முடியாது... உதாரணமா... இந்த விளக்கை எடுத்துக்க. அதில் நெருப்பு இருக்கு. அது எங்கேயிருந்து வருது? இதோ இருக்கு, இதோ நெருப்பு இல்லை! ஒரு தீக்குச்சியைப் பொருது, நெருப்பு வரும்... ஆக அது எப்பவுமே வாழ்றது... எங்கே? காற்றிலே பறந்து கொண்டா? பிறகு ஏன் நாம பார்க்க முடியலே?"

அந்தக் கேள்வியால் இலியா கவரப்படவே, அவனுடைய முகத்திலிருந்து அசட்டையான தோற்றம் மறைந்தது.

“அது காற்றிலே இருந்தா, காற்று எப்பவுமே வெதுவெதுப்பா இருக்கும்,” என்ற அவன் விளக்கை வீட்டுக்கு வெளியே உற்றுப் பார்த்துச் சொன்னான். “ஆனா குளிரிலும் கூட உன்னால தீக்குச்சியைக் கொளுத்த முடியும், ஆனா வெப்பம் எங்கே?.. ஆக, நெருப்பு காற்றில் இருக்கலே…”

“பிறகு எங்கே?” என்ற யாக்கவ், நம்பிக்கையோடு தன் நண்பனைப் பார்த்தான்.

“தீக்குச்சியில்,” என்றாள் மாஷா.

ஆனால் வாழ்க்கை பற்றிய மிக முக்கியமான கருத்துகள் பையன்களால் விவாதிக்கப்பட்டுக் கொண்டிருக்கும் போது மாஷாவினுடைய கருத்துகள் எப்போதுமே புறக்கணிக்கப்பட்டன. அவளோ அதற்குப் பழகிப் போய்விட்டதால், அதைச் சங்கடமாக எடுத்துக்கொள்ளவில்லை.

“எங்கே?” என்று புதிய எரிச்சலுடன் இலியா கத்தினான். “எனக்குத் தெரியாது, அதைப் பற்றி அக்கறையும் கிடையாது! எனக்குத் தெரிஞ்ச ஒரே விஷயம்: அதனால் வெப்பம் பெற முடியும் என்பது தான், ஆனா அதற்குள்ளாக என்னோட கையை நுழைக்கக் கூடாது. அவ்வளவுதான்.”

“நீ புத்திசாலிதான், நிச்சயமா!” என்று யாக்கவ் ஆர்வத்தோடு சீற்றமாகக் குறுக்கிட்டான். “தெரியாது, அதைப் பற்றி அக்கறையும் கிடையாது!' என்று அதே மாதிரி என்னாலேயும் சொல்ல முடியும், அம்மாதிரி எந்த முட்டாளும் சொல்ல முடியும்… எனக்குத் தேவை விளக்கம்; நெருப்பு எங்கே இருந்து வருது? நான் ரொட்டியைப் பற்றி உன்னிடத்தில் கேட்கலே-ரொட்டி எங்கே இருந்து வருது என்பதை எல்லாராலும் பார்க்க முடியும்; செடி நமக்குத் தானியம் கொடுக்குது, தானியம் நமக்கு மாவு கொடுக்குது, மாவு நமக்கு ரொட்டி கொடுக்குது! ஆனா ஒரு மனுசன் எங்கே இருந்து வாரான்?”

இலியா தன் நண்பனுடைய பெரிய தலையை வியப்போடும் பொறாமையோடும் உற்று நோக்கினான். சில நேரங்களில், யாக்கவின் கேள்விகள் அவனது மூளையில் செலுத்தப்பட்ட போது, இலியா தாவிக்குதித்து கண்டிப்பான பேச்சுகள் பேசினான். அத்தகைய சந்தர்ப்பங்களில் ஏதோ காரணத்திற்காக அவன் எப்போதுமே நடந்து போய் அடுப்புக்கு எதிராக முதுகைத் திருப்பிக்கொண்டு நிற்பான் அகன்ற தோள் கொண்ட, கட்டுறுதி வாய்ந்த இளைஞன் தன் மனந்திறந்து தெளிவான உச்சரிப்புடன் பேசும் போது அவனது சுருள்முடி தொடர்ந்து ஆடிக் கொண்டே இருக்கும்.

“மூளை குழம்பிப் போச்சு உனக்குத்தான்! செய்யுறதுக்கு எதுவும் இல்லாதது காரணமாத்தான் உனக்கு எல்லாமே வருது. உன் நேரத்தை நீ

எப்படிச் செலவழிக்கிறே? கவுண்டருக்குப் பின்னால நின்னுக்கிட்டா. அது அருமையான வேலை! பெரும்பாலும் ஒரு தடைக்கல் மாதிரி அங்கே உன் வாழ்க்கை பூராவும் நின்று கொண்டிருப்பாய். கொஞ்சம் பணம் சேர்க்கிறதுக்காக சந்தர்ப்பத்தைத் தேடி என்னை மாதிரி ஒவ்வொரு நாளும் காலையில் இருந்து ராத்திரி வரை தெருக்களில் நீ நடந்தா, எல்லாவகையான அடிமுட்டாள்தனமாகவும் சிந்திக்கிறதுக்கு உனக்கு நேரம் கிடைக்காது... எப்படி முக்கியமான மனிதனாக மாறுவது, சந்தர்ப்பத்தை எப்படி தட்டிப் பறிக்கிறது என்பதைப் பற்றி ரொம்பத் தீவிரமா சிந்தித்துக்கொண்டிருப்பாய். ஆகவே தான் உன்னோட தலை அவ்வளவு பெரிசா இருக்கு - முட்டாள்தனத்தாலே நிறைஞ்சு இருக்கு. அறிவுபூர்வமான சிந்தனைகள் குறைவு -அவை மண்டையை வீங்கச் செய்யாது...''

அவன் பேசியவற்றை யாக்கவ் அமைதியோடு செவிமடுத்தான். வளைந்து உட்கார்ந்து, கைக்குக் கிடைத்த எதையோ சிக்கெனப் பிடித்துக்கொண்டிருந்தான். எப்போதாவது தனது உதடுகளை ஓசை-யின்றி அசைக்கவும் கண்களை அடிக்கடி இமைக்கவும் செய்தான்.

ஆனால் ஆவேசப்பேச்சு முடிந்த உடனேயே இலியா மேசைக்குத் திரும்பி வர, யாக்கவ் மீண்டும் 'தத்துவ விளக்கத்'தைத் தொடங்குவான்.

''அவர்கள் ஏதோ ஒரு புத்தகம் பற்றி - அறிவியல் பற்றி, மந்திரம் பற்றி, எல்லாவற்றையும் பற்றி விளக்கம் தரக்கூடியது-சொல்றாங்க... அதை மட்டும் நான் பெற முடிந்து படித்தால்... அது ரொம்ப பயங்கரமா இருக்கும்!''

மாஷா எழுந்து போய் தனது படுக்கையின் மீது அமர்வாள். அங்கிருந்து அவளுடைய கருவிழிகள் நண்பர்களை ஒருவர் மாற்றி ஒருவராகப் பார்க்கும். சீக்கிரமே கொட்டாவி விடத் தொடங்கி, அசைந்து, கடைசியில் அவளுடைய தலை தலையணை மீது சாய்ந்து விடும்.

''சரி, படுக்கப் போக நேரமாச்சு!'' என்று இலியா கூறுவான்.

''பொறு... நான் மாஷாவைப் போர்த்தி விட்டு விளக்கை அணைக்கிறேன்.''

ஆனால் அவனுக்காகக் காத்துக்கொண்டிருக்காமல் இலியா கதவுத் தாழ்ப்பாள் வரை செல்வான். பிறகு யாக்கவ் விரைந்து சிணுங்கினான்:

''எனக்காகக் காத்திரு! தனியா இருக்க நான் பயப்படுறேன் - இருட்டா இருக்கு!..''

''ப்பூ!'' என்று இலியா அகந்தையோடு கூவினான். ''பதினாறு வயசு, இன்னமும் குழந்தை. நான் பயப்படலேன்னு நீ ஏன் நினைக்கிறே? பிசாசையே சந்தித்தாலும் நான் கண் சிமிட்ட மாட்டேன்!''

பதிலேதும் சொல்லாமல், மாஷாவுக்கு மேலாகப் போர்வையை இழுத்துவிட்டு விட்டு அவசரமாக விளக்கை ஊதி அணைப்பான் யாக்கவ். படபடப்புடன் விளக்கு அணைந்து எல்லாப் பக்கங்களி-னின்றும் அமைதியாக இருள் வந்து சூழும். எனினும், சில நேரங்களில் நிலவொளியின் ஒரு கீற்று சன்னல் வழியாக மெல்ல நுழைந்து தரையின் மீது விழும்.

9

ஏதோ ஒரு விழா நாளன்று வெளிறிய முகத்துடனும், பற்களை நெறித்தவாறும் இலியா வீட்டிற்கு வந்து தனது உடைகளைக் களையாமல் கூட படுக்கையில் சாய்ந்தான். பெரும் பாரத்தைப் போல கோபம் அவன் இதயத்தை அழுத்தியது. கழுத்தில் இருந்த ஊமைக்காயம் அவனது தலையைத் திருப்ப விடாதபடி செய்தது. அவனுக்கு ஏற்பட்டிருந்த காயத்தில் உடம்பு முழுக்க வலித்ததாகத் தெரிந்தது.

அன்று காலை ஒரு போலீஸ்காரன் ஒரு முட்டைச் சோப்புக் கட்டியும் ஒரு டஜன் ஊக்கும் பெற்றுக்கொண்டதற்கு விலையாக பிற்பகலில் சர்க்கஸ் நடைபெற்ற இடத்திற்கு வெளியே தன்னுடைய பொருள்களை விற்பதற்கு இலியாவுக்கு அனுமதி கொடுத்திருந்தான். சர்க்கஸ் நுழைவாயிலில் இலியா நம்பிக்கையோடு தனது இடத்தைப் பிடித்துக்கொண்டு நின்றான். ஆனால் திடீரென்று ஒரு போலீஸ் அதிகாரி வந்து, அவனுடைய கழுத்தில் ஓர் அடி கொடுத்து, அவனுடைய பெட்டி வைக்கப்பட்டிருந்த ஸ்டாண்டுக்கு மேலாகத் தள்ளி விடவே, அவனுடைய பொருள்கள் சிதறி தரை மீது விழுந்தன. சில அழுக்கடைந்து நாசமாய்ப் போயின, பிற காணாமல் போயின.

"உங்களுக்கு உரிமையில்லை, சார்..." தனது பொருள்களைப் பொறுக்கிக்கொண்டிருந்த போது இலியா சொன்னான்.

"என்-ன?" தனது சிவப்பு மீசையைத் தடவிக்கொண்டே அந்தப் போலீஸ் அதிகாரி கேட்டான்.

"என்னை அடிக்க உங்களுக்கு உரிமை இல்லை..."

"ஓகோ, எனக்கு இல்லையா? மிகுனோவ்! இவனைக் காவல்நிலையத்துக்குக் கூட்டிவா!" என்று இந்த அதிகாரி அமைதியாக உத்தரவிட்டான்.

சர்க்கஸ் கொட்டகைக்கு முன்னால் நிற்பதற்கு எந்தப் போலீ-ஸ்காரன் இலியாவுக்கு அனுமதி கொடுத்தானோ, அவனே தான் இவனை போலீஸ் ஸ்டேஷனுக்கு இழுத்துக் கொண்டு போய் மாலை வரையில் வைத்திருந்தான்.

இதற்கு முன்னரெல்லாம் போலீசுடன் இலியா மோதியிருக்கிறான், ஆனால் ஒருபோதும் முன்னர் போலீஸ் ஸ்டேஷனுக்கு அழைத்துச் செல்லப்பட்டது கிடையாது. ஆக, முதல்முறையாக அந்தளவுக்குக் கோபத்தையும் வெறுப்பையும் உணர்ந்தான்.

படுக்கையில் படுத்து கண்களை மூடிக் கொண்டிருந்த போது, நெஞ்சுக்குள் இருந்த துன்புறுத்துகிற, வேதனை செய்த சுமை மீது அவனது முழு கவனம் திரும்பியது. சுவரின் மறுபக்கத்துக்குப் பின்னால் அருந்தகத்திலிருந்து, இலையுதிர்கால நாளில் மலை ஓரத்தில் கீழாக விரைந்தும் கலங்கலாகவும் பாயும் நீரோடையின் களகள ஒலிபோன்று இரைச்சலும் பெருஞ்சத்தமும் வந்தன: தகரத் தட்டுகளின் மோதல், வட்டில்களின் உரசல்கள், வோத்கா, தேநீர் மற்றும் பீர் ஆகியன வேண்டி விடுக்கும் தனித்தனிக் குரல்கள்...

"இதோ வருது!" என்று வெயிட்டர்கள் பதிலளித்தார்கள்.

அந்த இரைச்சலின் ஊடாக யாருடைய உயர்ந்த குரலோ நடுங்குகிற உருக்கு நூல் போலத் துக்கத்தோடு பாடியது:

இளமை நாள்களை வீணடிக்கப் போவதில்லை...

ஆழமானதும் தெளிவானதுமான மற்றொரு குரல் குழப்பமான ஓசைகளால் நிறைந்து மெதுவாகவும் அருமையாக வும் பாடியது:

இளமை நாள்களைப் பாழாக்கி விட்டேன்...

"நீ ஒரு புளுகினி!" என்று யாரோ கத்தினான், அது வறண்ட, உடைந்த தொண்டையிலிருந்து வரும் குரல் போலக் காணப்பட்டது. "அது எழுதப்பட்டிருக்கு: 'ஒருமுறை நீ என்னுடைய கட்டளைக்குக் கீழ்ப்படிந்தால், ஆசை மருட்சி ஏற்படும் வேளையில் உன்னை நான் காப்பாத்துவேன்...' "

"நீ தான் புளுகினி," என்று தெளிவுமிக்க சூடான மறுப்பு வந்தது. "அதே புத்தகத்தில் எழுதப்பட்டிருக்கு: 'நீ வெதுவெதுப்பாக சூடாகவோ குளிராக இல்லாமலோ, இருப்பதன் காரணமாக, என் வாயால் உன் மீது துப்புவேன்'... இதோ! கேட்டாயா? யார் சரி?.."

உரத்த சிரிப்பொலிகளைத் தொடர்ந்து கீச்சுக் குரல் வந்தது:

"அவளுக்கு நல்லா முகத்திலே கொடுத்தேன். மெல்லிய முகத்திலே கொடுத்தேன்! பிறகு காதிலே, பிறகு பல்லிலே! டம்! டம்! டம்!"

மீண்டும் வெடிச் சிரிப்பு.

"அவள் அப்படியே கீழே விழுந்தாள்!" என்றது கீச்சுக் குரல் மீண்டும். "ஆக, அவளது அழகிய மூஞ்சிக்குத் திரும்பவும் கொடுத்தேன்! இதோ உனக்கு! முதலில் முத்தமிட்டது நான் தான், முதலில் அடித்தவனும் நான் தான்..."

“நீ நுனிப்புல் மேய்பவன்!” என்று யாரோ கிண்டலோடு கத்தினான்.

‘இல்லை, இல்லை! இப்ப எனக்குக் கோபம் அதிகமாகுது!”

“எவ்வளவு பேரை நான் நேசிக்கிறேனோ, அவ்வளவுக்கு கண்டிக்கவும், அழகுபடுத்தவும் செய்யுறேன்’... நீ அதை மறந்துட்டியா?.. பிறகு, ‘தீர்ப்புக் கூறாதே, நீயும் தீர்ப்புக் கூறப்பட மாட்டாய்’... மன்னர் தவீத் என்ன சொன்னார் - நீ அதை மறந்துட்டியா?”

அந்தச் சச்சரவையும், பாட்டையும், சிரிப்பையும் இலியா செவிமடுத்தான். ஆனால் அவை அவனிடத்தில் எந்தச் சிந்தனைகளையும் கிளறவில்லை. மெலிந்த, வளைந்த மூக்குக் கொண்ட அந்தப் போலீஸ் அதிகாரியின் முகம், தீயக் கண்களோடு, முறுக்கிய சிவப்பு மீசையோடு அவனை

உற்றுப் பார்த்தபடி அவனுக்கு முன்னே அறையின் இருளிலே மிதந்தது. அந்த முகத்தைப் பார்த்த போது இலியா தனது பற்களை இன்னும் இறுகக் கடித்துக்கொண்டான். ஆனால் சுவரின் மறுபக்கத்துக்குப் பின்னால் பாடலின் சத்தம் அதிகரித்துக் கொண்டிருந்தது. பாடகர்கள் உரத்துப் பாடியதால் மேலும் உற்சாகமடைந்தார்கள்; அவர்களுடைய குரல்கள் மேன்மேலும் தைரியமாகவும் உரக்கவும் உயர்ந்து, அந்த சோகமான ஓசைகள் இலியாவினுடைய இதயத்திற்குள்ளாக நுழைந்து, அவனது கோபத்தையும் வெறுப்பையும் தொட்டது.

> அங்கிங்கெனாதபடி அவனியின் எம்மருங்கும்
> அலைந்து திரிந்த நானோ அருமையானவன்...

தங்களுடைய புகாரை வெளிப்படுத்த இரண்டு குரல்கள் இணைந்தன:

> சைபீரியா முழுதுமே அலையினும் வீட்டிற்கோர்
> சரியான பாதைநான் கண்டேனில்லை...

துயரமான வார்த்தைகளைக் கேட்ட போது இலியா ஆழ்ந்து பெருமூச்சு விட்டான். வானத்தின் ஊடாக மேகங்கள் நழுவிச் செல்கையில் மினுமினுப்பதும் இப்போது மறைவதுமாக இருக்கும் நட்சத்திரங்களைப் போல அருந்தகத்தின் கர்ஜனையில் அந்த வார்த்தைகள் மின்னிக் கொண்டிருந்தன. மேகங்கள் விரைவாகப் பறந்து கொண்டிருந்தன, நட்சத்திரங்கள் மின்னி மறைந்தன...

> பசியினால் நாக்கைச் சுவைத்தேன்,
> குளிரினால் எலும்புகளும் சில்லிட்டன.

அந்த ஆட்கள் நன்றாகப் பாடிக் கொண்டிருப்பதாக இலியா தனக்குத்தானே எண்ணிக் கொண்டான் - அந்தளவு அருமையாக இருந்ததால் பாட்டு அவனது ஆன்மாவையே தொட்டது. ஆனால்

நிமிட நேரத்தில் அவர்கள் குடித்து விட்டு சண்டையைத் தொடங்கக் கூடும்... வாழ்வின் அருமையான விஷயங்களுக்கு நீண்ட நேரம் தன்னை ஈடுபடுத்திக் கொள்ள மனிதனால் முடியவில்லை...

ஐயோ, எந்தன் கொடிய விதியே...
எனப் புலம்பிற்று ஓர் உயர்ந்த குரல்.
நீ எனக்குக் காலில் இரும்புக் குண்டு போல...
எனப் பலமாகப் பாடியது கீழ்க்குரல்.

இலியாவினுடைய கடந்த கால நினைவுகளினின்றும் யெரெமேய் தாத்தாவின் உருவம் தோன்றியது. தலையைத் துயரத்துடன் ஆட்டிக்கொண்டும், கன்னங்களில் கண்ணீர் உருண்டோடவும் கிழவன் சொன்னான்:

"முடிந்த மட்டும் தேடினேன், கடுகளவு நீதியைக் கூட கண்டுபிடிக்க முடியவில்லை என்னால்..."

யெரெமேய் தாத்தா ஆண்டவனை நேசித்ததையும், ரகசியமாகப் பணம் சேர்த்ததையும் இலியா எண்ணிப் பார்த்தான்; தெரேன்தி சித்தப்பா ஆண்டவனுக்குப் பயந்தான், ஆனாலும் இந்தப் பணத்தைத் திருடிக்கொண்டான். எல்லா மக்களுமே எப்போதுமே தங்களிடம் இரு தன்மைகளைக் கொண்டவர்கள். அவர்களுடைய நெஞ்சம் தராசு போல, இதயம் தராசினுடைய முள் போல இருந்தது. அந்த முள் இடப்பக்கமும் பிறகு வலப்பக்கமுமாக நல்லதையும் கெட்டதையும் எடை போடுவதாகத் தோன்றியது.

"ஆகா!" என்று அருந்தகத்தில் எவனோ கத்தினான். இதைத் தொடர்ந்து பெரும் சக்தியுடன் கீழே ஏதோ விழுந்து, உரத்த ஓசை வரவே இலியாவின் படுக்கைகூடக் குலுங்கியது.

"நிறுத்து! ஐயோ ஆண்டவரே..."
"அவனைப் பிடிங்க..."
"உதவி..."

இரைச்சல் அதிகரித்தது, எல்லாமே குழப்பத்தில் இருந்தன, பசித்த நாய்கள் ஒன்றையொன்று கடித்துக் குதறுவது போல காற்றிலே சுழலும் சிணுங்கலும் விர்விர் என்ற ஆயிரக்கணக்கான புதிய ஒலிகள் நிறைந்திருந்தன.

மனநிறைவுடன் இலியா செவிமடுத்தான்: அவன் எதிர்பார்த்தது துல்லியமாக இது போலத்தான், மனித இயல்பு பற்றிய அவனது கருத்தை இது உறுதி செய்தது. தலைக்குக் கீழாகத் தனது கைகளைத் தட்டிய அவன், திரும்பவும் தீவிரச் சிந்தனையில் ஆழ்ந்தான்.

“…கிழவன் அன்தீபா மிகப் பெரிய பாவத்தைச் செய்திருக்க வேண்டும், ஆகவே தான் அதற்குக் கழுவாய் தேடுவதற்கு எட்டாண்டு கால மௌனமும், பிரார்த்தனையும் தேவைப்பட்டிருக்கிறது… எனினும் மக்கள் அவரை மன்னித்து அவரைப் பற்றி மரியாதையுடன் பேசினார்கள். புனிதர் என்றும் அழைத்தார்கள்… ஆனால் அவருடைய குழந்தைகளிடம் வஞ்சம் தீர்த்துக்கொண்டார்கள். அவர்களில் ஒருவனை சைபீரியாவுக்கு அனுப்பினார்கள், மற்றொருவனை கிராமத்தை விட்டே துரத்தினார்கள்…”

‘இங்கே தனிப்பட்ட கணக்கிடுதல் வேண்டும்!’ என்ற வியாபாரி ஸ்துரோகனியின் கம்பீரமான சொற்கள் இலியாவின் நினைவுக்கு வந்தன. “ஒருத்தன் நேர்மையானவனா இருந்து, ஒன்பது பேர் போக்கிரிகளாக இருந்தால், யாருமே லாபம் கிடையாது, ஆனா நேர்மையானவன் அழிஞ்சு போயிடுறான்… பெரும்பான்மை இருக்கிற பக்கந்தான் சரியான பக்கம்…”

இலியா லேசாக முறுவலித்தான். அவனது நெஞ்சில் மக்கள் மீதான தீய உணர்வு ஒரு கொடும் பாம்பைப் போல நெளிந்தது. அறிமுகமான உருவங்கள் அவனது நினைவில் எழுந்து கொண்டே இருந்தன. உதாரணமாக, அருவருப்பான மதித்ஸா முற்றத்தின் அழுக்கில் புரண்டு கொண்டிருந்தாள்.

“அம்மா!.. அருமை அம்மா!” அவள் புலம்பினாள். “இப்ப நீ என்னைப் பார்த்தால்!”

பெர்ஃபீஷ்கா குடிவெறியில் அவளுக்கருகே நின்று தள்ளாடியபடி நிந்தையாகப் பேசினான்:

“நீ அதிகம் குடிச்சிட்டே! பன்றியே…”

உடல் நலமும், சிவந்த முகமும் கொண்ட பெத்ரூகா வாசல்படியில் இருந்தவாறு தனது உதடுகளில் அகந்தைப் புன்னகை தோற்ற அவர்களைக் கவனித்துக் கொண்டிருந்தான்.

அருந்தகத்தில் இருந்த சச்சரவு முடிவடைந்தது. மூன்று குரல்கள் - இரண்டு பெண்களுடையது ஒன்று ஆணினுடையது - ஒரு பாட்டைப் பாட முயன்றன, ஆனால் முடியவில்லை. யாரோ அக்கார்டியனை கொண்டுவந்து சிறிது நேரம் மட்டமாக வாசித்து விட்டு, பிறகு நிறுத்தி விட்டான். திடீரென்று பெர்ஃபீஷ்காவின் உயர்ந்த குரல் அருந்தகத்தின் மற்ற எல்லா இரைச்சலையும் மிஞ்சுவதாக வெளி வந்தது:

“ஏ, கோப்பையை நிரப்பு, கோப்பையை நிரப்பு, எசமானனுடைய ஒயினை ஒதுக்காதே!” என்று சந்தத்தோடு வேகமாகக் கத்தினான். “நாம் குடிப்போம், பெண்களைக் காதலிப்போம், பிறகு எல்லாரும் பிச்சை எடுக்க வெளியே போவோம்! ஓர் ஏழைக்குக் கண்ணி தயாரிக்க

எல்லாரிடமிருந்தும் ஆளுக்கு ஒரு நூல் வாங்குவோம். நீ அந்தக் கண்ணியைத் தப்பவிட்டால் உனது சொந்தத் தசை நார்களாலேயே நீ தூக்குப் போட்டுக் கொள்ளலாம்..."

இதை ஏற்றுக்கொள்ளும் வகையில் மகிழ்ச்சியுள்ள சிரிப்பும் கூச்சலும் எழுந்தன...

இலியா எழுந்து வெளியே போய் வாசல்படியில் நின்றான். எங்கேனும் போய்விட ஏங்கினான், ஆனால் எங்கே போவதென்று அவனுக்குத் தெரியவில்லை. அது சுணங்கிவிட்டது; மாஷா தூங்கிக் கொண்டிருந்தாள்; கார்பானிக் திராவகத்தால் நஞ்சூட்டப்பட்ட யாக்கவ் தலைவலியுடன் படுக்கையில் கிடந்தான். யாக்கவைப் பார்க்க வீடு செல்வதை இலியா தவிர்த்தான். ஏனெனில் அவனைப் பார்த்ததும் ஏற்றுக்கொள்ளாத முறையில் பெத்ருகா எப்போதுமே தனது புருவங்களை உயர்த்தினான். இலையுதிர் காலக் குளிர்காற்று வீசிக்கொண்டிருந்தது. இருள் அந்தளவுக்கு அடர்த்தியாக இருந்தது, வானம் மறைந்து காணப்பட்டது. காற்றினால் உறைந்து போன இருளின் பெரிய குருதிக் கட்டிகள் போன்று எல்லா புறவீடுகளும் காணப்பட்டன. ஈரமான காற்றில் ஏதோ அடித்தது, சலசலத்தது; வா"கை பற்றி மனிதனுடைய புகார்கள் போல மெதுவான, விநோதமான கிசுகிசுப்புக் கேட்டது. காற்று இலியாவின் நெஞ்சில் அடித்தது, முகத்தில் வீசியது, அவனது சட்டைக்குள்ளாக நுழைந்தது... அவன் ஒரு குலுங்கு குலுங்கி விட்டு தனக்குத்தானே சொல்லிக் கொண்டான், இதுபோல இனிமேலும் தன்னால் வாழ முடியாது, முடியவே முடியாது என்று! இந்தப் பரபரப்பிலிருந்தும், இந்தச் சச்சரவிலிருந்தும் அவன் அவசியம் எங்கோ வெளியேறிப் போய் தனிமையில் வாழ வேண்டும். ஒரு தூய, அமைதியான வாழ்வை அவனாகவே வாழவேண்டும்.

"யாரங்கே?" திடீரென்று கரகரத்த குரல் ஒன்று வந்தது.

"யார் கேட்கிறது?"

"நான் தான்... மதித்ஸா..."

"நீ எங்கே இருக்கே?"

"விறகுக் குவியல் மேலே உட்கார்ந்திருக்கேன்..."

"எதற்காக?"

"சும்மாதான்..."

அமைதி...

"இன்னைக்குத்தான் என் அம்மா செத்த நாள்," இருளினின்றும் அவள் குரல் வந்தது.

"அவள் செத்து ரொம்ப நாளாச்சா?" ஏதாவது பேச வேண்டும் என்பதற்காக இலியா கேட்டான்.

"ரொம்பக் காலமாச்சு... அநேகமா பதினைந்து ஆண்டுகள்... மேலேயும் இருக்கலாம்... உன்னோட அம்மா உயிரோட இருக்கிறாளா?"

"இல்லை... அவளுங்கூடச் செத்துப் போயிட்டா... உனக்கு என்ன வயசு?"

மதித்ஸா உடனடியாகப் பதில் பேசவில்லை.

"சுமாரா முப்பது..." சீட்டியடித்தவாறு சொன்னாள். "என் காலில் ஏதோ கோளாறு... முலாம் பழம் மாதிரி வீங்கிப் போய் வேதனைப்படுத்துது... அதை நான் தேய்ச்சு, தேய்ச்சு விட்டேன். எல்லாவகையான பொருள்களாலும் அதைத் தேய்த்தேன், ஆனா பயன் எதுவும் செய்யலே."

யாரோ அருந்தகத்தின் கதவைத் திறந்தான். அங்கிலிருந்து பல ஒலிகள் முற்றத்திற்குள்ளாக வந்தன; காற்று அவற்றைப் பிடித்து இருட்டிற்குள்ளாகப் பரத்தி விட்டது. "எதுக்காக நீ இங்கே நிற்கிறே?" என்று மதித்ஸா கேட்டாள்.

"சும்மாதான்... அலுத்துப் போச்சு..."

"என்னை மாதிரி... என்னோட அறை சவப்பெட்டி மாதிரி இருக்கு."

அவள் ஆழ்ந்து மூச்சிழுப்பதை இலியா செவிமடுத்தான்.

"என்னோட மாடிக்கு வா," என்றாள் மதித்ஸா.

அவள் குரல் வந்த திசையை நோக்கி இலியா உற்று நோக்கினான்.

"சரி..." என்றான் அலட்சியமாக.

அவனுக்கு முன்னால் படிகளில் மதித்ஸா ஏறினாள். முதலில் தனது வலது காலைப் படிக்கட்டில் வைத்தாள், பிறகு இடது காலை மெதுவாக, கஷ்டமாக, முணுமுணுப்புடன் உயர்த்தினாள். மெதுவாக அவளைப் பின்தொடர்ந்து இலியா சென்ற போது, அவனுடைய மனமானது வெறுமையாக இருந்தது. வலி மதித்ஸாவைத் தாமதப்படுத்தியது போல, அவனுடைய துயரத்தின் சுமை அவனைத் தாமதப்படுத்தியது.

அவளுடைய அறை நீளமாகவும் ஒடுக்கமாகவும் இருந்தது, உண்மையாகவே அதனது மேற்கூரை சவப்பெட்டியின் மூடி போலக் காணப்பட்டது. கதவுக்கு அருகே இருந்த சுவருக்குள்ளாக ஒரு டச்சு அடுப்பு கட்டப்பட்டிருந்தது. சுவருக்கு எதிராக ஓர் அகலமான படுக்கை கிடந்தது. அதனுடைய கால் பக்கம் அடுப்பின் பக்கமாக இருந்தது, படுக்கைக்கு எதிரே இரு புறமும் நாற்காலிகளுடன் ஒரு மேசை கிடந்தது. சாம்பல் நிறச் சுவரில் கருப்புச் சதுக்கம் போல

அமைந்திருந்த சன்னலுக்கு அருகே மற்றொரு நாற்காலி கிடந்தது. காற்றின் ஓலமும் இரைச்சலும் இங்கே அதிகம் கவனிக்கத்தக்கதாக இருந்தது. சன்னலுக்கு அருகிருந்த நாற்காலியில் அமர்ந்து இலியா சுவர்களின் மீது பார்வையைச் செலுத்தினான்.

"அது யாருடைய உருவம்?" மூலையில் இருந்த ஒரு சிறிய உருவச்சிலை மீது அவனது கண்கள் நிலைக்குத்தி நின்ற போது கேட்டான்.

"புனித ஆன்னா..." என்று மெதுவாக, பயபக்தியோடு மதித்ஸா சொன்னாள்.

"உன்னோட பெயர் என்ன?"

"என்னோட பேரும் ஆன்னா தான்... உனக்குத் தெரியாதா?"

"தெரியாது..."

"யாருக்குமே தெரியாது," என்று சொன்னாள் அவள், படுக்கையில் அழுத்தமாகச் சாய்ந்தாள். பேசவேண்டும் என்ற ஆர்வம் துளியும் இல்லாமல் இலியா அவளைக் கவனித்தான். அவளுங்கூட அமைதியாக இருந்தாள். நீண்ட நேரமாக, சுமார் மூன்று நிமிடங்களுக்கு, ஒருவர் இருப்பதை மற்றவர் அறியாதது போல பேசாமலேயே இருவரும் உட்கார்ந்திருந்தனர்.

"சரி, நாம என்ன செய்யப் போறோம்?" என்று கடைசியாக அப்பெண் கேட்டாள்.

"எனக்குத் தெரியாது..." என்றான் இலியா.

"உனக்குத் தெரியாதா?" அவனை நம்பாது பசப்புச் சிரிப்புடன் அவள் வியந்து கூவினாள். "நீ எனக்கு ஒரு விருந்து கொடுத்தால் என்ன? இரண்டு பீர் போத்தல்கள் வாங்கு... அல்லது, வேணாம்: தின்பதற்கு எனக்கு ஏதாவது வாங்கி வா!.. சாப்பாட்டைத் தவிர வேறு எதுவும் வாங்க வேணாம்..."

அவளுடைய குரல் தடைப்பட்டு, இருமினாள்.

"பாரு..." என்றாள் மன்னிப்புக் கோருவது போல.

"என்னோட காலில் புண் வந்தது முதல் என்னால எதுவுமே என்னால சம்பாதிக்க முடியலே... வெளியேயும் போக முடியலே... எல்லாத்தையும் சாப்பிட்டு முடிச்சிட்டேன்... அஞ்சு நாளா இப்ப இங்கே முடங்கிக் கிடக்கேன்... நேத்து அநேகமா நான் எதுவுமே சாப்பிடலே, இன்னைக்கு எதுவுமில்லே... ஆண்டவன் மீது ஆணையாச் சொல்றேன்!"

இப்போது தான் முதல் முறையாக மதித்ஸா ஒரு வேசி என்பதை இலியா நினைவு கூர்ந்தான். அவளுடைய பெரிய முகத்திற்குள்ளாக வேண்டுமென்றே உற்று நோக்கினான். அவளுடைய கருவிழிகள் சிறிது

முறுவலிப்பதையும், எதையோ உறிஞ்சுவது போல அவளுடைய உதடுகள் அசைவதையும் பார்த்தான்... அவளுடைய முன்னிலையில் இருப்பதைத் திடீரென்று வசதிக்குறைவாகக் கருதினான். மேலும் அவளிடம் தெளிவற்ற அக்கறை கொண்டவனாக மாறினான்.

“நான் ஏதாவது கொண்டுவருவேன்...”

அவன் குதித்தெழுந்து, அருந்தகத்திற்குச் செல்லும் படிக்கட்டுகளில் ஓடி, சமையல் அறைக் கதவின் முன்பாக நின்றான். திடீரென்று மாடிக்குத் திரும்பிச் செல்ல விருப்பமில்லாதவன் ஆனான். ஆனால் அந்த உணர்வானது நழுவிச் சென்றது, அது அவனுடைய இருண்ட ஆன்மாவிலே ஒரு உடனடியாக மறைந்து தீப்பொறி போல மின்னி விட்டுவிட்டது. சமையல் அறைக்குள்ளாக நுழைந்து, சமைத்த இறைச்சியின் மிச்சத்துண்டுகள், ரொட்டி மற்றும் பிற மிச்சத் தின்பண்டங்களைப் பத்துக் கோபெக் மதிப்புக்கு வாங்கினான். சமையல்காரன் அவை எல்லாவற்றையும் எண்ணெய்ப் பிசுக்காக்கிய சல்லடைக்குள் வைக்க, இலியா அதைத் தனது இரு கைகளிலும் தாம்பாளம் போலத் தாங்கிக் கொண்டான். நுழைவாயிலில் சென்று, தான் எப்படி பீர் வாங்குவது எனச் சிந்தித்தவாறு மறுபடியும் நின்றான். தானே போய் மதுக்கடையில் அதை வாங்க முடியாது-தெரேன்தி நிச்சயமாக இந்த பீர் யாருக்கென்று கேட்பான். ஆகவே தட்டுக் கழுவுகிறவனை அழைத்து தனக்காக அதை வாங்குமாறு கேட்டான். அந்த மனிதன் கடைக்குள்ளாக ஓடி திரும்ப வந்து, ஒரு வார்த்தை கூடப் பேசாது போத்தல்களை அவனது கைகளுக்குக் கீழாகத் திணித்து விட்டு, சமையலறைக்குப் புறப்பட்டுப் போகவிருந்தான்.

“பொறு!” என்றான் இலியா. “இது எனக்கு இல்லை... எனக்குத் தெரிஞ்ச ஓர் ஆளுக்காக...”

“என்ன?” என்றான் தட்டுக் கழுவுகிறவன்.

“என்னைப் பார்க்க ஓர் ஆள் வந்திருக்கான். இது அவனுக்கு...”

“ஆம்... அதனால் என்ன?”

தேவையில்லாத பொய் என்பதை இலியா உணர்ந்தான், இது அவனைச் சங்கடப்பட வைத்தது. அவசரமில்லாதவாறு படிகளில் திரும்ப ஏறினான், தன்னை யாரோ நிறுத்தப் போவதாக எதிர்பார்த்தது போல உற்றுக்கேட்டான். காற்றின் ஊளையைத் தவிர வேறு எதையும் அவன் கேட்கவில்லை; யாரும் அவனைத் தடுத்து நிறுத்தவில்லை. கூச்சப்படுபவனாக இருந்தாலும், தெளிவாகவே காமவெறியுடன் அவளிடம் திரும்பச் சென்றான்.

சல்லடையைத் தனது முழங்கால்கள் மீது வைத்துக் கொண்டு, தனது பெரிய விரல்களால் சாம்பல் நிற உணவுத் துண்டுகளை எடுத்து, தனது

பெரிய வாய்க்குள்ளாகத் தள்ளி, ஓசை எழுப்பிக்கொண்டு தின்றாள் மதித்ஸா. அவளுடைய பற்கள் பெரிதாகவும் கூர்மையாகவும் இருந்தன. துண்டுகளை வாய்க்குள் போடுவதற்கு முன்பாக மெல்லுவதற்குச் சுவையான பகுதிகளைத் தேடுவது போல எல்லாப் பக்கங்களிலும் பார்த்தாள்.

அவளை எவ்வாறு தழுவிக்கொள்வது எனச் சிந்தித்தவாறு அவளை உற்றுப்பார்த்தான் இலியா. அவ்வாறு தன்னால் செய்யவியலாது என்ற பயமும், அவள் தன்னைப் பார்த்துச் சிரிப்பாள் என்ற எண்ணமும் அவனது உணர்ச்சியை அதிகரிக்கவும் பிறகு தணிக்கவும் செய்தது.

அட்டாலி சன்னல் வழியாக வந்து, அறைக் கதவைக் காற்று தாக்கியது. கதவு குலுங்கிய ஒவ்வொரு முறையும் இலியா நடுக்குற்றான், உள்ளே யாராவது வந்து தன்னைப் பிடித்து விடுவார்களோ என்று அஞ்சினான்...

"நான் கதவைப் பூட்டி விடுவது நல்லதில்லையா?" என்றான்.

மதித்ஸா தலையசைத்தாள். பிறகு சல்லடையைச் சூட்டடுப்பின் மீது வைத்து விட்டு, சிலுவை வைத்துக்கொண்டாள்.

"அதுக்காக ஆண்டவருக்கு நன்றி சொல்லணும் - பெண் வயிறு நிறஞ்சு போச்சு! ஓ, சிறிய விஷயங்களே மனிதனுக்குத் தேவைப்படுது!"

இலியா எதுவும் சொல்லவில்லை. அந்தப் பெண் அவனை மேலோட்டமாகப் பார்த்துவிட்டு பெருமூச்சு விட்டாள்.

"யாருக்கு அதிகம் தேவையோ, அவர்கள் கட்டாயம் அதிகம் தரப்பட வேண்டும்..." என்று தொடர்ந்தாள்.

"யார் கேட்டது?"

"ஆண்டவன் தான், வேறு யாரு?"

திரும்பவும் இலியா எதுவும் பதில் சொல்லவில்லை. ஆண்டவனுடைய பெயரை இந்தப் பெண் உச்சரிப்பதைக் கேட்கவும், அவனுக்குள்ளாக வலுவான ஆனால் விவரிக்க முடியாத ஓர் உணர்வு எழுந்து, அவளைத் தழுவ வேண்டும் என்ற அவனது விருப்பத்துடன் மோதிக் கொண்டது. மதித்ஸா படுக்கையின் மீது ஏறுகையில் தனது கைகளால் அழுத்தி, தனது பெருத்த உடம்பை நகர்த்தி சுவரில் சாய்ந்தாள்.

"நான் சாப்பிட்டுக் கொண்டிருந்த நேரம் பூராவுமே பெர்ஃபீஷ்காவினுடைய மகளைப் பற்றியே சிந்தித்துக் கொண்டிருந்தேன்..." என்று அலட்சியமான, வறண்ட குரலில் பேசினாள். "அவளைப் பற்றி பலநாள் நினைக்கிறேன்... அங்கேதான் உன்னோட வசிக்கிறாள், உன்னோடும் யாக்கவோடும் - அதனால நன்மை எதுவும் ஏற்படாதுன்னு நினைக்கிறேன்... ரொம்பச் சீக்கிரத்திலேயே அவளை நீங்க கெடுத்துவிடுவீங்க. பிறகு அவளும் என்னோட பாதையில் தான் போக

வேண்டியிருக்கும்... என்னோட பாதையோ இழிவான, பாழும் பாதை... பெண்களும் மங்கைகளுமாகிய நாங்க அந்தப் பாதையில் நடக்கிறது இல்லே - எங்களோட வயிற்றால் அதில் தவழ்ந்து போறோம்..."

அவள் சற்று நிறுத்தி, தனது மடியில் கிடந்த கைகளை உற்றுப்பார்த்தாள்.

"சீக்கிரமே அவள் பெரிய பெண்ணாகி விடுவாள்," என்று தொடர்ந்தாள். "அவளைப் போன்ற இளம்பெண் களுக்கு வேலையே இல்லையான்னு சமையல்காரிகளையும் மற்றவங்களையும் நான் கேட்டேன். அவளுக்கு வேலையில்லையின்னு அவர்கள் சொல்றாங்க... அவளை விற்கச் சொல்றாங்க!.. அதுதான் அவளுக்குச் சிறந்தது... அவளுக்குப் பணமும் துணிமணியும் கிடைக்கும்... வசிக்கக் குடியிருப்பும் கிடைக்கும்... இம்மாதிரி விஷயங்கள் நடக்கும், நடக்குது என்பதும் எனக்குத் தெரியும்... சில நேரங்களில் ஒரு பணக்காரக் கிழவன் தளர்ந்தும் கெட்டும் போயிட்டா எந்தப் பெண்ணும் எதுவும் இல்லாமல் அவனை ஏத்துக்கிற மாட்டா... அத்தகைய மோசமான கிழவன் தனக்காக ஓர் இளம்பெண்ணை விலைக்கு வாங்குறான்... ஒருகால் இது அவளுக்கு நல்லதா இருக்கலாம்... ஆனா ஆரம்பத்தில் அது வெறுப்பானதாகத்தான் இருக்கணும்... அது இல்லாம இருந்தா அவளுக்கு நல்லதுதான்... மாஷா பட்டினியாயும் ஆனா சுத்தமாயும் வாழ்றது நல்லது, அதை விட..."

ஒரு வார்த்தை அவளது தொண்டையில் அடைத்துக் கொண்டதால் அவள் இருமினாள். ஆனால் உடனடியாக அதே அலட்சியமான குரலில் முடித்தாள்:

"அதை விட கெட்டும் பசியாகவும் வாழ்வது..."

கதவை பலமாக அடித்தபடி அட்டாலி வழியாகக் காற்று இன்னும் தொடர்ந்து வீசிக்கொண்டே இருந்தது. அந்தப் பெண்ணினுடைய குரலும், அலட்சியமான கனத்த அசைவற்ற உடலும் இலியாவினுடைய உணர்வுகளைப் பெருக்க விடவில்லை. அவனுடைய விருப்பத்தை நிறைவு செய்யத் தேவையான துணிவை அவனிடமிருந்து பறித்துக்கொண்டது. மதித்ஸா தன்னை அவனிடமிருந்து மேன்மேலும் தள்ளிக்கொண்டு போவது போலக் காணப்பட்டது. அவள் மீது எரிச்சல் ஏற்பட்டிருப்பதைக் கவனித்தான்...

"ஓ, ஆண்டவனே, ஆண்டவனே!" என்று அவள் மெதுவாக மூச்சுவிட்டாள். "ஆண்டவனின் புனித மாதாவே!.."

இலியா எரிச்சலுடன் நாற்காலியில் நகர்ந்து உட்கார்ந்தான்.

"நீ உன்னையே அசிங்கமானவள்னு சொல்றே, இருந்தும் நீ ஆண்டவனை அழைக்கிறே!" என்றான் கடுகடுப்பான குரலில்,

“இந்த மாதிரி விஷயங்களை அவர் உன்னிடமிருந்து விரும்புறார்ன்னு நினைக்கிறியா?”

எதுவுமே பேசாமல் அவனை நோக்கினாள் மதித்ஸா.

“நீ சொன்னது எனக்குப் புரியலே...” என்றாள் கடைசியில் தலையை அலைத்தவாறு.

“அது புரிஞ்சுக்குற மிகவும் சுலபமானது!” என்ற இலியா எழுந்து தொடர்ந்தான். “உன்னை மாதிரி பெண்கள்தான் பாவத்தை உண்டாக்குறாங்க, பிறகு ஆண்டவனைக் கூப்பிடுறீங்க! நீ ஆண்டவனை நம்பினா பாவங்களைச் செய்யாதே...”

“ஓகோ!” என்று சஞ்சலத்துடன் கத்தினாள் அவள். “இதென்ன? பாவிகளாகிய நாங்க கூப்பிடாம யார் ஆண்டவனைக் கூப்பிடுறது?”

“யாருன்னு எனக்குத் தெரியாது!” இந்தப் பெண்ணையும் மனித இனம் முழுமையுமே கேவலப்படுத்த வேண்டும் என்ற அடக்க முடியாத வேட்கையோடு இலியா சொன்னான். “ஆனா ஆண்டவனைப் பற்றி பேச வேண்டியது உன்னை மாதிரிப் பெண்கள் இல்லை என்பது எனக்குத் தெரியும் - உங்களை மாதிரி இல்லை! ஆம், உங்களை மாதிரி இல்லை! ஆண்டவனோட பெயருக்குப் பின்னால நீங்க வெறுமனே ஒளிஞ்சுக்கிறீங்க... இப்ப ஒன்னும் நான் குழந்தை இல்லை... நானாகவே பார்க்க முடியும். ஒவ்வொருத்தரும் முனங்குறாங்க, புகார் செய்யுறாங்க... ஆனா அவுங்க ஏன் அசிங்கத் தொழிலை செய்து கொண்டு இருக்காங்க? எதுக்காக ஒருத்தருக்கு ஒருத்தர் ஏமாற்றுறாங்க, ஒருத்தருக்கு ஒருத்தர் கொள்ளையடிக்கிறாங்க?.. பாவம் செய்யுறாங்க, பிறகு ஓடிப் போய் ஒளிஞ்சுக்குறாங்க! ‘ஓ ஆண்டவனே, கருணை காட்டும்!’ எல்லாத்தையும் என்னால பார்க்க முடியுது... நீங்க எல்லாருமே ஏமாத்துறவுங்க, சைத்தான்கள்! தங்களையும் ஆண்டவனையும் ஏமாத்த முயற்சி செய்யுறீங்க!”

வாயைத் திறந்தவாறு மதித்ஸா பேசாமல் அவனை உற்றுப்பார்த்தாள். அவளுடைய தலை முன்னுக்கு நீட்டிக் கொண்டிருந்தது. கண்களிலோ முட்டாள்தனமான வியப்பு இருந்தது.

இலியா கதவை நோக்கிச் சென்று கொக்கிப்பூட்டை தீவிரமான அசைவுடன் இழுத்துத் தனக்குப் பின்னால் கதவை படாரென்று சாத்தினான். தான் மதித்ஸாவைப் பெரிதும் புண்படுத்தி விட்டதை அவன் உணர்ந்தான். அதற்காக மகிழ்ச்சியுற்றான், இதயம் லேசாக இருந்தது, மூளை தெளிவாக இருந்தது. படிக்கட்டில் அவன் இறங்கி வருகையில், பற்களுக்கிடையே ஒரு ராகத்தைச் சீட்டியடித்தான். ஆத்திரமானது மேன்மேலும் தகாத, மோசமான வார்த்தைகளை, கற்களைப் போன்ற வார்த்தைகளைப் பேசத் தூண்டியது. அத்தகைய

எல்லா வார்த்தைகளும் வெப்பத்துடன் கொழுந்து விட்டு எரிந்து, அவனுக்குள்ளாக இருந்த இருளை வெளிச்சமாக்குவது போல, மக்களிடமிருந்து அப்பால் அவனை அழைத்துச் செல்லும் பாதையைக் காட்டுவது போலக் காணப்பட்டன. அவன் மதித்ஸாவுக்காக மட்டும் அந்த வார்த்தைகளைப் பேசவில்லை, தெரேன்தி சித்தப்பா, பெத்ரூகா, வியாபாரி ஸ்துரோகனி ஆகிய அனைவருக்குமாகத்தான்.

முற்றத்தில் போய், தனக்குத்தானே சொல்லிக் கொண்டான்: "அப்படித்தான்! உங்களோட உணர்வுகளை நான் புண்படுத்தினால் என்ன? கழிசடை நீங்க எல்லாருந்தான்!.." மதித்ஸாவிடம் போய்வந்ததுமே அவன் பிற பெண்களிடம் போகத் தொடங்கினான். அவனுடைய முதலாவது அனுபவம் இந்த முறையில் நடந்தது: ஒருநாள் மாலை அவன் வீடு திரும்பிக் கொண்டிருந்த போது அவனிடம் ஒருத்தி சொன்னாள்:

"வா போகலாம், இளைஞனே?"

அவளைப் பார்த்து விட்டு, ஒரு வார்த்தை கூடப் பேசாது அவளுக்கருகே அடியெடுத்து வைத்தான். ஆனால் தலையைத் தொங்கப் போட்டபடி சுற்றிலும் பார்த்துக் கொண்டிருந்தான். அவனுக்குத் தெரிந்த யாரேனும் அவனைப் பார்த்து விடக் கூடும் என்று பயந்தான்.

"ஒரு ரூபிள் தான் செலவு பிடிக்கும்," என்று சற்று தூரம் அவர்கள் சென்று விட்டிருந்த போது அவனை அவள் எச்சரித்தாள்.

"அது சரி!" என்றான் இலியா. "வேகமா வா..."

அந்தப் பெண்ணினுடைய குடியிருப்பை நோக்கி அவர்கள் மௌனமாக நடந்தார்கள். அவ்வளவே தான்...

ஆனால் இந்தப் புதிய ஆர்வம் அவனுக்கு நிறையச் செலவு வைத்தது; அவனுடைய சில்லறை வியாபாரம் நேரத்தை வீணாக்கும் என்றும், தூய்மையான மரியதைமிக்க வாழக்கை வாழ அது ஒருபோதும் அவனுக்கு வாய்ப்பளிக்காது என்றும் தொடர்ந்து சிந்தித்துக்கொண்டே இருந்தான். ஒரு முறை மற்ற சில்லறை வியாபாரிகள் செய்தது போல குலுக்குச் சீட்டு மூலம் தனது வாடிக்கையாளர்களை முட்டாளாக்க வேண்டும் என்று உந்தப்பட்டான். ஆனால் சிந்தித்துப் பார்த்த பிறகு இந்த எண்ணம் மட்டமானது என்றும் தொல்லை தரக்கூடியது என்றும் தீர்மானித்தான். போலீசிடமிருந்து அவன் ஒளிந்து திரிய வேண்டும், அல்லது அவர்களிடம் கெஞ்சி லஞ்சம் கொடுக்க வேண்டிவரும். இதை அவன் தனக்கு வெறுக்கத்தக்கதாகக் கருதினான். நேருக்கு நேராகத் துணிவுடன் மக்களைப் பார்க்க அவன் விரும்பினான். மற்ற சில்லறை வியாபாரிகளைக் காட்டிலும் தான் நன்றாக உடை உடுத்துவதையும் குடிப்பதோ, ஏமாற்றுவதோ இல்லை என்பதையும் அறிவதில் மிகுந்த மகிழ்ச்சியடைந்தான். தெருக்களில் மெதுவாக, கம்பீரமான முறையில்

நடந்தான்; உயரமான கன்ன எலும்புகள் கொண்ட அவனுடைய மெலிந்த முகம் வறண்ட தோற்றத்தைக் கொண்டிருந்தது; தனது வார்த்தைகளை அளந்து குறைவாகப் பேசினான்; யாருடனாவது பேசுகின்ற பொழுது தனது கருவிழிகளைக் குறுக்குகின்ற பழக்கத்தைக் கொண்டிருந்தான். ஒரு பெருந் தொகையை-ஆயிரம் ரூபிளோ அதற்கும் மேலோ - அவனால் கையில் வைத்திருக்க முடியுமானால் எவ்வளவு விந்தையானதாக இருக்கும் என்று அடிக்கடி கனவு கண்டான். திருட்டுகள் பற்றிய செய்தி அவனுக்குப் பெரிதும் ஆர்வமூட்டின: பத்திரிகையை வாங்கி, சமீபத்தியத் திருட்டுப் பற்றிய எல்லா விவரங்களையும் படிப்பான். பிறகு திருடர்கள் பிடிபட்டார்களா என்பதை அறிய அந்த வழக்கைத் தொடர்ந்து நீண்ட நேரம் படித்தான். அவர்கள் பிடிபட்டால், இலியா கோபமுற்றுக் கண்டித்தான்.

“அந்த அறிவு கெட்டவர்கள், அவர்களாகவே போலீசினுடைய கைகளில் விழுந்துவிட்டார்கள்!..” என்று யாக்கவிடம் சொல்வான். “சைத்தான்கள்! அவர்களால் அதைச் செய்ய முடியாது என்றால், ஆரம்பிக்காமல் இருப்பது நல்லது!”

ஒரு மாலையில் யாக்கவிடம் சொன்னான்:

“நேர்மையானவர்களை விடத் திருடர்கள் மிக நல்லா வாழ்றாங்க!”

யாக்கவினுடைய முகம் இறுகியது, கண்கள் சுருங்கின. “முந்தா நாள் உன் சித்தப்பா அருந்தகத்தில் நுனிப்புல் மேயுறது போலக் காணப்பட்ட ஒரு கிழவனோட தேநீர் குடித்துக்கொண்டிருந்தார்,” சிக்கலான விஷயங்களைப் பற்றிப் பேசுகின்ற போது அவன் எப்போதுமே செய்வது போல தணிந்த புதிரான குரலில் சொன்னான். “கிழவன் சொன்னது உண்மையாக இருந்தால், அது வேதநூலில் எழுதப்பட்டிருக்கு: ‘கொள்ளைக்காரர்களின் கூடாரங்கள் அமைதியாக இருக்கின்றன, ஆண்டவனை எரிச்சலுண்டாக்குபவர்களின் கூடாரங்கள் ஆபத்தில்லாமல் இருக்கின்றன: அவர்களுடைய கைகளில் ஆண்டவனைத் தூக்கிக் கொண்டிருப்பது போலச் செய்கிறார்கள்...’

“நீ பொய் சொல்லவில்லையா?” என்று கவனமாகக் கேட்டுக் கொண்டிருந்த இலியா கேட்டான்.

“அவை என்னோட வார்த்தைகளில்லை...” என்று காற்றைத் தொட்டது போலக் கைகளை அகல விரித்தவாறு யாக்கவ் தொடர்ந்தான். “அவை வேதநூலில் எழுதப்பட்டிருக்கு... ஒருவேளை அந்தக் கிழவன் தானாகவும் கற்பனை செய்திருக்கலாம்... நான் மீண்டும் அவனைக் கேட்ட போது வார்த்தைக்கு வார்த்தை அப்படியே திருப்பிச் சொன்னான்...”

சாய்ந்து கொண்டு மேலும் தொடர்ந்தான்:

“உதாரணமா என் அப்பாவை எடுத்துக்க... அமைதியா வாழ்றார்! ஆனால் ஆண்டவனுக்கு எரிச்சலூட்டுறார்...”

“இதை அவர் அதிகமாகச் செய்கிறார்!” இலியா கூவினான்.

“அவர் நகர சபைக்குத் தேர்ந்தெடுக்கப்பட்டார்...”

யாக்கவ் தலையைத் தொங்கப் போட்டு பெருமூச்சு விட்டு மேலும் தொடர்ந்தான்:

“ஒரு மனுஷன் தான் செய்கிற ஒவ்வொரு காரியத்துக்கும் தன் மனசாட்சி முன்னால உள்ளங்கை நெல்லிக்கனி மாதிரி நிற்க வேண்டிவரும். ஆனா இங்கேயோ... ஓ, எல்லாமே எனக்குச் சலிச்சுப் போச்சு... என்ன நடக்குது என்பதைக் கூட என்னால புரிஞ்சுக்க முடியலே... இந்த வாழ்க்கைக்கு நான் பொருத்தமில்லாதவன். அருந்தகத்தில் எனக்கு ஆர்வமில்லை... என் அப்பா தொடர்ந்து என்னைத் திட்டிக்கிட்டே இருக்கார்... ‘சோம்பேறியாயிருந்தது போதும், புத்திசாலியாக இருந்து, வேலையைத் தொடங்கு!’ என்கிறார். என்ன வேலை? தெரேன்தி இல்லாத போது கவுண்டருக்குப் பின்னால பரிமாறுகிறேன்... அதை நான் வெறுக்கிறேன், ஆனா அதைச் சகித்துக் கொண்டிருக்கிறேன்... ஆனா உண்மையில் நானாகவே முயற்சியில் இறங்க முடியாது...”

“அதைச் செய்யுறதுக்குக் கற்றுக்கொள்ள வேண்டியது அவசியம்!” என்றான் கம்பீரமாக இலியா.

“வாழ்க்கை அவ்வளவு கஷ்டமா இருக்கு...” என்று மெதுவாக முணுமுணுத்தான் யாக்கவ்.

“கஷ்டமா? உனக்கா? நீ பொய் சொல்றே!” என்று கூவிய இலியா, படுக்கையினின்றும் தாவி யாக்கவ் உட்கார்ந்து கொண்டிருந்த சன்னலை நோக்கிப் போனான். “எனக்கும் வாழ்க்கை கஷ்டமாயிருக்கு, இது உண்மை! ஆனா உனக்கு? உன் அப்பாவுக்கு வயசாகிற போது நீ தான் இங்கே எசமானனாக இருப்பே... ஆனா நான்? தெருவில் போகும் போது, கடைச் சன்னல்களில் இருக்கிற காற்சட்டைகள், மார்புச்சட்டைகள்... கடிகாரங்கள் மற்றும் பிற பொருள்களைப் பார்ப்பேன்... அந்த மாதிரி காற்சட்டைகளை என்னால ஒருபோதும் அணிந்திருக்கவே முடியாது... அந்த மாதிரி கடிகாரங்கள் ஒருபோதும் எங்கிட்ட இருக்காது, தெரியுமா? ஆனால் வாங்கணும்னு விரும்புறேன்... சனங்கள் என்னை மதிக்கணும்னு நான் விரும்புறேன்... மற்றவர்களை விட நான் ஏன் மட்டமா இருக்கேன்? அவர்களை விட நான் சிறந்தவன்! திருடர்களோ நகர சபைக்கும் தேர்ந்தெடுக்கப்படுறாங்க! எனக்கு முன்பாக அவர்களாகவே பெருமைப்படுறாங்க! வீடுகளும் அருந்தகங்களும் சொந்தமா வச்சிருக்காங்க... ஏன் திருடர்கள் எல்லா

அதிர்ஷ்டத்தையும் பெறும் போது எனக்கு எதுவுமே இல்லை? எனக்குங் கூட ஏதாவது வேணும்னு விரும்புறேன்..."

தனது நண்பனை ஒரு பார்வை பார்த்துவிட்டு பிறகு மெதுவாகவும் தெளிவாகவும் யாக்கவ் பேசினான்: "உனக்கு எதுவுமே வரக் கூடாதுன்னு நான் கடவுளை நம்புறேன்!"

"என்ன? ஏன் கூடாது?" அறையின் மத்தியில் நின்று கொண்டும் தன் நண்பனைக் கிளர்ச்சியோடு உற்றுப் பார்த்துக் கொண்டும் இலியா கேட்டான்.

"ஏன்னா நீ பேராசைக்காரன். எதனாலேயும் உன்னைத் திருப்திப்படுத்த முடியாது," என்று விளக்கினான் அவன்.

இலியா வறண்ட, கெடுநோக்கான குறுநகை செய்தான். "எதுவுமே என்னைத் திருப்திப்படுத்த முடியாதா? யெரெமேய் தாத்தாவிடமிருந்து உன் அப்பாவும் என் சித்தப்பாவும் திருடிய பணத்திலிருந்து பாதியை எனக்குக் கொடுக்கும்படி உன் அப்பாகிட்டச் சொல்லு, நான் திருப்தியடைந்து விடுவேன்! ஆமாம்!"

ஆனால் யாக்கவ் எழுந்து தலையைத் தொங்கப் போட்டவாறு மெதுவாகக் கதவை நோக்கிச் சென்றான். அவனுடைய தோள்கள் நடுங்கிக் கொண்டிருந்ததையும், அடிக்கப்பட்டது போல அவனது கழுத்து வளைந்திருந்ததையும் இலியா பார்த்தான்.

"பொறு!" தன் நண்பனுடைய கையைப் பற்றியவாறு குழப்பத்துடன் சொன்னான் இலியா. "நீ எங்கே போய்க் கிட்டிருக்கே?"

"என்னைத் தனியா விடு, சகோதரனே," என்று கிசுகிசுத்தான் யாக்கவ், ஆனால் நின்று இலியாவை உற்றுப் பார்த்தான். அவனுடைய முகம் வெளிறிப் போய் இருந்தது, உதடுகள் இறுகியிருந்தன, அவனது உடம்பு முழுவதும் ஏதோ நசுக்கப்பட்டது போல லேசாகிப் போய்விட்டது...

"ஊம்... பொறு, போக வேணாம்!" என்று குற்ற உணர்வுடன் கேட்ட இலியா, கதவுப் பக்கமிருந்து அவனை மெதுவாக அப்பால் இழுத்தான். "கோபப்படாதே, எப்படியிருந்தாலும் அது உண்மை..."

"எனக்குத் தெரியும்," என்றான் யாக்கவ்.

"உனக்குத் தெரியுமா? யார் உனக்குச் சொன்னது?"

"எல்லாருமே அதைப் பற்றிப் பேசுறாங்க..."

"ஹூம்... ஆனால் அதைப்பற்றிப் பேசுறவுங்க திருடர்கள் தான்!"

யாக்கவ் அவனைக் கெஞ்சும் முறையில் உற்றுப்பார்த்து ஆழ்ந்த பெருமூச்சு விட்டான்.

“நான் அதை நம்பலே. பொறாமை காரணமாகத்தான் அவர்கள் சொல்லிக்கிட்டிருந்தாங்க என்று நினைத்தேன். ஆனா பிறகு அதை நம்பத் தொடங்கினேன்... மேலும் நீ இம்மாதிரி சொன்னா...”

நம்பிக்கையில்லாதவாறு தன் கையை லேசாக ஆட்டி விட்டு, அப்பால் திரும்பி, அவனது முகவாய்க்கட்டை மார்பின் மீது இருந்தது. விரல்கள் இருக்கையை இறுகப் பற்றிக் கொண்டிருந்தன. தன் நண்பனுக்கு ஆறுதலாய் எதுவும் சொல்வதற்குச் சிந்திக்க முடியாதவனாய், அவனைப் போலவே இலியாவும் விலகிப் போய் படுக்கை மீது அமர்ந்தான்.

“ஆக என்னோட வாழ்க்கை சுலபமானதுன்னு நீ நினைக்கிறே?” என்றான் யாக்கவ் அரைக்குரலில்.

“ஆமாம்,” என்று இலியாவும் அதே போல அரைக்குரலில் சொன்னான். “எனக்குப் புரியுது, சகோதரனே - அது உனக்கு நல்லதில்லே. எல்லா மக்களும் ஒன்னு போலவே இருக்காங்கன்னு தோனுது. இதுதான் ஒரே ஆறுதல்...”

“உறுதியாத் தெரியுமா உனக்கு அதைப் பற்றி? நீ சொன்னதைப் பற்றி?” தனது கண்களை உயர்த்தாமலேயே பயத்துடன் யாக்கவ் கேட்டான்.

“ஆமாம். அன்னைக்கு நான் வெளியே ஓடியது நினைவு இருக்கா? கதவில் இருந்த விரிசல் வழியா நான் கூர்ந்து பார்த்தேன், அவர்கள் தலையணையைத் தைத்துக் கொண்டிருந்தாங்க... அவரோ சிரமப்பட்டு மூச்சு விட்டுக்கிட்டிருந்தார்...”

தனது தோள்களைக் கூனிய யாக்கவ் எழுந்து கதவருகே சென்றான்.

“போயிட்டு வாறேன்...” என்றான்.

“போயிட்டு வா. நீ வந்து... அவ்வளவு சிரமமானதா அதை எடுத்துக்கிற வேணாம்... அதற்கு என்ன செய்ய முடியும்?”

“நான் நல்லாயிருக்கேன்...” கதவைத் திறந்த போது யாக்கவ் கூறினான்.

இலியா கண்களால் அவனைப் பின்தொடர்ந்தான், பிறகு படுக்கையில் அப்படியே சாய்ந்தான். யாக்கவுக்காக வருத்தப்பட்டான். மேலும் தன் சித்தப்பா, பெத்ரூகா மற்றும் பொதுவாக மக்கள் ஆகியோரைப் பற்றி, பொல்லாத ஆத்திரமடைந்தான். அவர்களைப் போன்றவர்களோடு யாக்கவ் மாதிரி ஒருவனால் வாழவே முடியாது. யாக்கவ் நல்லவன், அமைதியான, சுத்தமான பையன். மக்களைப் பற்றி இலியா சிந்தித்துக் கொண்டிருந்த போது, அவர்கள் எவ்வளவு கொடூரமானவர்கள், கெடு நோக்கானவர்கள், பொய்யர்கள் என்பதை மெய்ப்பிக்கக் கூடிய நிகழ்ச்சிகளை அவனது நினைவு அவனுக்குத் தந்து கொண்டிருந்தது. அத்தகைய நிகழ்ச்சிகள்

பல அவனுக்குத் தெரியும், ஆகவே அவனுடைய நினைவில் உள்ள அழுக்கினால் மனித இனத்தையே நனைத்து ஈரமாக்குவது அவனுக்குச் சுலபமாக இருந்தது. அவனுடைய மனக்கண்ணில் எந்தளவுக்குக் கறைப்படுத்தப்பட்ட உருவங்கள் அதிகம் எழுந்தனவோ, அந்தளவுக்கு அவை மிகவும் கடுமையான உணர்வுகளைக் கிளப்பின. தன்னைச் சுற்றிலும் வெறிபிடித்துச் சுழன்றடிக்கும் இருண்டதும் துயரமானதுமான வாழ்வில் தான் மட்டும் தனிமையில் இருக்கிறோம் என்பதை அறிந்ததனால் அந்த உணர்வுகள் துயரமும் மன நிறைவும் அச்சமும் கொண்ட கலவையாக இருந்தன...

சுவர் வழியாக வரும் அருந்தகத்தினுடைய நெடியையும் இரைச்சலையும் தாங்கிக்கொண்டு அதற்கு மேலும் படுத்திருப்பது முடியாது என்பதை அவன் அறிந்த போது எழுந்து வெளியே சென்றான். நச்சரிப்பதும் சிக்கலற்றதுமான கனத்த சிந்தனைகளைத் தன்னுடன் சுமந்தபடி நகரத்தின் தெருக்களில் நீண்ட நேரத்திற்கு மேலுங்கீழும் நடந்தான். யாரோ ஓர் எதிரி தன்னைப் பின்தொடர்வதாகவும், மிக மோசமான, மிகவும் இருளார்ந்த இடங்களுக்கு, அதாவது தனது ஆன்மாவைத் துயரத்தாலும் இதயத்தை நஞ்சாலும் நிரப்பியதைத் தவிர வேறு எதையுமே அவன் காண முடியாத இடத்துக்குத் தனது பாதங்களை வழி நடத்திச் செல்வதாகவும் கற்பனை செய்து கொண்டு இருட்டிலே மேன்மேலும் நடந்தான். நிச்சயமாக இந்த உலகத்தில் ஏதேனும் நல்லது இருக்க வேண்டும்: நல்ல மனிதர்கள், நல்ல காரியங்கள், உல்லாசம். அவர்களோடு ஏன் இவன் ஒரு போதும் தொடர்பு கொண்டதில்லை? மோசமானதும் சலிப்புத்தருவதுமானவற்றைத் தவிர வேறு எதையும் ஏன் அவன் தெரிந்து கொள்ளவில்லை? இருட்டு, அழுக்கு, மற்றும் தீமை ஆகியவற்றுக்குள்ளாக யார் இவனை எப்போதுமே தள்ளிக்கொண்டிருப்பது?

இத்தகைய எண்ணங்களின் பிடிக்குள்ளாக அவன் நகரின் வெளிப்புறத்திலுள்ள வயலில், மடாலயத்தின் கற்சுவருக்கு அருகிலும் நடந்து திரிந்தான். மேலே உற்றுப் பார்த்த போது தொலைவில் இருட்டைவிட்டு கனத்த மேகங்கள் தன்னை நோக்கி உருண்டு வருவதைக் கண்டான். தலைக்கு மேலாக நீல வானத்திலே சிறிய நட்சத்திரங்கள் மினுமினுப்பது தெரியுமளவுக்கு மேகங்களில் இடைவெளி கிடந்தது. அவ்வப்பொழுது மடாலயத்து மணிக்கூண்டின் இன்னிசை ஒலிக்கும் பித்தளை ஒலியானது இரவின் அமைதிக்குள்ளாக விழுந்து கொண்டிருந்தது ஆனால் மரணத்தை ஒத்த சந்தடியின்மையை கலைக்க எதனாலும் முடியவில்லை. அது அகால நேரம் இல்லை என்றாலும் கூட, அவனுக்குப் பின்புறம் இருந்த நகரின் கட்டடங்களிலிருந்து வாழ்வின் ஒரு சிறு ஒலி கூட

வயல்களை அடையவில்லை. அது குளிர்ச்சியான இரவு. பனி உறைந்த பூமியின் திட்டுகளுக்கு மேலாக இலியா தொடர்ந்து இடறி விழுந்து கொண்டே இருந்தான். அவனுடைய எண்ணங்களால் தூண்டப்பட்ட அச்ச உணர்வும் தனிமையும் மேற்கொண்டு போக விடாதவாறு அவனைத் தடுத்தது. அவன் நின்று, மடத்தின் குளிர்ந்த கற்சுவரில் சாய்ந்து கொண்டு, வாழ்க்கை முழுவதும் தன்னை வழிநடத்திக் கொண்டிருந்தது யார், கெட்டதையும் தொல்லை நிறைந்ததையும் மட்டிலுமே தனக்குக் காட்டியவாறு தன்னை அழைத்துச்சென்றது யார் எனத் தனக்குத் தானே இடையறாது கேட்டுக்கொண்டிருந்தான்.

“ஆண்டவனே, நீர் தானா?” இந்தக் கேள்வி அவனது ஆன்மாவின் இருட்டில் கூசச் செய்யுமாறு கொழுந்து விட்டெரிந்தது.

குளிரின் நடுக்கம் உடம்பு முழுவதையும் கிடுகிடுக்க வைத்தது. ஏதோ பயங்கரமானது வரப்போகிறது என்ற முன்னுணர்வால் செயல்படத் தூண்டப்பட்டு, சுவரிலிருந்து தன்னை விடுவித்துக்கொண்டு நகரத்திற்குத் திரும்ப விரைந்து, தள்ளாடியவாறு கைகளை மார்போடு சேர்த்து அழுத்திக்கொண்டு செல்கையில் திரும்ப அஞ்சினான்.

10

இந்த நிகழ்ச்சிக்கு சில நாள்களுக்குப் பிறகு பாவெலை இலியா சந்தித்தான். அது மாலை நேரம்; நுண்ணிய பனிச் சிதறல்கள் சோம்பேறித்தனமாகக் காற்றிலே வட்டமடித்து, தெரு விளக்குகளின் வெளிச்சத்தில் மின்னின. குளிராக இருந்தும், மென்சணலாடையைத் தவிர, இடைவார் கூட இல்லாமல், வேறு எதுவும் போட்டுக்கொள்ளாமல் இருந்தான் பாவெல். அவன் மெதுவாக நடந்தான், தலை மார்பில் தொங்க, தோள்கள் தொங்கிக் கிடந்தன, கைகள் பைகளுக்குள்ளாக இருந்தன, முதுகை வளைத்து அவன் எதையோ தேடிக்கொண்டிருப்பது போல இருந்தது. இலியா அவனிடம் வந்து நிறுத்திப் பேசிய போது, அவன் தனது தலையை உயர்த்தி இலியாவின் முகத்திற்குள்ளாகப் பார்வையைச் செலுத்தினான்.

“உஹும்!” என்று அலட்சியமாக முறுமுறுத்தான்.

“எப்படி இருக்கே?” என்றான் இலியா, அவனுக்கு அருகே நடந்தவாறு.

“இன்னும் மோசமா இருக்கணும் ஆனால் முடியாது... நீ எப்படி இருக்கே?”

“ஏதோ...”

“உன்னுடைய வாழ்க்கையும் அவ்வளவு இனிமையாக இல்லேன்னு நினைக்கிறேன்...”

அவர்கள் வரிசையில் நடந்து கொண்டிருந்த போது, முழங்கைகளால் ஒருவரையொருவர் இடித்துக் கொண்டு சற்று நேரம் அமைதியாக இருந்தார்கள்.

“நீ ஏன் வந்து எங்களைப் பார்க்கிறதில்லே?” என்றான் இலியா,

“ஒருபோதும் நேரமில்லை... எங்களுக்கு அவ்வளவு அவகாசம் கிடையாது. உனக்குத் தெரியுமே...”

“நீ விரும்பியிருந்தா, உனக்கு நேரம் கிடைக்கும்...” என்று கண்டிக்கும் முறையில் இலியா சொன்னான்.

“கோபப்படாதே... நான் வந்து உங்களைப் பார்க்கணும்னு நீ விரும்புறே, ஆனா நான் எங்கே வசிக்கிறேன்னு நீ கேட்டதில்லே, நீ வந்து என்னைப் பார்ப்பது பற்றிக்கூட நான் பேசலே...”

“அது உண்மைதான்!” என்று இலியா புன்னகையுடன் கூவினான்.

பாவெல் அவன் மீது பார்வையைச் செலுத்திவிட்டு, மேலும் சற்று உற்சாகமாகச் சொன்னான்:

“நானாகவே வாழ்றேன். நண்பர்கள் கிடையாது. நான் விரும்புற யாரையும் சந்திக்க முடியலே. நான் நோய்வாய்ப்பட்டிருந்தேன். அநேகமா மூணு மாசத்தை மருத்துவமனையில் செலவழிச்சேன், அவ்வளவு நாளிலும் ஓர் ஆத்மா கூட என்னைப் பார்க்க வரலே...”

“உனக்கு என்ன கோளாறு?”

“நான் குடித்த போது சளி பிடிச்சது... டைபாய்டு கண்டது. நான் குணமாகிற சமயத்தில் மோசமாச்சு! தனியாளா பகலும் ராத்திரியும் அங்கே படுத்திருந்தா ஊமையாகவும், குருடாகவும் இருக்கிறதா நினைக்கத் தோணும்... தேவையற்ற நாய்க்குட்டியைப் போல குழிக்குள்ளாக வீசப்பட்டேன். மருத்துவருக்கு நன்றி சொல்லணும், படிக்கிறதுக்கு அவருடைய புத்தகங்கள் கிடச்சுது... அது மட்டும் கிடைக்கலேன்னா மனச்சோர்வினால் நான் செத்துப் போயிருப்பேன்...”

“நல்ல புத்தகங்களா?”

“ஊம், நல்ல! கவிதை-லேர்மந்தவ், நெக்ராசவ், பூஷ்கின் எழுதியவை... பால் போல பரபரப்பாகப் பருகுவது வழக்கம். சில கவிதை படிக்கையில் நாம விரும்புற மங்கை நமக்கு முத்தம் கொடுத்தது போல உணரவைக்குது. மற்ற கவிதைத் துணுக்கு நம்மோட இதயக் கல்லில் அப்படியே மோதி, அது தீப்பொறியை வீசி உடனே உடம்பு முழுவதுமே கொழுந்து விட்டு எரிகிறது...”

"நானோ படிக்கிற பழக்கத்தை விடத் தொடங்கிட்டேன்" என்று இலியா பெருமூச்சுடன் சொன்னான். "நீ படிக்கிறது ஒரு விஷயம், நீ பார்க்கிறது வேறு விஷயம்..."

"அது நல்ல விஷயந்தான்... இங்கே, நாம அருந்தகத்துக்குள்ளாகப் போகலாமா? கொஞ்சம் உட்கார்ந்து பேசுவோம்... நான் ஓரிடத்துக்குப் போக வேண்டி இருக்கு, ஆனா அதுக்கு இன்னும் நேரமிருக்கு..."

"நாம் போகலாம்!" என ஒப்புக்கொண்ட இலியா, பாவெலுடைய கையை நட்புடன் பற்றினான். பாவெல் மற்றொரு முறை பார்வையைச் செலுத்திவிட்டு முறுவலித்தான்.

"நாம் ஒருபோதும் மிக நெருங்கிய நண்பர்களாக இருந்ததில்லை," என்றான். "ஆனா உன்னைப் பார்க்கிறதிலே நான் எப்பவுமே மகிழ்ச்சியடைகிறேன்..."

"வந்து, நீ மகிழ்ச்சியடைகிறாயோ இல்லையோ எனக்குத் தெரியாது... ஆனா நான் மகிழ்ச்சியடைகிறேன்!"

"பாரு, சகோதரனே! நீ என்னைப் பிடிச்சு நிறுத்திய சமயம் நான் என்ன நினைத்துக் கொண்டிருந்தேன் என்பது மட்டும் உனக்குத் தெரிந்தால்!" என்று பாவெல் இலியாவின் பேச்சை இடைமறித்தான். "அதை மறக்குறது நல்லது!" தனது கையை அசைத்து, பிறகு மௌனமாகிப் போன அவன், மெதுவாக நகர்ந்தான்.

அவர்கள் வழியில் பார்த்த முதலாவது அருந்தகத்துக்குள்ளாக நுழைந்து, ஒரு மூலையில் அமர்ந்து பீர் கொண்டு வரச் சொன்னார்கள். விளக்கு ஒளியில் பாவெலுடைய முகம் மெலிந்தும் இளைத்துப் போனதையும், கண்கள் ஓய்வின்றி அலைவதையும் எப்போதுமே கேலிப் புன்முறுவல் செய்கின்ற அவனது உதடுகள் இப்போது இறுக்கமாக மூடியிருப்பதையும் இலியா பார்த்தான்.

"நீ எங்கே வேலை பார்க்கிறே?" எனக் கேட்டான் இலியா.

"திரும்பவும் அச்சகத்திலேதான்," என்றான் பாவெல் வாட்டத்துடன்.

"கடினமா?"

"வேலை இல்லை, ஆனா கவலை"

ஒரு காலத்தில் மகிழ்ச்சியாகவும் ஊக்கமாகவும் இருந்த தனது நண்பன் இந்தளவு உற்சாகமற்றும் அக்கறையற்றும் இருப்பதைக் காண ஓரளவு மனநிறைவு கொண்ட இலியா, எது இப்படிப்பட்ட மாற்றத்தைக் கொண்டு வந்திருக்கக் கூடும் என்று அறிய விரும்பினான்.

"இன்னமும் கவிதை எழுதுறியா?" பாவெலுடைய கிளாசில் மேன்மேலும் பீர் ஊற்றியவாறு கேட்டான்.

மக்ஸீம் கார்க்கி / 135

“இப்போது இதை விட்டுட்டேன், ஆனா ரொம்ப நாளைக்கு முன்னே ஏராளமா எழுதினேன். அதை மருத்துவரிடம் காட்டினேன், அவர் பாராட்டினார். என்னோட பாடல்களில் ஒன்றை பத்திரிகையில் கூட வெளியிடவும் செய்தார்.”

“ஓ!” என்று கூவினான் இலியா. “என்ன மாதிரி கவிதை? ஏதாவது எனக்காகக் கொஞ்சம் பாடேன்!”

இலியாவினுடைய ஆர்வமும் சில கிளாஸ் பீரும் பாவெலை உணர்வு கொள்ளச் செய்தன. அவனுடைய கண்கள் மின்னத் தொடங்கின, அவனுடைய மஞ்சள்நிறக் கன்னங்களிலே இரண்டு சிவப்புப் புள்ளிகள் தோன்றின.

“என்ன மாதிரி?” தனது நெற்றியை விருவிருப்பாகத் தேய்த்துக்கொண்டவாறு திரும்பவும் கேட்டான். “நான் மறந்துட்டேன் - உண்மையாகவே மறந்துட்டேன்! பொறு, ஏதாவது நினைவுக்கு வரலாம். தேன்கூட்டில் தேனீக்கள் ஸ்... ஸ்... என்று மொய்ப்பது போல அவை எப்பவுமே என் மூளையில் ரீங்காரம் செய்யும்! சில நேரங்களில் நான் கவிதை படைக்கத் தொடங்கினால், மிகவும் உணர்வுள்ளவனாக மாறிவிடுகிறேன். என் மூளையில் உள்ள ஒவ்வொன்னும் கொதிக்குது, கண்லே கண்ணீர் வருது... அதை அருமையாகவும் நேர்த்தியாகவும் செய்ய விரும்புறேன், ஆனா வார்த்தைகள் வரலே...” அவன் பெருமூச்சு விட்டு, தலையை ஆட்டிக்கொண்டு மேலும் சொன்னான்: “என் ஆத்மாவில் ஏராளம் இருக்கு, ஆனா காகிதத்தில் எதுவுமே வரமாட்டேன் என்கிறது...”

“ஏதாவது கவிதை பாடு!’ இலியா கேட்டான். பாவெலை எந்தளவுக்கு அதிகம் நோக்கினானோ அந்தளவுக்கு மிகுந்த ஆர்வமுடையவனானான். அவனுடைய ஆர்வத்துடன் நல்ல, இதமான, துக்கமான உணர்வு மெல்லமெல்லச் சேர்ந்து கொண்டது.

“நான் எழுதுற கவிதைகள் வேடிக்கையானவை. எல்லாமே என் சொந்த வாழ்க்கையைப் பற்றி,” என்று பாவெல் குழப்பமான முறுவலிப்புடன் சொன்னான். அவன் சுற்றிலும் பார்வையைச் செலுத்தி, தொண்டையைச் சரி செய்து கொண்டு, தன் நண்பனுடைய கண்களைத் தவிர்த்த படி தணிந்த குரலில் மிகவும் தெளிவாகப் பாடத் தொடங்கினான்:

நோயுற்ற வெண்மதியம் பாழடைந்த முற்றத்தை,
தூசிமேவும் சாளரத்தின் வழியாக எட்டிப்பார்க்கும்,
சுற்றிலுள்ள விழும்நிலையில் இருக்கின்ற
கல்மதிலைச் சற்றே காட்டிநிற்கும்,
களையிழந்த முற்றத்துச் சவண்டிருக்கும்
கதவில்பல வண்ணக் கோலம் போட்டிருக்கும்.

காரிருளே! என் வாழ்வு இருள்தானோ,
உறக்கமின்றி வாட்டமுடன் மௌனியாய்க்
குழைந்துள்ளேன் வழியொன்று கூறுவாயே...

பாவேல் சற்று நிறுத்தினான், திரும்பவும் மிக மென்மையாகவும் மெதுவாகவும் பாடப்போவதற்கு முன்னால் ஓர் ஆழ்ந்த பெருமூச்சு விட்டான்:

இதயத்தில் ஒருகுத்து முதுகிலே ஒரு தாக்கு
எந்தன் வாழ்வு அடியுண்டு மிதியுண்டு
அலைக்கழிந்த தல்லாமவே றென்னகண்டேன்.
உருக்குலைந்த தம்மாஎன் நெஞ்சில் குடிகொண்ட
ஒரேயொரு குறிக்கோளும் தான், மருவுண்ட
மதியுமிழும் மங்கியதோர் நிலவொளியில்
முன்னே நின்று புன்னகைத்து நண்பனைப் போல்
வரவேற்கும் இந்தமதுக் கிண்ணமல்லால் என்நோய்க்கு
மருந்தாகும் இன்னொன்று என்வசம் ஈங்கில்லை அந்தோ!
மதுவுண்டு மயக்குண்ட நிலையில் என்வலியெல்லாம்
மாயமாகும் இதமான உறக்கத்தில் பெறுகின்ற
இன்பத்தில் அமுங்குவேன் ஆகையாலே
இன்னுமொரு மொந்தைநான் ஏன் அருந்தலாகாது
இடைமறிப்போர் யார்? மென்துயிலை நாடுவோர்
ஏகட்டும்; துயர்தீர இன்னுமொரு மொந்தையுண்பேன்.

அதை அவன் முடித்த போது இலியாவின் மீது விரைந்து பார்வையைச் செலுத்திவிட்டு தலையை இன்னும் தாழ்வாகத் தொங்கப் போட்டுக்கொண்டான்.

“இதோ... என்னோட கவிதைகளில் பெரும்பாலானவை இந்த மாதிரிதான்...” என்று மெதுவாகச் சொன்னான். தனது விரல்களால் மேசையின் மீது தாளம் போட்ட அவன் தனது நாற்காலியில் நிம்மதியின்றி நகரத் தொடங்கினான்.

நம்பிக்கையற்ற வியப்போடு அவனையே சில நொடிகள் உற்றுப் பார்த்தபடி இலியா உட்கார்ந்திருந்தான். திட்டமிட்ட அடிகள் அவனது காதுகளில் தொடர்ந்து ஒலித்துக் கொண்டே இருந்தன. இருந்தன. முரட்டுச் சட்டையும், இழிந்த காலணிகளும் அணிந்து, கண்களில் அத்தகைய அமைதி குலைந்த பார்வையுடன் காணப்பட்ட இந்த மெலிந்த இளைஞனால் அவை எழுதப்பட்டன என்பதை நம்புவது அவனுக்குச் சிரமமாக இருந்தது.

“அடே, சகோதரனே, அதில் ரொம்பவும் வேடிக்கையா எதுவும் இல்லே!” என்று மெதுவாகவும் சப்தமின்றியும் சொன்ன இலியா,

பாவெலை உற்றுப்பார்த்தான். "நான் அதை விரும்பினேன்... அநேகமா அது என்னை அழவைக்க இருந்தது -உண்மையில் அழவைக்கவும் செய்தது! திரும்பவும் அதைப் பாடு..."

பாவெல் விரைந்து தனது தலையை உயர்த்தி தன் நண்பன் மீது மகிழ்வுடன் பார்வையைச் செலுத்தினான். "நீ அதை உண்மையாவே விரும்பினாயா?" தனது நாற்காலியை நெருக்கமாக இழுத்தவாறு அவன் மெதுவாகக் கேட்டான்.

"ஒரு மாதிரியான மனிதன்!.. நான் உன்னிடம் பொய் சொல்வேன்னு நீ நினைக்கிறியா?"

பாவெல் திரும்பவும் கவிதையைப் படிக்கத் தொடங்கினான். மெதுவாகவும் சிந்தனையாகவும், நிறுத்தங்களுடனும், இடைவெளி வந்தபோது ஆழமாக மூச்சிழுத்துக் கொண்டும் பாடத் தொடங்கினான். படித்து முடிந்த போது அந்தக் கவிதைகளை பாவெல் தானாகவே எழுதியிருந்தானா என்ற இலியாவினுடைய சந்தேகத்தை அதிகரிக்கச் செய்தது.

"வேறு ஏதாவது பாடு," எனக் கேட்டான்.

"என்னோட நோட்டு புத்தகத்துடன் வந்து உன்னைப் பார்த்தால் நல்லதுன்னு நினைக்கிறேன்... ஏனென்றால் மேலும் என் கவிதைகள் பூராவும் மிக நீளமானவை... நான் போறதுக்கு நேரமாச்சு! மேலும் என்னோட கவிதை அவ்வளவு நல்லா இல்லே என்று நினைக்கிறேன்... ஆரம்பமும் முடிவுந்தான் நினைவிருக்கு... இதோ இன்னொரு பாட்டு: நான் ராத்திரி நேரத்திலே காட்டு வழியா நடந்து போறது போல, பாதையைத் தவற விட்டுட்டு களைப்புற்றேன். பயமாயிருக்கு... தனிமையில் இருக்கிறேன்... வந்து, ஆக நான் பாதையைத் தேடிக் கொண்டிருந்த போது குறை சொல்றேன்:

தளர்ந்தது நடை,
கவிழ்ந்தது தலை,
துயரம்மிக் கூர்ந்ததால்.
தாய்த்திரு நாடே
போக்கிடம் எங்கே
புகல்வாய் எனக்கோர்வழி.
அடர்மரத்தடியில்
தரையினில் புரண்டு
அரற்றினேன், "அருகினில் வா!"
என்றொரு மென்குரல்
படுதுயர் அகலப்
பட்டதென் செவிதனிலே.

"கேளு, இலியா, என்னோட வா, வரணும்! உன்னைப் பிரிஞ்சு இருக்க விரும்பலே..."

இலியாவினுடைய சட்டைக் கையை இழுத்துக்கொண்டும் அவனுடைய முகத்திற்குள்ளாகப் பாசத்தோடு பார்வையைச் செலுத்திக்கொண்டும் பாவெல் பரபரப்பாயிருந்தான்.

"சரி!" ஒப்புக்கொண்டான் இலியா. "உன்னை விட்டுப் போறதுக்கு நானும் விரும்பலே... உங்கிட்ட சத்தியமாச் சொல்றேன் - அவற்றை எழுதியது நீதான் என்று நம்புறேன், பிறகு திரும்பவும் நம்பலே... நீ ஒரே கவனத்தை ஈர்க்கும் ஆள்! உன் கவிதையை ஏதோ திறமையுள்ள முறையில் நீ எழுதுகிறாய்..."

"ஆக அவை என்னோட பாட்டுன்னு நீ நம்பலே?"

"சரி, உன்னோடது என்றால், நீ பலே ஆள்!" என்று இலியா உண்மையாகக் கூவினான்.

"கொஞ்சம் பொறு-எப்படி எழுதுறது என்று எனக்கு ஓரளவுக்குப் பயிற்சி இருக்கு, பிறகு என்னால் என்ன செய்ய முடியும் என்பதை நீயே பார்க்கலாம்!"

"நீ அதைச் செய்தாகணும்!"

"ஓ, இலியா! எனக்கு மட்டும் கொஞ்சம் மூளை இருந்தா!.."

ஒருவருக்கொருவர் வார்த்தைகளைப் புரிந்து கொண்டும் திரும்பத் திரும்ப விரைந்து அவற்றைப் பரிமாறிக் கொண்டும் நடந்து செல்கையில் மேன்மேலும் கிளர்ச்சியும் தோழமையும் கொண்டவர்களாகத் தெருவில் விரைந்து சென்றார்கள். ஒவ்வொருவரும் அதே முறையில் தான் சிந்திக்கிறார்கள் என்பதை அறிய அவர்களது மகிழ்ச்சி பெருகியது, அவர்களது உணர்ச்சிகள் சிறகடித்துப் பறந்தன. அப்போது படலங்களாகப் பனி பலமாக விழுந்து கொண்டிருந்தது. அது அவர்களது முகங்களில் விழுந்து கரைந்தது, உடைகளில் படிந்தது, காலணிகளோடு தொற்றிக் கொண்டது, அவர்களைச் சுற்றிலும் சுழன்று அடித்தது. "சனியன்!" சகதியும் பனிச்சேறும் நிறைந்த ஒரு பள்ளத்திற்குள்ளாக விழுந்த போது இலியா வசை மொழிந்தான்.

"இடப்பக்கமா வா..."

"நாம எங்கே போறோம்?"

"வாஸ்ஸா என்ற பெண்ணின் வீட்டுக்கு. தெரியுமா அவளை?"

"தெரியும்..." என்று சிறிது நேரத்திற்குப் பிறகு சொன்ன இலியா பின்னர் சிரித்துக்கொண்டான். "நாம எல்லாரும் ஒரே பாதையில்தான் போகிறோம்!.."

“ ஓ, எனக்குத் தெரியும்!..” என்றான் பாவெல் மெதுவாக. “ஆனா நான் அங்கே போய் ஆகணும். அங்கே என்னோட காரியமா... நான் உனக்குச் சொல்றேன்... இலியா! இது பற்றி சொல்றது துக்ககரமானது.”

பாவெல் காரித் துப்பினான். “கேளு, அங்கே ஒரு பொண்ணு இருக்கா... அவள் எவ்வளவு அருமையானவ என்பதை நீ பார்ப்பாய்... ஆன்மா முழுவதையும் அவளால எரிக்க முடியும்... எனக்குச் சிகிச்சை செய்த மருத்துவருடைய பணிப்பெண்ணா இருக்கா. எனக்கு உடம்பு குணமான பிறகு, புத்தகங்களுக்காக அவர் வீட்டுக்கு நான் போறது வழக்கம்... ஊம், அங்கே வந்து படித்துக்கொண்டு உட்கார்ந்திருப்பேன்... அவளோ அங்கே... படபடத்துக்கொண்டும் சிரித்துக்கொண்டும் இருப் பாள்... அவளோட பழகத் தீர்மானித்தேன்... அவளும் ஒரு வார்த்தையும் பேசாது தானே நேரடியாக வந்து விட்டாள்... எங்களுக்கிடையே என்ன விவகாரம் தொடங்கியது! வானமே நெருப்புப் பற்றிக்கொண்டது... சுவாலையை நோக்கிச் செல்லும் விட்டில் போல அவளிடம் பறந்தேன்... எங்களோட முத்தங்களால் எங்களது உதடுகள் வீங்கவும், எலும்புகள் வலிக்கவும் செய்தன, ஓகோ! அத்தகைய தூய்மையான, சின்னஞ்சிறியவள் அப்பெண், இலியா! ஒரு பொம்மை போல. அணைப்பில் அவளை மறைத்துக்கொள்ள முடியும்! என் இதயத்துக்குள்ளாகப் பறந்து போலவும், பாடிக்கொண்டே வந்த ஒரு பறவையைப் இருப்பது போலவும் இருக்கு....”

அவன் பேசுவதை நிறுத்திவிட்டு, விசித்திரமாக, உரக்க விம்மியழுதான்.

“அப்புறம்?” எனக் கேட்டான் இலியா, எஞ்சிய கதையைக் கேட்பதற்கு ஆர்வம் கொண்டவனாக.

“டாக்டரோட மனைவி எங்களைக் கையும் மெய்யுமாப் புடுச்சுப்புட்டா... அவள் நாசமாப் போக! நல்ல சீமாட்டி, ஆனா முட்டாள்! நல்ல முறையில் என்னோட பேசிக் கொண்டிருப்பதிலே நிறைய நேரத்தை அவள் செலவிடுறது வழக்கம்... அழகி... சூனியக்காரி!..”

“அப்புறம்?” மறுபடியும் கேட்டான் இலியா.

“அப்புறம், தகராறு செய்தாள்... வேராவை வெளியே துரத்துனாங்க... வேராவுக்கு நரகவேதனை கொடுத்தாங்க... எனக்குங் கூடத்தான்... வேரா என்னோட வசிக்கிறதுக்காக வந்தாள்... அப்ப நான் வேலை-யில்லாம இருந்தேன்... எங்களோட கடைசிக் கந்தையையும் வித்துச் சாப்பிட்டோம்... வேரா ஆர்வங்கொண்டவள்... ஓடிப் போயிட்டா... இரண்டு வாரத்துக்குக் காணப்படலே... பிறகு திரும்பி வந்தாள்... எல்லாமே அருமையானதா அணிந்திருந்தா - தங்க வளையல்...

பணம்...'' பாவெல் தனது பற்களைக் கிரீச்சிடச் செய்தான். ''அவளை அடிச்சேன்... சரியாக் கொடுத்தேன்...'' கம்மிய குரலில் சொன்னான்.

''அவள் உன்னை விட்டுப் போயிட்டாளா?'' எனக் கேட்டான் இலியா.

''இல்லை... அப்படி அவள் போயிருந்தால், நான் ஆற்றிலோ குளத்திலோ விழுந்திருப்பேன்... ''என்னைக் கொல்லு இல்லாட்டி என்னைத் தொடாதே'' என்றாள். ''என்னோட வசிக்க உனக்குச் சிரமமா இருக்கு, ஆனா என் இதயத்தை நான் வேறு யாருக்கும் கொடுக்க மாட்டேன்...''

''அப்புறம் நீ?''

''என்னால முடிந்த எல்லாத்தையும் செய்தேன் அவளை அடிச்சேன், அழுதேன்... என்னால வேறு என்ன செய்ய முடியும்? அவளை என்னால ஆதரிக்க முடியாது...''

''வேலை செய்யப் போக அவள் விரும்பலியா?''

''யாரால அவளைத் தூண்ட முடியும்? 'ரொம்பச் சரி' என்கிறாள், 'ஆனா நமக்குக் குழந்தைகள் பிறந்தால் அவர்களை வைத்துக்கொண்டு நாம் என்ன செய்ய முடியும்? இந்த வழியில், எல்லாமே உன்னோடதுதான். மேலும் நமக்கு எந்தக் குழந்தைகளுமே இருக்காது...''

இலியா கணநேரம் சிந்தித்தான்.

''அவ புத்திசாலி...'' என்றான்.

பதிலேதும் சொல்லாது பனி படர்ந்த இருளுக்குள்ளாக பாவெல் முன்னோக்கி நகர்ந்தான்.

தனது நண்பனுக்கு மூன்று எட்டுத் தொலைவில் சென்றதும் நின்று சுற்றித் திரும்பினான்...

''யாரோ ஒருத்தன் அவளை முத்தமிடுவதாக நான் நினைக்கும் ஒவ்வொரு முறையும் என் நெஞ்சுக்குள்ளாக ஈயத்தைக் காய்ச்சி ஊத்துறது மாதிரி இருக்கு...'' என்றான் தணிவான, கிசுகிசுக்கும் குரலில்.

''அவளை உன்னால விட்டுற முடியாதா?''

''என்ன, அவளையா?'' என்று வியப்பில் கத்தினான் பாவெல்.

அந்த இளம் பெண்ணைப் பார்த்த போது அவனுடைய வியப்பை இலியா புரிந்து கொண்டான்.

நகரத்தின் விளிம்பில் ஒற்றை மாடி வீடு ஒன்றுக்கு வந்தார்கள். அதனுடைய ஆறு சன்னல்களும் இறுக்கமாக மூடப்பட்டிருந்தன, நீண்ட, பழைய கொட்டகை போன்ற தோற்றத்தை அளித்தது. அந்த

வீட்டை மறைக்க முயல்வது போல ஈரமான பனி சுவர்களிலும் கூரையிலும் தொங்கி நின்றது.

"இது விசேடமான வீடு," கதவைத் தட்டிய போது பாவெல் சொன்னான். "வாஸ்ஸா கிழவி இளம் பெண்களுக்கு இடமும் உணவும் உணவும் அளிக்கிறா. ஒவ்வொருத்தியிடமிருந்தும் மாதம் ஐம்பது ரூபிள் வாங்கிக்கிறா... அவர்கள் நாலு பேர் மட்டுமே... வீட்டுக்காரியோ பீர், இனிப்புகள் விற்கிறாள்... ஆனா அந்தப் பெண்களிடம் அவளுக்கு இறுக்கமான பிடிப்புக் கிடையாது-அவர்கள் விருப்பம் போல வரலாம் போகலாம். அவளுக்குள்ள கவலையெல்லாம் மாதம் ஐம்பது ரூபிள்... பெண்களுக்குக் கிராக்கி - அந்தத் தொகையைச் சுலபமாப் புரட்ட முடியும்... அவர்களில் ஒலிம்பியாதா ஒருத்தி-இருபத்தி ஐந்து ரூபிளுக்குக் குறைந்தால் அவளை நெருங்க முடியாது..."

"உன்னோட பெண் என்ன வாங்குறா?" என்று கேட்ட இலியா, தனது அங்கியில் இருந்த பனியை உதறி விட்டுக் கொண்டான்.

பாவெல் உடனடியாகப் பதிலளிக்கவில்லை.

"எனக்குத் தெரியாது, அவளுக்கும் கிராக்கிதான்..." என்றான் மெதுவாக.

கதவின் மறுபக்கத்தில் சலசலப்புக் கேட்டது, பொன்னிற ஒளியின் நுண்ணிய இழை இருட்டின் வழியாக நுழைந்தது...

"யாரங்கே?"

"நான்தான், வாஸ்ஸா அவர்களே... பாவெல்..."

"ஆ!" கதவு திறந்தது. தனது சுருக்கம் விழுந்த முகத்தில் மிகப் பெரிய மூக்குடன் இருந்த மெலிந்த சிறிய கிழவி ஒருத்தி, பாவெல் முகத்துக்கு நேராக ஒரு மெழுகுவத்தியைப் பிடித்தவாறு கொஞ்சலாகச் சொன்னாள், "மாலை வணக்கம்... ரொம்ப நேரமா வேரா உனக்காகக் காத்துக் கொண்டிருக்கா. அது யாரு உன்னோட?"

"நண்பன்..."

"யாரது?" நீண்ட இருட்டுக் கூடத்தின் மறு பக்கத்திலிருந்து ஒரு தெளிவான குரல் வந்தது.

"அது பாவெல், ஒலிம்பியாதா..." என்றாள் கிழவி.

"உன்னுடைய நண்பர், வேரா!" என்று அழைத்தது அதே தெளிவான குரல்.

பிறகு கூடத்தின் உள்ளுக்குள் ஒரு கதவு திடீரென்று திறக்க, ஓர் இளம் பெண்ணின் சிறிய உருவம் வெளிச்சத்திற்கெதிராக நிழலுருவம் ஏற்படுத்தியது. எல்லாமே வெண்ணிற உடைகளாக அணிந்திருந்தாள். அவளுடைய கனத்த பொன்னிற மயிர்க்கற்றைகள் தோள்களுக்கு மேலாக விழுந்து கிடந்தன.

“நீ தாமதாக வந்திருக்கிறாய்!” என்று தணிவான குரலில், முரண்டைக் காட்டும் தொனியில் சொன்னாள். பிறகு தனது கைகளை பாவெலுடைய தோள்களுக்கு மேலாகப் போட்ட அவள், அவனுக்குப் பின்னிருந்து தனது பழுப்பு நிறக் கண்களால் இலியாவை உற்றுப் பார்ப்பதற்காகப் பெருவிரல்களில் நின்றாள்.

“என்னோட நண்பன்... இலியா லுனியோவ்...”

“வணக்கம்!”

அவள் தனது கையை நீட்டிய போது, அவளது வெண்ணிறச் சட்டையின் அகன்ற கைபாகம் அநேகமாக அவளது தோள் மீது விழுந்தது. வெதுவெதுப்பான சிறிய கையை மென்மையாகவும் இணக்கமாகவும் பற்றி, சதுப்புநிலத்தின் களைகளுக்கும் அடிவளர்ச்சிப் புதர்களுக்கும் மேலாக எழுந்து நிற்கிற வடிவான பிர்ச் மரத்தைப் பார்க்கின்ற போது ஒருவர்க்கு ஏற்படும் மகிழ்ச்சியுடன் கருத்தூன்றியவாறு பாவெலின் தோழியை நோக்கினான் இலியா. தனது அறைக்குள்ளாக அவனைப் போக விடுவதற்காக அவள் ஒருபக்கமாக ஒதுங்கி நின்ற போது அவனுங்கூட ஒதுங்கி நின்று சொன்னான்:

“நீ முதலில்!”

“ஆகா, என்ன பெருந்தன்மையான ஆள் நீங்கள்!” என்று சொல்லிச் சிரித்தாள். அந்தச் சிரிப்புக் கூட மகிழ்ச்சியும் நெளிவும் மிக்க அருமையான சிரிப்பாக இருந்தது. பாவெலும் சிரித்தான்.

“அவனுக்கு நீ திகைப்பூட்டினாய், வேரா...” என்றான். “அங்கே எப்படி நிற்கிறான்னு பாரு-தேன் தொட்டிக்கு முன்னால நிற்கிற கரடி மாதிரி...”

“உண்மையாகவா?” என்ற அவள் இலியாவைப் பார்த்து களிப்புடன் கேட்டாள்.

“உண்மையாகவே!” என்ற அவன் புன்னகையோடு ஒப்புக்கொண்டான். “உன்னோட அழகு என்னை அப்படியே திணறடித்து விட்டது...”

“அப்படியே அவளோடு காதல் செய்ய முயற்சிக்கிறியா! கழுத்தை நறுக்கிறுவேன்!..” மகிழ்ச்சியான சிரிப்புடன் பாவெல் எச்சரித்தான். தன் காதலியினுடைய அழகால் இலியா கவரப்பட்டதைக் காண அவனது பிரகாசமான கண்களில் பெருமை நிறைந்து காணப்பட்டது. அப்பாவித்தனமான வெட்கமற்ற தன்மையோடு, தனது பெண்மையினுடைய சக்தியின் உணர்வை அவள் தானாகவே தற்பெருமையோடு காட்டினாள். பனி வெண்மை ஸ்கர்ட்டும் உள்சட்டைக்கு மேலாகத் தொளதொளத்த ஜாக்கெட்டும் தவிர வேறு எதுவும் அவள் அணிந்திருக்கவில்லை. பொத்தான் அணியாத அந்த ஜாக்கெட் திறந்து, பழுத்த பழம் போல உறுதியாகவும் புத்தம் புதிதாகவும் இருந்த

அவளது உடலை வெளிக்காட்டியது. அவளது சிறிய வாயின் சிவந்த உதடுகள் அகமகிழ்வைக் காட்டும் முறுவலிப்புடன் திடுக்கிட்டன; இன்னமும் சலிப்புத் தட்டாத நிலையில் பொம்மையைக் கண்டு மகிழும் குழந்தையைப் போலத் தன்னையே பாராட்டினாள். தனது சிறிய மூக்கை உயர்த்தியவாறு, பாவெல் மீது அன்புமிக்க பார்வையைச் செலுத்திக் கொண்டு, மகிழ்வுடன் பேசியபடி அறைக்குள்ளாக மெதுநடை போட்ட அவளிடமிருந்து தனது பார்வையை இலியாவால் எடுக்க முடியவில்லை. அத்தகைய ஒரு சிநேகிதி தனக்கு இல்லை என்பதை எண்ண சோகம் அவனைக் கவ்விப் பிடித்தது.

சுத்தமான அச்சிறிய அறையின் மத்தியில் வெள்ளைத் துணி போடப்பட்ட மேசை ஒன்று கிடந்தது. ஒரு சமோவார் இரைச்சலோடு கொதித்துக் கொண்டிருந்தது. அறையில் உள்ள ஒவ்வொன்றும் புத்தம் புதியதாகவும், இளமைமிக்கதாகவும் காணப்பட்டது. அங்கே இலியா பாராட்டாத பொருளே இல்லை - கோப்பைகள், ஒயின் போத்தல், கறி வடையும் ரொட்டியும் இருந்த தட்டுகள். பாவெல் மீது அவனால் பொறாமைப்படாமல் இருக்க முடியவில்லை. பாவெல் மேசை முன்னர் அமர்ந்து மகிழ்வுடன் இணக்கமானவற்றைச் சொல்லிக்கொண்டும் இருந்தான்:

“உன்னைப் பார்க்கும் போது சூரிய ஒளியில் குளிர் காயுற மாதிரி எனக்குத் தோணுது... எல்லாவற்றையும் மறந்து மகிழ்ச்சிக்கான நம்பிக்கை கொள்கிறேன். உன்னைப் போன்ற அழகிய பெண்ணுடன் இருப்பது அருமையானது, உன்னைப் பார்ப்பது நல்லது...”

“ஓ, பாவெல்! எவ்வளவு அருமை!..” என்று மகிழ்வுடன் கத்தினாள் வேரா.

“இருப்புக்கல் சூடு போச்சு! அந்த இடத்திலேயே சுட்டாச்சு... ஏய், இலியா! பெருக்குறதை நிறுத்து!.. உனக்குச் சொந்தமா ஒருத்தியைப் பாரு...”

“ஆம், நல்லதா ஒருத்தியை!” தனது குரலில் ஒரு புதிய ராகத்துடன் சொன்ன அவள் இலியாவினுடைய கண்களுக்குள்ளாகக் கருத்தூன்றிப் பார்த்தாள்.

“உன்னைப் போல நல்லதா ஒன்னை என்னால கண்டுபிடிக்க முடியாது!” என்று பெருமூச்சு விட்டு முறுவலிப்புடன் கூறினான் இலியா.

“உங்களுக்குத் தெரியாத விஷயங்களை நீங்க சொல்ல வேணாம்...” என்றாள் வேரா மெதுவாக.

“அவனுக்குத் தெரியும்...” என்று கூறி பாவெல் முகஞ்சுழித்தான்; பிறகு, இலியா பக்கம் திரும்பிச் சொன்னான்: “எல்லாமே அருமையா, இன்பமா இருக்கு, தெரியுமா? பிறகு திடீரென்று இது எனக்கு நினைவு வருகிறது... யாரோ என் இதயத்தில் கத்தியைப் பாய்ச்சுறது போல!..”

“நினைக்க வேணாம்,” என்ற வேரா, தனது தலையை மேசைக்கு மேலாகத் தாழக் குனிந்தாள். இலியா அவளை உற்று நோக்கிய போது, அவளது காதுகளின் நுனிகள் சிவந்திருப்பதைக் கண்டான்.

“இதைத்தான் நீ உனக்கே சொல்லிக் கொள்ள வேண்டியது,” என்று மெதுவாக ஆனால் உறுதியுடன் கூறத் தொடங்கினாள். “கடந்து போன நாள் ஒன்னே ஒன்னு தான், ஆனா அது என்னோடது!.. எனக்கு எந்தவகையிலும் சுலபமானது இல்லே... பாட்டிலே வருவது போல, என்னோட துயரத்தை எனக்குள்ளாகவே வச்சுக்குறேன், ஆனா என்னோட மகிழ்ச்சியை உன்னுடன் பங்கு போடுறேன்...”

அவள் கூறுவதைக் கேட்ட போது பாவெல் முகஞ்சுளித்தான்... ஏதோ அருமையானதாக, அவர்கள் இருவரையும் உற்சாகப்படுத்தக் கூடிய ஏதோ ஒன்றைச் சொல்ல இலியா ஏங்கினான்.

“முடிச்சை அவிழ்க்க முடியாது என்றால் என்ன செய்ய முடியும்?” கணநேர யோசனைக்குப் பிறகு சொன்னான். “ஆனா நான்... உங்களுக்குச் சொல்ல விரும்புறது இதுதான்: என்னிடம் ஆயிரம் ரூபிள் இருந்தால், எல்லாத்தையும் உங்களுக்கே கொடுத்திருவேன்! இதோ! எடுத்துக்கங்க என்று! உங்களோட காதலுக்காக எடுத்துக்கங்க... ஏன்னா அது நல்லது, தூய்மையானது, உண்மையான காதல் என்பது எனக்குத் தெரியுது, அதற்கு இணையாக எதுவுமே இல்லை!’

ஏதோ அவனிடம் பளிச்சிட, வெதுவெதுப்பான அலை ஒன்று அவனை அணைத்தது. அந்தப் பெண்ணினுடைய நன்-றிமிக்க பார்வையின் பாரத்தையும் பாவெலுடைய புன்னகையின் பாரத்தையும் சகித்துக் கொள்வதற்காக எழுந்து கூட விட்டான். பாவெல் அவனிடத்தில் ஏதோ ஒன்றைக் கேட்பது போலிருந்தது.

“மக்கள் ஒருவருக்கொருவர் உண்மையாகவே நேசிக்கிறதை நான் பார்ப்பது இதுதான் முதல்முறை... இன்றைக்கு, பாவெல், உன்னையும் உன்னோட உண்மையான மதிப்பையும் நான் பார்த்துட்டேன்!.. இங்கே உட்கார்ந்து... வந்து, நான் உன் மீது பொறாமைப்படுகிறேன் என்பதை ஒத்துக்கொள்ளத்தான் வேண்டும்... மற்ற விஷயங்களைப் பொருத்து நான் சொல்ல விரும்புறது இதுதான்: சுவாஷியா, மர்தொவியா ஊர் மக்களை எனக்குப் பிடிக்காது. அவர்களை என்னால் பொறுத்துக்கொள்ள முடியாது! அவர்களோட கண்களில் நிறையச் சீழ் இருக்கு. ஆனா அவர்கள் குளிக்கிற அதே ஆற்றில்தான் நானும் குளிக்கிறேன், அதே தண்ணீரைத்தான் குடிக்கிறேன். அவர்களுக்காக அந்த நதியை நான் விட்டுற முடியுமா? ஆண்டவனே அந்த நதியைத் தூய்மைப்படுத்தி விடுவார் என்று நிச்சயமா நம்புறேன்...”

“அது சரி, இலியா! பலே!” என்று பாவெல் ஆர்வத்துடன் கத்தினான்.

"ஊற்றுத் தண்ணீர் குடிங்க," என்று அமைதியாகச் சொன்னாள் வேரா.

"நீ எனக்காக ஒரு குவளைத் தேநீர் ஊற்றினாலே போதும்!" என்றான் இலியா.

"நீங்க அருமையான ஆள்!" என்று கூவினாள் அப்பெண்.

"நன்றி!" என்று கண்டிப்புடன் சொன்னான் இலியா. இந்தச் சிறிய காட்சி ஒயின் பருகியது போன்ற தாக்கத்தைப் பாவெலிடம் ஏற்படுத்தியது. அவனுடைய உற்சாகமான முகத்தில் ஒரு களை ஏற்பட்டது, கண்கள் ஊக்கமாக மின்னின, தாவி எழுந்து தரையை அளக்கத் தொடங்கினான்.

"எவ்வளவு அருமையானது, அட பிசாசே! சனங்க எல்லாருமே குழந்தைகள் மாதிரி இருக்கிறப்ப இந்த உலகத்தில் வசிக்கிறது அருமையா இருக்கும்!" என்று கூவினான். "இலியா, உன்னை இங்கே கூட்டிவந்ததன் மூலம் என் இதயத்திற்குத் திருப்தியளிச்சிருக்கேன்... நாம குடிக்கலாம், சகோதரா!"

"அவன் எப்படி விளையாடுறான்னு பாரு." அவனைப் பார்த்து கனிவுமிக்க புன்னகை செய்தவாறு அப்பெண் கூறினாள். பிறகு இலியா பக்கம் திரும்பினாள். "அவன் எப்பவுமே அப்படித் தான்-ஒன்று உற்சாகத்தில் இருப்பான் அல்லது சாதாரணமான, சலிப்படைந்த, தீய மனிதனாக மாறுவான்..."

அந்நேரத்தில் யாரோ கதவைத் தட்டினார்கள். "நான் உள்ளே வரலாமா, வேரா?" என்று ஒரு பெண்ணினுடைய குரல் கேட்டது.

"ஓ, வரலாம், வா! இவர் இலியா, இது ஒலிம்பியாதா, என்னோட சிநேகிதி..."

இலியா எழுந்து, கதவுக்குத் திரும்பினான்: அமைதியான நீலநிறக் கண்களால் அவனுடைய முகத்தைப் பார்த்துக் கொண்டிருந்த உயரமான, வடிவமைந்த இளம் பெண்ணைக் கண்டான். அவளது ஆடைகள் இனிய நறுமணத்தை வெளிவிட்டன. அவளது கன்னங்கள் பொலிவாகவும் இளஞ் சிவப்பாகவும் இருந்தன. அவளது தலைக்கு மேலாக உயர்ந்து மகுடமிட்டது போல இருந்த கறுப்பான கூந்தல் ஒப்பனை அவளது உயரத்தைக் கூட்டியது.

"தன்னந்தனியா இருப்பது எனக்குச் சலிப்பாயிருக்கிறது... இங்கே நீங்க சிரித்து மகிழ்வதைக் கேட்டதும் உங்களோட சேர்ந்துகொள்ள முடிவு செய்தேன்... உங்களுக்கு மறுப்பில்லையே? இதோ, ஓர் இளைஞன் பெண் இல்லாம இருக்கிறதைப் பார்க்கிறேன்... என் பொறுப்பில் அவனை எடுத்துக்கொள்கிறேன், உங்களுக்கு விருப்பமா?"

ஒரு நாற்காலியை இலியாவுக்கு அருகே இழுத்துப் போட்டு அதில் அமர்ந்தாள்.

"அவர்கள் கொஞ்சிக் குலாவுறதைக் கேட்க உங்களுக்குப் பொறாமை ஏற்படுத்தலே?" என்று கேட்டாள்.

"இல்லை, அவர்களோடு இருப்பதால் சலிப்பது இல்லை," அவளுடைய நெருக்கத்தால் மலைப்புற்ற இலியா கூறினான்.

"பரிதாபம்!" என்று சாந்தமாகச் சொன்னாள். பிறகு வேரா பக்கம் திரும்பிப் பேசினாள்: "நேற்று வழிபாட்டுக்காகக் கன்னிமடத்துக்குப் போனேன். அங்கே எத்தகைய அழகான சிறிய துறவியைப் பார்த்தேன் என்பதை உன்னால கற்பனை செய்ய முடியாது! ஆராதிக்கத்தக்கவள். நான் அவளையே உற்றுப் பார்த்துக் கொண்டிருந்தேன், 'அவள் ஏன் துறவியானாள்?' என்று சிந்தித்தேன். அவளுக்காக அந்தளவு வருத்தப்பட்டேன்..."

"நான் வருத்தப்பட்டிருக்க மாட்டேன்," என்றாள் வேரா.

"நான் உன்னை நம்பலே..."

இந்தப் பெண்ணைச் சுற்றிலும் மிதந்த இனிய நறுமணத்தைச் சுவாசித்தவாறு இலியா உட்கார்ந்து, கடைக்கண்ணால் அவளைக் கள்ளத்தனமாகப் பார்த்துக்கொண்டும் அவளது குரலைக் கேட்டுக்கொண்டும் இருந்தான். அவளது குரல் ஆச்சரியமாக சீராகவும் அமைதியாகவும் இருந்தது; அந்தக் குரலில் ஏதோ தூங்கச் செய்யும் ஒன்று இருந்தது; அவளுடைய வார்த்தைகளுங்கூட இன்பமானதும் உறுதியானதுமான நறுமணத்தைக் கொண்டிருந்ததாக இலியாவுக்குத் தோன்றியது.

"வேரா, நான் திரு. பலுயேக்தவுடன் போய் வசிக்க வேண்டுமா எனச் சிந்தித்துக் கொண்டிருக்கிறேன்."

"எனக்குத் தெரியாது..."

"ஒருகால் நான் போவேன்... அவன் வயதானவன், பணக்காரன், ஆனா கஞ்சன்... வங்கியில் ஐயாயிரத்தைப் போட்டு எனக்கு மாதம் நூற்றி ஐம்பது கொடுக்குமாறு அவனிடம் கேட்டுக் கொண்டிருக்கிறேன், ஆனா அவனோ மூவாயிரத்தைப் போட்டு நூறு மட்டுமே கொடுக்க ஒப்புக் கொள்கிறான்..."

"அதுபற்றி இப்பப் பேச வேணாம், அன்பே," என்றாள் வேரா.

"நல்லது, மாட்டேன்!" என்று அமைதியாக ஒப்புக் கொண்ட ஒலிம்பியாதா மறுபடியும் இலியா பக்கம் திரும்பியவாறு சொன்னாள்: "இளைஞரே, நீங்களும் நானும் பேசுவோம்... எனக்கு உங்களைப் பிடிச்சிருக்கு... உங்களுக்கு அருமையான முகமும் கண்டிப்புமிக்க கண்களும் இருக்கு... அதுக்கு நீங்க என்ன சொல்றீங்க?"

“ஒன்னுமில்லே,” குழப்பமான முறுவலிப்புடன் இலியா சொன்னான், ஒரு மேகத்தைப் போல இந்தப் பெண் தன்னைச் சுற்றி வளைப்பதாக உணர்ந்தான்.

“ஒன்னுமில்லையா? எவ்வளவு ஆர்வமில்லாதவன்... நீங்க என்ன செய்கிறீங்க?”

“சில்லறை வியாபாரி நான்...”

“உண்மையாகவா? ஒரு வங்கியில் எழுத்தராகவோ நல்ல கடை ஒன்றில் உதவியாளனாகவோ இருப்பீங்க என்று நினைத்தேன். நீங்க மிகவும் சீரான மனிதர்...”

“நான் சுத்தமாகவும் தூய்மையாகவும் இருக்க விரும்புறேன்,” என்றான் இலியா. அவன் அதிகமான குழப்பத்தையும் வெப்பத்தையும் உணர்ந்தான். அத்தரின் நறுமணம் அவனது தலைக்கு மயக்கம் தந்தது.

“சுத்தமாகவும் தூய்மையாகவும் இருக்க விரும்புகிறீங்களா? இது நல்லது... நீங்க ஊக்கமுள்ளவரா?”

“இது எப்படி?”

“இங்குள்ள உங்கள் நண்பனின் வழியில் நீங்க இருக்கீங்க என்பதை நீங்க ஏற்கெனவே ஊகித்தீர்களா?” நீலநிறக் கண்கள் கொண்ட அப்பெண் மெதுவாகக் கேட்டாள்.

“இதோ, நான் புறப்படுறேன்!..” என்று குழப்பமுற்றுச் சொன்னான் இலியா.

“நான் அவனைக் கூட்டிப் போகலாமா, வேரா?”

“அவன் வருகிறான் என்றால், அவனைக் கூட்டிப்போ!” என்று சொல்லிச் சிரித்தாள் வேரா.

“எங்கே?” என்று அகக்கிளர்ச்சியுடன் கேட்டான் இலியா.

“அவளோட போ, சின்ன முட்டாளே!” கத்தினான் பாவெல்.

குழம்பிப் போன இலியா கலக்கத்துடன் முறுவலித்துக் கொண்டு நின்றான், ஆனால் அந்தப் பெண்ணோ அவன் கையைப் பற்றி, வெளியே அழைத்துப் போகும் போது அமைதியாகச் சொன்னாள்:

“நீங்க கூச்சக்காரர், நானோ சலனபுத்தியுள்ள பெண். கூரை மேலே நான் சூரியனை அணைக்க நினைச்சா, ஏறி என் உடம்பில் கடைசி மூச்சு இருக்கிற வரை ஊதுவேன்... நான் அந்த மாதிரியானவள், பார்த்தீங்களா?”

அவளுடன் கைகோர்த்தவாறு உண்மையில் அவளுடைய சொற்களைப் புரிந்து கொள்ளாமல், அநேகமாகக் கேட்காமலேயே

வெப்பத்தை, மென்மையை, அவளுடைய நறுமணத்தை மட்டுமே உணர்ந்தவனாக இலியா நடந்தான்...

11

அந்தளவு எதிர்பாராத இத்தொடர்பில் இலியா தன்னை முழுமையாக ஈடுபடுத்திக் கொண்டான். அது அவனுக்கு ஓரளவு சுய நிறைவைக் கொண்டுவந்து, வாழ்க்கை அவனுக்கு ஏற்படுத்தியிருந்த இதயப் புண்களைக் குணப்படுத்தியது. சுத்தமான உடையணிந்த அழகிய பெண் தனது விலைமதிக்க முடியாத முத்தங்களை அவளுடைய சொந்த விருப்பத்தில், பதிலாக எதையும் கேட்காமல் அவனுக்கு வாரிவழங்குகிறாள் என்ற உண்மை அவனது சொந்த மதிப்பை உயர்த்தியது. ஓர் அகன்ற நதியில் மிதந்து செல்கையில் அதனது அலைகள் மென்மையாக அவனது உடலைத் தழுவியது போல இருந்தது.

"என் சலனபுத்திப் பையனே!" அவனுடைய சுருள் முடியுடன் விளையாடும் போதோ, அவனுடைய மேல் உதட்டில் உள்ள கருத்த தூவி போன்ற முடிக்கு மேலாகத் தனது விரலை ஓடவிட்ட போதோ ஒலிம்பியாதா கூறுவாள். "நாளுக்கு நாள் உன்னை ரொம்பவும் விரும்புறேன்... துணிச்சலான, உறுதியான இதயம் படைச்சவன். நீ விரும்புறதை அடைகிறவரை நீ திருப்தியடைய மாட்டாய் என்பதை என்னால காண முடியுது... நானும் அது போலத்தான்... நான் மட்டும் இளையவளாக இருந்தால், உன்னை மணந்து கொள்வேன்... நம்ம இரண்டு பேருக்கும் வாழ்க்கை ஒரு பாடலைப் போல ஓடும்."

இலியா அவளிடம் மரியாதை வைத்திருந்தான். அவள் புத்திசாலி என்பது போலவும், அவள் நடத்தும் வாழ்க்கைக்கு மாறாக தனக்கென்று சொந்த மரியாதையைப் பெற்றிருந்தாள் என்பது போலவும் அவனுக்குத் தோன்றியது. அவளது தாழ்ந்த குரலைப் போலவே அவளது உடல் இலாவகமானதாகவும், உறுதியானதாகவும் குணநலனைப் போல சிறந்ததாகவும் இருந்தது. அவளது சிக்கனமுடைமையை, அவளது தூய்மைக்கான விருப்பத்தை, எதைப் பற்றியும் கருத்து உருவாக்கிக்கொள்கின்ற திறமையை, அநேகமாகப் பெருமைப்பட வைத்த அவளது கர்வத்தின் தனித்தன்மையை அவன் விரும்பினான். ஆனால் சில நேரங்களில் அவளை அவன் காண வரும்போது, அவள் படுக்கையில் கிடப்பதையும் முகம் வெளிறி வீங்கி இருப்பதையும் அவளைச் சுற்றிலும் முடி பரந்து கிடப்பதையும் காண்பான். பிறகு வெறுப்புணர்வு அவனுக்குள்ளாக எழ, அவளிடம் வணக்கம் கூடச் சொல்லாமல் அவளது மங்கலான கண்களையே கடுமையோடு உற்று நோக்கியபடி நிற்பான்.

அவனுடைய உணர்வைத் தெரிந்துகொள்பவள் போலத் தனது போர்வையை இழுத்துக்கொண்டு அவனிடம் சொல்வாள்:

“இங்கேயிருந்து வெளியே போ! போய் வேராவினுடைய அறையில் காத்திரு... கொஞ்சம் தண்ணீரில் ஐஸ் போட்டுக் கொண்டுவரும்படி அந்தக் கிழவியிடம் சொல்லு...”

பாவெலுடைய சிநேகிதிக்குச் சொந்தமான தூய்மையான சிறிய அறைக்குள்ளாக அவன் செல்வான். அவனது துயருற்ற முகத்தைப் பார்த்ததும் வேரா குற்ற உணர்வுடன் முறுவலிப்பாள்.

“எங்களைப் போல பெண்களை வைத்திருப்பது கஷ்டமாயிருக்கு, இல்லையா?” என்று ஒருமுறை அவனிடம் கேட்டாள்.

“ஏய், வேரா!” அவன் பெருமூச்சு விட்டான், “உங்க பாவங்கள் பனி போல... நீங்க சிரிச்சதுமே அவை உருகிப் போயிடும்...”

“எங்களைப் போன்ற பெண்களுடன் சேர்ந்து நீங்களும் பாவெலும் ஆக்கங்கெட்டுப் போயிட்டீங்க,” என்று வருத்தப்பட்டாள் வேரா.

அவன் வேராவை விரும்பினான், அவளுக்காக வருத்தப்பட்டான். அவளும் பாவெலும் சச்சரவிட்டுக் கொண்ட போதெல்லாம் அவன் பெரிதும் நிலைகுலைந்து போனான். அவர்களை ஒன்று சேர்ப்பதற்காக எப்போதுமே தன்னால் முடிந்ததைச் செய்தான். அவளது அறையில் உட்கார்ந்திருப்பதையும், அவளது பொன்னிற முடியை வாரிக் கொண்டிருக்கும் போதோ தனது துணிகளைத் தைக்கும் போதோ தனக்குள்ளாக அவள் அமைதியாகப் பாடிக்கொண்டிருப்பதையும் அவன் ரசித்தான். அம்மாதிரி நேரங்களில் அவளை இன்னும் அதிகமாக விரும்பினான். அவளது மகிழ்ச்சியின்மையை மிகவும் உன்னிப்பாக அறிய முடிந்தது. தன்னால் முடிந்த அளவுக்கு அவளுக்கு ஆறுதல் சொல்வான், ஆனால் அவள் கூறுவாள்:

“நாங்க இந்த மாதிரியே வாழ முடியாது, இலியா, எங்களால முடியாது. என்னைப் பற்றி அவ்வளவு பொருட்படுத்தலே... எனக்குக் களங்கம் ஏற்பட்டாச்சு... ஆனா பாவெல் எதுக்காக என்னிடம் ஒட்டிக் கொண்டிருக்கணும்?”

தனது நீலநிற அகலமான அறை உடையுடன் நிலவொளியின் குளுமையான அகலமான ஒளிக்கற்றை போலத் தோன்றியவாறு ஒலிம்பியாதா அமைதியாக உள்ளே வரவும் அவர்களது பேச்சு நின்றது.

“வா, என்னோடு தேநீர் அருந்தலாம், சலனபுத்திப் பையா!... வேரா கண்ணே, நீ பிறகு வா...”

குளிர்ந்த நீரில் குளித்து எழுந்து, தூய்மையாக, உறுதியான சதையுடனும் சாந்தமாகவும் அவனை அவள் அதிகாரத் தோரணையுடன்

அப்பால் அழைத்துச் செல்வாள். அவளைத் தொடர்ந்து செல்லும் போது தனக்குத்தானே எண்ணிக் கொள்வான்: ஒரு மணி நேரத்திற்கு முன்னால் குறுகிக் கிடந்து, ஆபாசமான கைகளால் இடித்துக்கொண்டிருந்த அதே பெண்தானா இவள்?

"இவ்வளவு சீக்கிரத்தில் நீ பள்ளியை விட்டு வந்தது பரிதாபம்…" அவர்கள் தேநீர் பருகியபோது அவள் சொன்னாள். "உன்னோட சில்லறை வியாபாரத்தை விட்டுட்டு வேறு எதுக்காவது நீ முயற்சி செய்யணும். பொறு, நான் உனக்கு ஏதாவது வேலை ஏற்பாடு செய்கிறேன். முயற்சி செய்யுறது அவசியமானது. நான் போய் பலுயேக்தவுடன் வசிக்கும் போது உனக்காக என்னால் ஏதாவது செய்ய முடியும்…"

"உன்னோட ஐயாயிரத்தை அவன் உனக்குக் கொடுப்பானா?" கேட்டான் இலியா.

"கொடுப்பான்!" என்றாள் நம்பிக்கையுடன்.

"இங்கே அவனை எப்பவாவது நான் பிடிச்சா அவனோட மண்டையைப் பிளப்பேன்!.." என்றான் இலியா வெறுப்புடன்.

"அவன் எனக்குப் பணம் கொடுக்கிற வரை பொறு," அவள் சிரித்தாள்.

அவள் விரும்பியதை அந்த வியாபாரி அவளுக்குக் கொடுத்தான். அதன் பிறகு ஒலிம்பியாதாவினுடைய புதிய குடியிருப்பில் உட்கார்ந்து தரையின் மீது கிடந்த கனத்த கம்பளங்களையும், கருத்த ஜமுக்காளம் விரிக்கப்பட்டிருந்த தவிசுகளையும் கூர்ந்து பார்த்துக்கொண்டும், தனது ஆசை நாயகியினுடைய பேச்சின் அமைதியான ஓட்டத்தைக் கேட்டுக்கொண்டும் இருந்தான் இலியா. அவளிடம் எந்த விசேடமான மனநிறைவையும் அவன் காணவில்லை. அவள் எப்போதும் போலவே சாந்தமாகவும், மனக்குழப்பமற்றவளாகவும் இருந்தாள்.

"எனக்கு இருபத்தியேழு வயசாகுது. முப்பது ஆகும் போது என்னிடம் பத்தாயிரம் ரூபிள் இருக்கும். பிறகு இந்தக் கிழவனை விட்டுவிட்டு சுதந்திரமாப் போயிருவேன். வாழ்க்கையை எப்படி அமைத்துக்கொள்வது என்பதை என்னிடமிருந்து கற்றுக்கொள், என் கண்டிப்பான சலனபுத்திப் பையா…"

தான் விரும்பியதை அடைவதில் சஞ்சலமுறாமல் இருக்க வேண்டும் என்பதை அவளிடமிருந்து இலியா கற்றுக்கொண்டான். ஆனால் தனது அன்பை மற்றவனுக்குக் கொடுத்துக் கொண்டிருக்கிறாள் என்பதை அவன் நினைத்த போதெல்லாம், தாங்கமுடியாத கெடுதியால் இழிவு படுத்தப்பட்டதாக உணர்ந்தான். அதன் பிறகு ஒரு கடையும் இந்தப் பெண்ணை வரவேற்கக்கூடிய பிரகாசமான தூய அறையும் சொந்தமாக

வைத்திருக்க வேண்டும் என்ற அவனது கனவு கூடுதலான சக்தியுடன் திரும்ப வந்தது. அவளைக் காதலித்தானா என்பதை அவன் உறுதியாகச் சொல்ல முடியாது, ஆனால் அவனுக்கு அவள் தேவை என்பதை அறிந்திருந்தான். இந்த முறையில் மூன்று மாதங்கள் கடந்தன.

12

ஒருநாள் மாலை தனது வேலை முடித்து வீடு திரும்பிய இலியா, செம்மானுடைய அடித்தள அறைக்குள்ளாக வந்த போது, ஒரு மேசையின் முன்னர் யாக்கவும், மகிழ்வுடன் முறுவலித்தபடி பெர்ஃபீஷ்காவும் அமர்ந்திருந்ததையும் அவர்களுக்கிடையே வோத்கா போத்தல் ஒன்று இருந்ததையும் காண வியப்புற்றான். அப்பையனோ மேசைக்கு மேலாக நெஞ்சை அழுத்தியவாறு சாய்ந்தும் தலையை அலைத்துக் கொண்டும் முணுமுணுத்துக்கொண்டும் இருந்தான்:

“ஆண்டவனால் எல்லாவற்றையும் பார்க்க முடிந்தால், அவரால் என்னையும் பார்க்க முடியும்... என் அப்பா என்னை நேசிக்கலே. அவர் ஒரு திருடன், இல்லையா?”

“ஆமாம், அவர் அப்படித்தான், யாக்கவ்! வருத்தமாக இருக்கு ஆனா உண்மை!” என்றான் செம்மான்.

“நான் எப்படி வாழ முடியும்?” தனது அடர்ந்த, அலங்கோலமான முடியைப் பின்னுக்கு அலைத்தவாறு சிரமப்பட்டு நாக்கை அசைத்து யாக்கவ் கேட்டான்.

கதவருகே நின்று கொண்டிருந்த இலியா தனது இதயத்திலே சுரீரென்ற வேதனையை உணர்ந்தான். யாக்கவினுடைய பெரிய தலை அவனது மெலிந்த கழுத்தின் மீது ஆதரவற்று அலைவதைக் கண்டான். பெர்ஃபீஷ்காவினுடைய மெலிந்தும் மஞ்சள் நிறமாகவும் இருந்த முகத்தில் மகிழ்ச்சிமிக்க புன்னகை தென்படுவதையும் கண்டான். அது உண்மையிலே யாக்கவ் தானா என்பதை, அவன் அறிந்திருந்த பணிவும் அமைதியும் நிரம்பியவனா என்பதை அவனால் புரிந்துகொள்ள முடியவில்லை.

இங்கே நீ என்ன செய்துகொண்டிருக்கே?” அவனை நோக்கிச் சென்றவாறு கேட்டான் இலியா.

யாக்கவ் துடுக்குற்று, நடுங்கிய கண்களுடன் அவனை உற்றுநோக்கி குறும்புத்தனமான கோணப் புன்னகை செய்தான்.

“அது அப்பாவோன்னு நினைச்சேன்...”

“நீ என்ன செய்யுறேன்னு கேட்கிறேன்?”

“அவனைத் தனியா விட்டுறு, இலியா,” என்றான் பெர்ஃபீஷ்கா எழுந்து தள்ளாடியவாறு. “அவனுக்கு உரிமை இருக்கு... அவன் குடிக்க மட்டுமே செய்கிறான் என்பதற்காக நீ மகிழ்ச்சியடையணும்...”

“இலியா!” யாக்கவ் ஆவேசமாகக் கத்தினான். “என் அப்பா... என் அப்பா என்னை அடிச்சார்!”

“அவர் அடிச்சார். அதை நானே பார்த்தேன்!” என்ற பெர்ஃபீஷ்கா தானாகவே நெஞ்சில் அடித்துக்கொண்டான். “எல்லாத்தையும் நான் பார்த்தேன், இதை நிரூபிக்க முடியும். இது சத்தியம்!”

யாக்கவினுடைய முகம், குறிப்பாக அவனது மேல் உதடு மோசமாக வீங்கிப் போய் இருந்தது. பரிதாபகரமான புன்னகை உதடுகளில் தெரிய தனது நண்பனைப் பார்த்தவாறே நின்றான்.

“எப்படி அவரால் அடிக்க முடிந்தது?”

தன்னால் அவனுக்கு ஆறுதல் சொல்லவோ குற்றம் சுமத்தவோ முடியாது என்பதை இலியா உணர்ந்தான்.

“ஏன் அவர் அடிச்சார்?”

விளக்க முயற்சிப்பது போல யாக்கவ் தனது உதடுகளை அலைத்தான். ஆனால் மாறாகத் தனது கைகளில் தலையைப் பற்றிக்கொண்டு புலம்பினான். அவனுடைய உடம்பு முழுக்க அப்படியும் இப்படியும் அலைந்தது.

“அவன் அழட்டும்,” மற்றொரு கிளாஸ் வோத்காவைத் தானாகவே ஊற்றியபடி பெர்ஃபீஷ்கா சொன்னான். “அழுதால் ஒருத்தனுக்கு நல்லதுதான் ஏற்படும்... மாஷாவுங் கூட... தனது நெஞ்சு வலிக்க அழுதாள்... அவன் அப்பாவோட கண்ணை வெளியே பிடுங்கி எறிவதாகச் சொன்னாள்! அவளை மதித்ஸாவிடம் அனுப்பிட்டேன்...”

“யாக்கவுக்கும் அவன் அப்பாவுக்கும் இடையே என்ன நடந்துச்சு?” கேட்டான் இலியா.

“ஒரு பயங்கரமான பூசல்...” என்றான் பெர்ஃபீஷ்கா. “உன் சித்தப்பாதான் அதைத் தொடங்கினார்... “என்னை விட்டுவிடுங்க” என்று பெத்ரூகாவிடம் அவர் சொல்றார். “நான் கீவ் போக விரும்புறேன், அங்குள்ள புனித மனிதர்களிடம்!..” உண்மையாகச் சொன்னா அதற்காக பெத்ரூகா ரொம்ப மகிழ்ச்சியடைந்தார்... தெரேன்தியைக் கை கழுவுவதில் சந்தோஷப்பட்டார்... சில நேரங்களில் ஒரு நண்பருக்கு அதிகம் தெரியும்! ‘போ,’ என்கிறார். ‘போய் எனக்காகவும் வேண்டிக் கொள்ளுமாறு அந்தப் புனிதர்களிடம் சொல்லு...’ அப்ப யாக்கவ் எழுந்திருந்து சொன்னான்: “நானுங்கூடப் போறேன்...”

பெர்ஃபீஷ்கா தன் கண்களை அகல விரித்துப் பார்க்க, முகம் பயங்கரமாக மாற, அச்சுறுத்தும் தொனியில் பேசினான்:

“ ‘என்ன அது?..’ என்கிறார் பெத்ரூகா. ‘நானுங்கூடப் போறேன்!..’ என்கிறான் யாக்கவ். ‘நீயுமா?’ என்கிறார் பெத்ரூகா, ‘உங்களோட ஆன்மாவுக்காக நான் வேண்டிக் கொள்வேன்...’ என்கிறான் யாக்கவ். ‘எப்படி தொழுவது என்பதை நான் உனக்குக் காட்டுறேன்!’ என்கிறார் பெத்ரூகா. ‘நான் போறேன்!’ என்கிறான் யாக்கவ். இதற்கு பெத்ரூகா அவன் முகத்தில் ஒரு குத்து விடுறார்! பல முறை குத்து விழுகிறது...”

“இனிமேல் அவரோட என்னால வசிக்க முடியாது!” என்று கத்தினான் யாக்கவ். “நானாகவே தூக்குப் போட்டுக்கிருவேன்! அவர் என்னை என்ன காரணத்திற்கு அடித்தார்? என் நெஞ்சத்திலிருக்கிறதை வெளிப்படையாப் பேசினேன்...”

அவனுடைய அழுகை ஒலியைத் தாங்க மாட்டாதவனாய் இலியா தன் தோள்களைக் குலுக்கிக்கொண்டு, திரும்பி, அடித்தளத்தை விட்டுப் புறப்பட்டான். தன் சித்தப்பா யாத்திரை போகப் போவதைக் கேள்விப்பட மகிழ்ச்சியடைந்தான்: தெரேன்தி புறப்பட்டுப் போனதுமே அவனுங்கூடப் புறப்பட்டுப் போவான். தூய்மையான, சிறிய தங்குமிடத்தைக் கண்டுபிடித்து அவனாகவே வாழ்வான்...

அவன் தனது அறையை அடையக்கூட இல்லை அப்போது தெரேன்தி உள்ளே வந்தான். அவனுடைய முகம் பிரகாசமாக இருந்தது, கண்கள் மின்னிக்கொண்டிருந்தன.

“சரி, நான் புறப்படுறேன்!’ என்றான். “ஆண்டவனின் புனிதமாதாவே! சிறையை விட்டு வெளியேறி பகல் வெளிச்சத்திற்குள்ளாகப் போவது போல இருக்கிறது...”

“யாக்கவ் நிறையக் குடிச்சான் - உங்களுக்குத் தெரியமா?..” இலியா வறட்சியுடன் கேட்டான்.

“குடிச்சானா? அது மகா மோசம்!”

“அவன் அப்பா அவனை அடிச்ச சமயத்திலே நீங்க அங்கே இருந்தீங்களா?”

“ஆமா... ஏன்?”

“அதனாலேதான் அவன் குடிச்சிருக்கான், இது உங்களுக்குத் தெரியுமா?” என்று இலியா கடுமையாகப் பேசினான்.

“அதன் காரணமாகத்தான்? சிந்திச்சுப்பாரு!”

யாக்கவினுடைய விதியைப் பற்றித் தன் சித்தப்பா கவலைப்படாததை இலியாவால் தெளிவாகக் காண முடிந்தது, இது அவன் மீதான வெறுப்பை அதிகப்படுத்தியது. முன்னர் ஒருபோதும் அவன் தெரேன்தியை இத்தகைய மகிழ்ச்சியான மனநிலையில் பார்த்ததே இல்லை. மேலும் யாக்கவினுடைய துயரத்துக்குப் பிறகே

தன் சித்தப்பாவினுடைய மகிழ்ச்சி உச்சத்திலிருப்பது இலியாவை சலிப்படையச் செய்தது.

“அருந்தகத்துக்குத் திரும்பிப்போங்க...” என்றவாறு சன்னலருகே அமர்ந்தான்.

“பெத்ரூகா உள்ளே இருக்கான்... நான் உன்னோட பேச விரும்புறேன்...” என்றான் அவனுடைய சித்தப்பா.

“எதைப் பற்றி?”

கூனன் அவனை நோக்கிச் சென்றான்.

“தயாராவதற்கு எனக்கு ரொம்ப நேரம் பிடிக்காது,” என்று புதிராகச் சொன்னான். “இங்கே நீ தனியா இருப்பே... ஆகவே... அதுதான்...”

“நேரடியாச் சொல்லுங்க,” என்றான் இலியா.

“நேரடியாகவா?” என்று விழித்தான் தெரேன்தி. “அது அவ்வளவு சுலபமில்லே... வந்து... நான் கொஞ்சம் பணம் சேர்த்திருக்கிறேன்...”

இலியா அவனை மேற்போக்காகப் பார்த்துவிட்டுக் மோசமாகச் சிரித்தான். அவனுடைய சித்தப்பா துடுக்குற்றான்.

“என்ன விஷயம்?” என்றான் தெரேன்தி.

“நல்லது, ஆக நீங்க கொஞ்சம் பணம் சேர்த்திருக்கீங்க...”

‘சேர்த்திருக்கீங்க’ என்ற வார்த்தையில் இலியா மிக அழுத்தம் கொடுத்தான்.

“ஆமா,” என்றான் தெரேன்தி அவனைப் பார்க்காமலேயே. “இப்ப... நல்லது, இருநூறை மடத்துக்கும் நூறை உனக்கும் கொடுக்கிறதா முடிவு செய்திருக்கிறேன்...”

“நூறா?” என்றான் இலியா உடனடியாக. தன் சித்தப்பாவிடமிருந்து நூறுக்கும் அதிகமாகப் பெற முடியும் என்ற நம்பிக்கை அவனது அடிமனத்திற்குள்ளாக நெஞ்சாரப் பேணப்பட்டு வந்திருக்கிறது என்பதை இப்போதுதான் அவனால் உணர முடிந்தது. தனக்குத்தானே அவன் கோபம் அவனுக்குக் கொண்டான் - அத்தகைய சிந்தனை தகுதியற்றது என்பது அவனுக்குத் தெரியும்; ஆனால் மிகக் குறைவாகக் கொடுக்க வந்தமைக்காகத் தன் சித்தப்பாவிடம் கூட அவன் கோபங் கொண்டான். எழுந்து நின்று தனது தோள்களைச் சரிப்படுத்திக்கொண்டான்.

“உங்களோட திருட்டுப் பணத்தை நான் எடுத்துக்கிற மாட்டேன்...” என்றான் உறுதியாக, கெடுநோக்குடன். தெரேன்தி பின்னுக்கு நகர்ந்து படுக்கை மீது நிலை குலைந்து சாய்ந்தான்-வெளிறிப்போய், இரங்கத்தக்க உருவமாக, தனது வாய் திறந்து தொங்கிக்கிடக்க,

அச்சத்தால் கண்கள் அகல விரிந்திருக்க இலியாவையே உற்றுப் பார்த்தான்.

“என்னத்துக்காக வாயைப் பிளக்குறீங்க? உங்க பணம் எனக்கு வேணாம்...”

‘கருணையுள்ள ஏசுவே!” என்று கரகரத்த குரலில் கூனன் கிசுகிசுத்தான். “நீ என்னோட மகன் போல, இலியா... இது உனக்காகத்தான்... உன்னோட எதிர்காலத்துக்காகத்தான்... நான் அந்தப் பாவத்தைச் செய்தேன். நீ அந்தப் பணத்தை எடுத்துக்கலன்னா ஆண்டவன் என்னை மன்னிக்க மாட்டார்...”

“ஆக அவ்வளவுதான் அது, இல்லையா?” என்று இலியா ஏளனமாகக் கூவினான். “ஆக, கையெழுத்திடப்பட்ட ரசீதுகளுடன் ஆண்டவன் முன்னால போக விரும்புறீங்க, இல்லையா?... எப்பவாவது தாத்தாவுடையப் பணத்தைத் திருடும்படி நான் உங்களுக்குச் சொன்னேனா? யார் கிட்டேயிருந்து திருடினோம் என்பதைக் கொஞ்சம் நினைத்துப் பாருங்க!..”

“இலியா! பிறக்க வேண்டுமென்று நீ கேட்கலியே...” என்ற அவனது சித்தப்பா, இலியாவிடம் கையைக் கேலியாக நீட்டியவாறு. “பணத்தை எடுத்துக்க - எடுத்துக்க, ஆண்டவனின் அன்புக்காக! என் ஆன்மாவோட விமோசனத்திற்காக... நீ அதை எடுத்துக்கிறலே என்றால் ஆண்டவன் என்னை மன்னிக்கவே மாட்டார்...”

இலியாவிடம் அவன் மன்றாடிக் கொண்டிருந்தபோது, அவனது உதடுகள் துடித்தன, அச்சத்துடன் கண்கள் படபடத்தன. சித்தப்பாவுக்காக வருத்தப்பட்டானா இல்லையா என்பதை அவனால் உறுதியாகச் சொல்ல முடியவில்லை. “சரி! நான் எடுத்துக்கிறேன்...” என்றான் கடைசியாக, பிறகு அறையை விட்டு வெளியேறினான். பணத்தை எடுத்துக்கொள்கிற எண்ணத்தை வெறுத்தான்: அவனுடைய மதிப்பீட்டில் அது அவனைத் தாழ்த்தியது. நூறு ரூபிள்களுடன் அவன் என்ன செய்ய விரும்பினான்? அதைக் கொண்டு அவன் என்ன செய்ய முடியும்? அது ஆயிரமாக இருந்தால், இப்போது -ஓ, இந்தக் கவர்ச்சியற்ற, கஷ்டங்கள் நிறைந்த வாழ்வை ஓர் ஒளிமிக்க, தூய்மையான, சிக்கலற்றுத் தனிமையில் கழிக்கக்கூடிய, எல்லாரிடமிருந்தும் விலகி அப்பால் வாழக்கூடிய வாழ்க்கைக்கு மாற்றிக்கொள்ள நீண்ட காலம் பிடிக்காது... கந்தல் பொறுக்கியினுடைய பணத்தில் தன் சித்தப்பாவினுடைய பங்கு எவ்வளவு என்று அவரிடமே கேட்டால் என்ன? ஆனால் இந்த சிந்தனை அவனிடத்தில் வெறுப்பு ஏற்படுத்தியது...

ஒலிம்பியாதாவை இலியா அறிந்துகொண்டதிலிருந்து பெத்ருகாவினுடைய வீடு மிகவும் இழிந்ததாகவும் அழுக்கானதாகவும் காணப்பட்டது. புழுதியும் அழுக்கும் அவன் உடலைக் கூனிக் குறுக

வைத்தது. குளிர்ந்ததும் இளைத்துப் போனதுமான விரல்களால் தொடப்பட்டது போல அன்று குறிப்பாக உணர்ந்தான். தன்னைக் கட்டுப்படுத்திக்கொள்ள முடியாமல் மதித்ஸாவினுடைய அறைக்குச் செல்ல, அங்கே அவள் பெரிய படுக்கை ஒன்றுக்கு அருகே ஒரு நாற்காலியில் உட்கார்ந்து கொண்டிருப்பதைக் கண்டான். அவன் உள்ளே வருவதை உற்றுநோக்கிய அவள் எச்சரிக்க விரலை ஆட்டினாள்.

"ஸ்! அவள் தூங்குறா!.." இந்தக் கிசுகிசுப்பு காற்று வீச்சுப் போல வந்தது.

மாஷா படுக்கையில் பந்தாக உருண்டாள்.

"அதை நீ எப்படி விரும்புறே?" என்று தொடர்ந்து பேசிய மதித்ஸாவின் கண்கள் பயங்கரமாகச் சுழன்றன. "குழந்தைகளை அடிக்கிறாங்க, பூதங்க! பூமி அவர்களுக்குக் கீழாகப் பிளந்து அதோட போகட்டும்!"

இலியா கணப்படுப்புக்கு அருகே நின்றவாறு அவளுடைய கிசுகிசுப்பைக் கேட்டான். சாம்பல் நிறக் கந்தையில் சுற்றப்பட்டிருந்த மாஷாவின் உருவத்தைக் கருத்தூன்றிப் பார்த்து தனக்குத்தானே எண்ணினான்: "அவளுக்கு என்ன நேருமோ?.."

"அவள் தலைமயிரைப் பற்றி வட்டமடித்து இழுத்தான், சாராயக் கடையோடு தனது ஆன்மாவை இணைத்துக் கொண்ட திருடன்! தன் சொந்த மகனையும் அவளையும் கூட அடித்தான். தெரியுமா? வீட்டை விட்டு வெளியே அவர்களைத் துரத்தப் போவதாக அச்சுறுத்தினான்! அவள் எங்கே போவாள், அதை எங்கிட்டச் சொல்லு?"

"அவளுக்காக ஒரு வேலையை ஒருவேளை கண்டுபிடிக்க முடியும்..." ஒலிம்பியாதா ஒரு பணிப் பெண்ணைத் தேடிக் கொண்டிருக்கிறாள் என்பதை நினைவுகூர்ந்தவனாக இலியா கூறினான்.

"நீயா!" நையாண்டி செய்தாள் மதித்ஸா. "உன் மூக்கைக் காட்டிக்கிட்டு நீ பெரிய ராஜா மாதிரி சுற்றிலும் நடந்து வருகிற முறை-யிருக்கே... நீ இன்னமும் மிகச் சிறிய ஓக் மரந்தான் உன்னிடமிருந்து எந்த நிழலுமில்லே, எந்தக் கொட்டையுமில்லே..."

"பொறு, என்னிடம் சீறுவதை நிறுத்து!" என்றான் இலியா. ஒலிம்பியாதாவைப் பார்க்கப் போக சாக்குக் கிடைத்தற்காக மகிழ்ச்சியடைந்தான். "மாஷாவுக்கு என்ன வயசு?"

"பதினைந்து... எவ்வளவுன்னு நீ நினைக்கிறே? ஆனா அவளுக்குப் பதினைந்து என்றால் என்ன? அவளை யாரும் பன்னிரண்டு என்றுகூடக் கருத மாட்டாங்க... அவள் அந்தளவுக்குச் சிறியவள், மெலிவானவள்... ஒரு குழந்தை மாதிரி! இந்த உலகத்துக்கு லாயக்கில்லாதவள், எதுக்குமே லாயக்கில்லாதவள்! அவள் எதுக்காக வாழணும்? அவள் இப்பவே தூங்கி ஏசுவின் மடியில் விழித்து எழுந்தா நல்லா இருக்கும்..."

ஒரு மணி நேரத்திற்குப் பிறகு ஒலிம்பியாதாவினுடைய வாசற்கதவு திறக்கப்படுவதற்காக அதற்கு முன் காத்துக் கொண்டிருந்தான். நீண்ட நேரம் காத்திருந்தான், கடைசியில் யாரோ மெல்லிய அருவருப்பான குரலில் கூறுவது கேட்டது: "யாரங்கே?"

"நான்தான்," அது யாராக இருக்க முடியும் என்று வியந்தபடி இலியா சொன்னான். விகாரமான உருவமும் அம்மைத்தழும்பு விழுந்தவளும் ஆழமான, கரகரத்த குரல் கொண்டவளுமான வேலைக்காரி எப்போதுமே எந்தக் கேள்விகளும் கேட்காமல் கதவைத் திறந்துவிட்டாள். "உனக்கு என்ன வேணும்?"

"ஒலிம்பியாதா உள்ளே இருக்காளா?"

கதவு திடீரென்று திறக்க ஒளிக்கற்றை இலியாவின் முகத்தில் அடித்தது. தன் கண்களை நம்பமுடியாதவாறு அவன் பின்னுக்கு நகர்ந்து அதிர்ச்சியடைந்தான்.

அவனுக்கு முன்னால் கையில் விளக்குடன் ஒரு சின்னக் கிழவன் நின்றான். கனமான துணியால் ஆன தொளதொளத்த சிவப்பு அறை உடை அணிந்திருந்தான். அவனுடைய தலை அநேகமாக வழுக்கையாகிவிட்டிருந்தது, அவனுடைய முகவாய்க் கட்டையின் கடைசியில் குறுகிய சாம்பல்நிற தாடி அலைந்து கொண்டிருந்தது. அவன் இலியாவை உற்றுப்பார்த்தபோது அவனது கூர்மையான சிறிய சாம்பல் நிறக் கண்கள் வன்மத்தோடு மின்னின. அவனுடைய மேல் உதட்டில் நீட்டிக்கொண்டிருந்த சில உறுதியான ரோமங்கள் வேகமான முறையில் துடித்தன. அவனுடைய மெலிந்த, இருண்ட கையில் விளக்கு ஆடியது.

"யார் நீ?" சரி. உள்ளே வா... ஊம்?" என்றான்.
"யார் நீ?"

அவன் யார் என்பதை இலியா புரிந்துகொண்டான். குருதி கன்னங்களில் பாய்வதாகவும் நெஞ்சில் ஏதோ வலிந்திழுப்பதாகவும் உணர்ந்தான். அந்தச் சுத்தமான, பலமான பெண்ணின் தழுவல்களை அவனுடன் பங்கு போட்டுக் கொண்ட மனிதன் இவன்தான்!

"நான்... சில்லறை வியாபாரி..." வாயிற்படியைத் தாண்டியவாறே இலியா கம்மியக் குரலில் சொன்னான்.

கிழவன் தனது இடக்கண்ணைச் சிமிட்டி லேசாக ஏளனமாக நகைத்தான். அவனது கண்ணிமைகள் சிவந்தும் வீக்கமுற்றும் இருந்தன, அவனுடைய வாயில் மஞ்சள் நிற, கூர்மையான எயிறுகளே காணப்பட்டன.

"சில்லறை வியாபாரியா? நீ என்ன விற்கிறே?" இன்னமும் ஏளனமாக நகைத்தவாறே, இலியாவினுடைய முகத்திற்கு நேராக விளக்கைத் தூக்கிப் பிடித்தான்.

"எல்லாவகையான பொருள்களும் - நாடாக்கள், வாசனைத்தைலம் அது மாதிரி..." என்ற இலியா தலையைத் தொங்கப்போட்டான். அவனுக்குத் தலை சுற்றியது, கண்ணுக்கு முன்னால் சிவந்த புள்ளிகள் வட்டமடித்தன.

"அப்படியா - அழகிய நாடாக்கள்?.. ஆம், ஆம், ஆம்... பிறகு பின்னல் துணிகள், இல்லையா?.. ஹி, ஹி! சரி, சில்லறை வியாபாரியே, உனக்கு என்ன வேணும்?"

" ஒலிம்பியாதா..."

"அவளிடமிருந்து உனக்கு என்ன வேணும்?"

"அவள் எனக்குக் கொஞ்சம் பணம் தரணும்..." என்று முயற்சிசெய்து சொன்னான் இலியா.

அந்த அருவருப்பான கிழவன் இலியாவிடத்தில் விவரிக்க முடியாத அச்சத்தை ஏற்படுத்திவிட்டான், அவனை வெறுத்தான். அவனுடைய மெதுவான, மெலிந்த குரலிலும், வன்மமுள்ள கண்களிலும் ஏதோ அவனது இதயத்திற்குள்ளாக நுழைந்து அவமானப்படுத்தவும் இழிவுபடுத்தவும் செய்தது.

"பணமா? கடமையா? ரொம்ப நல்லது..."

திடீரென்று கிழவன் விளக்கை இலியாவின் முகத்துக்கு அப்பால் நகர்த்தி, தனது பெருவிரல்களை ஊன்றி எழுந்து தனது வீங்கிய மஞ்சள்நிற முகத்தை இலியாவினுடைய முகத்திற்குப் பக்கத்தில் கொண்டுவந்தான்.

"சீட்டு எங்கே?" கடுமையான கிண்டலுடன் அவன் கிசுகிசுத்தான். "சீட்டைக் காண்பி!"

"என்ன சீட்டு?" அச்சத்தில் நடுக்கத்துடன் கேட்டான் இலியா.

"உன் முதலாளியிடமிருந்து. ஒலிம்பியாதாவுக்குச் சீட்டு. எங்கே? அதை நான் அவகிட்டக் கொடுக்கிறேன்... எடு, சீக்கிரம்!" என்ற கிழவன் அவனை நோக்கி முன்னேறினான். இலியாவுக்கோ பயத்தினால் நாக்கு வறண்டு போனது.

"என்னிடம் சீட்டு இல்லே!" ஏதோ பயங்கரமான ஒன்று நடைபெறப் போகிறது என்ற உணர்வுடன் கலக்கத்தில் கத்தினான் இலியா.

அக்கணத்தில் ஒலிம்பியாதாவின் உயரமான வடிவமைந்த உருவம் கதவுப் பக்கம் தோன்றியது. கண்ணைக் இமைக்காமல் அவள் அந்தளவு அமைதியாகக் கிழவனுடைய தலைக்கு மேலாக இலியாவைக் கருத்தூன்றிப் பார்த்து பதற்றமற்ற குரலில் சொன்னாள்:

"என்ன விஷயம், வசீலி அவர்களே?"

"இந்தச் சில்லறை வியாபாரி வந்திருக்கான், அன்பே! அவனுக்கு நீ பணம் தரணும் போலத் தோணுது. நீ நாடாக்கள் வாங்கினியா? நீ அவனுக்குப் பணம் கொடுக்கலியா? சரி, இதோ இருக்கான்... பணத்துக்காக வந்திருக்கான்..."

அவளுக்கு முன்னால் கிழவன் கத்தினான். அவள் முகத்தையும், இலியா முகத்தையும் திரும்பத் திரும்பப் பார்த்தான். தனது வலக்கரத்தின் அதிகாரமுள்ள இயக்கத்தால் கிழவனை அப்பால் தள்ளிவிட்டாள். பிறகு தனது அறை உடையின் பைக்குள்ளாகத் தனது கையைத் திணித்தாள்.

"உன்னால வருவதற்கு வேறு நேரத்தைக் கண்டுபிடிக்க முடியலியா?" என்று இலியாவிடம் கண்டிப்புடன் பேசினாள்.

"ஆமாம்!" கிழவன் அலறினான். "மடையன், நீ அப்படித்தான் - தேவையில்லாத நேரத்தில் வந்து கொண்டு, கழுதை!"

கல்லாக மாறியது போல இலியா நின்றான்.

"சத்தம் போடாதே, வசீலி அவர்களே! ரொம்ப அருவருப்பா இருக்கு," என்றாள் ஒலிம்பியாதா. பிறகு இலியாவிடம், "நான் உனக்கு எவ்வளவு கொடுக்கணும்? மூணு ரூபிள் நாற்பது? இந்தா..."

"இதோட போடா!" கிழவன் திரும்பவும் கத்தினான்.

"இல்லே, நான் அவனை வெளியே அனுப்பிட்டு வாறேன்... நான் மூடப்போறேன்!"

தன்னைச் சுற்றிலும் அறை ஆடையை மடித்துக்கொண்டு கதவைத் திறந்தான்.

"வெளியேறு!.." என்று கத்தினான். அது கனவா நினைவா என்பதைப் புரிந்துகொள்ள முடியாமல் மட்டுமீறிய திகைப்பில் மூடப்பட்ட கதவை கருத்தூன்றிப் பார்த்தவாறு வெளியே குளிரில் நின்றான் இலியா. ஒரு கையால் தனது குல்லாயையும் மறுகையில் ஒலிம்பியாதாவினுடைய பணத்தையும் பற்றியிருந்தான். இரும்புப் பட்டையில் பனி பற்றுவது போல அவனுடைய பாதங்களைத் துளைத்து, மண்டையோட்டைப் பற்றுகின்ற வரை அங்கேயே நின்றான். பிறகு தொப்பியைத் தலையிலும் பணத்தைப் பையிலும் வைத்தான். கைகளைக் கோட்டுப் பைகளுக்குள்ளாகத் திணித்துக்கொண்டு, தலையைத் தொங்கப்போட்டவாறு தெருவில் மெதுவாக நடந்தான். இதயம் பனிக்கட்டியாய் உறைய, கனமான பந்துகள் உள்ளுக்குள்ளாக மோதுவது போல தலை தூள்தூளாகிக் கொண்டிருந்தது... கைவிளக்கின் குளுமையான ஒளியில் மஞ்சள்நிறத் தலை பளபளக்க கிழவனின் இருண்ட உருவம் அவனுக்கு முன்னால் மிதந்தது...

கிழவன் அவனைப் பார்த்து முறுவலித்துக் கொண்டிருந்தான் -ஆரவாரமாக, வன்மமாக, வஞ்சகமாக முறுவலித்துக் கொண்டிருந்தான்...

13

மறுநாள் நகரத்தின் முக்கிய வீதியிலே இலியா மேலுங்கீழும் மெதுவாகவும் பேசாமலும் நடந்தான். கிழவனுடைய வன்மமான பார்வை, ஒலிம்பியாதாவினுடைய அமைதியான நீலநிறக் கண்கள், பணத்தைக் கொடுத்தபோது அவளுடைய கை அசைவு ஆகிய நினைவுகளால் சுற்றிவளைக்கப்பட்டான். கூர்மையான பனித் துகள்கள் காற்றில் பறந்து வந்து அவன் முகத்தில் கடுப்பு ஏற்படுத்தின...

அந்நேரத்தில், பாதையினின்றும் சற்று விலகி திருக்கோயில் தொழுமிடத்துக்கும் லுக்கீன் என்ற வணிகனுக்குச் சொந்தமான பெரிய வீட்டிற்கும் இடையே இருந்த சிறியகடை ஒன்றைக் கடந்தான்.

கடைக்கு மேலாகத் துருப்பிடித்த பெயர்ப்பலகையில் இவ்வாறு எழுதப்பட்டிருந்தது:

“வ.க.பலுயேக்தவ். பணம் லேவாதேவி செய்யப்படும். வெள்ளி, தங்கம், உருவச்சிலை வேலைப்பாடுகள், உயர்ந்த பொருள்கள், பழைய நாணயங்கள் வியாபாரம்.”

தான் அந்தக் கடையைக் கடந்துசென்ற போது கண்ணாடி வைத்த கதவருகே கிழவன் நின்றுகொண்டு தன்னைப் பார்த்து பல்லை நெறிப்பதாகவும் வழுக்கைத் தலையை ஆட்டுவதாகவும் இலியா கற்பனை செய்தான். உள்ளே போய் அவனை அண்மையில் வைத்துப் பார்க்க வேண்டும் என்ற கட்டுப்படுத்த முடியா வேட்கை இலியாவுக்கு இருந்தது. இதற்கான சாக்கையும் கண்டுபிடித்தான். எல்லாச் சில்லறை வியாபாரிகளைப் போல, தன் கைக்கு வந்து சேர்ந்திருந்த வரலாற்று முக்கியத்துவம் கொண்ட எல்லா நாணயங்களையும் சேகரித்து வைத்திருந்து அவற்றை ஒரு ரூபிளுக்கு இருபது கோபெக் என்ற விகிதத்தில் லாபகரமாக விற்றுவந்தான். அந்நேரத்தில் அவனது காசுப்பையில் அத்தகைய நாணயங்கள் சில இருந்தன.

அவன் திரும்பிச் சென்று கடைக் கதவைத் துணிச்சலோடு திறந்து பெட்டியைக் கஷ்டப்பட்டு உள்ளே தூக்கிக் கொண்டு சென்றான்.

“வணக்கம்,” என்றவாறு தனது குல்லாயைக் கழற்றினான்.

தனது குறுகிய கல்லாவுக்குப் பின்னால் உட்கார்ந்து கொண்டிருந்த கிழவன் உருவச்சிலை வேலைப்பாட்டை எடுக்க, ஒரு சிறிய உளியால் ஆணிகளை அகற்றிக் கொண்டிருந்தான். பையனை மேலோட்டமாகச் சற்று பார்த்து விட்டுத் திரும்பவும் தன் வேலையைத் தொடர்ந்தான்.

“உனக்கு என்ன வேணும்?..” என்று சுருங்கக் கேட்டான்.

“என்னைத் தெரியுமா?” என்றான் இலியா, ஏன் கேட்டான் என்பது தெரியாமலேயே.

கிழவன் திரும்பவும் ஒரு முறை அவனை நோக்கினான். “ஒருவேளை தெரியலாம். உனக்கு என்ன வேணும்?”

“எங்கிட்டக் கொஞ்சம் பழைய காசு இருக்கு. உங்களுக்கு விருப்பமிருக்கா?”

“அவற்றைக் காட்டு...”

இலியா தனது காசுப்பையைத் தேடினான். ஆனால் கிழவனுக்கு முன்னால் வெறுப்பும் பயமும் காரணமாக அவனுடைய கைகள் அவனது இதயத்தைப் போல நடுங்கிக் கொண்டிருந்தன. தன் பையை அவனால் கண்டுபிடிக்க முடியவில்லை. அதற்காக அவன் தட்டுத்தடுமாறிக் கொண்டிருக்கையில் அவனுடைய கண்கள் கிழவனின் சிறிய வழுக்கைத் தலைமீது நிலைத்திருந்தன. அவன் உடம்பு முழுக்க நடுக்க மேற்பட்டுக் கொண்டிருந்தது...

“உனக்கு ஏன் இவ்வளவு நேரம் பிடிக்குது?” என்று கிழவன் கோபமாகக் கேட்டான்.

“இதோ ஒரு நிமிஷத்தில்...” என்றான் இலியா மெதுவாக.

கடைசியில் அவன் பையைக் கண்டுபிடித்து விட்டான். கல்லா வரை சென்று காசுகளைக் கொட்ட, கிழவன் அவற்றை நோக்கினான்.

“உங்கிட்ட இருப்பதெல்லாம் இவ்வளவுதானா?” மெலிந்த மஞ் சள்நிற விரல்களால் கிழவன் வெள்ளிக்காசை எடுத்து அதைச் சோதிக்கத் தொடங்கினான்.

“இது மகா கதெரீனா காலத்தது... இது ஓர் ஆன்னா... கதெரீனா... இது பாவெல்,” என்று மூக்கால் முணுமுணுத்தான் கிழவன். “இது... என்ன இது, 1732?.. சாத்தானால் கூட இதைக் கண்டுபிடிக்க முடியாது! இந்தா, இதை நீயோ வச்சுக்கிறலாம் வளவளன்று தேய்ஞ்சு போனது...”

“அதனோட அளவைக் கொண்டே அது இருபத்தி ஐந்து கோபெக் என்பதை நீங்க பார்க்க முடியும்,” என்றான் கண்டிப்பாக இலியா.

கிழவன் காசை அவன் மீது வீசி எறிந்து, விரைவான இயக்கத்துடன் கல்லாவைத் திறந்து அதற்குள்ளாகத் துருவித் தேடத் தொடங்கினான்.

இலியா தன் கையை உயர்த்தி முட்டியை மடக்கி கிழவனுடைய பொட்டில் ஓங்கி அடித்தான். பலுயேக்தவ் பின்புறமாகச் சுவருக்கு எதிரில் விழுந்தான். ஆனால் மறுகணமே கல்லாவுக்குக் குறுக்காக வந்து, அதைக் கைப்பற்றி மெலிந்த கழுத்துக்கு மேலாக தன் தலையை நிமிர்த்திக் கொண்டான். சிறிய, கருமையான முகத்தில் கண்கள்

பிரகாசிப்பதையும், உதடுகள் அசைவதையும் இலியா பார்க்கவும், கரகரத்த கிசுகிசுப்பைக் கேட்கவும் முடிந்தது:

"கருணை... கருணை காட்டு..."

"மண்டூகமே!" என்ற இலியா, மட்டுமீறிய வெறுப்புடன் கிழவனுடைய தொண்டையை நெறிக்கத் தொடங்கினான். அதை நசுக்கினான், ஆட்டினான், கிழவனோ தன்னுடைய கைகளை இலியாவின் மார்பில் ஊன்றி மூச்சுத் திணறும் ஒலி எழுப்பினான். அவனது கண்கள் விரிந்தும் குருதி பாய்ந்தும் காணப்பட்டன. அவற்றினின்றும் கண்ணீர் சுரந்தது. அவனது நாக்கு கருத்த வாயை விட்டு வெளியே தொங்கி, கொலைகாரனைக் கேலி செய்வது போல அலைந்தது. தனது கைகளில் வெதுவெதுப்பான எச்சில் சிந்துவதை இலியா உணர்ந்தான். கிழவனுடைய தொண்டையில் ஏதோ கிறீச்சிடவும் மூச்சிறையவும் செய்தது. குளிர்ந்து வளைந்த விரல்கள் அவனுடைய தொண்டையைப் பற்றின. இலியா பற்களை நெறித்தான், முடிந்தளவுக்குத் தலையைப் பின் னுக்குச் சாய்ந்தான், எடையற்ற உடலை காற்றிலே தூக்கி நிறுத்தி மேன்மேலும் அலைத்தான். அக்கணத்தில் யாரேனும் வந்து இலியாவின் தலையில் தாக்கியிருந்தால் கூட, உருக்கு விரல்களால் நெறிக்கத் தொண்டையைப் பற்றிய அவனது பிடியைத் தளர்த்தி இருக்கமாட்டான். அச்சத்தோடும் வெறுப்போடும் கிழவனுடைய மங்கலான கண்கள் மேன்மேலும் பெரிதாவதைப் பார்த்தான், கடுமையாக நெறித்தான், கிழவனின் உடம்பானது கனத்துக்கொண்டு வர, உள்ளுக்குள்ளாக ஏதோ உருகி ஓடுவது போல அவனது சொந்த இதயம் இலேசாகிக் கொண்டே வந்தது. கடைசியில் அவன் கிழவனைத் தன்னிடமிருந்து அப்பால் வீசி எறிய அவனுடைய உடல் மெத்தென்ற ஒலியுடன் கல்லாவுக்குப் பின்னே விழுந்தது.

இலியா தன்னைச் சுற்றிலும் பார்த்தான்: கடை அமைதியாகவும் காலியாகவும் இருந்தது. வெளியே பனி இன்னமும் கனமாக விழுந்து கொண்டிருந்தது. தரையில் இலியாவின் காலடியில் இரண்டு பார் சோப்புகளும், அவனுடைய காசுப்பையும், நாடாச் சுருளும் கிடந்தன. தன்னுடைய பெட்டியினின்றும் கீழே விழுந்திருக்க வேண்டும் என்பதை உணர்ந்து. அவற்றைப் பொறுக்கித் திரும்பவும் பெட்டிக்குள்ளாகப் போட்டான். பிறகு கல்லாப் பக்கம் சாய்ந்து கிழவனை நோக்கினான்: கல்லாவுக்கும் சுவருக்கும் இடையே குறுகிய வெளியில் குவியலாகக் கிடந்தான் கிழவன்; அவனுடைய தலை மார்பின் மீது தொங்கிக் கிடந்தது, அவனது கழுத்தின் பின்புற மஞ்சள் தோல் மட்டுமே காணக் கூடியதாக இருந்தது. அதே நேரம் இலியாவினுடைய கண்கள் கல்லாப் பெட்டி மீது விழுந்தன: மினுமினுக்கின்ற தங்கம் மற்றும் வெள்ளி நாணயங்களும், வங்கிநோட்டுகளின் கட்டுகள் சிலவும்

அதை நிரப்பியிருந்தன... அவசரமாக ஒரு கட்டை எடுத்தான், பிறகு மற்றொன்றை, அடுத்து மற்றொன்றை எடுத்து தனது உடைக்கும் மார்புக்கும் இடையே திணித்தான்...

கடையை விட்டு அவசரமின்றி வெளியே நடந்தான், மூன்று எட்டுகள் போனதும் நின்று ஒரு துண்டு எண்ணெய்த் தாளால் தனது பெட்டியைக் கவனமாக மூடினான்; பிறகு காணமுடியா உயரத்திலிருந்து விழுந்து கொண்டிருந்த அடர்ந்த பனிச் சுழற்காற்றுக்குள்ளாக நடந்தான். அவனுக்கு வெளியேயும் உள்ளேயும் குளுமையும் இருளும் படர்ந்திருந்தன. அதை அவன் உற்றுப்பார்த்த பொழுது திடீரென்று தனது கண்களில் மந்தமான வலியை உணர்ந்தான். அவற்றைத் தொடத் தனது கையை உயர்த்தினான். ஆனால் தனது பாதங்கள் உறைந்து போய்விட்டன போன்று அச்சத்தில் நின்றான். பலுயேக்தவ் போலத் தனது கண்களும் துறுத்திக்கொண்டு, தான் உயிர் வாழ்கின்ற வரை அவையும் வீங்கி வலித்துக்கொண்டு மூடாமல் அதனது குற்ற வரலாற்றை எல்லாரும் படிப்பார்கள் என்று அவனுக்குத் தோன்றியது. அவனது கண்கள் செயலற்றன போல இருந்தன. கண்மணிகளை விரல்களால் தொட்டான்: அவை வலித்தன, ஆனால் அவனால் இமைகளைத் தாழ்த்த முடியவில்லை. அவனது மார்பு பயத்தினால் சுருங்கியது. கடைசியில் கண்களை மூடுவதில் அவன் வெற்றியடைந்தான். மேலும் இருளினால் சூழப்பட்டமைக்குப் பெரிதும் அகமகிழ்ந்து கண்களை மூடிக்கொண்டு, பார்வையின்றி, அசைவின்றி, காற்றை அதிகமாக உள்ளிழுத்துக் கொண்டு அங்கேயே நின்றான்... கடந்து செல்கையில் யாரோ அவனை இடித்தான். அவன் விரைவில் மேலோட்டமாகப் பார்த்தான். ஆட்டுத் தோல் அங்கியுடன் ஓர் உயரமான மனிதன் அவனைக் கடந்து சென்றான். வெண்ணிறப் பனிச் சிதறல்களின் சீறுகின்ற குவியலில் தான் மறைந்து போகும்வரை இலியா அவனையே கவனித்தான். பிறகு, தனது தொப்பியைக் காதுகளுக்கு மேலாகக் கீழே இழுத்து விட்டுக்கொண்டு, தனது கண்களின் வலியையும், தனது தலையின் பாரத்தையும் உணர்ந்தவனாக நடைபாதையில் விரைந்து நடந்தான். அவனுடைய தோள்கள் குலுங்கின, கை விரல்கள் தானாகவே சுருங்கின. அவனது இதயத்திற்குள்ளாக ஏதோ பிடிவாதமான, துணிவு மிகுந்த ஒன்று ஊடுருவி, அதினின்றும் அச்சத்தைத் துரத்தியது.

சாலைச் சந்திப்பை அடைந்த போது, போலீஸ்காரன் ஒருவனுடைய சாம்பல் நிற உருவத்தைப் பார்த்தான். அமைதியாக, மிக அமைதியாக, தான் என்ன செய்து கொண்டிருக்கிறோம் என்பதைச் சிந்தியாமல் அவனிடம் நேராகச் சென்றான். அவனது இதயம் சுருங்கியது...

"ஏராளமான பனி!" என்று சொன்ன அவன், அந்த மனிதனை நேராகப் பார்த்தான்.

“ஆமாம், இப்ப வெதுவெதுப்பாகிவிடும், ஆண்டவனுக்கு நன்றி,” என்று போலீஸ்காரன் மகிழ்வுடன் பதிலளித்தான். அவனுடைய முகம் பெரியதாகவும் சிவப்பாகவும் இருந்தது. அவன் தாடியும் வைத்திருந்தான்.

“மணி என்ன?” வினவினான் இலியா.

“ஒரு நிமிஷம் பொறு!” போலீஸ்காரன் தன் மேற்சட்டைக் கையிலிருந்து பனியைத் தட்டிவிட்டு விட்டு கோட்டுக்குள்ளாகத் தன் கையைத் திணித்தான். இந்த மனிதனுக்கு அருகே நிற்பதில் பயங்கரமான மகிழ்ச்சியைக் காணவே இலியா திடீரென்று இயல்பற்றுச் சிரித்தான்.

“என்னத்துக்காகச் சிரிக்கிறே?” தனது விரல் நகத்தால் கடிகாரத்தின் மூடியைத் திறந்தவாறு போலீஸ்காரன் கேட்டான்.

“என்ன மாதிரி பனி உங்க மேலே குவிஞ்சு கிடக்கு!” என்று கூவினான் இலியா.

“இப்படிப்பட்ட புயலில் இது ஒன்னும் வேடிக்கை இல்லே! ஒன்னரை மணி... அல்லது இருபத்தி ஐந்து நிமிஷம். தம்பி, அது யார் மேலே வேண்டுமானாலும் குவிஞ்சு கிடக்க முடியும்!.. ஆனா உனக்கென்ன? நீ போய் ஒரு வெதுவெதுப்பான அருந்தகத்தில் உட்காருவே. நானோ சாயங்காலம் ஆறு மணி வரை இங்கே நின்னு ஆகணும்... உன் பெட்டியில் இருக்கிற பனியைப் பாரு...”

ஒரு பெருமூச்சுடன் போலீஸ்காரன் தனது கடிகாரத்தை மூடினான்.

“அது சரி, நான் போய் ஓர் அருந்தகத்தில் உட்காருவேன்,” என்றான் இலியா. “அதோ அங்கே இருக்கே...” என்று கோணலான முறுவலிப்புடன் மேலும் சொன்னான்.

“சரி, என்னைக் கேலி செய்யாதே...” என்றான் போலீஸ்காரன்.

அருந்தகத்தில் சன்னலுக்கு அடுத்து இருந்த இருக்கையில் அமர்ந்தான் இலியா. பலுயேக்தவினுடைய கடையை ஒட்டிய தொழுமிடத்தைத் தன்னால் பார்க்க முடியும் என்பதை அறிந்த இலியா அதில் அமர்ந்தான். ஆனால் இப்போது எல்லாமே வெண்பனித் திரையினால் மூடப்பட்டிருந்தன. சுழன்று வீசிய பனி கனத்த பனிப் போர்வையால் எல்லாக் காலடித் தடங்களையும் மூடிக்கொண்டிருப்பதை இலியா குறிப்பாகக் கவனித்தான். அவனது இதயம் விரைவாகவும் பலமாகவும் ஆனால் சுலபமாக அடித்துக்கொண்டிருந்தது. அவன் அக்கறையற்று இருந்தான். வெறுமையாக இருந்த அவன் மனம் ஏதோ நடைபெறப் போவதை எதிர்பார்த்தது.

வெயிட்டர் அவனுக்குத் தேநீர் தந்தபோது, பேசுவதை அவனால் நிறுத்திக்கொள்ள முடியவில்லை:

“என்ன, தெருவில்... ஏதாவது புதுசா இருக்கா?”

“அங்கே வெதுவெதுப்பா இருக்கு... ரொம்ப வெது வெதுப்பா இருக்கு!” என்று வெயிட்டர் வேகமாகச் சொல்லி விட்டு விரைவாகச் சென்றான். இலியாவோ தானாகவே ஒரு கிளாஸ் தேநீர் ஊற்றிக்கொண்டான், ஆனால் பருகவில்லை, தின்னவில்லை, அசையவில்லை; வெறுமனே எதிர்பார்த்து உட்கார்ந்திருந்தான். வெக்கையாக இருப்பதாக உணரவே தனது கோட்டுப் பொத்தான்களைக் கழற்றி விடுவதற்காகக் கைகளை உயர்த்தினான். ஆனால் அவை முகவாய்க்கட்டையைத் தொட்டபோது இலேசாகத் துடுக்குற்றான்: அவை அவனுடைய கைகள் அல்ல, வேறு யாரோ ஒருவருடையவை, குளிர்ந்த, விநோதமான கரங்கள் போல காணப்பட்டது. தனது முகத்துக்கு நேராக அவற்றைப் பிடித்து விரல்களைக் கவனமாக ஆராய்ந்தான். அவற்றில் எந்தக் கறையும் இல்லை, ஆனால் எப்படியும் அவற்றைக் கழுவிக்கொள்வது நல்லது என்று தீவிரமாக நினைத்தான்...

“பலுயேக்தவ் கொலை செய்யப்பட்டுட்டான்!” திடீரென்று யாரோ கத்தினான்.

அந்தச் சத்தம் தனக்கு வந்த அழைப்புப் போல இலியா தாவிக் குதித்தான். அருந்தகத்தில் ஒரு சலசலப்பு ஏற்பட்டது; மக்கள் எழுந்து கதவை நோக்கி விரைந்தார்கள். போகும்பொழுது தொப்பிகளையும் அணிந்து கொண்டார்கள். வெயிட்டருடைய தட்டில் ஒரு பத்து கோபெக் நாணயத்தை வீசி வீசி எறிந்த இலியா, தனது தோளுக்கு மேலாகப் பெட்டியை மாட்டிக் கொண்டு எல்லாருடனும் விரைந்து வெளியேறினான்.

லேவாதேவிக்காரனுடைய கடைக்கு வெளியே ஒரு பெருங்கூட்டம் சேர்ந்திருந்தது. போலீஸ்காரர்கள் கூட்டத்தில் இங்குமங்கும் போய்க் கொண்டிருந்தார்கள். பரபரப்புடன் ஒருவருக்கொருவர் சத்தம் போட்டுக் கொண்டிருந்தனர். இலியாவுடன் பேசிய தாடி வைத்த போலீஸ்காரன் வாசல் பக்கமாக நின்று கூட்டத்தை ஒழுங்குபடுத்திக் கொண்டிருந்தான். அச்சமுற்ற கண்களுடன் தன்னைச் சுற்றிலும் மேலோட்டமாகப் பார்த்துக் கொண்டிருந்த அவன் தனது இடக் கன்னத்தைத் தேய்த்துக் கொண்டிருந்தான், அது வலக் கன்னத்தை விடச் சிவந்திருந்தது. போலீஸ்காரன் தன்னைப் பார்க்கக்கூடிய இடத்தில் நின்ற இலியா, மக்கள் குறிப்பிட்ட கருத்துகளைச் செவிமடுத்தான். அவனுக்கு அருகே நின்ற உயரமான, கருந்தாடியுடன், கண்டிப்பு மிக்க தோற்றத்துடன் காணப்பட்ட கடைக்காரன் ஒருவன், நரித்தோல் அங்கி அணிந்த கிழவன் ஒருவனுடைய உணர்ச்சிமிக்க பேச்சைக் கேட்டுக் கொண்டிருந்தான்.

“ஆக அவருக்கு இழுப்போ வேறு ஏதோ வந்திருக்கும் என நினைச்ச பையன் பியோத்தர் அவர்களிடம் ஓடிப் போய், தன் முதலாளி முடியாமல் இருப்பதாகச் சொல்லி அவரைக் கடைக்கு வரும்படி கெஞ்சியிருக்கிறான், ஆக பியோத்தரும் எவ்வளவு விரைவா வர முடியுமோ அவ்வளவு விரைவா வந்து, அவரைப் பார்த்தபோது செத்துக் கிடந்தார்! இப்ப, அதைப் பற்றி நினைச்சுப் பாரு! இது போல ஒன்னை எப்பவாவது நீ கேள்விப்பட்டிருக்கியா? பட்டப்பகலிலே, இப்படி நெரிசல் மிக்க தெருவிலே! துணிச்சலான காரியம்!”

கடைக்காரன் தன் தொண்டையைச் சரிசெய்து கொண்டான்.

“ஆண்டவனோட சித்தத்தைப் பார்க்க முடியுது!” என்றான் கண்டிப்புடன். “பலுயேக்தவை, அவனுடைய பாவங்களை மன்னிக்க ஆண்டவனுக்கு மனசு இல்லை என்பது தெளிவாயிருச்சு...”

பேசுகிறவனுடைய முகத்தை நன்றாகப் பார்க்க இலியா முன்னுக்கு நெருக்கிக் கொண்டு செல்கையில் எதிர்பாராவகையில் அவனுடைய பெட்டி அவனை இடித்து விட்டது. “கவனமா!” என்று கத்திய கடைக்காரன், தனது முழங்கையால் இலியாவை ஓர் இடி இடித்து அவனைக் கூர்ந்து ஒரு நோட்டம் விட்டான். பிறகு கிழவன் பக்கமாகத் திரும்பிப் பேசினான்:

“அது எழுதப்பட்டிருக்கு: ஒரு மனிதனோட தலையிலிருந்து ஆண்டவனோட விருப்பமில்லாமல் ஒரு முடிகூட விழாது...”

“இது உண்மை!” என்று ஒரு தலையாட்டலுடன் கூறிய கிழவன், கண் சிமிட்டலுடன் தணிந்த குரலில் மேலும் தொடர்ந்தான்: “அயோக்கியர்கள் மீது ஆண்டவன் ஒரு கண் வைத்திருக்கவே செய்கிறார்... இப்படி நான் சொல்லக் கூடாது, அதுக்காக ஆண்டவன் என்னை மன்னிப்பாராக! ஆனா என்னால் சொல்லாமல் இருக்க முடியாது ... ஆமா!”

இலியா உள்ளூரச் சிரித்தான். அதை அவன் கேட்ட போது வலிமையும் துணிவும் பெருகுவது போன்ற உணர்வு ஏற்பட்டது. அச்சமும் மகிழ்ச்சியும் எழுந்தது. உடனே அக்கணத்தில் யாரேனும் அவனிடத்தில் “நீதான் அவனைக் கொன்றாயா?” என்று கேட்டிருந்தால், நிச்சயமாக “ஆமாம், கொன்றேன்,” என்று அச்சமின்றி பதிலளித்திருப்பான்.

இந்தத் துணிச்சலால் உந்தப்பட்டு, கும்பலைக் கடந்து கடையின் கதவை நோக்கிச் சென்றான். போலீஸ்காரன் அருகில் நின்றான்.

“எங்கே போறே?” இலியாவின் தோளைப் பற்றியவாறு “அது உன்னோட விவகாரமில்லே! இங்கேயிருந்து போ வெளியே!” போலீ-ஸ்காரன் கத்தினான்.

இலியா தடுமாறி பார்வையாளன் ஒருவன் மீது சாய்ந்தான். திரும்பவும் தள்ளப்பட்டான்.

"அவனைச் சாத்துங்க! குடிச்சிருப்பான், இல்லையா?" இலியா கூட்டத்தினின்றும் வெளியேறி தொழுமிடத்தின் படிக்கட்டில் அமர்ந்து, அந்த மக்கள் எல்லாரையும் பார்த்து ரகசியமாகச் சிரித்தான். ஆரவாரத்தின் ஊடாகவும், கொட்டும் பனியின் ஊடாகவும் தனித்தனி விமரிசனங்கள் அவனுக்கு வந்தன:

"நான் பணியில் இருக்கிற போது அந்தப் போக்கிரி அந்த மாதிரி மட்டமான காரியத்தைச் செய்தான்!"

"எல்லாவகையிலும் நகரத்தில் அவன்தான் அதிக வட்டி வாங்கக்கூடியவன்..."

"இந்தப் பனியில் என்னால எப்படிப் பார்க்க முடியும்?.."

"கண்ணில அடிக்காம மக்களை உயிரோடு தோலை உரிச்சான்..."

"பாருங்க, அவனோட மனைவி வாறா..."

"அப்பாவிப் பொண்ணு!.." என்றான் கந்தலணிந்த ஒரு விவசாயி.

இலியா எழுந்து நின்று, அகன்ற மேலங்கியும் தலைக்கு மேலாகக் கருப்புச் சால்வையும் அணிந்த பருத்த வயதான பெண் ஒருத்தி, கரடித் தோலால் மூடப்பட்ட சருக்கு வண்டியினின்றும் மிகுந்த சிரமத்துடன் வெளியேறுவதைப் பார்த்தான். அவளை ஒரு பக்கத்தில் ஒரு போலீஸ்காரனும் மறு பக்கத்தில் சிவப்பு மீசை வைத்திருந்த ஒரு மனிதனும் தாங்கி வந்தனர்.

"கருணையுள்ள ஆண்டவரே..." நடுக்குற்ற குரலில் அவள் மூச்சுவிட்டது அவனுக்குக் கேட்டது. கும்பல் அமைதியாகிப் போனது. இலியா அவளைப் பார்த்த போது ஒலிம்பியாதா பற்றிச் சிந்தித்தான்...

"அவர் மகன் இங்கே இருக்கானா?" யாரோ மெதுவாகக் கேட்டார்கள்.

"இல்லே. அவன் மாஸ்கோவில் இருக்கான்."

"பெரும்பாலும் அவன் இதற்காகத்தான் காத்துக்கொண்டிருக்கணும்..."

"நானும் அப்படித்தான் நினைக்கிறேன்!"

பலுயேக்தவுக்காக யாரும் வருத்தப்படவில்லை என்பதற்கு இலியா மகிழ்ச்சியடைந்தான். ஆனால் கருந்தாடி கடைக்காரனைத் தவிர, எல்லா மக்களுமே முட்டாள்களாகவும், அருவருக்கத்தக்கவர்களாகவும் இருப்பதைக் கண்டான். கடைக்காரனிடம் ஏதோ கண்டிப்பானதாகவும் சரியானதாகவும் இருந்தது. ஆனால் மற்ற எல்லாரும் காட்டில் உள்ள மரங்களைப் போல தங்களது அழுக்கடைந்த நாக்குகளால் கெடுநோக்குடன் வம்பளந்து கொண்டு நின்றார்கள்.

லேவாதேவிக்காரனின் உலர்ந்து போல உடல் வெளியே எடுத்துச் செல்லப்பட்ட போது, இலியா குளிர்ந்தும் களைப்புடனும் வீடு திரும்பினான். ஆனால் ஆர்வத்தில் அமைதியாக இருந்தான். தன் அறையைத் தாழிட்டுக்கொண்டு பணத்தை எண்ணினான்: பெரிய கட்டு ஒவ்வொன்றிலும் ஐந்நூறு ரூபிள்களும் மூன்றாவது கட்டில் எண்ணூற்றி ஐம்பது ரூபிள்களும் ரூபிள்களும் இருந்தன. இரசீதுகள் கொண்ட மற்றொரு பொட்டலமும் இருந்தது, ஆனால் அதை எண்ணிப்பார்க்க அவன் ஆர்வம் காட்டவில்லை. ஒரு துண்டுத் தாளில் எல்லாப் பணத்தையும் சுருட்டினான். பிறகு மேசை மீது முழங்கையை வைத்துச் சாய்ந்து, அதை எங்கே ஒளித்து வைக்க முடியும் என்று யோசித்தான். இந்த முயற்சி அவனுக்குத் தூக்கக் கலக்கத்தை ஏற்படுத்தியது. பணத்தை அட்டாலியில் ஒளித்து வைக்க முடிவு செய்து, மறைப்பதற்கு எந்த முயற்சியும் செய்யாமல் பொட்டலத்தைத் தன் கையில் எடுத்துக்கொண்டு வெளியே சென்றான். நுழைவாசலில் யாக்கவைச் சந்தித்தான்.

“சீக்கிரமா வீடு திரும்பிட்டியே?” என்றான் யாக்கவ். “அதென்ன வச்சிருக்கே?”

“இதுவா?” என்றான் இலியா பணத்தைப் பார்த்துக் கொண்டே; பயத்தின் சிறு நடுக்கம் அவனிடம் ஏற்பட்டது, பொட்டலத்தை ஆனால் நிதானமாக அலைத்தான். “நாடா...” என்றான்.

“எங்களுடன் தேநீர் குடிக்க வருவியா?” என்றான் யாக்கவ்.

“இதோ ஒரு நிமிஷத்தில்!”

அவன் விரைவாக நடந்து போனான், ஆனால் அவனுடைய நடை உறுதியற்று இருந்தது, குடித்திருந்தது போல தலை ஒரே பாரமாக இருந்தது. யாரையும் சந்தித்துவிடக் கூடாது என்ற பயத்துடன் அட்டாலிப்படிகளில் எச்சரிக்கையோடு ஏறினான். பணம் மறைத்து வைக்கப்பட்ட போது (புகைப்போக்கியைச் சுற்றி மண்ணைத் தோண்டி அதற்குள்ளாகப் புதைத்தான்) மூலையில் யாரோ ஒளிந்து கொண்டு கவனிப்பது போலக் கற்பனை செய்தான். அவனுடைய முதலாவது உணர்வு ஒரு செங்கலை மூலையை நோக்கி வீச வேண்டும் என்பதுதான், ஆனால் அவன் தன்னைத்தானே கட்டுப்படுத்திக்கொண்டு படிகளில் கீழிறங்கி விரைந்து சென்றான். இப்போது அவன் பயத்தை உணரவில்லை, பணத்துடன் பயத்தையும் அவன் புதைத்து விட்டிருந்தது போல இருந்தது. ஆனால் இப்போது அவன் வலுவான சந்தேகத்தால் சுற்றிவளைக்கப்பட்டான்.

“நான் ஏன் அவனைத் திணறவைத்தேன்?” அவன் தன்னைத்தானே தொடர்ந்து கேட்டுக்கொண்டிருந்தான்.

அவன் செம்மானின் அறைக்கு வரும்போது, சூட்டடுப்பில் சமோவாருடன் சுறுசுறுப்பாகச் செயல்பட்டுக் கொண்டிருந்த மாஷா வியப்பில் மகிழ்ச்சியுடன் சிறு கூக்குரல் எழுப்பினாள்.

“இன்னைக்கு என்ன இவ்வளவு சீக்கிரமா வந்துட்டே!”

“பனியினால,” என்றான், ஆனால் அடுத்த கணம் எரிச்சலுடன் கூறினான்: “சீக்கிரமா என்ன? நான் எப்பவுமே வீட்டுக்கு இந்த நேரத்தில் தான் வருகிறேன்... நீ அதைப் பார்க்கலியா? ஏற்கெனவே இருட்டிப் போச்சு.”

“இங்கே எப்பவுமே இருட்டாத்தான் இருக்கு. ஏன் நீ கத்துறே?”

“ஏன்னா நீங்க எல்லாருமே உளவாளிங்க மாதிரி இருக்கீங்க: “எங்கே போறே?”, “ஏன் இவ்வளவு சீக்கிரம் வீடு திரும்பிட்டே?”, “உன் கையில என்ன இருக்கு?”

“இது உங்களுக்கு தேவையில்லாத விவகாரம்.”

கணநேரம் மாஷா அவனையே உன்னிப்பாகக் கவனித்தாள்.

“நீ உன்னைப் பத்தி ரொம்பப் பெரிசா நினைக்க ஆரம்பிச்சுட்டே, இலியா,” என்றாள்.

“நீங்க எல்லாரும் நாசமாப் போக!” மேசை முன்னர் அவன் உட்கார்ந்தான். அலட்சியமாக ‘ப்பூ!’ என்று கூறி விட்டு மாஷா அப்பால் திரும்பி சமோவாரை ஊத ஆரம்பித்தாள். சிறியவளாகவும் மெலிந்தவளாகவும் இருந்த அவள் தனது கருத்த சுருள் முடியைப் பின்னுக்குத் தள்ளி விட்டுக்கொண்டும் புகையியால் இருமிக்கொண்டும் கசக்கிக்கொண்டும் நின்றாள். அவளது முகம் மெலிந்திருந்தது, அவளது கண்களைச் சுற்றிலும் இருந்த கருப்பு வளையங்கள் அவளது கண்களுக்கு மேலும் பளபளப்பைத் தந்தன. தோட்டத்தின் தொலைதூர மூலையில் முளைக்கும் களைச் செடிகளுக்கு மத்தியில் வளரும் பூக்களில் ஒன்று போல அவள் காணப்பட்டாள். அவளையே பார்த்தவாறு உட்கார்ந்து இலியா தனக்குத்தானே சிந்தித்துக்கொண்டிருந்தான். பூமியில் இந்தத் துளையில் தன்னந்தனிமையில் வாழ்ந்து கொண்டிருக்கும் இவள், பெரியவர்களைப் போல வேலை செய்கிறாள், வாழ்க்கையில் எந்த மகிழ்ச்சியும் இல்லாததோடு, பெறுவோம் என்ற நம்பிக்கை துளியும் அவளுக்குக் கிடையாது. மறுபுறத்தில் இவனோ இத்தனை காலமாக எப்படி வாழ வேண்டும் என்று ஏங்கிவந்தானோ அதுபோல அமைதியாகவும் தூய்மையாகவும் வாழப் போகிறான். இந்த எண்ணம் மகிழ்ச்சியானதாக இருந்தது, மேலும் தன்னுடைய வாய்ப்புகளை மாஷாவினுடைய வாழ்க்கையோடு ஒப்பிட்டுப்பார்க்க குற்ற உணர்வு அவனை அழுத்தியது. அவளை மெதுவாக அழைத்தான்.

“உனக்கு என்ன வேணும், பொல்லாதவனே?..” என்றாள்.

"உனக்குத் தெரியுமா?.. நான் எப்போ பொல்லாதவனாக இருந்தேன்," என்றான் இலியா. அவனுடைய குரல் நிலையற்று இருந்தது: அவளிடம் சொல்வதா! வேண்டாமா! என்பதை அவனால் முடிவுசெய்ய முடியவில்லை. அவள் நிமிர்ந்து அவனைப் பார்த்து முறுவலித்தாள்.

"உனக்கு வேண்டிய உதையை உனக்குக் கொடுக்க யாருமே இல்லே, உன்னிடம் உள்ள குறை அவ்வளவுதான்!" அவனிடம் விரைந்து சென்று மாறுபட்ட குரலில் பேசினாள்:

"கேளு, இலியா கண்ணே, உன் சித்தப்பா தன்னோடு என்னை எடுத்துக்கொள்ளும்படி அவரிடம் சொல்லு. அவரைக் கேளு! என் வாழக்கை பூரா நான் உனக்கு நன்றி சொல்வேன்!"

"எங்கே உன்னை எடுத்துக்கிற?" என்று களைப்புடன் கேட்டான், தனது சொந்த சிந்தனைகளில் அவன் அந்தளவுக்கு மூழ்கியிருந்ததால் அவள் என்ன சொன்னாள் என்பது பற்றி தெளிவற்ற கருத்தே அவனிடமிருந்தது.

"அவரோட! தயவுசெய்து எடுத்துக்கிறச் சொல்லு!" தொழுது கொண்டிருப்பது போல அவள் தனது உள்ளங்கைகளை ஒன்று சேர்த்து வைத்துக்கொள்ள, கண்களில் நீர் நிறைந்து நின்றது.

"ஓ, எவ்வளவு அற்புதமா இருக்கும்!" அவள் பெருமூச்சு விட்டாள். "வசந்தகாலத்தில் நாங்க புறப்படுவோம். நாளுக்குநாள் நான் நினைத்துக் கொண்டிருப்பதெல்லாம் இதுதான். அதுபற்றி ராத்திரியிலே கூட நான் கனவு காண்கிறேன் - நடந்துகொண்டே இருப்பது போல... தயவு செய்து அவர்கிட்டச் சொல்லு. தயவுசெய்! நீ சொன்னா அவர் கேட்பார். அவர் சாப்பாட்டை நான் சாப்பிட மாட்டேன்... எனக்கு நானே பிச்சை எடுத்துக்கொள்வேன்! மக்கள் எனக்குக் கொடுப்பாங்க. நான் ரொம்பச் சின்னவள்... தயவுசெய், இலியா, தயவுசெய்! நீ அதைச் செய்தால் உன் கையை முத்தமிடுவேன்."

திடீரென்று அவன் கையைப் பற்றி அதற்கு மேலாக வளைந்தாள். இலியா அவளை அப்பால் தள்ளிவிட்டுக் குதித்தெழுந்தான்.

"சின்ன முட்டாளே!" என்று கத்தினான். "என்னை முத்தமிடாதே... நான் ஒருத்தனைக் கொன்றுவிட்டேன்..."

தனது சொந்த வார்த்தைகளால் நடுக்குற்று, தொடர்ந்து சொல்ல அவசரப்பட்டான்:

"ஒருவேளை நான்... நான் ஏதாவது கெடுதல் செய்திருந்தால்... நீ எனக்கு முத்தம் கொடுக்கப் போறே."

"பரவாயில்லை!" என்ற மாஷா அவனுக்கு நெருக்கமாக வந்தாள். "எப்படியும் உனக்கு நான் முத்தம் கொடுப்பேன், இது பிரமாதமில்லை!"

பெத்ருகா உன்னை விட மோசமானவன், ஆனா எனக்குத் தின்கிறதுக்காக அவன் ஏதாவது கொடுக்கிற ஒவ்வொரு தடவையும் அவன் கையை முத்தமிடுறேன்... அது என்னோட விருப்பத்துக்கு மாறானது, ஆனா 'எனக்கு முத்தங்கொடு'ன்னு அவன் சொல்றான். மேலும் என்னைக் கிள்ளவும் தடவவும் செய்யுறான், வெட்கமில்லாதவன்!"

ஏதோ காரணத்திற்காக - ஒருவேளை இலியா பயங்கரமான வார்த்தைகளைச் சொன்னதாலோ, ஒருவேளை உண்மையாகவே அவன் சொல்லாமல் இருந்தாலோ - திடீரென்று மகிழ்ச்சியையும் உற்சாகத்தையும் உணர்ந்தான்.

"அது சரி, உனக்காக அதை நான் செய்யுறேன்!" என்று மென்மையாகச் சொல்லி கனிவுடன் முறுவலித்தான். "

"நான் உண்மையாகவே செய்வேன்! நீ அவரோடு யாத்திரைக்குப் போவே... உனக்குக் கொஞ்சம் பணமும் கொடுப்பேன்..."

"நீ அன்பானவன்!" என்று கத்திய மாஷா, துள்ளிக் குதித்து அவன் கழுத்தை அணைத்தாள்.

"இரு!" என்றான் இலியா கண்டிப்பாக. "நான் சொல்லிட்டா நீ போவே, கட்டாயம் நீ போவே! அது பத்தி நிச்சயமா நம்பலாம்! எனக்காகப் பிரார்த்தனை பண்ணு, மாஷா..."

"உனக்காகவா? ஓ, ஆண்டவனே!.."

இக்கணத்தில் யாக்கவ் உள்ளே வந்தான்.

"எதைப் பத்தி இரைச்சல் போடுறே?" என்று வியப்புடன் மாஷாவைக் கேட்டான். "நீ சத்தம் போட்டதை முற்றத்திலே கேட்க முடிந்தது..."

"யாக்கவ்!" மகிழ்ச்சியால் திணறியவாறு கத்தினாள். "நான் போகப் போறேன்! இந்த இடத்தை விட்டுப் போகப் போறேன்! போய்வாறேன். கூனனிடம் கேட்பதாக உறுதி சொல்லியிருக்கான்..."

"ஆக இது தான்!" என்று தணிவாகச் சீட்டியடித்தவாறு யாக்கவ் சொன்னான். "சரி, எனக்கும் அதுதான் முடிவு! வானத்திலே நிலா தனியா இருக்கிறது மாதிரி என்னை இங்கே தனிமையில் வசிக்க விட்டுட்டுப் போறே, இல்லையா!"

"உன்னோட வசிக்கிறதுக்கு ஒரு நர்ஸை கூலிக்கு அமர்த்தலாம்!" என்று தனது ஆலோசனையை முறுவலிப்புடன் தெரிவித்தான் இலியா.

"நான் குடிக்க ஆரம்பிப்பேன்," என்ற யாக்கவ் தலையை ஆட்டினான்.

மாஷா அவனை மேலோட்டமாகப் பார்த்துவிட்டு தலையைத் தொங்கப்போட்டவாறு கதவை நோக்கி நடந்தாள். "நீ இந்தளவு

தைரியமற்றவனாய் இருக்கிறாயே, யாக்கவ்!” சோகமான கண்டிப்பு நிறைந்ததாக அவள் குரல் வந்தது.

“நீங்க இரண்டு பேரும் அவ்வளவு வலிமையானவுங்க! இது மாதிரி ஒருத்தனை விட்டுட்டுப் போறீங்களே... சைத்தான்கள்!”

இலியாவுக்கு எதிராக இருந்த நாற்காலியில் கடுகடுப்பாகச் சாய்ந்தான்.

“ஒருவேளை நானுங்கூட தெரேன்தியுடன் கம்பிநீட்ட வேண்டியிருக்கும்?” என்றான்.

“போ... உன் நிலையில் இருந்தா நானும் போவேன்...” என்றான் இலியா.

“நீ போவே! எனக்குப் பின்னாலே என் அப்பா போலீசை அனுப்பி வைப்பார்...”

அங்கு நிலவிய மௌனத்தை யாக்கவ் தான் முதலில் கலைத்தான்.

“குடிக்கிறது பெருமையான விஷயம், நண்பர்களே!” பகட்டைக் காட்டுவது போலப் பேசினான். “எதுவும் தெரியாது... எதைப் பத்தியும் சிந்திக்க முடியாது...”

“ஐயோ, நீ வெட்கமில்லாதவன்!” சமோவாரை மேசையின் மீது வைத்தவாறு மாஷா சொன்னாள்.

“உன் நாக்கை அடக்கு!” யாக்கவ் கோபமாகக் கத்தினான். “உனக்கு அப்பா இல்லாதது போல நீ வாழறே... நீ விருப்பப்படி செய்யுறதை அவர் தடுக்கவே மாட்டார்.”

“ஆமாம்! எனக்கு இந்த மாதிரி சுலபமான வாழ்க்கைதான்! என்னால முடிஞ்சா ஒருதரம் கூட திரும்பிப் பார்க்காமல் ஓடிப் போயிருவேன்.”

“எங்களுக்கு அந்த மாதிரிச் சுலபமாயில்லே!' என்று முணுமுணுத்த இலியா, திரும்பவும் சிந்தனையில் ஆழ்ந்தான்.

சன்னலுக்கு வெளியே கனவு காண்பது போல யாக்கவ் கூர்ந்து நோக்கினான்.

“எல்லாவற்றிலிருந்தும் விடுபட்டு ஓடிப் போறது எவ்வளவு அருமையா இருக்கும்!” என்றான். “ஒரு காட்டின் விளிம்பிலே ஆற்றுக்குப் பக்கத்திலே உட்கார்ந்து எல்லாத்தையும் பற்றி அப்படியே சிந்தித்துக் கொண்டிருந்தால்...”

“வாழ்க்கையிலிருந்து தப்பிக்க முயல்ற முட்டாள்தனமான முறை இது!” என்று படாரெனச் சொன்னான் இலியா.

யாக்கவ் அவனை உற்று நோக்கினான். பிறகு ஒருவகை அச்சத்துடன் சொன்னான்:

“கேளு, நான் ஒரு புத்தகம் கண்டுபிடிச்சேன்...”

“என்ன மாதிரியான புத்தகம்?”

“பழைய புத்தகம்... தோத்திரப் பாடல் புத்தகத்தைப் போல தோல் பைண்டு செய்யப்பட்டது. அது ஒரு சமய மறுப்பாளனால் எழுதப்பட்டிருக்கணும். தார்த்தாரியனிடமிருந்து எழுபது கோபெக்குக்கு வாங்கினேன்...”

“அதன் தலைப்பு என்ன?” என்று இலியா அலட்சியமாகக் கேட்டான். அவனுக்கு பேச விருப்பமில்லை, ஆனால் பேசாமலிருப்பதற்கு அஞ்சினான்.

“தலைப்பு கிழிஞ்சு போச்சு,” என்று தணிவான குரலில் சொன்னான்' யாக்கவ். “ஆனா எல்லாமே உலகத்தின் தொடக்கத்தைப் பற்றித்தான். படிக்கக் கஷ்டமாயிருக்கு... மைலசின் ஃபாலிஸ் முதலில் சொன்னதாக இது கூறுது: ‘அவன் பெயர் நீர், நீரிலிருந்துதான் எல்லாப் பொருள்களும் தோன்றின, தோன்றிக்கொண்டிருக்கின்றன, ஆனால் ஆண்டவனின் பெயர் சிந்தனை என்றும், அதிலிருந்து தான் நீரும் மற்றவைகளும் வந்ததாக ஃபாலிஸ் சொன்னான்.’ அதன் பிறகு பிறகு டயகோரஸ் என்ற நாத்திகன் ‘மனம் கடவுளின் இருத்தலை மறுக்கிறது’ என்றான். வேறுவிதமாச் சொன்னால், அவன் ஆண்டவன் என்பதை நம்பவில்லை! எபிகூரஸ் என்று ஒருவன் இருந்தான்... அவனோ ‘ஆண்டவன் உண்மையாகவே இருக்கிறார், ஆனால் அவர் வெகுமதிகளோ, சலுகைகளோ தருவதில்லை, இந்த உலக விவகாரங்களில் எந்த அக்கறையும் காட்டுறதில்லே...’ வேறு வார்த்தைகளில் சொன்னால், ஆண்டவன் இருக்கார், ஆனால் மனிதர்கள் விஷயத்தில் அக்கறை காட்டுவது கிடையாது. அதை நான் இப்படித்தான் பார்க்கிறேன்! அவர்களால் முடிந்த அளவுக்கு நன்றாக வாழ்ந்துவிட்டுப் போகட்டும். அது ஆண்டவனுடைய விவகாரமே அல்ல...”

இலியா எழுந்து கடுமையாகப் பார்த்து, தன் நண்பனுடைய பேச்சின் மெதுவான ஓட்டத்தைத் தடுத்து நிறுத்தினான்.

“அந்தப் புத்தகத்தை எடுத்து அதனாலேயே உன் தலையில் அடிக்க விரும்புறேன்!” என்றான்.

“ஏனாம்?” புண்பட்டும் குழப்பமுற்றும் யாக்கவ் கூவினான்.

“அப்பத்தான் நீ திரும்பவும் அதைப் பார்க்க மாட்டாய்! நீ ஒரு முட்டாள்! அதை எழுதியவன் உன்னைவிட முட்டாள்!”

மேசையைச் சுற்றி நடந்து, யாக்கவுக்கு மேலாகக் குனிந்தான் இலியா.

“ஆண்டவன் இருக்கிறார்! அவர் எல்லாத்தையும் பார்க்கிறார்! அவருக்கு எல்லாம் தெரியும்! அவரைத் தவிர வேறு யாருக்கும்

தெரியாது!" வார்த்தைகளை கயமையோடும் உணர்ச்சியோடும் கூறினான். ஒவ்வொரு வார்த்தையும் சுத்தியல் அடி போல யாக்கவினுடைய தலை மீது விழுந்தன. "வாழ்க்கை ஒரு சோதனை போல நமக்குத் தரப்பட்டது... பாவம் ஓர் ஊக்கி, அதை எதிர்த்து நம்மால் நிற்க முடியுமா முடியாதா? நம்மால் முடியவில்லை என்றால், நாம் தண்டிக்கப்படுவோம்! பொறு! நாம் நிச்சயமாகத் தண்டிக்கப்படுவோம்! மக்களால் அல்ல, ஆண்டவனாலே. நிச்சயம், பொறு!'

"பொறு!" "நான் பேசிக்கிட்டு இருக்கிறது இதைப் பத்தி அல்ல." கத்தினான் யாக்கவ்.

"பரவாயில்லே! நீ எப்படி எனக்கு நீதிபதியா இருக்க முடியும்?" கோபத்தாலும் உணர்ச்சியாலும் வெளிறிப் போய்க் கத்தினான் இலியா. "ஆண்டவனோட விருப்பமில்லாம உன் தலையிலிருந்து ஒரு முடிகூட விழாது! இதைக் கேள்விப்பட்டிருக்கிறாயா? அதன் அர்த்தம் நான் செய்த குற்றம் ஆண்டவனுக்குத் தெரிந்தும் அவருடைய விருப்பப்படியும் செய்யப்பட்டது என்பதாகும், முட்டாளே!"

"உனக்குப் பைத்தியமா?" நடுக்கம் கொண்ட யாக்கவ் சுவரில் சாய்ந்து கொண்டு கத்தினான். "நீ என்ன குற்றம் செய்தாய்?"

இந்தக் கேள்வி இலியாவின் காது இரைச்சலின் ஊடாக மந்தமாக விழுந்து, அது குளிர்ந்த நீரை வீசிய விளைவை ஏற்படுத்தியது. யாக்கவ் மீது சந்தேகப் பார்வையைத் திருப்பினான், பிறகு அவனுடைய கத்தல்களாலும் கலவரத்தாலும் பயந்து போயிருந்த மாஷா பக்கம் திரும்பிப் பார்த்தான்.

"நான் சும்மா ஓர் உதாரணத்துக்காகச் சொன்னேன்," என்றான் உள்வாங்கிய குரலில்.

"உன்னிடத்தில் ஏதோ விஷயமிருக்கு," என்று கூச்சத்தோடு மாஷா சொன்னாள்.

யாக்கவ் அவனுடைய முகத்தைக் கூர்ந்து நோக்கினான். "உன் கண்ணு மங்கலாத் தோணுது," என்றான்.

இலியா தன்னையுமறியாமல் ஒரு கையைத் தன் முகத்தில் ஓடவிட்டான்.

"அது ஒன்னுமில்லே... போயிறும்!.." என்றான் மெதுவாக.

ஆனால் மற்றவர்கள் முன்னிலையில் இருப்பது அவனுக்கு மிகுந்த சிரமமானதாகவே, தேநீரை மறுத்துவிட்டுத் தனது அறைக்குத் திரும்பினான்.

அவன் படுக்கையில் படுப்பதற்குள்ளாகவே தெரேன்தி உள்ளே வந்தான். தனது பாவங்களைக் கழுவுவதற்குப் புனிதப் பயணம்

போவதென்று கூனன் தீர்மானித்த நாளிலிருந்தே, பாவ நிவர்த்தியின் ஆரம்ப ருசியை மகிழ்ந்து கொண்டிருப்பது போல அவனுடைய கண்களுக்குப் பேரின்ப ஒளி ஏற்பட்டிருந்தது. உதடுகளில் புன்னகை தவழ, தன் அண்ணன் மகனுடைய படுக்கைக்கு மெதுவாகச் சென்று, கம்பியைப் போன்ற தாடியை உருவிக்கொண்டு நின்று மெல்லப் பேசினான்:

"நீ உள்ளே வருவதைப் பார்த்து, உன்னுடன் கொஞ்சம் பேசணும்னு நினைச்சேன் - நாம சேர்ந்து இருக்கிறதுக்கு அதிக நேரம் எஞ் சியிருக்கலே."

"நீங்க உண்மையாகவே போறிங்களா?" இலியா வறட்சியுடன் கேட்டான்.

"கொஞ்சம் வெதுவெதுப்பானதும், புனித வாரத்தில் நான் கீவில் இருக்க விரும்புறேன்..."

"இதோ, ஒரு விஷயம். மாஷாவை உங்களோட கூட்டிப் போகணும்..."

"என்ன, மாஷாவையா?" அச்சத்தினால் தன் கைகளை வீசியவாறு கூனன் கத்தினான்.

"கேளுங்க," என்று இலியா உறுதியாகத் தொடர்ந்தான், "இங்கே அவளைப் பார்த்துக்கிற எதுவுமே இல்லை மேலும் அவளுக்கு அப்படிப்பட்ட வயசு... உங்களுக்கே தெரியும்... அத்தோட யாக்கவ், பெத்ரூகா... மற்ற விஷயங்கள், புரிந்ததா? இந்த வீடு சபிக்கப்பட்ட வீடு, பொறி வீடு! இது ஒரு கண்ணி, இங்கிருந்து அவளைக் கூட்டிப் போயாகணும்... பிறகு அவள் திரும்பி வராமலும் போகலாம்."

"ஆனா அவளோட நான் என்ன செய்ய?" புலம்பினான் கூனன்.

"அவளைக் கூட்டிப் போங்க, அவளைக் கூட்டிப் போங் கன்னு சொல்றேன்!" என வலியுறுத்தினான் இலியா. "அவளுக்காகச் செலவழிக்க நீங்க எனக்குத் தர விரும்பிய அந்த நூறு ரூபிளையும் எடுத்துக்கங்க... உங்க பணம் எனக்கு வேணாம்... உங்களுக்காக அவள் வேண்டிக்கொள்வாள்... அவளோட பிரார்த்தனைகள் நிறைய பயன் தரும்..."

"அவை நிறையப் பயன் தரும்..." என்று கூனன் சிந்தனை செய்தான். "அது வந்து... உண்மை! உன்னோட பணத்தை நான் எடுத்துக்கிற முடியாது... இப்படியே அதை விட்டுறுவோம்... ஆனா மாஷாவைப் பொருத்த வரை... நல்லது, அது பற்றி நான் சிந்திக்கிறேன்."

கண்கள் மகிழ்வுடன் மின்ன இலியாவினுடைய காதிற்குள்ளாகக் கிசுகிசுப்பதற்காகக் குனிந்தான் தெரேந்தி:

"நேற்று நான் சந்தித்த ஆள் இருக்கிறாரே! ரொம்பவும் பிரபலமான ஆள். பியோத்தர் அவர்கள்... அவரை எப்பவாவது நீ கேள்விப்பட்டிருக்கியா?

அவர் ஒரு சமய விற்பன்னர். அவரோட மண்டையிலதான் என்ன அறிவு! என் இதய வேதனையைக் குறைக்க ஆண்டவனே அவரை என்னிடம் அனுப்பி இருக்கார்-என்னோட பாவங்களை ஆண்டவனால ஒருபோதும் மன்னிக்க முடியாது என்பது உறுதி...''

இலியா பேசாமல் படுத்திருந்தான். தன் சித்தப்பா போக வேண்டும் என்று ஆசைப்பட்டான். பாதி மூடிய கண்கள் வழியாக சன்னலுக்கு அப்பால் இருந்த உயரமான, இருண்ட சுவரைக் கூர்ந்து நோக்கினான்.

''பாவங்களைப் பற்றியும் ஆன்மாவின் கழுவாய் பற்றியும் நாம் பேசினோம்,'' என்று ஆர்வத்தோடு தெரேன்தி குசுகுசுத்தான். ''அவர் சொல்றார், 'உளியின் முனையைக் கூராக்க சாணைக்கல் தேவை, ஆகவே ஒரு மனிதனோட ஆன்மாவை மாற்றுவதற்கு பாவம் தேவை. ஆகவேதான் கருணையுள்ள ஆண்டவனின் பாதங்களில் உள்ள சாம்பலுக்குள்ளாக அதை வீசியெறிய முடியும்...''

இலியா தன் சித்தப்பாவை ஒரு பார்வை பார்த்தான். ''உங்களோட அந்தச் சமயவிற்பன்னர் சாத்தான் மாதிரி காணப்பட்டாரா?'' என்று கெடுநோக்கான இளிப்புடன் கேட்டான்.

''அம்மாதிரி ஒரு விஷயத்தை உன்னால எப்படிச் சொல்ல முடியும்!'' திடுக்குற்றுக் கத்தினான் தெரேன்தி. ''அவர் ஒரு பக்திமான்... உன் தாத்தாவைக் காட்டிலும் நிறையப் புகழைத் தனக்காகச் சம்பாதித்திருக்கிறார்... ஓ, இலியா, இலியா!''

தெரேன்தி தன் தலையை அலைத்து, உதடுகளை மென் றான்.

''சரி!' வெறுப்போடு இலியா சொன்னான். ''வேறு என்ன சொன்னார்?''

இலியா இணக்கமில்லாதபடி சிரிக்கவும், அது அவனது சித்தப்பாவினுடைய முகத்திலே ஒரு விநோதமான தோற்றத்தைக் கொண்டு வந்தது.

''உனக்கு என்ன ஆச்சு?' பின்வாங்கியபடி தெரேன்தி கேட்டான்.

''ஒன்னுமில்லே. அவர் சொன்னது ரொம்பவும் நயமாயிருக்கு... அது துல்லியமா எனக்காகத்தான்... உண்மையில், நான் என்ன நினைக்கிறேனோ சரியா அதுவேதான்!'' என்றான்.

கணநேரம் பேசாமல் தன் சித்தப்பாவையே வெறித்து நோக்கினான், பிறகு தன் முகத்தைச் சுவர்ப் பக்கமாகத் திருப்பினான்.

''அத்தோட,'' படுக்கை மீது அமர்ந்து கொண்டு தெரேன்தி எச்சரிக்கையோடு ஆரம்பித்தான், ''ஆன்மாவுக்குக் கழுவாய் தேடும் இறக்கைகளை பாவம் தருவதாக அவர் சொன்னார், அப்பத்தான் அது ஆண்டவனோட சிம்மாசனம் வரைக்கும் பறந்து போக முடியும்...''

“சித்தப்பா, நீங்களே ஏதோ ஒரு பிசாசு மாதிரி காணப்படுறீங்க!” என்று இடைமறித்த இலியா, இணக்கமில்லாத சிரிப்பை மீண்டும் சிரித்தான்.

ஒரு பெரும் பறவை தனது இறக்கைகளை அடிப்பதைப் போல கூனன் தனது கரங்களை ஆதரவற்று அலைத்தான். பிறகு அமைதியாகி, புண்பட்டுக் கலவரமடைந்தான். இலியா திடீரென்று படுக்கையின் மீது உட்கார்ந்து தன் சித்தப்பாவை லேசாகத் தள்ளினான்.

“எனக்கு இடம் கொடுங்கள்!” என்றான் கடுமையாக.

குதித்தெழுந்து அறையின் மத்தியில் போய் நின்ற தெரேன்தி, தலையைக் குனிந்து கொண்டு, இறுக்கமான விரல்களால் படுக்கையின் பிடித்துக் பக்கவாட்டைப் கொண்டு, அதன் மீது உட்கார்ந்திருந்த தன் அண்ணன் மகனைக் கூர்ந்து நோக்கினான்.

“ஆனா நான் பாவமன்னிப்புக் கோர விரும்பவில்லை என்றால் என்ன?” உறுதியான குரலில் இலியா கேட்டான். “இதை நான் இப்படித்தான் பார்க்கிறேன்: எனக்குப் பாவச் சிந்தனை இல்லாதிருந்து... அது தானாகவே வந்திருந்தால், ஆண்டவனின் விருப்பத்தால், நான் எதற்காகத் தொல்லைப்படணும்?.. அவருக்கு எல்லா விஷயமும் தெரியும், எல்லாத்துக்கும் அவர் தலைவர்... நான் அப்படிச் செய்வதற்கு அவர் விரும்பியிருக்காவிட்டால், அவர் அதைத் தடுத்து நிறுத்தியிருப்பார். அவர் என்னைத் தடுத்து நிறுத்தவில்லை என்றால், நான் அதைச் செய்தது சரிதான். எல்லா சனங்களுமே பாவத்தில் வாழ்றாங்க, ஆனா அவர்களில் யாராவது பாவமன்னிப்புக் கோருகிறாங்களா?”

“நீ சொல்வதில் ஒரு வார்த்தைகூட எனக்குப் புரியலே. ஆண்டவன் துணையிருப்பார்!” என்று சஞ்சலத்துடன் தெரேன்தி பெருமூச்சு விட்டான். இலியா நகைத்தான்.

“உங்களுக்குப் புரியலேன்னா, நீங்க என்னிடம் பேச வேணாம்...”

அவன் திரும்பவும் படுக்கையில் சாய்ந்தான். “எனக்கு உடம்புக்கு நல்லாயில்லே,” என்றான்.

“எனக்கு அது தெரியுது...”

“நான் தூக்கணும். போங்க!”

தனியாக விடப்பட்ட இலியா தன் தலை சுற்றிச்சுற்றி வருவது போல உணர்ந்தான். கடந்த சில மணிநேர அனுபவங்கள் சுழன்று ஒரே குழப்பமாகி பிறகு ஏதோ வெப்பமான பொருளாகக் கெட்டியாகி அவனது மூளையைச் சுட்டெரிப்பது போலக் காணப்பட்டது. இம்மாதிரியாக அவன் நீண்ட நேரத்திற்குச் சித்திரவதைப் பட்டது

போலக் காணப்பட்டது. கிழவனை அவன் கொலை செய்ததிலிருந்து சில மணி நேரங்களை விட பல யுகங்கள் கடந்தது போல இருந்தது.

கண்ணை மூடிக்கொண்டு அசைவற்றுப் படுத்திருந்தான்.

காதுகளில் கிழவனுடைய மெலிந்த குரல் அழுத்தமாக ஒலித் தது:

"உனக்கு ஏன் இவ்வளவு நேரம் பிடிக்குது?"

கருந்தாடிக் கடைக்காரனின் கடுமையான குரல் மாஷாவினுடைய வேண்டுகோளையும் யாக்கவினுடைய சமய மறுப்புப் புத்தகத்தின் வழக்கத்தில் இல்லாத சொற்களையும் தெரேன்தியினுடைய சமய விற்பன்னரின் பேச்சுடனும் அவன் குழப்பிக்கொண்டான். எல்லாமே மோதவும் குலுங்கவும் செய்து அவனை மேன்மேலும் கீழாக இழுத்துக் கொண்டு போவது போலக் காணப்பட்டது. அவனால் தூங்க முடிந்தால் மட்டுமே எல்லாவற்றையும் மறக்க முடியும். அவன் தூங்கிப் போனான்...

காலையில் அவன் விழித்தபோது, சுவரில் இருந்த பிரதிபலிப்பு அந்நாள் அருமையானது குளிர்ச்சியானது என்று அவனுக்குச் சொல்லியது. முந்தைய நாள் நிகழ்ச்சிகளை அவன் நினைத்துப்பார்த்தான். என்ன வழியைக் கடைபிடித்தாக வேண்டும் என்பது தனக்குத் தெரியும் என்பதில் உறுதியாக இருந்தான். ஒரு மணி நேரத்திற்குப் பிறகு பெட்டியை மார்பில் சுமந்தவாறு தெருவில் நடந்து போய்க் கொண்டிருந்தான். சூரியனுக்கு எதிராகக் கண்ணைச் சுருக்கிக்கொண்டு, கடந்து செல்வோரை அமைதியாகப் பார்த்தான். சர்ச்சை வந்தடைந்ததும் தனது குல்லாவைக் கழற்றி வழக்கம் போல சிலுவை வைத்துக்கொண்டான். பலுயேக்தவின் மூடப்பட்ட கடைக்கு அடுத்து இருந்த தொழுமிடத்துக்கு வந்த போது திரும்பவும் சிலுவை வைத்துக்கொண்டான். பயமோ பரிதாபமோ வேறு அலைக்கழிக்கும் குழப்பமோ இல்லாமல் வழிநெடுகிலும் அமைதியாகச் சென்றான். அருந்தகத்தில் சாப்பிட்டுக் கொண்டிருந்த வேளையில், லேவாதேவிக்காரனின் பயங்கரமான கொலை பற்றிய விவரத்தைப் பத்திரிகையில் வாசித்தான். "கொலைகாரனைக் கண்டுபிடிக்க போலீஸ் தீவிர நடவடிக்கைகளை மேற்கொண்டுள்ளது," என்ற வார்த்தைகளைப் படித்த போது அவன் முறுவலித்து தன் தலையை ஆட்டிக்கொண்டான். தானாக விரும்பி அவர்களிடம் போகாத வரை அவர்களால் ஒருபோதும் தன்னைக் கண்டுபிடிக்க முடியாது என்பதில் அவன் எப்போதுமே போல உறுதியாக இருந்தான்...

அன்று மாலை ஒலிம்பியாதாவினுடைய வேலைக்காரி அவளிடமிருந்து இலியாவுக்கு ஒரு குறிப்பு கொண்டுவந்தாள்:

"குஸ்னேத்ஸ்கயா வீதியின் கடைசியில் உள்ள குளியல் வீட்டில் ஒன்பது மணிக்கு என்னைச் சந்திக்கவும்."

அதை அவன் படித்த போது குளிரினால் தன் உடம்பு முழுக்க நடுங்கிக்கொண்டும், சுருங்கிக்கொண்டும் இருப்பது போல உணர்ந்தான். ‘உன்னால் வருவதற்கு வேறு நேரத்தைக் கண்டுபிடிக்க முடியலியா?’ என்ற கடுமையான, புண்படுத்தும் வார்த்தைகளைப் பேசிய போது அவள் முகத்தில் காணப்பட்ட ஏளனமான தோற்றத்தை அவன் நினைவு கூர்ந்தான்.

குறிப்பை உற்றுப்பார்த்து, ஒலிம்பியாதா எதற்காகத் தன்னை அழைத்திருக்கிறாள் என்று உண்மையான காரணத்தைப் புரிந்துகொள்ள பயந்தான், அவனது இதயம் திரும்பவும் எச்சரிக்கையோடு அடித்துக் கொண்டது. ஒன்பது மணிக்கு குறிப்பிட்ட இடத்திற்கு வந்து சேர்ந்தான். குளியல் வீட்டின் முன்பாக தனியாகவும், இணையாகவும் சுற்றித்திரிந்த பெண்களுக்கு மத்தியில் ஒலிம்பியாதாவின் உயரமான உருவம் முன்னோக்கி வருவதைப் பார்த்தபோது அவனது அச்சம் அதிகரித்தது. பழையதும் நைந்ததுமான அங்கி அணிந்து, கண்களைத் தவிர மற்ற எல்லாவற்றையும் மூடுமாறு தலையைச் சுற்றி சால்வையைப் போர்த்தியிருந்தாள். எதுவும் பேசாது அவளுக்கு முன்பாகக் காலடி வைத்தான்...

“என்னைத் தொடர்ந்துவா!” என்றவள் உடனே மெதுவாகச் சொன்னாள்: “உன் முகத்தை மறைக்கிற மாதிரி காலரை இழுத்து விட்டுக்கொள்...”

வெட்கத்தால் தங்களது முகங்களை மறைத்துக்கொண்டவர்கள் போல குளியல் வீட்டின் தாழ்வாரத்தின் வழியாக நடந்துசென்று ஒரு தனியறைக்குள்ளாக மறைந்து போனார்கள். ஒலிம்பியாதா உடனே தன் சால்வையை வீசி எறிந்தாள். அவளது சிவந்துபோன கலங்காத முகத்தைப் பார்த்தது இலியாவுக்குப் புதிய உறுதியளித்தது. ஆனால் அவளைக் கலங்காமல் இருக்கவிட அவன் விரும்பவில்லை. அவனுக்கு அருகே சோஃபாவில் அமர்ந்து அவனுடைய கண்களுக்குள்ளாகப் பரிவுடன் கூர்ந்து நோக்கினாள்.

“சரி, என் சலனப்புத்திப் பையா, சீக்கிரமே நீயும் நானும் புலனாய்வாளரிடமிருந்து அழைப்புப் பெறப்போறோம்...” என்றாள்.

“எதுக்காக?” என்ற இலியா, தனது மீசை மீது உருகிக் கொண்டிருந்த பனியைத் துடைத்து விட்டுக்கொண்டான். “அய்யோ, என்ன முட்டாள் மாதிரி காட்டிக்கிறே!” என்று மெதுவான கிண்டலுடன் சொன்னாள்.

பிறகு திடீரென்று புருவத்தை நெளித்துக் கிசுகிசுத்தாள்: “இன்னைக்கு என் குடியிருப்புக்கு ஒரு துப்பறியும் அதிகாரி வந்தான்.”

“துப்பறியும் அதிகாரியோடும் உன்னோட பிரச்சினைகளோடும் எனக்கு எந்தத் தொடர்பும் இல்லே. நேரடியாகச் சொல்லு: எதுக்காக

என்னைக் கூப்பிட்டுவிட்டே?" என்று அவளைப் பார்த்தவாறு வறட்சியுடன் பேசினான் இலியா.

ஒலிம்பியாதா அகம்பாவப் புன்னகையுடன் அவனை உற்றுப்பார்த்தாள்.

"ஓகோ, நீ சங்கடப்பட்டுட்டாய், இல்லையா?" என்றாள். "சரி, அதுக்கு இப்ப எனக்கு நேரமில்லே... நான் சொல்ல விரும்பியது இதுதான்: புலனாய்வாளர் உன்னைக் கூப்பிட்டனுப்பி என்னை எப்ப முதலாவதாகப் பார்த்தே, என்னை அடிக்கடி நீ பார்ப்பியா என்று கேட்டால், அவரிடத்தில் உண்மையைச் சொல்லு... உள்ளது உள்ளபடியே எல்லாத்தையும் சொல். கேட்கிறியா?"

"நிச்சயமாக் கேட்கிறேன்!" என்று சொல்லி இலியா முறுவலித்தான்.

"அவர் அந்தக் கிழவனைப் பற்றி உங்கிட்டே கேட்டால், அவனைப் பார்த்ததே இல்லையின்னு சொல்லு. ஒருபோதும் பார்த்ததே இல்லை. அவனைப் பற்றி உனக்கு ஒன்னுமே தெரியாது. நான் யாருக்கும் வைப்பாட்டியா இருந்தேன் என்பதும் உனக்குத் தெரியாது, கேட்குதா?"

அவளுடைய பார்வை கண்டிப்பானதாகவும் அவனை இணங்க வைப்பது போலவும் இருந்தது; அது அவனுக்கு உறுத்தல் உணர்வை ஏற்படுத்தி உற்சாகமூட்டுவதைக் கண்டான். தனக்கு ஒலிம்பியாதா பயப்படுவதாக உணர்ந்தான், அவளுக்கு வேதனை கொடுக்க விரும்பினான், ஆகவே ஒரு வார்த்தை கூடப் பேசாது கண்களைச் சுருக்கி அவளைக் கூர்ந்து நோக்கி மெதுவாகச் சிரித்தான். பின்பு ஒலிம்பியாதாவின் முகம் வெளிறிப்போய் நடுக்கத்துடன் காணப்பட்டது.

"இலியா! என்னத்துக்காக நீ என்னை அப்படிப் பார்க்கிறே?" என்று கிசுகிசுத்த அவள் அவனிடமிருந்து விலகிச் சென்றாள்.

"பாரு, எதுக்காக நான் பொய் சொல்லணும்?" என்றான் ஓர் இளிப்புடன். "அந்தக் கிழவனை உன்னோட இடத்தில் தான் பார்த்தேன்."

மேசை மீது தன் முழங்கைகளை வைத்துக்கொண்டு மெதுவாகவும் மென்மையாகவும் ஆனால் தனது துயரத்திலும் எரிச்சலிலும் பிறந்த ஆத்திரத்துடன் பேசினான்:

"அப்போது அவனைப் பார்த்ததுமே எனக்கு நானே சொல்லிக்கிட்டேன், 'என்னோட வழியில் நிற்கிறவன் இதோ, அவன்தான், என்னோட வாக்கையைக் கெடுத்தவன்'. அந்நேரத்தில் அவனை நான் கொல்லாவிட்டால்..."

"அது பொய்!" என்று கத்திய ஒலிம்பியாதா தன் உள்ளங்கையால் மேசை மீது குத்தினாள். "அது பொய்! அவன் ஒருபோதும் உன் வழியில் நிற்கலே..."

மக்ஸீம் கார்க்கி / 181

“இது எப்படி?” கண்டிப்போடு கேட்டான் இலியா.

“இல்லை, அவன் நிற்கலே. நீ மட்டும் ஒரு வார்த்தை சொல்லி-யிருந்தால், அவனை நான் வெளியேற்றியிருப்பேன்... அவனை வெளியே அனுப்பும்படி நீ சொன்னா, நான் அனுப்பி வைப்பேன் என்று உங்கிட்ட நான் சொல்லலியா? ஆனா நீ சும்மா என்னைப் பார்த்துச் சிரிச்சே. நீ என்னை உண்மையாகக் காதலிச்சதே கிடையாது... உன்னுடைய சொந்த விருப்பத்தின் பேரில் தான் அவனை நான் வச்சிக்கிற விட்டே.”

“நிறுத்து! உன் நாக்கை அடக்கு!” என்ற இலியா குதித்தான். ஆனால் சீக்கிரமே அவன் கீழே அமர்ந்தான், ஏனெனில் அவளது கண்டனம் அவனை செயலிழக்கச் செய்தது.

“நான் நாக்கை அடக்க விரும்பலே!” என்றாள். “நீ இளமையும் வலிமையும் உள்ளவன்... நான் உன்னைக் காதலிக்கிறேன். நீ எனக்கு என்ன செய்திருக்கே? ‘உன் விருப்பப்படி செய், ஒலிம்பியாதா: அவனா நானா,’ என்று மட்டும் நீ சொல்லியிருந்தால்... ஆனா நீ சொன்னாயா? சொல்லலே. எல்லாரையும் போல நீயும் ஆள்சேர்த்து விடுகிறவன் தான்...”

இலியா நடுக்குற்றான்.

“எவ்வளவு துணிச்சல் உனக்கு!” என்று கத்தி மீண்டும் துள்ளினான். அவன் கண்களுக்கு முன்னால் எல்லாமே கருப்பாகத் தெரிந்தன, தன் முட்டிகளை இறுக்கினான்.

“ஒருவேளை நீ என்னை அடிக்க விரும்பலாம்?” என்று கெட்ட நோக்கத்துடன் கூறிய அவளது கண்களிலும் பற்களிலும் மின்னல் பளிச்சிட்டது. “வா, என்னை அடி! நான் கதவைத் திறந்து நீ அவனைக் கொன்றதாகவும், அப்படிச் செய்ய நான் தான் சொன்னதாகவும் கத்துவேன்... வா, வந்து என்னை அடி!”

கணநேரத்திற்கு இலியா நடுங்கிப் போனான். அச்சம் அவனது இதயத்தை ஊசி போலக் குத்தி மறைந்தது.

சோஃபாவின் மீது சாய்ந்தான். சற்று நேரத்திற்குப் பிறகு மகிழ்ச்சியற்று லேசாகச் சிரித்தான். ஒலிம்பியாதா தனது உதட்டைக் கடிப்பதையும், சோப்பு மற்றும் ஈர விளக்குமாறுகளின் நாற்றம் நிறைந்த அந்த அழுக்கடைந்த அறையில் எதையோ தேடுவது போல அவள் கண்கள் காணப்பட்டதையும் அவன் பார்த்தான். கதவருகே கிடந்த மற்றொரு சோஃபாவில் இப்போது தலையைத் தொங்கப் போட்டபடி அமர்ந்திருந்தாள்.

“போய் சிரி, பிசாசே!” என்றாள்.

“ஆமா, சிரிக்கப் போறேன்...”

“முதல் முறை நான் உன்னைப் பார்த்தபோது, ‘நான் காத்துக்கிட்டிருக்கிற ஆள் இவன்தான், என்னை விடுவிக்கப் போறவன்’ என்று நினைச்சேன்.”

“ஒலிம்பியாதா!” என்றான் இலியா மெதுவாக.

அவள் பேசாமலும் அசையாமலும் உட்கார்ந்திருந்தாள். “ஒலிம்பியாதா!” இலியா திரும்பச் சொன்னான்; பிறகு, அடியற்ற பாதாளத்திற்குள்ளாகக் குதிப்பவனைப் போன்ற உணர்வுடன், “நான் அந்தக் கிழவனைக் கொன்னுட்டேன், ஆண்டவன் அறிய உண்மை!..” என்றான் மெதுவாக.

அவள் நடுக்குற்று தலையை உயர்த்தி கண்ணை அகல விரித்து அவனை உற்று நோக்கினாள். உதடுகள் நடுக்கத் தொடங்கின, பெரும் சிரமத்துடன் மூச்சு வாங்கினாள்:

“முட்டாளே...”

அவள் நடுங்கியதை இலியா பார்க்க முடிந்தது, ஆனால் தனது வார்த்தைகளை நம்பவில்லை என்பதை உணர்ந்தான். தனது உதடுகளில் திகைப்பூட்டும் முறுவலிப்புடன் எழுந்து, அவளருகே உட்கார்வதற்காகச் சென்றான். திடீரென்று அவள் இவனது தலையைத் தனது கைகளில் பற்றி தன் நெஞ்சோடு அணைத்து அவன் தலைமுடி மீது வெறித்தனமாக முத்தமிட்டாள்.

“எனக்காக எல்லாத்தையும் ஏன் பாழாக்கிக்கிற விரும்புறே?..” என்று தணிவான குரலில் கிசுகிசுத்தாள். “அவன் கொலை செய்யப்பட்டதுக்காக நான் சந்தோஷப்பட்டேன்...”

“நான்தான் செய்தேன்,” என்று திரும்பவும் சொன்ன இலியா தலையை ஆட்டினான்.

“ஸ்ஸ்!” எச்சரிக்கையோடு கத்தினாள். “அவன் கொலை செய்யப்பட்டதுக்காக நான் சந்தோஷப்பட்டேன். அவர்கள் எல்லாரையும் என்னைத் தொட்ட எல்லாரையும் கொன்னுருவாங்கன்னு விரும்புறேன்! என் வாழக்கையில் உயிரோடு இருக்கிற உண்மையான ஆளு நீ மட்டுந்தான், கண்ணே!”

அவளது வார்த்தைகள் அவனை நெருங்குமாறு செய்தன; தன் முகத்தை அவள் மார் மீது வைத்து அழுத்தினான். மூச்சுவிடச் சிரமப்பட்ட போதுங்கூட முகத்தை அப்படியே வைத்திருந்தான். ஏனெனில் அவள் தனக்கு மிகவும் நெருக்கமானவள் என்பதும், மேலும் முன் என்போதையும் விட அவள் அவனுக்கு இப்போது தேவைப்பட்டாள் என்பதும் அவனுக்குத் தெரியும்.

“என்னைப் பார்த்து நீ முகத்தைச் சுளித்த போது, எனது தூய்மையான பையனே… என்னுடைய சொந்த வாழக்கை எவ்வளவு அருவருப்பானது என்பதையும், ஆகவே தான் நான் உன்னை உன்னோட பெருமைக்காகக் காதலிக்கிறேன் என்பதையும் பார்க்கிறேன்…”

பெரும் கண்ணீர்த்துளிகள் இலியாவினுடைய தலைமீது சொட்ட, அவற்றை உணர்ந்து அழத் தொடங்கினான் சுதந்திரமாக, ஆறுதல் கிடைத்த உணர்வுடன்.

அவள் அவனது தலையை நிமிர்த்தி ஈரமான கண்களிலும், உதடுகளிலும், கன்னங்களிலும் முத்தத்தைப் பொழிந்தாள்.

“என்னோட அழகில் நீ திருப்தியடைஞ்சே,” என்றாள். “அது எனக்குத் தெரியும். ஆனால் உன் இதயத்தின் ஆழத் திலே நீ உண்மையாக என்னைக் காதலிக்கலே, நீ என்னை வெறுக்கிறே… நான் வாழ்ற வாழ்க்கைக்காக உன்னால என்னை மன்னிக்க முடியாது… அந்தக் கிழவனுக்காகக் கூட…”

“அவனைப் பற்றிப் பேசாதே,” என்றான் இலியா. அவளுடைய சால்வையின் ஓரத்தால் தன் முகத்தைத் துடைத்துக்கொண்டு எழுந்து நின்றான்.

“வருவது வரட்டும்!” என்றான் மெதுவாகவும் உறுதியாகவும். “ஒருத்தனைத் தண்டிக்க ஆண்டவன் விரும்பினா, அவன் எங்கே இருந்தாலும் கண்டுபிடிச்சிருவார். நீ சொன்னவைகளுக்கு நன்றி, ஒலிம்பியாதா… நீ சொன்னது சரி: நான் உன்னிடம் நேர்மையாக இல்லை… நீ ஒரு… என்று நினைச்சேன், ஆனா நீ… சரி! எல்லாமே என்னோட தப்பு.”

அவனுடைய குரல் தடைப்பட்டது, உதடுகள் துடித்தன, கண்கள் சிவந்தன. மெதுவாக, நடுங்குகின்ற கையால் தனது கலைந்த தலைமயிரை வருடிவிட்டான்; பிறகு திடீரென்று சஞ்சலமான பாவத்தோடு அழுத்தத்துடன் பலமாக முனங்கினான்:

“எல்லாமே என்னோட தப்பு! ஆனா ஏன்?”

ஒலிம்பியாதா அவனுடைய கையைப் பற்ற, சோஃபாவிலே அவளுக்குப் பக்கத்தில் சாய்ந்தான்.

“உனக்குப் புரியலியா? நான் அவனைக் கொன்னுட்டேன், நானே!” என்று கத்தினான், அவள் என்ன கிசுகிசுத்தாள் என்பதைக் கவனிக்காமலேயே.

“ஸ்! நீ என்ன சொல்கிறாய்?” என்று ஒலிம்பியாதா பயந்து போய் சற்று உரத்த குரலில் கூறினாள்.

அவனைக் கட்டித் தழுவி தன் கண்களில் பயத்துடன் அவனைக் கூர்ந்து நோக்கினாள்.

“இரு. எல்லாமே சந்தர்ப்பவசமாக நடந்துருச்சு,” என்றான். “எப்படின்னு ஆண்டவனுக்கு மட்டுந்தான் தெரியும்! அப்படி நான் நினைக்கலே. அவனோட அசிங்கமான மூஞ்சியைத் திரும்ப ஒரு தரம் பார்க்க மட்டுமே நினைச்சேன்… ஆகவேதான் அவன் கடைக்குள்ளாகப் போனேன்… அந்த மாதிரி ஒரு காரியத்தைச் செய்ய நான் கனவுகூடக் காணலே. பிறகு அது திடீர்னு நடந்து போச்சு! சைத்தான் அதற்கு என்னைத் தூண்டிவிட்டான், ஆண்டவனோ என்னைத் தடுத்து நிறுத்தலே… ஆனா பணத்தை எடுத்ததுக்காக நான் வருத்தப்படுறேன். அதை நான் செய்திருக்கவே கூடாது… ஐயோ!”

அவன் இதயத்தினின்றும் பொருக்குக் கீழே விழுந்தது போல நிம்மதி உணர்வுடன் ஆழ்ந்து பெருமூச்சு விட்டான். தொடர்ச்சியற்ற வார்த்தைகளை விரைவாகக் கிசுகிசுத்த போது நடுங்கிக் கொண்டிருந்த அந்தப் பெண் அவனை நன்கு இறுக்கமாகப் பிடித்துக்கொண்டாள்.

“நீ பணத்தை எடுத்தது நல்லாதாப் போச்சு. அது கொள்ளை ஆக்கிவிட்டது… இல்லையின்னா அதைப் பொறாமையால என்று அவர்கள் நினைப்பார்கள்…”

“நான் குற்றத்தை ஏற்றுக்கொள்ள மாட்டேன்,” என்றான் இலியா யோசனையோடு. “ஆண்டவன் என்னைத் தண்டிக்கட்டும்… மக்கள் எனக்குத் தீர்ப்பளிக்க முடியாது. என்ன மாதிரியான நீதிபதிகள் அவர்கள்? பாவமில்லாத மனுசனை நான் சந்திச்சதே இல்லை… பார்க்கவே இல்லை…”

“ஆண்டவனே!” என்று மூச்சுவிட்டாள் ஒலிம்பியாதா. “என்ன நடக்கப் போகுது? என் இனிய பையனே… என்னால் எதுவுமே செய்ய முடியாது… பேச முடியாது… நினைக்க முடியாது… நாம இதை விட்டுப் புறப்பட நேரமாயிருச்சு…”

அவள் எழுந்தாள், குடித்திருந்தது போலத் தள்ளாடினாள். ஆனால் தலையைச் சுற்றிச் சால்வையை அணிந்து கொண்ட போது, அமைதியான குரலில் பேசினாள்:

“நாம இப்ப என்ன செய்யப் போறோம், இலியா? நிச்சயமா எல்லாமே மோசம் போயிறலே?” இலியா தன் தலையை ஆட்டினான்.

“பிறகு,” என்றாள், “புலனாய்வாளரிடம் எல்லாவற்றையும் உள்ளபடிக்கே நீ அவசியம் சொல்லணும்…”

“சொல்வேன்…” என்றான். “என்னால தற்காத்துக் கொள்ள முடியாதுன்னு நீ நினைக்கிறியா? அந்தக் கிழவன் காரணமாக ஒரு குற்றவாளியாக என்னைக் கடுங்காவலுக்கு அனுப்ப நான் விடுவேன் என்று நீ நினைக்கிறியா? ஓ, கிடையாது! என் வாழக்கையில் செய்ய

வேண்டிய காரியங்கள் எனக்கு இருக்கு, கேட்கிறியா? அவற்றைச் செய்யணும்னு கருதுறேன்!"

எழுச்சியினால் முகம் சிவந்தது கண்கள் பளிச்சிட்டன. "அந்தப் பணம் இரண்டாயிரம் மட்டுந்தானா?" அவனை நோக்கிக் குனிந்தவாறு அவள் கிசுகிசுத்தாள்.

"இரண்டு... இன்னும் மேலே..."

'அப்பாவிப் பையா! அங்கேயும் கூட அதிருஷ்டமில்லை!" என்று வருத்தத்துடன் பேசிய அவளது கண்களினின்றும் கண்ணீர் மறைந்தது.

இலியா அவளை மேலெழுந்தவாரியாகப் பார்த்துவிட்டு கசப்போடு லேசாக நகைத்தான்.

"நான் பணத்துக்காகச் செய்தேன்னு நீ நினைக்கிறியா? உனக்குப் புரியலியா?.. இதோ, நான் முதலில் போறேன்... ஆண்கள் தான் எப்பவும் முதலில் புறப்படணும்..."

"வந்து என்னைச் சீக்கிரம் பாரு... நாம் ஒளியுறதுக்குக் காரணமே இல்லை... சீக்கிரமா!" என்று எச்சிரிக்கையோடு சொன்னாள் ஒலிம்பியாதா.

அவர்கள் ஒருவரையொருவர் நீண்டநேரம் அழுத்தமாக முத்தமிட்டுக் கொண்டார்கள், பிறகு இலியா வெளியேறினான். தெருவை அடைந்ததும் ஒரு வண்டியை அமர்த்திக் கொண்டான். போய்க்கொண்டிருக்கையில் யாரேனும் தன்னைப் பின்பற்றி வருகிறார்களா என்று கடைக்கண்ணால் தொடர்ச்சியாகப் பார்த்துக்கொண்டே போனான். ஒலிம்பியாதாவுடன் பேசிய பேச்சு அவனது இதயத்தில் இருந்த வலியைக் குறைத்து, அவளிடம் அவனது போக்கையும் மாற்றிவிட்டது. கொலையை அவன் ஒப்புக்கொண்ட போது ஒரு முறைகூட வார்த்தையாலோ பார்வையாலோ அவனை அவள் கண்டிக்காதது மட்டுமன்றி, அவனை விட்டு விலகிப் போகவும் இல்லை. மாறாக, குற்றத்தின் ஒரு பகுதியைத் தன்னுடையதாக ஏற்றுக்கொண்டது போலக் காணப்பட்டது. ஆனால் அதற்குச் சற்று முன்னதாக, அவனுடைய குற்றத்தை அறிந்து கொள்வதற்கு முன்னால், அவனைப் போலீசில் ஒப்படைக்கப் போவதாக அச்சுறுத்தினாள். அதை அவள் செய்தும் இருப்பாள் - அவளுடைய முகத்தோற்றத்திலே அவன் அறிந்துகொண்டான்... அவளைப் பற்றி எண்ணிய போது அவன் கனிவுடன் முறுவலித்தான். ஆனால் மறுநாள் வேட்டை நாய்களால் துரத்தப்படும் காட்டு விலங்கைப் போல தன்னை உணர்ந்தான்.

காலையில் அவனை அருந்தகத்தில் சந்தித்த பெத்ரூகா அவனது வணக்கத்திற்குப் பார்க்க முடியாதபடி தலையசைத்துவிட்டு விநோதமான துருதுருத்த பார்வை பார்த்தான். இவனைப் பார்த்த போதெல்லாம் தெரேன்தி கூட பெருமூச்சு விட்டான், பேசவில்லை.

யாக்கவோ மாஷாவினுடைய அறைக்குப் போகுமாறு அவனுக்கு ஜாடை காட்டி, உள்ளே போனதும் அச்சுறுத்துகின்ற குரலில் பேசினான்:

"நேத்து ராத்திரி ஒரு போலீஸ்காரன் வந்து உன்னைப் பற்றிய எல்லாவகையான கேள்விகளையும் என் அப்பாகிட்டே கேட்டான்... அவன் ஏன் அப்படிக் கேட்டான், உனக்கு ஒன்னு தெரியுமா?.."

"என்ன மாதிரி கேள்விகள்?" இலியா பதட்டமில்லாமல் கேட்டான்.

"நீ எப்படி வசிக்கிறே... நீ குடிப்பியா, பெண்களைப் பத்தி... ஓலிம்பியாதா என்று ஒரு பெயரைக் குறிப்பிட்டான் - அவளைப் பத்தி எங்களுக்கு ஏதாவது தெரியுமான்னு கேட்டான். இதுக்கெல்லாம் என்ன அர்த்தம்?"

"எனக்கு எப்படித் தெரியும்?" என்று கூறிவிட்டு இலியா வெளியே சென்றான்.

அன்று மாலை ஒலிம்பியாதாவிடமிருந்து மற்றொரு குறிப்பு வந்தது. அதில் கண்டிருந்தது:

"உன்னைப் பற்றி அவர்கள் என்னிடம் கேட்டார்கள். எல்லாவற்றையும் அவர்களிடம் விரிவாகச் சொன்னேன். எல்லாமே மிக எளிமையானவை, துளியும் அஞ்சத் தேவையற்றவை. பயப்பட வேண்டாம். ஆயிரம் முத்தங்கள், அன்புப் பையா."

அந்தக் குறிப்பை நெருப்புக்குள்ளாக வீசி எறிந்தான். லேவாதேவிக்காரனின் கொலை நகரத்திலும் அருந்தகத்திலும் பேசப்பட்டது. சொல்லப்பட்ட கதைகளைக் கேட்டு இலியா குறிப்பாக மகிழ்ச்சியடைந்தான். பொதுமக்கள் தாங்களாகவே கண்டுபிடித்த சந்தர்ப்பங்களின் விரிவான விவரங்களைப் பற்றி அவர்களிடம் கேட்பது அவனுக்கு மகிழ்ச்சியைத் தந்தது; அவன் விரும்பினால் "நான்தான் செய்தேன்!" என்று எளிமையாகச் சொல்லி அவர்கள் அனைவரையும் திக்குமுக்காடச் செய்ய முடியும் என்பதையும் அவன் உணர்ந்தான்.

இந்த வம்பளப்போரில் சிலர் அவனது சூழ்ச்சிக்காகவும் துணிச்சலுக்காகவும் பாராட்டினர். எல்லாப் பணத்தையும் எடுத்துச் செல்ல அவனுக்கு நேரமில்லாது போய்விட்டது என்று மற்றவர்கள் வருத்தப்பட்டனர். இன்னும் பிறர் அவனைப் பிடிக்க முடியாது என்று நம்பிக்கை தெரிவித்தனர். ஆனால் எந்த ஒருத்தரும் லேவாதேவிக்காரனுக்காக வருத்தப்படவோ, அவனைப் பற்றி ஒரு நல்ல வார்த்தை சொல்லவோ இல்லை. கொலை செய்யப்பட்டவனுக்காக வருந்தும் உணர்வு அவர்களிடம் இல்லாதது, ஒட்டுமொத்தமாக மக்களிடம் இலியா கொண்டிருந்த வெறுப்பை உறுதிப்படுத்தியது. அவன் பலுயேக்தவ் பற்றி சிந்திக்கவில்லை. ஆனால் தான் செய்த மிகப்பெரிய குற்றத்திற்குப் பதில் சொல்ல அழைக்கப்படுவோம் என்ற உண்மை பற்றி நினைத்தான். இந்த விஷயம் அவனை நிலைகுலையச்

செய்யவில்லை; அவனது மனசாட்சிக்குள்ளாக அது நிலையாக நின்றது, அவனது ஆத்மாவின் ஓர் அங்கமாகிவிட்டது. அடியினால் ஏற்பட்ட வீக்கத்தைப் போல, அவன் அதைத் தொடாத வரை புண்படுத்தவில்லை. எல்லாவற்றையும் அறிந்த ஆண்டவன், தனது சட்டங்களை மீறியதற்காக ஒருபோதும் மன்னிக்காது தண்டனை அளிக்கும் நேரம் வரும் என்பதில் அவன் ஆழ்ந்த உறுதி கொண்டிருந்தான். எந்தக் கணத்திலும் தனக்குரிய பங்கை ஏற்கத் தயார் நிலையில் இருந்தது அநேகமாக நிம்மதியாக இருக்க அவனுக்கு உதவியது. ஆனால் இப்போதோ அவன் முன்னிலும் அதிகமாக மற்றவர்களின் குறைகள் பற்றி விமரி- சித்தான். அவன் மிகவும் கடுகடுப்பானவனாகவும், உள்முகச் சிந்தனை உள்ளவனாகவும் மாறியிருந்தான். ஆனால் இன்னமும் காலை முதல் இரவு வரை நகரத்தின் தெருக்களில் தன் சாமான்களை விற்றுத் திரியவும் அருந்தகங்களில் உட்காரவும் தன் சக மனிதர்களைக் கவனிக்கவும் அவர்கள் என்ன சொல்கிறார்கள் என்பதைக் கூர்மையாகக் கேட்கவும் செய்தான். அட்டாலியில் பணம் மறைத்து வைக்கப்பட்டிருப்பதை ஒருநாள் நினைவுகூர்ந்தவனாய், அதற்கு ஒரு நல்ல இடத்தைப் பார்த்தாக வேண்டும் என்று உணர்ந்தான். ஆனால் பிறகு தனக்குத்தானே சொல்லிக்கொண் டான்: "வேண்டாம், நான் மாற்ற மாட்டேன். அது எங்கே இருக்கிறதோ அங்கேயே இருக்கட்டும்... சோதனையில் அவர்கள் கண்டுபிடித்தால் பிறகு நான் ஒப்புக்கொள்வேன்!.."

ஆனால் எந்தச் சோதனையும் நடைபெறவில்லை, சிறந்த புலனாய்வாளன் கூப்பிட்டனுப்பவும் இல்லை. அது ஆறாவது நாள் வரைதான் அப்படியே இருந்தது. அழைப்புவர, இலியா தனது உள்ளாடையை மாற்றிக்கொண்டு, சிறந்த சீருடையை அணிந்துகொண்டு, காலணிகளுக்கு மெருகிட்டுக்கொண்டு பேட்டியைச் சந்திக்கத் தயாரானான். அங்கே போவதற்கு ஒரு சறுக்கு வண்டியை வாடகைக்கு அமர்த்திக் கொண்டு, சாலையின் நொடிகளுக்கு மேலாக வண்டி தள்ளாடியபோது நிமிர்ந்து உட்கார்ந்து கொண்டான், ஏனெனில் அவனுக்குள்ளாக ஒவ்வொன்றும் அந்தளவு இறுக்கமான முடிச்சுப் போலச் சுருங்கிவிட்டதால், சிறு அசைவு கூட ஏதேனும் முறிவை ஏற்படுத்தக் கூடும் என்று எண்ணினான். அதே காரணத்தால் அலுவலகப் படிகளில் மெதுவாகவும் எச்சரிக்கையாகவும் கண்ணாடிக் கூண்டில் உள்ளவனைப் போல ஏறினான்.

அவன் அறைக்குள்ளாக நுழைந்த போது, தங்கப்பூண் போட்ட கண்ணாடி அணிந்த, சுருள் முடியும் கழுகுபோல் வளைந்த மூக்கும் கொண்ட ஓர் இளைஞன் தனது மெல்லிய வெண்ணிறக் கைகளை ஒன்றோடொன்று சுறுசுறுப்பாகத் தேய்துவிட்டு, பிறகு கண்ணாடியைக் கழற்றி கைக்குட்டையால் துடைத்துக்கொண்டு தனது பெரிய கருத்த

விழிகளால் இலியாவை உற்று நோக்கினான். இலியா பேசாதவாறு வணங்கினான்.

"வணக்கம்! உட்காரு... அங்கே..." என்றான் அந்த மனிதன்.

பழுத்த சிவப்பு நிறக் கம்பளியால் மூடப்பட்ட பெரிய மேசைக்கு அருகே கிடந்த ஒரு நாற்காலியை அவன் சுட்டிக் காட்டினான். அதன் மீது உட்கார்ந்த போது மேசையின் விளிம்பில் கிடந்த சில தாள்களைத் தனது முழங்கையை இலேசாக அசைத்து அப்பால் தள்ளிவிட்டான் இலியா. இதைக் கவனித்த புலனாய்வாளன் அந்தத் தாள்களை மரியாதையோடு அகற்றினான். பிறகு இலியாவுக்கு எதிரே இருந்த மேசைக்குப் பின் உட்கார்ந்து, எதுவும் பேசாமல், அவ்வப்பொழுது இலியாவைக் கடைக்கண்ணால் பார்த்தவாறு ஒரு புத்தகத்தின் பக்கங்களைப் புரட்டிக் கொண்டிருந்தான். மௌனமாயிருப்பது சிரமமாக இருக்கவே நன்கு அலங்கரிக்கப்பட்டு சுத்தமாக இருந்த அந்த அறையை இலியா சுற்றிலும் பார்க்க ஆரம்பித்தான். சுவர்களில் சட்டங்கள் மாட்டப்பட்ட படங்கள் தொங்கின. அவற்றில் ஒன்றில் ஏசுநாதர் தலையைத் தொங்கப் போட்டவாறு, வருத்தத்தோடும் தனிமையோடும் அழிபாடுகளுக்கு மத்தியில் நடந்து போய்க் கொண்டிருந்தார்; அவருடைய பாதங்களில் தரைமீது மனித உடல்களும் ஆயுதங்களும் சிதறிக்கிடந்தன. பின்னணியில் பெருந்தீயிலிருந்து கருப்பான புகை மேலே கிளம்பியது; அங்கே ஏதோ எரிந்தது. அந்தப் படத்தை நீண்ட நேரத்திற்கு உற்றுப்பார்த்து இலியா அதனுடைய அர்த்தத்தைக் கண்டுபிடிக்க முயன்றான். அவன் அதுபற்றிக் கேட்கவிருந்த போது, பெரும் ஓசையுடன் தனது புத்தகத்தைப் புலனாய்வாளன் மூடினான். இலியா நடுக்குற்று அவனைப் பார்த்தான். அந்த மனிதனுடைய முகமோ சலிப்பாகவும் வறட்சியாகவும் மாறியது, ஏதோ ஒன்றின் மீது மனத்தாங்கல் கொண்டது போலத் தனது உதடுகளை வேடிக்கையாக விரித்துக் கொண்டான்.

"ச-ரி," என்று இழுத்து தன் விரல்களால் மேசையைத் தட்டினான். "இலியா யாக்கவ்லெவிச் லுனினோவ், நான் தவறாகச் சொல்லவில்லை என்றால்?"

"ஆமாம்..."

"எதுக்காக நான் கூப்பிட்டு அனுப்பினேன்னு உன்னால் ஊகிக்க முடிஞ்சதா?"

"இல்லை," என்றான் இலியா, படத்தைத் திரும்பவும் மேலோட்டமாகப் பார்த்தவாறு. அறை துப்புரவாகவும் அமைதியாகவும் சுத்தமாகவும் இருந்தது. அத்தகைய ஒரு துப்புரவையும் அத்தனை அழகிய பொருள்களையும் இலியா இதற்கு முன்னர் ஒருபோதும் பார்த்ததில்லை. புலனாய்வாளனைச் சுற்றி ஓர் இனிய மணம் கமழ்ந்தது.

மக்ஸீம் கார்க்கி / 189

எல்லாமே இலியாவின் கவனத்தைச் சிதறடித்தன, அவனது நரம்புகளை அமைதிப்படுத்தி, பொறாமை எண்ணங்களைக் கிளப்பி விட்டன: "அவர் எப்படி வாழ்கிறார்... திருடர்களையும் கொலைகாரர்களையும் கண்டுபிடிப்பது லாபகரமாக இருப்பது போல் தெரிகிறது... அதற்காக அவர் எவ்வளவு தெரிந்துகொள்ள விரும்பு அவ்வளவு பெறுகிறார் என்பதைத் தெரிந்துகொள்ள விரும்புகிறேன்."

"நீ ஊகிக்கலியா?" வியப்புற்றது போல புலனாய்வாளன் திரும்பவும் கேட்டான். "ஒலிம்பியாதா உனக்குச் சொல்லலியா?"

"இல்லை. அவளைப் பார்த்து ரொம்பக் காலமாச்சு..." புலனாய்வாளன் தனது இருக்கையில் பின்னுக்குச் சாய்ந்து கொண்டு தனது உதடுகளைத் திரும்பவும் வேடிக்கையாக விரிந்திருந்தான்.

"எவ்வளவு காலமா?" என்றான்.

"எனக்குத் தெரியாது... எட்டு அல்லது ஒன்பது நாளோன்னு நினைக்கிறேன்..."

"அப்படியா! அவளோட வீட்டில் பலுயேக்தவை நீ அடிக்கடி சந்திச்சிருக்கியா?"

"கொல்லப்பட்ட கிழவனா?.." என்றான் இலியா, புலனாய்வாளனின் கண்களுக்குள்ளாக நோக்கியபடி.

"ஆமாம், ஆமாம்! அவனைத்தான்"

"நான் ஒருபோதும் சந்தச்சதே இல்லே..."

"ஒருபோதுமா?! ஹூம்..."

"ஒருபோதும்..."

புலனாய்வாளன் கேள்விகளை விரைந்து அடுக்கிக் கொண்டே போனான். பதிலளிப்பதற்கு இலியா நேரம் எடுத்துக்கொண்ட போது பொறுமையின்றி மேசைமீது தாளம் போட்டான்.

"ஒலிம்பியாதாவை பலுயேக்தவ் வைப்பாட்டியா வச்சிருந்தது உனக்குத் தெரியுமா?" தனது கண்ணாடி வழியாக இலியாவைக் கூர்ந்து நோக்கித் திடீரென்று கேட்டான்.

இலியாவின் முகம் சிவந்து போனது, இக்கேள்வியால் கேவலப்படுத்தப்பட்டதாக உணர்ந்தான்.

"தெரியாது," கம்மியக் குரலில் பதிலளித்தான்.

"ஆமாம், அவளை அவன் வச்சிருந்தான்," என்று எரிச்சல்மிக்க குரலில் புலனாய்வாளன் திரும்பவும் சொல்லி, எந்தப் பதிலும் சொல்ல இலியாவுக்கு நோக்கமில்லை என்பதைக் கண்டு மீண்டும் தொடர்ந்தான்: "மிகவும் அழகான படமில்லே என்று நினைக்கிறேன்!"

"அவ்வளவு நல்லாயில்லே!" என்றான் இலியா மெதுவாக.

"ஆக என்னோட ஒத்துப்போறே?"

திரும்பவும் இலியா பதில் பேசவில்லை.

"அவளை ரொம்பக் காலமாத் தெரியுமா?"

"ஓராண்டுக்கு மேலா."

"வேறுவிதமாச் சொன்னா, அவள் பலுயேக்தவைச் சந்திக்கிறதுக்கு முன்பே அவளை உனக்குத் தெரியும்?"

"நீ ஒரு புத்திசாலி நாய்!" என்று எண்ணிய இலியா அமைதியாகச் சொன்னான்:

"இறந்தவனோடு அவள் வாழ்ந்தது பற்றி எனக்குத் தெரியாத போது இதை எப்படித் தெரிந்திருக்க முடியும்?"

மேசைமீது கிடந்த தாள்களில் ஒன்றைப் பார்ப்பதற்காக எடுத்தபோது புலனாய்வாளன் தனது உதடுகளைச் சுருக்கி மெதுவாகச் சீட்டியடித்தான். இலியா மீண்டும் படத்தை நோக்கி, அதைப் பார்ப்பது தனது உணர்வுகளை அமைதிப்படுத்த உதவுகிறது என்று எண்ணினான். எங்கிருந்தோ ஒரு குழந்தையின் கலகலப்பான சிரிப்பொலியும், ஒரு பெண்ணினுடைய இன்பமாகவும் கொஞ்சலாகவும் மனங்கனிந்து பாடுகின்ற குரலும் வந்தது:

சின்னவனே, தேனே, அழகனே, அன்பனே...

"அந்தப் படம் உனக்குப் பிடிச்சிருக்கா?" என்ற புலனாய்வாளனின் குரல் அவனுக்குக் கேட்டது.

"கிறிஸ்து எங்கே போறார்?" மெதுவாகக் கேட்டான் இலியா.

புலனாய்வாளன் கணநேரத்திற்கு அவனைச் சோர்வான, ஏமாற்றமடைந்த கண்களுடன் கூர்ந்து நோக்கினான்.

"தன்னோட புனிதக் கட்டளைகளை மக்கள் எப்படி நிறைவேற்றுறாங்க என்று பார்ப்பதற்காக அவர் பூமியில் இறங்கியிருக்கிறார். இங்கே அவர் போர்க்களம் வந்து, போரில் கொல்லப்பட்டவர்களை, அழிபட்ட வீடுகளை, நெருப்பை, கொள்ளைகளைப் பார்க்க வருகிறார்..."

"அவை எல்லாத்தையும் வானத்தில் இருந்தவாறே அவரால் பார்க்க முடியாதா?" என்றான் இலியா.

"ஊம்... கிறிஸ்துவோட போதனைகளுக்கும் உண்மையான வாழ்க்கைக்கும் இடையில் இருக்கிற வேறுபாட்டை விளக்குற ஒரு குறியீடாகத்தான் இந்தப் படம் வரையப்பட்டிருக்கு."

திரும்பவும் ஒருமுறை இலையுதிர்கால ஈக்களைப் போலச் சிறிய முக்கியத்துவமற்ற கேள்விகள் இலியாவைத் துளைத்தெடுக்கக்

கேட்கப்பட்டன. அவை அவனைக் களைப்படையச் செய்தன. அவனுடைய கவனத்தை அவை குறைக்கச் செய்து, அவனது விழிப்பின் ஆற்றலைக் குறைத்தன என்று உணர்ந்தான். அவற்றைக் கேட்பதற்காகப் புலனாய்வாளனை அவன் வெறுத்தான். வேண்டுமென்றேதான் இப்படிச் செய்கிறான் என்பது அவனுக்கு மிக நன்றாகத் தெரிந்தது.

"வியாழக்கிழமை இரண்டு மணிக்கும் மூனு மணிக்கும் இடையில் நீ எங்கே இருந்தாய் என்று ஏதாவது நினைவிருக்கா?" அவன் விரைவாகவும் முன் பிரயத்தனம் இல்லாமலும் கேட்டான்.

"அருந்தகத்தில் தேநீர் சாப்பிட்டுக் கொண்டிருந்தேன்," என்றான் இலியா.

"ம்! எந்த அருந்தகத்தில்? எங்கே?"

"பிலேவ்னா' வில்..."

"சரியாக அந்த நேரத்தில் நிச்சயமாக நீ எங்கே இருந்தாய் என்பதை எப்படி உன்னால எனக்குச் சொல்ல முடியும்?"

அந்த மனிதனுடைய முகம் திடுக்கிட்டு, நெஞ்சு மேசையைத் தொடுகிறவரை முன்னுக்குக் குனிந்தான், அவனுடைய எரிகின்ற கண்கள் இலியாவினுடைய கண்களைத் துளைத்து எடுத்தன. இலியா உடனடியாகப் பதில் பேசவில்லை.

"அருந்தகத்துக்குள்ளாகப் போவதற்குச் சற்று முன்னால போலீஸ்காரரிடம் மணி என்னன்னு கேட்டேன்," என்றான் பெருமூச்சு விட்டு அமைதியாக.

புலனாய்வாளன் பின்னுக்குச் சாய்ந்து கொண்டு, ஒரு பென்சிலை எடுத்துத் தனது விரல் நகங்களில் அதைக் கொண்டு தட்டத் தொடங்கினான்.

"போலீஸ்காரர் என்னிடம் ஒன்னுக்கு மேலாகி இருபது அல்லது அதுபோல ஏதோ சொன்னார்..." என்று மெதுவாகப் பேசினான் இலியா.

"அவருக்கு உன்னைத் தெரியுமா?"

"ஆமா..."

"உனக்குச் சொந்தமா கடிகாரம் கிடையாதா?"

"இல்லே..."

"அதுக்கு முன்னே அவரிடம் எப்பவாவது மணி கேட்டுறிக்கிறாயா?"

"எப்பவாவது..."

" 'பிலேவ்னா' வில் ரொம்ப நேரம் இருந்தாய்?"

"கொலை பற்றிய செய்தியை யாரோ சத்தம் போட்டுச் சொல்ற வரை..."

"பிறகு நீ எங்கே போனாய்?"

“உடலைப் பார்க்க.”

“அங்கே உன்னை யாராவது பார்த்தாங்களா? அந்தக் கடை-யிலேன்னு சொல்றேன்.”

“அதே போலீஸ்காரர்தான்... என்னைத் துரத்தி அடிச்சார்... தள்ளி விட்டார்...”

“அருமை!” மனநிறைவுடன் கூவினான் புலனாய்வாளன்; பிறகு, தற்செயலாக, இலியாவைப் பார்க்காது கேட்டான்: “அந்தப் போலீ-ஸ்காரரிடம் மணி கேட்டது கொலைக்கு முந்தியா பிந்தியா?”

இலியா பிடியைக் கண்டுகொண்டான். மெல்லிய விரல்களும் ஒப்பனை செய்யப்பட்ட நகங்களும் தங்கப்பூண் போட்ட கண்ணாடியும் குத்தித் துளைக்கின்ற கருப்புக் கண்களும் கொண்ட அந்த மனிதன் பக்கம் கோபமாக விரைந்து திரும்பினான்.

“இது பற்றி எப்படித் தெரியும்?’ என்றான். புலனாய்வாளன் வறட்சியாக இருமிவிட்டு விரல்கள் நெறுநெறுங்கும் வரை தனது கைகளைத் தேய்த்தான்.

“ரொம்ப நல்லது!” என்றான் நிறைவின்றி. “அ-பா-ரம்... இன்னும் சில கேள்விகளோடு நாம் முடித்துக்கொள்வோம்,” என்றான்.

இப்போது அவனுடைய கேள்விகள் உணர்ச்சியற்று, அவசரமின்றி, முக்கியமான தகவலைப் பெறுகின்ற வெளிப்படையான நம்பிக்கையற்று இருந்தன. ஆனால் இலியா பதில் பேசும் போது தொடர்ந்து எச்சரிக்கையாக இருந்தான். அவன் உச்சரித்த ஒவ்வொரு வார்த்தையும், அவனுடைய வெறுமையான மார்புக்குள்ளாகக் கட்டப்பட்ட நரம்பைத் தெறிப்பது போலிருந்தது. ஆனால் மேலும் தந்திரமான கேள்விகளை அவன் கேட்கவில்லை.

“அன்னைக்கு நீ தெருவில் நடந்து போய்க் கொண்டிருந்த போது, ஆட்டுத்தோல் அங்கியும் கறுப்பு மென்மயிர்த் தொப்பியும் அணிந்த ஓர் உயரமான மனிதனைப் பார்த்தது உனக்கு நினைவிருக்கா?”

“இல்லே...” என்றான் இலியா கடுகடுப்போடு.

“சரி, இப்போ நீ கொடுத்த வாக்குமூலத்தைக் கேளு; அதிலே கையெழுத்துப் போடு...” தாளை தனது முகத்துக்கு நேராகப் பிடித்தபடி, துரிதமாக ஒரே தொனியில் புலனாய்வாளன் படித்துக்காட்டி, பிறகு இலியாவினுடைய கையில் பேனாவைத் திணித்தான். அதில் கையெழுத்திட்ட போது, இலியா மெதுவாக எழுந்தான்.

“போய்வாறேன்!” என்று தனிந்த, உறுதியான குரலில் சொன்னான்.

கவனமில்லாததும் தயாள நோக்குடனுமான தலையசைப்புடன் பதிலளித்து விட்டு அந்த மனிதன் எழுதத் தொடங்கினான். ஆனால்

இலியா வெளியே போகவில்லை. தன்னை அவ்வளவு நீண்ட நேரம் சித்திரவதைப்படுத்திய அந்த மனிதனிடம் ஏதோ சொல்ல விரும்பினான். அறையில் நிலவிய அமைதியில் பேனாவின் கீறலையும், அடுத்த அறையிலிருந்து வந்த பெண்ணினுடைய குரலையும் அவன் தெளிவாகக் கேட்க முடிந்தது:

பாவாய், பாவாய், ஆடுவாயே...

"நீ எதுக்காகக் காத்துக்கிட்டு இருக்கிறாய்?" திடீரென்று மேலே பார்த்துக்கொண்டு புலனாய்வாளன் கேட்டான்.

"ஒன்னுமில்லே..." என்றான் இலியா துயரமாக.

"நீ போகலாம்னு நான் சொல்லிட்டேனே..."

"போறேன்..."

கணநேரம் அவர்கள் ஒருவரையொருவர் பரபரப்பாக உற்றுப் பார்த்துக்கொண்டனர். அந்நேரத்தில் தனக்குள்ளாகப் பெரியதும் பயங்கரமானதுமான ஏதோ ஒன்று உருவாகிக் கொண்டிருப்பதாக இலியா உணர்ந்தான். விரைந்து திரும்பி வெளியே போனான். தெருவை அடைந்த போது குளிர்காற்று அவனைத் தாக்கியது. தன் உடம்பு முழுவதும் வியர்வையில் நனைந்திருப்பதைக் கண்டுகொண்டான். அரை மணி நேரத்திற்குப் பிறகு அவன் ஒலிம்பியாதாவினுடைய வீட்டில் இருந்தான். அவன் விரைந்து வருவதைக் கண்டு, அவளே அவனுக்குக் கதவைத் திறந்துவிட்டாள். தன் மகனை வாழ்த்துகிற ஒரு தாயின் மகிழ்ச்சியுடன் அவனை வரவேற்றாள். அவளுடைய முகம் வெளிறி, கண்கள் விரிந்து, அமைதியற்ற தோற்றத்தை வெளிப்படுத்தின.

"எவ்வளவு புத்திசாலி நீ!" தான் புலனாய்வாளனிடமிருந்து நேரடியாக வருவதாக அவளிடம் அவன் கூறிய போது வியந்துரைத்தாள். "நீ இப்படித்தான் செய்திருக்கணும்! சரி, அவன் என்ன சொன்னான்?"

"அவன் ஒரு வஞ்சகன்!" என்று இலியா கோபத்தோடு சொன்னான். "அவன் என்னை மாட்ட முயற்சி செய்து கொண்டிருந்தான்..."

"நீ என்ன எதிர்பார்த்தாய்? அதுக்காகத்தான் அவனுக்குச் சம்பளம்..." என்றாள் அவள் புத்திசாலித்தனமாக. "ஏன் நேரடியாக அவனால் சொல்ல முடியலே? 'இன்னென்ன காரணங்களுக்காக உன்னைச் சந்தேகிக்கிறோம்...' என்று சொல்ல வேண்டியதுதானே."

"ஆனா நீயுங்கூட நேரடியாகச் சொல்லலியே!" என்றாள் ஒலிம்பியாதா புன்னகையுடன்.

"நானா?" என்று ஆச்சரியப்பட்டான் இலியா. "ம்-ம்... எனக்கும் கூட! ஆ, சைத்தான்!.." ஒரு புதிய சிந்தனையால் திடுக்கிட்டவன் போலக் காணப்பட்டான், கணநேர ஆழ்ந்த யோசனைக்குப் பிறகு

சொன்னான்: "வேடிக்கைதான் அவனோட அலுவலகத்தில் நான் உட்கார்ந்துகொண்டிருந்த போது, நான் செய்தது சரிதான் என்ற உணர்வு கொண்டவனாக இருந்தேன், உன்னால நம்ப முடியுதா?"

"ஆண்டவனுக்கு நன்றி!" என்று மகிழ்ச்சியுடன் கத்தினாள் ஒலிம்பியாதா. "எல்லாமே நல்லபடியா நடக்கும்..."

"நான் அதிகம் பொய் பேச வேண்டி வரலே... நான் ஓர் அதிருஷ்டக்காரன், ஒலிம்பியாதா!.." என்று அவளிடம் மெதுவாகச் சொன்னபோது புன்னகை செய்தான். பின்னர் விசித்திரமாக லேசாகச் சிரித்தான்.

"துப்பு காணும் ஆள்கள் என்னைப் பின்தொடர்ந்து வாறாங்க," என்று மெதுவாகச் சொன்னாள் அவள். "அநேகமா அவர்கள் உன்னையும் கூட பின்தொடரலாம்..."

"ஓ, அது நிச்சயமாவா!" என்று கேலி செய்கிற விஷமத்தனத்துடன் கத்தினான் இலியா. "நம்ம தடத்தை மோப்பம் பிடிக்கிறாங்க - காட்டிலிருக்கும் ஓநாய்களாக நம்மைக் கருதிப் பின்தொடர்றாங்க. ஆனா அவர்கள் நம்மைப் பிடிக்க முடியாது. அவர்கள் காரியமல்ல! நான் ஓநாய் அன்று -நான் பரிதாபத்திற்குரிய மனிதப் பிறவி... யாரும் கழுத்தை நெறிக்க நான் விரும்பலே. பாவெல் தன்னோட கவிதையில் எழுதிய மாதிரி வா"கைதான் என்னை நெறிக்குது... அது பாவெலை, யாக்கவை... எல்லாரையும் நெறிக்குது!"

"வா, இலியா," தேநீர் தயாரித்துக்கொண்டிருந்த போது ஒலிம்பியாதா கூறினாள், "எல்லாமே சரியாப் போய்விடும்!"

இலியா சோஃபாவிலிருந்து எழுந்து சன்னலுக்குச் சென்றான். அங்கிருந்தவாறு தெருவைப் பார்த்துக்கொண்டு கடுகடுப்பாகவும் எரிச்சலுடனும் சொன்னான்: "என் வாழ்க்கை பூராவுமே நான் அசிங்கத்திற்குள்ளாகத்தான் கிடந்தேன்... நான் எதையெல்லாம் வெறுத்தேனோ, எதிலிருந்தெல்லாம் விலகிப் போகணும்னு விரும்பினேனோ அவற்றுக்குள்ளாகத்தான் தள்ளப்பட்டேன். எனக்கு வழிகாட்டக்கூடிய ஒரு மனுசனைக் கூட நான் சந்தித்ததில்லை... இந்த வாழ்க்கையில் எந்தத் தூய்மையும் கிடையாதா? அந்தோ, அந்த ஆளை நான் கொன்னேன்... ஏன்? என் கைகளை வெறுமனே கறைப்படுத்திக்கிட்டேன். என் ஆன்மாவையும் களங்கப்படுத்திக்கிட்டேன்... பணத்தை எடுத்தேன்... என்னத்துக்காக அதை நான் எடுத்திருக்கணும்?"

"அதுபற்றி கவலைப்பட வேணாம், அவன் இரக்கத்துக்குத் தகுதியான ஆள் இல்லே," என்று அமைதிப்படுத்துகிற முறையில் ஒலிம்பியாதா சொன்னாள்.

“நான் அவன் மீது இரக்கங் கொள்ளலே... நான் என் கட்சி நியாயமென நிரூபிக்க முயல்றேன். ஒவ்வொருத்தரும் அவர்கள் செய்ததை நியாயமென நிரூபிக்க முயல்றாங்க, ஏன்னா ஒவ்வொருத்தரும் வாழ்ந்தாகணும்!.. அந்தப் புலனாய்வாளன் - அவன் வெள்ளிக் காகிதத்திலுள்ள சாக்லேட் மாதிரி வசிக்கிறான்... அவன் யாரையும் நெரிக்க மாட்டான். அவன் நேர்மையான வாழ்க்கை வாழ முடியும் - எல்லாமே சுத்தமாக...”

“பொறு, நீயும் நானும் இந்த நகரத்தை விட்டே போயிருவோம்...”

“இல்லவே இல்லை, நான் எங்கேயும் நகரலே!” என்று இலியா உறுதியாகக் கூறி அவள் பக்கமாகத் திரும்பினான். “என்ன நடக்கப் போகுது என்பதைப் பார்க்கிறதுக்காக நான் இங்கேதான் தங்கப் போறேன்...” இந்த வார்த்தைகள் அச்சுறுத்தல் போல ஒலித்தன.

ஒலிம்பியாதா சற்று நேரம் சிந்தனைவயப்பட்டாள். வெண்ணிற அறையாடையில் மிகுந்த அழகுடனும் பருத்த தோற்றத்துடனும் காணப்பட்ட அவள் சமோவார் அருகே உட்கார்ந்திருந்தாள்.

“அவர்களிடம் விவாதிக்க இன்னும் கொஞ்சம் என்னிடம் இருக்கு,” என்று குறிப்பிடும்படியாகத் தலையை அலைத்துக்கொண்டு அங்குமிங்கும் நடந்த போது இலியா சொன்னான்.

“ஆ! எனக்குப் பயப்படுறதுனாலா நீ போக விரும்பலே?” என்று மனத்தாங்கலைக் காட்டும் குரலில் ஒலிம்பியாதா கூவினாள். “இப்பவே உன்னை இறுக்கமா பிடிச்சிக்கிருவேன் என்று பயப்படுறியா? உன் ரகசியத்தைத் தெரிந்த பிறகு உன்னைப் போக விடமாட்டேனா? நீ நினைக்கிறது தப்பு, என்னருமைப் பையா, ஆமாம்! உன் விருப்பத்திற்கு மாறா எனக்குப் பின்னால உன்னை இழுக்க மாட்டேன்...”

அவளது குரல் அமைதியாக இருந்தது, ஆனால் வலியிருப்பது போல உதடுகள் துடித்துக்கொண்டிருந்தன.

“என்ன சொல்றே?” என்று வியப்பில் கேட்டான் இலியா.

“பயப்பட வேணாம், என்னோட ஒட்டிக்கிறணும்னு நான் உன்னைக் கட்டாயப்படுத்த மாட்டேன்! உனக்கு எங்கே விருப்பமோ அங்கே போ, நல்லபடியாப் போ!”

“இரு!”' என்ற இலியா அவளுக்குப் பக்கத்தில் அமர்ந்து அவள் கையைப் பற்றினான். “அந்த மாதிரி விஷயங்களை நீ ஏன் சொல்லணும்னு எனக்குத் தெரியலே”

“ஓ, நீ பாசாங்குக்காரன்!” என்று மகிழ்ச்சியற்று கத்திய அவள், இலியா பிடியிலிருந்து தன் கையை விடுவித்துக் கொண்டாள். “உன்னை எனக்குத் தெரியும். நீ கர்வம் பிடிச்சவன், கொடுமையானவன்! அந்தக் கிழவனோட வசிச்சதுக்காக என்னை உன்னால மன்னிக்க முடியலே.

நான் நடத்துகிற வாழ்க்கைக்காக என்னை நீ வெறுக்கிறே... இந்த விஷயம் நடந்தது என்னாலதான் என்று நினைக்கிறே... நீ என்னை வெறுக்கிறே!..''

''நீ பொய் சொல்றாய்!'' என்று இலியா பெருமையுடன் சொன்னான். ''நீ பொய் சொல்றாய்-நான் உன்னைக் கொஞ்சங்கூட குற்றம் சொல்லலே. என்னைப் போன்றவர்களுக்குச் சுத்தமான, பாவமில்லாத பெண்கள் இல்லை என்பது எனக்குத் தெரியும்... என்னை மாதிரி ஆட்களுக்கு அவுங்க ரொம்ப கிராக்கி. அந்த மாதிரி பெண்களைத் தான் திருமணம் செய்ய வேண்டும் - அவர்கள் குழந்தைகள் பெற்றுத்தருவார்கள்... சுத்தமான விஷயங்கள் பணக்காரங்களுக்கு மட்டுமே... கைவிடப்பட்டது, கதியற்றது, எச்சில் படுத்தப்பட்டது மட்டுமே எங்களுக்குக் கிடைக்கிறது.''

''நான் எச்சில் படுத்தப்பட்டவள் என்று நீ நினைச்சா, பிறகு என்னை விட்டுவிடு!' குதித்தெழுந்து கத்தினாள் ஒலிம்பியாதா. ''போ வெளியே!''' கண்களினின்றும் கண்ணீர் பெருக்கெடுத்து ஓடியது, நெருப்புக் கங்கு போன்ற வார்த்தைகளால் அவனைத் தாக்கினாள். 'அந்தப் படுகுழிக்குள்ளாக என் சொந்த விருப்பத்தின் பேரில்தான் ஊர்ந்து போனேன்... ஏன்னா அங்கே நிறையப் பணம் இருக்கு... இப்ப அதிலிருந்து இந்தப் பணத்தை ஓர் ஏணி போல வைத்துக்கொண்டு வெளியேறி வாறேன்... திரும்பவும் ஒழுக்கமான வாழ்க்கை வாழ முடியும்... இதற்கு நீ எனக்கு உதவினாய். எனக்குத் தெரியும்... நான் உன்னைக் காதலிக்கிறேன், நீ ஒரு டஜன் கிழவன்களைக் கொன்றது பற்றி நான் கவலைப்படலே. மேலும் நான் உன்னைக் காதலிக்கிறது உன் நற்குணத்திற்காக மட்டும் இல்லே, உன்னிடமுள்ள பெருமைக்காகவும்... உன்னிடமுள்ள இளமைக்காகவும், உன்னுடைய சுருள்முடித் தலைக்காகவும், உன்னுடைய வலுவான கைகளுக்காகவும், உன்னுடைய உறுதியான கண்களுக்காகவும்... என் இதயத்தில் கத்தியைச் சொருகுறது மாதிரி உள்ள உன்னோட கண்டனங்களுக்காகவும் அவற்றுக்காக என் உயிர் உள்ள மட்டும் நான் உனக்கு நன்றி பாராட்டக் கடமைப்பட்டிருக்கேன்... நான் முழங்காலிட்டு உன் பாதங்களை முத்தமிடுவேன் - இங்கேயே!''

அவள் உடனே இலியா அமர்ந்திருந்த இருக்கைக்கு முன்னே விழுந்து அவன் பாதங்களை முத்தமிட்டு வியந்து சொன்னாள்:

''என்னோட ஆன்மாவைக் காப்பாற்றவே நான் அந்தப் பாவத்தைச் செய்தேன் என்பதற்கு ஆண்டவனே என் சாட்சி! அந்தச் சகதியில் கிடந்து உழல்வதைக் காட்டிலும், அதிலிருந்து தூய்மையான இடத்திற்கு அவர் என்னைக் கொண்டு சேர்க்கலாம். அதிலிருந்து வெளியேறியதும் மன்னிப்புக் கோரி என்னால தொழ முடியும்... என் வாழக்கை

பூராவுமே இந்த மாதிரியே வாழ்ந்து கொண்டிருப்பதை என்னால தாங்கிக்கிற முடியாது! நான் முழுக்கவும் அழுக்காகிப் போயிட்டேன்... முழுக்க முழுக்க கறைபட்டவள்... என்னால எவ்வளவுதான் கண்ணீர் விட முடிஞ்சாலும், அது என்னைச் சுத்தமா கழுவாது..."

முதலில் இலியா அவளை அப்பால் தள்ளி தூக்க முயன்றான். ஆனால் அவளோ அவன் மீதுள்ள தனது பிடியை இறுக்கி தனது தலையை அவனது முழங்கால்களின் மீது வைத்து, தன் முகத்தை அவற்றில் உரசிக்கொண்டே கஷ்டமான, கம்மிய குரலில் பேசினாள். அவனோ பிறகு நடுங்குகிற தன் கையால் அவளது முடியை வருடிக் கொடுத்தான். கடைசியில் தனது முழங்கால்களுக்கு அவளை உயர்த்தி அவளைச் சுற்றித் தன் கைகளைப் போட்டு, அவளது தலையை தன் தோளில் அணைத்துக்கொண்டான். அவள் தனது எரிகின்ற கன்னத்தை இறுக்கமாக அழுத்தினாள், அவனுக்கு முன்னால் முழங்காலிட்டு இருந்த போது, பலமான பிடியில் இருந்தவாறு, தொடர்ந்து கிசுகிசுத்துக் கொண்டே இருந்தாள்:

"ஒருவன் ஒருமுறை பாவம் செய்திருந்தால், அவனுடைய எஞ் சிய வாழ்க்கை முழுக்க அவனை இழிவுபடுத்துவதில் யாருக்கேனும் எந்த நன்மையும் விளைவிக்குமா?.. நான் மிகவும் சிறிய பெண்ணாக இருக்கும் போது, தன்னோட கேவலமான ஆசையோட என் வளர்ப்புத் தந்தை என்னை நோக்கித் தவழ்ந்து வந்த போது கலப்பையால் அவனை அடித்தேன்... ஆனா பிறகு அவர்கள் என்னை ஜெ-யிச்சுட்டாங்க... என்னைக் குடிக்க வச்சாங்க... அப்ப சிறு பெண்ணாக... தூய்மையாக மலரைப் போல புதுப்பொலிவோட இருந்தேன்... நான் கதறினேன்... என்னோட அழகைப் பாழ்படுத்துவது அவ்வளவு இரங்கத்தக்கதாக இருந்துச்சு... நான் அந்த மாதிரி இருக்க விரும்பலே -ஓ, நான் விரும்பவே இல்லே!.. ஆனா பிறகு அது முக்கியமில்லே என்பதைக் கண்டுகொண்டேன்!.. பின்வாங்குறது முடியலே... சரி, கடைசியா அவர்கள் எனக்கு நிறையப் பணம் கொடுக்கவைக்க முடியும்னு நினைச்சேன். அவர்கள் எல்லாரையும் நான் வெறுத்தேன். அவர்களிடமிருந்து பணத்தைத் திருடினேன், குடிச்சேன்... நான் கொடுத்த முத்தங்களில் ஒரு முறை எனது இதயத்தைக் கொடுத்ததில்லே ஒருமுறை கூட இல்லே. உன்னைச் சந்திக்கிற வரை..."

வார்த்தைகள் தணிந்த கிசுகிசுப்பாக முடிந்தன. பிறகு, திடீரென்று அவனிடமிருந்து தன்னை விலக்கிக்கொண்டு கத்தினாள்: "என்னை விடு!"

அவனோ அவளை இறுக்கமாக அணைத்துக்கொண்டு அவளது முகத்தில் உணர்ச்சியோடு, மனச்சோர்வோடு முத்தமிடத் தொடங்கினான்.

“என்னால் உனக்குச் சொல்ல முடிந்தது எதுவுமில்லே...” என்று உணர்ச்சி மிகுதியோடு பேசினான். “ஒன்னே ஒன்னு சொல்றேன்: நம்மைப் பற்றி யாருக்கும் அக்கறையில்லை... ஆகவே நாமும் யாரைப் பற்றியும் கவலைப்பட வேணாம்!.. நீ அருமையாகப் பேசினாய்... நீயும் நல்லவள் தான்... அதிகமா உன்னைக் காதலிக்கிறேன்... நான் உன்னை எந்தளவுக்குக் காதலிக்கிறேன்னு சொல்ல வார்த்தைகளே இல்லை...”

அவளுடைய பேச்சு, முறையீடுகள் அவனிடத்தில் ஆர்வமுடையதும் தூய்மையானதுமான உணர்வை எழுப்பின. அவளுடைய துயரம் அவனுடைய சஞ்சலத்துடன் ஒன்று சேர்ந்து உறவினர் போல இரண்டறக் கலந்தனர். வெகு நேரத்திற்கு இருவருமே தழுவியவாறு, தங்களுடைய குறைகளை மற்றவருடைய காதுகளில் கிசுகிசுத்தவாறு உட்கார்ந் திருந்தனர்.

“மகிழ்ச்சி என்பதே நமக்குத் தெரியாது,” நம்பிக்கையற்று தனது தலையை அசைத்தவாறு சொன்னாள். “பிறகு நம்மோட மகிழ்ச்சியின்மையை கொள்வோம்!.. நாம் கடுங்காவலுக்குப் போக வேண்டும் நாம பகிர்ந்து என்றால் இருவரும் சேர்ந்தே போகலாம், இல்லையா? ஆனா அந்த நேரம் வருகிற வரை நம்மோட தொல்லைகளைக் காதலில் மூழ்கடிப்போம்... இப்போதைக்கு, அவர்கள் விரும்பினால் என்னை உயிரோட எரித்து விட முடியும்... என் இதயம் இறகு போல அவ்வளவு லேசா இருக்கு...”

ஒவ்வொருவருடைய வார்த்தைகளால் உந்தப்பட்டு, ஒவ்வொருவருடைய தழுவல்களால் பரவசப்பட்டு, ஒவ்வொருவருடைய கண்களுக்குள்ளாக மூடுபனியின் ஊடாகப் பார்ப்பது போல உற்றுப் பார்த்துக்கொண்டார்கள். அவர்களுடைய தழுவல்களினால் அவர்களது சதைகள் சூடாகியிருந்தன; அவர்களது உடைகள் கட்டுண்டு இருந்தன...

வெளியே, வானம் சாம்பல் நிறமாகவும், மந்தாரமாகவும் இருந்தது. குளிர்ந்த மூடுபனி பூமியைச் சுற்றி வளைத்து, மரங்களை உறைந்த வெண்பனியால் முலாம் பூசியது. சன்னலுக்கு முன்னால் இருந்த தோட்டத்தில் வளர்ந்த பிர்ச் மரத்தின் மெல்லிய கிளைகள் சன்னலுக்குள்ளாக நீண்டு தடித்த பனித்துகள்களை உலுப்பிவிட்டன. குளிர்கால மாலை வந்துவிட்டிருந்தது...

14

சில நாள்களுக்குப் பிறகு கருப்புத் தொப்பி அணிந்த உயரமான மனிதனை பலுயேக்தவ் கொலையில் சந்தேகப்பட்டு போலீஸ் தேடிக்கொண்டிருப்பதாக அறிந்தான் இலியா. கடையைச் சோதித்துப்

பார்த்ததில் இரண்டு உருவச்சிலைகளின் வெள்ளி அலங்காரங்கள் திருடப்பட்டிருப்பது தெரியவந்தது. கொலைக்கு இரண்டு அல்லது மூன்று நாள்களுக்கு முன்னதாக அந்திரேய் என்ற பெயர் கொண்ட ஆட்டுத்தோல் அங்கி அணிந்த உயரமான மனிதனிடமிருந்து வாங்கப்பட்டன என்றும், அவனிடமிருந்து அடிக்கடி வெள்ளியாலும் தங்கத்தாலும் ஆன பொருள்களை பலுயேக்தவ் வாங்கி பணம் கடன் கொடுப்பான் என்றும் கடைப் பையன் சொன்னான். மேலும் கொலைக்கு முதல் நாளும், அதே நாளிலும், பையனால் விவரிக்கப்பட்ட மனிதனைப் போன்ற ஒருவன் நகரத்தின் வேசி வீடுகளின் ஒன்றில் ஆனந்தக் கூத்தாடியாகவும் பிறகு உறுதி செய்யப்பட்டது.

ஒவ்வொரு நாளும் இலியாவினுடைய காதுகளுக்கு பலுயேக்தவினுடைய கொலை பற்றிய வதந்திகள் வந்து சேர்ந்தன. துணிச்சலான அந்தக் கொலையால் நகரமே எழுப்பி விடப்பட்டது, எல்லா இடங்களிலும் அது விவாதிக்கப்பட்டது - அருந்தகங்களில், கடைகளில், தெருக்களில். ஆனால் அந்தப் பேச்சுகளில் இலியா அவ்வளவு ஆர்வமற்றவனாகவே இருந்தான். புண்ணை விட்டு செதில் கீழே விழுவது போல ஆபத்தின் பயமானது அவனை விட்டே அகன்று விட்டது.

அதனது இடத்தை நிச்சயமற்ற ஓர் உணர்வு எடுத்துக் கொண்டுவிட்டது. ஒரே எண்ணம் இருந்தது: இப்போது அவன் எப்படி வாழப் போகிறான்?

அவனுடைய உணர்வுகள் புதிய வீரனுடையதைப் போன்று இருந்தன, அல்லது அறியாத இடத்திற்கு நீண்ட பயணம் புறப்படத் தயாராக இருந்தவனுடையதைப் போன்று இருந்தன. கடைசி நேரத்தில் யாக்கவ் அவனுக்கு நிம்மதியைக் கொடுக்கவில்லை. ஏதோ ஆடைகளோடும் வாரப்படாத தலையுடனும் இருந்த பெத்ருகாவினுடைய மகன் சோம்பேறித்தனமாக அருந்தகத்திலும் முற்றத்திலும் சுற்றி வந்தான். அவனுடைய அசதியான கண்கள் ஒரு பொருளிலிருந்து மற்றொன்றாக அலைந்து கொண்டிருந்தன. அது ஏதோ ஆழ்ந்த பிரச்சினைகளில் ஈடுபட்டவனைப் போன்ற தோற்றத்தை ஏற்படுத்தியது. இலியாவைப் பார்த்த உடனேயே அவனுடன் புதிராகவும் அவசரமாகவும், தாழ்ந்த குரலில் அல்லது குசுகுசுவென்று கேட்பான்:

“எனக்காக ஒரு நிமிஷம் ஒதுக்க முடியுமா?”

“கொஞ்சம் பிறகு, இப்ப முடியாது...”

“ஐயோ!.. அது பயங்கர முக்கியத்துவமானது.”

“என்ன அது?”

“அந்தப் புத்தகம்! அவ்வளவு அருமையா விளக்கிச் சொல்லுது!” என்றான் அச்சத்தோடு யாக்கவ்.

“நீயும் உன் புத்தகங்களும் நாசமாப் போக! இதைச் சொல்லு எனக்கு: என்னத்துக்காக உன் அப்பா என்னை எப்பவுமே கொடூரமாப் பார்க்கிறாரு?”

ஆனால் நடப்புகளில் மிகக் குறைந்த அக்கறையே செலுத்தினான் யாக்கவ். இலியாவினுடைய கேள்விக்கு பதிலுக்குத் தனது கண்களை அகல விரித்துத் திகைப்போடு கேட்டான்:

“என்ன விஷயம்? ஏன்னு எனக்குத் தெரியாது. உண்மை, ஒரு தரம் அவர் உன் சித்தப்பாவிடம் ஏதோ சொல்றதைக் கேட்டேன், நீ கள்ளநாணய வியாபாரத்தில் ஈடுபட்டிருப்பது மாதிரி... ஆனா அது எல்லாமே பிதற்றல், வீண்...”

“இதெல்லாம் பிதற்றல், வீண் என்பது உனக்கு எப்படித் தெரியும்?” புன்னகையுடன் இலியா கேட்டான்.

“ப்பூ! கள்ள நாணயமா? எல்லாம் பிதற்றல்தான்!..” கையை அலைத்து யாக்கவ் சிந்திக்கலானான். “ஆக என்னோட பேச உனக்கு உண்மையாகவே நேரங்கிடைக்கலே?” தனது தோழனை எங்கெங்கோ சிதறிய கண்களால் பார்த்துக்கொண்டிருந்து விட்டுக் கேட்டான்.

“அந்தப் புத்தகத்தைப் பற்றித்தானே?”

“ஆமா... அதிலே ஓர் இடத்தை நான் சரியாப் புரிஞ்சுக் கிட்டா-ஓ பாவம்! பாவம்! சகோதரனே...”

அந்தத் தத்துவவியலாளன் ஏதோ நெருப்பைத் தொட் டது போலத் தனது முகத்தைப் பயங்கரமாகச் சுளித்துக் கொண்டான். யாக்கவ் ஒரு விந்தையானவன் அல்லது கிராமத்து முட்டாள் என்பது போல இலியா அவனை எண்ணிப் பார்த்தான். சில நேரங்களில் யாக்கவ் குருடன் என்பது போல அவனுக்குத் தோன்றியது; இலியா அவனை எப்போதுமே அதிருஷ்டமற்றவனாகவும், வாழ்க்கையோடு போட்டிபோட முடியாதவனாகவும் பார்த்தான். நகரத்தில் மிகவும் செலவு பிடிக்கும் விபசார விடுதியை நடத்தி வந்த ஒருத்தியை, அதாவது தனது வைப்பாட்டியை மணக்க பெத்ரூகா நோக்கம் கொண்டிருந்தான் என்பது வீட்டில் கிசுகிசுக்கப்பட்டது. அதை அந்தத் தெரு முழுக்க அறிந்திருந்தது. ஆனால் யாக்கவ் அச்செய்தியை முழு வைராக்கியத்துடன் ஒப்புக்கொண்டான். மணவிழா சீக்கிரம் நடைபெறப் போகிறதா என்று இலியா அவனிடம் கேட்ட போது, யாக்கவ் கூடக் கேட்டான்:

“யாருடைய மணவிழா?”

“உன் அப்பாவுடைய...”

“ஓ, அதுவா! யாருக்குத் தெரியும்... ரொம்பவும் வெட்கமில்லாதவர்! அந்த மாதிரி ஒரு பெண்ணை மணக்கிறதா! சே!”

“அவளுக்கு ஒரு மகன் இருக்கிறது உனக்குத் தெரியுமா? அநேகமா பெரியவன் - உயர்நிலைப் பள்ளியில் படிக்கிறான்.”

“இல்லை, எனக்குத் தெரியாது. அது பற்றி என்ன?”

“சும்மா... அவன் உன் அப்பாவோட வாரிசு ஆவான்...”

“அப்படியா!” யாக்கவ் வைராக்கியத்தோடு சொன்னான். திடீரென்று ஆர்வமுடையவனானான். அது எனக்கு உதவியாப் போகும், இல்லையா? என் அப்பா அவனைக் கடையில் வச்சா நானோ விரும்பின இடத்துக்குப் போவேன்!.. என்ன அதிருஷ்டம்...”

அத்தகைய சுதந்திரத்தை எதிர்பார்த்து தன் நாக்கால் படாரென்று வெடித்தான் யாக்கவ். இலியா அவனை இரக்கத்தோடு பார்த்தான்.

“அவுங்க சொல்றது உண்மை, ஒரு முட்டாள் குழந்தைக்கு ஒரே ஒரு சின்ன கேரட்தான் தேவை. அவனுக்கு அருமையான ரொட்டித் துண்டு கொடுத்தா, அதை மறுத்துறுவான். ஏ, யாக்கவ், யாக்கவ்! இந்த உலகத்திலே நீ எப்படி வாழப் போறேன்னு எனக்குத் தெரியலே,” என்று நகைப்புடன் சொன்னான்.

யாக்கவ் திடீரென்று விழிப்படைந்து கண்களை அகல விரித்தான்.

“நான் அது பற்றிச் சிந்திச்சேன்!” விரைவாகக் கிசுகிசுத்தான். “முதலாவதாக ஓர் ஆள் தன் ஆன்மாவை ஒழுங்கு படுத்திக் கொள்ளணும்... ஆண்டவன் தன்னிடம் என்ன விரும்புறார் என்பதைத் தெரிந்து கொள்ளணும். இது வரைக்கும் ஒரே ஒரு விஷயம் எனக்குத் தெளிவா இருக்கு: மக்கள் நூல்களைப் போல சிக்குண்டு இருக்காங்க, ஒவ்வொருத்தரும் ஒவ்வொரு திசைக்கு இழுக்குறாங்க, தான் எதனோடு கட்டப்பட வேணும் என்பது யாருக்கும் தெரியலே! ஒரு மனுசன் எதுக்காக பிறக்கிறான் என்று யாருக்கும் தெரியாது; அவன் வாழ்றான், ஏன்னு யாருக்கும் தெரியாது; சாகிறான், எல்லாமே முடிஞ்சு போகுது... ஆக நான் முடிவு செய்ய வேண்டிய முதலாவது விஷயம்: நான் எதுக்காக இங்கே இருக்கேன் என்பதுதான், தெரியுதா?.. இது தான் பிரச்சினை!..”

“இந்த மாதிரி சிந்தனைகளில் நீ எவ்வளவு ஆழமாக ஈடுபட்டாய்,” என்றான் இலியா கூர்ந்த கவனத்தோடு. “அதனால் என்ன பயன்?”

யாக்கவினுடைய இருண்ட பேச்சுகள், முன்பு லேசாக இருந்தவை இப்போது தன்னைப் பாதித்து தேவையற்ற சிந்தனைகளுக்கு வழிவகுத்திருக்கின்றன என்பதை அவன் புரிந்து கொண்டான். யாக்கவ் பேசிய போது ஏதோ கருப்பு உயிரி தனக்குள்ளாக இருப்பதாக இலியா உணர்ந்தான். அந்த உயிரி தூய்மையானதும் முழுமையானதுமான வாழ்க்கை வாழவேண்டும் என்ற அவனுடைய பிரகாசமான கனவுகளை எப்போதுமே எதிர்த்துக்கொண்டு, கருப்பையினுள் துருதுருக்கும் குழந்தையைப் போல தனது ஆன்மாவில் துருதுருத்துக்கொண்டு,

யாக்கவினுடைய ஒவ்வொரு வார்த்தையையும் பசியுடன் குடித்துக்கொண்டு இருந்தது. இதை அவன் விரும்பவில்லை, அதை வெறுத்தான், அதைக் கண்டு குழம்பினான், ஆகவே யாக்கவுடன் பேசுவதைத் தவிர்த்தான். ஆனால் அவனுடைய நண்பனை உதறித் தள்ளுவது சிரமமானதாக இருந்தது.

"அதனால் பயன்? ஏன், அது தெளிவாக இருக்கு. காற்று இல்லாமல் எப்படி முடியாதோ அது போல சிந்திக்காமல் இருக்க முடியாது."

"நீ ஒரு சரியான கிழவன், யாக்கவ்; நீ பயங்கரமான அளப்பன், பழமொழி சொல்றது போல எல்லாரையும் போலவே ஒவ்வொருத்தனும் சிறந்ததையே விரும்புறான்."

அத்தகைய பேச்சுகளுக்குப் பிறகு உப்பிட்ட முட்டைக் கோசால் தன் வயிற்றை நிரப்பிக்கொண்டவன் போல உணர்ந்தான்: தாகம் வாட்டி எடுத்தது, அவன் எதாவது விரும்பினான். ஆண்டவனைப் பற்றிய விளங்காததும் பாரமானதுமான அவனுடைய சிந்தனைகளோடு கடுமையானதும் தேவையானதுமான ஏதோ சேர்ந்து கொண்டது.

"ஆண்டவன் எல்லாவற்றையும் பார்க்கிறார், ஆனால் அனுமதிக்கிறார்!.." ஒத்துப்போக முடியாத முரண்பாடுகளில் தான் சுற்றி வளைக்கப்பட்டதை சோர்வோடு சிந்தித்தான். தன்னுடைய எண்ணங்களிலிருந்தும் அச்சத்திலிருந்தும் விலகி ஒலிம்பியாதாவினுடைய கரங்களில் தஞ்சமடைந்தான்.

எப்போதாவது போய் வேராவைப் பார்ப்பான். மெல்ல மெல்ல அவள் மகிழ்ச்சியான வாழ்க்கைச் சுழலுக்குள்ளாக அமிழ்ந்து போனாள். செல்வமுடைய வியாபாரிகள், அதிகாரிகள், ராணுவ அதிகாரிகள் போன்றவர்களோடு தான் நடத்திய மது விருந்துக் கேளிக்கைகள் பற்றி அவள் இலியாவிடம் பரவசத்தோடு சொன்னாள்; மூன்று குதிரை வண்டிச் சவாரிகளையும் ரெஸ்டாரெண்டுகளையும் விவரித்து, தான் வெகுமதியாகப் பெற்ற துணிமணிகளையும் ஆபரணங்களையும் அவனிடம் காட்டினாள். வலுவான, வடிவமைந்த, கட்டான உடல் பெற்றிருந்தாள். அவளை அடைய வேண்டும் என்பதற்காக அவளது அபிமானிகள் ஒருவரோடு ஒருவர் எப்படிச் சண்டையிட்டுக் கொண்டார்கள் என்பதைப் பெருமையோடு சொன்னாள். அவளது வலிமையை, அழகை, தோரணையைப் பாராட்டினான். ஆனால் பலமுறை எச்சரிக்கையான குரலில் சொன்னான் இலியா:

"கவனமாயிரு, வேரா; அவை உன்னைக் கீழே தள்ளி விட்டு விடும்..."

"அதனால் என்ன? இது என்னோட வழி... குறைந்தது செழிப்போடு கீழே தள்ளப்படுவேன். ஆனா அதை ஆடம்பரமாச் செய்வேன்."

"ஆனால் பாவெலைப் பற்றி?"

அவளது புருவங்கள் நடுங்கின, அவளது களிப்பு மறைந்தது.

“அவன் என்னை விட்டுப் போய் ஆகணும்... என்னோட ஒட்டிக்கிறது அவனுக்குக் கஷ்டமா இருக்கு... அவன் ஏன் தன்னைத்தானே சித்திரவதை செய்துக்கணும்?.. இதை நான் விடமாட்டேன் - தேனில் ஈ ஒரு முறை விழுந்துட்டா..”

“நீ அவனைக் காதலிக்கலியா?” கேட்டான் இலியா. “பாவெலைக் காதலிக்காமல் இருக்க முடியாது!” என்றாள் முற்றிலும் கண்டிப்போடும். “அவன் அற்புதமானவன்!”

“சரி, பிறகு ஏன் நீ அவனோடு வசிக்கலே?..”

“அவனே கஷ்டப்பட்டுக் காசு சம்பாதிக்கிற போது எனக்கு எப்படிச் சாப்பாடு போட முடியும்? இல்லை, அவனுக்காகப் பரிதாபப்படுறேன்...”

“கவனம், அல்லது இது மோசமா முடியும்...” என்று ஒரு முறை அவளை எச்சரித்தான் இலியா.

“ஓ, ஆண்டவனே!” என்று எரிச்சலோடு கூவினாள் வேரா. “நான் என்ன செய்யணும்? நான் ஒருத்தனுக்காகப் படைக்கப்பட்டவள்னு நினைக்கிறியா? ஒவ்வொருத்தனும் மகிழ்ச்சியா வாழ விரும்புறான்... ஒவ்வொருத்தனும் தான் விரும்பியது போல வாழ்றான்... அவனும், நீங்களும், நானும், எல்லாருந்தான்.”

“அது அப்படி இல்லே!” என்றான் யோசனையில் ஆழ்ந்த இலியா கடுகடுப்பாக. “நாம வாழ்றது... நமக்காக மட்டுமில்லே...”

“யாருக்காக?”

“உன்னை எடுத்துக்க - வியாபாரிகளுக்காகவும், எல்லா வகையான ஒழுக்கங் கெட்டவர்களுக்காகவும் நீ வாழ்றே...”

“நானே ஒழுக்கங்கெட்டவள்!” பலத்த சிரிப்புக்கிடையே கூறினாள் வேரா.

கனத்த இதயத்துடன் இலியா அவளை விட்டு அகன்றான். பாவெலை சும்மா இரண்டு முறை பார்த்தான், ஆனா ஒவ்வொரு முறையும் கணநேரந்தான். வேராவினுடைய வீட்டில் அவனைப் பார்த்தது பாவெலுக்கு எரிச்சலை ஏற்படுத்தியது. அவனுக்கு எதிராக பற்களை இறுக்க மூடிக் கொண்டு எதுவும் பேசாது அமர்ந்திருப்பான் அவன். அவனது மெல்லிய கன்னங்களில் பிரகாசமான சிவப்புப் புள்ளிகள் தோன்றும். தன் நண்பன் பொறாமைப்படுகிறான் என்பதை இலியா உணர்ந்து கொண்டான். இது அவனுக்கு ஓரளவு மனநிறைவைத் தந்தது. ஆனால் ஒரு சுருக்குக்குள்ளாகத் தன் தலையை விட்டுக்கொண்ட பாவெல் தனக்குக் காயம் ஏற்படாமல் விடுவித்துக்கொள்ள முடியாது

என்பதை அப்போது அவனால் காண முடிந்தது. ஆக அவனுக்காகப் பரிதாபப்பட்டு, வேராவுக்காக அதிகம் பரிதாபப்பட்டு, அவளிடமிருந்து தன்னை விலக்கிக் கொண்டான். அவனும் ஒலிம்பியாதாவும் புதுமண மாதத்தை இரண்டாவது முறை அநுபவித்துக் கொண்டிருந்தார்கள். எனினும் அவர்களுக்கிடையே ஏதோ ஒன்று பனிக்காற்றைப் போல வீசி இலியாவின் நெஞ்சத்தில் கவலை ஏற்படுத்தியது. உரையாடல்களுக்கு மத்தியில், இலியா சில நேரங்களில் துயரத்தோடு ஆழ்ந்த படிப்பிலே இறங்கி விடுவான்.

“வா, அன்பே! சிந்திக்க வேண்டாம்...” ஒலிம்பியாதா இனிமையாகக் குசுகுசுப்பாள். “கறைபடாத கைகள் கொண்டவர்கள் இந்த உலகத்தில் அதிகம் இல்லே...”

“கேளு,” உற்சாகமற்றும் கண்டிப்புடனும் இலியா கூறுவான். “இந்த விஷயத்தைப் பற்றி எதுவும் பேச வேணாம்! நான் கைகளைப் பற்றிச் சிந்தித்துக் கொண்டிருக்கலே... நீ புத்திசாலியான போதிலும், என்னோட எண்ணத்தைப் புரிந்துகொள்ள உன்னால முடியவே முடியாது... இதைச் சொல் எனக்கு: யாரையுமே புண்படுத்தாத ஒருத்தனால் எப்படி நேர்மையான வாழ்க்கை வாழ முடியும்? கிழவனைப் பொருத்தவரை - ஒரு வார்த்தையும் பேச வேணாம்...”

ஆனால் கிழவனைப் பற்றிப் பேசுவதை அவளால் தடுக்க முடியவில்லை. அவனை மறந்து விடுமாறு இலியாவைத் தொடர்ந்து வலியுறுத்தி வந்தாள். இலியா கோபமுற்று அவளை விட்டுப் போய்விடுவான். மறுமுறை அவன் வரும் போது முரட்டுத்தனமாகக் கத்துவாள். அவளுக்குப் பயப்படுவது காரணமாகத்தான் அவளை அவன் காதலிப்பதாகவும், அவள் அதை விரும்பவில்லை என்றும், அவனை விட்டு நகரத்தை விட்டே போய் விடுவதாகவும் கூறுவாள். அவள் தேம்புவாள், அவனைக் குத்துவாள், அவனது தோளைக் கடிப்பாள், பாதங்களை முத்தமிடுவாள், கடைசியில் களைப்புற்று தன் ஆடைகளைக் களைந்து விட்டு அவனுக்கு முன்பு நிர்வாணமாக நின்று பேசுவாள்:

“நான் பார்க்க நன்றாக இல்லை? என் உடம்பு அழகாக இல்லை?.. அதனோட ஒவ்வொரு அங்குலத்துடனும், என் ரத்தத்தின் ஒவ்வொரு சொட்டுடனும், என் சதையின் ஒவ்வொரு துண்டுடனும் நான் உன்னைக் காதலிக்கிறேன்! நீ விரும்பினா என் தொண்டையை நறுக்கு-உன் முகத்தைப் பார்த்துச் சிரிப்பேன்...”

அவளுடைய நீல நிறக் கண்கள் இருண்டன, அவளுடைய உதடுகள் வெறியுடன் துடித்தன, அவனைச் சந்திக்க வருவது போல அவளுடைய மார்பு புடைத்தது. அவளைத் தனது கரங்களில் தாங்கி அலுத்துப்போகும் வரை கொஞ்சினான், பிறகு வீடு திரும்புகையில்

தனக்குத்தானே சொல்ல நினைத்தான்: “அந்தளவு உணர்ச்சி கொண்ட அவளுக்குக் கிழவனின் அருவருப்பான கரங்களால் தொடப்படுவதை எங்ஙனம் பொறுத்துக்கொள்ள முடியும்?” ஒலிம்பியாதா அவனது வெறுப்புக்கு ஆளானாள். எனவே அவளது முத்தங்களை நினைத்த மாத்திரத்தில் எரிச்சலுடன் காரித்துப்பினான். ஒருநாள், அவர்களுடைய காம இச்சையைத் தனித்துக்கொண்ட பிறகு, அவளது கொஞ்சல்களில் சலிப்படைந்த அவன் சொன்னான்:

“நான் அந்தக் கிழட்டுச் சனியனை நெரித்த பிறகு நீ என்னை அதிகம் நேசிக்கிறே...”

“உண்மைதான். அதனாலென்ன?”

“ஒன்னுமில்லே. வேடிக்கைதான்: புத்தம்புது முட்டையை விட அழுகிப்போனது தான் சிறந்தது என்று நினைக்கக் கூடிய ஆட்களும் இருக்காங்க. இன்னும் சிலர் அழுகின ஆப்பிளை மட்டுமே விரும்புறாங்க... ரொம்ப வேடிக்கை தான்!..”

ஒலிம்பியாதா தெளிவில்லாத கண்களுடன் அவனைப் பார்த்துச் சோம்பேறித்தனமாகச் சிரித்தாள், எதுவும் பேசவில்லை.

ஒருமுறை வேலை முடிந்த பிறகு நகரத்திலிருந்து திரும்பிவந்து இலியா தனது உடைகளை மாற்றிக்கொண்டிருந்த போது, தெரேன்தி அறைக்குள்ளாக வந்தான். உடனே கதவைச் சாத்திவிட்டு, தன்னை யாரும் தொடர்ந்து வரவில்லை என்பதை உறுதிப்படுத்திக் கொள்வதற்காகக் கணநேரம் அங்கேயே நின்றான்; பிறகு, தனது கூனை ஒரு குலுக்குக் குலுக்கிவிட்டு கதவைத் தாழிட்டான். ஓர் ஏளனப் புன்னகையுடன் இலியா அவனையே கவனித்தான்.

“இலியா!’ ஒரு நாற்காலியில் உட்காருகையில் மூச்சு வாங்கிக்கொண்டே தெரேன்தி அரைக்குரலில் சொன்னான்.

“என்ன?”

“உன்னைப் பத்தி ஏதோ வதந்திகள் பரவிக்கிட்டு இருக்கு... அசிங்கமானவை... “

கூனன் ஆழ்ந்து மூச்சுவிட்டு, தன் கண்ணைத் தாழ்த்தினான்.

“என்ன, உதாரணமா?” தனது காலணியைக் கழற்றிக் கொண்டே இலியா கேட்டான்.

“வந்து... வித்தியாசமானவை... சிலர் சொல்றாங்க உன்னோட பங்கும் இருக்கிறதா அதில்... அது தான்... உனக்குத் தெரியுமே, கிழவன் கழுத்தை நெறிச்சுக் கொல்லப்பட்டுட்டான் என்பது... மற்றவுங்க சொல்றாங்க நீ தப்பா பணம் பண்ணுறதா...”

“என்ன, பொறாமைதானா?” என்று கேட்டான் இலியா.

“இந்த அருந்தகத்தைச் சுற்றி புலனாய்கிறவர்கள் திரியுறாங்க... அவர்கள் உன்னைப் பத்தி பெத்ருகாவிடம் தொடர்ந்து கேட்கிறாங்க...”

“கேட்டுட்டுப் போறாங்க,” என்றான் அலட்சியமாக இலியா.

“உண்மைதான் - கேட்டுட்டுப் போறாங்க. நீ எந்தத் தப்பும் செய்யாத போது எதுக்காக நீ கவலைப்படணும்?” இலியா சிரித்துவிட்டுப் படுக்கையில் சாய்ந்தான்.

“அவர்கள் வருவதை நிறுத்திக்கிட்டாங்க!.. ஆனா இப்ப பெத்ருகா...” தெரேன்தி குழப்பத்துடனும் அச்சத்துடனும் சொன்னான்.

“உனக்குத் தங்குறதுக்கு ஓர் இடம் பார்த்துக் கொண்டால் நல்லாயிருக்கும், என்னவோ?.. மிகக் கெட்ட நடத்தை உள்ளவர்களை பெத்ருகா தன் வீட்டில் வைத்துக் கொள்ள மாட்டானாம், தன்னை நேர்மையானவன்னு சொல்றான்...”

இலியா தன் கோபங்கொண்ட முகத்தைத் தன் சித்தப்பா பக்கமாகத் திரும்பி உரத்த குரலில் சொன்னான்: “அவனோட மூஞ்சி நல்லா-யிருக்கிறதா அவன் அந்தளவு சந்தோஷப்பட்டா, வாயை மூடி தனக்குள்ளாகவே வச்சுக்கிறட்டும்! அவங்கிட்டச் சொல்லுங்க... என்னைப் பத்தி களங்கமா ஏதாவது சொல்றதைக் கேள்விப்பட்டேனோ அவன் தலையைப் பிளந்திருவேன். நான் எப்படியிருந்தாலும், அதைப் பத்தி நியாயம் சொல்றதுக்கு அவன் யாரு? எப்ப நான் அதை விரும்புறேனோ, அப்பவே இந்த இடத்தை விட்டுப் போயிறுவேன்... ஒரு முறையாவது நாகரிகமான, நேர்மையானவங்க மத்தியில் வாழ விரும்புறேன்.”

இலியாவினுடைய திடீர்க் கோபத்தால் கூனன் நடுக்குற்றுப் போனான். கண நேரம் எதுவும் பேசாமல் கூனைச் சொறிந்து கொண்டும், தன் அண்ணன் மகனை அச்சத்துடன் நோக்கிக்கொண்டும் உட்கார்ந்திருந்தான். இலியா உதடுகளை இறுக்கியபடி, கண்களை அகன்று திறந்து கூரையைப் பார்த்துக்கொண்டு படுத்திருந்தான். அவனுடைய சுருட்டைத் தலையை, சிறுமீசையும், நீட்டிக்கொண்டிருக்கும் முகவாய்க் கட்டையைக் கொண்டிருந்த உறுதியானதும் அழகு மிக்கதுமான முகத்தை, அவனது அகன்ற மார்பை, வலிமையான கட்டுறுதிவாய்ந்த உடலை தெரேன்தியினுடைய கண்கள் ஆழம் பார்ப்பன போன்று பார்த்துக்கொண்டிருந்தன.

“அழகான இளைஞனாக மாறிட்டே!..” என்று மெதுவாகச் சொன்னான். “நீ கிராமத்தில் வசித்தால் இளம் பெண்கள் உன்னைச் சும்மா இருக்கவிட மாட்டார்கள்... ஊம்... அங்கே சுலபமான வா”கை உனக்குக் கிடைக்கும்! நான் உனக்குப் பணம் அனுப்புறேன்... உனக்குன்னு ஒரு சொந்தக் கடையை வைத்துக்கொண்டு, உனக்கு

ஒரு பணக்கார மனைவியைக் கண்டு பிடிக்கலாம்!.. மலையிலிருந்து கீழ்நோக்கிப் போற சறுக்கு வண்டி மாதிரி வாழக்கை சுலபமா இருக்கும்."

"மலை அடிக்குப் போக ஒருவேளை நான் விரும்பலாம்?" கேட்டான் இலியா மங்கலாக,

"அப்படித்தான், உண்மையில் நீ மேலே ஏறத்தான் விரும்புறே!" என்றான் தெரேன்தி அவசரமாக. "அதுதான் நான் சொல்றது: வாழ்க்கை சுலபமா ஓடும். இந்த வாழ்க்கை முன்னேறும்."

"நான் உச்சியை அடைஞ்ச பிறகு?" கேட்டான் கூனன் அவனைக் கடைக் கண்ணால் நோக்கி கொக்கரித்துச் சிரித்தான். அவன் வேறு எதையோ சொன்னான், ஆனால் அதை இலியா செவிமடுக்கவில்லை. நடந்தவைகளைப் பற்றித் திரும்பவும் தன் மனத்தில் எண்ணிப் பார்த்துக் கொண்டிருந்தான், நிகழ்ச்சிகள் எவ்வாறு சுத்தமாகவும், புலப்படாதவாறும், வலையின் சதுரங்களைப் போல அமைந்து விட்டன என நினைத்துக் கொண்டிருந்தான். ஒரு திருடனை போலீஸ்காரர்கள் அழைத்துச் செல்வது போல நிகழ்ச்சிகள் ஒரு மனிதனைச் சுற்றிச் சூழ்ந்து கொண்டு அவற்றின் வழியே இழுத்துச் சென்றன. இதோ நான் இந்த வீட்டை விட்டு வெளியேறிப் போய்விட விரும்பிக் கொண்டிருந்தேன், அதற்கு நேரம் வந்து விட்டது என்று எண்ணினான். தன் சித்தப்பாவின் மீது அச்சுறுத்துகின்ற பார்வையைச் செலுத்தினான். ஆனால் அந்நேரத்தில் கதவில் தட்டுகிற ஓசை கேட்க தெரேன்தி தாவிக் குதித்தான்.

"சரி, திற," என்றான் இலியா பலமாகவும் சிடுசிடுப்பாகவும்.

கூனன் கதவைத் திறந்த போது, கைகளில் ஒரு பெரிய பழுப்புநிறப் புத்தகத்துடன் யாக்கவ் அங்கே நின்றான்.

"நாம் மாஷாவிடம் போகலாம், இலியா!" படுக்கையை நோக்கிப் போனவாறு உற்சாகத்தோடு சொன்னான் அவன்.

"ஏன், அவளிடம் என்ன விஷயம்?" என்று விரைந்து கேட்டான் இலியா.

"அவளிடமா? எனக்குத் தெரியலே... அவள் வீட்டில் இல்லை..."

"சாயங்கால நேரங்களில் அவள் எங்கே இருக்கா?" கெட்ட தொனியில் கேட்டான் கூனன்.

"அவள் மதித்ஸாவுடன் வெளியே போறா," என்றான் யாக்கவ்.

"ஊம், அதனால ஒன்னும் நலம் வரப்போறதில்லே," என்று இழுத்துப் பேசினான் தெரேன்தி.

இலியாவினுடைய கையைப் பற்றி இழுத்தான் யாக்கவ்.

"நீ என்ன, ஒடிஞ்சு போயிட்டே?" என்றான் இலியா.

“உனக்குத் தெரியுமே, கறுத்த மாயாசாலம்தான் இருக்கணும்!” அரைக்குரலில் பேசினான் யாக்கவ்.

“என்ன?” தனது கம்பளிக் காலணிகளை அணிந்து கொண்டே இலியா கேட்டான்.

“இந்தப் புத்தகம்! நீயே பார்க்கலாம்... வேகமா! அற்புதமானது!” ஓர் இருண்ட பாதை வழியாகத் தன் நண்பனை இழுத்துக்கொண்டே விரைந்து போனான் யாக்கவ். “இது ரத்தத்தை உறைய வைக்கும் - இருண்ட குட்டைக்குள்ளாக உற்றுப் பார்க்கிற போது மேன்மேலும் கீழே இழுத்துக்கிட்டுப் போறது மாதிரி...”

இலியா தன் நண்பனுடைய ஆவேசத்தை, அவனது குரலின் நடுக்கத்தை உணர்ந்தான். அவர்கள் செம்மானுடைய அறையை அடைந்த போது விளக்கை ஏற்றினார்கள். அவனுடைய முகம் வெளிறியும், குடிகாரனுடையவைப் போன்று கண்கள் மங்கலாகவும் களிமகிழ்வு கொண்டதாகவும் இருப்பதைக் கண்டான் இலியா.

“எதுவும் போட்டிருக்கியா?” சந்தேகத்தோடு நோக்கியவாறு அவனைக் கேட்டான் இலியா.

“நானா? இல்லை, இன்னைக்கு ஒரு சொட்டுக் கூட இல்லே... இதுக்கு மேலே நான் குடிக்க மாட்டேன்... என் அப்பா வீட்டில் இருக்கிற போது சுறுசுறுப்புக்காக ஒன்னு அல்லது இரண்டு கிளாசுக்கு மேலே இல்லே! என் அப்பாவுக்குப் பயப்படுறேன். வோத்கா வாசனை இல்லாததை மட்டுமே நான் குடிக்கிறேன்... இதோ கேளு!”

மேசை மீது தடாலென்று விழுந்து புத்தகத்தைத் திறந்து, அதற்கு மேலாகக் குனிந்தான், பழுப்பேறிப் போன தாளில் இருந்த வரிகளில் தனது விரலை ஓடவிட்டு படித்த போது அவன் குரல் நடுங்கியது:

“அத்தியாயம் மூன்று. மனிதனின் தோற்றம்.’ கேளு!” ஆழ்ந்து மூச்சிழுத்துக்கொண்ட போது தனது இடக் கையை உயர்த்தி, வலக்கை விரலை வரிகளின் மீது வைத்துப் படித்தான்:

“முன் சொல்லப்பட்ட தியோதரால் சாட்சியமளிக்கப்பட்டது போல ஆரம்ப மனிதர்கள் நல்லெண்ணம் கொண்டவர்கள்.’ இதைக் கேட்டாயா? நல்லெண்ணம் கொண்ட மனிதர்கள்! ‘இந்த விஷயங்களை எழுதியவன் ஆழமாக ஊடுருவிப் பார்த்திருக்கிறான். உலகம் படைக்கப்பட்டதில்லை, யுகங்களோடு இது அழிந்து விடுவதில்லை, மனித இனம் தொடக்கம் இல்லாமலே இருக்கிறது-என அவன் நன்றாகவே சொல்லியிருக்கிறான்...”

யாக்கவ் தன் தலையை உயர்த்தி, கையைக் காற்றிலே அலைத்தான்.

“இதைக் கேட்டாயா?” பயந்த கிசுகிசுப்பில் திரும்பக் கேட்டான். “தெரியுமா? தொடக்கம் இல்லாமலே!”

“மேலே படி!” என்ற இலியா புத்தகத்தின் பண்டைய தோல் கட்டை சந்தேகமான முறையில் பார்த்தான். அமைதியானதும் ஆர்வமிக்கதுமான யாக்கவின் குரல் திரும்ப ஒலித்தது:

“இத்தகைய விஷயத்தில், சிசிரோ, சாமோசின் பித்த கோரஸ், அர்கீத்தா தெரேன்தின், ஏதென்ஸின் பிளாட்டோ, ஸேனோகிரேடீஸ், ஸ்டேஜீரியாவின் அரிஸ்டாட்டில், போன்றவர்களும் மேலும் கற்றறிந்த பலரும் தங்கள் பங்கைச் செலுத்தியிருக்கிறார்கள்...”

இலியா அந்தப் புத்தகத்தை படாரென்று மூடினான்.

“போதும்!” அவன் முறுவலுடன் சொன்னான். “அது நாசமாப் போக!.. உன் மூளையைப் பிடிப்பதற்கு அயல்நாட்டுக் கூட்டம் சிந்தித்திருக்கிறது! இதற்குத் தலையும் இல்லே வாலும் இல்லே...”

“பொறு!” என்று கத்திய யாக்கவ் பயத்தினால் சுற்றிலும் பார்த்தான்; பிறகு, கண்களை விரித்துத் தன் நண்பனை நோக்கினான். “உன்னோட தொடக்கம் பற்றி உனக்கு ஏதாவது தெரியுமா?”

“என்ன தொடக்கம்?” பொறுமையில்லாமல் கத்தினான் இலியா.

“ஸ்... ஆன்மாவை எடுத்துக்க. ஒரு மனிதன் ஆன்மாவோட பிறக்கிறான், இல்லையா?”

“சரி?”

“பிறகு அது எங்கிருந்து, எப்படி வந்தது என்பதை அறிய அவனுக்கு உரிமை இருக்கு? ஆன்மா அமரத்துவமானது என்று சொல்லப்படுது, அது எப்பவுமே நிலையாயிருக்கு, அப்படித்தான் இல்லையா?.. நீ எப்படிப் பிறந்தாய் என்பதைத் தெரிந்து கொள்வதன்று முக்கியமான விஷயம், ஆனா நீ நிலைத்திருப்பது எப்படி என்பதைத் தெரிந்து கொண்டதுதான். நீ உயிரோடு பிறந்தாய். ஆனா எப்ப நீ உயிரோடு வந்தே? உன் தாயினுடைய கர்ப்பத்திலா? நல்லது! ஆனா பிறகு நீ பிறக்கிறதுக்கு முன்பும் பிறந்து ஐந்து ஆண்டுகளுக்குப் பின்பும் என்ன நடந்தது என்பது உனக்கு ஏன் நினைவில்லை? உனக்கு ஆன்மா இருந்தா, அது எப்ப உன் உடலுக்குள்ளாகப் புகுந்தது? அதை உன்னால எனக்குச் சொல்ல முடியுமா?”

யாக்கவினுடைய கண்களில் வெற்றிக் களிப்பு மின்னியது. இலியா புரிந்து கொள்ள முடியாத அளவுக்கு அவனுடைய முகம் மகிழ்ச்சியுடனும் மனநிறைவுடனும் பிரகாசித் தது.

“உனக்காக உன்னோட ஆன்மா இருக்கு!” கத்தினான் யாக்கவ்.

“முட்டாளே!” என்றான் இலியா கண்டிப்புடன். “எதுக்காக இவ்வளவு மகிழ்ச்சியா இருக்கே?”

“நான் மகிழ்ச்சியா இருக்கிறேன் என்பதல்ல, அது தான்... சும்மா...”

"அதுதான் சும்மா!" நான் ஏன் உயிரோடு இருக்கிறேன் என்பதல்ல முக்கியமான விஷயம், ஆனா நான் எப்படி வாழணும் என்பதுதான். யாரையும் புண்படுத்தாமலும் என்னை யாரும் புண்படுத்தாதபடியும் சுத்தமான, நேர்மையான வாழ்க்கை எப்படி வாழணும் என்பதுதான். இதை எனக்குச் சொல்லக் கூடிய புத்தகம் இருந்தா எனக்குக் கண்டுபிடித்துத் தா..."

யாக்கவ் தலையைத் தாழ்த்தி உட்கார்ந்திருந்தான். அவன் ஆர்வத்தைத் தூண்டுவதில் அடைந்த தோல்வி அவனது சொந்த ஆர்வத்தையே குன்றச் செய்தது. சற்றுநேர மௌனத்திற்குப் பிறகு தனது தோழனுக்குப் பதிலளித்தான்:

"ஏதோ ஒன்றை உன்னிடத்தில் நான் விரும்பலே... உன் எண்ணங்களை என்னால புரிஞ்சுக்க முடியலே... குறிப்பிட்ட நேரத்திலிருந்து நீ தலைக்கனங் கொண்டிருக்கே... உன்னை நீயே ஒரு துறவியாகக் கருதிக் கொண்டாய்..."

இலியா சிரித்தான்.

"எதுக்காகச் சிரிக்கிறே? நான் உன்னிடம் உண்மையைத் தான் சொல்லிக்கிட்டிருக்கேன். நீ எப்பவுமே சனங்களை விமரிசனம் பண்ணிக்கிட்டிருக்கே... நீ மக்களையே விரும்பாதது போலத் தெரியுது..."

"இல்லை, நான் விரும்பலே," என்றான் இலியா உறுதியாக. "யாரை எனக்காக நான் விரும்பணும்? ஏன்? என்ன மாதிரியான பரிசுகள் தந்திருக்காங்க?.. யாருடைய செலவிலாவது தங்களோட அன்றாட ரொட்டியைப் பெற எல்லா மக்களும் விரும்புறாங்க. இருந்தாலும் தங்களை மற்றவுங்க நேசிக்கணும் மரியாதை செய்யணும்னு எதிர்பார்க்கிறாங்க. ஒரு முட்டாளை வச்சிக்கிற விரும்புறாங்க! என்னோட பங்கை எனக்குத் தாங்க, பிறகு உங்களை நான் மதிக்கிறதைப் பற்றிப் பார்க்கலாம்! மற்றவனைப் போலத்தான் ஒவ்வொருத்தனும் சாப்பிட விரும்புறான்...

"ரொட்டியினால மட்டும் மனிதர்கள் வாழ்ந்துற முடியாது," என்று யாக்கவ் பகைமையுடனும் அதிருப்தியுடனும் கூறினான்.

"எனக்குத் தெரியும்! ஒவ்வொருத்தனும் அருமையான உடைகளைத்தான் உடுத்திக்கிறான், ஆனா எல்லாமே போலியானது. அது எல்லாத்தையும் என்னால பார்க்க முடியுது! கடை உதவியாள் தன் முதலாளிகிட்ட விற்பனைக் கணக்குக் கொடுக்கிறது போல, என் சித்தப்பா ஆண்டவன்கிட்ட கணக்குத் தீர்க்க விரும்புறார். உன் அப்பா சமயக் கொடிகளை சர்ச்சுக்கு அன்பளிப்பாக் கொடுத்தார், அதனோட அர்த்தம் அவர் யாரையோ மோசம் பண்ணியிருக்கணும் அல்லது அந்த எண்ணத்திலிருக்கணும் என்று நான் நினைக்கிறேன்... நீ எங்கே பார்த்தாலும் இது தான்... ஒரு கோபெக் வாங்கிக்கிட்டு ஐந்து கோபெக்

கொடுக்கச் சொல்றது... எல்லாருமே ஏமாத்துறாங்க, ஒவ்வொருத்தனும் தனக்குத்தானே நியாயமெனச் சொல்லிக்கிறான். ஆனா நான் சொல்றேன்: நீ ஏதாவது ஒரு தப்பு செஞ்சா, எதிர்பாராமலோ வேண்டுமென்றோ, தண்டனையை ஏற்றுக்கொள்ளக் கூடிய அளவுக்கு மனுசனா இரு...''

''நீ சொல்றது உண்மைதான்,'' என்று யோசனையுடன் சொன்னான் யாக்கவ். ''என் அப்பாவைப் பற்றியும், கூனனைப் பற்றியும் சொன்னது உண்மை... ஏய், நீயும் நானும் இங்கே பிறக்க வேண்டியவர்கள் அல்ல, இலியா! குறைஞ்சது நீ பொல்லாதவனாகி மற்றவர்களை விமரிசிக்கலாம். அது உனக்கு ஏதோ ஆறுதல்... எனக்கோ அது கூடக் கிடையாது... இங்கேயிருந்து என்னால எங்கேயாவது போக முடிந்தால்!'' அவன் துயரத்தோடு உரக்கப் பேசினான்.

''நீ எங்க போக முடியும்?'' மென்மையான கிண்டலுடன் இலியா கேட்டான்.

யாக்கவ் பதில் பேசவில்லை, இருவருமே துக்கமாக உட்கார்ந்திருந்தார்கள். மேசையின் மீது ஒவ்வொரு பக்கங்களிலும், பழுப்புநிறத் தோல் கட்டுடனான பெரிய புத்தகம் அவர்களுக்கு இடையே கிடந்தது...

முன் அறையிலிருந்து பாதங்களின் மிதியொலியும் குரல்களின் முணுமுணுப்பும் வந்தன. கதவின் கைப்பிடியை ஒரு கை தடவியது. பேசாதவாறு தோழர்கள் காத்திருந்தனர். அந்நேரத்தில் கதவு மெதுவாகத் திறக்க அங்கே பெர்ஃபீஷ்கா நின்றான். தலைக்கு மேல் வலக்கையில் அக்கார்டியனைப் பிடித்தவாறு தள்ளாடிய அவன் சுழன்று கீழே விழுந்தான்.

''ஆ-கா!'' குடிவெறியில் சிரித்தான். அவனுக்குப் பின்னே மதித்ஸா வந்தாள். அவள் கீழே குனிந்து தனது கை கொடுத்து அவனைத் தூக்கினாள்.

''ஓ, குடிகாரனே!.. அதிகமான வோத்கா சாப்பிட்டிருக்கான்!'' என்று அழுத்தமாக முணுமுணுத்தாள்.

''ஜோடி சேர்க்கிறவளே! என்னைத் தொடாதே... நானே எழுந்திருப்பேன்... நா-னே...''

அவன் தள்ளாடியவாறு இளைஞர்களை நோக்கிச் சென்றான்.

''வணக்கம்! உங்களுக்கு வணக்கம்...'' தனது இடக் கையை நீட்டியவாறு சொன்னான்.

மதித்ஸா கீழக்குரலில் முட்டாள்தனமாக நகைத்தாள். ''எங்கே இருந்து வாறீங்க?'' வினவினான் இலியா. குடிவெறியில் இருந்த ஜோடியைப் பார்த்து யாக்கவோ புன்னகை செய்தான், எதுவும் பேசவில்லை.

''எங்கிருந்தா? இளைஞர்களே! அன்புமிக்க இளைஞர்களே!'' என்ற பெர்ஃபீஷ்கா ஆடவும் பாடவும் தொடங்கினான்:

பிஞ்சுச் சதையே, பிஞ்சுச் சதையே!
திரண்டு வளர்ந்து நீ திண்ணென் றிருக்கும்
அவ்வேளை தனியே அரிந்தரிந்தே சிறுகுவியல்
குவியலாய் விற்பார் கடைகளில்!

"ஏய், ஜோடி சேர்க்கிறவளே!" என்று மதித்ஸாவைப் பார்த்துச் சொன்னான். "இப்ப நீ கற்றுக் கொடுத்தாயே அந்தப் பாட்டைப் படிக்கலாம், வாங்க..."

மதித்ஸாவுக்கு அருகிலிருந்த கணப்படுப்பின் மீது சாய்ந்து கொண்டு, அக்கார்டியனின் சாவிகளின் மீது விரல்களை ஓடவிட்ட போது தனது முழங்கையால் அவளை இடித்தான்.

"மாஷா எங்கே?" இலியா கடுமையாகக் கேட்டான்.

"ஏய், நீங்களா! எங்கே அவள்?" என்று திரும்பக் கேட்ட யாக்கவ் தாவினான்.

ஆனால் குடிகாரர்கள் அவர்களைப் பொருட்படுத்தவில்லை. மதித்ஸா தன் தலையை ஒரு பக்கமாகச் சாய்த்துக் கொண்டு பாடினாள்:

அண்டை வீட்டாரே, அண்டை வீட்டாரே,
சுண்டியிழுக்கும் நல்ல சாராயம்...

பெர்ஃபீஷ்கா தன் அக்கார்டியனை இழுத்துக்கொண்டு உச்சக் குரலில் பாடினான்:

திங்கள் கிழமைக்காகப் பெருங்குடி குடிப்போம்...

இலியா எழுந்து செம்மானுடைய தோளைப் பிடித்து, தலை கணப்படுப்பில் மோதுமாறு அவ்வளவு பலமாக ஆட்டினான்.

"உன் மகள் எங்கே?"

"நடு ராத்திரியில் அவன் மகள் காணாமப் போயிட்டா," தனது தலையைப் பிடித்துக்கொண்டு பெர்ஃபீஷ்கா அர்த்தமற்றாக முணுமுணுத்தான்.

யாக்கவும் மதித்ஸாவிடம் அதே கேள்வியைத் திரும்பக் கேட்டான்.

"நான் சொல்லமாட்டேன்!" என்று அசட்டுச் சிரிப்புச் சிரித்தாள். "சொல்லமாட்டேன், சொல்லமாட்டேன்..."

"அநேகமா அவளை வித்திருப்பாங்க, பிசாசுகள்," கண்டிப்பாகச் சிரித்தவாறு சொன்னான் இலியா. யாக்கவ் பயத்துடன் அவனை நோக்கினான்.

"கேளு, பெர்ஃபீஷ்கா! மாஷா எங்கேன்னு சொல்லு..." என்று பரிவுடன் கெஞ்சினான்.

"மா-ஷா!" ஏளனமாக இழுத்தாள் மதித்ஸா, "பாரு, அவளை நினைவு வச்சிருக்கான்..."

“இலியா! இதெப்படி? நாம என்ன செய்யுறது?” யாக்கவ் கலவரத்துடன் இருந்தான்.

பதிலளிக்காதவாறு குடிகாரர்களை இலியா உம்மென்று கூர்ந்து நோக்கினான்.

தனது பெரிய விழிகளை உருட்டிக்கொண்டு யாக்கவையும் இலியாவையும் பார்த்தவாறு மதித்ஸா பயங்கரத் தொனியில் தனது பாட்டைப் புலம்பினாள். திடீரென்று தன் கைகளை வீசிக்கொண்டு கத்தினாள்:

“இங்கேயிருந்து போங்க! என் வீட்டை விட்டு வெளியேறுங்க! இப்ப இது என்னோட வீடு! அவனும் நானும் கலியாணம் செய்துகொள்ளப் போறோம்…”

செம்மான் தன் வயிற்றைப் பிடித்துக்கொண்டு பலமாகச் சிரித்தான்.

“வா போகலாம், யாக்கவ்,” என்றான் இலியா. “அவர்களிடமிருந்து எதையும் நாம தெரிஞ்சுக்க முடியாது…”

“பொறு!” என்றான் அச்சத்தோடு நடுக்குற்ற யாக்கவ்.

“பெர்ஃபீஷ்கா… சொல்லு, எங்கே மாஷா?”

“மதித்ஸா! என் அருமைத் துணைவியே! அவர்களைத் தான், அவர்களைத்தான்! பல்லால் கடிச்சுப் பிடி!.. மாஷா எங்கே?”

சீட்டியடிக்கும் நோக்கத்துடன் பெர்ஃபீஷ்கா தன் உதடுகளைக் குவித்தான். ஆனால் சத்தம் ஏதும் வராத போது யாக்கவ் பக்கமாகத் தன் நாக்கை நீட்டி திரும்பவும் பலமாகச் சிரித்தான். தனது உச்சக் குரலில் கத்திக்கொண்டு மதித்ஸா இலியாவை நோக்கி நடந்தாள்:

“நீ யார்? எனக்குத் தெரியாதுன்னு நினைக்கிறியா?” இலியா அவளைத் தள்ளிவிட்டு வெளியேறினான். முன்னறையில் யாக்கவ் அவனைப் பிடித்துக்கொண்டு, தோளைப் பற்றியவாறு இருட்டில் பேசத் தொடங்கினான்:

“எப்படி அவர்களால் முடிந்தது? எவ்வளவு துணிச்சல் அவர்களுக்கு? அவள் ரொம்பச் சின்னவள், இலியா! அவளைக் கலியாணம் செய்து கொடுத்திருப்பாங்க என்று நீ உண்மையாவே நினைக்கிறியா?”

“சரி, புலம்பலை நிறுத்து!” என்றான் இலியா கடுமையாக. “அது ஒன்னும் உதவாது. முன்னாடியே அவர்களை நீ கண்காணித்து வந்திருக்கணும்… நீ தொடக்கங்களுக்காக முனைப்பா தேடிக்கிட்டிருந்த நேரத்தில், அவர்களோ எல்லாத்துக்கும் ஒரு முடிவு கட்டிட்டாங்க…”

யாக்கவ் மௌனமானான், ஆனால் ஒரு நிமிடத்திற்குப் பிறகு, முற்றத்தின் வழியாக இலியாவைத் தொடர்ந்து போகும் போது மறுபடியும் சொன்னான்:

“அது என்னோட பிழையில்லே... மாஷா எங்கேயோ வேலைக்காரியா வேலை பார்த்தது எனக்குத் தெரியும், ஆனா...”

“அது உன்னோட தவறா இல்லையான்னு நான் கவலைப்படலே!..” என்று முரட்டுத்தனமாகச் சொன்ன இலியா, முற்றத்தின் மத்தியில் நின்று கொண்டிருந்தான். “நாம இந்த வீட்டை விட்டுப் போய் ஆகணும்... இதைக் கொளுத்திச் சாம்பலாக்கணும்...”

“அட ஆண்டவனே... ஆண்டவனே!” முணுமுணுத்தான் யாக்கவ். இலியாவுக்குப் பின்னே நின்று கொண்டிருந்த அவனது கைகள் இருபுறங்களிலும் ஆதரவற்றுத் தொங்கின. அடிவாங்கத் தயாராக இருப்பது போல தலை குனிந்திருந்தது.

“போய் அழு!” என்று சீற்றத்துடன் கூறிவிட்டு இருண்ட முற்றத்தின் மத்தியில் தன் நண்பனைத் தனியாக விட்டு விட்டு இலியா நடந்து போனான்.

மறுநாள் காலையில் பெர்ஃபீஷ்கா வாயிலாக, தன் மனைவியைச் சமீபத்தில் இழந்து விட்ட ஐம்பது வயது மதிக்கத்தக்க ஹிரெனோவ் என்ற கடைக்காரனுக்கு மாஷா திருமணம் முடிக்கப்பட்டிருந்தாள் என்பதை அறிந்து கொண்டான் இலியா.

இந்தக் கதையைச் சொன்ன போது பெர்ஃபீஷ்கா கணப்படுப்பு பரண் மீது படுத்திருந்தான். அவ்வப்பொழுது குடியினால் கனத்துப் போன தலையை லேசாக அலைத்துக் கொண்டிருந்தான்.

“ஆக அவன் எங்கிட்டச் சொல்றான்: ‘எனக்கு இரண்டு குழந்தைகள்... இரண்டு பையன்கள். அவர்களைப் பார்த்துக்கொள்றதுக்கு ஒரு தாதி தேவைப்படுறா, ஆனா தாதி குடும்பத்தைச் சேர்ந்தவளல்ல, ஆகவே அவள் திருடவும் எல்லாவிதமான காரியங்களையும் செய்வாள்... உன் மகளிடம் சும்மா பேசிப்பாரு...’ சரி, நான் அவகிட்டப் பேசினேன்... மதித்ஸாவும் பேசினாள்... மாஷா புத்திசாலிப் பொண்ணு. எல்லாத்தையும் ஒரே நிமிடத்திலே சரியாப் புரிஞ்சுக்கிட்டா! இதை விடச் சிறந்த இடமாகப் பார்க்க முடியுமா?.. ஒன்னுமில்லே. ஒரு வகையில் மோசந்தான், ஆனா நல்ல இடங் கிடைக்காது!.. ‘நான் போறேன்’னு அவள் சொல்றா. போயிட்டா. எல்லா விஷயமும் மூனு நாள்லே முடிஞ்சு போச்சு... மதித்ஸாவுக்கும் எனக்கும் மூணு ரூபிள் கிடைச்சது... ஏற்கெனவே நேற்று குடிச்சுத் தீர்த்துட்டோம்!.. அவள் சாராயத்தை விழுங்கிற முறையைப் பார்த்தா! ஒரு குதிரையால கூட அவளைப் போல குடிக்க முடியாது!..”

இலியா அமைதியாகச் செவிமடுத்தான். எதிர்பார்த்ததைக் காட்டிலும் நல்ல இடத்திற்கு மாஷா போய் விட்டாள் என்பதைப் புரிந்து கொண்டான். ஆனால் அவளுக்காக வருத்தப்பட்டான். சமீப காலங்களில்

மாஷாவை மிகக் குறைவாகத்தான் பார்த்திருக்கிறான். மேலும் அவளைப் பற்றி அவன் சிந்தித்ததில்லை. ஆனால் இப்போது மாஷா இல்லாமல் பெத்ருகாவினுடைய வீடு மிகவும் அழுக்கடைந்து இருப்பது போல அவனுக்குக் காணப்பட்டது. பெர்ஃபீஷ்காவினுடைய வீங்கிய, மஞ்சள் மூஞ்சி பரணிலிருந்து கணப்படுப்புக்கு மேலாகத் தொங்கியது, முறிந்த குச்சி கண்ணாடியில் உரசுவதைப் போல அவனது குரல் கிறீச்சிட்டது.

"தன்னோட வீட்டுக்குள்ளே காலெடுத்து வைக்கக் கூடாதுன்னு ஹிரெனோவ் சொல்றான். மேலும் சொல்றான், அவனோட கடைக்கு எப்போவாவது நான் வரலாமாம், குடிக்கிறதுக்கு ஒரு செப்புக் காசு கொடுப்பானாம். 'ஆனா நீ ஒருபோதும் சொர்க்கத்துக்குள்ளே நுழையமுடியாததைப் போல என் வீட்டுக்குள் நுழைய முடியாது,' என்று சொல்றான். இலியா, கொஞ்சம் வோத்கா வாங்க உன்னால ஐந்து கோபெக் கொடுக்க முடியாதா? தயவு செய்து மறுக்காமல் கொடு..."

"அவள் இல்லாம நீ என்ன செய்யப் போறே?" என்றான் இலியா.

செம்மான் எச்சிலைத் துப்பினான். பிறகு சொன்னான்: "நல்லா இருப்பதற்காகத்தான் இப்பக் கடைசி வரை குடிக்கப் போறேன்... மாஷா இங்கே இருந்தபோது என்னைக் கட்டுப்படுத்தினாள், அவளுக்காக என் மனசாட்சிக்குப் பயந்தேன். சில நேரங்களில் அவளுக்காக நாள் முழுக்க வேலை பார்த்தேன்... ஆனா இப்ப அவள் சாப்பிடுறா, உடுத்துறா, சொந்த வீட்டில இருக்கிறா என்பது எனக்குத் தெரியும். சொல்லப் போனா, பெட்டிக்குள்ளே பத்திரமா இருக்கா... ஆக நிரந்தரமான இடத்துக்கு என்னால சுதந்திரமாப் போக, குடிக்க முடியும்..."

"வோத்காவை உன்னால விட முடியாதா?"

"முடியாது!" குழம்பிப் போன தனது தலையைத் தீர்மானத்துடன் ஆட்டியவாறு பெர்ஃபீஷ்கா சொன்னான். "நான் ஏன் விடணும்? ஒரு மனுசன் எதைப் பெற விரும்புறான் - விதி அவனுக்கு அதைக் கொண்டுவருது. அது தான் உண்மை! ஆனா ஒருத்தன் பயனில்லாதவனாக இருந்தால், விதி அவனைப் பற்றிக் கவலைப்படாது. உன்னிடம் ஒன்று சொல்கிறேன்: என் மனசிலே ஏதோ ஒரு திட்டத்தோட நான் இருந்த காலம் ஒன்னு இருந்துச்சு... அதாவது என் மனைவி உயிரோடு இருந்த வரைக்கும்... யெரெமேய் தாத்தாவிடமிருந்து சேமிப்புக் கொஞ் சத்தைப் பறிக்கலாம்னு நம்பியிருந்தேன்... யாராவது அவனோட பணத்தை நிச்சயமா அபகரிப்பான்னு எனக்குத் தோன்றியது. அதை ஏன் நான் செய்யக் கூடாது? நல்லது, எனக்கு முந்தி யாரோ அதை எடுத்துக்கொண்டதுக்கு ஆண்டவனுக்கு நன்றி சொல்லு... நான் வருத்தப்படலே... ஆனா எப்படிச் செய்யுறது என்பது தெரியாத

போது -திருடுறது கூட, நம்மால் எதுவும் செய்ய முடியாது என்பதை நல்லாக் கத்துக்கிட்டேன்...''

செம்மான் சிரித்து விட்டு, கணப்படுப்பிலிருந்து இறங்கத் தலைப்பட்டான்.

"சரி, நமக்கு ஐந்து கோபெக் கிடைக்கட்டும்... என் நரம்பெல்லாம் எரிஞ்சுக்கிட்டிருக்கு!..''

"இதோ, போய், ஒரு கிளாஸ் குடி,'' என்ற இலியா செம்மானைப் பார்த்து முறுவலித்தான். "நீ ஒரு மோசக்காரன், குடிகாரன்... இது உண்மைதான்! இருந்தாலும் சில நேரங்களில் எனக்குத் தெரிந்த ஆள்களிலேயே நீதான் சிறந்தவன்னு நினைக்கிறேன்.''

"நேர்மையாவா?'' சந்தேகத்துடன் கேட்டு, இலியாவினுடைய கண்டிப்பும் பரிவும் மிக்க முகத்தைப் பார்த்தான். "நம்பு அல்லது நம்பாமப் போ, அது உன் விருப்பம் போல... உன்னைப் பத்தி நான் அதிகம் நினைக்கிறேன் என்பதில்லை, ஆனா சும்மா... மத்தவுங்களைப் பத்தி அவ்வளவு குறைவாத்தான் நினைக்கிறேன்...''

"அதைப் புரிஞ்சுக்கிறது எனக்கு ரொம்பக் கஷ்டமா இருக்கு! எனக்குப் புரியலே! நான் போய் குடிக்கிறேன், ஒருவேளை அது என்னோட மூளையை வளர்க்கலாம்...''

"பொறு!'' அவன் சட்டைக் கையைப் பற்றியவாறு சொன்னான் இலியா. "நீ ஆண்டவனுக்குப் பயப்படுறியா?''

பெர்ஃபீஷ்கா பொறுமையில்லாமல் ஒரு காலிலிருந்து மற்றொரு காலுக்கு மாற்றிக்கொண்டான்.

"நான் எதுக்காக?..'' பாதிக்கப்பட்ட குரலில் கேட்டான். "நான் யாருக்கும் எந்தத் தீங்கும் செய்யலே...''

"நீ தொழுகிறியா?'' தணிந்த குரலில் கேட்டான் இலியா.

"ஊம்... உண்மையில் தொழத்தான் செய்றேன்... சில நேரங்களில்!..''

தன்னோடு உரையாடுவதற்காகச் சாராயக் கடைக்கு வருவதற்குச் செம்மான் மிகுந்த வேட்கை கொண்டவனாக இருந்தான் என்பதை இலியாவால் காண முடிந்தது.

"சரி, புறப்படு,'' என்றான் சிந்தனையுடன், 'ஆனா மறந்துறாதே: நீ சாகிற போது ஆண்டவன் உன்னைக் கேட்கப் போறார், 'என் மனிதனே, எப்படிப்பட்ட வாழக்கை நீ வாழ்ந்தாய்?''

"ஒரு குழந்தையாப் பிறந்தேன், குடிகாரனாச் செத்தேன், எதுவுமே எனக்கு நினைவில்லை, ஆண்டவனே!' என்று பதிலளிப்பேன். ஆண்டவன் அப்படியே சிரிச்சிட்டு என்னை மன்னிச்சிருவார்...''

செம்மான் இன்பமாகப் பல்லை நெறித்துக்கொண்டு வெளியே போனான்.

இலியா அடித்தளத்தில் தனியே விடப்பட்டான்... அந்த இடைஞ் சலான, அழுக்கடைந்த குழியில் இனி ஒருபோதும் மாஷாவைப் பார்க்க முடியாது என்பதையும், பெர்ஃபீஷ்காவும் விரைவிலேயே அதை விட்டுத் துரத்தப்படுவான் என்பதையும் எண்ண அவனுக்குச் சங்கடமாக இருந்தது.

ஏப்ரல் மாதச் சூரியக் கதிர்கள் சன்னல் வழியாக விழுந்து பெருக்கப்படாத தரையை வெளிச்சமாக்கியது. சற்று முன்னர் அங்கே இறுதிச் சடங்கு நடைபெற்றிருந்ததைப் போல எல்லாமே அழுக்கடைந்தும் விகாரமாகவும் சோர்வூட்டுவதாகவும் இருந்தன.

வர்ணப்பூச்சு பிய்ந்து கொண்டிருந்த கனத்த கணப்படுப்பைத் தனது நாற்காலியில் நிமிர்ந்தவாறு அமர்ந்து உற்றுப் பார்த்துக்கொண்டிருந்த போது துன்புறுத்துகின்ற சிந்தனைகள் ஒன்றன் பின் ஒன்றாக இலியாவுக்கு ஏற்பட்டன.

திடீரென்று ஓர் எண்ணம் மிகவும் தெளிவாக அவன் மனத்திலே பளிச்சிட்டது: "நான் போய் குற்றத்தை ஒப்புக் கொண்டால் என்ன?"

அக்கணமே கோபத்தோடு அதை உதறித் தள்ளினான்...

15

அதே மாலையில் பெத்ருகாவின் வீட்டை விட்டுப் போக வேண்டும் என்று இலியா கட்டாயப்படுத்தப்பட் டான். அது இப்படித்தான் நடந்தது: அவன் வேலையிலிருந்து வீடு திரும்பிய போது, திகிலடித்த தெரேன்தி சித்தப்பா முற்றத்தில் தனக்காகக் காத்துக்கொண்டிருப்பதைக் கண்டான்.

"ஊம், இலியா, இந்த முறை நீ அவசியம் வெளியேறியாகணும்..." என்றான். "அங்கே நடந்த சச்சரவைப் பற்றி நீ கேள்விப்பட்டிருக்கணும்!"

தனது கண்களை இறுக்கமாக மூடி கசக்கியவாறும், தனது தொடையில் தானாகவே தட்டியவாறும் கூனன் தனது அச்சத்தை வெளிப்படுத்தினான்.

"யாக்கவ் பயங்கரமாக் குடிச்சிட்டு வந்து தன் அப்பாவை முகத்துக்கு நேராகவே திருடன்னு சொல்லிட்டான்! வேறு விஷயங்களையும் அவரைப் பத்திச் சொன்னான், விபசாரத் தாசன், இதயமில்லாத மிருகம்... என்று வெறிபிடித்தவனைப் போலக் கத்தினான்!.. பெத்ருகாவோ எப்படி அவனை ஒழுங்குக்குக் கொண்டு வந்தான் பாரு! அவனோட பல்லிலே குத்தினான், மயிரைப் பிடிச்சு இழுத்தான்,

காலால மிதிச்சான், அவன் உடம்பு முழுக்க ரத்தம் வடியும் மட்டும் நொறுக்கி எடுத்தான், ஐயோ! யாக்கவ் இப்ப அங்கே படுத்து முனகிக்கிட்டு இருக்கான்... பிறகு பெத்ரூகா என்னைப் பார்த்துக் குதிச்சான். 'அடா! உன் அண்ணன் மகனை இங்கேயிருந்து துரத்து...' என்கிறான். 'எல்லாம் அவனோட வேலை...' என்கிறான். எப்படிக் குரைத்தான்! ஆகவே நீ... எச்சரிக்கையா இரு..."

இலியா தனது தோளினின்றும் தோல்வாரைக் கழற்றி, பெட்டியை தன் சித்தப்பாவிடம் ஒப்படைத்தான்.

"இந்தா, இதைப் பிடிங்களேன்!.."

"இரு! நீ எங்கே போறே?"

இரக்கத்தாலும் கோபத்தாலும் இலியாவினுடைய கைகள் நடுங்கிக் கொண்டிருந்தன: யாக்கவுக்காக இரக்கம், பெத்ரூகாவுக்காகக் கோபம்.

"பிடிங்கன்னு சொன்னேனே," தனது பற்கள் வழியாக முணுமுணுத்து விட்டு அருந்தகத்துக்குச் சென்றான் அவன். புண்ணாகிப் போகுமாறு அவனது தாடைகள் இறுகியிருந்தன. அவனுடைய காதுகளுக்குள் ஏதோ கர்ஜித்துக் கொண்டிருந்தது. அவன் தலையில் ஏதோ ஓசை-யிட்டது. அந்தக் கர்ஜனையின் ஊடாக போலீஸ், சிறை, அழித்தல் பற்றி எதையோ அவன் சித்தப்பா சத்தம் போட்டது கேட்டது, ஆனால் அவனால் இலியாவை நிறுத்த முடியாது.

அருந்தகத்தில் பெத்ரூகா மதிக்கத்தகாதத் தோற்றங்கொண்ட ஒருவனுடன் புன்னகை செய்து கொண்டும் பேசிக்கொண்டும் இருப்பதை இலியா பார்த்தான். விளக்கு வெளிச்சமானது அவனது வழுக்கைத் தலை மீது விழுந்தது, அது அவனது தலை முழுக்க சாந்தமான புன்னகையால் மாலையாகச் சூட்டப்பட்டது போல இருந்தது.

"ஆ, வியாபாரி!" இலியாவைப் பார்த்ததும் இகழ்ச்சியாக அழைத்தான் அவன். அவனுடைய புருவங்கள் கோபத்தோடு நெளிந்தன. "உன்னைத்தான் நான் பார்க்க விரும்பினேன்..."

தனது அறைகளின் வாசற்படியில் நின்று கொண்டிருந்தான்.

கடுமையான இரக்கமற்ற தோற்றத்துடன் இலியா அவனை நெருங்கினான்.

"போ வெளியே!.." என்று உறுதியான, கண்டிப்பான, உரத்த குரலில் சொன்னான்.

"என்-ன?" என்றான் பெத்ரூகா.

"யாக்கவைப் பார்க்க என்னை விடு..."

"உன்னை நான் உள்ளே விட்டால் பயங்கரமான அடி கிடைக்கும்..."

தன் முழு பலத்துடன் பெத்ருகாவின் முகத்தில் இலியா அடித்தான். அவனோ முனகிக்கொண்டு கீழே சாய்ந்தான். எல்லாப் பக்கங்களி-னின்றும் வெயிட்டர்கள் பெத்ருகாவிடம் ஓடி வந்தார்கள்.

"பிடிங்க அவனை!" என்று யாரோ கத்தினான். "கட்டுங்க அவனை!"

வாடிக்கையாளர்கள் குதித்தெழுந்தார்கள், ஆனால் இலியா பெத்ருகாவைத் தாண்டி அறைக்குள்ளாகச் சென்று, கதவை உள்ளுக்குள்ளாகத் தாழிட்டான்.

ஒயின் பெட்டிகள் நெருக்கமாகக் குவிக்கப்பட்டிருந்த அந்தச் சிறிய அறையில் ஒரு தகர விளக்கு இலேசாக மினுமினுத்துக் கொண்டிருந்தது. அரை இருளிலும் நெருக்கத்திலும் தன் நண்பனை உடனடியாக இலியாவால் காண முடியவில்லை. யாக்கவ் தரையில் படுத்திருந்தான். அவனுடைய தலை நிழலிலும் முகம் இருண்டும் பயங்கரமானதாகவும் காணப்பட்டது. இலியா விளக்கைக் கையில் எடுத்துக் கொண்டு அவனுக்கருகே முழங்காலிட்டு அமர்ந்தான். யாக்கவினுடைய முகம் முழுவதும் வெட்டுகள், சிராய்ப்புகளின் அருவருப்பான தோற்றத்துடன் இருந்தது. அவனுடைய கண்கள் வீக்கங்களில் அமுங்கிக் கிடந்தன. கரகரப்பாக மூச்சு விட்டுக் கொண்டிருந்தான். அநேகமாகப் பார்க்க முடியாது போல தெரிந்தது, ஏனென்றால் அவன் முனகினான்:

"இங்கே யாரது?"

"நான்தான்," என்றான் இலியா மெதுவாக, எழுந்தவாறு.

"எனக்கு நீர் குடிக்கக் கொடு..."

இலியா சுற்றி நோக்கினான். வலுக்கட்டாயமாகக் கதவைத் திறப்பதற்கு மக்கள் முயற்சி செய்து கொண்டிருந்தார்கள்.

"பின் வாசல் வழியாப் போங்க..." யாரோ கத்தினார்கள்.

"நான் அவனைத் தொடவே இல்லை..." பெத்ருகாவினுடைய உயர்ந்த சிணுங்குகின்ற குரல் சந்தடியின் ஊடாகக் கேட்டது.

இலியா அதிருப்தியுடன் முறுவலித்தான். கதவுக்குச் சென்று, மறுபக்கம் இருந்தவர்களிடம் பேச்சுவார்த்தைகளைத் தொடங்கினான்:

"அடா, நீங்களா! சத்தத்தைக் குறைங்க!.." என்றான். "மூஞ்சியில் சிறு குத்து விட்டதனால அவன் சாக மாட்டான். ஆனா அதற்காக என்னை நீதி மன்றத்திற்கு இழுத்துப் போவார்கள். அதாவது, உங்க சொந்த வேலையைப் பாருங்க... கதவைத் தள்ளுறதை நிறுத்துங்க. இப்போ நானே அதைத் திறக்கிறேன்..."

அவன் கதவைத் திறந்து, எந்த வகையிலும் முட்டிகளை மடக்கிக்கொண்டு அங்கே விறைப்பாக நின்றான். சண்டையிடத் தயாராக இருப்பதை அவனது முகம் மிகத் தெளிவாகக் காட்டியது.

அவனுடைய முழு உருவமும் சண்டையில் ஈடுபடத் தயாராக இருப்பது காணப்படவே கூட்டம் பின்வாங்கியது. ஆனால் பெத்ரூகா அவர்களைத் தூண்டி விட்டுக்கொண்டிருந்தான்.

“அட, கொலைகாரனே!..” என்று ஊளையிட்டு சொன்னான் அவன்.

“அவனை அங்கிட்டுத் தள்ளிட்டு, அவன் என்ன செய்திருக்கான் என்பதைப் பாருங்க!” என்ற இலியா, அவர்கள் நுழைவதற்கு வசதியாக பக்கத்தில் விலகி நின்றான். “ஒரு மனுசனை என்ன பாடுபடுத்தியிருக்கிறான் என்பதை வந்து பாருங்க...”

வாடிக்கையாளர்களில் சிலர், இலியாவை ஜாடையாகப் பார்த்துக்கொண்டு, அறைக்குள்ளாக விரைந்து சென்று யாக்கவைப் பார்க்கக் குனிந்தார்கள்.

“ஐயேயோ, பயலை என்ன மாதிரி இரும்பால அடிச்சிருக்கான்!..” அவர்களில் ஒருவன் வியப்புடன், பயத்துடன் சொன்னான்.

“கொஞ்சம் தண்ணி கொண்டு வாங்க. போலீசைக் கூப்பிட வேண்டும்...” என்றான் இலியா.

பார்வையாளர்கள் அவன் பக்கமிருந்ததை அவனால் காண முடிந்தது, ஆகவே கீச்சென்ற, இடிபோன்ற குரலில் உரத்துப் பேசலானான்:

“பெத்ரூகாவைப் பற்றி உங்க எல்லாருக்கும் தெரியும்... இந்தத் தெருவிலேயே அவன் மிகப்பெரிய மோசடிக்காரன் என்பதும் உங்களுக்குத் தெரியும்... ஆனா அவன் மகனைப் பத்தி யாராவது ஒரு வார்த்தை தப்பா சொல்ல முடியுமா? இதோ, அங்கே அவனோட மகன் படுத்துக்கிடக்கிறான், அவன் ஆயுசு பூரா முடமாகிப் போறது மாதிரி அவ்வளவு மோசமா அடிச்சிருக்கான். அவன் அப்பாவோ எதுவுமில்லாம தப்பிச்சுப் போயிருவானே. ஆனா பெத்ரூகா முகத்தில் நான் ஒரேயொரு அடி கொடுத்துக்காக என்னை அவுங்க ஜெயில்ல போட்டுறுவாங்க... இது சரியா? இது நியாயமா? எப்பவும் இந்த மாதிரித்தான் நடக்குது: ஒருத்தன் தான் விரும்பினதெல்லாம் செய்ய முடியுது, மற்றவனோ புருவத்தை நெளிக்கக் கூடத் துணிச்சல் இல்லாம இருக்கான்...”

அவன் பேசுவதைக் கேட்ட சிலர் தங்கள் பரிவை பெருமூச்சுவிட்டுக் காட்டினார்கள். மற்றவர்கள் மௌனமாக நகர்ந்து விட்டார்கள். பெத்ரூகா கிறீச்சிட்டு எல்லாரையும் அப்பால் துரத்தத் தொடங்கினான்.

“இங்கேயிருந்து போங்க! வெளியேறுங்க! இது என்னோட விவகாரம், இவன் என்னோட பிள்ளை! வெளியே போங்க... நான் போலீசுக்குப் பயப்படலே... நீதி விசாரணை எனக்குத் தேவை-யில்லே. வேண்டாம். எந்த விசாரணையும் இல்லாம உன்னை பூமியில் புதைப்பேன்... போடா!”

யாக்கவுக்குத் தண்ணீர் கொடுக்க இலியா முழங்காலிட்டு அமர்ந்தான்; தன் நண்பனுடைய காயங்களையும் வீங்கிய உதடுகளையும் பார்ப்பது தாங்கிக்கொள்ள முடியாததாக இருந்தது.

"மூச்சுவிட வலிக்குது..." நீரைப் பருகியபோது யாக்கவ் கிசுகிசுத்தான். "என்னை இங்கேயிருந்து கூட்டிப் போயிரு, இலியா... அன்பே!"

வீங்கிய காயங்களினின்றும் நீர் கசிந்தது...

"இவனை மருத்துவமனையில் சேர்த்தாகணும்..." என்று பெத்ரூகா பக்கம் திரும்பி இலியா கடுப்புடன் சொன்னான்.

மதுக்கடைக்காரன் தன் மகனைப் பார்த்துவிட்டு ஏதோ தெளிவின்றி முணுமுணுத்தான். அவனுடைய ஒரு கண் அகல விரிந்திருந்தது, மற்றொன்று இலியாவினுடைய அடியினால் யாக்கவினுடையதைப் போல வீங்கி மூடிப் போயிருந்தது.

"நான் என்ன சொன்னேன்னு உனக்குக் கேட்டதா?" கத்தினான் இலியா.

"சத்தம் போடாதே!" என்று எதிர்பாராதவாறு மெதுவாக, மிதமான தொனியில் பெத்ரூகா பேசினான். "அவனை நான் மருத்துவமனைக்கு அனுப்பலே. அங்கே பேச்சு வரும்!.. அது சரிப்பட்டு வராது..."

"நீ ஒரு கயவன்!" அசட்டையுடன் இலியா பெத்ரூகாவினுடைய பாதத்தில் காரித் துப்பினான். "அவனை மருத்துவமனையில் நீ சேர்க்கணும்னு நான் சொல்றேன்! நீ செய்யலேன்னா, நான் கூச்சல் போடுவேன். அது உனக்கு மோசமாக இருக்கும்..."

"வா, வா, வா! வந்து... கோபித்துக் கொள்ளாதே... அவன் பாசாங்கு செய்யுறது தெரியுது..."

இலியா தாவி எழுந்தான். இது பெத்ரூகாவைக் கதவை நோக்கி ஓட வைத்தது.

"இவான்!" கத்தினான். "பதினைந்து கோபெக்குக்கு வண்டி ஒன்னு கூட்டிவா, யாக்கவை மருத்துவமனைக்கு எடுத்துப்போக... யாக்கவ், உடையை மாட்டிக்க! பாசாங்கு செய்ய வேணாம்... யாரோ அந்நியன் உன்னை அடிச்சது மாதிரி இல்லே -உன் சொந்த அப்பனே செய்திருக்கார்... என்னோட காலத்தில் மோசமா வாங்கியிருக்கேன்..."

அவன் அறைக்குள்ளாக விரைந்து நடந்து கொக்கிகளினின்றும் துணிகளை எடுத்து இலியாவிடம் வீசியெறிந்து தனது இளமைப்பருவத்தில் வாங்கிய உதைகளைப் பற்றி விரைவாகவும் கவலையோடும் சொல்லிக் கொண்டிருந்தான்.

தெரேன்தி மதுக்கடையில் இருந்தான், கெஞ்சும் பான்மையில் அவன் சொல்லிக் கொண்டிருந்ததை இலியாவால் கேட்க முடிந்தது:

“அதை உங்களுக்கு மூன்று அல்லது ஐந்து கோபெக் மதிப்புக்குப் போடட்டுமா?.. கவியாரா? மன்னிக்கணும், இது எல்லாம் தீர்ந்து போச்சு... ஒருகால் ஹெர்ரிங் துண்டு இருக்கலாம்...”

16

மறுநாள், தங்க தானே இடம் கண்டுபிடித்தான் இலியா, சமையலறையை அருகே கொண்ட சிறிய அறை அது. சிவப்புச் சட்டை அணிந்த இளம்பெண் அவனுக்கு இந்தக் குடியிருப்பை வாடகைக்கு விட்டாள். அவளுடைய கன்னங்கள் இளஞ்சிவப்பாக இருந்தன. பறவை மாதிரி மூக்கு அவளுக்கு, சிறிய வாய், ஒடுங்கிய நெற்றியில் அழகாகச் சுருண்டு கிடந்த கரிய தலை முடி. அவ்வப்பொழுது தனது சிறிய கையை விரைந்து அசைத்து அதைப் பின்னுக்குத் தள்ளுவாள்.

“இது போன்ற அருமையான சிறிய அறைக்கு ஐந்து ரூபிள் மிக மலிவானது!” தன்னுடைய அழகிய கருத்த விழிகளால் இந்த அகன்றதோள் கொண்ட இளைஞன் குழம்பிவிட்டான் என்பதை அறிந்தவளாக புன்முறுவலுடன் கிறீச்சிட்டுச் சொன்னாள். “சுவர்த்தாள் புத்தம்புதுசு... சன்னல் தோட்டத்தைப் பார்த்து இருக்கு. வேறு என்ன நீங்க விரும்ப முடியும்? காலையில் உங்களுக்காக சமோவாரைச் சூடாக்குவேன், ஆனா நீங்கதான் உங்க அறைக்குத் தூக்கப் போகணும்...”

“நீ வேலைக்காரியா?” ஆர்வத்தோடு கேட்டான் இலியா.

சீமாட்டியினுடைய புன்னகை சட்டென்று மறைந்து, அவள் புருவங்களை நெறித்து தன்னை இறுமாப்புக் கொண்டவளாகக் காட்டினாள்.

“வேலைக்காரி இல்லே, ஆனா வீட்டுக்காரி,” என்றாள். “என் கணவரோ...”

“கலியாணம் ஆகிருச்சா?” வியப்பில் கத்திய இலியா, அவளது மெலிந்த, வடிவமைந்த உருவத்தைக் கடைக்கண்ணால் நோக்கினான். இப்பொழுது கோபம் அவளை விட்டு நீங்கி, மகிழ்ச்சியுடன் கணீரென்று சிரித்தாள்.

“எவ்வளவு வேடிக்கையான ஆளு நீங்க! முதலில் வேலைக்காரின்னு நினைச்சீங்க, பிறகோ நான் கலியாணம் ஆனவள் என்பதை நம்ப மாட்டேங்கிறீங்க...”

“எப்படி நம்ப முடியும்? நீ குழந்தை மாதிரி காணப்படுறே!” பதிலுக்கு இலியாவும் சிரித்தான்.

“ஏன், எனக்குக் கலியாணமாகி மூனு ஆண்டாச்சு. என் கணவர் போலீஸ்காரரா வேலை பார்க்கிறாரு...” இலியா விரைந்து அவளது

முகத்திற்குள்ளாக நோக்கி, ஏனென்று தெரியாமலேயே லேசாக உள்ளூரச் சிரித்து கொண்டான்.

“நீங்க வேடிக்கையான ஆளு!” என்ற அவ்விளம்பெண் அவனை ஆர்வத்தோடு பார்த்தபோது தோள்களைக் குலுக்கிக்கொண்டாள். “சரி, நீங்க அறையை எடுத்துக்கிறீங்களா?”

“எடுத்துக்கிறேன்! நான் முன்பணம் கொடுத்தாகணுமா?”

“நிச்சயமாக் கொடுத்தாகணும்!”

“என்னோட சாமான்களை இரண்டு மூன்று மணி நேரத்தில் கொண்டு வாறேன்...”

“உங்களை வரவேற்கிறேன். உங்களை மாதிரி ஓர் ஆளை வாடகைக்கு வைத்துக்கொள்வதில் மகிழ்ச்சியடை கிறேன் - நீங்க உல்லாசப் பேர்வழியாத் தோணுது...”

“குறிப்பிடும்படி இல்லே...” லேசாகச் சிரித்தவாறு இலியா சொன்னான்.

உதட்டில் புன்னகையுடனும் உள்ளத்தில் இனிய உணர்வுடனும் அவன் வெளியே சென்றான். நீலநிறச் சுவர்த்தாளைக் கொண்ட அறைக்காகவும், ஆர்வமிக்க இளம்பெண் வீட்டுக்காரியாக இருப்பதற்காகவும் மகிழ்ச்சியடைந்தான். ஆனால் அவனைப் பெரிதும் மகிழ்ச்சிக்குள்ளாக்கிய விஷயம் ஒரு போலீஸ்காரனுக்குச் சொந்தமான ஒரு குடியிருப்பில் வசிக்கப் போகிறான் என்பதுதான். இதை வேடிக்கையானதாகவும் துணிச்சலானதாகவும் அதில் ஏதோ ஆபத்து இருக்கக் கூடும் என்பதையும் கண்டான். போய் யாக்கவைப் பார்க்கத் தீர்மானித்து, ஒரு வண்டியை அமர்த்திக்கொண்டு அதில் ஏறினான், இப்போது அந்தப் பணத்தை என்ன செய்வதென்றும், எங்கே ஒளித்து வைப்பதென்றும் சிந்தித்தான்...

மருத்துவமனையை அடைந்ததும், சற்று முன்னர் குளிப்பாட்டப்பட்ட யாக்கவ், இப்போது தூங்கிப் போய்விட்டதாகச் சொன்னார்கள். தான் வீட்டுக்குப் போக வேண்டுமா, தன் நண்பன் எழுந்திருக்கும் வரை காத்திருக்க வேண்டுமா என்பதைத் தீர்மானிக்க முயன்றவாறு தாழ்வாரத்தில் இருந்த சன்னலருகே தயங்கிக்கொண்டு நின்றான். படுக்கையறைச் செருப்புகளுடனும், மஞ்சள் நிற அறை உடைகளுடனும் நோயாளிகள் தாழ்வாரத்தில் மேலும் கீழுமாக நடந்து போய்க்கொண்டிருந்த போது, சோம்பேறித்தனமான பார்வையை அவன் மீது செலுத்தினார்கள். அவர்களுடைய பேச்சு யாருடைய முனகலுடனோ சேர்ந்து தொலைவிலிருந்து வந்தது... குழாய் போலக் காணப்பட்ட ஒரு நீண்ட தாழ்வாரம் அதை எதிரொலித்தது... நறுமணம் நிறைந்த காற்றின் ஊடாக ஓசையின்றி பறந்தது போல கண்ணுக்குப்

புலனாகாத ஓர் உயிரி நெஞ்சைத் தொடும் பெருமூச்சு விடுவது போலக் கேட்டது... இந்த மஞ்சள் சுவர்களின் அடைப்பிலிருந்து தப்பித்துப் போய்விட வேண்டும் என்ற திடீர்த் தூண்டுதலை இலியா உணர்ந்தான்... ஆனால் அந்நேரத்தில் நோயாளிகளில் ஒருவன் அவனிடம் வந்து தனது கையை நீட்டி அமைதியாகச் சொன்னான்:

"வணக்கம்!.."

இலியா நிமிர்ந்து பார்த்து திகைத்து நின்றான்...

"பாவெல்!.. நீயுமா இங்கே?"

"ஏன், வேறு யார்?" என்றான் பாவெல் விரைந்து.

"அவனுடைய முகத்தில் சாம்பல் நிறம் படர்ந்திருந்தது, கண்களைக் கவலையோடு இமைத்தான்... யாக்கவுக்கு என்ன நேர்ந்தது என்பதை இலியா சுருக்கமாகச் சொல்லி பிறகு கூறினான்:

"ஆனா நீ எப்படி மாறிப் போயிட்டே!"

பாவெல் ஆழ்ந்து பெருமூச்சு விட்டான், அவனது உதடுகள் துடித்தன.

"நான் முழுசா மாறிட்டேன்..." என்று கரகரப்பான கிசுகிசுப்பில் சொன்னான், ஏதோ குற்றத்தைச் செய்தவன் போல அவன் தலை தொங்கிக் கிடந்தது.

"உனக்கு என்ன ஆச்சு?" என்று இலியா பரிவுடன் கேட்டான்.

"ஹூம்!.. நீ ஊகிக்க முடியாதது போல..."

பாவெல் தன் நண்பனை வேகமாகப் பார்த்துவிட்டு திரும்பவும் தலையைத் தொங்கப் போட்டுக்கொண்டான்.

"ஏதாவது பிடிச்சுக்கிருச்சா?"

"உண்மைதான்..."

"நிச்சயமா வேராவிடமிருந்து இல்லையே?"

"வேறே யாராம்?" துயரத்துடன் பதிலளித்தான் பாவெல்.

இலியா தன் தலையை அலைத்தான்.

"என்னைக்காவது எனக்கும் பிடிக்கும்..." என்றான்.

"என்னை விட்டு விலகுவாய் என்று நினைச்சேன்..."

நம்பிக்கையுள்ள பார்வையுடன் பாவெல் சொன்னான். "நான் இங்கே காத்து வாங்க வந்தேன், திடீரென்று உன்னைப் பார்த்தேன்!.. வெட்கமாப் எனக்கு போச்சு... திரும்பிக்கிட்டேன், எதுவும் பேசாமப் போயிட்டேன்..."

"நீ ரொம்பவும் புத்திசாலி!" என்று இலியா நிந்தையுடன் சொன்னான்.

“அதை எந்த மாதிரி நீ பார்ப்பாய் என்று யாரால் சொல்ல முடியும்? ஒரு மோசமான வியாதி... இங்கே கிட்டத்தட்ட இரண்டு வாரமா இருந்துட்டேன்... சலிச்சுப் போச்சு, சாகிற அளவுக்குச் சித்திரவதை!.. ராத்திரிப் பொழுதெல்லாம் பயங்கரமா இருந்துச்சு - இருப்புச் சட்டியில வறுத்தெடுக்கிறது மாதிரி... நேரம் இழுத்துக்கிட்டே போகுது அதுக்கு முடிவே இல்லை... சதுப்புநிலத்துக்குள்ளே உறிஞ்சப்படுறது மாதிரி இங்கே இருக்கேன், உதவிக்குக் கூப்பிட யாருமில்லே...”

அவன் அநேகமாகக் கிசுகிசுப்பது போலத்தான் பேசினான். அவனது முகச்சதைகள் முறுக்குண்டன, அவனது அறை உடையின் ஓரத்தை விரல்கள் தொடர்ந்து சுண்டி விட்டுக்கொண்டே இருந்தன.

“வேரா எங்கே?” என்றான் யோசனையில் ஆழ்ந்த இலியா.

“சைத்தானுக்குத் தெரியும்,” என்றான் பாவெல் துக்ககரமான முறுவலிப்புடன்.

“உன்னைப் பார்க்க அவள் வரலே?”

“ஒருதரம் வந்தா, வெளியே துரத்திட்டேன்... அவளைப் பார்க்கவே பொறுக்கலே!” கோபமாக முணுமுணுத்தான் பாவெல்.

இலியா அவனது முறுக்குண்ட முகத்தை முறைத்துப் பார்த்துவிட்டு சொன்னான்:

“முட்டாள்தனமாகச் சொல்கிறாய்!.. நீ மற்றவர்களிடம் நேர்மையை எதிர்பார்த்தா நீயும் அந்த மாதிரி இருக்கணும். அவளை ஏன் குற்றம் சொல்றே?”

“பிறகு யாரையாம்?” உணர்ச்சி ததும்ப பாவெல் கூறினான். “யாரை? என் வாழ்க்கையை இந்த மாதிரி ஏன் நாசமாக்கியது என்பதைத் தீர்மானிக்க முயன்றவாறு இரவெல்லாம் தூங்காமல் படுத்திருப்பேன். நான் வேராவுடன் காதல் செய்தேன், அதனாலா?.. அவளை அந்த மாதிரி காதலிச்சேன்! அவகிட்ட நான் கொண்டிருந்த காதலைப் போல எந்த நட்சத்திரமும் அவ்வளவு பிரகாசமா மின்னலே!..”

பாவெலுடைய கண்கள் சிவந்து, இரண்டு பெரிய கண்ணீர்த் துளிகள் கன்னங்களில் உருண்டன. தன் மேலாடையின் சட்டைக் கையால் அவற்றைத் துடைத்துக் கொண்டான்.

“இதெல்லாம் வாய்ச் சொற்கள்...” என்றான் இலியா. பாவெலை விட வேராவைப் பற்றி அதிகக் கவலைப்பட்டது போல இருந்தது. “ஒரு தரம் குடிச்சா, நல்லா இருக்கே: ஒரு வீரனாட்டம்! பத்துத் தடவை குடிச்சா நோயாளியாகுறே: ஒரு தியாகிதான்!.. ஆனா அவளைப் பற்றி? அவளுங்கூட மாட்டிக்கிட்டா, இல்லையா?”

“ஆமா!” நடுங்குகின்ற குரலில் பாவெல் கேட்டான்: “அவளுக்காக நான் வருத்தப்படலேன்னு நீ நினைக்கிறியா? நான் அவளை வெளியே அனுப்பிய போது அழுதா... அவ்வளவு மென்மையாகவும் துயரமாகவும்... என்னால அதை பொறுக்க முடியலே... நானும் அழ விரும்பினேன், ஆனா என் இதயத்திலே ஒரு வண்டி செங்கல் வச்சது மாதிரி பாரமா இருந்துச்சு... அதன் பிறகு நான் இது பற்றிச் சிந்திக்க ஆரம்பிச்சேன்... ஏய், இலியா! நம்ம மாதிரி ஆட்களுக்கு இந்த உலகத்திலே வாழ்க்கையே கிடையாது...”

“ஆமாம்! எங்கேயோ ஏதோ... தப்பு இருக்கிறது மாதிரி தெரியுது!” விசித்திரமான புன்முறுவலுடன் மெதுவாகச் சொன்னான் இலியா. “வாழ்க்கை எல்லா மக்களையும் நெருக்குகிறது. யாக்கவுடைய அப்பா அவனோட வாழ்க்கையைத் துயரமானதா ஆக்குறார்; மாஷாவைப் பழைய சைத்தானுக்குக் கலியாணம் செஞ்சு கொடுத்தாங்க, நீயோ இங்கே...”

திடீரென்று அவன் லேசாகச் சிரித்துத் தன் குரலைத் தாழ்த்தினான்:

“நான் மட்டுந்தான் ஏதாவது அதிருஷ்டம் உள்ளவன்! நான் எதையாவது விரும்ப வேண்டியது மட்டுந்தான் அப்பவே, அது நடக்கும்!”

“நீ மோசமாப் பேசிக்கிட்டு இருக்கே,” அவனுடைய பாவெல் முகத்தை நோக்கியவாறு சொன்னான். வேடிக்கை காட்ட முயற்சிக்கிறியா?”

“வேடிக்கையா? நானில்லே! நம்ம எல்லாரிடமும் வேடிக்கை செய்துகொண்டாங்க வேறு யாரோ... நான் பார்க்கிறது போல, இந்த வாழ்க்கையில் சிறிதளவு கூட நியாயம் கிடையாது...”

“அந்த முறையில் தான் நானும் பார்க்கிறேன்!” என்றான் பாவெல் மெதுவாக, ஆனால் முழு மனத்துடன். திரும்பவும் அவனுடைய கன்னங்கள் சிவக்க, அவனுடைய கண்களுக்குள்ளாக நெருப்பு மூண்டது. தாழ்வாரத்தின் அரையிருட்டான மூலையில், மஞ்சள் வர்ணம் அடிக்கப்பட்ட சன்னல் அருகே இருந்த சுவரில் சாய்ந்து கொண்டு ஒருவருடைய வாயினின்றும் வந்த வார்த்தைகளைப் பற்றிக்கொண்டு அவர்கள் ஊக்கத்தோடும், ஆர்வத்தோடும் பேசிக்கொண்டு நின்றார்கள். கண்ணுக்குத் தெரியாத கையினால் மீட்டப்பட்ட நரம்பின் ஒலித்தல் போல தன் நடுக்கத்தின் வலியைத் தணிக்க அங்கே இரக்கம் நிறைந்த இதயம் இல்லை என்பதை அறிந்த நரம்பின் ஏக்கம்பிடித்த அழுகை போல தொலைவினின்றும் நீண்ட முனங்கல் கேட்டது. விதியின் கொடிய கரத்தால் தனக்கு ஏற்பட்ட காயத்தை உணர்ந்தவனாக பாவெல் நெளிந்தான்; தந்தியைப் போல, அவன் உடம்பு முழுக்க வேதனையால் துடிக்க, தனது கிளர்ச்சியில்

தொடர்ச்சியற்ற குறைகளைத் தனது நண்பனின் காதுக்குள்ளாகச் சொல்லிக் கொண்டிருந்தான். அவனுடைய வார்த்தைகள் இலியாவின் இதயத்தில் பொறிகளை ஏற்றி, அதற்குத் தொடர்ச்சியாகப் பாரமாக இருந்து வந்து சந்தேகங்கள் மற்றும் குழப்பங்களின் கருப்புச் சுள்ளிகளுக்குத் தீ முட்டின. தனது ஆன்மாவினுடைய இருளை அகற்றி ஒளியூட்டி அவனுக்கு நிலையாக அமைதி தரக்கூடிய ஏதோ ஒன்றால் அவனது குழப்பம் ஒதுக்கித் தள்ளப்பட்டது போலக் காணப்பட்டது.

"ஒரு மனிதனிடம் நிறைந்திருக்கிறது என்றால் அவன் நிச்சயமாக மதிக்கப்படுவான் என்பதும், கற்றிருந்தால் நிச்சயமாகச் சரியாக இருப்பான் என்பதும் எதனால்?" என்று இலியாவுக்கு அருகே நின்று கொண்டு நெஞ்சோடு நெஞ்சமாக பாவெல் கிசுகிசுத்தான். மேலும் அவன் பேசிய போது, தன்னைச் சுற்றிலும் கள்ளத்தனத்துடன் மேற்போக்காகப் பார்த்தான், அது அவனது வாழ்க்கைக்குப் பேரழிவை ஏற்படுத்திய பகைவனை அவன் அறிந்து கொண்டது போல இருந்தது.

"நாம சொல்ற விஷயங்களை யாரால் அறிந்து கொள்ள முடியும்?" கடுமையோடு இலியா இரைந்தான்.

"உண்மை! நாம் யாரோடு பேசப் போறோம்?"

பாவெல் மேற்கொண்டு எதுவும் பேசவில்லை. தாழ்வாரத்தின் நீளத்திற்குள்ளாக ஆழ்ந்து நோக்கியவாறு இலியா நின்றான். அந்த அமைதியில் முனங்கலின் ஓசை இன்னும் தெளிவாகக் கேட்டது. அந்த முனங்கலை, மிகுந்த வேதனையுடன் வெளிவிட்டுக் கொண்டிருந்த அந்த நெஞ்சு நிச்சயம் பெரிதாகத்தான் இருக்க வேண்டும்...

"இன்னமும் ஒலிம்பியாதா கூடவா நீ வசித்துக் கொண்டிருக்கே?" இலியாவிடம் பாவெல் கேட்டான்.

"ஆமாம்!" என்று சற்று சிரித்தவாறு இலியா பதிலளித்தான். பிறகு தனது குரலைத் தாழ்த்தி தொடர்ந்தான்: "ஆண்டவனை இதற்கு மேல் நம்பாத அளவுக்கு யாக்கவ் அந்தளவு அதிகம் படிக்கிறான்..."

பாவெல் அவனைப் பார்த்தான்.

"பிறகு என்ன?" நிச்சயமற்ற குரலில் சொன்னான். "ஏதோ புத்தகத்தைக் கண்டெடுத்தான்... ஆனா அதைப் பற்றி நீ என்ன நினைக்கிறே?"

"நானா?" சிந்தனையோடு மெதுவாகச் சொன்னான் பாவெல். "வந்து... எனக்குத் தெரியாது... நான் சர்ச்சுக்குப் போறதில்லே..."

"அதைப் பற்றி நான் நிறையச் சிந்திச்சேன்.... ஆண்டவர் ஒருத்தர் இருந்தா நடக்கிற விஷயங்களை அவரால் எப்படிப் பொறுத்துக்க முடியும்னு எனக்குத் தெரியலே."

திரும்பவும் அவர்கள் கிசுகிசுத்த விவாதத்தைத் தொடங்கி, மருத்துவமனை உதவியாட்களில் ஒருத்தன் அவர்களிடம் குறுக்கிடும் வரை, தங்களை மறந்து இருந்தார்கள்.

"இங்கேயே ஒளிந்து கொண்டிருந்தால் என்ன அருத்தம்?" இலியாவிடம் கண்டிப்புடன் கேட்டான்.

"நான் ஒளிஞ்சுக்கிட்டிருக்கலியே..." என்றான் இலியா.

"எல்லாப் பார்வையாளர்களும் போயிட்டாங்க என்பதை நீ பார்க்க முடியலியா?"

"ஆக பார்க்கலே... சரி, போயிட்டுவாறேன், பாவெல். உள்ளே போய் யாக்கவைப் பாரு..."

"சரி, சரி, போயிரு!" உதவியாளன் கத்தினான்.

"சீக்கிரம் திரும்பி வா..." என்று கேட்டுக்கொண்டான் பாவெல்.

வெளியே சென்றதும், தனது நண்பர்களின் விதி பற்றி இலியா சிந்தித்தான். நிச்சயமாக அவர்களை விட இவன் அதிர்ஷ்டக்காரன் தான். ஆனால் இதைப் புரிந்து கொண்டது அவனுக்கு எந்த மனநிறைவையும் தரவில்லை. கசப்புடன் லேசாகச் சிரித்துவிட்டு, தன்னைச் சுற்றிலும் சந்தேகமூட்டும் விதத்தில் நோக்கினான்...

17

தனது புதிய குடியிருப்பில் அமைதியாக வாழ்ந்த அவன் தனக்கு அறையை வாடகைக்கு விட்ட ஜோடியிடம் பெரும் அக்கறை காட்டினான். வீட்டுக்காரியின் பெயர் தத்யானா. மகிழ்வுடன் பேசக்கூடிய அவள், அவன் அங்கு போய் சில நாள்கள் ஆனதற்குப் பிறகு, அவர்களது வாழ்க்கை பற்றிய எல்லாவற்றையும் அவனிடம் சொல்லிவிட்டாள். காலையில் தனது அறையில் இலியா தேநீர் அருந்திக் கொண்டிருந்த போது, முழங்கை வரை தனது சட்டை கைகளை மடக்கிவிட்டுக் கொண்டும் கதவு வழியாக அவ்வப்பொழுது அவனைப் பார்த்துக்கொண்டும் அவள் சமையலறையில் சுறுசுறுப்பாகத் திரிவாள். பிறகு அவள் உற்சாகமாகச் சொல்வாள்:

"என் கணவரும் நானும் பணக்காரர்களா இல்லாம இருக்கலாம், ஆனா படிச்சவுங்க. நான் இலக்கணப் பள்ளியில் படிச்சேன், அவர் ராணுவப் பள்ளியில் படிச்சார், ஆனா முடிக்கலே... நாங்க பணக்காரர்களாக விரும்புறோம், ஆயிருவோம்... அதிருஷ்டவசமா எங்களுக்குக் குழந்தைகள் இல்லே - அந்தளவு அவர்களுக்காக நிறையச் செலவு பிடிக்கும். சமையலையும், சாமான் வாங்குறதையும் நானே செய்யுறேன். இந்த அழுக்கை சுத்தப்படுத்துற வேலைக்காக மாதம்

ஒன்னரை ரூபிள் கொடுத்து, சாப்பாடு இல்லாம ஒரு பொண்ணை வேலைக்கு வச்சிருக்கேன். நான் எவ்வளவு சேமிக்க முடியுதுன்னு உங்களால ஊகிக்க முடியுமா?" வாசற்படியில் நின்று தனது விரல்களை மடக்கிக்கொண்டும், சுருள் முடியைப் பின்னுக்குத் தள்ளிவிட்டுக் கொண்டும் சொல்வாள்:

"ஒரு சமையல்காரிக்கு நான் மாதம் மூன்று ரூபிள் கொடுக்க வேண்டியிருக்கும், சாப்பாடு போட ஏழு ரூபிள் ஆக மொத்தம் பத்து ரூபிள்!.. மாதம் மூணு ரூபிள் மதிப்புக்கு அவள் திருடுவா, ஆகப் பதிமூன்று! அவள் தங்க கூடிய அறையை உங்களுக்கு வாடகைக்கு விட்டிருக்கேன் பதினெட்டு! ஒரு சமையல்காரிக்காக எங்களுக்கு எவ்வளவு செலவு பிடிக்கும் என்பதைப் பாருங்க!.. அத்தோட நான் எல்லாத்தையும் மொத்தமா வாங்குறேன்: வெண்ணை எட்டு கிலோ, மாவு ஒரு மூட்டை, சர்க்கரை தலைச்சுமை. இந்த மாதிரி... அதாவது குறைந்தது பன்னிரண்டு ரூபிள் மிச்சம்... ஆக முப்பது ரூபிள்! ஒரு போலீஸ் நிலையத்திலோ, ஒரு தந்தி அலுவலகத்திலோ நான் எழுத்தரா வேலை பார்த்தால், நான் சம்பாதித்த எல்லாத்தையும் சமையல்காரிக்குக் கொடுக்க வேண்டியிருக்கும்... உள்ளபடிக்கு என் கணவருக்கு ஒரு கோபெக் செலவு இல்லாமல் இருக்கிறதுக்காக நான் பெருமைப்படுறேன்! அதுதான் வாழ்ற முறை, இளைஞரே! என்னிடமிருந்து பாடம் படிச்சுக்கங்க!..."

தனது பிரகாசமான கண்களால் குறும்புத்தனமாகப் பார்த்தாள், அவனும் பதிலுக்கு அவளைப் பார்த்து முறுவலித்தான். அவளை விரும்பவும் மதிக்கவும் செய்தான். அவன் காலையில் விழித்தெழுந்த போது அவள் தனது சின்ன வேலைக்காரியுடன் சுறுசுறுப்பாகத் திரிவாள் -முகத்தில் அம்மைத் தழும்பு விழுந்த வேலைக்காரியோ அச்சமுற்ற, நிறமற்ற கண்களால் எல்லாவற்றையும் கூர்ந்து நோக்கினாள். மாலையில் புன்முறுவலுடன் தத்யானா அவனுக்காகக் கதவைத் திறந்த போது எப்போதுமே சுத்தமாகவும் கவர்ச்சியாகவும் இருந்தாள், வாசனைத் தைலமும் பூசிக்கொண்டாள். அவளுடைய கணவன் வீட்டில் இருந்த போது கித்தார் வாசித்தான், அவளும் உயர்ந்த தெளிவான குரலில் பாடினாள், அல்லது இருவருமாகச் சேர்ந்து சீட்டு ஆடினார்கள் - தோற்றவர் வெற்றி பெற்றவருக்கு முத்தம் கொடுக்கும் "மடையன்" என்ற ஆட்டம். தனது அறையிலிருந்தே இலியாவால் எல்லாவற்றையும் கேட்க முடிந்தது: தந்திகளின் ஓசை-சில நேரங்களில் மகிழ்ச்சியாகவும், சில நேரங்களில் பரவசமூட்டுவதாகவும் இருந்தது; சீட்டுகளைக் கீழே போடுகின்ற சப்தம்; உதடுகளின் முத்த ஒலி. அந்த ஜோடி இரண்டு அறைகளில் வாழ்ந்தனர் - படுக்கை அறையும் இலியாவினுடைய அறைக்கு அடுத்து இருந்த இருந்த வரவேற்பு அறையுமாகும். இதில்

தான் அவர்கள் தங்களது மாலை நேரங்களைச் செலவிட்டனர்... ஒவ்வொரு காலையிலும் இந்த அறையானது பறவைகளின் குரல்களால் நிறைந்து இருந்தது: சிட்டுக்குருவி மகிழ்ச்சியோடு பாடியது, சிஸ்கினும் சின்ன சிங்காரி பறவையும் விவாதம் செய்வது போல மாறிமாறிக் குரல் கொடுத்துக் கொண்டிருந்தன. புல்ஃபின்ச் கிளர்ச்சியற்ற கிழவனைப் போல முணுமுணுத்தது. எப்போதாவது லின்னெட் பறவையின் அமைதியான, வருத்தந்தோய்ந்த பாட்டு இந்த உரத்த குரல்களோடு சேர்ந்து கொள்ளும்.

தத்யானாவினுடைய கணவன் கீரிக் சுமார் இருபத்தாறு வயது. உயரமும் பருமனுமான அவன் பெரிய மூக்கையும் கருத்த பற்களையும் கொண்டிருந்தான். அவனது நல்லியல்பு கொண்ட முகத்தில் பருக்கள் நிறைந்திருந்தன, நிறமற்ற அவனது கண்கள் எல்லாப் பொருள்களையும் கலங்காத அமைதியுடன் கூர்ந்து நோக்கின. நெருக்கமாக வெட்டப்பட்ட பொன்னிறமான தலைமுடி அவனது தலையில் ஒரு பிரஷ்ஷைப் போல நின்றது. பருமனாகவும் மிகப் பெரியவனாகவும் இருந்ததால் ஒரு கோமாளி போன்று தோற்றமளித்தான். அவலட்சணமாக நகர்ந்தான், முதல்முறை அவன் இலியாவைச் சந்தித்த போது ஏதோ காரணத்தால் கேட்டான்:

"பாடும் பறவைகளை உனக்குப் பிடிக்குமா?"

"ஆமா..."

"நீ அவற்றைப் பிடிப்பியா?"

"இல்லே..." என்ற இலியா அவனைச் சற்று வியப்புடன் நோக்கினான்.

கீரிக் தனது மூக்கைச் சுளித்தான். அடுத்த கேள்வியைக் கேட்பதற்கு முன்னர் கணநேரம் சிந்தித்தான். "எப்போதாவது பிடிச்சிருக்கியா?"

"இல்லே..."

"இல்லவே இல்லையா?"

"இல்லவே இல்லை..."

"ஆக, நீ அவற்றை உண்மையாகவே விரும்பலே..." இரக்கத்தோடு புன்னகையுடன் குறிப்பிட்டான். "நான் அவற்றைப் பிடிக்கிறது வழக்கம், அதுக்காகவே ராணுவப் பள்ளியிலிருந்து வெளியேற்றப்பட்டேன்... என் தலைவருடன் சிக்கல் ஏற்படுத்திக்கொள்ள வேணாம் என்று நான் பயப்படலேனா இன்னைக்கு வரைக்கும் பிடிப்பேன். காரணம் பாடும் பறவைகளை விரும்புறது பாராட்டத்தக்கதாக இருந்தாலும், என்னோட தகுதியில் உள்ள ஒருவன் பிடிக்கிறது தரக்குறைவானது... ஆனா உன் மாதிரி நான் இருந்தா நிச்சயமா சிஸ்கின்களைப் பிடிப்பேன்! அந்தளவு

மகிழ்ச்சியான சிறு பறவை!.. அந்தப் பறவை தான் "ஆண்டவனோட சிறு பறவை" என்று சொல்லப்படுது..."

அவன் பேசிய போது கனவிலே பார்ப்பது போல இலியாவைக் கூர்ந்து நோக்கியது இவனைக் கலவரமடையச் செய்தது. பறவைகள் பிடிப்பதைக் குறியீடாக வைத்து போலீஸ்காரன் பேசிக் கொண்டிருக்கிறான், அது வேறு எதையோ குறிப்பதாகும் என்பது போல இலியாவுக்குக் காணப்பட்டது. ஆனால் அந்த மனிதனுடைய நிறமற்ற கண்களை ஒருமுறை பார்த்ததும் இவனுக்கு அமைதி பிறந்தது. எனவே அவன் கபடமற்றவன் என்பதைத் தீர்மானித்த இலியா மரியாதையுடன் புன்முறுவல் செய்தபடி எதுவும் பேசாதிருந்தான். இலியாவினுடைய ஆரவாரமற்ற நாவடக்கமும் கண்டிப்பான முகபாவமும் கீரிக்கைப் பெரிதும் மகிழ்விக்கவே, பதிலுக்குப் புன்னகை செய்துவிட்டு முன் மொழிந்தான்:

"இன்னைக்கு சாயங்காலம் எங்களோட தேநீர் சாப்பிடலாம் வா... வெட்கப்பட வேணாம் - நாம "மடையன்" ஆடுவோம்... நாங்க அடிக்கடி விருந்தாளிகளைக் கூப்பிடுறது இல்லே. சேர்ந்து இருக்கிறது மகிழ்ச்சியா இருக்கு. ஆனா அவர்களுக்குச் சாப்பாடு போடுறது மகிழ்ச்சியில்லாத விவகாரம்-ரொம்பச் செலவு பிடிக்கிறதும் கூட."

இந்த ஜோடியின் திட்டமிட்ட வாழ்க்கை பற்றி இலியா அதிகம் அறிய அவர்களைப் பெரிதும் விரும்பினான். அவர்களுடைய சுற்றுப்புறமானது சுத்தமாகவும் செறிவாகவும் இருந்தது. அவர்களுடைய வாழ்க்கை சாந்தமாகவும் அமைதியாகவும் இருந்தது. அவர்கள் ஒருவரையொருவர் நன்கு நேசிப்பதாகத் தெரிந்தது. தத்யானா மகிழ்ச்சிமிக்க சிறிய சிட்டுக்குருவியை ஒத்திருந்தாள், கீரிக் கொழுத்த புல்ஃபின்ச் போலிருந்தான். அவர்களுடைய வீடு பறவையினுடைய கூட்டைப் போல சொகுசானதாக இருந்தது. மாலை வேளையில் தனது அறையில் உட்கார்ந்து சுவரின் மறுபக்கம் பேசப்படும் பேச்சைக் கேட்கும் போது, இலியா தனக்குத்தானே நினைத்துக்கொள்வான்: "ஒருவன் இப்படித்தான் வாழணும்..."

பொறாமையுடன் பெருமூச்சு விட்டு, தனக்கென்று சொந்தக் கடையும், சுத்தமான சிறிய அறையும் இருக்க, அதில் பாடும் பறவைகளை வைத்துக்கொண்டு, கனவில் வருவது போல அமைதியாகவும் சாந்தமாகவும் தனிமையில் வாழக்கூடிய அந்த நாளுக்காக ஏங்கிக்கொண்டிருப்பான் இலியா... அடுத்த அறையில் தத்யானா தன் கணவனிடம், தான் சந்தையில் என்னென்ன வாங்கினாள், எவ்வளவு செலவு செய்தாள், எவ்வளவு மிச்சம் பிடித்தாள் என்பதைச் சொல்லிக் கொண்டிருப்பதையும், அதற்கு அவளது கணவன் மந்தமாகச் சிரித்துவிட்டுச் சொல்வதையும் கேட்பான்:

“ஓ, நீ எவ்வளவு புத்திசாலிப் பெண், தெரியுமா? இதோ, ஒரு முத்தங்கொடு பார்க்கலாம்...”

தன்னுடைய முறைக்கு அன்றைய நிகழ்ச்சிகள் பற்றி, தான் எழுதிய ஆவணங்கள் பற்றி, தலைமைப் போலீஸ் அதிகாரியோ அவனது மற்ற மூத்த அதிகாரிகளோ அவனிடம் சொன்னது பற்றி அவளிடம் சொல்லுவான்... அவனுக்குப் பதவி உயர்வு கிடைக்கக் கூடிய வாய்ப்புப் பற்றியும், அவ்வாறு அவனுக்குக் கிடைத்தால் தங்களுடைய குடியிருப்பை மாற்ற வேண்டுமா என்பது பற்றியும் பேசினார்கள்.

அவ்வாறு கேட்கின்ற போது திடீரென்று விவரிக்க முடியாத சோர்வுக்கு இலியா ஆள்படுவான். அத்தகைய கணங்களில் சிறிய நீலநிற அறை மூச்சுத்திணற வைப்பதாக உணர்ந்து, தனது வெறுப்புக்கான காரணத்தைத் தேடுவது போலத் தன்னைச் சுற்றிலும் கருத்தூன்றிப் பார்ப்பான். அந்நிலையை நீண்ட நேரம் பொறுத்துக்கொள்ள முடியாத போது எழுந்து வெளியே போய்விடுவான்: சில நேரங்களில் ஒலிம்பியாதாவைப் பார்க்கவும், சில நேரங்களில் தெருக்களில் சுற்றித் திரியவும்.

ஒலிம்பியாதா இன்னும் பொறாமையும் கண்டிப்பும் மிக்கவளாக மாறினாள். அவர்களுக்கிடையே சச்சரவுகள் மிக அடிக்கடி நடந்தன. அந்தச் சண்டையின் போது பலுயேக்தவ் கொலை பற்றி அவள் குறிப்பிட்டதே இல்லை, ஆனால் அவர்களுடைய இணக்கமான நேரங்களில் அதை மறந்து விடும்படி அவனிடம் வற்புறுத்தினாள். இந்த விஷயத்தில் அவளது கட்டுப்பாடு இலியாவை வியப்புக்குள்ளாக்கவே, ஒரு முறை அவளிடம் கேட்டான்:

“ஒலிம்பியாதா, நாம சண்டை போடும் போது, ஏன் அந்தக் கிழவனைப் பற்றி எதுவுமே என்னிடம் சொல்றதில்லே?”

“ஏன்னா உன்னோடவும் என்னோடவும் அவனுக்குச் சம்பந்தம் இல்லே,” என்று உடனடியாகப் பதிலளித்தாள். “அவர்கள் உன்னைப் பிடிக்கவில்லை என்றால், அதன் அர்த்தம் கிழவன் தனக்குச் சேரவேண்டியதைப் பெற்றுக் கொண்டான் என்பதாகும். அவனைக் கொல்றதுக்கு உனக்குக் காரணமே இல்லை - அப்படித்தானே நீயே சொன்னாய். ஆகவே, நீ வெறுங்கருவி தான், அதனால அவன் தண்டிக்கப்பட்டுட்டான்...”

இலியா ஐயுறவாகச் சிரித்தான்.

“என்ன விஷயம்?” என்றாள் ஒலிம்பியாதா.

“ஒன்னுமில்லே... ஒரு மனிதனுக்கு ஏதாவது மூளை இருந்தால், அவன் கட்டாயம் போக்கிரியாக இருக்க வேண்டும் என்பதைப் பற்றி நினைச்சுக்கிட்டு இருந்தேன்... அவனால் எதிலும் நியாயம் காண முடியும், எதையும் குற்றஞ்சாட்ட முடியும்...”

“நீ என்ன நினைக்கிறேன்னு எனக்குத் தெரியலே,” தலை ஆட்டலுடன் சொன்னாள் ஒலிம்பியாதா.

“ஏன் உனக்குப் புரியலே?” பெருமூச்சுடன் தனது கேட்டான். தோள்களைக் குலுக்கிக்கொண்டு இலியா “அதெல்லாம் ரொம்ப எளிமையானது. நான் கேட்பதெல்லாம் பாறையைப் போல உறுதியான ஏதோ ஒன்னு; இந்த உலகத்தில இருக்கிற மகா புத்திசாலியாலும் குறைகாண முடியாததாகவோ, சாக்குப் போக்குச் சொல்ல முடியாததாகவோ இருக்கணும்... அந்தப் பொருளை எனக்குக் காட்டு! வாழ்க்கையில் அந்த மாதிரி உன்னால் முடியாது!.. பொருளே கிடையாது...”

ஒரு சண்டைக்குப் பிறகு சுமார் நான்கு நாள்களுக்கு அவளைப் பார்க்க இலியா போகவில்லை. அந்நாளின் கடைசியில் அவளிடமிருந்து கீழ்வருமாறு அவனுக்குக் கடிதம் வந்தது:

“போய் வருகிறேன், என்னருமை இலியா, நிரந்தரமாகப் போய்வருகிறேன், நாம் மீண்டும் ஒருவரையொருவர் சந்திக்க மாட்டோம். நீ என்னைத் தேட வேண்டாம், ஏனெனில் உன்னால் என்னைக் கண்டுபிடிக்க முடியாது. இந்தச் சபிக்கப்பட்ட நகரத்தை விட்டு அடுத்த படகில் புறப்படுகிறேன். இந்த இடத்திலே வாழ்க்கை முழுதும் முடமாக்கப்பட்டு விட்டது. நான் தொலைதூரத்திற்குப் போகிறேன், திரும்பி வரவே மாட்டேன். என்னைப் பற்றி நினைக்க வேண்டாம், என்னை எதிர்பார்க்கவும் வேண்டாம். எனக்காக நீ செய்த எல்லா நல்ல காரியங்களுக்காகவும் என் உள்ளத்தின் ஆழத்திலிருந்து உனக்கு நன்றி பாராட்டுகிறேன், கெட்டதை மறப்பேன். நான் தனியாகப் போய்க் கொண்டிருக்கவில்லை என்பதை அறிய உனக்கு உரிமை உண்டு-என்னுடன் நீண்ட காலமாகத் தொடர்பு கொண்டிருந்த அனான்யின் என்ற இளைஞனுடன் போகிறேன். நான் அவனோடு வசிக்காவிட்டால் தன் வாழ்வே பாழாகிப் போய்விடும் என்று சத்தியம் செய்கிறான். சரி, நானும் ஒப்புக்கொண்டேன், எல்லாமே எனக்கு ஒன்று தான். அனான்யின் குடும்பத்தவர்க்கு மீன்பிடித் துறைகள் உள்ள கடற்கரை ஊருக்குப் போகிறோம். அவன் மிகவும் கபடமற்ற ஆள், என்னை மணக்கவும் விரும்புகிறான், முட்டாள். போய்வருகிறேன்! உன்னை நான் கனவில் கண்டது போலவும் விழித்துப் பார்த்ததும் நீ போய் விட்டது போலவும் இருக்கிறது. என் நெஞ்சு எப்படித் துடிக்கிறது என்பதை மட்டும் நீ அறிந்தால்! உன்னை நான் திரும்பத் திரும்ப முத்தமிடுகிறேன், என் இதயம் நிறைந்தவன் நீ மட்டுமே. உன்னைப் பற்றிச் செருக்குக்கொள்ள வேண்டாம் - நாமெல்லாம் எளிய இரங்கத்தக்க படைப்புகள். இப்போதெல்லாம் உன் ஒலிம்பியாதா மிகவும் சாந்தமானவளாக மாறி-விட்டாள், தன் தலையை அவள் கோடரிக்குக் கீழே வைத்தது போல,

அவளது உடைந்த உள்ளம் அத்தனை வேதனையுடன் அழுகிறது. ஒலிம்பியாதா ஷிலீக்கவா. சிறு பொட் டலம் ஒன்றை அஞ்சல் வழி உனக்கு அனுப்பியிருக்கிறேன்: என்னை நினைவு வைத்துக்கொள்ள ஒரு மோதிரம். தயவு செய்து அதை அணிந்து கொள். ஒ. ஷி."

அந்தக் கடிதத்தை இலியா படித்து முடித்த போது, தன் உதட்டைப் புண்ணாகுமாறு கடித்தான். அதைத் திரும்பத் திரும்பப் படித்தான் - ஒவ்வொரு முறையும் மிகுந்த வேதனையாக இருந்தது.

மனநிறைவோடு படித்தான் - அது எனினும் திருந்தாத பெரிய கையெழுத்தில் எழுதப்பட்ட அந்த எளிமையான வார்த்தைகளைப் படிப்பது தற்புகழ்ச்சியாக இருந்தது. அவள் அவனைத் தீவிரமாகக் காதலிப்பது பற்றி அவன் முன்பே நினைக்கவில்லை, இப்போது தன்னை அவள் மிக ஆழமாகக் காதலித்தாள் என்பதாக அவனுக்குத் தோன்றியது. அவளது கடிதத்தைப் படித்த போது பெருமையும் திருப்தியும் அவன் உள்ளத்தை நிறைத்தது. ஆனால் இந்தத் திருப்தியானது தனக்குப் பிரியமான ஒருத்தியை இழந்துவிட்டோம் என்ற உணர்வினால் மறைக்கப்பட்டது. சஞ்சலமான இந்நேரங்களில் ஆறுதலுக்காக அவன் யாரிடம் கவலையோடு இப்போது போக முடியும் என்பதைக் எண்ணிப்பார்த்தான். அவளுடைய உருவம் அவனது மனத்தில் தெளிவாக நின்றது. அவளது உணர்ச்சிமிகுந்த தழுவல்களை, அவளது அறிவுபூர்வமான கூர்நோக்குகளை, அவளது கிண்டலை அவன் நினைத்துப் பார்த்த பொழுது, அவனுடைய இதயமானது கவலையாலும் வருத்தத்தாலும் பிளந்தது. சன்னலருகே நின்று தோட்டத்திற்குள்ளாக எல்டெர்பெரிப் புதர்கள் மங்கிய ஒளியில் மெதுவாக சலசலப்பதையும் தென்றலில் பிர்ச் மரங்கள் அலைவதையும் புருவங்களை நெறித்தவாறு பார்த்தான். சுவருக்குப் பின்னால் இருந்து கித்தாரின் சோக இசை வந்தது, தத்யானா உச்சக் குரலில் பாடிக்கொண்டிருந்தாள்:

விரும்பினால் எவரும்
அரிய அம்பரைக் காணட்டும்...

இலியா கடிதத்தை இறுகப் பற்றினான். தான் ஒலிம்பியாதாவுக்குத் தவறு செய்து விட்டதாக உணர்ந்தான். தன் இதயத்தை நிறைத்தமைக்காக அவளிடம் பரிவு கொண்டான். அவனுடைய தொண்டையில் ஏதோ அடைத்தது. பாடல் தொடர்ந்தது:

கடலடியில் கிடக்கும் என்
கணையாழி வேண்டும்.

போலீஸ்காரன் உரக்கச் சிரித்தான், அவனது மனைவியும் தெளிவாகச் சிரித்துக்கொண்டு சமையலறைக்குள்ளாக ஓடினாள். அவள் அங்கே

போனதும் அவளது சிரிப்பு உடனே மறைந்து போனது. அவள் அருகிலிருப்பதை இலியா உணர்ந்தான். அவன் கதவைத் திறந்து விட்டதை அறிந்திருந்தும் திரும்பாமல் இருந்தான். தனது சிந்தனைகளில் மூழ்கியவனாக, தனிமையில் கட்டுண்டவனாக அசைவற்று அங்கேயே நின்றான். தோட்டத்து மரங்களின் கிளைகள் ஆடிக்கொண்டிருந்தன. பூமியினின்றும் விடுபட்டு குளிர்ந்த மெல்லொளியில் மிதந்து கொண்டிருப்பதாகக் கற்பனை செய்து கொண்டான் இலியா...

“இலியா, உங்களுக்குத் தேநீர் வேணுமா?” வீட்டுக்காரி அவனிடம் கேட்டாள்.

“வேணாம்...”

பிறகு சர்ச் மணியின் பலமான ஓசை கேட்டது; மெல்லோசை சன்னல் சட்டத்தில் பலமாக மோதி கண்ணாடிகள் ஒலிக்கும்படி செய்தது. தான் நீண்ட காலமாகச் சர்ச்சுக்குப் போகவில்லை என்பதை நினைவு கூர்ந்தவனாய் தானே சிலுவை வைத்துக்கொண்டான். வெளியே போகும் இந்த வாய்ப்புக்காக மகிழ்ச்சியடைந்தான்...

“நான் வழிபாட்டுக்குப் போறேன்,” என்ற அவன், கதவைப் பார்த்து வட்டமாகத் திரும்பினான். தனது கைகளைக் கதவு இடுக்கில் வைத்தவாறு ஆர்வத்தோடு அவனை உற்றுப்பார்த்தவாறு நின்று கொண்டிருந்தாள் வீட்டுக்காரி. அவளுடைய நேரான பார்வையால் குழப்பமுற்ற இலியா மன்னிப்புக் கேட்பது போலச் சொன்னான்:

“நான் சர்ச்சுக்கு ரொம்பக் காலமாப் போகலே...”

“ நல்லது! ஒன்பது மணிக்கெல்லாம் சமோவாரைத் தயாரா வச்சிருப்பேன்.”

சர்ச்சுக்குப் போகும் வழியில் இலியா இளைஞன் அனான்யின் பற்றிச் சிந்தித்தான் - அவனுக்குப் பழக்கமானவன் தான். அனான்யின் பணக்கார வியாபாரி, “அனான்யின் சகோதரர்கள்” மீன்பிடி நிறுவனத்தின் இளம் உறுப்பினன், பொன்னிறத் தலைமயிருடைய அவன், வெளிறிய முகமும் நீலநிறக் கண்களும் கொண்டவன். சமீபத்தில் தான் இந்த நகரத்திற்கு வந்திருந்தான், உடனே மதுவிருந்தில் ஈடுபட்டதாகப் புகழ் பெற்றிருந்தான்.

“இவ்வாறுதான் சிலர் கழுகுகளைப் போல வாழ்கிறார்கள்,” என்று இலியா கசப்போடு எண்ணிப்பார்த்தான்.

“அவர்களுக்கு இறகுகள் முளைத்த பிறகு உடனே ஒரு பெண் புறாவைத் தேடிப் போய்விடுகிறார்கள்...”

தனது சிந்தனைகளால் தோற்றுவிக்கப்பட்ட சீற்றமான மனநிலையில் சர்ச்சுக்குள்ளாக நுழைந்து, மெழுகுவத்திகள் ஏற்றுவதற்காக

வைக்கப்பட்டிருந்த ஏணி இருந்த மூலையில் தனது இடத்தைப் பிடித்துக்கொண்டான்.

கம்மிய இடப்புறத்தில் குழுப்பாடல் குழுவினர் "கருணையுள்ள பிதாவே" பாடிக் கொண்டிருந்தார்கள். பையன்களில் ஒருவன் காதைத் துளைக்கக் கூடிய கீச்சுக்குரலில் முக்கிய ராகத்தைப் பாடிக்கொண்டிருந்தான். மேலும் அவனுடைய குரலானது பாதிரியின் கரகரப்பான, கம்மிய குரலுக்கு முன்போ பின்போ கேட்டது. இந்த முரண்பாடு இலியாவுக்கு எரிச்சல் தந்து, இளைஞனுடைய காதைத் துண்டிக்க வேண்டும் என்ற எண்ணத்தைத் தூண்டியது. கணப்படுப்பால் அதிகச் சூடாகிப்போன மூலையில் துணி எரியும் நாற்றமடித்தது. பெரிய மேற்சட்டையுடன் இருந்த கிழவி ஒருத்தி அவனிடம் வந்து கோபத்தோடு கூறினாள்:

"இது உன்னோட இடமில்லே, இளைஞனே..." அவளுடைய விலையுயர்ந்த மேற்சட்டையின் கழுத்துப் பட்டியை அலங்கரித்த மதிப்புமிக்க கீரியின வால்களால் அலங்கரிக்கப்பட்டிருந்ததைக் கண்ட இலியா, ஒரு வார்த்தையும் சொல்லாமல் நகர்ந்து, தனக்குத்தானே எண்ணிக் கொண்டான்:

"சர்ச்சில் கூட தராதரம் பார்த்துத்தான் நம்மை வைக்கிறார்கள்..."

பலுயேக்தவின் கொலைக்குப் பிறகு இலியா சர்ச்சுக்குச் சென்றது இதுதான் முதல் தடவை, இந்தத் திடீர் நினைவு அவனைக் குலுக்கியது.

"என்னை மன்னிப்பீர், ஆண்டவரே!" என்று முணுமுணுத்து சிலுவை வைத்துக்கொண்டான்.

பாடற்குழுவினர் இணைந்து பாடலை உரக்கப் பாடிக் கொண்டிருந்தார்கள். பாடகர் பையன்களின் குரல்கள் தோத்திரப் பாடலின் வார்த்தைகளை மிகத் தெளிவாக உச்சரிக்க, அது சிறிய மணிகளின் நேர்த்தியான ஓசையை மண்டபக் கூரையின்கீழ் பண்ணிசைப்புப் போல ஒலியெழுப்பியது. பின்பாட்டுக்காரக் குரல்கள் முறுக்கிய தந்திகளைப் போல ஒலியெழுப்பின. பையன்களுடைய குரல்களுக்கு ஆதரவாக நரம்புகளின் புரியாததும் கனத்ததுமான சுரங்கள் காற்றில் மதிப்பார்வத்துடன் மிதந்தன. அவ்வப்பொழுது மற்ற எல்லாருடையதற்கும் மேலாகக் கருவிகளின் அருமையான வலுத்த சுரங்கள் எழுந்தன...

பாடுவது அடங்கிப் போனது. இலியா ஆழ்ந்த பெருமூச்சு விட்டான். அவனது இதயம் லேசாக இருந்தது. ஆலயத்திற்குள்ளாக அவன் கொண்டுவந்திருந்த வெறுப்பு மறைந்துவிட்டது. தனது குற்றத்தைப் பற்றி அவனுடைய மனத்தில் இடமில்லாது போய்விட்டது. பாடியது அவனது ஆன்மாவிற்கு ஆறுதலைக் கொண்டுவந்து அதைச்

சுத்தப்படுத்தி விட்டது. எதிர்பாரா நல உணர்வின் நம்பிக்கை-யின்மையால் அவன் குழம்பிப் போயிருந்தான். மேலும் அவன் தனது இதயத்தைத் தேடிய போது எந்த பச்சாத்தாபமும் காணப்படவில்லை.

திடீரென்று, ஊசி குத்தியது போல ஒரு சிந்தனை எழுந்தது:

"நான் இல்லாத போது என் வீட்டுச் சொந்தக்காரி எனது அறையைக் கிண்டிக்கிளறி பணத்தைக் கண்டுபிடித்தால் என்ன ஆவது?"

ஒரு நொடியில் சர்ச்சை விட்டு வெளியேறி வண்டியொன்றைப் பிடித்து வீட்டிற்குப் போய்க்கொண்டிருந்தான். செல்லும் வழியில் மனம் அவனது அச்சங்களை விரிவுபடுத்தி, மிகுந்த உணர்ச்சிக்கு அவனை ஆட்படுத்தியது.

"அதை அவள் கண்டுபிடித்தால் என்ன ஆவது?" தனக்குத்தானே சொல்லிக்கொண்டான். "என்னைப் பற்றிப் புகார் செய்ய மாட்டார்கள். பணத்தை அவர்களுக்காக வைத்துக்கொள்வார்கள்…"

ஆனால் தன்னைப் பற்றிப் புகார் செய்யாமல் பணத்தை அவர்களே வைத்துக்கொள்ளக்கூடும் என்ற எண்ணம் அவனை மேலும் கிளர்ச்சியடையச் செய்தது. அவ்வாறு நேர்ந்தால் தான் உடனே போலீசுக்குப் போய் குற்றத்தை ஒப்புக்கொள்ள வேண்டும் என்று தீர்மானித்தான். இல்லை, அந்தளவு கொடிய பாவத்தின் விளைவில் தான் பெற்ற பணத்தில் மற்றவர்கள் சுத்தமான, வசதியான, கவலையற்ற வாழ்க்கை வாழும்போது தான் எதற்காக வேதனையுடனும் நிச்சயமின்மையுடனும் வாழ வேண்டும்? இச்சிந்தனை அவனிடத்தில் கடும் கோபத்தை ஏற்படுத்தியது.

வீட்டை அடைந்ததும் மணியை பலமாக அழுத்திவிட்டு, உதடுகளை இறுக்கிக்கொண்டும் முட்டியை மடக்கிக்கொண்டும் கதவு திறக்கப்படுவதாக அவன் காத்துக் கொண்டிருந் தான்.

தத்யானா கதவைத் திறந்தாள்.

"என்ன, எவ்வளவு அழுத்தமா மணி அடிக்கிறீங்க? என்ன விஷயம்? ஏதாவது நடந்துருச்சா?" அவன் முகத்தைப் பார்த்ததும் பயத்தில் கத்தினாள்.

அவளைத் தள்ளிவிட்டு விட்டு எதுவும் பேசாது தனது அறைக்குள்ளாகச் சென்றான். ஆனால் அவனுடைய அச்சங்கள் வீணானவை என்பதை உறுதிப்படுத்துவதற்கு ஒரு பார்வை போதுமானதாக இருந்தது. பணம் சன்னலுக்கு மேலே சட்டத்தின் பின்னே ஒளித்து வைக்கப்பட்டிருந்தது. சட்டத்தோடு ஓர் இறகைக் குத்தி வைத்திருந்தான். ஏனெனில் பணத்தை எடுக்க ஒரு கை நீண்ட மாத்திரத்தில் இறகு நிச்சயமாகக் கீழே விழுந்து விடும். ஆனால் அது அங்கேயே பழுப்பு வர்ணப் பின்னணியில் வெள்ளைக்கறை போல இருந்தது.

"உடம்பு சரியில்லையா?" அவனுடைய அறைக்கதவை நோக்கி வந்த வண்ணம் வீட்டுச் சொந்தக்காரி கேட்டாள். "எனக்கு உடம்பு அவ்வளவு நல்லாயில்லே... வருத்தப்படுறேன் - உள்ளே வருகிற போது உன்னைத் தள்ளிவிட்டு வந்தேனோ என்று பயப்படுறேன்..."

"ஓ, அதுவா... பொறுங்க... வண்டிக்காரனுக்கு எவ்வளவு கொடுக்கணும்?"

"நீங்க அன்பு கூர்ந்து..."

அவள் வெளியே ஓடினாள். அவள் போன அந்த நிமிஷமே ஒரு நாற்காலி மீது தாவி, பணத்தை எடுத்துத் தனது பைக்குள்ளாகத் திணித்துக்கொண்டு நிம்மதிப் பெருமூச்சு விட்டான் இலியா... தனது அச்சத்துக்காக அவன் வெட்கப்பட்டான். அந்த இறகு கேலிக்குரியதாக, தனது நடத்தையைக் கூறுவது போல அவனுக்குப்பட்டது...

"ஏதோ பிரமை!" என்று நினைத்தான். உள்ளுக்குள்ளாகச் சிரித்துக்கொண்டான். அந்நேரத்தில் தத்யானா வாசல் பக்கம் திரும்பவும் நின்று கொண்டிருந்தாள்.

"வண்டிக்கு இருபது கோபெக் ஆச்சு," என்றாள் விரைவாக "என்ன நடந்துச்சு? மயக்கம் வந்ததா?"

"ஆமா... நான் சர்ச்சில் நின்னுக்கிட்டிருந்தேன், திடீரென்று..."

"படுத்துக்கங்க," அவனது அறைக்குள்ளாக வந்து கொண்டு சொன்னாள். "படுத்துக்கங்க, என்னைப் பத்தி ஒன்னுமில்லே... உங்க பக்கத்தில் நான் உட்கார்ந்துக்கிருவேன்... நான் தனியாகத்தான் இருக்கேன், என் கணவர் கிளப்பில் வேலையா இருக்கார்."

இலியா படுக்கைமீது உட்கார்ந்தான், அறையில் இருந்த ஒரே நாற்காலியில் அவள் அமர்ந்தாள்.

"உன்னை இந்த மாதிரிச் சங்கடத்துக்கு ஆளாக்கிட்டேன்," சங்கடப்பட்ட முறுவலிப்புடன் சொன்னான் இலியா.

"அப்படி ஒன்னுமில்லே," என்றவள், மறைவற்ற ஆர்வத்துடன் அவனது முகத்தைக் கூர்ந்து பார்த்துக் கொண்டிருந்தாள். சற்று மௌனம் நிலவியது. அவளிடம் என்ன சொல்வதென்று இலியாவுக்குத் தெரியவில்லை. அவனைக் கவனித்த போது அவள் திடீரென்று விநோதமான குறுநகை புரிந்தாள்.

"ஏன் சிரிக்கிறே?" கண்களைத் தாழ்த்தியபடி இலியா கேட்டான்.

"நான் சொல்லட்டுமா?" என்றாள் நெளிந்து கொண்டு.

"சொல்லு."

"எப்படிப் பாசாங்கு செய்யுறதுன்னு உங்களுக்குத் தெரியலே!"

இலியா திடுக்குற்று எச்சரிக்கையோடு அவளை நோக்கினான்.

"ஆம், உங்களுக்கு உண்மையாவே இது தெரியலே. நோய் கிடையவே கிடையாது. மகிழ்ச்சி அளிக்காத கடிதம் கிடைச்சுருக்கு. நான் அதைப் பார்த்தேன். ஆமா, நான் பார்த்தேன்."

"சொல்றது சரிதான்..." என்றான் இலியா மெதுவாக, எச்சரிக்கையுடன்.

தோட்டத்திலிருந்து கிளைகளின் சலசலப்புக் கேட்டது. தத்யானா சன்னலுக்கு வெளியே கூர்மையாகப் பார்த்து விட்டு, பிறகு இலியா பக்கம் திரும்பினாள்.

"சும்மா காற்றுத்தான் இல்லேன்னா பறவையா இருக்கணும். கேளுங்க, என் அருமை குடியிருப்பாளரே, புத்திசாலியிடமிருந்து வரக்கூடிய ஒரு வார்த்தையைக் கேட்பதற்கு விருப்பமுண்டா? நான் இளையவளாக இருக்கலாம், ஆனால் முட்டாள் இல்லே..."

"அன்புகூர்ந்து பேசுக," என்ற இலியா அவளை மிகுந்த ஆர்வத்துடன் நோக்கினான்.

"அந்தக் கடிதத்தைக் கிழிச்சுட்டுத் தூர எறிங்க," அதிகாரத் தொனியில் பேசினாள். "அவள் உங்களைக் கைவிட்டு விட்டாள் என்றால், அவள் நல்லவளைப் போல நடந்து கொண்டிருக்கா. ஆமாம்! கலியாணம் செய்யுற அளவுக்கு நீங்களும் ரொம்ப இளமைதான்; நீங்களும் இன்னமும் வாழ்க்கையை நல்லாத் துவக்கலே, அதுவரைக்கும் நீங்க கலியாணம் செய்துக்கிறக் கூடாது. நீங்க திடகாத்திரமான இளைஞர், உங்களால் கஷ்டப்பட்டு வேலை செய்ய முடியும்; பார்க்க நல்லா இருக்கீங்க, எல்லா இளம்பெண்களுமே உங்களுக்காக வந்து விழுவாங்க... ஆனா நீங்க அவர்களிடம் சிக்கிவிடக் கூடாது. வேலையைப் பாருங்க, உங்க சாமான்களை விற்பனை செய்யுங்க, உங்க பணத்தைச் சேருங்க, வியாபாரத்தில் நல்ல முன்னேற்றமான ஏதாவது ஒன்னைச் செய்ய முயலுங்க, உங்களோட சொந்தக் கடையைத் திறங்க, எல்லாம் நல்லபடியா நடக்கிறபோது கலியாணம் பண்ண முடியும். அதுக்கு முன்னே வேணாம். நீங்க நிச்சயமா வெற்றியடைவீங்க. நீங்க குடிக்கிறது இல்லே, அடக்கமானவர், உங்களை நம்பினவுங்க யாரும் உங்களுக்கு இல்லே..."

தலையைக் குனிந்தவாறு இலியா செவிமடுத்தான், அதைக் கேட்டபோது உள்ளுக்குள்ளாகப் புன்னகை செய்து கொண்டான். மகிழ்ச்சி தெரியாதவாறு பலமாகச் சிரிக்க விரும்பினான்.

"உங்க தலையை ஏன் தொங்கப் போடணும் என்பதற்குக் காரணமே இல்லை," இந்த உலகத்தில் அதிக அனுபவமுள்ளவள் என்ற தோரணையில் தத்யானா தொடர்ந்து பேசினாள். "அது எல்லாமே சரியாகிவிடும்! காதல் சுலபமா குணப்படுத்தப்படுற வியாதிதான்.

நான் திருமணம் செய்து கொள்றதுக்கு முன்னாலே மூணு தடவைக் காதலிச்சேன். ஒவ்வொரு தடவையும் என்னையே மாய்த்துக்கொள்ளத் தயாரா இருக்கிற அளவுக்கு அத்தனை கஷ்டமா இருந்துச்சு. ஆனா அது சரியாகி விட்டது! இனிமேல் தாமதம் கூடாது, கலியாணம் செய்துக்க வேண்டிய நேரம் வந்து விட்டது என்பதை நான் கண்டபோது, எந்தக் காதலும் இல்லாமலே கலியாணம் செய்துக்கிட்டேன்... அதன் பிறகு என் கணவனையே காதலிக்கத் தொடங்கினேன்... சில நேரங்களில் அதுவும் நடக்குது, ஒரு பெண் தன் கணவனையே காதலிக்கிறா..."

"என்ன சொல்றீங்க?" தனது கண்களை அகல விரித்தபடி இலியா கேட்டான். தத்யானா கொல்லென்று சிரித்தாள்.

"நான் கேலி செய்துக்கிட்டிருந்தேன்... ஆனா கண்டிப்பாச் சொன்னா தன் கணவனைக் காதலிக்காமலேயே ஒரு பெண் கலியாணம் செய்துக்கிறவும் பிறகு அவனைக் காதலிக்கவும் முடியும்..."

அவள் மறுபடியும் பேசியபோது இலியா மீது பார்வையைச் செலுத்தினாள். அவனும் செவிமடுத்தபோது -ஆர்வத் துடனும் மரியாதையுடனும் கவனமாகச் செவிமடுத்தபோது, அவளது அழகிய, நன்கு அமைந்த உடல் மீது கண்களை மேயவிட்டான். எவ்வளவு சிறியவளாகவும் உறுதியானவளாகவும் இருந்தாள், எவ்வளவு புத்திசாலி, எவ்வளவு நம்பிக்கைக்குரியவள்...

"அப்படிப்பட்ட மனைவி இருந்தால் எல்லாம் நல்லாவே இருக்கும்," என்று நினைத்தான் அவன். அவளுடன், பண்பாடுள்ள பெண்ணுடன், ஒரு முறையாக மனைவியுடன், வைப்பாட்டியாக வைத்துக்கொள்ள முடியாதவளுடன், தூய்மையான, நொசிவுமிக்க சிறிய உருவத்துடன், முற்றிலும் வர்க்கப் போக்குடைய, எனினும் தன்னைப் போன்ற எளிமையான மனிதனுக்கு முன்னால் தன்னைப் பற்றிப் பெருமை கருதாத ஒரு பெண்ணுடன் உட்கார்ந்து பேசிக் கொண்டிருப்பது மகிழ்ச்சியாக இருந்தது. இதற்காக அவளுக்கு நன்றிக்கடன் பட்டிருப்பதாக உணர்ந்தான். போவதற்கு அவள் எழுந்த போது அவனும் எழுந்து நின்று தலைகுனிந்தான்.

"உங்க அன்புக்கு நன்றி," என்றான். "உங்களோட பேச்சு எனக்கு நிறைய நல்லது செய்திருக்கு... எனக்கு ஆறுதலாக இருந்துச்சு..."

"உண்மையாகவா?" அமைதியாக மெல்லச் சிரித்தாள். அவளது கன்னங்கள் சிவந்தன, சில நொடிகளுக்கு இவளுடைய கண்கள் இலியாவினுடைய கண்களோடு ஒட்டிக்கொண்டன.

"சரி, போயிட்டு வாறேன்..." என்று விசேடமான அழுத்தத்துடன் கூறினாள், பிறகு திரும்பி இளம்பெண்ணின் மெல்லடியுடன் வெளியேறினாள்...

18

நாள்கள் செல்லச்செல்ல அவ்தனோமவ் குடும்பத்தினர் இலியாவுக்கு மிகவும் அன்புக்குரியவர்களாயினர். போலீஸ்காரர்களை மனதார வெறுக்க வைக்கின்ற அளவுக்கு அவர்களுடைய தீயகாரியங்களை அவன் பார்த்திருக்கிறான். ஆனால் கீரிக் அவ்வளவு புத்திசாலி இல்லை என்றாலும் நல்லிதயம் கொண்டவன், அவன் நல்ல உழைப்பாளி என்பதாக இலியா கருதினான். அவன் உடலாகவும், அவன் மனைவி அவர்கள் குடும்பத்தின் ஆன்மாவாகவும் இருந்தார்கள். கீரிக் சிறிது நேரத்தையே வீட்டில் செலவிட்டான். அவனது முக்கியத்துவம் மிகக் குறைவாக இருந்தது. தத்யானா இலியாவுடன் தனது உறவுகளில் மிகவும் சம்பிரதாயமற்றவளாக இருந்தாள். விறகு வெட்டவும், நீர் எடுக்கவும், குப்பை வாளியைக் காலிசெய்யவும் அவனிடம் கேட்டாள். எல்லாப் பொறுப்புகளையும் அவன் மகிழ்ச்சியோடு நிறைவேற்றினான், அவற்றைத் தனது கடமையாக ஏற்றுக் கொண்டான். வெகு சீக்கிரத்திலேயே அவனுடைய வீட்டுக்காரி அம்மைத் தழும்பு விழுந்த வேலைக்காரியை வாரத்தில் ஒருநாள் மட்டும், ஞாயிற்றுக்கிழமைகளில் வரும்படி செய்தாள்.

அவ்தனோமவ் குடும்பத்தினர்க்கு எப்போதாவது தான் விருந்தினர் வந்தனர். அவர்களில் உதவித் தலைமை போலீஸ் அதிகாரியும் ஒருவர். கர்ஸகோவ் என்ற அவர் ஒல்லியானவர், நீண்ட மீசை வைத்திருந்தார். கருப்புக் கண்ணாடி அணிந்தார், தடித்த சிகரெட்டுகள் புகைத்தார், வண்டிக்காரர்களிடம் அத்தகைய வெறுப்புக் கொண்டிருந்தார். தன் நிதானத்தை இழக்காமல் அவர்களைப் பற்றி அவரால் பேசவே முடியாது.

“வண்டிக்காரர்கள் போல சட்டம் ஒழுங்கிற்கு ஆபத்தானவர்கள் யாருமில்லே. பாதசாரிகளைச் சட்டத்தை மதிக்க வைக்க முடியும், ஆனால் அவர்களை முடியாது, பன்றிகள்! பாதசாரி போக்குவரத்தை ஒழுங்குக்குக் கொண்டு வர தேவைப்படுவது எல்லாமே “தெருவிற்குள் போகிறவர்கள் வலப்பக்கமாகவும், வருகிறவர்கள் இடப்பக்கமாகவும் செல்ல வேண்டும்” என்று ஒரு சட்டம் போட வேண்டியதுதான். ஆனா வண்டிக்காரங்க பின்பற்றுவதற்கு விதியே கிடையாது. ஒரு வண்டிக்காரன் எப்படிப்பட்டவன் என்பது பிசாசுக்கு மட்டுந்தான் தெரியும்!”

அவர் மாலை முழுவதும் வண்டிக்காரர்களைப் பற்றிப் பேசக் கூடியவர். உண்மையில், அவர் வேறு விஷயங்களைப் பற்றிப் பேசி இலியா ஒருபோதும் கேட்டதில்லை.

விருந்தினர்களில் மற்றொருவர் அநாதை இல்லத்தின் கண்காணிப்பாளரான கிரிஸ்லோவ். அதிகம் பேசும் பழக்கமில்லாதவர்,

கருந்தாடி வைத்திருந்தார். "கடலின் மேலே, ஆழ் நீலக்கடலின் மேலே" என்று உரத்த குரலில் பாடுவதில் விருப்பங் கொண்டிருந்தார். பெரிய பற்கள் கொண்ட உயரமான தடித்த பெண்ணாகிய அவருடைய மனைவி எப்போதுமே எல்லா இனிப்புகளையும் தின்றுவிடுவாள். இது தத்யானாவுக்கு மிகுந்த கோபத்தை ஏற்படுத்தியது.

"என்னைத் துன்புறுத்துறதுக்காக இப்படிச் செய்யுறா!" விருந்தினர்கள் போய்விட்ட பிறகு கூறுவாள்.

பிறகு உள்ளவர்கள் அலெக்சாந்திராவும் அவளுடைய கணவனும். உயரமாகவும் மெலிந்தும் சிவப்புத் தலைமுடியுடன் இருந்தாள். அவள் ஏதோ முறையில் மூக்கைச் சிந்தும் போது கந்தலைக் கிழிப்பது போன்ற ஓசையை ஏற்படுத்தியது. அவளது கணவன் எப்பொழுதுமே கிசுகிசுப்பது போலப் பேசினார். ஏனெனில் அவரது தொண்டையில் ஏதோ கோளாறு இருந்தது. ஆனால் அவர் முடிவில்லாதபடி பேசுவது, வாயில் அவலைத் தொடர்ச்சியாக மெல்லுவதைப் போன்ற உணர்வினை ஏற்படுத்தியது. வசதியாக இருந்தார், தீர்வை அலுவலகத்தில் ஏதோ பதவியில் இருந்தார். ஏதோ ஓர் அறக்கட்டளை அமைப்பின் நிர்வாகக் குழுவில் இருந்தார். அவரும் அவருடைய மனைவியும் எப்போது பார்த்தாலும் ஏழைகளைக் குறை கூறிக்கொண்டும், போலித்தனமானவர்கள், பேராசைக்காரர்கள், தங்களுக்கு நன்மை செய்ய முயல்பவர்களுக்கு மரியாதை செய்யத் தெரியாதவர்கள் என்று குற்றம் சாட்டிக்கொண்டும் இருந்தார்கள்...

தனது அறையில் உட்கார்ந்த இடத்திலிருந்தே வாழ்க்கை பற்றிய அவர்களுடைய கணிப்புகளை இலியா கவனமாகக் கேட்பான். கேட்டவைகளை அவனால் புரிந்துகொள்ள முடியவில்லை. இந்தச் சனங்கள் எல்லாவற்றையும் அறிந்து கொள்பவர்களாகவும் எல்லாப் பிரச்சினைகளையும் தீர்ப்பவர்களாகவும் காணப்பட்டது. அவர்களுடைய தரத்தில் வாழாத மக்களைப் பற்றி அவர்களிடம் ஏளனத்தைத் தவிர வேறு எதுவும் இல்லை.

சில நேரங்களில் அவ்தனோமவ் தம்பதியர் மாலை நேரத்தில் தங்களுடன் தேநீர் அருந்த வரும்படி இலியாவை அழைப்பார்கள். அத்தகைய நேரங்களில் தத்யானா சிரிக்கவும் கிண்டல் செய்யவும் செய்வாள். தான் திடீரென்று பெரும் பணக்காரனாகி சொந்தமாக வீடு வாங்க முடிந்தால் எவ்வளவு நன்றாக இருக்கும் என்று அவளுடைய கணவன் கனவு கண்டு கொண்டிருந்தான்.

"நான் கோழிக்குஞ்சுகள் வளர்ப்பேன்!" பாதி மூடிய கண்களின் வழியாகக் கனவு காண்பது போலக் கூறுவான். "எல்லாவகையான கோழிக்குஞ்சுகளும்: சிவப்பு, கருப்பு, பல வண்ணக் குஞ்சுகள்,

வான்கோழிகள்... மயிலும் கூட! எல்லாம் நாசமாப் போகட்டும், போலீஸ் தலைமை அதிகாரி போல நடை போட்டுக்கிட்டு, தனது தோகையைக் குடைபோல விரிச்சுக்கிட்டு, பிர்ரு, பிர்ரு, பிர்ரு என்று கூவிக் கொண்டுவரும் நம்மோட சொந்த மயிலைச் சன்னலருகே அறை ஆடையுடன் அமர்ந்து பற்களுக்கிடையே சிகரெட்டைப் பத்தவச்சுக்கிட்டு பார்க்கிறதை விட எது நல்லா இருக்க முடியும்!"

தத்யானா மெதுவாகச் சிரித்தாள்.

"நானோ," என்றவள் இலியாவை நோக்கி, "கோடையில் கிரீமியாவுக்கும் காக்கஸசுக்கும் போவேன். குளிர்காலத்தில் ஏழை நிவாரணக் குழுக் கூட்டத்தில் கலந்துகொள்வேன்." அவள் இலியாவைத் திரும்பவும் மேற்போக்காகப் பார்த்தாள். "என்னோட மிகச் சாதாரணமான கருப்புக் கம்பளி ஆடையை நானே தயாரிப்பேன், நான் அணியக் கூடிய ஒரே ஆபரணங்கள் சிவப்புக்கல் ஊசியும் முத்துத் தோடுகளுந்தான். ஏழையின் ரத்தமும் கண்ணீரும் சொர்க்கத்தில் சிவப்புக்கல்லாகவும் முத்தாகவும் மாறுவதாக "நீவா" வில் ஒரு கவிதை படிச்சேன்." இலேசான பெருமூச்சுடன் அவள் முடித்தாள், "சிவப்புக்கல் கருப்பு முடிக்கு அழகா இருக்கும்..."

இலியா புன்னகை செய்தான், எதுவும் பேசவில்லை. அறை வெதுவெதுப்பாகவும் சுத்தமாகவும் இருந்தது, தேயிலையின் நறுமணமும் முற்றிலும் மகிழ்ச்சியூட்டும் வேறு ஏதோ ஒன்றின் மணமும் அறையை நிறைத்தன. கூண்டுகளில் பறவைகள் எல்லாம் சிறிய பந்துகளைப் போலச் சுருண்டு தூங்கிப் போய்விட்டன; சுவர்களில் பிரகாசமான படங்கள் தொங்கின. இரு சன்னல்களுக்கு இடையில் இருந்த ஓர் அலமாரியை அழகிய மருந்துப் பெட்டிகள், சீனாக் கோழிக்குஞ்சுகள், சர்க்கரையாலும் கண்ணாடியாலும் ஆன வர்ணம் பூசப்பட்ட ஈஸ்டர் முட்டைகள் நிறைந்திருந்தன. இது எல்லாமே கவர்ச்சியானதாகவும் அமைதியின் சின்னமாகவும் துயரத்தைத் தணிப்பனவாகவும் இலியா கண்டான்.

ஆனால் சில நேரங்களில், குறிப்பாக துரதிர்ஷ்டமான நாள்களில் இந்தத் துயரமானது குழப்பமாக மாறியது. கோழிக்குஞ்சுகள், பெட்டிகள், முட்டைகள் ஆகிய அனைத்தும் அவற்றை மகிழ்ச்சியோடு தரையில் எறிந்து மிதிக்க வேண்டும் என்கின்ற அளவுக்கு அவனுக்கு எரிச்சலையூட்டின. இத்தகைய மனநிலையில் அவன் சன்னலுக்கு வெளியே பார்த்தபடி உட்காருவான், அந்த நல்லவர்களின் உணர்வுகளைப் புண்படுத்திவிடக் கூடாது என்று பயந்தான். ஒருமுறை அவர்களுடன் அவன் சீட்டாடிக் கொண்டிருந்த போது கீரிக்கைக் கடுமையாக நோக்கிக் கேட்டான்:

“கீரிக்கே, தவர்யான்ஸ்கயா தெருவில் லேவாதேவிக்காரனைக் கழுத்தை நெறிச்சுக் கொன்ன ஆளை அவுங்க கண்டுபிடிச்சிட்டாங்களா?”

வார்த்தைகள் வெளியே வந்தனவோ இல்லையோ, அவனது மார்பில் இனிய மெய்க்கூச்சத்தை உணர்ந்தான்.

“நீ பலுயேக்தவைச் சொல்றியா?” தனது சீட்டுகளைப் பார்த்தவாறு கவனக்குறைவோடு சொன்னான் போலீஸ்காரன்; பிறகு, விளையாட்டாகக் குறிப்பிட்டான்: “ப-லுயே-க்-த-வா-வா?.. இல்லை, அவர்கள் ப-லு-யே-க்-த-வாவாவைக் கண்டுபிடிக்கலே, அதாவது, பலுயேக்தவ் இல்லை, ஆனான... அவனை நான் தேடிப் பார்க்கலே... எனக்கு என்ன அக்கறை?.. எனக்குத் தேவை அவன் இல்லே - ஸ்பேட் ராணிதான் வேணும்... ஸ்பேட், ஸ்பேட், ஸ்பேட்! நாம் பார்க்கலாம்: பாரு, தத்யானா, மூணைப் போடு, பிறகு கிளாவர் ராணி, டைமன் ராணி... வேறு என்ன என்று கத்தினான்.

“ஏழு டைமன்... சீக்கிரமா ஒரு முடிவுக்கு வா...”

“ஒரு மனுசனை அந்த மாதிரி ஒழிச்சுட்டாங்களே!” என்று சற்று சிரிப்புடன் குறிப்பிட்டான் இலியா.

ஆனால் தனது சீட்டுகளில் மூழ்கிப் போயிருந்த போலீஸ்காரன் இவனிடம் கவனம் செலுத்தவில்லை.

“அந்த மாதிரி!” திரும்பச் சொன்னான் கீரிக். “உன்னோட ப-லு-யே-க்-த-வா-வாவை வெளியேத்திட்டோம்...”

“வா-வாவை” நிறுத்து, கீரிக்,” என்றாள் அவனுடைய மனைவி.

“நீதான் ஆட்டத்தை நிறுத்திக்கிட்டு இருக்கே... பாரு.”

“ஒரு திறம்பட்ட ஆள்தான் அவனைக் கொன்று இருக்கணும்!” வலியுறுத்திச் சொன்னான் இலியா. அவனுடைய கணிப்புகளுக்குக் கிடைத்த அலட்சியப்போக்கு கொலையைப் பற்றிப் பேச வேண்டும் என்ற அவனது ஆவலைத் தூண்டிவிட்டது.

“திறம்பட்டவனா?” போலீஸ்காரன் நீட்டிப் பேசினான்.

“அவன் இல்லே. நான்தான் திறமைசாலி. இதோ!”

ஒரு சீட்டைக் கீழே அடித்து இலியாவை முட்டாள் ஆக்கினான். கிரீக்கும் அவன் மனைவியும் வயிறு குலுங்கச் சிரித்தார்கள். இதுவுங்கூட இலியாவுக்கு மேலும் எரிச்சல் மூட்டியது.

“நகரத்தின் முக்கியத் தெருவில் பட்டப்பகலிலே ஒரு மனுசனைக் கொல்ல நிறைய துணிச்சல் வேணும்...” ஒரு புதிய ஆட்டத்தைத் தொடங்கியவாறு இலியா சொன்னான்.

“துணிச்சல் இல்லை, ஆனா அதிருஷ்டம்,” என்று திருத்தினாள் தத்யானா.

இலியா அவளையும் பிறகு அவள் கணவனையும் மேற்போக்காகப் பார்த்துவிட்டு லேசாகத் செறுமினான்.

“கொலையை அதிருஷ்டமின்னு சொல்றியா?” என்றான்.

“கொலையை இல்லே, ஆனா தப்பிச்சுப் போறதை.”

“டைமன் ஆஸ் சீட்டைத் திரும்பவும் எனக்குத் தள்ளிட்டியே!” என்றான் போலீஸ்காரன்.

“அதை வைத்திருக்க வேண்டியவன் நான்தான்,”* என்றான் இலியா கண்டிப்போடு.

“ஒரு லேவாதேவிக்காரனைக் கொல்லுங்க, அது உங்களுக்குக் கிடைக்கும்!” தனது சீட்டுகளை ஆழ்ந்து நோக்கியவாறு தத்யானா சொன்னாள்.

“ஒரு லேவாதேவிக்காரனைக் கொல்லு, உனக்கு மொத்துக் கிடைக்கும், இப்போதைக்கு துருப்புச்சீட்டை எடு!” இலியாவின் சீட்டை வெட்டியவாறு சிரிப்புடன் சொன்னான் கீரிக்.

இலியா திரும்பவும் நோக்கினான், அவர்களது மகிழ்ச்சியான முகங்களைப் பார்த்ததுமே கொலை பற்றிப் பேச வேண்டும் என்ற அவனது ஆவலைக் கொன்றது.

இந்த மக்களுடைய தூய்மையான, சிக்கலற்ற வாழ்க்கையிலிருந்து மெல்லிய சுவரால் எவ்வளவுக்குப் பிரிக்கப்பட்டிருந்தானோ அவ்வளவுக்கு அவனிடம் மனச்சோர்வு அடிக்கடி ஏற்பட்டது. திரும்பவும் அவன் வாழ்க்கையின் முரண்பாடுகள் பற்றிய, எல்லாவற்றையும் அறிந்திருந்தும், கொடியவர்களைத் தண்டிப்பதைத் தவிர்க்கின்ற ஆண்டவனைப் பற்றிய சிந்தனைகளால் அலைக்கழிக்கப்பட்டான். அவர் எதற்காகக் காத்துக் கொண்டிருக்க வேண்டும்?

தனது தனிமையிலும் சோர்விலும் இலியா திரும்பவும் புத்தகங்கள் படிக்கத் தொடங்கினான். அவனுடைய வீட்டுச் சொந்தக்காரி “நீவா”, “அழகிய நிருபர்” போன்ற சஞ்சிகைகளின் சில இதழ்களும், காது மடங்கிய நூல்களும் வைத்திருந்தாள்.

இப்போது, குழந்தைப் பருவத்தில் உள்ளது போல, தனக்கு நன்கு அறிமுகமானதிலிருந்து முற்றிலும் மாறுபட்ட வாழ்க்கைமுறை விவரிக்கப்பட்டிருந்த புத்தகங்களில் மட்டுமே கவனம் செலுத்தினான். எதார்த்தக் கதைகளையும் சாதாரண மக்களின் அன்றாட வாழ்க்கையைச் சித்திரிக்கக்கூடிய கதைகளையும் சோர்வானதாகவும்

---

* கைதிகள் அணியும் சட்டைகளின் பின்புறத்தில் டைமன் வடிவம் தைக்கப்பட்டிருந்தது.

உண்மையற்றதாகவும் கருதினான். சில நேரங்களில் அவை அவனைச் சிரிக்க வைத்தன. ஆனால் தான் மிக நன்றாக அறிந்த கடினமானதும் அருவருப்பனதுமான வாழக்கையை

அழகாகச் சித்திரிப்பதையே நோக்கமாகக் கொண்ட நயவஞ்சக எழுத்தாளர்கள்தான் அத்தகைய கதைகளை எழுதியவர்கள் என்பதை இலியா அடிக்கடி உணர்ந்தான். ஆமாம், அவன் இந்த வாழ்க்கையை நன்றாக அறிந்திருந்தான், மேலும் நன்றாக அறிய முயன்று கொண்டிருந்தான். ஒவ்வொரு நாளும் அவன் தெருக்களில் மேலுங்கீழுமாக நடந்தது அவனது கோபத்திற்குத் தீனிபோட புதிய பொருளைத் தந்தது. தன்னுடைய சமீபத்திய மனப்பதிவுகளை பாவெலுடன் பகிர்ந்து கொள்வதற்காக சில நேரங்கள் மருத்துவமனைக்குச் சென்றான்.

“நியாயமாம்! தெரு நடைபாதையில் சில தச்சர்களும் கொத்தர்களும் நடந்து போறதை இன்னைக்குப் பார்த்தேன். அங்கே வந்த ஒரு போலீஸ்காரன் கத்தினான்: “ஏய், சைத்தான்களா! நடைபாதையை விட்டு இறங்குங்க! பிரபுக்களின் உடையை பாழாக்குறதுக்கு முன்னால குதிரைகளோட கீழே இறங்குங்க!..” ஆமாம், தொழிலாளிங்க பணக்காரர்களுக்காக வீட்டைக் கட்டுறாங்க, ஆனா அதிலே குடியிருக்கிறது இல்லே...”

உன்னிப்பாகக் கேட்ட பாவெல், நெருப்புக்கு எண்ணெய் வார்த்தான். சிறையில் இருப்பது போல மருத்துவமனையில் மகிழ்ச்சியற்று இருந்தான். அவனுடைய கண்களில் கோபத்தாலும் துயரத்தாலும் அனல் வீசியது, அவனது சதை உருகியது. யாக்கவை வெறிபிடித்தவன் என்று கருதியதால் பாவெலுக்கு அவனைப் பிடிக்கவில்லை.

ஆனால் காசநோய் கண்டிருந்த யாக்கவ் மருத்துவமனையில் இருந்தபொழுது மகிழ்ச்சியாக இருந்தான். தனக்கு அடுத்த படுக்கையில் கிடந்த மனிதனோடு நட்புப் பாராட்டினான். சர்ச் மணிப் பணியாளனாகிய அவனது கால் துண்டிக்கப்பட்டிருந்தது. நன்கு விழுந்த வழுக்கையுடனும், நெஞ்சு முழுவதையும் மறைத்த கருந்தாடியுடனும் அவன் குட்டையாகவும் தடியாகவும் இருந்தான். அவனது புருவங்கள் மீசை போலப் பருத்திருந்தன. அவற்றை அவன் எப்போதுமே மேலுங்கீழும் அலைத்துக் கொண்டிருந்தான். அவனுடைய குரல் கரகரப்பாக இருந்தது, அது அடிவயிற்றிலிருந்தே வருவது போலக் காணப்பட்டது. ஒவ்வொரு முறையும் இலியா மருத்துவமனைக்கு வந்தபோது மணிப் பணியாளனுடைய கட்டிலில் யாக்கவ் உட்கார்ந்திருப்பதைக் கண்டான். அந்த மனிதனோ தனது புருவங்களை நெளித்தவாறு அமைதியாகப் படுத்திருப்பான், அதேவேளை அந்த மணிப்பணியாளைப் போலவே குட்டையாகவும்

தடிப்பாகவும் இருந்த பைபிளிலிருந்து தணிவான குரலில் யாக்கவ் படித்துக் காட்டிக் கொண்டிருப்பான்.

யாக்கவினுடைய குரல் அந்தளவு வலுவிழந்து மரத்தை ரம்பத்தால் அறுப்பது போல ஒலித்தது. படித்துக் கொண் டிருந்தபோது இசையாவின் தீர்க்கதரிசனத்தைக் கேட்க மற்ற நோயாளிககளை அழைப்பது போலத் தனது இடக் கையை உயர்த்தினான். அவனது சுருங்கிப்போன முகத்தில் மிகப் பெரிய தெளிவற்ற கண்கள் ஒரு பயங்கரமான தோற்றத்தை ஏற்படுத்தியது. இலியாவைப் பார்த்ததுமே அவன் புத்தகத்தைக் கீழே வைத்துவிட்டு அதே அலுத்துவிட்ட கேள்வியை தன் நண்பனிடம் ஆர்வத்தோடு கேட்டான்: "மாஷாவைப் பார்த்தியா?"

இலியா அவளைப் பார்க்கவில்லை.

"ஓ, மாதாவே, மாதாவே!" என்று துயரத்துடன் முனங்கினான் யாக்கவ். "தேவதைக் கதையில் வருவது போலத் திடீரென்று போய்விட்டாளே!.. கொடிய சூனியக்காரியால் தூக்கிச் செல்லப்பட்டுவிட்டாள்..."

"உன்னைப் பார்க்க அப்பா வந்தாரா?"

திடீரென்று யாக்கவினுடைய முகத்தில் ஒரு மாற்றம் ஏற்பட்டு அச்சங்கொள்வது போலக் கண்களை இமைத்தான்:

"ஆமா. நான் ரொம்பக் காலமா இங்கேயே சுத்தித் திரிவதாகவும், வீடு திரும்புற நேரம் வந்துருச்சு எனவும் சொன்னார். என்னைப் போகவிட வேணாம்னு டாக்டரிடம் மன்றாடினேன்... இங்கே அருமையா இருக்கு, அமைதியாயும் எளிமையாயும்... இதோ, இதுதான் நிக்கீத்தா. அவரும் நானும் சேர்ந்துதான் பைபிளை வாசிக்கிறோம். ஏழு ஆண்டுகளா இதை வாசிச்சுக்கிட்டு இருக்கார். எல்லாமே அவருக்கு மனப்பாடம், இந்தத் தீர்க்கதரிசனம் எல்லாத்துக்கும் அவரால அர்த்தம் சொல்ல முடியும்... எனக்குக் குணமானதும் என் அப்பாவை விட்டுட்டு நிக்கீத்தாவுடன் வசிக்கப் போறேன்! சர்ச்சில் அவருக்கு உதவி செய்வேன், இசைக் குழுவுடன் பாடுவேன்."

சர்ச் மணிப்பணியாள் தனது புருவங்களை மெதுவாக உயர்த்தி, ஆழமான விழிப்பள்ளத்தில் கிடந்த வட்டமான கருத்த விழிகளால் முயற்சியுடன் இலியாவை நோக்கினான். சோர்ந்த அசையாத பார்வை இலியாவினுடைய முகத்தின் மீது நிலையாக நின்றது.

"என்ன அருமையான புத்தகம் இது, பைபிள்!" என்று கத்திய யாக்கவ் பலமாக இருமினான். "அந்த இடத்தை நாங்க கண்டுபிடிச்சிட்டோம். அருந்தகத்துக்கு வந்த அந்தப் புத்திசாலி சொன்னது நினைவிருக்கா? "திருடர்களின் கூடாரங்களில் அமைதி கொழிக்குது." இது இங்கே தான்! நான் அதைக் கண்டுபிடிச்சிட்டேன்! மோசமானவைகளும் கூட அங்கே இருக்கு."

தனது கண்களை மூடி, இடக்கையை உயர்த்தி, கம்பீரமான குரலில் படித்தான்:

“தீயவர்களின் விளக்கு எவ்வளவு அடிக்கடி அணைக்கப்படுகிறது? அவர்களது பேரிடர் அவர்களுக்கு வந்து சேருகிறது?..” இதைக் கேட்கிறியா? மேலும்: “நீ சொல்வாய்: தனது குழந்தைகளுக்காகத் தனது பாவச்செயலை ஆண்டவர் அடக்கிவைக்கிறார். அதைத் தனக்குத்தானே ஈடு செய்துகொள்ளட்டும், அதை அவன் அறியட்டும்...”

“அது உண்மையா?” இலியா சந்தேகத்தோடு கேட்டான்.

“அதே வார்த்தைகள் தாம்!..”

“அது சரியில்லேன்னு எனக்குத் தோணுது... அது பாவம்!” என்றான் இலியா.

சர்ச் மணிப்பணியாள் தனது புருவங்களைக் கீழே கொண்டுவந்தான், அவனது தாடி துடித்தது.

“உண்மையைத் தேடுற ஒருத்தனுடைய துணிச்சலான செயல்கள் ஒருபோதும் பாவமானதல்ல,” என்று திடமற்ற தொனியில் சொன்னான், “ஏன்னா அவை ஆண்டவனின் தூண்டுதலில்தான் செய்யப்படுது...”

இலியா அதிர்ச்சியுற்றான். மணிப்பணியாளன் ஆழ்ந்து மூச்சிழுத்துக் கொண்டு அதே மெதுவான, எச்சரிக்கைமிக்க தொனியில் தொடர்ந்தான்:

“உண்மையே ஒரு மனுசனுக்குச் சொல்லுது: என்னைத் தேடுன்னு! ஏனென்றால் உண்மை என்பதே ஆண்டவன் தான்... “ஆண்டவனுக்குப் பணிபுரியுறது மிகப் பெரிய கௌரவம் என்று சொல்லப்பட்டடிருக்கு...”

மணிப்பணியாளனுடைய மயிரடர்ந்த முகம் இலியாவிடம் மரியாதையையும் அடக்கத்தையும் தோற்றுவித்தது: அந்த முகத்தில் குறிப்பிடத்தக்கவாறு கண்டிப்பான ஏதோ ஒண்ணு இருந்தது.

இப்போது புருவங்கள் உயர்ந்தன, கண்கள் கூரையின் மீது நிலைக்குத்தி நின்றன, தாடி திரும்பவும் துடித்தது. மணிப்பணியாளன் முன்னிலும் மெதுவாகச் சொன்னான்:

“இப்ப நான் புரிஞ்சுக்க வேண்டியது சாவுதான்... அவர்கள் ஒரு காலை வெட்டிட்டாங்க, ஆனா வீக்கமோ அதிகமாயிப் போச்சு... மற்ற காலும் வீங்கிக்கிட்டு வருது... நெஞ்சு கூட... நான் சீக்கிரமே சாகப் போறேன்.”

அவன் மெதுவாகவும் அமைதியாகவும் சொல்லிச் சென்ற போது அவனுடைய கண்கள் இலியாவினுடைய முகத்தின் மீது பதிந்திருந்தன. “சாகிறதுக்கு எனக்கு விருப்பமில்லே, ஏன்னா என்னோட வாழக்கை எந்த மகிழ்ச்சியும் இல்லாத கடினமான ஒண்ணு... வேதனையும் அவமானமும் தவிர எதுவுமே இல்லை. என் இளமைப் பிராயத்தில்

யாக்கவ் போலத்தான் வாழ்ந்தேன் - என் அப்பாவோட கட்டுப்பாட்டில். அவர் ஒரு குடிவெறி பிடிச்ச மிருகம்... மூணு தடவை என் மண்டையைப் பிளந்திருக்கார். ஒருதரம் வெந்நீரால என் கால்களைச் சுட்டுப் புண்ணாக்கினார். எனக்கு அம்மா இல்லே: என்னைப் பெற்றெடுக்கும் போது செத்துப் போயிட்டா. எனக்குக் கலியாணம் ஆச்சு. என் மனைவி என்னை விரும்பலே, என்னைக் கலியாணம் செய்யக் கட்டாயப்படுத்தப் பட்டாள்... எங்க மணவிழாவுக்கு மூணு நாளைக்குப் பிறகு அவளாகவே தூக்குப் போட்டுச் செத்துட்டா. எனக்கு ஒரு மச்சினன் இருந்தான். அவன் என்னைச் சூறையாடிட்டான். என் மனைவியைத் தூக்குப் போட்டுக் கொள்ளும்படி செய்தது நான்தான் என்று என் சகோதரி குற்றம் சொல்றா. நான் அவளைத் தொட்டதே கிடையாது என்பதும், அவள் என்னிடம் வந்த போது இருந்தது போலவே கன்னியாக இருந்தாள் என்பதும் எல்லாருக்கும் மிக நல்லாத் தெரிந்திருந்தாலும், எல்லாரும் அதையேதான் சொன்னாங்க. அதன் பிறகு நான் ஒன்பது ஆண்டு வாழ்ந்துட்டேன். இப்படித் தனியாவே வாழ்றது என்பது பயங்கரமான விஷயம்!.. எனக்கு ஏதாவது சந்தோஷம் வரும்னு தொடர்ந்து காத்துக்கிட்டே இருக்கேன். இதோ நானிருக்கேன்- என்னோட சாவுக்கட்டிலில். இது தான் என்னோட முழுக் கதையும்."

அவன் கண்களை மூடிச் சற்று நேரத்திற்கு மௌனமாக இருந்தான். பிறகு கேட்டான்:

"நான் எதுக்காக வாழ்ந்தேன்?"

அவன் சொன்னதைக் கேட்டபோது இலியாவினுடைய இதயத்தில் கடும் பயம் பற்றிக்கொண்டது. யாக்கவினுடைய முகம் பழுப்புநிறமாக மாறியது, கண்களில் கண்ணீர் மின்னியது.

"நான் எதுக்காக வாழ்ந்தேன் இங்கே படுத்திருக்கிற ஒவ்வொரு நாளும் அதைத்தான் எனக்கு நானே கேட்டுக்கிறேன்: நான் எதுக்காக வாழ்ந்தேன்?"

அவன் பேசுவதை நிறுத்தினான். பூமிக்குள் நுழையும் நீரோடை குமிழ் விடுவது போலத் திடீரென்று அவனது குரல் அறுபட்டுப் போனது.

ஒரு நிமிடம் கழித்து கண்ணைத் திறந்த அவன் தொடர்ந்து பேசினான்:

"உயிரோடு இருக்கிற எல்லாருடனும் சேர்ந்து இருப்பதில்தான் அவனுக்கு நம்பிக்கை இருக்கிறது: ஏன்னா செத்த சிங்கத்தை விட உயிரோட இருக்கிற நாய் தேவலே..."

ஆனால் இலியா போதுமானது பெற்றுக்கொண்டு விட்டான். விரைந்து எழுந்து யாக்கவுடைய கையைக் குலுக்கினான், மணிப்பணியாளனுக்குத் தலை வணங்கினான். முற்றிலும் மறந்தவனாக

இறந்தவனிடம் விடைபெற்றுக் கொள்வது போல தாழப் பணிந்து விடைபெற்றான்.

அவன் மருத்துவமனையை விட்டுப் புறப்பட்ட போது அவனது இதயச் சுமையோடு ஒரு புதிய நிறையும் சேர்ந்து கொண்டது. இந்த மனிதனுடைய வார்த்தைகளை அவன் மறப்பதற்கு நீண்டகாலம் பிடிக்கும். அவனைச் சந்தித்ததன் மூலம் வாழக்கையில் ஏமாற்றப்பட்டவர்களின் நீண்ட பட்டியலோடு மேலும் ஒரு பெயர் சேர்ந்துகொண்டது. அந்த மனிதனுடைய வார்த்தைகளை நன்கு நினைவு வைத்திருந்தான். அவற்றின் அர்த்தத்தைத் துல்லியமாகப் பார்க்கும் முயற்சியில் எல்லாப் பக்கங்களினின்றும் அவற்றை ஆராய்ந்து தன் நினைவுக்குக் கொண்டுவந்தான். அவை அவனைச் சங்கடப்படுத்தின. ஏனெனில் ஆண்டவனின் நியாயத்தில் அவனுடைய நம்பிக்கை எங்கே தஞ்சம் புகுந்திருந்ததோ அங்கே அவனுடைய ஆன்மாவின் ஆழத்தை அவை தொட்டு விட்டன.

எப்போதோ, அவனுக்காக முற்றிலும் புலப்படாதவாறு, ஆண்டவனின் நீதியில் அவன் வைத்திருந்த நம்பிக்கையானது ஆட்டங்கண்டது. ஒரு காலத்தில் உறுதியான பொருளாக இருந்தது போல இப்போது இல்லை: துரு இரும்பைத் தின்பது போல ஏதோ ஒன்று அதைத் தின்று விட்டிருந்தது. இரு சக்திகள் அவனுக்குள்ளாகப் போரிட்டன, நெருப்பையும் நீரையும் போல ஒத்துப்போக முடியாத இரு சக்திகள். அவனது பழைய காலத்திற்கு எதிராக, எல்லா மனிதர்களுக்கும் எதிராக, உலக ஒழுங்குக்கு எதிராக, ஆத்திரத்தின் ஒரு புதிய எழுச்சியை உணர்ந்தான்.

இதற்கிடையே அவ்தனோமவ் தம்பதி இவனிடம் முன்னிலும் அதிகமாக விருப்பங் கொண்டனர். ஒருமுறை கீரிக் ஆதரவுப் பாங்கில் அவனது முதுகில் தட்டி, கிண்டல் செய்து விட்டு கௌரவமாகச் சொன்னான்:

“இளைஞனே, நீ உன் நேரத்தை வீணாக்கிக்கிட்டு இருக்கே. தன்னடக்கமான, கண்டிப்பான உன்னைப் போன்ற ஒருத்தன் இதை விடப் பெரிசா ஏதாவது செய்யணும். தலைமைப் போலீஸ் அதிகாரியாக இருக்க அறிவு படைத்திருந்தால் சாதாரணப் போலீஸ்காரனாக ஏன் இருக்க வேண்டும் என்பதற்கு எந்தக் காரணமும் கிடையாது...”

அவனுடைய வியாபாரத்தைப் பற்றி தத்யானா விரிவாகக் கேள்வி கேட்கத் தொடங்கினாள்: ஒரு மாதத்தில் விற்பனை எவ்வளவு, நிகர லாபம் எவ்வளவு. எல்லாவற்றையும் அவளிடம் விருப்பத்தோடு கூறினான். அவ்வளவு சிறிய வருமானத்தைக் கொண்டு அந்தளவு சுத்தமாகவும் கவர்ச்சியாகவும் வாழ்க்கை நடத்த முடிந்த இந்தப்

பெண்ணிடம் நாளுக்கு நாள் மிகுந்த மரியாதை ஏற்படுவதை உணர்ந்தான்...

ஒருநாள் மாலை தனது அறையில் திறந்த சன்னல் அருகே உட்கார்ந்து, ஒலிம்பியாதாவைப் பற்றிய சிந்தனைகளுடன் இருண்ட தோட்டத்திற்குள்ளாக வெறுப்போடு உற்றுப்பார்த்துக் கொண்டிருந்த போது சமையலறைக்குள் வந்த தத்யானா தங்களோடு தேநீர் அருந்த வருமாறு அவனை அழைத்தாள். அவனோ விருப்பமின்றி சென்றான்; தனது சிந்தனை கலைக்கப்பட்டதற்காக வருந்திய அவனுக்குப் பேச வேண்டும் என்ற விருப்பம் இல்லை. தேநீர் மேசையின் முன்பாக வருத்தமாகவும் மௌனமாகவும் அமர்ந்திருந்தான். மாறாக அவனது விருந்தினர்கள் உணர்ச்சி வசப்பட்டிருந்தார்கள் என்பதை ஒருமுறை அவர்களது முகங்களைப் பார்த்ததே அவனுக்குச் சொல்லியது. சமோவார் கொதித்தது, விழித்துக் கொண்டுவிட்ட பறவை ஒன்று கூண்டுக்குள்ளாகத் தத்தித் திரிந்தது. அறை முழுவதும் வெங்காயத்தை வறுக்கும் நெடி, நறுமண நீர் வகையின் வாசனை ஆகியன நிறைந்திருந்தன. கீரிக் தனது நாற்காலியிலிருந்து திரும்பிக்கொண்டும் தேநீர்த் தட்டில் தாளமிட்டுக் கொண்டும் பாடினான்:

"பூம், பூம், பூமிட்டி-பூம்! பூம், பூம்..."

"இலியா!" என்று தத்யானா கருத்துடன் கூறினாள். "என் கணவரும் நானும் நல்ல யோசனை என்று நாங்கள் நினைத்திருப்பதை, உங்களிடம் கண்டிப்பான முறையில் பேச விரும்புறோம்..."

"ஹோ, ஹோ!" தனது சிவப்புக் கரங்களை ஒன்று சேர்த்து துரிதமாகத் தேய்த்தபடி போலீஸ்காரன் சிரித்தான். இலியா துடுக்குற்று வியப்பில் அவனை உற்று நோக்கினான்.

"என் கணவரும் நானும்!" என்று திரும்பச் சொன்ன கீரிக் பெரிதாகப் பல் இளித்தான்; பிறகு தன் மனைவி இருந்த திசையில் கண் சிமிட்டி, "அவளிடம் அபாரமான யோசனை ஒன்று இருக்கு!"

"நாங்க கொஞ்சப் பணம் சேர்த்திருக்கோம்."

"நாங்க அதைச் சேர்த்துட்டோம்! ஹோ, ஹோ! உனக்கு நல்லது நடக்கட்டும்!"

"நிறுத்து!" என்று கண்டிப்புடன் கூறிய தத்யானா கடுமையாக நோக்கினாள், அது அவளது தோற்றத்தைக் கூர்மைப்படுத்தியது.

"சுமாரா ஆயிரம் ரூபிள் வரைக்கும் நாங்க சேர்த்திருக்கோம்," என்று தணிவான குரலில் சொன்ன அவள் இலியா பக்கம் குனிந்து தனது கூர்மையான கண்களுடன் அவனது கண்களை சோதித்துப் பார்ப்பது போலப் பார்த்தாள்.

“அது வங்கியில் இருக்கு, நாலு சதவீதம் வட்டி தருது...” “அது போதாது!” என்று கத்திய கீரிக், தனது கையை மேசை மேல் அடித்தான். “நாங்க அதிகம் விரும்புறோம்...” ஒரு பார்வையின் மூலம் அவன் மனைவி அவனை மௌனமாக்கினாள்.

“உண்மையில், அது எங்களுக்கு முற்றிலும் போதுமானது, ஆனா நீங்கள் வாழக்கையில் முன்னேற்றமடைய உதவி செய்ய விரும்புறோம்...”

தொடர்ந்து பேசுவதற்கு முன்பாக இலியாவைப் பாராட்டிச் சில பேசத் தீர்மானித்தாள். “சில்லறை வியாபாரம் எப்படி நடக்குது என்பதைப் பொருத்து, நமது பணத்தில் இருபது சதவீதமும் அதற்கு மேலும் தரமுடியும்னு ஒருமுறை நீங்க சொன்னீங்க. சரி, பிராமிசரி நோட்டின் பேரில் எங்க பணத்தை உங்களுக்குக் கடன் கொடுக்கத் தயாரா இருக்கோம். நாங்க எப்பக் கேட்கிறோமோ அப்பத் திரும்பக் கொடுக்கிறது மாதிரி, வேற மாதிரியில்லே. நீங்க ஒரு கடையைத் திறக்க முடியும். என்னோட நிர்வாகத்தில் நீங்க வியாபாரத்தை நடத்துவீங்க, லாபத்தை நாம் பிரித்துக்கொள்வோம். உங்க சாமான்களை என் பெயரில் இன்சூர் செய்யணும், இன்னும் ஒரு பத்திரத்தில் நீங்க கையெழுத்துப் போடணும், அது சும்மா வியாபாரத்துக்கான காகிதம்! ஆனா அவசியம் தேவைப்படுற ஒண்ணு. சிந்திச்சுப் பார்த்து இதற்கு நீங்க ஒத்துக்கிறீங்களா இல்லையா என்பதை எங்களுக்குச் சொல்லுங்க.”

அவளுடைய வறண்ட குரலைக் கேட்ட போது இலியா தனது நெற்றியை சுறுசுறுப்பாகத் தேய்த்துக்கொண்டான். அவள் பேசிக் கொண்டிருந்த போது, ஒன்று அல்லது இரண்டு முறை மூலையில் இரண்டு மெழுகுவர்த்திகளுக்கு இடையே தெய்வச்சிலையின் மேற்பூச்சு மின்னிக் கொண்டிருப்பதைப் பார்த்தான். அவன் வியப்படையவில்லை, ஆனால் அநேகமாக பயந்து விட்டான். தனது பழைய கனவை நிறைவேற்றக்கூடிய இந்தப் பிரேரணை அவனை அதிர்ச்சியுற வைத்தது, மகிழ்விக்கவும் செய்தது. தடுமாற்றப் புன்னகையுடன் இலியா அந்தச் சிறிய பெண்ணைக் கருத்தூன்றிப் பார்த்து விட்டுத் தனக்குத்தானே சிந்தித்தான்:

“ஆக அவள் எனது கற்பனை ஞானத்தாயாக மாறியிருக்கிறாள்...”

ஆதரவுப் பாங்கில் அவனிடம் அவனது தாயைப் போலத் தொடர்ந்து பேசிக் கொண்டிருந்தாள்:

“நல்லா சிந்திச்சுப் பாருங்க; எல்லாப் பக்கமும் ஆலோசனை செய்யுங்க. அந்த மாதிரி காரியத்தை மேற்கொள்ள உங்களுக்கு விருப்பமா? அதற்குச் சக்தி இருக்கா? திறமை? இந்த முயற்சியில் உங்களால என்ன போட முடியும் என்பதை எங்களுக்குச் சொல்லுங்க. எந்த வகையிலும், எங்களோட பணம் போதுமானதில்லே, இல்லையா?..”

“மேற்கொண்டு ஆயிரத்தை அதிலே போட என்னால முடியும்,” என்றான் இலியா மெதுவாக. “என் சித்தப்பா எனக்குக் கொடுப்பார்... இன்னும் அதிகமாகவும் இருக்கலாம்...”

“அப்படி வா!” என்று கத்தினான் கீரிக்.

“ஆக நீங்க ஒத்துக்கிறீங்களா?” என்றாள் தத்யானா.

“அவன் ஒத்துக்கிறான் என்றுதான் நான் என்று நினைக்கிறேன்!” கத்தினான் போலீஸ்காரன்; பிறகு தனது கையைத் தனது பாக்கெட்டுக்குள்ளாகத் திணித்துக் கொண்டு, “இப்ப ஒரு போத்தல் சாம்பெயினுடன் நாம் கொண்டாடுவோம்! ஜோவ் சாம்பெயின்! இலியா, கடைக்கு ஓடிப்போய் நமக்கு ஒரு போத்தல் சாம்பெயின் கொண்டு வா! என்னோட விருந்து! போத்தல் தொண்ணூறு கோபெக் விலையில் டோன் பிராண்ட் கேட்டு வாங்கு. எனக்கு என்று சொல்லு, அறுபத்தி ஐந்துக்கே தருவான், ஓடு, இளைஞனே!”

அந்தத் தம்பதியின் மலர்ச்சிமிகு முகங்களைப் பார்த்து முறுவலித்து விட்டு வெளியே விரைவாகச் சென்றான் இலியா.

“அதிருஷ்டம் என்னை வளைத்து முறுக்கி பயங்கரமான பாவத்தைச் செய்யத் தூண்டி, என் இதயத்தை நொறுக்கி ஆன்மாவைச் சிதைத்தது. இப்போதோ, மன்னிப்புக் கேட்பது போல, என்னைப் பார்த்து புன்னகை செய்து எனக்கு வாய்ப்புத் தருகிறது,” என்று எண்ணினான். “இப்போது தூய்மையான, நாகரிகமான வாழ்க்கைக்கு பாதை தெளிவாக இருக்கிறது. நான் தனியாக வாழ்ந்து என் ஆன்மாவுக்கு அமைதியைக் காண்பேன்.”

அவனது சிந்தனைகள் மகிழ்ச்சிப் பல்லவியில் சுற்றிச் சுற்றி வந்தன. ஏனெனில் அவனுடைய வாழ்க்கையில் முதல்முறையாக பாதுகாப்பு உணர்வை அவன் உணர்ந்தான்.

ஒரு போத்தல் அசல் சாம்பெயினுடன் திரும்பி வந்தான், அதற்காக அவன் ஏழு ரூபிள் கொடுத்திருந்தான். ..

“ஓ!” என்று கூவினான் கீரிக். “அதுதான் சரியானது, ஆமாம்!”

தத்யானா விஷயத்தை வேறு நோக்கில் எடுத்துக்கொண்டாள். ஏற்றுக்கொள்ளா முறையில் தன் தலையை அலைத்தாள், போத்தலை அவள் வாங்கிப் பார்த்த போது சொன்னாள்:

“இதற்கு விலை ஐந்து ரூபிளாவது ஆகியிருக்கணும். எவ்வளவு ஊதாரித்தனம்!”

உணர்ச்சியும் மகிழ்ச்சியும் கொண்ட இலியா, அவளைப் பார்த்துப் புன்னகை செய்தபடி நின்றான். “உண்மையான சரக்கு!” என்று மகிழ்வுடன் சொன்னான். “நான் உண்மையான சரக்கை ருசி

பார்த்ததே கிடையாது. ஆனா, எப்படிப்பட்ட வாழ்க்கையை நான் நடத்தியிருக்கேன்! உளுத்துப் போன வாழ்க்கை: அழுக்கானது, மிருகத்தனமானது, மூச்சுவிட அறை கிடையாது... எப்பவுமே என் உணர்வுகள் புண்படுத்தப்பட்டு இருக்கு... இதை வாழ்க்கையின்னு நீங்க சொல்றீங்களா?''

தன் உள்ளத்தின் புண்பட்ட இடத்தைத் தொட்டுவிட்ட அவனால் பரிசீலனை செய்வதை நிறுத்த முடியவில்லை. ''என்னால நினச்சுப் பார்க்க முடிந்த அளவுக்கு ஏதோ உண்மையானதைத் தேடிக் கொண்டிருக்கேன். ஆனா வாழ்க்கை, ஆற்றில் விழுந்த வைக்கோல் போல, என்னைத் தள்ளி விட்டிருச்சு... ஒரு பக்கத்திலிருந்து மறுபக்கத்திற்கு, எல்லாமே இருளாகவும் அழுக்காகவும் இருக்கு, சுற்றிலும் பயமுறுத்திக்கிட்டிருக்கு. தொத்திக் கொள்ள எதுவுமே இல்லை... பிறகு திடீரென்று உங்கள் மீது தள்ளப்பட்டேன். என் வாழ்க்கையில் முதல்முறையா சுத்தமாகவும் அமைதியாகவும் வாழ்ந்து கொண்டு ஒருத்தரை ஒருத்தர் நேசிக்கிற மக்களை நான் பார்த்தேன்!..''

அவர்களைப் பார்த்து பிரகாசமாகப் புன்னகை செய்து விட்டுத் தலை வணங்கினான்.

''அதுக்காக உங்களுக்கு நன்றி! என் இதயத்திலிருந்து ஒரு பெரும் சுமையை நீங்க இறக்கிட்டீங்க, நீங்க செய்துட்டீங்க!..என் எஞ்சிய வாழ்க்கைக்கும் உதவி இருக்கீங்க! இப்ப இந்த உலகத்தில் என்னோட பாதையை நான் உண்டாக்கிக்கிறுவேன்! நான் எப்படி வாழனும்னு இப்ப எனக்குத் தெரியுது!''

அவனைக் தன்னுடைய பாட்டால் மயங்கிப்போன பறவையைப் பார்க்கும் ஒரு பூனையைப் போல தத்யானா கவனித்தாள். அவளுடைய கண்களில் சிறிய பச்சை ஒளி மின்னியது, உதடுகள் துடித்தன. தனது முழங்கால்களுக்கு இடையே வைத்திருந்த போத்தலுக்கு மேலாக கீரிக் குனிந்திருந்தான். அவனது கழுத்துச் சிவந்திருந்தது, காதுகள் வேகமாக அசைந்தன...

''டப்'' என்ற ஒலியுடன் மூடி கிளம்பி கூரையைத் தொட்டுவிட்டு திரும்ப மேசைமேல் விழுந்தது; அது விழுந்த போது கிளாசில் பட்டு டங்கென ஒலியெழுப்பியது.

கீரிக் தனது உதடுகளைச் சுவைத்தவாறு ஒயினை ஊற்றினான்.

''எடுங்க!'' என்று கட்டளையிட்டான்.

இலியாவும் தத்யானாவும் கிளாசுகளைத் தொட்ட போது, கீரிக் தன்னுடைய கிளாசைத் தலைக்கு மேலாக உயர்த்திக் கத்தினான்:

''இதோ ''தத்யானா அவ்தனோமவா மற்றும் இலியா லுன்யோவ் நிறுவனத்தின் வெற்றிக்காக, அதனது வளர்ச்சிக்காக, உர்ரா!''

19

சில நாள்களுக்கு இலியாவும் தத்யானாவும் தங்களுடைய புதிய நிறுவனத்திற்கான திட்டங்களை விவாதித்தார்கள். நன்கு விஷயமறிந்தவள் போலக் காணப்பட்டாள், மேலும் தன்னுடைய வாழ்க்கை முழுவதும் சில்லறைத் துணிக் கடையை நடத்திக் கொண்டிருந்தவள் போன்ற நம்பிக்கையுடன் பேசினாள். அவள் கூறுவதைக் கேட்ட போது இலியா முறுவலித்தான். தான் அதிகம் சொல்ல முடியாதபடி அதிகம் கிளர்ச்சியுற்றான். அவற்றைப் பற்றி உண்மையாகவே அறிந்துகொள்ளாமல் அவளுடைய எல்லா யோசனைகளையும் ஏற்றுக்கொண்டு தொழிலை ஆரம்பிக்க அந்தளவு அவசரப்பட்டான்.

பொருத்தமான இடத்தைத் தேடுவதில் கூட தத்யானா குறியாய் இருந்தது தெரியவந்தது. இலியா கனவு கண்டது போலவே அது இருந்தது: மரியாதைக்குரியவர்கள் வசிக்கின்ற தெருவிலே பின்புற அறையுடன் ஒரு சிறிய கடை. எல்லாம் மிகச் சரியாக நடந்துகொண்டு வந்தன, எல்லாமே மிகத் துல்லியமாக. இலியா இன்ப வெள்ளத்தில் திளைத்தான்.

இந்த மகிழ்ச்சிமிக்கதும் உற்சாகமிக்கதுமான மனநிலையில் தன் நண்பர்களைக் காண மருத்துவமனைக்குச் சென்றான். நல்ல மனநிலையில் இருந்த பாவெலைச் சந்தித்தான்.

“நாளைக்கு நான் வீட்டுக்குப் போறேன்!” வாழ்த்துகளைப் பரிமாறிக் கொள்வதைப் பற்றிக் கூடக் கவலைப்படாமல் அறிவித்தான். “வேராவிடமிருந்து எனக்குக் கடிதம் வந்திருக்கு… அவ எங்கிட்டக் கோபமா இருக்கா… சிறுக்கி!”

அவனுடைய கண்கள் பளிச்சிட்டன, கன்னங்கள் சிவந்திருந்தன, தன்னைக் கட்டுப்படுத்த முடியாதபடி கால்களை மாற்றிக்கொண்டும், கைகளை அலைத்துக்கொண்டும் இருந்தான்.

“கவனமா இரு!” இலியா எச்சரித்தான். “திரும்பவும் ஒட்டிக்கிறாமப் பார்த்துக்கோ…”

“நானா? அது பற்றிப் பயப்படாதே! ஒரே ஒரு கேள்வி: குமாரி வேரா கலியாணம் பண்ணிக்கிற விரும்புறாளா? அவ விரும்பினா, ரொம்ப நல்லது; அவ விரும்பாட்டா, அவளைக் குத்திக் கொல்லுவேன்!”

அவன் உடம்பு பூராவும் சிறு நடுக்கம் ஏற்பட்டது.

“ஏய், அதை விட்டுறு!..” என்றான் புன்முறுவலுடன் இலியா. “உன் கத்தியை ஆட்டிக்கிட்டு!..”

“அப்படித் தான் நினைக்கிறேன்!.. போதுமானது பெற்றுக்கொண்டேன்! அவ இல்லாம என்னால வாழ முடியாது... அவ நிறையத் தீங்கு செய்திருக்கா. அது பத்தி அவ வருந்தியிருக்கணும்... நான், எந்த வகையிலேயும்! இதுவா அதுவா என்கிறதை நாங்க நாளைக்குப் பார்த்துறுவோம்...”

இலியா அவனைப் பார்த்த போது மிகத் தெளிவானதும் எளிமையானதுமான ஒரு கருத்து அவனது மனத்திற்குள்ளாகப் பளிச்சிட்டது. அவன் முகஞ்சிவந்து முறுவலித்தான்...

“பாவெல்!” என்றான், “எனக்கு அதிருஷ்டம் அடிச்சிருக்கு!”

நடந்ததைச் சுருக்கமாகச் சொல்லி முடித்தான். “நீ அதிருஷ்டக்காரப் பிசாசு...” என்று பெருமூச்சு விட்டான் பாவெல்.

“உங்கிட்டச் சொல்றதுக்கு வெட்கப்படும் அளவுக்கு அவ்வளவு அதிருஷ்டக்காரன்... சத்தியமா! அப்படித்தான் சொல்கிறேன்.”

“அதுக்காக உனக்கு நன்றி!” லேசான சிரிப்புடன் சொன்னான் பாவெல்.

“தெரியுமா? அலங்காரத்திற்காக நான் சொல்லிக்கொண்டு இருக்கலே,” என்றான் இலியா மெதுவாக, “அதுதான் உண்மை, நான் வெட்கப்படுறேன்...”

பாவெல் கண நேரத்திற்கு அவனை அமைதியாக உற்றுப் பார்த்தான். பிறகு வருத்தத்துடன் தன் தலையைத் தொங்கப் போட்டான்.

“இது,” என்றான் இலியா, “நான்கூட சொல்ல விரும்புறது, நம்மோட கஷ்டத்தைப் பகிர்ந்துக்கிட்டோம்... அதிருஷ்டத்தையும் பகிர்ந்துக்கிறுவோம்.”

“உம்,” சலிப்புக் காட்டினான் பாவெல். “பெண்ணைப் போன்ற ஒரு நல்ல அதிருஷ்டத்தைப் பங்கு போட முடியாதுன்னு கேள்விப்பட்டிருக்கேன்...”

“முடியும்!” என்றான் இலியா. “நீர் விநியோகக் கடை ஒண்ணு திறக்க உனக்குத் தேவைப்படுவதைக் கண்டுபிடி... என்ன கருவிகள், ராமான்கள் அப்புறம் மற்றதெல்லாம்... அதுக்கு எவ்வளவு ஆகும்னு பாரு, உனக்கு நான் பணம் தாறேன்...”

“எ-ன்-ன!” நம்பாதபடி கூவினான் பாவெல். இலியா கையை உணர்ச்சியாகவும் அழுத்தமாகவும் அவனுடைய பற்றினான்.

“டேய் கழுதை! நான் சத்தியமாக் கொடுப்பேன்!” ஆனால் தான் கருதுவதை பாவெலை ஏற்றுக்கொள்ள வைப்பதற்கு அவன் பெரும்பாடு பட்டான். பாவெல் வெறுமனே தன் தலையை ஆட்டிவிட்டு உறுமியவாறு சொல்லிக் கொண்டே போனான்:

“அம்மாதிரி விஷயங்கள் நடக்காது...” கடைசியில் இலியா அவனை ஏற்றுக்கொள்ளச் செய்த போது, அவனது நண்பன் கைகளால் இலியாவைச் சுற்றிப் பிடித்து கரகரத்த நடுங்குகிற குரலில் பேசினான்:

“ நன்றி, சகோதரனே! துளையை விட்டு என்னை நீ வெளியே இழுக்குறே... ஆனா கேளு: நீர் விநியோகக் கடையை நான் விரும்பலே. அந்தக் கடைகள் நாசமாப் போகட்டும்! அவற்றை நான் பார்த்திருக்கிறேன்... ஆனா நீ எனக்குப் பணத்தைக் கொடு, நான் வேராவைக் கூட்டிக்கிட்டுப் போறேன். அது உனக்கு நல்லது, ஏன்னா நான் உன்னிடமிருந்து குறைவான பணத்தை எடுத்துக்கிறேன். அது எனக்குப் பொருத்தமானது. நாங்க வேறு ஊருக்குப் போவோம். யாரிடமாவது நான் வேலைக்குப் போவேன்...”

“முட்டாள்தனம்!” என்றான் இலியா. “நீயே உனக்கு எசமானனாக இருக்கிறதே நல்லது...”

“நான் எப்படிப்பட்ட எசமானன்?” என்று பாவெல் மகிழ்ச்சியோடு வியந்துரைத்தான். “இல்லை, இல்லை, நான் எசமானனாக இருக்க விரும்பலே... வெள்ளாட்டுக்கு பன்றி மாதிரி உடை உடுத்த முடியாது...”

இலியாவால் பாவெலுடைய போக்கைப் புரிந்துகொள்ள முடியவில்லை. ஆனால் ஓரளவுக்கு அதை விரும்பினான்.

“உண்மைதான்; நீ வெள்ளாடு மாதிரியே காணப்படுறே: அதன் தோலு மாதிரி,” என்று பாசத்துடன் கேலி செய்தான். “நீ யாரு மாதிரி தோனுறேன்னு உனக்குத் தெரியுமா? செம்மான் பெர்ஃபீஷ்கா மாதிரி! சரி, பிறகு நாளைக்கு எங்கிட்ட வந்து கொஞ்சம் பணம் வாங்கிக்கோ, உனக்கு வேலை கிடைக்கிற வரைக்கும் சமாளிக்கிறதுக்காக... இப்ப யாக்கவைப் பார்க்கப் போறேன்... நீயும் யாக்கவும் எப்படி இருக்கீங்க?”

“எனக்குத் தெரியாது... அப்படி அப்படித்தான்... எப்படியும் சரியாகி வரலே!..” என்றான் புன்னகையுடன் பாவெல்.

“அவன் அதிருஷ்டமில்லாத மனிதன்,” என்றான் இலியா சிந்தனையுடன்.

“நாமும் அப்படித்தான்!..” தனது தோள்களைக் குலுக்கியவாறு பாவெல் கூறினான். “அங்கே அவன் நிம்மதியா இல்லேன்னு எனக்குப்படுது... ஒருவிதமான முட்டாள்...”

இலியா நடந்து போக பின்னே தாழ்வாரத்தின் மையத்திலிருந்து பாவெல் அழைத்தான்:

“ஓர் ஆயிரம் நன்றி, சகோதரனே!”

இலியா முறுவலித்துவிட்டுத் தலையசைத்தான்.

யாக்கவ் நடுக்குற்றும் வாட்டமுற்றும் இருப்பதைக் கண்டான். கண்களை அகல விரித்து மேற்கூரையைப் பார்த்தவாறு மல்லாந்து படுத்திருந்தான். இலியா உள்ளே வந்தது கூட அவன் காதில் விழவில்லை.

இன்னொரு அறையில் ''நிக்கீத்தாவை போட்டிருக் காங்க,'' என்றான் துயரத்தோடு.

''நல்லது!'' என்றான் இலியா. ''அவர் ரொம்ப பயங்கரமானவர்...''

கண்டிக்கின்ற பாவனையில் யாக்கவ் அவனைப் பார்த்து இருமினான்.

''நல்லா இருக்கியா?'' என்றான் இலியா.

''ஆமாம்!'' என்றான் யாக்கவ் பெருமூச்சுடன். ''நான் விரும்புற வரை என்னால குணமில்லாமல் கூட தங்கியிருக்க முடியாது... நேத்து ராத்திரி அப்பா திரும்பவும் வந்தார். இன்னொரு வீடு வாங்கியதா சொன்னார். மேலும் ஒரு அருந்தகம் திறக்க விரும்புறார். அது எல்லாத்தையும் நான் தாங்கிக்கொள்ள வேண்டி இருந்துச்சு...''

தன்னுடைய நல்ல செய்தியைத் தன் நண்பனுக்குச் சொல்ல இலியா எண்ணியிருந்தான், ஆனால் இப்போது அவனால் முடியவில்லை.

மகிழ்ச்சிமிக்க வசந்தகாலச் சூரியன் சன்னலில் உற்றுப் பார்த்தது, ஆனால் அது மஞ்சள் நிற மருத்துவமனைச் சுவர்களை மேலும் மஞ்சள் நிறமாகத் தோன்றும்படி மட்டுமே செய்தது. மேலும் பூச்சில் இருந்த கறைகளையும் பிளவுகளையும் காட்டியது. இரண்டு நோயாளிகள் படுக்கை மீது அமர்ந்து பேசாமல் சீட்டுகளை அடித்தபடி சீட்டு விளையாடிக் கொண்டிருந்தார்கள். உயரமான மெலிந்த மனிதன் ஒருவன் தரையில் மெதுவாக நடைபோட்டான். அவனுடைய கட்டுப் போடப்பட்ட தலை குனிந்திருந்தது. கேட்க முடிந்த ஒரே ஓசை மற்றொரு அறையிலிருந்து வந்த கட்டுப்படுத்தப்பட்ட இருமல் ஓசையும், தாழ்வாரத்தில் செருப்புகளின் காலடி ஓசையுந்தான். யாக்கவினுடைய மஞ்சள்நிற முகத்தில் களை இல்லை. அவனுடைய கண்கள் சோர்வான தோற்றத்துடன் இருந்தன.

''நான் மட்டும் சாக முடிஞ்சா!'' என்றான் கீச்சுக்குரலில். ''நான் இங்கே படுத்திருக்கும் போது செத்தால் எவ்வளவு நன்றாக இருக்கும் என்று தொடர்ந்து சிந்தித்துக் கொண்டே இருக்கிறேன்!'' அவனுடைய குரல் மெதுவாக இருந்தது. மென்மையான தேவதூதர்கள்... என்னோட கேள்விகளுக்கு அவர்களால் பதிலளிக்க முடியும்... எல்லாவற்றையும் அவர்களால் விளக்க முடியும்.'' அவன் கண்ணைச் சிமிட்டி அமைதியாகி, கூரை மீது விளையாடிய வெளிறிய சூரிய ஒளிக்கற்றை ஒன்றைக் கவனித்தான்.

“நீ மாஷாவைப் பார்த்தியா?..”

“இல்-லே. என்னால் அதைப் பற்றி நினைக்க முடியவில்லை...”

“அது உன் இதயத்தைத் தொடவில்லையே...”

இலியா குழப்பமாக உணர்ந்து எதுவும் பேசாது மௌனமாயிருந்தான்.

யாக்கவ் பெருமூச்சு விட்டு, நிம்மதியின்றி தலையணை மீது தன் தலையை முறுக்கினான்.

“அந்தோ, நிக்கீத்தா சாக விரும்பலே, ஆனா அவர் இறந்துபோவார்... அவர் இறந்துபோயிருவார்னு துணை மருத்துவர் டாக்டர் என்னிடம் சொன்னார்... இறந்து போயிருவார்னு! நானும் இறந்துபோக விரும்புறேன், ஆனா முடியாது... நான் குணமாகி திரும்பவும் அருந்தகத்துக்குப் போக வேண்டி இருக்கு... நான் யாருக்குமே பயன்படலே...”

மெதுவாக அவனது உதடுகள் துக்கமான புன்னகையில் விரிந்தன. தனது தோழனை விநோதமாகப் பார்த்துவிட்டுத் திரும்பவும் பேசினான்:

“இந்த உலகத்தில் வாழ்றதுக்கு உருக்கு விலாக்களும் உருக்கு இதயமும் நமக்குத் தேவை...”

யாக்கவினுடைய வார்த்தைகளில் அன்பற்றதும் வறட்சியானதுமான ஏதோ இருப்பதை உணர்ந்து இலியா முகஞ்சுளித்தான்.

“என்னைப் பொருத்த வரை,” தொடர்ந்தான் யாக்கவ், “இரண்டு கல்லுக்கிடையே மாட்டின கண்ணாடி மாதிரி: ஒவ்வொரு தரம் நான் நகரும் போதும் என்னிடத்தில் ஒரு விரிசல் ஏற்படுது...”

“நீ புகார் சொல்ல விரும்புறியா!” என்றான் இலியா வெறுமையாக.

“ஆனால் நீ?” என்றான் யாக்கவ்.

இலியா பதில் பேசாமல் திரும்பினான்; பிறகு, பேசுவதற்கு யாக்கவிற்கு நோக்கங் கிடையாது என்பதை உணர்ந்து தெளிவற்றுச் சொன்னான்:

“யாருக்குமே அது எளிதா இல்லே. பாவெலை எடுத்துக்க...”

“நான் அவனை விரும்பலே,” முகத்தைச் சுளித்தவாறு யாக்கவ் சொன்னான்.

“ஏன் பிடிக்கலே?”

“அதுவா, எனக்குத் தெரியாது... எனக்குப் பிடிக்கலே அவ்வளவுதான்...”

“பாவம்!.. நான் போறதுக்கு நேரமாச்சு...”

எதுவும் சொல்லாமல் யாக்கவ் அவனிடம் தன் கையை நீட்டினான், ஆனால் திடீரென்று பிச்சை கேட்பவனின் தொனியில் கேட்டுக்கொண்டான்:

"இலியா, மாஷாவைக் கண்டுபிடி, அவ நல்லவ - கிறிஸ்துவின் அன்புக்காகச் செய்!.."

"சரி!" என்றான் இலியா.

வெளியே போனதும் நிம்மதிப் பெருமூச்சு விட்டான். யாக்கவினுடைய வேண்டுகோள் அவனை வெட்கமடைய வைத்தது, ஏனெனில் செம்மானுடைய மகளை இவன் புறக்கணித்து விட்டிருந்தான். மதித்ஸாவைப் போய்ப் பார்ப்பதென்று முடிவு செய்தான். மாஷாவுக்கு என்ன நேர்ந்தது என்பது நிச்சயமாக இவளுக்குத் தெரியும்.

பெத்ரூகாவினுடைய அருந்தகத்தின் திசையில் அவன் நகர்ந்த போது, எதிர்காலத்தின் கனவுகளில் தன்னையே மறந்தான். அவை அவனுக்கு மிகுந்த நம்பிக்கை அளிப்பதாகத் தோன்றின. தனது கனவுகளில் அந்தளவு அவன் மூழ்கிப் போனதால் அருந்தகத்தைத் தாண்டிச் சென்றான். அவன் அதைக் கண்ட போது, பின்னுக்குத் திரும்பிப் போக விரும்பவில்லை. நகரத்தின் வெளிப்புறத்தை அடைகின்ற வரை நடந்தான். காட்டுச் சுவரால் சூழப்பட்டிருந்த வயல்கள் அவனுக்கு முன்னே நீண்டு கிடந்தன. இளம் பச்சைப் புற்களின் மீது ரோஜா நிறக் கதிர்களை வீசியபடி சூரியன் மறைந்து கொண்டிருந்தது. தலையை நிமிர்த்துக்கொண்டு அவன் நடந்த போது மூழ்கிக்கொண்டிருக்கும் சூரியக் கதிர்களில் அசைவற்ற மேகங்கள் கொழுந்து விட்டெரிந்த தொலைதூரத்து வானில் அவனுடைய கண்கள் நிலைத்திருந்தன. நடப்பதில் அவன் மகிழ்ச்சியடைந்தான்: எடுத்து வைத்த ஒவ்வொரு அடியும் சுவாசித்த ஒவ்வொரு மூச்சும் ஒரு புதிய கனவைப் பிரசவித்தன. தன்னைப் பணக்காரனாகவும் சக்திமிக்கவனாகவும் பெத்ரூகாவின் சீர்குலைவைக் கொண்டுவந்து விட்டதாகவும் கற்பனை செய்தான். ஏற்கெனவே சீர்குலைக்கப்பட்ட பெத்ரூகா அவனுக்கு முன்னால் நின்றவாறு அழுதபோது, இலியா சொல்கிறான்:

"கருணைக்காக மன்றாடுகிறயா, நீ? யாருக்கேனும் எப்போதாவது நீ கருணை காட்டியதுண்டா? உன் மகனை எப்படி சித்திரவதைச் செய்தாய் என்பதை நினைத்துப்பார்? என் சித்தப்பாவைப் பாவத்திற்குள்ளாக எப்படி அழைத்துச் சென்றாய் என்பதை நினைத்துப்பார்? என்னை எப்படி நையாண்டி செய்தாய் என்பதை நினைத்துப்பார்? உன்னுடைய அந்தப் பாழாய்ப்போன வீட்டில் ஒருவர் கூட எப்போதும் மகிழ்ச்சியாக இருந்ததில்லை; வாழ்க்கையில் எந்த மகிழ்ச்சியையும் அங்கிருந்த எவரும் அறிந்ததில்லை. அது ஒரு பொறி, அந்த வீடுதான். ஒரு சிறைச்சாலை."

அவனைப் பற்றிய பயத்தால் பெத்ருகா முனங்குகிறான், நடுங்குகிறான், ஒரு பிச்சைக்காரனைப் போல ஏளனமாகக் காணப்படுகிறான்.

"உன் வீட்டை எரித்துச் சாம்பலாக்குவேன், ஏன்னா அதில் வசிக்கிறவர்களுக்கு துரதிருஷ்டத்தைத் தவிர வேறு எதையும் அது கொண்டுவரலே," தொடர்ந்து இடி முழக்கம் போல பேசுகிறான் இலியா. "நீ வெளியே போய் பிச்சை எடு, நீ கெடுதல் செய்தவர்களிடம் கருணைக்கு மன்றாடு. உன் ஆயுசு பூராவும் இந்த உலகத்தைச் சுற்றிக்கிட்டு இருந்து, கடைசியில் ஒரு நாயைப் போல சாவு!.."

இப்போது வயல் அந்திக் கருக்கலால் சூழப்பட்டது, தொலைவிலிருந்த காடு மலையின் இருண்ட அடர்த்தியைப் பெற்றது. இருளைத் தைத்துக்கொண்டிருப்பது போல ஒரு வௌவால் ஒரு சிறிய கரும்புள்ளியைப் போல காற்றிலே விரைந்து போய்க்கொண்டிருந்தது. நதியிலிருந்து தண்டு வலிக்கும் சக்கரத்தின் தாள வயமான ஓசை கேட்டது. தாலைதூரத்தில் எங்கோ ஒரு பெரும் பறவை பறப்பது போலவும் அதன் ராட்சச இறக்கைகள் காற்றை அடிப்பதைப் போலவும் இருந்தது. தன்னுடைய வாழ்க்கையை ஒரு சுமையாக ஆக்க உதவி செய்திருந்த அத்தனை மக்களையும் மனத்தால் எண்ணிப்பார்த்து ஒவ்வொருவருக்கும் கருணையற்ற முறையில் திருத்துவதற்காகத் தண்டித்தான் இலியா. இது அவனது நடைக்கு இன்பத்தைச் சேர்த்தது... இருளார்ந்த வயல்களுக்குள்ளாக அங்கேயே தனிமையில் தானே மெதுவாகப் பாடத் தொடங்கினான்...

திடீரென்று அழுகல், உளுத்த உர நாற்றம் அவனது மூக்குத் துவாரங்களில் அலை மோதியது. இலியா பாடுவதை நிறுத்தினான்: அந்த நாற்றம் நல்ல நினைவுகளை கிளப்பியது. நகரக் குப்பைக் குவியலுக்கு அருகிலுள்ள சாக்கடைக்கு அவன் வந்து விட்டான். அதில் தான் யெரெமேய் தாத்தாவுடன் அடிக்கடி அவன் குப்பையைக் கிளறியிருக்கிறான். பழைய கந்தல் பொறுக்கியினுடைய உருவம் அவனது மனக்கண்ணில் எழுந்தது. அவர்களுடைய ஓய்விடமாகக் கிழவன் தேர்ந்தெடுத்த அந்த இடத்தை இலியா தேடிப் பார்த்தான். ஆனால் அவனால் கண்டுபிடிக்க முடியவில்லை: ஒருகால் இப்போது அது குப்பைக் குவியலுக்குக் கீழே புதையுண்டு போயிருக்கலாம். தன் இதயத்திலே இருந்த இடமும் குப்பைக் குவியலுக்குக் கீழே புதையுண்டு போனதை நினைவு கூர்ந்து இலியா பெருமூச்சு விட்டான்...

"அந்த லேவாதேவிக்காரனை மட்டிலும் நான் கொல்லாமல் இருந்திருந்தால் இப்போது நான் முற்றிலும் மகிழ்ச்சியாக இருக்க முடியும்..." என்று திடீரென்று எண்ணினான். "ஆனால் அவனுக்குள்ளாக மற்றொரு குரல், அவனைப் பற்றி ஏன் கவலைப்பட வேண்டும்?"

என்று சொன்னது. "நீ செய்தது உன்னுடைய துரதிருஷ்டம், உன்னுடைய பாவம் அன்று..."

ஏதோ ஒலியால் திடுக்குற்றான்: ஒரு சிறு நாய் அவனுடைய காலடியிலிருந்து ஓடியது, ஒரு முறை மெதுவாகக் குரைத்து விட்டு இருளில் மறைந்து விட்டது. இலியா நடுக்குற்றுப் போனான்: இருளின் ஒரு பகுதி திடீரென்று உயிர்பெற்றெழுந்து, சிறிய எதிர்ப்புக் குரலைத் தந்துவிட்டு மறைந்தது போல அது இருந்தது.

"அது எல்லாமே ஒன்றுதான்," என்று நினைத்தான். "அவனைக் கொல்லாமல் இருந்திருந்தால் கூட எனக்கு மன நிம்மதி இருந்திருக்காது. எனக்கும் மற்றவர்களுக்கும் இழைக்கப்பட்ட எல்லா அநீதியையும் நான் பார்த்திருக்கிறேன்! ஒரு மனிதனுடைய இதயம் ஒரு முறை காயப்படுத்தப்படுமானால், அது தொடர்ந்து வலி ஏற்படுத்திக் கொண்டே இருக்கும்..."

சாக்கடையின் ஓரமாக நெடுகிலும் மெதுவாக நடந்து சென்றான். அவனுடைய பாதங்கள் குப்பைக் குவியலில் அமுந்தின. காலடியில் சுள்ளிகள் முறிந்தன, காகிதங்கள் சலசலத்தன. இப்போது அவன் சாக்கடைக்கு மேலாக நீட்டிக்கொண்டிருந்த குப்பைக் குவியலற்ற பூமியின் ஒடுக்கமான விளிம்புக்கு வந்தான். நடந்து போய் ஓர் இடத்தில் அமர்ந்து, விளிம்புக்கு மேலாகத் தனது கால்களை ஆட்டிக்கொண்டிருந்தான். இங்கே காற்று சுத்தமாக இருந்தது. அவனுடைய கண்கள் சாக்கடையின் நெடுகிலும் கீழாகப் பயணம் செய்த போது, தொலைதூரத்தில் நதியின் எஃகுப் பரப்பின் தோற்றம் பட்டது. பனிக்கட்டியைப் போல அசைவற்று இருந்த தண்ணீர், கண்ணுக்குப் புலனாகா ஓடங்களுடைய விளக்குகளின் பிரதிபலிப்புகளைத் திரும்பவும் நடுக்கத்துடன் காட்டிக்கொண்டிருந்தன. ஒளிகளில் ஒன்று சிவப்புப் பறவை போல காற்றில் எழும்பியது; மற்றொன்று பச்சையாகவும், தீக்குறியாகவும் அசைவற்றும் கதிர் வீசாமலும் மின்னியது... இலியாவினுடைய காலடியில் வாயைப் பிளந்திருந்த பள்ளம் அடர்ந்த இருளால் நிறைந்திருந்தது. கெட்ட காற்றுடன் ஓடும் நதியைப் போல இருந்தது. இலியாவினுடைய இதயத்தில் வேதனை வளர்ந்தது; பள்ளத்தாக்குள்ளாக உற்று நோக்கிச் சிந்தித்தான்: "சமீபத்தில் மட்டுமே நான் மகிழ்ச்சியாக இருந்தேன்... விதி என்னிடம் நகைப்பது போலக் காணப்பட்டது, ஆனால் இப்போது எல்லாமே போய்விட்டது..." யாக்கவ் தன்னுடன் ஏனோ தானோவென்று பேசியதை அவன் நினைத்துப் பார்த்த போது, அவனுடைய சோகம் அதிகரித்தது... மண்மேடு சரிந்து விழுவது போன்ற ஓர் ஓசை கீழே பள்ளத்தாக்கிலிருந்து வந்தது. அவன் நிமிர்ந்து கீழே, இருளுக்குள்ளாக உற்று நோக்கினான்... இரவின் ஈரம் மேலே வந்து அவன் முகத்தில்

அடித்தது... வானத்திற்குள்ளாக உற்றுப் பார்த்தான். தயக்கத்துடன் நட்சத்திரங்கள் வெளியே வந்து கொண்டிருந்தன. ஒரு பெரிய சிவப்புக் கண்ணைப் போல சந்திரன் காட்டிற்கு மேலாக மெதுவாக உருண்டு வந்து கொண்டிருந்தது. மேலும் சில நிமிடங்களுக்கு முன்பாக அந்திக் கருக்கலின் ஊடாக வௌவால் ஒன்று பறந்து சென்றது, இப்போதோ கருப்புச் சிந்தனைகளும் நினைவுகளும் இலியாவினுடைய ஆன்மாவின் ஊடாகப் விரைந்து சென்றன. அவை வந்து போயின, ஆனால் தங்களைத் தொடர்ந்து ஆழமான இருட்டைத் தவிர எதையும் விட்டுச் செல்லவில்லை.

நீண்ட நேரத்திற்குச் சிந்தனையில் மூழ்கியவனாக உட்கார்ந்து கீழே சாக்கடைக்குள்ளாகவும் மேலே வானத்திற்குள்ளாகவும் உற்றுப்பார்த்துக் கொண்டிருந்தான். பள்ளத்தாக்கின் இருட்டைத் துளைத்துச் சென்ற நிலவொளி அதனது பக்கங்களில் இருந்த ஆழமான வெடிப்புகளையும் விநோதமான நிழல்களை வீசிய புதர்களையும் வெளிக்காட்டியது. நிலவையும் நட்சத்திரங்களையும் தவிர வானம் வெறுமையாக இருந்தது. இலேசாக நடுக்குற்ற இலியா எழுந்து நகரின் விளக்குகளை நோக்கி வயல்களின் ஊடாகப் புறப்பட்டான். அதற்கு மேல் அவன் சிந்திக்கவே விரும்பவில்லை. எல்லாவற்றோடும் அவன் வித்தியாசமாக இருந்தான். பெரும் வெறுமையால் நிறைந்து காணப்பட்டான். ஒரு சமயம் ஆண்டவனின் இருப்பிடமாக அவனுக்கு இருந்த இதயம் வெறுமையாக இருந்தது.

அவன் வீடு திரும்ப வெகுநேரமாகி விட்டது. மணி அடிக்க மனமில்லாதபடி கதவுக்கு முன்னால் தயக்கத்துடன் நின்றான். சன்னல்களில் வெளிச்சம் இல்லை. அதாவது அவ்தனோமவ் தம்பதியர் தூங்கிப் போய்விட்டார்கள். தத்யானாவை உசுப்ப அவன் வெட்கப்பட்டான்: அவள் தான் எப்போதுமே அவனுக்குக் கதவைத் திறந்து விட்டாள்... ஆனால் அவன் உள்ளே போயாக வேண்டும். மணியை மெதுவாக இழுத்தான். கிட்டத்தட்ட உடனேயே கதவு திறக்கப்பட்டு அவனுக்கு முன்னால் வெள்ளை இரவு உடையில் மெலிந்த சிறிய வீட்டுக்காரி நின்றாள்.

“கதவை வேகமாச் சாத்துங்க!” என்று வழக்கமற்ற குரலில் சொன்னாள். “குளிரா இருக்கு... நான் உடையில்லாம இருக்கேன்... என் கணவனும் வெளியே போய் இருக்கார்...”

“வருத்தப்படுறேன்,” முணுமுணுத்தான் இலியா.

“ஏன் இவ்வளவு சுணக்கம்! எங்கே போயிருந்தீங்க?” இலியா கதவைத் தாழிட்டுவிட்டு, பதில் பேசத் திரும்பினான், அவளுடைய திறந்த மார்புகள் தன்னை எதிர்கொள்வதைக் கண்டான்.

பின்வாங்குவதற்குப் பதிலாக அவனை நோக்கி அழுத்தினாள். அவனாலும் விலகிச் செல்ல முடியவில்லை, ஏனெனில் அவனுடைய முதுகுக்குப் பின்னே கதவு இருந்தது. அவளோ மெதுவாக, மணி ஒலி போலச் சிரிக்கத் தொடங்கினாள்... இலியா தனது கைகளை உயர்த்தி அவளது தோளுக்கு மேலாக, மென்மையாகப் போட்டான். அவனது கைகள் நடுங்கின, ஏனெனில் இந்தப் பெண்ணின் முன்னிலையில் வெட்கப்பட்டான், ஏனெனில் அவளை அணைப்பதற்கு ஏங்கினான். இதைப் பார்த்த அவள், தானே வலிய அவனிடம் சென்று அவனது கழுத்தை தனது வெப்பமான கைகளால் இறுக்கமாகப் பிடித்து மணியோசை போன்ற குரலில் பேசினாள்:

“ராத்திரி நேரம் பூரா எதுக்காக வெளியே நின்னுக்கிட்டு இருக்கே? வீட்டிலே செய்ய உனக்காக ஏதோ அருமையானது இருக்கு... என் வலிமையான அழகு ராசா!..”

கனவில் நடப்பது போல அவளது முத்தங்களையும் அவளது இணங்குகின்ற உடலின் நெளிவுமிக்க அசைவுகளையும் உணர்ந்தான். ஒரு பூனை போல அவனது மார்பில் தொங்கிக்கொண்டு திரும்பத்திரும்ப அவனுக்கு முத்தம் கொடுத்தாள். கடைசியில் தனது வலிய கரங்களில் அவளைத் தூக்கிக்கொண்டு அவனது அறைக்குள்ளாக, காற்றில் நடப்பது போலச் சென்றான்...

20

மறுநாள் காலை இதயத்தில் பயம் குடிகொள்ள இலியா விழித்தெழுந்தான்.

“எப்படி என்னால் கீரிக் முகத்தில் விழிக்க முடியும்?” என்று நினைத்தான். பயந்தது போலவே வெட்கப்படவும் செய்தான்.

“அவனுக்கு எதிராக எனக்குக் காழ்ப்பு இருந்தால் மட்டுமே,” என்று மகிழ்ச்சியின்றி சிந்தித்தான். “அல்லது குறைந்தது அவனை விரும்பாமல் இருக்க வேண்டும்... ஆனால் அந்த மாதிரி செய்வதற்கு, சிறிதளவு காரணங்கூட இல்லாமல்...” தத்யானா மீதான வெறுப்பு உணர்வு அவனுக்குள்ளாகக் கலக்கியது. தன் மனைவி தன்னிடம் விசுவாசமில்லாதவள் என்பதை கீரிக் நிச்சயசயமாக ஊகித்துக் கொள்வான்.

“பட்டினி கிடந்தவளைப் போல அவள் தானாகவே என்மீது சாய்ந்தது ஏன்?” என்று பெரும் வியப்புடன் சிந்தித்தான், இது அவனுடைய தற்பெருமையை மகிழ்வுடன் கிளறியது. ஓர் உண்மையான பெண்ணின் - தூய்மையான, பண்பாடுள்ள, திருமணமான பெண்ணின் பாசங்களை அவன் வென்றுவிட்டான்.

“அதாவது, என்னைப் பற்றி ஏதேனும் விஷேடமாக இருக்க வேண்டும்,” என்று பெருமையோடு நினைத்தான். “அது வெட்கக் கேடானது - வெட்கக் கேடானது... ஆனால், நான் கல்லினால் செய்யப்பட்டவன் இல்லை!.. நான் என்ன செய்திருக்க வேண்டும், அவளை விரட்டியக்கவா?..”

அவன் இளைஞன்: தன்னை எப்படி அவள் தழுவினாள் - விஷேடமான முறையில், என்பதை நினைத்துப் பார்த்தான், அதை அவன் முன்னர் அறிந்ததே இல்லை. மனத்தின் செயல்பூர்வமான மாற்றத்தின் காரணமாக, இந்த உறவு தனக்குக் கொண்டுவரக் கூடிய சாதகங்களைப் பற்றி அவனால் சிந்திக்காமல் இருக்க முடியவில்லை. இந்தச் சிந்தனைகளைத் தொடர்ந்து பிற இருண்ட எண்ணங்கள் வந்தன:

“இதோ, நான் திரும்பவும் மூலைக்குத் துரத்தப்பட் டேன்... அதை நான் விரும்பினேனா? அவளை நான் மதித்தேன்... அவள் பற்றி என் மனத்திற்குள்ளாக கெடுதியான எண்ணம் ஒன்றுகூட நுழைந்ததில்லை. எனினும் என்ன நடைபெற்று விட்டது பார்...”

ஆனால் கண நேரத்திற்குப் பிறகு அவனது ஆன்மாவில் இருந்த எல்லாக் குழப்பமும், அதில் சித்திரவதைச் செய்து கொண்டிருந்த எல்லா முரண்பாடுகளும், சீக்கிரமே ஓர் உண்மையான, வாழ்வின் சுத்தமான வழிக்கு தான் செல்லப் போகிறோம் என்ற மகிழ்ச்சியான உணர்தலினால் மறைக்கப்பட்டன. திரும்பவும் நீண்ட ஈட்டி போல கூரிய சிந்தனை எழுந்தது:

“ஆனால் அது இல்லாமல் இருந்தால் நன்றாக இருக்கும்...”

வேலைக்காக போலீஸ்காரன் புறப்படும் வரை படுக்கையில் கிடக்க வேண்டுமென்று முடிவு செய்தான். தன் மனைவியை விட்டுப் பிரிகின்ற போது தன் உதடுகள் ஈரமாகுமாறு ஓசையுடன் முத்தமிட்டு கீரிக் அவளிடம் கூறியதைக் கேட்டான்:

“இன்னைக்கு மதிய விருந்துக்குக் கொஞ்சம் இறைச்சிப் பணியாரம் வைத்துக்கொண்டால் எப்படி, கண்ணே? மாட்டிறைச்சியை விட பன்றி இறைச்சி அதிகம் போட்டு, அவை வெந்ததும், பொறிக்கும் சட்டியில் அவற்றைப் போட்டு, பால் குடிக்கிற சிறிய பன்றிக் குட்டியின் நிறத்துக்கு இளஞ்சிவப்பாக மாறுகிற வரை வறுத்து வை... சரியா! அந்த உணவு உனக்குத்தான்! மிளகு போடுறதிலே கஞ்சத்தனம் வேணாம்!”

“நேரா ஓடுங்க, நேரா ஓடுங்க! நான் ஏதோ உங்க ருசியை அறியாதவள் போல...” என்று தத்யானா பாசத்தோடு சொன்னாள்.

“அந்தக் குட்டி முத்தம் என்ன ஆச்சு?”

முத்தத்தின் ஓசையைக் கேட்ட போது இலியா திடுக்குற்றான். அது அவனுக்கு மகிழ்ச்சியற்றதாகவும் கேலிக்குரியதாகவும் இருந்தது.

“முத்தம்! முத்தம்! முத்தம்!” தன் மனைவியை முத்தமிட்ட போது அவ்தனோமவ் கூறினான். அவள் சிரித்தாள். கணவன் போன பிறகு அவள் கதவைத் தாழிட்டு முடித்த உடனேயே இலியாவினுடைய அறைக்குள்ளாக ஓடி அவனது படுக்கை மீது தாவிக் குதித்தாள்.

“எனக்கு முத்தந்தாங்க?” என்றாள். “சீக்கிரம்! வீணாக்க எனக்கு நேரமில்லே!”

“ஆனா இப்பத்தானே நீங்க கணவனுக்கு முத்தங் கொடுத்தீங்க...” என்றான் இலியா வாட்டத்துடன்.

“என்ன? “நீங்க”ன்னு சொல்ல வேணாம்? ஏன், பையன் பொறாமைப்படுறான்!..” மகிழ்ச்சியோடு கத்தினாள், சிரித்தாள், குதித்தெழுந்து சன்னலுக்கு மேலாகத் திரையை இழுத்துவிட்டாள். “பொறாமையா? அபாரம்! பொறாமை உள்ள ஆண்கள் உணர்ச்சிமிக்க காதலர்கள்...”

“பொறாமையால நான் சொல்லலே.”

“அமைதி!” விளையாட்டாக, தனது கையை அவனது வாய்க்கு மேலாகப் பிடித்துக்கொண்டு அவள் உத்தரவிட்டாள்...

அவர்களுடைய காதல் விளையாட்டுகளை முடித்துக் கொண்ட போது, இலியா புன்முறுவலுடன் அவளை நோக்கினான். அவனால் தன்னைக் கட்டுப்படுத்த முடியவில்லை.

“நீ மிகத் தைரியசாலி தான்,” என்றான். “ஒரு முறையான துணிச்சல்காரிதான். உன் கணவனோட இடத்திலேயே இப்படிப்பட்ட குறும்புத்தனத்தைச் செய்றதா இருந்தா!..”

அவளுடைய பச்சைநிறக் கண்கள் குறும்புத்தனமாக மின்னின.

“குறிப்பிடத்தக்க மாதிரி எதுவுமோ, அல்லது வழக்கத்திற்கு மாறானதோ இல்லை!” எனக் கூவினாள். “காதல் பிரச்சினைகள் இல்லாத பெண்கள் பலர் இருக்காங்கன்னு நீ நினைக்கிறயா? அசிங்கமானவுங்களும் நோயாளிங்களுந்தான் அதைச் செய்யுறதில்லே... அழகா உள்ளவுங்க எப்பவுமே காதல் விஷயங்களைத் தேடிக்கிட்டு இருக்காங்க...”

காலைப் பொழுது முழுவதையும் இலியாவுக்கு அவள் அர்ப்பணித்து, எப்படிப் பெண்கள் தங்களுடைய கணவர்களை ஏமாற்றுகிறார்கள் என்ற ஆர்வமிக்க கதைகளை அவனுக்குச் சொல்லிக்கொண்டிருந்தாள். முன்தானையும் கையைச் சுருட்டிவிட்டுக் கொண்ட சிவப்பு ஜாக்கெட்டும் அணிந்து, சமையலறையில் சிறிய பறவை ஒன்று பறப்பதைப் போலத் திரிந்தாள். தன் கணவனுக்காக இறைச்சிப் பணியாரம் தயாரிக்க சமையலறையைச் சுற்றிவந்த

போது அவளுடைய மணியோசை போன்ற குரல் இலியாவினுடைய அறைக்குள்ளாக இடைவிடாது கேட்டது.

“ஒருத்தியோட கணவன் மட்டுமே அவளுக்குப் போதுமானதுன்னு நீ நினைக்கிறியா? அவள் அவனைக் காதலித்தால் கூட அவளுக்கு அவன் கவர்ச்சியில்லாமல் போகக் கூடும். மேலும் வசதியான சந்தர்ப்பம் கிடைத்தால் மனைவிக்குத் துரோகமிழைக்கத் தயங்க மாட்டான் அவன். கணவன், கணவன் என்று எல்லா நேரத்திலும் கணவனைத் தவிர வேறு எதையுமே சிந்திக்காம இருப்பது ஒருத்திக்கு மிகவும் சலிப்பு உண்டாக்கும். அடுத்த ஆண்களுடன் அவள் வேடிக்கை விளையாட்டை ஏன் வைத்துக்கொள்ளக் கூடாது? இப்படித்தான் அவர்களுக்கு இடையே இருக்கிற வித்தியாசத்தை அவள் கற்றுக்கொள்கிறாள். ஏன், குவாஸ் கூட வித்தியாசமா இருக்கு: பவேரியன் குவாஸ், ஐ குவாஸ், கரான்பெர்ரி குவாஸ்... ஒரே ஒரு ஜூனிப்பர் வகையை மட்டும் குடிக்கிறது மிகவும் அற்பத்தனமானது...

இதைக் கேட்டவாறு தேநீரை உறிஞ்சிய இலியா அது கசப்பாக இருப்பதாக உணர்ந்தான். முன்னர் ஒருபோதும் கவனித்திராத ஏற்றுக்கொள்ள முடியா கிறீச்சொலி அந்தப் பெண்ணினுடைய குரலிலே இருந்தது. ஆழமான குரலும் அடக்கமான நடத்தையும் கொண்டு உள்ளத்தைத் தொடும் சக்தியுடன் துடிதுடிப்புடன் வார்த்தைகளை எடுப்பாகச் சொல்லும் ஒலிம்பியாதாவைப் பற்றி அவனால் நினைத்துப் பார்க்காமல் இருக்க முடியவில்லை. நிச்சயமாக, ஒலிம்பியாதா எளிமையானவள், பண்பாடற்ற பெண். ஒருகால் அது காரணமாகத்தான் அவளது வெட்கங்கெட்ட தன்மை மோகமூட்டுவதாக இல்லை... தத்யானா பேசியதைக் கேட்டபோது அவன் உடனே வலியச் சிரித்தான். அவன் மகிழ்ச்சி அடையவில்லை; அவளிடம் என்ன சொல்வது என்று தெரியாத காரணத்தாலேதான் அவன் சிரித்தான். ஆனால் ஆர்வத்தோடு கேட்டுவிட்டுக் கடைசியில் சிந்தித்தவாறு தெரிவித்தான்:

“உங்களுடைய சுத்தமான வாழ்க்கையில் இந்த மாதிரி விஷயத்திற்கு இடமிருக்கும் என்று நான் ஒருபோதும் நினைச்சதில்லே...”

“இந்த மாதிரி விஷயத்துக்கு எப்பவுமே இடம் உண்டு, என் அன்பே. உலகம் எப்படி இருக்கோ அதை உண்டாக்கியது மக்கள்தான், எல்லா மக்களுமே ஒரே விஷயத்தையே நாடுறாங்க: சுலபமான வாழ்க்கை - வசதியானதும் சுகமானதும், சாப்பிட ஏராளமானவற்றோட, அதற்குப் பணம் தேவைப்படுது. பணத்தை அதிருஷ்டத்தாலோ சுவீகாரத்தினாலோ அடைய வேண்டி இருக்கு. பரிசுச் சீட்டுகள் வச்சிருக்கிற ஒருத்தன் மகிழ்ச்சியைப் பற்றி நம்ப முடியும். அழகான பெண் பிறந்ததிலிருந்தே பரிசுச் சீட்டு வச்சிருக்கிறாள்: அவளோட அழகு. ஓ, அழகிய முகத்தாலே ஏராளமா ஜெயிக்க முடியும்!

பணக்கார உறவினர்கள், பரிசுச் சீட்டுகள், அழகு இப்படி எதுவுமே இல்லாதவர்கள் தான் வேலை செய்ய வேண்டி இருக்கு. உன் வா"கை பூரா வேலை செய்ய வேண்டி இருப்பது பரிதாபமானது... என்னைப் பாரு, என்னிடம் இரண்டு சீட்டுகள் இருந்தாலும் நான் வேலை செய்யுறேன். ஆனா உனக்காக அவற்றை ஒரு கடையில் முதலீடு செய்ய முடிவு செய்திருக்கேன்... இரண்டு சீட்டுகள் போதாது! இறைச்சி பணியாரம் தயாரிக்கிறதும் பருவோட இருக்கிற போலீஸ்காரனுக்கு முத்தம் கொடுக்கிறதும் சலிச்சுப் போச்சு!.. ஆகவேதான் உன்னைக் காதலிப்பது என்று முடிவு செய்திருக்கேன்..."

இலியாவின் மீது பார்வையை வீசிவிட்டுக் குறும்புத்தனமாகச் சொன்னாள்:

"என்னோட உனக்கு வெறுத்துப் போச்சு?.. எதுக்காக இப்படி என்னை முறைக்கிறே?"

தனது கைகளை அவனது தோள் மீது போட்டுக் கொண்டும் அவனது கண்களுக்குள்ளாகப் பார்த்துக்கொண்டும் தொடர்ந்து பேசினாள்.

"நான் கோபப்படலே," என்றான் இலியா. அவள் குபீரென்று சிரித்தாள்.

"உண்மையாவா? ஓ, எவ்வளவு நல்லவன் நீ!.." சிரிப்பொலிக்கிடையே கிறீச்சிட்டாள்.

"பாரு, நான் நினைச்சேன்," என்று தொடர்ந்த இலியா, தனது வார்த்தைகளை மெதுவாக உச்சரித்தான், "நீ சொல்றது உண்மை போல, ஆனா... நேர்த்தி இல்லே, எப்படியோ..."

"ஓஓ, முள் சிலிர்க்கிற முள்ளம்பன்றி நீ! எது நேர்த்தி இல்லே? வா, இப்ப, விளக்கிச் சொல்லு." ஆனால் விளக்கிச் சொல்ல அவனால் முடியவில்லை. அவளுடைய வார்த்தைகளில் எது தன்னை மகிழ்விக்கவில்லை என்பது அவனுக்கே தெரியவில்லை. ஒலிம்பியாதா மிகமிக முரட்டுத்தனமாகப் பேசி இருக்கிறாள். எனினும் இந்தச் சுத்தமான சிறு பறவை செய்தது போல அவள் ஒருபோதும் அவனுக்குக் கோபமூட்டியது இல்லை. சந்தேகமின்றி, புகழ்ச்சியான அந்த உறவினால் அவனிடம் எழுந்த விநோதமிகு இயற்கையான வெறுப்பைப் பற்றி, இந்த உணர்வு எங்கிருந்து வந்தது என்பதைப் பற்றி நாள் முழுக்கச் சிந்தித்துக் கொண்டிருந்தான். அவன் புரிந்துகொள்ள முடியவில்லை...

அன்று மாலை அவன் வேலையிலிருந்து திரும்பிய போது சமையலறையில் கீரிக்கைச் சந்தித்தான்.

"இன்னைக்கு என் மனைவி எப்படிப்பட்ட உணவு தயாரித்திருக்கிறாள்!" என்று மகிழ்ச்சியோடு கூறினான். "என்ன பணியாரம்! அவற்றைத் தின்பது பாவமும் வெட்கமுமாகும். உயிரோடு

இருக்கிற வானம்பாடிகளைத் தின்கிறது மாதிரி... நான் உனக்காகக் கூட தட்டு நிறைய வச்சிருக்கேன், இளைஞனே. உன் கழுத்திலிருந்து கடையைக் கழற்றிவிட்டு கீழே உட்கார். இந்த மாதிரி விருந்தை எல்லாரும் உனக்குக் கொடுக்க மாட்டாங்க!"

இலியா அவனைக் குற்ற உணர்வோடு நோக்கி லேசாகச் சிரித்தான்.

"நன்றி!" என்றான்.

சற்று இடைவெளிக்குப் பிறகு பெருமூச்சோடு தொடர்ந்தான்:

"நீங்க அருமையான ஆளு... அது உண்மைதான்."

"ப்பூ!" தனது கையை அலைத்தவாறு கீரிக் கூவினான். "தட்டு நிறையப் பணியாரம் இருந்தென்ன? நான் தலைமைப் போலீஸ் அதிகாரியாக இருந்தா, இப்ப - ஹூம்! எனக்கு நன்றி சொன்னதற்கான காரணத்தைச் சொல்லி இருப்பாய்... ஆமாம்! ஆனா நான் தலைமை போலீஸ் அதிகாரியாகப் போவதில்லை... போலீஸ் வேலையையும் விட்டுறப் போறேன்... அப்படித்தான் தெரியுது, ஏதாவது ஒரு வியாபாரிக்காக ஒரு முகவர் ஆவது பற்றி சிந்தித்துக் கொண்டிருக்கேன்... அது ரொம்ப நல்லது! ஒரு முகவர் முக்கியமான ஆள்!"

அவனுடைய மனைவி அடுப்பைச் சுற்றி வந்த போது தனக்குத்தானே பாடினாள். இலியா அவளைப் பார்த்த போது திரும்பவும் வெட்கத்தையும் சஞ்சலத்தையும் உணர்ந்தான். ஆனால் இந்த உணர்வானது புதிய மனப்பதிவுகள் மற்றும் புதிய அக்கறைகளின் அழுத்தத்தால் படிப்படியாக மறைந்து போனது. அது பற்றிச் சிந்திக்கக்கூட அவனுக்கு நேரங்கிட்டாது போயிற்று. சரக்குகளை வாங்குவதிலும் தனது கடையின் திறப்பு விழாவிற்குத் தயாரிப்பதிலும் அந்தளவு முனைப்பாக இருந்தான். நாளுக்கு நாள், முற்றிலும் அறியாதவாறு தத்யானாவுடன் நெருக்கமானான். அவளுடைய அணைப்புகள் அடிக்கடி வெட்கத்தையும் பயத்தையும் ஏற்படுத்திய போதும் ஒரு காமக்கிழத்தி என்பது போல அவளை மேலும் மேலும் விரும்பினான். சிறுகச் சிறுக அவளது பேச்சும் அவளது அரவணைப்பும் அவளிடத்தில் அவன் வைத்திருந்த மதிப்பை அழித்தது. காலையில் அவளுடைய கணவன் வேலைக்கோ மாலையில் ரோந்து வரவோ போன உடனேயே, அவள் தனது அறைக்கு இலியாவை அழைத்து, அல்லது இலியாவின் அறைக்கு வந்து எல்லாவகையான வதந்திகளையும் அவனிடம் சொல்லுவாள். அவளுடைய கதைகள் சர்வ சாதாரணமாக இருந்தன; நிர்வாணமாகவும், தங்களது முழுமையான இன்பமாகக் காமவெறியைக் கருதுபவர்களாகவும் இருந்த ஒழுக்கங்கெட்டவர்களாலும், நடத்தைக் கெட்டவர்களாலும் குடியமர்த்தப்பட்ட ஒரு நாட்டில் நடைபெற்றன போல அவை காணப்பட்டன.

“நீ சொல்றது உண்மையா இருக்க முடியுமா?” என்று சிடுசிடுப்பாகக் கேட்பான் இலியா. அவள் வார்த்தைகளை நம்ப அவன் விரும்பவில்லை, ஆனால் அவளது வார்த்தைகளால் செயலிழந்து விட்டதாக உணர்ந்து அவற்றை மறுக்க முடியாதவனாக இருந்தான். அவளோ வெறுமனே சிரித்து அவனை முத்தமிட்டாள்.

“நாம் உச்சியிலிருந்தே தொடங்குவோம்,” அவனை நம்பச் செய்யும் முயற்சியில் கூறினாள். “ஆளுநர், முதலமைச்சரின் மனைவியோட வசிக்கிறார், முதலமைச்சரோ சமீபத்தில் தன் எழுத்தன் ஒருத்தனுடைய மனைவியைக் கூட்டிக்கொண்டார். சபாச்சி தெருவில் அவளுக்கு ஒரு குடியிருப்பை வாடகைக்கு அமர்த்தி, வாரத்துக்கு இரண்டு தடவை முற்றிலும் வெளிப்படையாகவே அவளைப் பார்க்கப் போறார். அவளை எனக்குத் தெரியும். குழந்தையை விடச் சற்று பெரியவள், ஓராண்டுக்கு முன்னால் வரைக்கும் கலியாணமாகலே. அவளோட கணவன் வரி ஆய்வாளனாக பிராந்தியத்திற்கு அனுப்பப்பட்டிருக்கான். அவனையும் எனக்குத் தெரியும். எப்படிப்பட்ட வரி ஆய்வாளன், அவன் தான்? மடையன், படிக்காத மூடன், கையாள்...”

தங்களது காமவேட்கையை நிறைவுசெய்து கொள்ள இளம்பெண்களை வாங்கும் வியாபாரிகளைப் பற்றி, காதலர்கள் கொண்ட வியாபாரிகளின் மனைவிகளைப் பற்றி, கருத்தரித்தவுடன் தங்களது கருவைக் கலைத்துவிடும் சமூகப் பெண்களைப் பற்றி அவனுக்குச் சொன்னாள்.

இலியா அதைத் கேட்டபோது வாழ்க்கையானது ஒரு வகையான குப்பைக் குவியல் என்றும் அதில் மக்கள் புழுக்களைப் போல நெளிகிறார்கள் என்றும் அவனுக்குத் தோன்றியது.

“ஐய!” என்றான் சலிப்பாக, “சுத்தமானதும் உண்மையானதும் எதுவுமே கிடையாதா சொல்லு.”

“உண்மையானதா?” வியப்பில் திரும்பச் சொன்னாள் அவள். “எல்லாமே உண்மையானது பற்றி சொல்கிறேன்... நீ அற்பப் பையன்! அவற்றை நான் கற்பனை செய்தேன் என்று நெனச்சியா?”

“நான் அதைப் பற்றிப் பேசலே! நிச்சயமா ஏதாவது எங்கோ உண்மையிலேயே நல்லதும் தூய்மையானதும் இருக்கணும், இல்லையா?”

அவனைப் புரிந்துகொள்ளாமல் சிரித்தாள் அவள். சில நேரங்களில் அவளுடைய பேச்சு வேறு திசையில் திரும்பியது. பயங்கரமான பச்சை ஒளியுடன் அவளது கண்கள் மின்ன, அவள் வினவினாள்:

“பெண்ணோட உனது முதல் அனுபவத்தைப் பற்றி எனக்குச் சொல்லு.”

இலியா அந்த நினைவைக் கேவலமாகவும் அருவருப்பாகவும் உணர்ந்து, தனது காமக்கிழத்தியின் பசை போன்ற பார்வையிலிருந்து விலகி அப்பால் திரும்பினான்.

"அந்த மாதிரி கெட்ட விஷயங்களைக் கேட்பதற்கு நீ வெட்கப்பட்டிருக்கணும்..." என்று கண்டிப்பது போலச் சொன்னான்.

ஆனால் அவள் உல்லாசமாகச் சிரிக்க மட்டுமே செய்து தனக்குச் சொல்லுமாறு அவனை வலியுறுத்தினாள். சில நேரங்களில் அவளது ஆபாச வார்த்தைகளால் கரி பூசப்பட்டது போல உணர்ந்தான். அவனது முகத்தில் மகிழ்ச்சியின்மையையும், அவனது கண்களில் துயரத்தையும் எப்பொழுதெல்லாம் அவள் கண்டாளோ அப்பொழுதெல்லாம் துணிவுடன் அவனில் இருந்த ஆண்மையை உசுப்பவும் அவனது வெறுப்பை அப்பால் விரட்டவும் செய்தாள்...

ஒருநாள், தச்சர்கள் அலமாரிகளை மாட்டிக்கொண்டிருந்த கடையிலிருந்து வீடு திரும்பிய இலியா, சமையலறையில் தனக்காக மதித்ஸா காத்துக் கொண்டிருப்பதைப் பார்த்து வியப்புற்றான். அவள் மேசையின் மீது தனது பெரிய கரங்களை வைத்து உட்கார்ந்தவாறு, கணப்படுப்பின் அருகே நின்று கொண்டிருந்த தத்யானாவுடன் பேசிக் கொண்டிருந்தாள்.

"இதோ, இந்தச் சீமாட்டி உங்களுக்காக ரொம்ப நேரமாக் காத்துக் கொண்டிருக்காங்க..." என்ற தத்யானா புன்னகையுடன் மதித்ஸாவை நோக்கித் தலையாட்டினாள்

"வணக்கம்!" என்ற 'சீமாட்டி' மிகுந்த சிரமத்துடன் எழுந்தாள்.

"ஓ!" கூவினான் இலியா. "இன்னமும் உயிரோடு இருக்கியா?"

"பன்னி கூட அழுகிய கீரையைத் தின்னாது..." என்று மதித்ஸா தடித்த குரலில் பதிலளித்தாள்.

இலியா அவளைப் பார்த்து நீண்ட காலமாகிவிட்டது, இப்போது பரிவும் மகிழ்ச்சியும் கலந்த பார்வையில் அவளை நோக்கினான். கிழிந்த பருத்தி ஆடைகள் அணிந்திருந்தாள், வெளிறிப்போன தலைக்குட்டையால் தலை கட்டப்பட்டிருந்தது, பாதங்கள் வெறுமையாக இருந்தன. அவளால் தரையினின்றும் அவற்றை உயர்த்த முடியவில்லை, ஆதாரத்திற்காகச் சுவரைப் பிடித்துக்கொண்டு இலியாவினுடைய அறைக்குள்ளாக மெதுவாக நடந்து சென்று ஒரு நாற்காலியில் நிலைகுலைந்து சாய்ந்தாள்.

"நான் சீக்கிரமே செத்துப் போவேன்..." என்றாள் கரகரத்த குரலில். "சீக்கிரமே என்னால நடக்க முடியாமப் போயிறும்... அதாவது என்னால் பிச்சை கேட்க முடியாமப் போயிறும்... ஒரு வார்த்தையில் சொன்னா முடிஞ்சுறும்..."

அவளுடைய முகம் பயங்கரமாக வீங்கிப் போய், கரும் புள்ளிகளால் நிறைந்து இருந்தது. அவளது கண்கள் பெரும்பாலும் வீங்கிப் போய் இருந்தன.

"என் மூஞ்சியை எதுக்காக உற்றுப்பார்க்கிறே?" என்று இலியாவிடம் கேட்டாள். "அடி வாங்கியிருக்கேன்று நினைக்கிறியா? இல்லை, நோய்தான் என்னைத் தின்னுக்கிட்டு இருக்கு..."

"எப்படி வாழ்க்கையைச் சமாளிக்கிறே?" என்றான் இலியா.

"சர்ச் தாழ்வாரத்தில் பிச்சை வாங்கிக்கிட்டு..." அலட்சியமாகப் பெரு முழக்கம் செய்தாள். "ஆனா இங்கே ஏன் வந்தேன்னு சொல்லக் காரணம் இருக்கு... நீ இங்கே வசித்துக் கொண்டிருந்ததாக பெர்ஃபீஷ்கா என்னிடம் சொன்னான், ஆகவேதான் இங்கே வந்தேன்..."

"கொஞ்சம் தேநீர் சாப்பிடுறியா?" விருப்பம் தெரிவித்தான் இலியா. அவளது குரலைக் கேட்க முடியவில்லை, உயிரோடு அழுகும் அவளுடைய பெருத்த, தளதளத்த உடலை அவனால் பார்க்க முடியவில்லை.

"உன்னோட தேநீரில் பிசாசு தன் வாலைக் கழுவிக்கிற முடியும்... அதற்குப் பதிலா செப்புக்காசு கொடு, நானே போய் நல்லதாச் சாப்பிடுக்கிறேன்... ஆனா நான் எதுக்காக வந்தேன்னு நீ நினைக்கிறே?"

பேசுவதில் சிரமப்பட்டாள். அவளுடைய மூச்சு விட்டு விட்டு வந்தது, பயங்கரமான நாற்றத்தை அவள் வெளியிட்டாள்.

"எதுக்காக?" என்ற இலியா, தன் முகத்தைத் திருப்பிக் கொள்ளவும், ஒருமுறை அவளை எப்படிக் கேவலப்படுத்தினான் என்பதை நினைவுகூரவும் செய்தான்...

"மாஷாவை நினைவிருக்கா? ஆனா நீ எல்லாரையும் மறந்துட்டே!.. இப்ப நீ பணக்காரன்..."

"அவளுக்கு என்ன ஆச்சு?.. எப்படி இருக்கா?" என்றான் இலியா விரைவாக.

மதித்ஸா மெதுவாகத் தன் தலையை ஆட்டினாள். "அவ இன்னமும் தூக்குப் போட்டுக்கிறலே..." என்றாள்.

"நேரடியாச் சொல்லு!" என்று கோபமாக, கரகரத்த குரலில் இலியா கத்தினான். "எதுக்காக என்னைக் குற்றம் சொல்றே? நீ தானே அவளை மூணு ரூபிளுக்கு வித்தவ..."

"என்னைத்தான் நான் குற்றம் சொல்லிக்கிறேன், உன்னை இல்லே..." என்றாள் மதித்ஸா பதட்டமில்லாதவளாக. மூச்சுத்தடுமாறி மாஷாவைப் பற்றி அவனிடம் சொல்லத் தொடங்கினாள்.

அவள் மணந்துகொண்ட கிழவன் அவளிடம் வெறித்தனமான அக்கறை எடுத்துக்கொண்டான். அவளை எங்கும் போக

விடவில்லை, கடைக்குக்கூட. நாள் முழுக்க அவள் குழந்தைகளுடன் வீட்டுக்குள்ளாகவே உட்கார்ந்திருந்தாள். முற்றத்திற்குள்ளாகக் கூட போக வேண்டும் என்று அவள் விரும்பினால் அவனிடத்தில் அனுமதி கேட்க வேண்டியிருந்தது. அவளுடைய கணவன் தனது குழந்தைகளை வேறு யாரோ ஒருவருடைய பராமரிப்பில் விட்டுவிட்டு மாஷாவுடன் தனிமையில் வாழ்ந்தான். அவனுடைய முதல் மனைவி அவனை ஏமாற்றி விட்டாள்: எந்தக் குழந்தையும் அவனுக்குச் சொந்தமானவை அன்று. தனது இரண்டாவது மனைவி வாயிலாகத் தனது வஞ்சத்தைத் தீர்த்துக் கொண்டிருந்தான்... மாஷா இரண்டு முறை அவனை விட்டு ஓடிவிட்டாள். ஆனால் இரண்டு தடவையும் போலீஸ் அவளைத் திரும்பக் கொண்டுவந்து சேர்த்து விட்டது. அதற்குத் தண்டனையாக அவளைக் கொடுமைப்படுத்தி பட்டினி போட்டான்.

"நீயும் பெர்ஃபீஷ்காவும் அருமையான காரியம் செஞ்சீங்க!" என்று முகஞ்சுளித்தான் இலியா.

"எல்லாமே நல்லதுக்குன்னு நான் நினைச்சேன்," என்றாள் மதித்ஸா. "மிக மோசமானதை நான் செய்திருக்கணும்... ஒரு பணக்காரனுக்கு அவளை நான் விற்று இருக்கணும்... அவன் அவளுக்குத் துணிமணி, குடியிருப்பு எல்லாம் கொடுத்திருப்பான்... பிறகு அவனை விட்டு அவள் வெளியேறி வந்து தனது சொந்தச் சேமிப்பில் வாழ்ந்திருக்க முடியும்... நிறையப் பெண்கள் இதைச் செய்யுறாங்க. கிழவர்களிடமிருந்து தாங்க சேர்த்ததைக் கொண்டு வாழ்றாங்க..."

"ஆனா நீ எதுக்காக இங்கே வந்தே?" வினவினான் இலியா.

"ஏன்னா நீ போலீஸ்காரரோட வசிக்கிறே... அவளைப் பிடிக்கிறது அவுங்கதான்... பிடிக்க வேணாம்னு அவன்கிட்டச் சொல்லு... அவ ஓடிப் போகட்டும்! ஓடிப் போறதுக்கு அவ ஓர் இடத்தைக் கண்டுபிடிச்சு வச்சிருக்கலாம்... ஒருத்தன் ஓடிப் போறதுக்கு இடங்கூடவா இல்லாமப் போச்சு?.."

இலியா தீர யோசித்தான். மாஷாவுக்கு அவனால் என்ன உதவி செய்ய முடியும்?..

மதித்ஸா எழுந்து தனது கால்களை வேதனையோடு நகர்த்தினாள். "போயிட்டு வாறேன்!.. எனக்கு நாள் நெருங்கிக்கிட்டு இருக்கு..." அவள் முணுமுணுத்தாள். "எல்லாத்துக்கும் நன்றி... சுத்தமான பணக்காரன் நீ!..."

சமையலறைக் கதவைத் தாண்டி அவள் தள்ளாடிக் கொண்டே சென்ற போது, இலியாவினுடைய அறைக்குள்ளாக தத்யானா ஓடிவந்து அவனது கழுத்தைச் சுற்றித் தனது கைகளைப் போட்டாள்.

"ஆக அவதான் உன்னோட முதல் காதலி, இல்லியா?" சிரித்துக் கொண்டே கேட்டாள்.

அவளது கைகளை விலக்கிவிட்டு கடுகடுப்பாக இலியா சொன்னான்:

"அவளால் காலைக்கூட நகர்த்த முடியலே. இருந்தாலும்... வந்து... தான் நேசிக்கிற ஒருத்தனுக்காக உதவி செய்ய முயற்சி செய்துக்கிட்டிருக்கா..."

"யாரை அவ நேசிக்கிறா?" என்ற அவள், இலியாவினுடைய கலக்கமுற்ற முகத்திற்குள்ளாகக் குத்தித் துளைக்கின்றவாறு நோக்கினாள்.

"பொறு, தத்யானா," என்றான். "பொறு! கேலி செய்ய இது நேரமில்லே..."

மாஷாவைப் பற்றி அவளிடம் சுருக்கமாகக் கூறினான்.

"நான் என்ன செய்திருக்க முடியும்?" பேசி முடித்த போது கேட்டான்.

"ஒண்ணும் முடியாது!" தனது தோள்களைக் குலுக்கியவாறு சொன்னாள். "சட்டப்படி ஒரு மனைவி அவளோட கணவனுக்குத்தான் சொந்தம், அவளைக் கூட்டிக்கிட்டுப் போக யாருக்கும் உரிமை கிடையாது..."

சட்டத்தில் திறமை பெற்றவளைப் போலவும், அதனது தவறாத நிலையை அறிந்தவள் போலவும், மாஷா அவளது கணவனுக்குப் பணிந்து போக வேண்டிய தேவை பற்றி அவள் நீண்ட நேரம் உரையாற்றினாள்.

"அவள் பொறுக்கட்டும். அவன் கிழவன். சீக்கிரமே செத்துப் போவான், அவள் சுதந்திரமாக அவனது சொத்து முழுவதையும் அடைவாள்... வசதியுள்ள இளம் விதவையை நீ மணந்து கொள்வாய்... அதை எப்படி விரும்புறே?" அவள் சிரித்தாள், பிறகு அவன் எப்படி நடந்துகொள்ள வேண்டும் என்பது பற்றி அவனுக்கு உரை நிகழ்த்தத் தொடங்கினாள்:

"உன்னுடைய பழைய நண்பர்களுடன் உண்மையாகவே எதுவும் வைத்துக் கொள்ளக் கூடாது. அவர்கள் உன் ரகத்தைச் சேர்த்தவர்கள் அல்ல... அவர்கள் உனக்குச் சங்கடத்தை ஒருகால் ஏற்படுத்தக்கூடும். அவர்கள் எல்லாரும் முரட்டுத்தனமும் அழுக்கும் பிடித்தவர்கள்... உன்னிடமிருந்து பணத்தை வாங்கிக்கொண்டு போனவனைப் போல, நினைவிருக்கா? கெடுதலான கண்கள் கொண்ட ஒல்லியான ஒருத்தன்..."

"அவன் பாவெல் கிராச்சோவ்"

"ஆமாம்... சாதாரண மக்கள் என்ன மாதிரி வேடிக்கைப் பெயர்கள் வச்சிருக்காங்க! கிராச்சோவ், லுனியோவ், பெத்துகோவ், ஸ்க்வர்த்ஸோவ். எங்க வர்க்கத்தைச் சேர்ந்த ஆட்களின் பெயர்கள் ஓரளவு பரவாயில்லை:

அவ்தனோமவ், கர்ஸகோவ்! என் அப்பா ஃபிலரியானவ்! எனக்கு மணமாவதற்கு முன்னால் கிலரியான்தவ் என்ற இளம் மணமகன் வந்து போய்க் கொண்டிருந்தான்... அவன் நீதிபதி நிலையில் நியமிக்கப்படவும் இருந்தான். ஒருசமயம் நாங்கள் பனிச்சறுக்கு ஆடிக்கொண்டிருந்த போது அவன் என்னோட காலுறைக் கச்சையை எடுத்துக்கொண்டு, நானே அவனிடம் சென்று அதை வாங்கிக்கொள்ளவில்லை என்றால் சண்டை போடப் போவதாகக் கூறினான்..."

அவள் பேசிய போது இலியாவினுடைய மனம் கடந்த காலத்திற்குச் சென்றது. பெத்ரூகா வீட்டுடன் கண்ணுக்குப் புலனாகாத உறவுகளால் நிரந்தரமாகப் பிணிக்கப்பட்டிருந்ததாக உணர்ந்தான். மேலும் இந்த வீடு எப்போதுமே எந்த மனநிம்மதியையும் அடைய முடியாதபடி தடுக்கிறது என்பதும் அவனுக்குத் தெரியும்...

21

கடைசியில் இலியாவின் கனவு நனவாகியது.

காலையிலிருந்து மாலை வரை தனது கடையின் கவுண்டருக்குப் பின்னே, கண்ணுக்கு விருந்து கொடுப்பது போல, அமைதியான மகிழ்ச்சியைப் பிரதிபலித்தவாறு நின்றான். அலமாரிகளில் அட்டைப் பெட்டிகள் ஒழுங்காக அடுக்கப்பட்டிருந்தன; சோப், பைகள், பளிச்சிடும் பொத்தான்கள் ஆகியனவற்றிற்கு மேலாக நாடாக்களாலும் பூவேலைப்பாடுகளாலும் அலங்காரம் செய்து கவர்ச்சிகரமாக சன்னலில் காட்சிப்பொருளாக வைத்திருந்தான். அவை எல்லாமே பிரகாசமாகவும் எடுப்பாகவும் இருந்தன. அழகாகவும் எடுப்பாகவும் இருந்த அவன், மரியாதையுடன் தலைகுனிந்து தனது வாடிக்கையாளர்களைச் சந்திக்கவும், அவர்களுடைய பரிசீலனைக்காகக் கவுண்டரில் பொருள்களை லாவகமாக எடுத்துவைக்கவும் செய்தான். பின்னல் துணிகள் மற்றும் நாடாக்களின் சலசலப்பு அவனது காதுகளுக்கு இசையாக ஒலித்தது; சில கோபெக் மதிப்புள்ள ஊசிகளையும் நூல்களையும் வாங்குவதற்காக இளம் தையல்காரிகள் கடைக்குள்ளாக ஓடிவருவது மகிழ்ச்சி மிக்கதாக இருந்தது. அவனது வாழ்க்கை மகிழ்ச்சியாகவும் சுலபமாகவும் இருந்தது, அது தெளிவானதும் எளிமையானதுமான அர்த்தத்தை விளக்கியது. கடந்த காலம் திரையிட்டு மறைக்கப்பட்டது. தனது வியாபாரம், தனது பொருள்கள், தனது வாடிக்கையாளர்கள் தவிர வேறு எந்தச் சிந்தனையும் அவனுக்கு எழவில்லை... தனது உதவிக்கு ஒரு பையனை வேலைக்கு வைத்துக் கொண்டான், அவனுக்குச் சாம்பல் நிற ஜாக்கெட் அணிவித்து, அவன் எப்போதும் மிகக் தூய்மையாக இருக்கும்படி பார்த்துக்கொண்டான்.

“நாம நளினமான பொருள்களைக் கையாளுறோம், காவ்ரிக்,” என்று அவனிடம் சொன்னான்,

“ஆகவே நாம நிச்சயமாகச் சுத்தமாயிருக்கணும்...”

காவ்ரிக் பன்னிரண்டு வயதுப் பையன் - பருத்து, லேசாக அம்மைத் தழும்பு விழுந்து, சப்பை மூக்குடன், சிறிய சாம்பல்நிறக் கண்களுடனும், தெளிவான முகத்துடனும் காணப்பட்டான். அவன் அப்போதுதான் ஆரம்பப்பள்ளியை முடித்திருந்தான். தன்னைக் கண்டிப்புமிக்க இளைஞனாகக் காட்டிக்கொண்டான். இந்தச் சுத்தமான, சிறிய கடையில் வேலை செய்வதில் அவனும் மகிழ்ச்சியடைந்தான். பெட்டிகளையும், சிப்பங்களையும் கையாளுவது அவனுக்கு இன்பத்தைத் தந்தது. தனது எசமானனைப் போல வாடிக்கையாளர்களுடன் பண்போடு நடந்துகொள்ள முயன்றான்.

இலியா அவனைப் பார்த்த பொழுதெல்லாம், ஸ்துரோகனி-யினுடைய மீன் கடையில் பையனாக வேலை செய்த நாள்களைப் பற்றி நினைத்துக்கொண்டான். இது தனது சொந்த உதவியானனுடன் பரிவு கொள்ள வைத்தது. வாடிக்கையாளர் வராத நேரங்களில் அவனிடம் கேலிசெய்யவும் பேசவும் செய்வான்.

“செய்யுறதுக்கு எதுவும் உனக்கு இல்லையின்னா, ஒரு புத்தகத்தை எடுத்துப் படி, காவ்ரிக்,” என்று ஆலோசனை சொன்னான். “நேரம் எப்படிப் பறக்கும் என்பதை அறிய ஆச்சரியப்படுவே, படிக்கிறதிலே உனக்கு ஏராளமான மகிழ்ச்சி கிடைக்கும்...”

இலியாவினுடைய நடத்தை சாந்தமானதாக மாறியது, மக்களுடன் மிகுந்த கவனத்துடன் இருந்தான். அவனுடைய சிரிப்பு அவர்களுக்கு இப்படிச் சொல்வது போலக் காணப்பட்டது:

“நீங்க பார்க்கிறது போல, நான் அதிருஷ்டக்காரன்... ஆனா உங்க நேரத்துக்காகக் காத்திருங்க! சீக்கிரமே அதிருஷ்டம் உங்க வழியில வந்து சேரக்கூடும்...”

தனது கடையைக் காலை ஏழு மணிக்குத் திறந்து மாலை ஒன்பது மணிக்குச் சாத்தினான். வாடிக்கையாளர்கள் அதிகமில்லை, ஆகவே கதவருகே அமர்ந்து எந்தவிதச் சிந்தனையோ ஆசையோ இல்லாமல் வசந்த காலச் சூரிய ஒளியில் குளிர்காய அவனுக்கு நிறைய நேரமிருந்தது. காவ்ரிக் அவனுக்கு அருகே உட்கார்ந்து போவோர் வருவோரைப் பார்த்துக்கொண்டு, அவர்களைக் கிண்டல் செய்துகொண்டு, சுற்றித்திரிகிற நாய்களைப் பார்த்து சீட்டியடித்துக்கொண்டு, சிட்டுக்குருவிகளின் மீதும் புறாக்களின் மீதும் கற்களை வீசிக்கொண்டு, அல்லது ஒரு புத்தகத்தை மூக்கை உறிஞ்சியவாறு படித்துக்கொண்டு இருப்பான். சில நேரங்களில்

அவனது எசமானன் அவனை உரக்கப்படிக்கச் சொல்வான். பிறகு அதைக் கேட்காமல் இருப்பான்: தனது ஆன்மாவின் அமைதியையும் சாந்தத்தையும் கேட்கவே விரும்பினான். இதை அவன் விருப்பத்தோடு, விருந்து உண்பது போலக் கேட்டான். ஏனெனில் இது புதியதாகவும், விளக்கிச் சொல்ல முடியாத ஒன்றாகவும் இருந்தது. ஆனால் சில நேரங்களில் அவனது வாழ்வின் இன்பமான முழுமையை அழித்தது. இது ஏதோ அறியமுடியாத ஆபத்தின் அறிகுறியாக இருந்தது; அது அவனுடைய ஆன்மாவின் அமைதியைக் கெடுக்கவில்லை, ஆனால் ஒரு நிழலைப் போல லேசாக வெறுமனே துடைக்க மட்டுமே செய்தது.

அத்தகு நேரங்களில் இலியா பையனுடன் உரையாடத் தொடங்குவான்.

“உன் அப்பா என்ன செய்யுறார், காவ்ரிக்?”

“அவர் ஒரு தபால்காரர், கடிதங்களைக் கொண்டு போறார்...”

“உன் குடும்பம் ரொம்பப் பெரிசா?”

“ஓ, ஆமா! நாங்க நிறையப் பேர் இருக்கோம். கொஞ்சப் பேர் பெரியவுங்க, கொஞ்சப் பேர் சின்னவுங்க.”

“சின்னக் குழந்தைகள் அதிகமா?”

“ஐந்து பேர். மூணு பெரியவுங்க... பெரியவுங்க எல்லாரும் வேலை செய்யுறோம்: நான் உங்ககிட்டே இருக்கேன். வசீலி சைபீரியாவில் தந்திப் பிரிவில் இருக்கிறான். சோன்யா பாடஞ் சொல்லிக் கொடுக்கிறா. அவள்தான் எல்லாரையும் விட அதிகமாக-மாதம் பன்னிரண்டு ரூபிள் அளவுக்குக் கொண்டு வாறா! பிறகு மீஷா இருக்கான்... அவன் அவ்வளவு வசதியாக இல்லே... என்னை விட மூத்தவன், உயர்நிலைப் பள்ளியில் படிக்கிறான்...”

“பிறகு நாலு பெரியவுங்க இருக்கீங்க...”

“இல்லே, அவ்வாறு இல்லே,” என்று மறுத்துரைத்தான் காவ்ரிக். “மீஷா இன்னமும் படிக்கிறான்... வேலையில் இருக்கிறவுங்க பெரியவுங்க.”

“உன் குடும்பம் ஏழ்மையானதா?”

“உண்மைதான்!” என்று அமைதியாகச் சொன்ன காவ்ரிக் பலமாக மூக்கை உறிஞ்சினான். பிறகு எதிர்காலத்திற்கான தனது திட்டங்களை விவரிக்கத் தொடங்கினான். “நான் பெரியவனாப் போகும் போது ராணுவத்தில் சேருவேன். போர் நடக்கும்... என்னால என்ன செய்ய முடியும் என்பதைக் காட்டுவேன். நான் துணிச்சலான ஆளு... எல்லாரினும் முன்னால விரைந்து சென்று எதிரியோட பதாகையைப் பிடுங்குவேன்... என் மாமா ஒரு முறை அதைச் செய்தார்,

அதற்காகத் தளபதி குர்கோ ஒரு சிலுவைப் பதக்கமும் ஐந்து ரூபிளும் கொடுத்தார்..."

பையனுடைய அம்மைத் தழும்பு விழுந்த முகத்தையும் எப்போதுமே உறிஞ்சிக் கொண்டிருந்த அவனுடைய அகன்ற மூக்கையும் பார்த்து இலியா முறுவலித்தான்.

மாலையில் கடையை அடைத்ததும், அதற்குப் பின்னே இருந்த சிறிய அறைக்கு இலியா ஓய்வெடுக்கச் சென்றான். காவ்ரிக் சமோவாரைச் சூடாக்கி மேசைமீது வைக்க, அருகே தட்டு நிறைய ரொட்டியும், மசாலை இறைச்சியும் இருக்க, சமோவாரிலிருந்து தண்ணீர் கொதிக்கும் ஒலி வந்து கொண்டிருக்கும். இரவு உணவு முடிந்த பிறகு காவ்ரிக், தூங்கக் கடைக்குள்ளாகச் செல்ல, சமோவாருக்கு அருகே இலியா உட்கார்ந்திருப்பான். சில நேரங்களில் இரண்டு மணி நேரமும் அல்லது அதற்கு மேலும்.

இரண்டு நாற்காலிகள், ஒரு மேசை, ஒரு படுக்கை, பாத்திரங்களோடு ஓர் அலமாரி - இலியாவினுடைய புதிய அறையின் மொத்தச் சாமான்கள். அது ஒரு சிறிய தணிவான அறை, தெருவில் போகும் மக்களின் கால்களை, தெருவின் மறுபுறத்து வீட்டின் கூரையை, கூரைக்கு மேலாக உள்ள வானத்தைக் காணுமாறு அமைந்த சதுரமான சன்னல் கொண்டது. சன்னலில் வெள்ளைத் திரையைத் தொங்க விட்டிருந்தான், அது அவன் நெஞ்சார வெறுத்த இரும்பு வலைப் பின்னலால் பக்கத்துத் தெருவினின்றும் பாதுகாக்கப்பட்டது. தனது படுக்கைக்கு மேலாக "மனித வாழ்க்கையின் கட்டங்கள்" என்று அழைக்கப்பட்ட படத்தைத் தொங்க விட்டிருந்தான். இந்தப் படத்தைப் பெரிதும் விரும்பினான், நீண்ட நாள்களாகவே இதை வாங்க வேண்டுமென்று எண்ணியிருந்தான்; ஆனால் அதன் விலை பத்து கோபெக் என்றாலுங்கூட ஏதோ காரணத்திற்காகத் தனது கடையைத் திறக்கும் வரைத் தள்ளிப் போட்டிருந்தான்.

அந்த "மனித வாழ்க்கையின் கட்டங்கள்" ஒரு வட்ட வில்லால் சித்திரிக்கப்பட்டிருந்தன. அதற்குக் கீழே சொர்க்கத்தின் விளக்கம் இருந்தது. இந்த சொர்க்கத்தில் கடவுள் பூக்களாலும் ஒளிவட்டத்தாலும் அலங்கரிக்கப்பட்டு ஆதாம், ஏவாளுடன் பேசிக்கொண்டிருப்பதாகக் காட்டப்பட்டது. மொத்தத்தில் அதில் பதினேழு கட்டங்கள் இருந்தன. தனது தாயினால் தாங்கப்படும் குழந்தையை முதலாவது கட்டத்தில் காட்டியது, அதற்குக் கீழாக இவ்வாறு சிவப்பு எழுத்தில் எழுதப்பட்டிருந்தது: "முதல் கட்டத்தில்". இரண்டாவது கட்டத்தில் ஒரு சிறு குழந்தை நடனமாடிக் கொண்டும், மேளம் வாசித்துக்கொண்டு இருப்பதும் காட்டப்பட்டிருந்தது. அதற்குக் கீழாகத் தலைப்பு: "ஐந்து வயது - விளையாடும் காலம்". ஏழாவது வயதில் குழந்தை "கற்கக்

கற்றுக் கொள்கிறது", பத்தில் "பள்ளிக்குச் செல்கிறது", இருபத்தி ஒன்றில் கையில் துப்பாக்கியுடன் நின்று உதடுகளில் புன்னகையைத் தவழவிடுகிறது. அங்கே தலைப்பு: "இராணுவப் பணி". அடுத்த கட்டத்தில் அவனுக்கு வயது இருபத்தைந்து; ஒரு மேலங்கி அணிந்து கொண்டு, கையில் பட்டுத் தொப்பியுடனும், மறுகையில் பூக்கொத்துகளுடனும் காணப்பட்டான்: "மணமகன்". பிறகு அவனுக்குத் தாடி வளர்ந்து, நீண்ட ஆடையும் இளஞ்சிவப்பு உடையும் அணிந்து மஞ்சள்நிற உடையுடன் இருந்த தடித்த பெண் ஒருத்தியை ஒரு கையில் பிடித்துக் கொண்டிருந்தான். முப்பத்தைந்தாவது வயதில் பட்டறை கல் அருகே நின்று மேலே சட்டைக் கைகளைச் சுருட்டிவிட்டவாறு ஒரு சுத்தியலை அடிப்பது போலக் காணப்பட்டான். படிக்கட்டின் உச்சியில் வட்ட வில்லுக்கு ஒரு சிவப்புச் சாய்வு நாற்காலியில் அமர்ந்து தனது மனைவிக்கும் நான்கு குழந்தைகளுக்கும் பத்திரிகை படித்துக் கொண்டிருந்தான். அவனும் அவனுடைய குடும்பத்தினர் அனைவரும் நன்கு தூய்மையான உடையணிந்திருந்தனர். அவர்களுடைய முகங்கள் மகிழ்வாகவும், ஆரோக்கியமாகவும் காணப்பட்டன. அப்போது அவனுக்கு வயது ஐம்பது. அடுத்த படத்தில் இறக்கம் ஆரம்பமானது. மனிதனுடைய தாடியானது இப்போது சாம்பல் நிறமாக இருந்தது, நீண்ட மஞ்சள் நிற உள்சட்டை அணிந்திருந்தான். ஒரு கையில் ஏதோ மீனையும், மறு கையில் ஒரு ஜாடியும் வைத்திருந்தான். இந்தக் கட்டத்தில் தலைப்பு இப்படி இருந்தது: "வீட்டுக் கடமைகள்". தனது பேரக்குழந்தையைக் கவனித்துக்கொள்வதாக மறு படத்தில் காட்டப்பட்டிருந்தது. பிறகு அவன் கையைப் பிடித்துக் கூட்டிச் செல்லப்பட்டான், ஏனெனில் இப்போது அவனுக்கு வயது எண்பது. கடைசிக் கட்டத்தில், தொண்ணூற்றைந்தாவது வயதில், பாதங்கள் சவப்பெட்டியில் இருக்க ஒரு நாற்காலியில் உட்கார்ந்து கொண்டிருந்தான். மரணம், கையில் அரிவாளோடு அவனது நாற்காலிக்குப் பின்னே நின்று கொண்டிருந்தது...

மேசையின் முன்னர் உட்கார்ந்து சமோவாரிலிருந்து தேநீர் பருகும் இந்தப் படத்தைப் பார்ப்பதில் இலியா மகிழ்ச்சியடைந்தான். ஏனெனில் இந்தப் படத்தில் மனிதனுடைய வாழ்க்கை அம்மாதிரி தெளிவாகவும், சுத்தமான கட்டங்களாகவும் பிரிக்கப்பட்டிருந்தது. அப்படம் அமைதியைத் தோற்றுவித்தது. இதில் மனித இனத்தின் போதனைக்காக வாழக்கை புத்திக்கூர்மையாகவும் உண்மையாகவும் சித்திரிக்கப்பட்டிருக்கிறது என்று பார்த்த எல்லாருக்கும் உறுதியளிப்பது போல, அதனது பிரகாசமான வண்ணங்கள் சிரிப்பது போலக் காணப்பட்டன. இலியா அதைக் கூர்ந்து கவனித்த போது தான் விரும்பியதைக் கடைசியில் அடைந்து விட்டதாகவும் இப்போதிலிருந்து அவனுடைய வாழ்க்கை, படத்தில் விளக்கப்பட்ட சுத்தமான மாதிரியில் மேற்கொண்டு செல்ல வேண்டும்

எனவும் நினைத்தான். அவன் மேன்மேலும் ஏறுவான், உச்சியை அடையவும் போதுமான பணத்தைச் சேர்க்கவும் படித்த, அடக்கமுள்ள பெண்ணைத் திருமணம் செய்வான்...

சமோவார் துக்ககரமாக உறுமவும் சீறவும் செய்தது. பலகணிக் குறட்டின் கண்ணாடி வழியாகவும், திரையின் ஊடாகவும் இருண்ட வானத்தின் மங்கலான நட்சத்திரங்கள் இலியாவை உற்றுப்பார்த்தன. நட்சத்திரங்களின் வெளிச்சத்தில் தொல்லைப்படுத்தும் ஏதோ அமைதியற்ற ஒன்று எப்போதும் இருக்கிறது...

சமோவாரில் தண்ணீர் கொதிக்கும் ஒலி படிப்படியாக அடங்கிப் போனது. ஆனால் காதைத் துளைக்கும் மெல்லிய ஒலி இலியாவைத் தொல்லைப்படுத்தியது. கொசுவின் இரைச்சலைப் போல அவனது சிந்தனைகளைக் கெடுக்கவும் குழப்பவும் செய்தது. மேலும் அதற்கு முடிவு கட்ட அவன் விரும்பவில்லை. சமோவாரின் ஓசை இல்லாவிடில் அறை மிகவும் அமைதியாக இருந்திருக்கும்... இங்கே தனது புதிய அறையில் இலியா முற்றிலும் புதுமையான உணர்ச்சிகளை ரசித்தான். இதுவரை அவன் மக்களுக்கு மத்தியில்தான் எப்போதும் வாழ்ந்தான்; மெல்லிய மரச்சுவர்களால் மட்டுமே அவர்களிடமிருந்து அவன் பிரிக்கப்பட்டிருந்தான்; இப்போது கற்சுவர்களால் சூழப்பட்டிருந்தான், மறுபுறத்தில் அவன் மக்கள் இருப்பதையே உணரவில்லை.

“ஒரு மனிதன் ஏன் சாக வேண்டும்?” நல்ல நிலையின் உச்சத்திலிருந்து கல்லறைக்குள்ளாக ஒரு மனிதன் இறங்குவதைப் பார்த்தபோது அவன் தனக்குத்தானே திடீரென்று கேட்டுக்கொண்டான். யாக்கவ் எப்போதுமே சாவைப்பற்றிச் சிந்தித்துக் கொண்டிருப்பதை நினைத்து பார்த்து, அவனுடைய வார்த்தைகளை எண்ணிப் பார்த்தான்: “செத்தால் எவ்வளவு நன்றாக இருக்கும்...”

வெறுப்புடன் அந்த நினைவை அகற்றினான் இலியா. “பாவெலும் வேராவும் எப்படி வாழக்கை நடத்திக் கொண்டிருக்கிறார்கள்?” என்ற தேவையில்லாதக் கேள்வி அவன் மனத்தில் எழுகிறது.

ஒரு வண்டியோட்டி தெருவில் தனது வண்டியை ஓட்டிக் கொண்டு சென்றான். சக்கரங்கள் கூழாங்கற்கள் பாவப்பட்ட தரை மீது ஓடியதால் சன்னல் சட்டங்கள் அதிரிட்டன, விளக்குகள் ஆடின. பிறகு கடையிலிருந்து ஏதோ விசித்திரமான ஓசைகள் வந்தன... காவ்ரிக் தனது தூக்கத்தில் முணுமுணுத்துக் கொண்டிருந்தான். அறையின் மூலையில் ஆழ்ந்த இருள் அலைவது போலக் காணப்பட்டது. மேசை மீது முழங்கைகளை வைத்தவாறு இலியா உட்கார்ந்திருந்தான். கைகளில் தலையை வைத்தவாறு படத்தை ஆழ்ந்து பார்த்துக் கொண்டிருந்தான். கடவுளுக்கு அடுத்து உயர்ந்த ரோமம் கொண்ட சிங்கம் ஒன்று நிற்க,

பாதங்களுக்குக் கீழே தரையில் ஓர் ஆமை ஊர்ந்து கொண்டிருக்க, ஆமைக்கு அருகே ஒரு தகசு வருகிறது, தேரை குதிக்கிறது, அவற்றிற்கு மேலாக அறிவு மரம் எண்ணற்ற ரத்தச் சிவப்பு நிற மலர்களால் மூடப்பட்டிருந்தது. சவப்பெட்டியில் பாதங்களை வைத்தபடி இருந்த கிழவன் பலுயேக்தவை ஒத்திருந்தான்-மெலிந்தும் வழுக்கைத் தலையுடனும் ஒல்லியான கழுத்துடனும்... பலமான காலடியோசை தெருவிலிருந்து வந்தது, அங்கே யாரோ மெதுவாகப் போய்க் கொண்டிருந்தார்கள். சமோவார் அணைந்து போய்விட, இப்போது அறை முற்றிலும் அமைதியானதாகிப் போய், காற்று அசைவற்று இருந்தது...

லேவாதேவிக்காரனைப் பற்றிய நினைவுகள் இலியாவை அலைக்கழிக்கவில்லை. உண்மையில் எந்தச் சிந்தனைகளும் அவனைக் குழப்பவில்லை. நிலவைச் சுற்றி மேகம் இருப்பது போல அவை தாங்களாகவே மெதுவாகவும் மென்மையாகவும் சுற்றிக் கொண்டன. "மனித வாழ்க்கையின் கட்டங்களை" அவை மங்கச் செய்து; படத்தில் ஏதோ புள்ளிகள் தோன்றச் செய்தன. பலுயேக்தவ் கொலையின் ஒவ்வொரு நினைவைத் தொடர்ந்தும் இந்த உலகத்தில் ஏதாவது நியாயம் இருக்கத்தான் வேண்டும் என்றும் அதன்படி ஒரு மனிதன் தனது பாவத்துக்கு இப்போதோ பிறகோ நிச்சயமாகத் தண்டிக்கப்பட்டாக வேண்டும் என்றும் அமைதியான சிந்தனை ஏற்பட்டது. இந்தச் சிந்தனைகள் அவனது மனத்திற்குள்ளாக ஓடியபோது, குறிப்பாக இருளாகவும் அமைதியாகவும் இருந்த அறையின் மூலைக்குள்ளாக வேண்டுமென்றே கூர்ந்து நோக்கினான், அங்கே இருள் குறிப்பிட்ட வடிவத்தை அடைவது போலக் காணப்பட்டது... கடைசியில் தனது ஆடைகளைக் களைந்துவிட்டு படுக்கையில் ஏறி, விளக்கை அணைத்தான் இலியா. அதை அவன் உடனடியாகச் செய்யவில்லை; முதலில் திரியை மேலுங்கீழும் நகர்த்தி, விளக்கைத் தூண்டி எரியுமாறு செய்து பிறகு அணைத்தான். இருள் படுக்கை மீது பாயவும் எல்லாப் பக்கங்களினின்றும் தானாகவே விரையவும், திரும்பவும் மூலைகளுக்கே விரைந்து போகவும் செய்தது. அசைவற்றுப் படுத்தவாறு தன்னைச் சூழ்வது போலப் பயமுறுத்திய கண்ணுக்குப் புலப்படாத கருப்பு அலைகளைக் கவனித்துக் கொண்டிருந்தான். சற்று நேரத்திற்கு இந்த விளையாட்டை ஆடினான். அவற்றில் சிலவற்றைப் பிடிப்பது போன்ற நம்பிக்கையுடன் இருளுக்குள்ளாக கண்களை அகல விரித்துப் பார்த்தான்... விளையாட்டில் அவன் களைப்படைந்த போது, திரியைக் கடைசியாகத் திருகி விளக்கை அணைத்தான். கணநேரத்திற்கு அறை முழுக்கவும் இருளுக்குள்ளாக மூழ்கியது. விளக்குடனான இந்தப் போராட்டத்திற்குப் பிறகு சமநிலையை எய்தாது ஆடுவது போலக்

காணப்பட்டது. பிறகு இருளினின்றும் சன்னலை விட்டு நீலநிற கறை வெளிப்பட்டது. நிலவு ஒளி இருந்திருந்தால், சன்னலில் கிராதியின் நிழலால் கோடு வரையப்பட்டிருக்கும். மூச்சுவிடுவது கூட அறையை நடுங்கச் செய்யப் போதுமானதாக அந்தளவு அமைதி நிலவியது. போர்வையால் தன்னை இறுக்கமாக மூடிக்கொண்ட இலியா, கழுத்தை மறைத்து முகத்தை மூடாதபடி தூக்கம் வரும்வரை இருளுக்குள்ளாகக் கருத்தூன்றிப் பார்த்தான். காலையில் எழுந்த போது உற்சாகமாகவும் அமைதியாகவும் காணப்பட்டான். இரவின் முட்டாள்தனமான அச்சங்களை நினைத்துப் பார்த்த போது அநேகமாக நாணிப்போனான். காவ்ரிக்குடன் தேநீர் பருகி விட்டு கடையைப் பார்வையிடச் செல்வான். ஒவ்வொரு முறையும் அதை முதல் முறையாகப் பார்ப்பது போலப் பார்த்தான்.

வேலை முடித்து வீடு திரும்பும்போது எப்போதாவது அவனைப் பார்ப்பதற்காக பாவெல் உள்ளே வருவான். அவனது முகம் ஒட்டடையால் கருத்தும் அவனுடைய சட்டை பற்றாசுக் கோலால் கருக்கப்பட்டு அழுக்காகவும் பசையாகவும் இருக்கும். திரும்பவும் அவன் நீர் விநியோகக்காரனுக்காக வேலை செய்து கொண்டிருந்தான். வழக்கமாக நவச்சார டப்பா, ஈயக் குழாய்கள், பற்றவைப்புக் குறடு ஆகியவற்றை எடுத்து வருவான். வீடு திரும்ப எப்போதுமே அவசரப்பட்டான். சிறிது நேரம் தங்கிப் போகுமாறு இலியா அவனை வலியுறுத்தினால், குழப்பமான முறுவலிப்புடன் கூறுவான்:

“என்னால முடியாது! வீட்டில் எனக்காக ஒரு எரிப் பறவை காத்துக்கிட்டிருக்கு, கூண்டும் அவ்வளவு பலமானது இல்லே. காலையிலிருந்து ராத்திரி வரை தன்னந்தனியா அவள் வீட்டிலே உட்கார்ந்திருக்கும் போது அவ மண்டைக்குள்ளே என்ன சிந்தனைகள் நுழையும்னு யாருக்குத் தெரியும்? இப்ப அவ சோர்வான வா”கை வாழ்ந்துக்கிட்டிருக்கா... அது எனக்கு மிக நல்லாத் தெரியும். எங்களுக்கு ஒரு குழந்தை இருந்திருந்தால்...”

ஆழ்ந்த பெருமூச்சு விடுவான் அவன். ஒருநாள் அவன் சோர்வாகச் சொன்னான்:

“என் தோட்டத்து மேலே எல்லாத் தண்ணீரையும் ஊத்திட்டேன். நான் அதை ஊறப் போட்டா என்ன?”

மற்றொரு சந்தர்ப்பத்தில் அவன் இன்னமும் கவிதை எழுதிக் கொண்டிருக்கிறானா என்று இலியா கேட்டான். “என் விரலாலே வானத்தில் எழுதுறேன்...” என்று கசப்பான சிரிப்புடன் சொன்னான். “அவை நாசமாப் போக! மரக்கட்டைச் செருப்புகளோட விருந்து மேசைமுன் உட்கார நாம் யார்?.. இந்த முறை நிச்சயமாக நான்

மூர்க்கத்தனமா ஓடினேன், நண்பா. உற்சாகம் இம்மியும் இல்லே - துளி கிடையாது! நான் செய்யுறதெல்லாம் அவளைப் பற்றி நினைக்கிறது தான்... ஒரு குழாயைப் பற்ற வைக்க ஆரம்பித்ததும், அவளைப் பற்றிய சிந்தனை நவச்சாரம் போல என் உடம்பு பூரா ஓடும்... அதுதான் உன்னோட கவிதை... ஹா, ஹா! உண்மை, ஏதாவது ஒரு விஷயத்தில் மனிதன் முழு மனசோடு ஈடுபடணும்னு சொல்றாங்க... ஆமாம், அவளுக்குக் கஷ்டமான நேரம்..."

"உனக்கு?" வினவினான் இலியா.

"அதனால எனக்கும்கூட கஷ்டந்தான்... ஆனா மகிழ்ச்சியான வாழ்க்கைக்கு அவ பழகிப் போயிட்டா... அது இன்னும் மோசமாக்குது! பணத்தைப் பற்றிக் கனவு காண்கிறாள். "கொஞ்சப் பணம் மட்டும் இருந்தால் எல்லாமே வித்தியாசமாக இருக்கும்"னு சொல்றா... "நான் ஒரு முட் டாள், யாராவது பணக்கார வியாபாரியைக் கொள்ளையடித்திருக்க வேண்டும்..." என்கிறாள். எல்லாவகையான முட்டாள்தனங்களைப் பற்றியும் சொல்றா. அது என் மீதுள்ள பரிதாபத்தால் என்று எனக்குத் தெரியும்... அவளுக்குக் கஷ்டமான நேரம்"

திடீரென்று ஆர்வத்தால் உந்தப்பட்ட அவன், திரும்பி விரைந்து போனான்.

கந்தையுடன், அரை நிர்வாணமான செம்மான் தான் எப்போதும் விடாத அக்கார்டியனை கைக்கு இடையில் வைத்துக்கொண்டு இலியாவைப் பார்க்க அடிக்கடி வந்தான். யாக்கவ் பற்றியும், பெத்ரூகாவினுடைய வீட்டில் என்ன நடைபெறுகிறது என்பதை பற்றியும் இலியாவிடம் சொன்னான். மெலிந்த, அழுக்கான உருக்குலைந்துப் போன அவன் கடையின் கதவுப் பக்கமாக நின்று முகத்தில் புன்னகையுடன் தனது சொந்தப் பழமொழிகளை இலியாவிடம் கூறுவான். "பெத்ரூகா கலியாணம் செய்துகிட்டான். அவனோட மனைவி பீட்ரூட் மாதிரி, அவனோட வளர்ப்பு மகன் ஒரு முள்ளங்கி மாதிரி! சமையலறை முழுதும் தோட்டந்தான், சத்தியமாக! அவனது மனைவி குட்டையானவ, தடிச்சவ, சிவந்த மூஞ்சி, அவளுக்கு மூணு தாடை உண்டு, ஆனா ஒரே ஒரு வாய்தான். கண்ணோ சினைப் பன்னி மாதிரி - சிறிசு, தரையைத் தவிர உயரமா எதையும் பார்க்காது. அவளோட மகன் உயரமா மெலிந்தவன், மஞ்சள் நிறம், கண்ணாடி போட்டிருக்கான். பிரபு! அவனோட பெயர் சாவ்வா. மூக்கு வழியாப் பேசுறான். அவனது அம்மாகிட்ட நிற்கிற போது சுத்தமான சாது, ஆனா அவள் இல்லாத போது ஒரே வாயாடி... அருமையான கூட்டாளி என்றுதான் நான் சொல்லணும்! யாக்கவ்? பயந்துபோன கரப்பான் பூச்சி துவாரத்திற்குள்ளாக நுழையத் தயாராக இருப்பது மாதிரி காணப்படுறான். அந்த ஆக்கங்கெட்டவன் குடித்துவிட்டு பயங்கரமாக

இருமுகிறான். நல்லதுக்காகத்தான் அவனோட அப்பா அவனுடைய கல்லீரல்களை ஒழுங்கா வைக்கலே என்பது தெளிவாத் தெரியுது! அவனோட அப்பாவும் சின்னம்மாவும் அவனை உயிரோடு சாப்பிட்டுக் கொண்டிருக்காங்க. அவன் நல்லா வெந்த சிவப்பு முள்ளாங்கி மாதிரி-அவனை அவர்கள் சாப்பிட்டு விட முடியும். உன் சித்தப்பா கீவிலிருந்து எங்களுக்குக் கடிதம் எழுதியிருக்கார்... இந்தப் பயணம் அவனுக்கு என்ன லாபத்தைத் தரப் போகிறதென்று எனக்குத் தெரியலே கூனன் சொர்க்கத்துக்குள்ளே நுழைய அனுமதிக்கப்படுறது இல்லே!.. மதித்ஸாவால் இதுக்கு மேலே நடக்க முடியாது; வண்டியில் சவாரி போறா. ஒரு குருடனை அதோட கட்டிப் போட்டு, ஒரு குதிரை மாதிரி அவனை ஓட்டுறா. எப்பவுமே பார்க்காத வேடிக்கையான காட்சி! ஆனா தங்களோட வயிற்றுப்பாட்டை எப்படியோ சமாளித்துக்கொள்றாங்க. நல்ல மனசுள்ள துடுக்குக்காரப் பெண், அவளைப் பற்றி அவ்வளவுதான் நான் சொல்றேன்! அந்த மாதிரி குறிப்பிடத்தக்க ஒருத்தி எனக்கு மனைவியா வாய்க்காம இருந்தா, நிச்சயமா நான் மதித்ஸாவைக் கலியாணம் செய்திருப்பேன்! நேரடியா உன்னிடம் சொல்றேன்: உண்மையாக, நல்ல இதயத்தோட இந்த உலகத்தில் உள்ள பெண்கள் இரண்டே இரண்டு பேருதான்: என் மனைவியும் மதித்ஸாவும்... ஓ, அவ குடிப்பான்னு எனக்குத் தெரியும், மதித்ஸாவும், ஆனா எல்லா நல்லவுங்களும் குடிக்கத்தான் செய்யுறாங்க..."

"மாஷா எப்படி?" என்றான் இலியா.

மாஷாவைக் குறிப்பிட்டதும் இலையுதிர் காற்று மரங்களிலுள்ள இலைகளைத் துரத்துவது போலச் செம்மானுடைய பேச்சில் இருந்த கிண்டலும், அவனது முகத்திலிருந்த புன்முறுவலும் அடித்துச் செல்லப்பட்டன. அவனது மஞ்சள் முகம் உடனடியாக நீண்டு போனது.

"அவளைப் பற்றி எதுவுமே எனக்குத் தெரியாது..." குழப்பமானதும் அமைதியானதுமான குரலில் சொன்னான். 'அந்த வீட்டைத் தாண்டிப் போனால் கூட அவளோட எலும்பை முறிக்கிறதா!..' ஹ்ரெனோவ் என்னை எச்சரிக்கை செய்தான். கேளுங்க, இலியா, அரை பைன்ட் அல்லது கிளாஸ் நிறையக் குடிக்க அன்போடு உதவக் கேட்டுக்கிறேன்!.."

"நீ அழிவாய், பெர்ஃபீஷ்கா," என்று இலியா அனுதாபத்தோடு சொன்னான்.

"கடைசியாகவும் நிரந்தரமாகவும் இழந்துட்டேன்," என்று அமைதியாக ஒப்புக்கொண்டான் செம்மான். "ஆனா நான் போன பிறகு ஏராளமான சனங்க எனக்காக வருத்தப்படுவாங்க, ஏன்னா நான் எப்பவுமே மகிழ்ச்சியான ஆளாகவும், சனங்களைச் சிரிக்க

வைக்கிறவனாகவும் இருக்கிறேன்! அவுங்க எப்பவுமே முனகிக்கிட்டும் புலம்பிக்கிட்டும் இருக்காங்க. நானோ அவுங்களைச் சிரிக்க வைக்க பாட்டுப் பாடுறேன். ஒரு கோபெக் பாவத்துக்காகவும் ஒரு நூறு ரூபிள் பாவத்துக்காகவும் நாம எல்லாருமே ஒரே இடத்திலதான் சேருவோம். நம்ம எல்லாரையும் பேய் ஒண்ணு போலத்தான் சித்திரவதை செய்யும்... ஒரு மகிழ்ச்சியான ஆசாமியும் மற்ற எல்லாரையும் போல வாழ்க்கையைச் சுவைத்துப் பார்க்க வேண்டியிருக்கு...''

கண்ணைச் சிமிட்டிச் சிரித்துவிட்டு வயதானதும் சிறகு பிடுங்கப்பட்ட சேவல் போலவும் அவன் வெளியேறினான். அவன் போவதைக் கவனித்த இலியா புன்னகை செய்து கொண்டு தலையை அலைத்தான். பெர்ஃபீஷ்காவுக்காக அவன் இரக்கப்பட்டான், ஆனால் அதற்குத் தேவையில்லை என்பது அவனுக்குத் தெரியும், பரிவு அவனது மன அமைதியைக் குலைத்தது. கடந்தவை அவனுக்கு இன்னும் அதிகத் தொலைவில் இல்லை, அதனை நினைவுபடுத்தும் ஒவ்வொன்றும் அவனைக் கவலைக்குள்ளாக்கியது. களைப்புற்ற ஒருவன் கடைசியில் தங்கி அருமையான தூக்கத்தில் இருக்கும் போது தொந்தரவு செய்கின்ற ஈக்களால் தொடர்ச்சியாக உசுப்பப்படுவது போல அவன் இருந்தான். பாவெலிடம் பேசுகிற போது அல்லது பெர்ஃபீஷ்கா சொல்வதைக் கேட்கிற போது அவன் புன்முறுவல் செய்து பரிவுடன் தனது தலையை ஆட்டுவான். எவ்வளவு சீக்கிரமாக அவர்கள் போவார்கள் என்று காத்துக் கொண்டிருந்தான். சில நேரங்களில் பாவெல் அவனுக்குச் சொன்ன விஷயங்கள் கவலையையும் சங்கடத்தையும் ஏற்படுத்தின. பிறகு தனக்குப் பணம் கொடுக்குமாறு நச்சரிப்பான்.

''நான் உனக்கு இன்னும் எப்படி உதவ முடியும்?..'' தனது தோளைக் குலுக்கியவாறு கூறுவான். ''நீ வேராவைக் கைகழுவி ஆகணும்னு நினைக்கிறேன்...''

''என்னால முடியாது,'' என்று பாவெல் மெதுவாகச் சொல்வான். ''உனக்கு எது தேவை இல்லையோ அதை மட்டுந்தான் கைகழுவ முடியும். ஆனா அவ எனக்குத் தேவை... அவளை எங்கிட்டே இருந்து எடுத்துக்கிற அவுங்க முயற்சி செய்யுறாங்க, அதுதான் விஷயம்... ஒருவேளை என்னோட இதயம் அவளைக் காதலிக்காம இருக்கலாம், என்னோட வெறுப்பும் கோபமுந்தான் காதலிக்குது. என்னிடமிருக்கும் எல்லா இன்பங்களும் அவ தான். அவளை நான் விட்டு விடுறதா? எனக்கு என்ன எஞ்சி இருக்கும்?.. அவளை என்னால விட முடியாது, முடியவே முடியாது! அவளை நான் முதல்லே கொல்லுவேன்.''

அவனது மெலிந்த முகத்தை விட்டு சிவப்புப் பருக்கள் வெடித்தன, தனது முட்டியை நெறித்தான்.

“அவள் மேலே கண்ணாய் இருக்கிற யாரையாவது பார்த்தியா?” வினவினான் இலியா.

“இல்லே...”

“பிறகு எதுக்காக அவளை உன்னிடமிருந்து எடுத்துச் செல்ல முயற்சி செய்யுறாங்கன்னு சொல்றே?”

“ஆனா அவளை என்னிடமிருந்து பிரிக்கிற ஒரு சக்தி உண்டு... ஓ, பிசாசே! ஒரு பெண்ணால என் அப்பா நாசமாப்போனாரு, நானுங்கூட அப்படிப் போவேன்னு தெரியுது...”

“உனக்கு நான் உதவி செய்ய எதுவுமே இல்லே!” என்றான் இலியா, இந்த அங்கீகாரம் ஓரளவு ஆறுதலைக் கொடுத்தது. பெர்ஃபீஷ்காவை விட பாவெலுக்காகப் பெரிதும் வருத்தப்பட்டான். பாவெலுக்குக் கோபம் ஏற்பட்ட போது இவனுக்கும் யார் மீதோ கோபம் ஏற்பட்டது. ஆனால் பாவெலுடைய உயிருக்கு அடியும் உதையும் கொடுக்கிற எதிரியைக் காண முடியவில்லை; அவன் கண்ணுக்குத் தெரியாத எதிரியாக இருந்தான். தனது கடுங்கோபமும் அதேபோல இரக்கமும் அதேபோல மக்கள் பால் கொண்ட உணர்வுகளும் தேவையில்லை என்று இலியா திரும்பவும் உணர்ந்தான். அத்தகைய உணர்வுகள் எல்லாம் பயனற்றவை, தேவையற்றவை என எண்ணினான்.

“உன்னால எனக்கு உதவ முடியாதுன்னு எனக்குத் தெரியும்...” என்று முகஞ்சுளித்தவாறு சொல்வான் பாவெல்.

பிறகு இறுதியாக, உட்கருத்து தொனிக்குமாறு தொடர்வான்:

“இதோ, இந்தச் சிறிய வசதியான மூலையில் நீயாகவே இருந்துக்கிட்டே, இங்கு அமைதியா உட்கார்ந்திருக்கே... ஆனா என் வார்த்தையைக் குறிச்சுக்கோ: உன்னை வெளியேற்றுவது பற்றி சிந்தித்தவாறு இரவெல்லாம் கண் விழித்துக்கொண்டு யாரோ படுத்திருக்காங்க... அவர்கள் அதை நிச்சயமாச் செய்வாங்க! அல்லது நீயாகவே அதை விட்டு விடுவே...”

“ஓ, நான் விடமாட்டேன்!” சிரித்தவாறு சொன்னான் இலியா.

ஆனால் பாவெல் பிடிவாதமாக இருந்தான்.

“நீ விட்டுவிடப்படுவே,” தன் நண்பனுடைய முகத்திற்குள்ளாகக் கூர்மையாக உற்றுப்பார்த்துக் கொண்டு வலியுறுத்திச் சொல்வான். “இருட்டு மூலையில் அமைதியா உட்கார்ந்துக்கிட்டு உன் வாழ்க்கையைச் செலவழிக்கிறது உன் வசம் இல்லே. ஒண்ணு குடிப்பாய், அல்லது ஓட்டாண்டியாகப் போவாய்... ஏதாவது நிச்சயமா உனக்கு நடக்கும்...”

“ஆனா ஏன்?” என்று வியப்புற்றான் இலியா.

“அது அப்படித்தான். அமைதியான வாழ்க்கை உனக்குக் கிடைக்காது... நீ நல்ல மாதிரியானவன், நல்ல இதயம் உண்டு... இந்த மாதிரி கொஞ் சப் பேர் இருக்காங்க, வாழ்க்கை பூரா நலமா இருக்காங்க, அவர்கள் நலமில்லாமப் போறதே இல்லே, பிறகு திடீரென்று போயிடுறாங்க!”

“என்ன சொல்றே, போயிடுறாங்களா?”

“செத்துப் போறாங்க...”

இலியா சிரித்துவிட்டு, பலமான உடலை நீட்டி சோம்பல் முறித்தான். அவன் இழுத்த மூச்சில் காற்று நெஞ்சு முழுக்க நிறைந்தது.

“இதெல்லாம் பதற்றம்!” என்றான்.

“ஆனால் அன்று மாலை சமோவாருக்கு அருகே அவன் அமர்ந்த போது பாவெலுடைய வார்த்தைகள் திரும்ப அவனது நினைவுக்கு வந்தன. தத்யானாவுடனான தனது வியாபார உறவுகள் பற்றிய சிந்தனையில் ஆழ்ந்தான். தனது சொந்தக் கடையைத் திறக்கும் வாய்ப்புக்காக அந்தளவு நன்றிக்கடன் பட்டு, அவளது எல்லா நிபந்தனைகளையும் ஏற்றுக்கொண்டான். வியாபாரத்தில் அவள் முதலீடு செய்ததைக் காட்டிலும் தான் செய்திருந்தும் அவளது கூட்டாளி என்பதை விட வெறும் முகவராக மட்டுமே இருந்தான் என்பதை இப்போது திடீரென்று உணர்ந்தான். இந்தக் கண்டுபிடிப்பு அவனைச் சீற்றம் கொள்ளச் செய்தது.

“ஆக, நீ என்னை அந்தளவு இறுக்கமாகத் தழுவ, நான் கவனிக்காதவாறு எனது பைக்குள்ளாக உனது கையை நழுவவிட முடியும்?” கற்பனையில் அவளிடம் கூறினான். மேலும் தனது கடைசி ரூபிளைக் கொடுத்து கடையில் அவளுடைய பங்கை வாங்கிக்கொண்டு, அவளுடனான உறவுகளைத் துண்டித்துக் கொள்வதென்று அப்போதே தீர்மானித்தான். இந்த முடிவை எடுக்க அவனுக்கு எந்தச் சிரமமும் இல்லை. அவர்களுடைய உறவு விரும்பத்தக்கதன்று என்று சில நேரம் உணர்ந்தான். சமீப காலத்தில் அது எரிச்சல் மூட்டுவதாகவும் மாறி-விட்டது. அவளது தழுவல்களுக்கு ஆளாக அவனால் முடியவில்லை, ஒருமுறை நேரடியாகவே அவளிடம் சொன்னான்:

“நீ ஒரு வெட்கங்கெட்ட பெண், தத்யானா...” பதிலுக்குச் சிரிக்க மட்டுமே செய்தாள். அவளது வட்டத்தைச் சேர்ந்த மக்களைப் பற்றிய வதந்திகளை அவள் இன்னமும் அவனிடம் சொன்னாள். ஒருநாள் இலியா குறிப்பிட்டான்:

“நீ சொல்றது உண்மை என்றால், பிறகு உன் வட்டத்து மக்களோட மரியாதைக்குரிய வாழ்க்கை ஒரு குண்டூசி மதிப்புப் பெறாது!”

“ஏன் இல்லை? அது வேடிக்கை!” தனது அழகிய தோள்களை நிமிர்த்தியவாறு சொன்னாள்.

"என்ன பெரும் வேடிக்கை! நாள் பூராவும் ஒரே பேராசையும், இரவு பூராவும் ஒரே காமவெறியும் விபசாரமும்..."

"என்ன அப்பாவி நீ!" சிரித்தவாறு கூவினாள்.

திரும்பவும், அவர்களுடைய தூய்மையான, வசதியான, நடுத்தர வாழ்க்கை பற்றி அவனிடம் அவள் சொன்ன போது, அதனுடைய எல்லாவிதமான கொடுமையையும் அசுத்தத்தையும் கண்டுபிடித்தான்.

"அது சரியின்னு நீ நினைக்கிறியா?" வினவினான் இலியா.

" நீ எவ்வளவு வேடிக்கையானவன்! அது சரியின்னு நான் சொன்னேனா? ஆனா அது இல்லாம இருந்தா வாழ்க்கை சலிப்பா இருக்கும்!"

சில நேரங்களில் அவனைத் திருத்த முயன்றாள்:

"அந்த காலிகோ சட்டைகளை அணியுறதை நீ நிறுத்த இதுதான் நேரம்; மரியாதைக்குரிய கனவான்கள் லினன் அணியுறாங்க... எப்படிப் பேசுறது என்பதை தயவுசெய்து கேட்டு அது மாதிரி செய்யப் பழகிக்க. "இல்லே", "அது மாதிரி", "அவன் செய்தாகணும்" என்றெல்லாம் நீ பேசக் கூடாது. குடியானவர்கள்தான் அதுபோலப் பேசுவாங்க, நீ இப்போ ஒண்ணும் குடியானவன் இல்லே."

சாதாரணக் குடியானவனான அவனுக்கும் படித்த பெண்ணாகிய அவளுக்கும் இடையிலான வேறுபாட்டை பன்னிப் பன்னிப் பேசத் தொடங்கினாள். அடிக்கடி அவள் சொன்ன விஷயங்கள் அவனைப் புண்படுத்தின. ஒலிம்பியாதாவுடன் வாழ்ந்த போது அவளுடன் நெருக்கமான நட்புறவை உணர்ந்தான். அதை இந்த தத்யானாவுடன் ஒருபோதும் அவன் உணரவில்லை. இவள் ஒலிம்பியாதாவைக் காட்டிலும் அதிகக் கவர்ச்சியுடன் இருப்பதைக் கண்டான், ஆனால் அவளிடம் வைத்திருந்த எல்லா மரியாதையும் போய்விட்டது. அவ்தனோமவ் தம்பதியருடன் வாழ்ந்து கொண்டிருந்த போது, படுக்கைக்குச் செல்லும் முன்பாகத் தனது வேண்டுகோளின் போது சில நேரங்களில் தத்யானா ஆண்டவனிடம் வழிபடுவதை அவன் முன்னதாகவும் கேட்டிருக்கிறான்:

"பரலோகத்தில் இருக்கும் எங்கள் பிதாவே..." அவசரமான முணுமுணுப்பு தடுப்பின் மறுபுறத்திலிருந்து வந்தது. "எங்களுடைய இன்றைய உணவை இன்று தாரும்..." கீரிக்! எழுந்து சமையலறைக் கதவைச் சாத்துங்க. என் பாதங்களில் வீசுகிறது..."

"வெறுந்தரையில் எதுக்கு முழங்காலிடுகிறாய்?" என்று தூக்கக் கலக்கத்தோடு கீரிக் கேட்டான்.

"குறுக்கிட வேணாம்!.."

திரும்பவும் இலியா அவசரமான, கவலைப்படுகிற கிசுகிசுப்பைச் செவியுற்றான். "உமது ஊழியர்களாகிய விளாஸ், நிக்கலாய், சன்னியாசி மர்தாரி... யெவ்தக்கீயா, மரீயா ஆகியோரின் ஆன்மாக்களுக்கு சாந்தியைத் தாரும், உமது ஆசிர்வாதங்களை தத்யானா, கீரிக், செராஃபீமா..."

தனது தொழுகையின் போது அவள் அவசரப்பட்ட முறை இலியாவுக்குப் பிடிக்கவில்லை. பழக்கத்தின் கட்டாயத்தால் அவள் வேண்டினாளே தவிர, அதன் தேவையை அவள் உணர்ந்தாள் என்பதல்ல காரணம்.

"நீ ஆண்டவனை நம்புறியா, தத்யானா?" என்று அவளிடம் ஒருமுறை கேட்டான்.

"என்ன கேள்வி!" வியப்பில் கூவினாள். "உண்மையில் நான் நம்புறேன்! எதுக்காகக் கேட்கிறே?"

"சும்மா தான்... நீ எப்பவுமே அவரிடமிருந்து தப்ப ஆர்வமாக இருப்பது போலத் தோணுது..." என்றான் இலியா புன்னகையுடன்.

"ஒரு விஷயம், அந்த வார்த்தையை மிகவும் என்று உச்சரிக்க வேண்டும், எப்பவும் என்று கூடாது! மற்றொன்று நாள்தோறும் அந்தளவு நான் களைப்பா இருப்பதுனாலே நான் சற்று அவசரப்பட்டாலும் ஆண்டவனால என்னை மன்னிக்காமல் இருக்க முடியாது..."

தனது கண்களை உருட்டி, பயபக்தியோடு மேலும் தொடர்ந்தாள்:

"அவர் கருணையுள்ளவர். எல்லாத்தையும் மன்னித்து விடுகிறார்..."

"இந்த ஒரே காரணத்திற்காகத்தான் ஆண்டவன் உங்களுக்குத் தேவை: உங்கள் பாவங்களை மன்னிக்க யாராவது ஒருவர் வேண்டும்," என்று குரோதமாக இலியா சிந்தித்தான். ஒலிம்பியாதா எப்போதுமே அமைதியாக, நீண்ட நேரத்திற்கு, உருவச்சிலைக்கு முன்னால் தலை குனிந்தவாறு முழங்காலிட்டு அமர்ந்து கல்போல அசைவற்று தொழுதது அவனது நினைவுக்கு வந்தது... அந்நேரங்களில் அவளுடைய முகம் பயபக்திமிக்க கண்டிப்பான தோற்றத்தைக் கொண்டிருந்தது.

வியாபாரத்தில் தத்யானா தன்னிடமிருந்து ஆதாயம் அடைந்து விட்டதை இலியா உணர்ந்த போது, அவள் மீது அநேகமாக வெறுப்பை வளர்த்துக்கொண்டான்.

"அவள் அந்நியளாக இருந்தால் அதை நான் எதிர்பார்த்திருக்க முடியும்!" என்று நினைத்தான். "ஒவ்வொருவரும் மற்றவரிடமிருந்து சிறந்ததைப் பெற முயல்கிறார்கள்... ஆனால் அவள் ஒருவிதத்தில்... என் மனைவியைப் போல... என்னை முத்தமிடுகிறாள், என்னுடன் வாழ்கிறாள்... பூனை போல வஞ்சகமானவள்! விபச்சாரிகள் மட்டுமே இப்படிச் செய்றாங்க... அதிலும் எல்லாரும் இல்லே..." அவளுடனான

அவனது நடத்தை அலட்சியமானதாகவும் நம்பிக்கையற்றதாகவும் மாறியது. அவளைச் சந்திக்காமல் இருப்பதற்கான சாக்குப்போக்குகளைக் கண்டுபிடித்தான். இச்சமயத்தில் காவ்ரிக்குடைய வேறொரு அக்காள் தோன்றினாள். தன் தம்பியைப் பார்ப்பதற்காக சில நேரங்களில் அவள் கடைக்கு வந்தாள். அவள் உயரமாகவும் நேர்த்தியாகவும் இருந்தாள். ஆனால் அழகாக இல்லை; அவளுக்குப் பத்தொன்பது வயது என்று காவ்ரிக் சொன்னான், ஆனால் அதைவிட வயதானவளாகக் காணப்பட்டதாக இலியா நினைத்தான். அவளுடைய முகம் நீண்டும், மெலிந்தும், நோய்வாய்ப்பட்ட தோற்றத்துடனும் இருந்தது. அவளது உயர்ந்த நெற்றியின் குறுக்காக மெல்லிய கோடுகள் விழுந்திருந்தன. அவளது மேல்தூக்கிய மூக்கின் பெரிய நாசித் துவாரங்கள் கோபத்தால் விரிந்திருப்பது போலக் காணப்பட்டது. அவளது மெல்லிய உதடுகள் எப்போதுமே இறுக்கமாக மூடியிருந்தன. தெளிவான உச்சரிப்புடன் பேசினாள், ஆனால் நிறுத்தி நிறுத்தி அலட்சியமாகப் பேசினாள். அவளது நடை விரைவாக இருந்தது, தலையை நிமிர்த்தி நடந்தாள் -அவளது ஆடம்பரமில்லாத முகத்தைக் காட்டுவது போல அது இருந்தது. ஆனால் ஒருவகையில் அவளது நீண்ட கனமான கருத்த சடை அவளது தலையைப் பின்னுக்கு இழுத்திருக்கலாம்... அவளது பெரிய கருத்த கண்கள் கண்டிப்பாகவும் கடுமையாகவும் காணப்பட்டன. மொத்தத்தில் அவளது தோற்றம் உயரமான உருவத்திற்கு வளைந்து கொடுக்காத பெருமையை தந்தது. அவளது முன்னிலையில் இலியா கூச்சப்பட்டான்; அவள் கர்வமுள்ளவள் என்று நினைத்தான்; அவள் மரியாதையை ஏற்படுத்தினாள். அவள் கடைக்குள்ளாக வந்த போதெல்லாம் அவளுக்கு இருக்கை வழங்கி, உட்காரும்படி அழைத்தான்.

"உங்களுக்கு நன்றி!" சிறு தலையசைப்புடன் கூறுவாள். அவள் அங்கே உட்கார்ந்திருக்கும் போது அவளது முகம் (அவன் அறிந்த மற்ற எல்லாப் பெண்களுடைய முகங்களினின்றும் அவளது அந்தளவு வேறுபட்டிருந்தது), அவளது பழுப்பு நிற உடை, தையல்போட்ட காலணி, மஞ்சள் நிற வைக்கோல் தொப்பி ஆகியனவற்றை இலியா ரகசியமாகக் கூர்ந்து நோக்கினான். தன் தம்பியுடன் உட்கார்ந்து அவள் பேசிய போது, வலக்கரத்தின் நீளமான விரல்களால் தனது முழங்காலின் மீது ஓசையற்ற தொனியில் படபடப்புடன் அடித்தாள். இடக்கையால் தோல்வாரினால் கட்டப்பட்டிருந்த சில புத்தகங்களை ஆட்டினாள். இந்தளவு மிகச் சாதாரண உடையணிந்த ஓர் இளம் பெண் இவ்வளவு பெருமையோடிருப்பது புதுமையானது என்று இலியா நினைத்தான். இரண்டு அல்லது மூன்று நிமிடங்களுக்கு அங்கே உட்கார்ந்த பிறகு தன் தம்பியிடம் இப்படிக் கூறுவாள்:

"சரி, போயிட்டு வாறேன்! குறும்புத்தனம் செய்யாதே..."

கடையின் சொந்தக்காரனுக்கு அமைதியாகத் தலையசைத்துவிட்டு, போருக்கு அணிவகுத்துச் செல்லும் வீரனின் தோற்றத்துடன் விரைந்து வெளியேறுவாள்.

"எவ்வளவு கண்டிப்பான சிறிய பெண் உன் அக்கா!" என்று ஒரு முறை காவ்ரிக்கிடம் இலியா சொன்னான். காவ்ரிக் தன் மூக்கைச் சுளித்து, கண்களை அகல விரித்து, உதடுகளைப் பிதுக்கி, தன் அக்காளின் முகத் தோற்றத்தைத் தெளிவாகக் காட்டும் முறையில் நையாண்டி செய்து காட்டினான்.

"அவ இது மாதிரிதான்..." என்று புன்முறுவலுடன் கூறினான். "அந்த முறையில் தன்னை வைத்துக்கொள்ள மட்டுமே விரும்புறா..."

"ஏன் அவள் அப்படி இருக்கணும்?"

"சும்மா வேடிக்கைக்குத்தான். இது அவளுக்குப் பிடிக்கும். நான் கூட அப்படித்தான்: என் முகத்தை எந்த மாதிரி வேண்டுமானாலும் நான் வைத்துக்கொள்ள முடியும்..."

அவளிடம் இலியா மிகுந்த ஆர்வம் காட்ட ஆரம்பித்தான். ஒருமுறை தத்யானா பற்றி அவன் சொன்னதை மனத்திற்குள் சொல்லிக்கொண்டான்: "இந்த மாதிரி பெண்ணைத் தான் நான் கலியாணம் செய்து கொள்ளணும்... உண்மைதான்."

ஒருநாள் கனத்த புத்தகம் ஒன்றைத் தன்னுடன் அவள் கொண்டுவந்தாள்.

"இதோ, படி..." என்று கூறி அதைத் தன் தம்பியிடம் நீட்டினாள்.

"அதை நான் பார்க்கலாமா?" இலியா மரியாதையாகக் கேட்டான்.

தன் தம்பியின் கையினின்றும் அதை எடுத்து இலியாவிடம் கொடுத்தாள்.

"டான் குவிக்சாட்..." என்றாள். "மிகவும் உயர்வான ஒரு வீரனைப் பற்றியது..."

"ஓ! வீரர்களைப் பற்றி நான் நிறையப் புத்தகம் படித்திருக்கிறேன்," மேற்போக்காக அவளது முகத்திற்குள்ளாகப் பார்த்தவாறு, அழகான புன்முறுவலுடன் இலியா சொன்னான்.

அவளது புருவங்கள் துடித்தன. "நீங்க படிச்சது கற்பனைக் கதைகள்," என்று விரைந்து வறட்சியாகச் சொன்னாள். "ஆனா இது மிகவும் ஆழமான, புத்திசாலித்தனமான புத்தகம். இதன் கதாநாயகன் அவப்பட்டவர்களையும் வாழ்க்கையின் அநீதியால் துயருற்ற அனைவரையும் பாதுகாப்பதற்காகத் தனது வாழ்க்கையை அர்ப்பணிக்கிறான்... மற்றவர்களுக்காகத் தன்னைத் தியாகம் செய்ய

எப்போதுமே தயாராக இருந்தான், தெரியுமா? இது நகைச்சுவைப் பாங்கில் எழுதப்பட்டிருக்கு... ஆனா காலத்தின் தேவை காரணமாகத்தான் எழுதப்பட்டிருக்கு... அது மிகுந்த அக்கறையோடும், கவனத்தோடும் படிக்கப்படணும்...''

''சரியாக அப்படித்தான் அதை நாங்க படிப்போம்,'' என்றான் இலியா.

அவனிடத்தில் அப்பெண் பேசியது அதுதான் முதல்முறை. அது அவனை மிகுந்த மகிழ்ச்சிக்குள்ளாக்கியது, புன்னகை செய்தான். ஆனால் விரைந்த பார்வையை அவன் மீது செலுத்தி விட்டு அதே வறண்ட தொனியில் பேசினாள்:

''நீங்க அதை ரசிப்பீங்கன்னு நான் நினைக்கலே...'' அவள் வெளியே சென்றாள். ''நீங்க'' என்பதில் அவள் குறிப்பிட்ட அழுத்தம் கொடுத்ததாக இலியாவுக்குத் தோன்றியது. இது அவனுக்குத் தாங்கமுடியாதபடி கோபமூட்டியது.

''படிக்க இதுவல்ல நேரம்...'' என்று புத்தகத்திலுள்ள படங்களைப் பார்த்துக் கொண்டிருந்த காவ்ரிக்கிடம் நாசூக்கின்றி சொன்னான்.

காவ்ரிக் ''ஏன் கூடாது? வாடிக்கையாளர்கள் யாருமே இல்லையே,'' என்று புத்தகத்தை மூடாமலேயே மறுத்துக் கூறினான். இலியா அவனைக் கூர்ந்து நோக்கினான், ஆனால் எதுவும் பேசவில்லை. அந்தப் புத்தகத்தைப் பற்றி அவள் என்ன சொன்னாள் என்பதை அவன் தொடர்ந்து நினைத்துக் கொண்டே இருந்தான். அவளைப் பொருத்தவரை அவனுடைய தீர்ப்பு இதுதான்: ...

''எப்படிப்பட்டவள் அவள்!''

காலம் கடந்தது. இலியா கவுண்டருக்குப் பின்னால் தனது மீசையை முறுக்கிக்கொண்டும், தனது பொருள்களை விற்றுக்கொண்டும் நின்றான். ஆனால் நாள்கள் இழுத்துக்கொண்டு செல்லத் தொடங்கின போல அவனுக்குக் காணப்பட்டது. சில நேரங்களில் கடையைச் சாத்திவிட்டு, உலாவி வர வேண்டும் போல உணர்ந்தான், ஆனால் வியாபாரத்திற்கு இது மோசமாக முடியும் என்பதை உணர்ந்து, தனது ஆவலைக் கட்டுப்படுத்திக் கொண்டான். மாலையில் கூட அவனால் கடையை விட்டுப் போக முடியவில்லை. தனிமையில் இருக்க காவ்ரிக் பயந்தான், அப்படி அவன் பயப்படா விட்டாலும் கூட, அவனை விட்டுச் செல்வது ஆபத்தானதாகும்: எதிர்பாராவிதமாக அவன் கட்டடத்திற்குத் தீ வைக்கக் கூடும் அல்லது ஒரு திருடனுக்காகக் கடையைத் திறந்துவிடக் கூடும். வியாபாரம் நன்றாக இருந்தது. கடை உதவியாள் ஒருவனை வேலைக்கு வைத்துக்கொள்வது பற்றியும் இலியா சிந்தித்தான். படிப்படியாக தத்யானாவுடனான அவனது

உறவு தானாகவே இறந்துபட்டது. அவளும் கூட இதற்கு மறுப்புச் சொல்லாதது போலக் காணப்பட்டது. அவள் சிரித்துக் கொண்டு அன்றாடக் கணக்குகளை மிகவும் கவனத்தோடு சரி பார்த்தாள். தனது அறையில் உட்கார்ந்துகொண்டு மணிச்சட்டத்தின் மணிகளை ஓசையெழுப்பிக் கொண்டிருக்கும் பறவை போன்ற முகங்கொண்ட இப்பெண்ணை தன்னால் பொறுத்துக்கொள்ள முடியாது என்று இலியா உணர்ந்தான். ஆனால் சில நேரங்களில் திரும்பவும் பிரகாசமாகவும் மகிழ்ச்சியோடும் அவனிடம் வந்து கிண்டல் செய்யவும், அவனைப் "பங்காளி" என்று அழைக்கவும் செய்வாள். பிறகு அவளுடைய கவர்ச்சிக்கு ஆளாகி "அந்த அசிங்கமான தொழில்" என்று அவன் அழைத்ததைப் புதுப்பிப்பான். எப்போதாவது கீரிக் உள்ளே வந்து, கவுண்டரில் உள்ள நாற்காலியில் விகாரமாகக் கால்களை நீட்டி உட்கார்ந்து, உள்ளே வர நேர்ந்த தையல்காரிகளைப் பரிகாசம் செய்வான். இதற்குள்ளாகத் தனது போலீஸ் சீருடையை மாற்றி டசூர் பட்டு சூட் அணிந்து வியாபாரியுடனான தனது புதிய வேலையைப் பெருமையாகப் பேசினான்:

"மாதச் சம்பளம் அறுபது ரூபிள், அதேயளவுக்கு பொறுக்கலாம். மோசமில்லை, இல்லையா? பொறுக்குறது பற்றி நான் மிகவும் எச்சரிக்கையா இருக்கேன், நியாயமானதைத் தவிர எதுவுமில்லே... எங்க குடியிருப்பை நாங்க மாற்றிக் கொண்டதைக் கேள்விப்பட்டியா? எங்களுக்கு அற்புதமான புதிய குடியிருப்புக் கிடைச்சிருக்கு. சமையல்காரியும் வச்சிருக்கோம். அவ எப்படிச் சமைக்கிறா தெரியுமா! ஓ, மாதாவே, மாதாவே! இலையுதிர்காலத்தில் நண்பர்களை அழைத்து நாங்கள் சீட்டாட்டத்தைத் தொடங்குவோம்... மாலை நேரத்தைச் செலவழிக்க அருமையான வழி!.. வேடிக்கையும் இருக்கும் வெற்றியும் இருக்கும்... நாங்க இரண்டு பேர் இருக்கோம், நானும் என் மனைவியும், ஆக எங்களில் யாராவது ஒருத்தர் ஜெயிப்பது உறுதி! ஜெயிப்பது விருந்தினர்களுக்கான செலவைச் சரிக்கட்டிவிடும். ஓகோ, என் மனமே! இது உண்மையில் மலிவானதும் அருமையானதுமான வாழ்க்கை!"

அவனுடைய உடம்பு நாற்காலி முழுவதையும் அடைத்துக் கொண்டிருந்தது. ஒரு சிகரெட் பற்றவைத்து சுருள்சுருளாகப் புகைவிட்டுக் கொண்டிருந்தான். இழுவைக்கிடையே தணிந்த குரலில் சொன்னான்:

"கிராமப் பயணத்திலிருந்து நான் இப்பத்தான் திரும்பினேன் என்று உனக்குத் தெரியுமா? ஆண்டவரே! எப்படிப்பட்ட பெண்கள் அங்கே தெரியுமா? அது போல ஒருபோதும் பார்த்ததே இல்லை! சொல்லப் போனால், இயற்கையின் புதல்விகள்... அந்தளவு தடித்தும் உறுதியாயும்

இருக்காங்க... அவர்களுடைய உடலில் சதையைக் கிள்ள முடியாது... மலிவு, எல்லாரும் நாசமாப் போக! ஒரு போத்தல் ஒயினும் ஒரு பவுண்டு கேக்கும், அவ உன்னோட ஆள்!"

இலியா அமைதியாகச் செவிமடுத்தான். சில காரணத்திற்கு அவன் கீரிக்கிற்காக வருத்தப்பட்டான். இந்தக் கொழுத்த, மொழுக்கையான ஆசாமிக்காக எதற்கு வருத்தப்படுகிறோம் என்று தெரியாமலேயே இயல்பாக வருந்தினான். எனினும் அவனைப் பார்த்துச் சிரிக்க நோக்கினான். தனது வெற்றிகளைப் பற்றி கீரிக் சொன்ன கதைகளை அவன் நம்பவில்லை. அவை வெறுமையான பீத்தல்கள், யாருடைய அனுபவத்திலிருந்தோ எடுக்கப்பட்ட வார்த்தைகள் என்பதில் அவன் உறுதியாக இருந்தான் என்பது போலக் காணப்பட்டது. கீரிக் தனது வசைமாரிகளைத் தொடங்கிய போது இலியா மட்டமான மனநிலையில் இருக்க நேரிட்டால், தனக்குத்தானே முணுமுணுத்துக் கொள்வான்:

"பேராசைக்காரன்!"

"ஆகா, கவிஞர் சொல்வது போல, கனிதரும் மரத்து நிழலில், இயற்கையின் மடியில் காதல் செய்வது மிகப் பெரிய விஷயம்."

"தத்யானா கண்டுபிடிச்சா என்னவாகும்?" என்றான் இலியா.

"அவ ஏன் கண்டுபிடிக்க விரும்பணும்?" கபடமான கண்சிமிட்டலுடன் கீரிக் கேட்டான். "தனக்கு அது தெரியக்கூடாதுன்னு அவளுக்குத் தெரியும்! ஓர் ஆண் இயற்கையில் ஒரு சேவல்... ஆனா உன்னைப் பற்றி என்ன, என் நண்பனே? உனக்கு யாரும் காதலி கிடைக்கலியா?"

"எனக்குக் காதலி உண்டு!" என்று இலியா பொருள்படச் சிரித்தான்.

"தையல்காரியா, ஹூம்? அழகான சின்ன கருமை மேனியளா?.."

"இல்லே, தையல்காரி இல்லே..."

"சமையல்காரியா? சமையல்காரி அருமையானவள், கொழுத்தும் இனிமையாயும் இருக்கிறாள்."

தனது கன்னங்களில் கண்ணீர் வழிந்தோடுகிற வரை இலியா சிரித்தான். அவனது சிரிப்பு அவள் ஒரு சமையல்காரியாகத்தான் இருக்க வேண்டும் என்று கீரிக்கை நம்ப வைத்தது.

"அவர்களை அடிக்கடி மாத்திக்க," கலாவல்லவனின் தொனியில் ஆலோசனை சொன்னான் கீரிக்.

"அவள் சமையல்காரியாகவோ, தையல்காரியாகவோ இருக்கணும்னு எது உங்களை நினைக்க வச்சது? அதைவிட மேலா வச்சிக்கிட நான் தகுதியில்லையா?" சிரிப்புக்கிடையே இலியா கேட்டான்.

“அவர்கள் உன் சமூக அந்தஸ்துக்குப் பொருத்தமானவுங்க... எப்படிப் பார்த்தாலும், மரியாதைமிக்க சமூகத்திலிருந்து ஓர் இளம் பெண் அல்லது திருமணமானவளுடன் நீ தொடர்புகொள்ள முடியாதா?”

“ஏன் முடியாது?”

“ஓ, அது தெளிவா இருக்கு... உன் உணர்வுகளைப் புண்படுத்த நான் விரும்பலே, ஆனா... தெரியுமா... நீ சாதாரணமான ஆள்... சொல்லப் போனா ஒரு குடியானவன்...”

“ஆனா... என்னுடையவ... என்னுடையவள் ஒரு சீமாட்டி...” மூச்சுத்திணறச் சிரித்தவாறு இலியா சொன்னான்.

“நீ கிண்டல் பேர்வழி!” என்று கூவினான் கீரிக், அவனுங்கூட விலாநோகச் சிரித்தான். ஆனால் அவன் போய்விட்ட பிறகு, அவன் சொன்னவற்றைப் பற்றிச் சிந்தித்த இலியா மனம் புண்பட்டான். கீரிக் எவ்வளவுதான் நல்லவனாக இருந்தாலும், இலியாவினுடைய நிலையில் தன்னை வைத்துக்கொள்ளவில்லை என்பதை அவனால் பார்க்க முடிந்தது; அவன் தன்னை மேலானவனாகவும் சிறந்தவனாகவும் கருதினான். இருந்தும் அவனும் அவன் மனைவியும் இலியாவைப் பயன்படுத்தினார்கள். தனது வியாபாரத்தை பெத்ரூகா கேலி செய்ததுடன் தன்னை ஒரு மோசக்காரன் என்று அழைத்ததாக பெர்ஃபீஷ்கா மூலம் கேள்விப்பட்டான்... பழைய நாள்களில் இலியா நல்லவனாக, மிகுந்த பரிவும் குறைந்த அகந்தை உள்ளவனாகவும் இருந்தான் இலியா என்று யாக்கவ் செம்மானிடம் கூறினான். காவ்ரிக்குடைய சகோதரி கூட அவன் தனக்குச் சமமானவன் அன்று என அவன் புரிந்து கொள்ளுமாறு தொடர்ந்து நடந்து வந்தாள். பெரும்பாலும் கந்தையணிந்த இந்தத் தபால்காரனுடைய மகளும் இதே பூமியில் அவன் வாழ்வதை வெறுப்பது போல அவனைப் பார்த்தாள். தனது சொந்தக் கடையைத் திறந்ததிலிருந்து இலியாவினுடைய தன்மானம் உயர்ந்துவிட்டது. தன்னைப் பற்றி மக்கள் என்ன நினைத்தார்கள் என்பதில் மிகுந்த உணர்ச்சிமிக்கவனாக இருந்தான். மற்றவர்களிடமிருந்து அந்தளவு வேறுபட்டிருந்த அந்த ஆடம்பரமில்லாத பெண்ணிடம் மிகுந்த அக்கறை உள்ளவனானான்; அவளைப் போன்ற ஓர் ஏழை எதற்காகத் தன்னை அச்சுறுத்துவது போல வீண் பெருமை பேசவேண்டும் என்பதை அவனால் புரிந்துகொள்ள முடியவில்லை. அவனிடம் அவள் ஒருபோதும் முதலாவதாகப் பேசியதில்லை. இது குழப்புவதாக இருந்தது. எப்படியிருந்தாலும், அவளுடைய தம்பி அவனது வேலையாள், அது மட்டுமே அவனிடம், தன் தம்பியின் எசமானனிடம் கொஞ்சலாக நடந்துகொள்ளப் போதுமானது! ஒருநாள் அவளிடம் சொன்னான்:

“டான் குவிக்சாட் பற்றிய உன் புத்தகத்தைப் படித்துக் கொண்டிருக்கிறேன்...”

“உங்களுக்கு அது பிடிக்குதா?” அவனைப் பார்க்காமலேயே கேட்டாள்.

“ரொம்ப அதிகமா!.. மிகவும் வேடிக்கையானது... என்ன மாதிரி விசித்திரமான மனிதன் அவன்.”

அவளது கர்வம் மிகுந்த கருப்புக் கண்களிலிருந்து வெறுப்புப் பாய்வது போல இலியா கற்பனை செய்தான்.

“அந்த மாதிரி ஏதாவது சொல்வீங்க என்பதில் நான் நிச்சயமாக இருந்தேன்,” என்று மெதுவாகவும் தெளிவாகவும் சொன்னாள் அவள்.

அவளது வார்த்தைகளின் தொனி புண்படுத்துவதாகவும் விரோதமானதாகவும் இருப்பதைப் போல இலியாவுக்குத் தோன்றியது.

“நான் ஒன்னுந் தெரியாத அப்பாவி ஆளு,” தனது தோள்களைக் குலுக்கிவிட்டுச் சொன்னான்.

அக்குறிப்பை அவள் கேட்கவில்லை என்பது போல பதிலளிக்காமலிருந்தாள்.

நீண்ட காலத்துக்கு முன்பே மறைந்து போய்விட்ட மனிதர்களின் மீதான வெறுப்பு, திரும்பவும் ஒரு முறை இலியாவினுடைய ஆன்மாவை ஆட்கொண்டதும், வாழ்க்கையின் நியாயம், அவன் செய்துவிட்டிருந்த பாவம், அவனை எதிர்நோக்கி இருந்த விதி ஆகியன பற்றி நீண்டும் ஆழ்ந்தும் சிந்திக்க வைத்தது. தனது எஞ்சிய வாழ்க்கை முழுவதையும், காலையிலிருந்து இரவு வரை கடையில் நின்று கொண்டும் பிறகு காலையில் எழுந்து திரும்பவும் தனது இடத்திற்குப் போவதற்காக மட்டுமே படுக்கைக்குச் செல்லும் வரை சிந்தித்தவாறு சமோவார் அருகே உட்கார்ந்து கொண்டும் அவன் கழிக்க வேண்டுமா? பல வியாபாரிகள், அநேகமாக அவர்கள் எல்லாருமே அப்படியே தான் வாழ்ந்தார்கள் என்று அவனுக்குத் தெரியும். ஆனால் அவனது வெளிப்புற, அதேவேளை உள்புற வாழ்க்கையின் பல அம்சங்கள் அவனைத் தனி மனிதனாகப் பிரித்து, சாதாரண மனிதர்களிடமிருந்து வித்தியாசப்படுத்தியது. தன்னைப் பற்றி யாக்கவ் சொன்னதை நினைவு வைத்திருந்தான்:

“கடவுள் உனக்கு அதிர்ஷ்டத்தை அளிக்கமாட்டார் என்று நம்புறேன்... நீ ரொம்பப் பேராசைக்காரன்...”

இந்த வார்த்தைகள் மிகவும் நியாயமற்றவை என்று கருதினான். இல்லை, அவன் பேராசைக்காரன் அல்ல. சுத்தமானதும் அமைதியானதுமான வாழ்க்கை வாழ மட்டுமே விரும்பினான்; தன்னை

மற்றவர்கள் மதிக்க விரும்பினான்; ஒவ்வொரு கால் அடியிலும், "நான் உன்னைவிடச் சிறந்தவன், இலியா, நான் உனக்கு மேம்பட்டவன்" என்று தன்னை யாரும் நினைவுபடுத்தக் கூடாது என்று விரும்பினான்.

தனது முடிவான கதி என்னவாக இருக்கும் என்று திரும்பவும் நினைத்தான். தான் செய்த கொலைக்குப் பழிவாங்கப்படுவானா? அப்படி பழிவாங்கப்பட்டால் அது அநியாயம் என்று சில சமயங்களில் அவனுக்குத் தோன்றியது. நகரம் முழுமையுமே கொலைகாரர்களாலும் கலப்படக்காரர்களாலும் கொள்ளைக்காரர்களாலும் நிறைந்து இருந்தது; அவர்கள் திட்டமிட்ட கொலைகாரர்கள், கலப்படக்காரர்கள், மோசடிக்காரர்கள் என்பது எல்லாருக்கும் தெரியும், இருந்தும் தண்டிக்கப்படாமல் வாழ்க்கையின் இன்பங்களை அனுபவித்தார்கள். இதுவரை அவர்கள் தண்டிக்கப்படவில்லை. ஒவ்வொரு குற்றத்திற்கும் பதில் சொல்லியாக வேண்டும் என்று நீதி கோருகிறது. பைபிள் கூறுவது போல: "அவன் அறியுமாறு ஆண்டவன் அவனுக்கு ஈடு செய்வாராக." இந்தச் சிந்தனைகள் அவனது இதயத்தில் இருந்த பழைய புண்களைக் கிளறிவிட்டன. தனது பாழாய்ப் போன வாழ்க்கைக்காகப் பழிவாங்க வேண்டும் என்ற வெறித்தனமான ஆவல் அவன் உள்ளத்தை நிறைத்தது. மற்ற நேரங்களில் ஏதாவது அசட்டுத்தனமானது செய்ய ஏங்கினான்: பெத்ருகாவின் வீட்டிற்குத் தீ வைப்பது, மக்கள் ஓடிவரும் போது கத்தி அலறுவது:

"நான் தான் நெருப்பு வச்சேன்! நான் தான் பலுயேக்தவைக் கொன்னேன்!"

அவன் பிடிக்கப்பட்டு, விசாரிக்கப்பட்டு அவன் அப்பாவைச் செய்தது போல சைபீரியாவுக்குக் கடத்தப்படுவான்... இந்த எதிர்நோக்குத் தெளிவுள்ள தாக்கத்தை ஏற்படுத்தி, பழிவாங்க வேண்டும் என்ற அவனது கனவுகளை மாற்றிக்கொள்ள வைத்தது: கீரிக்கிடம் அவனது மனைவியுடன் வாழ்ந்து கொண்டிருப்பதாக வெறுமனே சொல்லுவான், அல்லது ஒருகால் மாஷாவைத் துன்புறுத்துவதற்காகக் கிழவன் ஹிரெனோவை நன்றாக அடிக்க வேண்டும்...

படுக்கையில் படுத்தவாறு இருளுக்குள்ளாக உற்றுப்பார்த்துக் கொண்டும் அமைதியைச் செவிமடுத்துக் கொண்டும் இருந்த போது, எல்லாமே அதிர்ச்சியுற்றும் சரிந்தும் சுழற்காற்றாகச் சுற்றிச் சுழன்றும், இரைச்சலையும் குழப்பத்தையும் உண்டாக்குவதாகக் கற்பனை செய்து கொண்டான். அவனுங்கூட அந்தச் சுழற்காற்றில் மாட்டி அழிந்து போகும்வரை சுற்றுவதாக நினைத்தான்... ஏதோ பெரும் விபத்தின் முன்னுணர்வால் நடுங்கிப் போனான்... ஒருநாள் மாலை அவன் கடையைச் சாத்தவிருந்த

சமயத்தில் பாவெல் வந்து, வணக்கம் கூடச் சொல்லாமல் அமைதியாக அறிவித்தான்:

"வேரா ஓடிப் போனாள்..."

அவனாகவே ஒரு நாற்காலியில் அமர்ந்து, கவுண்டரின் மீது தனது முழங்கைகளை வைத்துக்கொண்டு, தெருவிற்குள்ளாக கருத்தூன்றிப் பார்த்த போது மெதுவாகச் சீட்டியடித்தான். அவனுடைய முகம் கல்லால் ஆனது போல மாறியது. ஆனால் அவனது சிறிய வெளிறிய மீசை பூனை யின் மீசை போலத் துடித்தது.

"தனியாகவா அல்லது வேறு யாருடனுமா?"

"தெரியாது... போய் மூணு நாளு ஆச்சு..."

இலியா பேசாமல் அவனைக் கவனித்தான். அவன் நண்பனுடைய பாவமற்ற முகமும் தொனியும் தன் மனைவியின் இழப்பை எப்படி எடுத்துக்கொண்டான் என ஊகிப்பதை அவனுக்கு முடியாததாக்கிற்று. ஆனால் பாவெலுடைய தெளிவுக்குப் பின்னே ஏதோ மாற்றமுடியாத உறுதி இருப்பதை உணர்ந்தான்...

"நீ என்ன செய்ய நினைக்கிறாய்?" என்று அமைதியாகக் கேட்டான், பாவெல் தானே முன்வந்து மேற்கொண்டு தகவல் எதுவும் தராதபோது. அத்துடன் பாவெல் சீட்டியடிப்பதை நிறுத்திவிட்டு, தன் தலையைத் திருப்பாமலேயே சுருக்கமாக அறிவித்தான்:

"அவளை வெட்டுவேன்..."

"அதே பல்லவியைத் தான் பாடுறே!" இலியா கோபத்துடன் கையை ஆட்டிக் கத்தினான்.

"அவளை நினைத்து நான் செத்துக்கொண்டிருக்கிறேன்," என்றான் பாவெல் மெதுவாக. "இதோ கத்தி இருக்கு."

தனது சட்டையினின்றும் சிறிய ரொட்டிக் கத்தியை உருவி அதை அவனது மூக்கிற்கு நேராகத் திருப்பினான். "அவளது தொண்டையை நெறிப்பேன்..." இலியா கத்தியைப் பறித்து கவுண்டருக்குப் பின்னே வீசியெறிந்தான்.

"ஈக்கு நேராக பீரங்கியை நீட்டிக்கொண்டு..." என்றான் கோபமாக.

பாவெல் இருக்கையினின்றும் தாவிக்குதித்து அவனைச் சந்திக்க வட்டமடித்தான். அவனது கண்கள் கொழுந்து விட்டு எரிந்தன, அவனது முகம் உருக்குலைந்திருந்தது, உடம்பு முழுக்க நடுங்கிக் கொண்டிருந்தது. ஆனால் மறுநிமிடமே தனது இருக்கைக்குத் திரும்ப வந்தான்.

"நீ ஒரு முட்டாள்..." என்று அகந்தையாகச் சொன்னான் பாவெல்.

"ஆனால் நீ மகா புத்திசாலி!.."

“சக்தி கத்தியில் இல்லை, ஆனா கையில் இருக்கு...”

“அப்படியா!..” என்றான் கிண்டலாக இலியா.

“என்னோட கைகள் எனக்குக் கீழ்ப்படியாமல் போனால், என் பல்லாலே அவ தொண்டையைப் பிடிப்பேன்...” என்றான்.

“ஐயோ! என்ன பயங்கர மிருகம்!..” அதே தொனியில் சொன்னான் இலியா.

“வேண்டாம், இலியா,” என்று அமைதியாகவும் மெதுவாகவும் சொன்னான் பாவெல்.

“நீ என்னை நம்பு, நம்பாம இரு, அது உன் விருப்பம், ஆனா என்னைக் கேலி செய்யாதே... என் விதி என்னைக் கேலி செய்யுது...”

“ஆனா நீ என்ன பேசுறே என்பதை நினைச்சுப் பாரு, விந்தையான மனிதனே,” என்றான் இலியா அறிவுறுத்துவது போல.

“எல்லாவற்றையும் பற்றி நான் சிந்திச்சேன்... எனினும் நான் போகிறேன்... உன்னிடம் சொல்ல என்ன முடிவு? வாழ்க்கையில் நீ திருப்தி அடைஞ்சுட்டே... ஆகவே நீ என்னுடைய தோழன் அன்று...”

“அந்த முட்டாள்தனத்தை விட்டுறு!” என்றான் இலியா குற்றச்சாட்டுடன்.

“நான் பட்டினி கிடக்கிறேன், உடலாலும் உள்ளத்தாலும்...”

“மக்கள் எப்படி விவாதிக்கிறாங்க என்பதைப் பார்த்து நான் ஆச்சரியப்படுறேன்!” தோள்களைக் குலுக்கியவாறு இலியா கிண்டலாகச் சொன்னான். “அவர்கள் பெண்ணை ஒருவகையான வீட்டு விலங்காகத்தான் எடுத்துக்கிறாங்க... ஒரு குதிரையைப் போல! என்னைத் தூக்கிக்கொண்டு போறியா? நல்லது, நான் உன்னைக் கடிக்க மாட்டேன். என்னை ஏற்க மறுக்கிறியா? அவள் தலைக்கு மேலே சாட்டை விழும்!.. ஆனா ஒரு பெண் எல்லாரையும் போல ஒரு மனிதப் பிறவி, அவளுக்கென்று சொந்த இதயம் இருக்கு...”

பாவெல் அவனை மேற்போக்காகப் பார்த்துவிட்டு கலகலவெனச் சிரித்தான்.

“என்னைப் பற்றி என்ன? நான் மனிதப் பிறவி இல்லையா?..”

“ஆகவேதான் நீ நேர்மையாக இருக்கணும், இல்லையா?”

“உன்னோட நேர்மை நாசமாப் போக!” என்று கோபமாகக் கத்திய பாவெல் நாற்காலியை விட்டுத் தாவினான். “நேர்மையா இருக்கிறது உனக்குச் சுலபமானது; உன் வயிறு நிறையச் சாப்பிடுறே... தெரியுமா? ஆக, போயிட்டு வா...”

கதவை அடைந்ததும் அவன் தொப்பியைப் பறித்துக் கொண்டு கடையை விட்டு வெளியே விரைந்தான். கவுண்டருக்குப் பின்னிருந்து இலியா குதித்தெழுந்து அவனுக்குப் பின்னே சென்றான், ஆனால் பாவெல் ஏற்கெனவே, தொப்பியை கோபமாக ஆட்டிக்கொண்டே, தெரு வழியாகச் சென்றான்.

“பாவெல்!” கத்தினான் இலியா. “பொறு...” ஆனால் அவன் காத்திருக்கவில்லை. அவன் திரும்பிப் பார்க்கக் கூட இல்லை, மறு நிமிடம் ஒரு மூலையில் திரும்பி பார்வையினின்றும் மறைந்துவிட்டான். இலியா திரும்பவும் மெதுவாகக் கவுண்டருக்குப் பின்னே தனது தோழனுடைய வார்த்தைகள் தனது கன்னங்களை எரித்துவிட்டன என்ற உணர்வுடன் சென்றான்.

“அவன் மிகக் கொடிய மனிதன்!” என்ற காவ்ரிக்கின் குரல் வந்தது.

இலியா முறுவலித்தான்.

“அவன் யாரைக் கத்தியால் குத்தப் போறான்?” கவுண்டரை நோக்கி வந்தபடி காவ்ரிக் கேட்டான். அவனது கைகள் பின்பக்கம் கட்டப்பட்டிருந்தன, தலை பின்னுக்குச் சாய்ந்திருந்தது, தழும்பு விழுந்த முகம் சிவந்திருந்தது.

“அவன் பெண்டாட்டியை,” என்ற இலியா, பையனைப் பார்த்தான்.

காவ்ரிக் இதைக் கண நேரம் சிந்தித்தான்; பிறகு, தனது கன்னங்களைத் தட்டிக்கொண்டு, தனது எசமானனிடம் தனிந்ததும் சிந்தனைமிக்கதுமான தொனியில் அறிவித்தான்:

“எங்க பக்கத்து வீட்டுக்காரி போன கிறிஸ்துமசில் தன் கணவனுக்கு நஞ்சு வச்சிட்டா... அவன் ஒரு தையல்காரன்...”

“சில நேரம் அப்படிச் செய்யுறாங்க...” என்று இலியா கவனக்குறைவாகச் சொன்னான், அவனது சிந்தனைகள் பாவெலைப் பற்றி இருந்தன.

“இந்த ஆளு அவளை உண்மையாகவே கத்தியால குத்துவான்னு நினைக்கிறீங்களா?”

“என்னைத் தொந்தரவு செய்யாதே, காவ்ரிக்...”

பையன் திரும்பி கதவு நோக்கிச் செல்கையில் முணுமுணுத்தான்:

“நாசமாப் போறவுங்க என்னத்துக்குக் கலியாணம் செய்துக்கிறாங்க?”

தெருவிற்குள்ளாக அந்திக்கருக்கல் ஒளி வீசியது, எதிரிலிருந்த வீட்டுச் சன்னல்களில் விளக்குகள் ஏற்றப்பட்டிருந்தன.

“பூட்டுறதுக்கு நேரமாச்சு!..” என்றான் காவ்ரிக் மெதுவாக.

விளக்கேற்றப்பட்ட சன்னல்களை இலியா உற்று நோக்கினான். கீழே பூந்தொட்டிகளாலும் மேலே வெள்ளைத் திரைகளாலும் அவை மறைக்கப்பட்டிருந்தன. சன்னல்கள் திறந்திருந்த போது கித்தார் இசையையும் பாடுகின்ற குரல் ஒலிகளையும் உரத்த சிரிப்பையும் கேட்க முடிந்தது. அந்த வீட்டிலிருந்த அநேகமாக எல்லா மாலை நேரங்களிலுமே அவர்கள் பாடினார்கள், சிரித்தார்கள், விளையாடினார்கள். மாவட்ட நீதிமன்ற நீதிபதியான கிரோ மவ் - பருத்த, கன்னங்கள் சிவந்த, பெரிய பெரிய கறுப்புநிற மீசையுடன் - அங்கே வசித்தார் என்பது இலியாவுக்குத் தெரியும். அவர் மனைவியும் கூட தடித்தவள், வெண்ணிறக் கூந்தலும் நீலநிறக் கண்களும் பெற்றிருந்தாள். அவள் தெருவிலே நடந்து செல்லும் போது தேவதைக் கதை அரசியைப் போலப் பெருமையுடன் நடந்தாள், ஆட்களிடம் பேசும் போது எப்போதுமே புன்னகை செய்தாள். கிரோமவுக்குத் திருமணமாகக் கூடிய வயதில் ஒரு சகோதரி இருந்தாள் - உயரமானவள், கருத்த தலைமயிர் கொண்ட கருத்த மேனியள், எப்போதுமே இளம் அதிகாரிகளால் சுற்றி வளைக்கப்பட்டாள். அநேகமாக ஒவ்வொரு நாள் மாலையிலும் சிரிக்கவும் பாடவும் செய்தவர்கள் அவர்கள் தாம். உண்மையாகவே பூட்டுறதுக்கு இது தான் நேரம்,'' என்று திரும்பச் சொன்னான் காவ்ரிக்.

“பிறகு போய், பூட்டு...''

பையன் கதவைச் சாத்தினான், கடை இருளில் மூழ்க பூட்டில் சாவியைத் திருகினான்.

“சிறை போல,'' என்று இலியா நினைத்தான்.

வயிறு நிறையச் சாப்பிடுவது பற்றி பாவெல் சொன்ன வார்த்தைகள் அவனது இதயத்தில் சீறிக்கொண்டிருந்தன. சமோவாருக்கு அருகே அவன் உட்கார்ந்திருந்த போது பாவெல் மீது மிகுந்த வெறுப்பை உணர்ந்தான், ஆனால் வேராவைக் கொல்லும் தகுதியற்றவன் பாவெல் என்பதை அவன் நம்பவில்லை.

“சும்மாதான் அவளைப் பாதுகாத்தேன்...'' என்று மனக் கசப்புடன் எண்ணினான். “அவர்கள் நாசமாப் போக!.. அவர்கள் தாங்களும் பரிதாபகரமானவர்கள் என்பதோடு மற்றவர்களையும் பரிதாபகரமானவர்களாக ஆக்குகிறார்கள்...''

குவளையிலிருந்து தேநீரை சத்தத்துடன் உறிஞ்சிக் குடித்த காவ்ரிக் தரையில் தனது பாதங்களையும் தேய்த்தான்.

“அவளைக் குத்தியிருப்பான்னு நீங்க நினைக்கிறீங்களா?'' என்று அவனது எசமானனைத் திடீரென்று கேட்டான்.

இலியா அவனைக் கடுமையாக நோக்கினான்.

"தேநீரைக் குடிச்சிட்டு படுக்கப் போ..." என்றான்.

மேசையை விட்டுத் தாவ இருப்பது போல சமோவார் ஒலியெழுப்பவும் கர்ஜிக்கவும் செய்தது.

திடீரென்று கருத்த உருவம் ஒன்று சன்னல் முன்பு தோன்றி, பயந்த நடுங்குகின்ற குரலில் கேட்டது: "இலியா இங்கேயா வசிக்கிறார்?.."

"ஆமாம்," என்று கத்திய காவ்ரிக், இலியா ஒரு வார்த்தை சொல்வதற்கு முன்பாகவே தனது நாற்காலியிலிருந்து குதித்தெழுந்து கதவைத் திறப்பதற்கு ஓடினான்.

கதவு வழியில் நோக்க தலைக்குட்டை கட்டிய மெலிந்த பெண் ஒருத்தியின் உருவம் தோன்றியது. கதவு விளிம்பில் ஒரு கையும், மற்றொரு கை அவளது தலைக்குட்டையின் ஓரங்களை முறுக்கிக்கொண்டும் இருந்தது. ஓடிப் போவது போல பக்கவாட்டில் நின்றாள்.

"உள்ளே வா," என்று அவளை அடையாளம் கண்டு கொள்ளாமலேயே விறைப்பாகச் சொன்னான் இலியா. அவள் கேட்டதும் திடுக்குற்று குரலைக் அவனது தலையை நிமிர்த்தினாள், அவளது சின்ன முகத்தில் புன்னகை படர்ந்தது...

"மாஷா!" என்று கூவிய இலியா தாவிக் குதித்தான். அவள் மெதுவாகச் சிரித்துவிட்டு அவனை நோக்கி வந்தாள்.

"நீ... நீங்க... என்னை அடையாளங் காணவில்லை..." என்ற அவள் அறையின் மத்தியில் நின்றாள்.

"ஆண்டவனே! உன்னை அடையாளம் காணுமாறு என்னை எப்படி எதிர்பார்க்க முடியும்! பார்ப்பதற்கு நீ..."

அவளது கையை அளவுக்கு மீறிய மரியாதையுடன் பற்றி மேசைக்கு அழைத்துச் சென்று, சாய்ந்துகொண்டு அவளை நன்றாகப் பார்த்தான். ஆனால் அவள் எப்படிக் காணப்பட்டாள் என்பதை அவளிடம் சொல்லத் துணியவில்லை. விவரிக்க இயலாதபடி மெலிந்துபோய் இருந்தாள், கால்கள் நொறுக்கி விழ இருப்பது போல நடந்தாள்.

'ஆகவே இந்த... ஆகவே இந்த மாதிரி நீ இருக்கே!' என்று முணுமுணுத்தான், நாற்காலி ஒன்றில் அவளை உட்கார வைத்து அக்கறையோடு அவள் முகத்திற்குள்ளாக உற்றுப்பார்த்துக் கொண்டிருந்தான்.

"எல்லாம் அவனோட வேலை..." என்றவள், திரும்பவும் இலியாவை கருத்தூன்றிப் பார்த்தாள்.

இப்போது அவள் விளக்கு வெளிச்சத்தில் இருந்ததால், அவளை மிக நன்றாக அவனால் பார்க்க முடிந்தது. அவள் பின்னுக்குச் சாய்ந்து கொண்டிருந்தாள், அவளது மெலிந்த கைகள் பக்கவாட்டில் தளர்ந்து

தொங்கின, தலை ஒருபுறம் இருந்தது, அவளது தட்டையான நெஞ்சு விரைந்து உயரவும் தாழவுமாக இருந்தது. அநேகமாகச் சதைப் பிடிப்பு இன்றி, எலும்பால் மட்டுமே ஆனது போலக் காணப்பட்டாள். அவளது தோள்களின் மூட்டுகள், முழங்கைகள், முழங்கால்கள் ஆகியன அவளது பருத்தி ஆடையின் மடிப்புகளுக்குள்ளாகத் தெளிவாகத் தெரிந்தன, அவளது முகம் இளைத்துப் போயிருந்தது பார்க்கப் பயங்கரமாக இருந்தது. அவளது தோல் நீலம் பாய்ந்திருந்தது, அவளது நெற்றி, கன்ன எலும்புகள், முகவாய்க் கட்டை ஆகியனவற்றை இறுக்கிப் பிடித்துக் கொண்டிருந்தது. அவளது வாய் திறந்தவாறு தொங்கியது, அவளது மெலிந்த உதடுகள் பற்களை மூடவில்லை, அவளது முட்டை வடிவ முகம் வேதனையைக் காட்டியது. அவளுடைய கண்களில் உயிரோ ஒளியோ இல்லை.

“நோயால கஷ்டப்பட்டியா?” இலியா மெதுவாகக் கேட்டான்.

“இல்லை,” என்று பதிலளித்தாள். “நான் ரொம்ப நல்லா இருக்கேன்… எல்லாம் அவனால் ஏற்பட்டது தான்…”

அவளுடைய தணிவான, இழுத்துப் பேசப்பட்ட வார்த்தைகள் முனகல்களைப் போலக் கேட்டன, வெளித் தெரிந்த பற்கள் அவளது முகத்திற்கு மீன் போன்ற தோற்றத்தைத் தந்தன…

அவளுக்கு அருகே நின்று கொண்டிருந்த காவ்ரிக், இறுக்கிய உதடுகளுடனும் அச்சமுற்ற கண்களுடனும் வெறித்துப் பார்த்தான்.

“படுக்கப் போ!” என்று அவனிடம் சொன்னான் இலியா. பையன் கடைக்குள்ளாகச் சென்று, ஓரிரு நிமிடங்களுக்குத் தன்னைச் சுறுசுறுப்பாக வைத்துக்கொண்டு, திரும்பவும் கதவு வழியாகத் தலையை நீட்டினான்.

மாஷா முற்றிலும் மௌனமாக உட்கார்ந்திருந்தாள், அவளது கண்களோ மிகுந்த சிரமத்துடன் ஒரு பொருளினின்றும் மற்றொன்றுக்குப் பயணம் செய்தன. இலியா அவளுக்கு ஒரு குவளைத் தேநீர் ஊற்றி வைத்துவிட்டு அவளையே கவனித்தான், ஆனால் பேச எதையும் அவனால் சிந்திக்க முடியவில்லை.

“என்னை சாகடிக்கிற மாதிரி சித்திரவதை செய்தான்…” என்றாள். அவளது உதடுகள் துடித்தன, கண நேரத்திற்குத் தன் கண்களை மூடினாள். அவற்றைத் திறந்த போது இமைகளுக்குக் கீழிலிருந்து பெரும் கண்ணீர்த் துளிகள் உருண்டன.

“அழாதே…” என்ற இலியா, தனது கண்களை அப்பால் திருப்பிக்கொண்டான். “கொஞ்சம் தேநீர் சாப்பிடு… எல்லாத்தையும் எனக்குச் சொல்… பிறகு உனக்கு நல்லா இருக்கும்.”

“அவன் என்னைக் கண்டுபிடிச்சிருவானோன்னு நான் பயப்படுறேன்…” என்றாள் தலையை ஆட்டிக் கொண்டே.

"அவனை விட்டு வந்துட்டியா?"

"ஆமாம்... நாலாவது முறையா... என்னால பொறுத்துக்கிற முடியாமப் போகிற போது ஓடி வந்துருவேன்... போன முறை ஒரு கிணத்தில் விழுந்திறக் கூட விரும்பினேன். ஆனா அவன் என்னைப் பிடித்து விட்டான்... என்னை எப்படி அடிச்சான்! என்னை எப்படிச் சித்திரவதைச் செய்தான்..."

அச்சத்தால் அவளது கண்கள் அகல விரிந்தன, மோவாய் துடித்தது.

"என் கால்களைத் திருகினான்..."

"பாவம்! ஏன் அதைப் பொறுத்துக்கிறே?" கத்தினான் இலியா. "அவனைப் பற்றி ஏன் நீ போலீசில் புகார் செய்யக் கூடாது? அவன் உன்னைச் சித்திரவதைச் செய்கிறான்னு அவர்களிடம் சொல்லு... அதுக்காக ஆட்களை அவர்கள் ஜெயில்ல போடுவாங்க..."

"ஓ, அவனை முடியாது. அவனே ஒரு நீதிபதி," என்றாள் மாஷா நம்பிக்கை இல்லாமல்.

"ஹிரெனோவா? அவன் எப்படிப்பட்ட நீதிபதி?"

"எனக்குத் தெரியும்! தொடர்ச்சியா இரண்டு வாரம் பார்த்தது ரொம்ப நாளைக்கு முந்தி அவன் வேலை இல்லே... எல்லாவகையான மக்களுக்கும் தண்டனை விதிச்சான்... வீட்டுக்குப் பட்டினியாகவும் அசிங்கமாகவும் வந்தான்... சமோவார் கொக்கிகளால் என் மார்பைப் பிடிச்சு இழுக்கவும் முறுக்கவும் செய்தான்... பாரு!'

நடுங்குகின்ற விரல்களால் தனது ஆடைப் பொத்தான்களைக் கழற்றி, காயப்படுத்தப்பட்டு, சவைக்கப்பட்டவை போல தளர்ந்து தொங்கிய சிறிய மார்புகளைக் காட்டினாள்.

"பொத்தான்களை மாட்டிக்க," என்று கடுகடுப்பாகச் சொன்னான் இலியா. அவளது காயப்படுத்தப்பட்ட உடலைப் பார்ப்பது முடியாததாக இருந்தது. தனது குழந்தைப் பருவ சிநேகிதியான நல்ல மாஷாதான் தனக்கு எதிரே உட்கார்ந்து கொண்டிருக்கிறாள் என்பதை அவனால் நம்ப முடியவில்லை.

"தோள் மீது அவன் அடிச்ச முறை இருக்கே!" தோள்களினின்றும் ஆடையை நழுவ விட்டவாறு சொன்னாள். "என் உடம்பில எஞ்சிய பாகம் பூராவும் இதே மாதிரி தான்... உடம்பு முழுக்கவும் கிள்ளினான், என் கக்கத்திலே இருந்து மயிரைப் பிடிச்சு இழுத்தான்..."

"ஆனா, ஏன் அப்படி?" வினவினான் இலியா.

"ஆக நீ என்னை நேசிக்கல?' என்கிறான், என்னைக் கிள்ளுறான்..."

"ஒருவேளை... அவனிடம் நீ சென்ற போது கன்னியா இல்லாம இருந்திருக்கலாம், அதனால அவன் செய்கிறானோ?"

“அதெப்படி நீ நினைக்க முடியும்? எல்லா நேரமும் நான் உன்னோடவும் யாக்கவோடவும் தானே வசிச்சேன், எங்கிட்ட யாரும் வந்ததேயில்லை... இப்ப... இப்ப என்னால முடியாது... அது புண்படுத்துகிறது, அதை வெறுக்கிறேன்... அது என்னை சஞ் சலப்படுத்துது...”

“அது பற்றி பேச வேணாம், மாஷா,” என்றான் இலியா மெதுவாக.

அவள் அமைதியாகிப் போய், உறைந்து போன முகத் தோற்றத்துடன் உட்கார்ந்திருந்தாள், அவளுடைய மார்பு மூடப்படாதிருந்தது.

சமோவாருக்குப் பின்னிருந்து அவளது மெலிந்த காயம் பட்ட உடலை இலியா கருத்தூன்றிப் பார்த்தான்.

“அந்தப் பொத்தான்களை மாட்டிக்க...” திரும்பவும் சொன்னான்.

“நீ என்னைப் பார்க்கிறதுக்கு நான் வெட்கப்படலே,” நடுங்குகின்ற விரல்களால் பொத்தான்களை மாட்டிக் கொண்டிருந்த போது நன்கு கேட்க முடியாத குரலில் சொன்னாள்.

அறையில் மரண அமைதி நிலவியது. திடீரென்று கடையிலிருந்து உரத்த அழுகை கேட்டது. இலியா எழுந்து கதவைச் சாத்தச் சென்றான்.

“நிறுத்து, காவ்ரிக்...” கடுகடுப்பாகச் சொன்னான் இலியா.

“இது உன்னோட பையனா?” என்றாள் மாஷா. “அவனுக்கு என்ன ஆச்சு?”

“அழுகிறான்...”

“பயந்துட்டானா?”

“இல்லே... வருத்தப்படுறான்னு நினைக்கிறேன்.”

“யாருக்காக?”

“உனக்காக...”

“பாரு, அவன் அப்படிப்பட்டவன்,” என்று அலட்சியமாகச் சொன்ன மாஷாவின் முகத்தில் முகமூடி போன்று உணர்வு மாறாதிருந்தது. பிறகு தேநீர் பருகத் தொடங்கினாள், அவளது கைகள் நடுங்கிக் கொண்டிருந்ததால், தட்டு பற்களில் மோதியது. சமோவாருக்குப் பின்னிருந்து அவளை இலியா கவனித்ததால் அவளுக்காக இரக்கப்பட்டானா இல்லையா என்பதைத் தீர்மானிக்க முடியவில்லை.

“நீ என்ன செய்யப் போறே?” நீண்ட இடைவெளிக்குப் பிறகு கேட்டான்.

“எனக்குத் தெரியாது,” என்று பெருமூச்சு விட்டாள். “நான் என்ன செய்திருக்க முடியும்?..”

“ஒரு புகார் கொடு,” என்றான் இலியா தீர்மானமாக.

“அவன் முதல் மனைவியை இப்படித்தான் படுத்தினான்,” என்றாள் மாஷா, தலைமுடியால அவளைப் படுக்கையில் கட்டி என்னைச் செய்தது மாதிரியே அவளையும் கிள்ளினான்... ஒரு தடவை நல்லாத் தூங்கிய போது உணர்ந்தேன்... விழித்தெழுந்து திடீரென்று வலிப்பதை கத்தினேன். ஒரு தீக்குச்சியைக் கொளுத்தி என் வயித்துக்கு நேராப் பிடிச்சுக்கிட்டு இருந்தான்...”

இலியா குதித்தெழுந்து கோபமாகக் கத்தினான். மறுநாளே அவள் போலீசுக்குப் போய், தனது காயங்களை அவர்களிடம் காட்டி, அவளது கணவனைக் கைது செய்யக் கோருமாறு சொன்னான். அவன் பேசிய போது அவள் நெளிந்து நடுக்குற்ற பார்வையை அவன் மீது செலுத்தினாள்.

“தயவு செய்து கத்தாதே!” என்றாள். “நீ பேசுறதை யாராவது கேட்கப் போறாங்க..”

தனது வார்த்தைகள் அவளை அச்சுறுத்தியதைத் தவிர எதுவும் செய்யவில்லை என்பதைக் கண்டான்.

“ரொம்ப நல்லது,” திரும்பவும் உட்கார்ந்து கொண்டு சொன்னான், “நானே போகிறேன்... ராத்திரிப் பொழுது இங்கேயே தங்கு, மாஷா. என் படுக்கையில் நீ தூங்கலாம். நான் கடையில் தூங்குறேன்...”

“நான் கீழே படுக்க விரும்புறேன்... அவ்வளவு களைப்பா இருக்கேன்...” என்றாள்.

அவன் பேசாமல் படுக்கையிலிருந்தபடியே மேசையைத் தள்ளினான். மாஷா கீழே படுத்து போர்வையால் தன்னைச் சுற்றிக்கொள்ள முயன்றாள், ஆனால் அது அவளுக்கு மிகவும் பெரிதாக இருந்தது.

“குடித்தது போல அவ்வளவு வேடிக்கையா நான் உணர்றேன்...” சற்று லேசான புன்னகையுடன் கூறினாள்.

இலியா அவளைச் சுற்றிலும் போர்வையை இறுக்கமாக வைத்து, அவளது தலைக்கடியில் தலையணையை ஒழுங்காக வைத்தான். அவன் புறப்பட்டுப் போகவிருந்த சமயத்தில் ஆர்வத்தோடு சொன்னாள்:

“போக வேணாம்! தனியா இருக்கப் பயப்படுறேன்... என்னவோ காட்சியெல்லாம் தோணுது!”

அவளுக்கு அருகே ஒரு நாற்காலியில் உட்கார்ந்தான். ஆனால் கருங்கூந்தலுடன் இருந்த அவளது வெளிறிய முகத்தின் தோற்றம் அவனை மறுபுறம் திரும்பச் செய்தது. அவளை இந்த மாதிரி பார்ப்பது அவனுக்குக் கடும்வலியை ஏற்படுத்தியது -செத்தது போல. யாக்கவினுடைய வேண்டுகோளையும் அவளைப் பற்றி மதித்ஸா தன்னிடம் சொன்னதையும் நினைத்துப் பார்த்து வெட்கத்தால் தன் தலையைத் தொங்கப் போட்டான்.

பாதையின் குறுக்காக ஒரு வீட்டில் இரு குரலில் பாடல் ஒன்று பாடப்பட்டது, திறந்த சன்னலின் வழியாக ஓசை இலியாவினுடைய அறைக்குள்ளாக வந்தது. பலமான தாழ்ந்த குரல் ஒன்று பாடியது;

“அ-ந்-தோ! என் நெஞ்சம் வி-ண்-ட-தே...”

“இதோ, எனக்குத் தூக்கம் வந்துக்கிட்டிருக்கு,” முணுமுணுத்தாள் மாஷா. “இங்கே அவ்வளவு அருமையா இருக்கு... யாரோ பாடுறாங்க... அருமையான குரல்...”

“ஆமாம்... அவுங்க பாடிக்கிட்டிருக்காங்க...” என்று துயரமான சிரிப்புடன் இலியா சொன்னான். “சிலர் பாடுறாங்க, சிலர் அழுகுறாங்க...”

ஒரேயொரு முறை உன் நெஞ்சம் விழைவேன்

இனியொரு போதும் இல்லை...

இரவின் அமைதியில் உச்சக் குரல் ஒன்று எளிமையான முறையில் உயர்ந்து கொண்டே போனது. இலியா எழுந்து எரிச்சலுடன் சன்னலைச் சாத்தினான். பாடல் இடத்துக்குப் பொருந்தாதது போலக் காணப்பட்டது; அது அவனது நரம்புகளைச் சுண்டியது. சன்னலைச் சாத்தியதால் மாஷா விழித்தெழுந்தாள். தனது கண்களைத் திறந்து, அச்சத்தில் தலையை உயர்த்தினாள்.

“யாரது?” என்றாள்.

“நான்தான்... சன்னலைச் சாத்தினேன்...”

“ஓ, ஏசுவே!.. வெளியே போறியா?”

“இல்லே, பயப்படாதே...”

திரும்பவும் தனது தலையைத் தலையணையில் போட்ட அவள் சீக்கிரமே மீண்டும் தூங்கிப் போனாள். ஆனால் ஒவ்வொன்றும் அவளைத் தொல்லைப்படுத்தியது - இலியாவினுடைய லேசான அசைவுகள் அல்லது தெருவில் நடந்து செல்லும் காலடி ஓசை. உடனடியாக அவள் கண்ணைத் திறந்து பாதித் தூக்கத்தில் கத்துவாள்:

“ஒரு நிமிஷம்... ஐயோ!.. ஒரே ஒரு நிமிஷம்...”

இலியா சன்னலைத் திரும்பவும் திறந்து, மாஷாவுக்கு எப்படித் தன்னால் உதவி செய்ய முடியும் என்பதைச் சிந்தித்தவனாக, கலக்கமின்றி உட்கார்ந்திருந்தான். அவளது பிரச்சினை போலீசிடம் தெரிவிக்கப்படும் வரை அவளைத் தன்னிடமிருந்து அனுப்பக் கூடாது என்று முடிவு செய்தான்...

“கீரிக் மூலம் நான் செயல்பட வேண்டும்...” என்று நினைத்தான்.

“திரும்பப் பாடு! திரும்பப் பாடு!” என்ற உயிரூட்டமுள்ள குரல்கள் கிரோமவுடைய வீட்டிலிருந்து வந்தன. சிலர் கைதட்டினார்கள். திரும்பவும் பாடுகின்ற ஒலி கேட்டது:

செம்பழுப்புக் குதிரைகள் இரண்டு
வைகறைப் போதினில் பூட்டி...

இலியா நம்பிக்கையிழந்த முறையில் தனது தலையை ஆட்டினான்... பாடல், மகிழ்ச்சியான குரல்கள், சிரிப்பு ஆகியன இகழ்ச்சியாக இருந்தன. முழங்கைகளைச் சன்னல் குறட்டில் வைத்து உட்கார்ந்து, எதிராக உள்ள வெளிச்சம் வரும் சன்னல்களைக் கோபமிக்க எரிச்சலுடன் பார்த்தவாறு, வெளியே போய் அச்சன்னல்களில் ஒன்றின் வழியாகக் கூழாங்கல் ஒன்றை வீசினால் எவ்வளவு மகிழ்ச்சியாக இருக்கும் என்று சிந்தித்தவாறு இருந்தான். அல்லது களியாட்டக்காரர்களுக்குள்ளாகத் தெறிகுண்டு வீச வேண் டும். தெறிகுண்டு நிச்சயமாக அவர்களைச் சென்றடையும். அவர்களுடைய நடுக்குற்ற, குருதிபடிந்த முகங்களை, அவர்களது கூச்சலையும் குழப்பத்தையும் கற்பனை செய்து பார்த்தான். அந்தக் காட்சி மகிழ்ச்சியால் அவன் உள்ளத்தை நிரப்பி, உதடுகளில் முறுவலிப்பை உலவவிட்டது. பாட்டின் வார்த்தைகள் அவனது மனத்தில் தாக்கத்தை ஏற்படுத்தின; தனக்குள்ளாக அவற்றைத் திருப்பிச் சொல்லிக் கொண் டான், களியாட்டக்காரர்கள் விலைமகள் ஒருத்தியின் சாவைப் பற்றி பாடிக் கொண்டிருப்பதை அறிந்து வியந்தான். அதிர்ச்சியுறவும் செய்தான். மிகுந்த கவனத்தோடு செவிமடுத்தான், அதைக் கேட்ட போது சிந்தித்தான்; "ஏன் அந்த மாதிரியான பாடலை அவர்கள் பாட வேண்டும்? அந்தப் பாட்டில் என்ன குதூகலம் இருக்கும்? முட்டாள்கள், செய்வதற்கு அருமையான விஷயந்தான்! இதோ, சில எட்டுகளுக்கு அப்பால், வேதனையில் ஒரு ஜீவன் படுத்திருக்கிறது, ஆனா யாரும் கவலைப்படலே..." 'பலே! பலே!" என்று குரல்கள் வந்தன.

இலியா புன்னகை செய்து விட்டு, மாஷாவையும் சன்னல்களையும் திரும்பத் திரும்பப் பார்த்துக் கொண்டிருந்தான். விலைமகள் ஒருத்தியினுடைய சாவைப் பற்றிப் பாடுவதன் மூலம் மக்கள் தங்களை மகிழ்வித்துக் கொள்கிறார்கள் என்பதைக் காண அவனுக்கு வேடிக்கையாக இருந்தது.

"வசீலி... வசீலிச்..." முணங்கினாள் மாஷா. வலிப்பது போல நெளிந்து, போர்வையைத் தரையில் எறிந்துவிட்டு, கைகளை விறைப்பாக நீட்டி, பிறகு முற்றிலும் அமைதியாகப் படுத்தாள். அவளது வாய் பாதி திறந்திருந்தது, லேசான பெருமூச்சு சப்தம் கேட்டது. அவள் செத்துக் கொண்டிருக்கிறாளோ என்று பயந்த இலியா விரைந்து அதைக் கேட்கக் குனிந்தான். அவள் மூச்சு விடுகிற சப்தம் என்பதை உறுதிப்படுத்திக் கொண்ட போது, போர்வையால் அவளை மூடிவிட்டு, சன்னல் குறட்டில் சன்னல்களை உற்றுப்பார்ப்பதற்காக ஏறி, கிரோமவ் வீட்டின் இரும்புக் கம்பியின் மீது தன் முகத்தை அழுத்திக்கொண்டான். அங்கே அவர்கள் இன்னமும் பாடிக். கொண்டிருந்தார்கள் - தனியாக,

இணையாக, கூட்டாக. சிரிப்பும் கேட்டது. வெள்ளை, இளஞ்சிவப்பு மற்றும் நீலம் நிறங்களில் உடைகள் அணிந்த பெண்களைச் சன்னலில் அவன் கண்டான். அதைக் கேட்ட போது, அத்தகைய இழுத்த, துயரமிக்க, வால்காவை, மரணச் சடங்கை, உழப்படாத நிலத்தைப் பற்றிய பாடல்களை அவர்கள் பாடவும் ஒவ்வொன்றும் முடிந்த போது எதுவுமே நடக்காதது போல, அவர்கள் எதையுமே பாடாதது போலச் சிரிக்கவும் அவர்களுக்கு முடிந்தது கண்டு அவன் வியப்புற்றான்... அத்தகு துயரிலிருந்து அவர்களால் என்ன மகிழ்ச்சியைப் பெற முடியும்?

ஒவ்வொரு முறையும் ஏதாவது சிறிய ஓசையாலோ, அசைவாலோ மாஷாவின்பால் அவனது கவனம் ஈர்க்கப்பட்ட பொழுது, அவளைச் சோர்வாக நோக்கி அவளுக்கு என்னவாகுமோ என்று நினைத்தான். திடீரென்று தத்யானா உள்ளே வந்து அவள் இங்கே இருப்பதைக் கண்டால் என்னவாகும்?.. அவளுடன் அவன் என்ன செய்ய முடியும்? கரிப் புகையைச் சுவாசித்து விட்டவனைப் போல மயக்கமாக உணர்ந்தான். தூங்க வேண்டும் என்ற தேவையை அவன் உணர்ந்த போது, சன்னல் குறட்டை விட்டுக் கீழிறங்கி படுக்கைக்குப் பக்கத்தில் தரையில் நீட்டிப் படுத்தான்.

அவனது கோட் தலையணையாகத் தலைக்குக் கீழ் இருந்தது. மாஷா இறந்து விட்டதாகவும், கொட்டகையின் அழுக்குத் தரை மீது அவளைக் கிடத்தி, வெள்ளை, இளஞ்சிவப்பு மற்றும் நீலம் நிறங்களில் உடையணிந்த இளம் பெண்கள் பிணத்தைச் சுற்றி அமர்ந்து பாடிக் கொண்டிருப்பதாகவும் கனவு கண்டான். சோகப் பாடல்களைப் பாடிய போது அவர்கள் எல்லாரும் முரண்பாட்டுடன் சிரித்தார்கள், மகிழ்ச்சிப் பாடல்களைப் பாடிய போது, அவர்கள் அழவும் தலைகளை ஆட்டவும் செய்து, வெள்ளைக் கைக்குட்டைகளால் கண்களைத் துடைத்துக் கொண்டார்கள். கொட்டகையில் இருளாகவும் ஈரமாகவும் இருந்தது, ஒரு மூலையில் கொல்லன் சவேல் ஓர் இரும்புக் கம்பியைப் பற்ற வைப்பதற்காகச் சிவக்கக் காய்ந்த உலோகத்தின் மீது தனது சுத்தியலால் பலமாக அடித்தான். களஞ்சியத்தின் கூரை மீது நடந்து சென்ற யாரோ கத்தினார்கள்:

"இலியா! இ-லி-யா!.."

ஆனால் அவனுங்கூட பேசவோ அசையவோ முடியாதவாறு அவ்வாறு பலமாகக் கட்டப்பட்டு கொட்டகையில் படுத்திருந்தான்...

"இலியா! எழுந்திரு, தயவுசெய்து..."

அவன் கண்களைத் திறந்தபொழுது பாவெல் நாற்காலியில் உட்கார்ந்து தன்னை லேசாக மிதிப்பதைக் கண்டான். சன்னல் வழியாகப் பிரகாசமான சூரியக்கற்றை நுழைந்து மேசையின் மீது கொதித்துக்

கொண்டிருந்த சமோவார் மீது விழுந்தது. அந்தப் பிரகாசமான வெளிச்சத்தில் இலியா கண்ணைச் சுருக்கிக்கொண்டான்.

"கேளு, இலியா!.." முந்திய இரவில் மிதமிஞ்சிக் குடித்து மறுநாள் தலைவலியினால் பாதிக்கப்பட்டவனைப் போல பாவெலுடைய குரல் கரகரப்பாக இருந்தது. முகம் மஞ்சளாகவும் தலைமுடி ஒழுங்கற்றும் இருந்தன. அவனைப் பார்த்த மாத்திரத்தில் இலியா குதித்து எழுந்தான்.

"என்ன?" அடிக்குரலில் கேட்டான்.

"அவ பிடிபட்டுட்டா!.." தலையசைப்புடன் பாவெல் சொன்னான்.

"என்ன? எங்கே அவள்?" என்ற இலியா அவன் தோளைப் பற்றிக்கொண்டு சாய்ந்தான். பாவெல் தள்ளாடினான்.

"அவளை ஜெயில்ல போட்டுட்டாங்க..." என்றான் பாவெல் மனக்குழப்பமாக.

"எதுக்காக?" எனக் கேட்டான் இலியா உரத்த கிசுகிசுப்பில்.

மாஷா விழித்துக் கொண்டாள், பாவெலைப் பார்த்ததுமே அவள் துடிக்குற்று, நடுக்குற்ற கண்களை அவன் மீது பதித்தாள். கதவருகே நின்ற காவ்ரிக் உதட்டைப் பிதுக்கியவாறு பார்த்துக் கொண்டிருந்தான்.

"அவள் பணப்பையைத் திருடி விட்டதாகச் சொல்றாங்க... யாரோ வியாபாரியிடமிருந்து."

இலியா தன் நண்பனைத் தோளில் தட்டிக்கொடுத்து விட்டு அப்பால் நடந்தான்.

"ஒரு போலீஸ்காரன் முகத்தில் அறைந்து விட்டாள்..."

"ஓ உண்மையாவா!" சற்று கஷ்டப்பட்டுச் சிரித்தபடி இலியா சொன்னான். "ஜெயிலில் போடுறதுக்குப் போதுமான காரியம் செய்திருக்கா!"

பேச்சு தன்னைப் பற்றியது அல்ல என்பதை மாஷா உறுதிப்படுத்திக்கொண்ட உடனேயே முறுவலித்தாள்.

"அவர்கள் என்னை மட்டும் ஜெயிலில் அடைச்சா..." என்றாள் மெதுவாக.

பாவெல் முதலில் அவளையும் பிறகு இலியாவையும் நோக்கினான்.

"உனக்கு அவளை நினைவிருக்கா?" என்றான் இலியா. "மாஷா, பெர்ஃபீஷ்காவோட மகள். நீ மறந்துட்டியா?"

"ஆமாம்," அலட்சியமாகக் கூறிய பாவெல் அப்பால் திரும்பிக் கொண்டதால், அவனை யாரென்று கண்டு கொண்ட பின்பு அவனைப் பார்த்து மாஷா முறுவலித்ததைக் கவனிக்கவில்லை.

மக்ஸீம் கார்க்கி / 311

"இலியா!" என்றான் பாவெல் மகிழ்ச்சியற்று. "என் பொருட்டு அவள் செய்திருந்தால் என்ன ஆவது?"

தலை சீவாமலும் முகம் கழுவாமலும், மாஷாவுடைய காலடியில் படுக்கை மீது உட்கார்ந்த இலியா, அவர்களை ஒருவர் மாற்றி ஒருவராகப் பார்த்தான். இந்தப் புதிய பிரச்சினை அவனுக்கு பயத்தைக் கொடுத்தது.

"இந்தக் கதை மோசமா முடியும்னு நான் உறுதியா இருந்தேன்," என்றான் மெதுவாக.

"நான் சொல்றதை அவ கேட்கமாட்டா."

பாவெலுடைய குரல் நம்பிக்கையற்று இருந்தது.

"அப்படியா?" என்றான் இலியா இகழ்ச்சியாக. நீ சொல்றதை அவள் கேட்காததனால் தான் இதெல்லாம் நடந்துச்சு, இல்லையா? அவளிடம் நீ சொல்ல வேண்டியது இருந்தது என்ன?"

"அவளை நான் காதலிச்சேன்"

"உன் காதலால் அவள் என்ன சனியனை விரும்பினா?" பாவெல், மாஷா இருவருடைய கதைகளும் அவனுக்கு ஆத்திரமூட்டின. வேறு எந்தக் குறியும் இல்லாததால் தனது உணர்வுகளை பாவெல் மீது கொட்டித் தீர்த்தான்...

"எல்லாருமே நாகரிகமாகவும் மகிழ்ச்சியாகவும் வாழ விரும்பாமலா இருக்காங்க... வேரா கூட. ஆனால் நீ சொன்னாய்: "நான் உன்னைக் காதலிக்கிறேன்" என்பது தான் அர்த்தம்: என்னோட வசி ஆனா எதுவுமே இல்லாம... அருமையான விஷயம்!"

"நான் என்ன செய்திருக்க வேண்டும்?" என்று பாவெல் பணிவாகவும் மெதுவாகவும் கேட்டான்.

இந்தக் கேள்வி இலியாவை நிலைகுலையச் செய்தது. தன்னையும் அறியாமல் சிந்தனையில் ஆழ்ந்தான். காவ்ரிக் திறந்திருந்த கதவு வழியாகத் தலையை நீட்டினான்.

"நான் கடையைத் திறக்கலாமா?" என்றான்.

"கடை நாசமாப் போக!" என்று பொறுமையின்றி கத்தினான் இலியா, "அந்த மாதிரி சூழ்நிலையில என்ன மாதிரியான வியாபாரம்?"

"நானா குறுக்கே நிற்கிறேன்?" என்றான் பாவெல். முழங்கால்களின் மீது முழங்கைகளை வைத்து உட்கார்ந்தவாறு தரையை வெறித்துப் பார்த்தான். அவனது நெற்றியில் ஒரு நரம்பு வேதனையுடன் துடித்தது.

"நீயா?" என்று கூவிய இலியா அவனை மேற்போக்காகப் பார்த்தான். "இல்லே, நீ என் வழியில் நிக்கலே... மாஷாவும் என் வழியில் நிக்கலே... ஆனா ஏதோ ஒன்னு நம்ம எல்லார் வழியிலும் நிக்குது... உன்னுடைய,

என்னுடைய, மாஷாவினுடைய வழியில்... ஏதோ முட்டாள்தனம் நம்ம வழியில் நிக்குது, என்னமோ, எனக்குத் தெரியாது... ஆனா ஒன்னு மட்டும் உறுதி: நம்மில் யாருக்குமே ஒரு மனுசன் எப்படி வாழணுமோ அப்படி வாழ்ற சந்தர்ப்பம் கிடைக்கலே! எந்தத் தொல்லையையும் எந்தக் கெட்ட காரியத்தையும் எந்தப் பாவத்தையும் எந்த அசிங்கத்தையும் நான் பார்க்க விரும்பலே... அதை விரும்பவே இல்லை!'' பேச்சை நிறுத்திய அவன் வெளிறிப் போனான்.

''நீ எப்பப் பார்த்தாலும் உன்னைப் பற்றியே பேசிக்கிட்டிருக்கே...'' எனக் குறிப்பிட்டான் பாவெல்.

''நீயோ யாரைப் பற்றி எப்பவுமே பேசிக்கட்டிருக்கே?'' என்றான் இலியா கிண்டலாக. ஒவ்வொருத்தரும் தங்களோட சொந்தப் புண்களாலே வேதனைப்பட்டு, தங்களோட சொந்தக் குரலாலே முனகுறாங்க... நான் என்னைப் பற்றி அல்லாது எல்லாரையும் பற்றிப் பேசுறேன்... ஏன்னா எல்லாருமே என்னிடம் வந்து தங்களோட கஷ்டங்களைச் சொல்றாங்க...''

''நான் போறேன்,'' என்றான் பாவெல் சிரமப்பட்டு எழுந்தவாறு.

''ஏய்!'' கத்தினான் இலியா. ''நான் என்ன சொல்றேன்னு நீ புரிஞ்சுக்கணும், தனிப்பட்ட அவமதிப்பா எடுத்துக்கிற வேணாம்...''

''செங்கலால என் தலையில் அடிக்கப்பட்டது போல உணர்றேன்... அப்பாவி வேரா! என்ன செய்யணும்?''

''எதுவும் செய்ய முடியாது!'' என்றான் இலியா தீர்மானமாக. ''அவள் கதை முடிஞ்சு போச்சு! அவளுக்கு நிச்சயமா தண்டனை கொடுக்கப் போறாங்க...''.

பாவெல் திரும்பவும் உட்கார்ந்தான்.

''எனக்காக பணத்தைத் திருடினாள் என்று அவள் சொன்னால் என்ன ஆகும்?'' என்று கேட்டான் பாவெல்.

''நீ யாரு-இளவரசனா? போய் அதைச் சொல்லு; அவர்கள் செய்யப் போவதெல்லாம் உன்னையும் ஜெயில்ல போடுறதுதான்... நல்லது... நாம் முகம் கழுவித் தயாராக வேணும். பாவெலும் நானும் கடைக்குள்ளாகப் போறோம், மாஷா. நீ எழுந்து அறையைப் பெருக்கு... எங்களுக்குக் கொஞ்சம் தேநீர் ஊற்றிக் கொடு...''

மாஷா லேசாகத் திடுக்குற்று, தலையணையிலிருந்து தலையை உயர்த்தினாள்.

''நான் வீட்டுக்குப் போகணுமா?..'' என்று இலியாவிடம் கேட்டாள்.

''வீடா? எங்கே ஒருத்தனுக்குக் கொஞ்சம் நிம்மதி கிடைக்கும் என்ற நம்பிக்கை ஏற்படுதோ அந்த இடந்தான் வீடு...''

“அவ ஏன் இங்கே உன் வீட்டில் இருக்கா? பாதி செத்தது மாதிரி காணப்படுறா...” அவர்கள் கடைக்கு வந்த போது பாவெல் கடுகடுப்பாகக் கேட்டான்.

என்ன நடந்தது என்பதைச் சுருக்கமாக இலியா அவனுக்குச் சொன்னான். அவன் வியப்புறுமாறு, மாஷாவினுடைய கதை பாவெலுக்குள்ளாகப் புதிய உயிரைத் திணித்தது போல இருந்தது.

“கிழட்டுப் பிசாசே!” அவளுடைய கணவனைப் பற்றிச் சொல்லி, புன்னகை செய்கின்ற அளவுக்குச் சென்றான். அவனுக்கு அருகே நின்று கொண்டிருந்த இலியா, தனது கடையைச் சுற்றிலும் கருத்தூன்றி பார்த்தான்.

“இந்தக் கடையால எனக்கு எந்த மகிழ்ச்சியும் இல்லை என்னு சமீபத்தில் தானே சொன்னாய்...” என்று சொல்லி, தன் கையை அலைத்து கடையைச் சுட்டிக்காட்டினான். “உண்மைதான்! நீ சொன்னது சரிதான்...” என்று கூறிப் பரிகாசமாகத் தலையை ஆட்டினான். “நாள் முழுக்க இங்கே நின்னு சாமான்களை விற்கிறதுனாலே என்ன லாபம் எனக்குக் கிடைக்கப் போகுது? என்னோட சுதந்திரத்தை அது பறிக்குது. இடத்தை விட்டுப் போக நான் துணியலே. நான் விரும்புற இடங்களில், தெருக்களில் மேலுங்கீழுமாகப் போவது என்னோட வழக்கம்... மனசுக்குப் பிடிச்ச இடத்துக்குப் போனா உட்கார்ந்து அனுபவிப்பேன். ஆனா இப்ப இங்கே நாளுக்கு நாள் அடைபட்டுக் கிடக்கிறேன். அவ்வளவுதான்...”

“வேரா உனக்கு நல்ல கடை உதவியாளாக இருப்பாள்,” என்றான் பாவெல்.

இலியா அவன் மீது விரைந்த பார்வையைச் செலுத்தி விட்டு எதுவும் சொல்லாமல் இருந்தான்.

“வந்து தேநீர் சாப்பிடுங்க!” அழைத்தாள் மாஷா. அவர்கள் மூவரும் எதுவுமே பேசிக் கொள்ளாமல் தங்களது தேநீரைப் பருகினர். சூரியன் வெளியே பிரகாசித்துக் கொண்டிருந்தது. வெறுங்கால்களுடன் செல்லும் விஷமக்காரப் பையன்கள் சன்னலைத் தாண்டும் போது ஓங்கி மிதித்துச் சென்றனர். காய்கறி விற்பவர்கள் பக்கத்திலே சுற்றினர்.

எல்லாமே வசந்தத்தைப் பற்றியும் அருமையான வெதுவெதுப்பான, வெளிச்சமான நாள்களைப் பற்றியும் பேசப்பட்டன. ஆனால் அவர்கள் உட்கார்ந்திருந்த சிறிய அறையில் ஈர வாடை அடித்தது. சில நேரம் தாழ்ந்த குரல் கேட்டது; சமோவார் சூரியனின் கதிர்களைப் பிரதிபலித்தபடியே சலிப்புத் தருகின்ற முறையில் ஒலியெழுப்பிக் கொண்டிருந்தது.

“சவ அடக்கத்திற்குப் பிறகு விருந்துக்கு உட்காருவதைப் போல நாம் இருக்கிறோம்,” என்றான் இலியா.

“வேராவின் சவ அடக்கத்திற்குப் பிறகு,” என்று தொடர்ந்தான் பாவெல். “அவளை ஜெயிலுக்கு அனுப்பியது நான்தான் என்று நினைக்கிறேன்.”

“அது அப்படித்தான் தோனுது,” என்று இரக்கமின்றி ஒப்புக்கொண்டான் இலியா.

பாவெல் அவனை வெறித்துப் பார்த்தான்.

“நீ கல்மனம் படைச்ச மனிதன்...” என்றான்.

“நான் ஏன் நல்ல மனுசனா இருக்கணும்?” என்று கத்தினான் இலியா. “என்னை யாராவது எப்பவாவது தட்டிக் கொடுத்ததுண்டா?.. உண்மை, என்னை உண்மையாகவே காதலிக்கக் கூடிய ஒருத்தி இருந்தாள்... ஆனால் அவள் கூட ஒரு வேசி!”

அவனது கன்னங்களுக்குள்ளும் கண்களுக்குள்ளும் குருதி பாய்ந்து எரிகின்ற வேதனை திடீரென்று எழுந்தது; குதித்து எழுந்தான், சத்தம் போடவும், தனது முட்டியால் மேசையிலும் சுவரிலும் அடிக்கவும் விரும்பினான்.

நடுக்குற்ற மாஷா குழந்தையைப் போல உரத்த குரலில் புலம்பத் தொடங்கினாள்.

“நான் போறேன்... என்னைப் போக விடுங்கோ,” கண்ணீர் மல்கக் கிசுகிசுத்தாள், பொந்துக்குள்ளாக நுழைக்க முயல்வது போலத் தனது தலையை அசைத்தாள்.

இலியா அமைதியானான். பாவெல் கூட ஏற்றுக்கொள்ளாத முறையில் தன்னைப் பார்த்துக் கொண்டிருப்பதைக் கண்டான்.

“எதுக்காக அழுகிறே?” என்று இலியா கோபமாகச் சொன்னான். “நான் உன்னைத் திட்டிக்கொண்டு இருக்கலே... நீ போறதுக்கு எந்த இடமும் இல்லை... நான் போய் விடுவேன்... எனக்கு வேண்டும்... பாவெல் உன்னோடு இங்கே உட்கார்ந்திருப்பான். காவ்ரிக்! தத்யானா வந்தா... ஓ, அங்கே யாரது?”

முற்றத்திற்குச் செல்லும் கதவை யாரோ தட்டினார்கள். விசாரிப்பது போல காவ்ரிக் தன் எசமானனை உற்றுப்பார்த்தான்.

“கதவைத் திற!” என்றான் இலியா.

காவ்ரிக்கினுடைய அக்காள் கதவு வழியில் நின்று கொண்டிருந்தாள். சில நொடிகளுக்கு நிமிர்ந்தும் அசைவற்றும் நின்றாள், அங்கிருந்தவர்களைக் கண்ணைச் சுருக்கிக் கொண்டு பார்க்கையில் அவளது தலை பின்னுக்குச் சாய்ந்திருந்தது. பிறகு அவளது அழகில்லாத முகத்தில் வெறுப்பான தோற்றம் ஏற்பட்டது. இலியாவினுடைய வணக்கத்திற்குப் பதில் அளிக்காமல், தன் தம்பியிடம் சொன்னாள்:

"நான் உன்னோட ஒரு நிமிஷம் பேச விரும்புறேன், காவ்ரிக். இங்கே வெளியே வா..."

இலியா அதிகக் கோபமுற்றான்; அவமானத்தால் ரத்தம் திடீரென்று தலைக்கு ஏற கண்கள் துடித்தன.

"உங்களுக்கு வணக்கம் செலுத்துற போது திரும்ப வணக்கம் செலுத்தனும் என்கிற நல்ல பழக்கம் இருக்கட்டும்," என்று தன்னைக் கட்டுப்படுத்திக்கொண்டு கர்வத்தோடு சொன்னான்.

அவள் தன் தலையை மேலும் நிமிர்த்தி புருவங்களை ஒரு சேர நெறித்தாள். இறுக்கிய உதடுகளுடன் இலியா மீது விரைந்த பார்வையைச் செலுத்திய அவள் எதுவும் பேசவில்லை. காவ்ரிக் கூட தன் எசமானனைக் கோபமாக நோக்கினான்.

"நீங்க குடிகாரர்கள் அல்லது திருடர்கள் மத்தியில் இருக்கலே," என்ற இலியா உடம்பு முழுவதையும் நெறித்தான். "நீங்க மரியாதையாக நடத்தப்படுகிறீங்க, படித்த இளம் பெண்ணாகிய நீங்க, மரியாதையைத் திருப்பிச் செலுத்தியாகணும்..."

"அதை விட்டிரு, சோன்யா," என்று காவ்ரிக் திடீரென்று, சமரசப்படுத்துகின்ற தொனியில் கூறிவிட்டு, தன் அக்காளிடம் சென்று அவளது கையைப் பற்றினான்.

சங்கடமான இடைவெளி தொடர்ந்தது. இலியாவும் அந்தப் பெண்ணும் ஒருவரையொருவர் அகந்தையோடு பார்த்துக் கொண்டார்கள், எதற்காகவோ காத்துக் கொண்டிருப்பது போலக் காணப்பட்டது. மாஷா ஒரு மூலைக்குள்ளாக நகர்ந்து சென்றாள். பாவெல் தனது கண்களை முட்டாள்தனமாக இமைத்தான்.

"சரி, பேசு, சோன்யா," என்றான் காவ்ரிக் பொறுமையின்றி, "அவர்கள் உன்னோட உணர்வுகளைப் புண்படுத்த விரும்பினார்கள் என்று நினைக்கிறியா?" அவனது முகத்தில் திடீரென்று புன்னகை தவழ்ந்தது. "அவர்கள் சும்மா அந்த மாதிரி... விநோதமான மனிதர்கள்!"

காவ்ரிக்கின் அக்காள் அவனது கையை ஓர் ஆட்டு ஆட்டினாள்.

"என்னிடமிருந்து என்ன விரும்புறீங்க?" என்று இலியாவிடம் கண்டிப்புடன் நாசூக்கின்றி கேட்டாள்.

"ஒன்னுமில்லே, சும்மா..."

திடீரென்று அவனுக்கு அருமையானதும் பிரகாசமானதுமான எண்ணம் பிறந்தது. அவளை நோக்கி ஓர் எட்டு எடுத்து வைத்து தன்னால் முடிந்த அளவுக்கு மரியாதையோடு சொன்னான்:

"அன்பா இருங்க... பாருங்க... இங்கே நாங்க மூணு பேரு... இருட்டு, படிக்காத சனங்க... நீங்க படிச்ச இளம் பெண்."

தனது எண்ணத்தை வெளியிடுவதற்கு அந்தளவு அதிக அவசரப்பட்டான், ஆனால் அவனால் முடியவில்லை. அந்தப் பெண்ணினுடைய உறுதியான, கண்டிப்புமிக்க பார்வை அவனை நிலைகுலைய வைத்தது-அவனைத் தாக்குவது போலக் காணப்பட்டது. தனது பார்வையைத் தாழ்த்திக் கொண்டான் இலியா.

“இது மாதிரி எல்லாத்தையும் உடனே என்னால சொல்ல முடியாது...” என்று எரிச்சலாக முணுமுணுத்தான், வெட்கப்பட்டான். “ஒரு நிமிடம் உங்களால ஒதுக்க முடிஞ்சா உள்ளே வந்து உட்காருங்க...”

அவளுக்கு வழி விடுவதற்காக அவன் பின்னுக்கு நகர்ந்தான்.

“அப்படியே நில்லு, காவ்ரிக்,” என்ற அவள், கதவருகே நின்ற தன் தம்பியை அங்கேயே நிறுத்திவிட்டு அறைக்குள்ளாக வந்தாள். அவளை நோக்கி இலியா ஒரு நாற்காலியைத் தள்ளினான். அவள் உட்கார்ந்தாள். பாவெல் கடைக்குள்ளாகச் சென்றான். மாஷா மூலையில் கணப்படுப்புக்கு அருகே இருந்தாள், காவ்ரிக்குடைய அக்காளுக்கு முன்பாக இரண்டு எட்டுத் தொலைவில் அசைவற்று நின்ற இலியா பேச்சைத் தொடங்க முடியாது இருந்தான்.

“நல்லது?” என்றாள்.

“அந்தோ... இது இப்படித்தான்...” ஆழ்ந்து மூச்சிழுத்துக்கொண்டு பேசினான் இலியா. “அந்தப் பெண்ணைப் பாத்தீங்களா?.. ஒருவகையில் கலியாணம் ஆன பெண்... கிழவனுக்குக் கட்டிக்கொடுத்துட்டாங்க... அவன் ஒரு மிருகம்... இவள் ஓடி வந்துட்டா, உடம்பெல்லாம் காயம், கீறல், இங்கே எங்கிட்ட ஓடி வந்துட்டா... ஒருவேளை நீங்க ஏதாவது தப்பா சந்தேகப்படலாம்? அப்படி நீங்க நினைச்சா தப்பு...”

தொடர்ச்சியின்றி பேசினான், மாஷாவினுடைய கதையைச் சொல்ல வேண்டும் என்ற ஆவலினாலும், அதே நேரம் அது பற்றித் தனது சொந்தக் கருத்தையும் சொல்ல வேண்டும் என்பதனாலும் தன் வார்த்தைகளைக் குழப்பிக் கொண்டான். குறிப்பாகத் தனது சொந்தக் கருத்துகளை அவளிடம் சொல்லவே மிகுந்த ஆர்வங்காட்டினான். அவனை அவள் கவனித்த போது அவளது பார்வை மென்மையானதாக இருந்தது.

“எனக்குப் புரியுது,” என்று இடைமறித்தாள். “என்ன செய்யுறதுன்னு உங்களுக்குத் தெரியலே? முதலாவதாக ஒரு டாக்டரிடம் அவளை நீங்க அவசியம் காட்டணும்... அவர் அவளை சோதிக்கட்டும்... எனக்குப் பழக்கமான ஒரு டாக்டர் இருக்கார். அவரிடம் இவளை நான் கூட்டிப் போக நீங்க விரும்புறீங்களா? காவ்ரிக், இப்ப என்ன நேரம்னு பாரு. பதினொன்று? நல்லது, இந்த நேரத்தில் அவர் பார்ப்பார்... ஒரு வண்டியைக் கூப்பிடு, காவ்ரிக்... இப்ப அவளுக்கு என்னை அறிமுகம் செய்யுங்க...”

ஆனால் இலியா அசையவில்லை. இந்தக் கண்டிப்பான, அணுக முடியாத பெண்ணால் இவ்வளவு மென்மையாகப் பேச முடியும் என்று அவன் சந்தேகப்பட்டதே இல்லை. அவளது முகத்தில் இருந்த பார்வையால் வியப்புற்றான்: தன்னை எப்பொழுதுமே அந்தளவு பெருமைக்குரியவளாகக் காட்டிக்கொண்ட இப்பெண் இப்போது ஆர்வத்தைத் தவிர எதையும் காட்டவில்லை, அவளுடைய நாசி துவாரங்கள் முன்னை விட விரிந்திருந்த போதிலும், அவன் முன்னர் எப்போதுமே பார்த்திராத அன்பும் எளிமையும் அவளது முகத்தோற்றத்தில் காணப்பட்டது. அவளைக் கவனித்த போது வெட்கத்தாலும் சுய உணர்வாலும் எதுவும் பேசாமல் முறுவலித்தான்.

அவளோ அவனிடமிருந்து திரும்பி மாஷாவை நோக்கிச் சென்றாள்.

"அழாதே, அன்பே," என்று மெதுவாகச் சொன்னாள், "பயப்பட வேணாம்... டாக்டர் அன்பானவர்; அவர் உன்னைச் சோதித்து எழுதித் தருவதைத் தவிர எதுவும் செய்ய மாட்டார்! இங்கேயே உன்னை நான் திரும்பவும் கூட்டிவருகிறேன்... வா, அன்பே, அழாதே..."

மாஷாவை அழைத்துச்செல்லும் எண்ணத்தில் அவளது தோள்களின் மீது தனது கைகளைப் போட்டாள்.

"ஓ, வலிக்குது..." மெதுவாக முனகினாள் மாஷா.

"என்ன வலிக்குது?"

இதைக் கேட்ட போது இலியா முறுவலித்தான்.

"ஐயோ... இது... கொடுமை!" கோபமாகக் கத்தினாள் அப்பெண். அவளது முகம் வெளிறியும், கண்கள் அச்சத்தாலும் ஆத்திரத்தாலும் பளிச்சிடவும் செய்தன.

"ஐயோ!.. எவ்வளவு பயங்கரமா காயம் பட்டிருக்கு!"

"ஆக என்ன மாதிரி வாழ்க்கை நாங்க நடத்துறோம் என்பதை இப்ப நீங்க பார்க்கிறீங்க!" தனது கோபத்தைப் புதுப்பித்துக்கொண்டு கத்தினான் இலியா. "நீங்க தெரிஞ்சுக்கிற அக்கறை காட்டினா என்னால இன்னொரு உதாரணமும் சொல்ல முடியும். அதோ அவனைப் பாருங்க! என்னோட நண்பன் பாவெல்..."

தனது கையை அவளைப் பார்க்காமலேயே பாவெல் நீட்டினான்.

"என் பேர் சோன்யா," பாவெலுடைய துயரார்ந்த முகத்தை ஆழ்ந்து பார்த்தவாறு சொன்னாள். பிறகு, இலியா பக்கம் திரும்பி: "நீங்க, நான் நினைக்கிறேன், இலியா தானே?"

'ஆமாம்," என்று ஆர்வத்தோடு சொன்ன இலியா, அவளது கையை இறுக்கமாகப் பற்றிக்கொண்டு தொடர்ந்து பேசினான், "நீங்க அந்த மாதிரி ரகம் என்றால்... அதாவது... அவளுக்கு உதவி செய்ய நீங்க

விரும்பினா, அதே மாதிரி அவனுக்கும் செய்ய முடியும்! இங்கே ஒரு தூக்குக் கயிற்றை வெட்ட வேண்டியிருக்கு.''

அவனுடைய அழகிய, கலவரப்பட்ட முகத்தைக் கவனமாகவும் கூர்மையாகவும் அவள் கூர்ந்து பார்த்த போது, தனது கையை விடுவித்துக் கொள்ள முயன்றாள். ஆனால் அவளிடம் வேராவையும் பாவெலையும் பற்றிச் சொல்ல வேண்டியிருந்ததால் அதில் திளைத்தவனாகத் தொடர்ந்து அவளது கையை இறுக்கமாகப் பற்றியதோடு அல்லாமல் பேசும் போது குலுக்கவும் செய்தான்:

''அவன் கவிதை எழுதுறது உண்டு, என்ன கவிதை! ஆனா அந்த விவகாரத்தில் அவன் எரிஞ்சு போயிட்டான்... அவளுங்கூடத்தான்... ஒருவேளை நீங்க நினைக்கலாம், அவளோட... காரணமாக அல்லது அந்த மாதிரி, அவளுக்குக் கிடைத்ததெல்லாம் அது தான்? இல்லை, நீங்க அதை நினைக்கக் கூடாது! யாருமே முழுக்க நல்லவனோ முழுக்கக் கெட்டவனோ இல்லை!''

''என்ன?'' என்றாள் அப்பெண்.

''நான் சொல்ல வந்தது, ஒருத்தன் மோசமானவனாக இருந்தால், நிச்சயம் அவனிடம் ஏதாவது நல்லது இருக்க வேண்டும்; அவன் நல்லவனாக இருந்தால், நிச்சயம் அவனிடம் ஏதாவது கெட்டது இருக்க வேண்டும்... நாம எல்லாருமே நிறம் மாறுகிற இதயம் படைச்சவுங்க... நாம எல்லாருந்தான்!''

''நீங்க சொல்றது ரொம்ப அருமையா இருக்கு!'' என்ற அவள் அங்கீகரிப்பதைக் காட்டத் தலையை அசைத்தாள். ''ஆனால் உங்களுக்கு மறுப்பு இல்லேன்னா என் கையை எடுத்துக்கிற விடுங்க. நீங்க என்னைப் புண்படுத்துறீங்க!'' இலியா மன்னிப்புக் கோரினான், ஆனால் அவளோ ஏற்கெனவே பாவெலுக்கு அறிவுரை சொல்ல திரும்பிவிட்டிருந்தாள்:

''எதுவும் செய்யாமலிருப்பது வெட்ககரமானது! நீங்க நடவடிக்கைகள் எடுத்தாகணும்! அவளைப் பாதுகாக்க ஒரு வழக்குரைஞரைக் கண்டுபிடிங்க, தெரியுமா? நீங்க விரும்பினா நான் கண்டுபிடிக்கிறேன். விரும்புறீங்களா? அவளுக்கு எதுவும் நடந்து விடாது, அவளை நிச்சயமா விடுதலை செய்வாங்க... பாருங்க, நான் சத்தியமாச் சொல்றேன்!''

அவளது முகம் சிவந்தது, அவளது கூந்தல் கொத்துக்கொத்தாக நெற்றிக்கு மேலாக விழுந்து கொண்டிருந்தது, கண்கள் மின்னின.

அவளுக்கு அருகே நின்று கொண்டிருந்த மாஷா, குழந்தையின் நம்புகின்ற ஆர்வத்துடன் அவளை உற்றுப்பார்த்தாள். இப்போது இலியா

வெற்றிக்களிப்புடன் மாஷாவையும் பிறகு பாவெலையும் நோக்கினான், இந்தப் பெண் தனது அறையில் இருக்கும் பெருமையோடு.

"உங்களால உண்மையாகவே ஏதாவது உதவி செய்ய முடிஞ்சா, தயவு செய்து செய்யுங்க!" என்று பாவெல் நடுங்குகின்ற குரலில் சொன்னான்.

"இன்னைக்குச் சாயங்காலம் என் வீட்டுக்கு உங்களால வர முடியுமா? எப்படி வருவதென்று காவ்ரிக் உங்களுக்குச் சொல்வான்..."

"நான் வருகிறேன்... உங்களுக்கு எப்படி நன்றி சொல்றதுன்னு எனக்குத் தெரியலே..."

"அர்த்தமற்றது. மக்கள் ஒருத்தருக்கொருத்தர் உதவி செய்யனும்னுதான் எதிர்பார்க்கிறோம்."

"அவங்களா செய்யப் போறாங்க!" என்று கிண்டலாகக் கத்தினான் இலியா.

அப்பெண் விரைந்து அவன் பக்கம் திரும்பினாள், ஆனால் இந்தக் குழப்பத்தில் தான் ஒருவன் மட்டுமே நிதானபுத்தியுள்ளவன் என்பதைத் தெளிவாக உணர்ந்த காவ்ரிக் தன் அக்காளின் கையைப் பிடித்து இழுத்துக்கொண்டு சொன்னான்:

"நீ போறதுக்கு நேரமாச்சு!"

"உன் உடையைப் போட்டுக்கொள், மாஷா!"

"என்னிடம் எதுவுமில்லை," என்றாள் மாஷா தயக்கமாக.

"அப்படியா... நல்லது, அதனால் பரவாயில்லே! வா, போகலாம்... பாவெல், நீங்க வர மறந்துறாதீங்க? போய் வாறேன், இலியா!"

இரு நண்பர்களும் அவளது கையை மரியாதையோடு குலுக்கினார்கள், எதுவும் பேசவில்லை, அவள் மாஷாவின் கையைப் பிடித்துக்கொண்டு அழைத்துச் சென்றாள். அவள் கதவை அடைந்ததும், சுற்றித் திரும்பி தலையை உயர்த்தி அலைத்து இலியாவிடம் சொன்னாள்: ...

"நான் மறந்துட்டேன்... நான் உள்ளே வந்த போது உங்களுக்கு வணக்கம் சொல்லலே... அது என்னை சங்கடப்படுத்துச்சு, மன்னிப்புக் கேட்டுக்கிறேன்."

அவளது முகம் சிவப்பாக மாறி, கண்களைத் தாழ்த்தினாள். இதைக் கேட்க இலியாவின் இதயம் பெருமகிழ்ச்சியுற்றது.

"நான் மிகவும் வருந்துறேன்... முதலில் நான் நினைச்சேன் நீங்க மோசமாக் குடிச்சு இருக்கீங்கன்னு..."

அவள் திடீரென்று நின்று, பிறகு சொன்னாள்:

“நீங்க என்னைக் கண்டிச்ச சமயத்தில், நான் நினைச்சேன்... முதலாளிங்கற முறையில் நீங்க பேசிக் கொண்டிருந்ததாக, ஆனா நான் தப்பாக் கருதிட்டேன்!.. மிகுந்த மகிழ்ச்சியடைகிறேன்! உங்களது சொந்த மதிப்பின் உணர்வு தான் நீங்க சொன்ன மாதிரி பேச வச்சது.”

திடீரென்று அவளது முகத்தில் கவர்ச்சியான புன்னகை தோன்ற, வார்த்தைகளை உச்சரிப்பது தனக்குச் சொல்ல முடியாத மகிழ்ச்சியைத் தந்தது போல, உற்சாகத்துடன் பேசினாள்:

“எல்லாமே இந்த மாதிரி மாறியதற்காக நான் பயங்கரமான மகிழ்ச்சியடைகிறேன்... பயங்கரமான, பயங்கரமான மகிழ்ச்சி!”

அவள் புன்னகை செய்தவாறு வெளியேறியது உதய சூரியனால் தழுவப்பட்ட சிறிய சாம்பல் நிற மேகத்தை நினைவுபடுத்தியது. இரு நண்பர்களின் முகங்களுமே பரவசமுற்றன, சற்று வேடிக்கை போல. பிறகு இலியா சுற்றிலுமாக அறையைப் பார்த்தான்.

“சுத்தமா?” என்ற அவன் பாவெலை லேசாக இடித்தான்.

பாவெல் மெதுவாகச் சிரித்தான்.

“அடேயப்பா, எப்படிப்பட்ட பெண்!” இலியா லேசாகப் பெருமூச்சு விட்டான்.

“அவளைப் பற்றி நீ என்ன நினைக்கிறே, ஹூம்?..”

“அவளுக்கு முன்னால எல்லாமே காற்று மாதிரி அடிச்சுக்கிட்டுப் போச்சு!..”

“நீயும் அதைப் பார்த்தியா?” என்ற இலியா பெருமையோடு தன் சுருள் முடிக்குள்ளாகக் கையை ஓடவிட்டான். “அவள் எப்படி மன்னிப்புக் கேட்டாள் என்று கேட்டியா? அது தான் உண்மையாகவே படித்தவள் என்பதன் அர்த்தம்: படிச்சவன் எல்லாரையும் மதிக்க முடியும், ஆனா அவனோ யாருக்கும் முதலில் வணங்க மாட்டான்! தெரியுமா?”

“ரொம்ப அருமையான பெண்,” என்று புன்னகையுடன் ஏற்றுக்கொண்டான் பாவெல்.

“பிரகாசமாகவும் மினுமினுப்பாகவும், நட்சத்திரத்தைப் போல!”

“ஆகா. யார் என்ன செய்யணும் என்பதைத் தீர்மானிக்க நேரம் எடுத்துக்கிறலே...”

அதிக இலியா ஊக்கத்தோடு சிரித்தான். கர்வமிக்க இந்தப் பெண் உண்மையாகவே எளிமையான இதயம் படைத்தவள் என்பதைக் கண்டு கொண்டதில் பெரு மகிழ்ச்சியுற்றான், அவளது முன்னிலையில் தனது மதிப்பைக் காப்பாற்றிக் கொண்டதற்காகத் தனக்குத்தானே மகிழ்ச்சியடைந்தான்.

எதாவது செய்ய வேண்டும் என்ற ஆர்வத்தில் காவ்ரிக் சஞ்சலமடைந்தான்.

"காவ்ரிக்!" என்ற இலியா அவனது தோளைப் பிடித்துக் கொண்டு பேசினான், "உனக்கு அருமையான அக்காள் கிடைச்சிருக்காள்!"

"அவள் நல்லவள்!" என்று ஆதரவுப்பாங்கில் பையனும் சொன்னான். "இன்னைக்கு நாம கடையைத் திறக்கப் போறோமா? விடுமுறையின்னு நாம வைத்துக் கொள்ளலாம். இல்லையா?.. வயல்வெளியில் நடந்து போய்வர விரும்புறேன்!"

"ரொம்பச் சரி - இன்னைக்கு வேலை இல்லை! பாவெல், நாம கொஞ்சம் உலாவி வரலாம்!"

"போலீஸ் நிலையத்துக்குப் போறேன்," மீண்டும் சோர்ந்து போன பாவெல் சொன்னான். "அவளைப் பார்க்கிறதுக்கு ஒருவேளை என்னை அவுங்க விடலாம்..."

"சரி, நான் உலாவ வாறேன்," என்றான் இலியா.

மகிழ்ச்சிமிக்க ஆர்வத்தில் தெருவில் நடந்தான், அந்தப் பெண்ணைப் பற்றிய சிந்தனைகள் அவன் மனத்தை நிறைத்தன, தனக்கு அறிமுகமான ஒவ்வொருவரோடும் அவளை ஒப்பிட்டுப் பார்த்தான். அவளது முகத்தை அவனால் மறக்க முடியவில்லை, ஒவ்வொரு அமிசமும் ஏதேனும் உயர்ந்த குறிக்கோளை நோக்கிய உறுதியான வேட்கையை வெளிப்படுத்தின. அவள் மன்னிப்புக் கேட்ட வார்த்தைகளை நினைவு கூர்ந்தான்...

"ஆனால் முதலில் அவள் என்னை எப்படி வெட்டிப் பேசினாள்!" புன்முறுவலுடன் நினைத்தான். தன்னுடன் கண்டிப்பான ஒரு வார்த்தையை அவள் பரிமாறிக் கொள்வதற்கு முன்பு, அவள் அவ்வளவு கர்வமாகவும், விரோதமாகவும் இருந்தது ஏன் என்பதைக் கண்டுபிடிப்பதற்காகத் தன் மூளையைப் போட்டுக் குடைந்தான். அவனைச் சுற்றிலும் வாழக்கை பண்ணிசைத்துக் கொண்டிருந்தது. சிரித்துக்கொண்டு சில மாணவர்கள் தெருவில் போனார்கள், சுமையேற்றப்பட்ட வண்டிகள் கடகடத்து விரைந்து சென்றன, வண்டிகள் ஓடிக் கொண்டிருந்தன, மரக்காலுடன் பிச்சைக்காரன் ஒருவன் நடைபாதையில் நொண்டியடித்துச் சென்றான். ஆயுதந்தாங்கிய போலீஸ்காரன் உடன் வர இரண்டு கைதிகள் நீர் நிரம்பிய தொட்டியைக் கம்பில் மாட்டி, அதைத் தோள்களில் சுமந்து சென்றார்கள். சிறிய நாய் ஒன்று தனது நாக்கை வெளியே தொங்கவிட்டவாறு எழுச்சியின்றி நடந்து சென்றது. சல சலப்பு, குத்து,கூச்சல், மற்றும் காலடியோசைகள் ஆகிய அனைத்தும் இணைந்து உயிரூட்டமுள்ளதும், உற்சாகமுள்ளதுமான கர்ஜனை ஒலியாக மாறியது. வெதுவெதுப்பான தூசி காற்றில் நிறைந்து நாசித்துவாரங்களைக் கூசச் செய்தது. சூரியன்

ஆழமான, தெளிவான வானத்தை விட்டு வேகமாகப் புறப்பட்டு பூமி-யிலுள்ள எல்லாப் பொருள்கள் மீதும் வெப்பமான ஒளியைப் பாய்ச்சிக் கொண்டிருந்தது. நீண்ட காலமாக தான் அனுபவித்திராத இன்பத்துடன் இலியா தன்னைச் சுற்றிலும் கருத்தூன்றிப் பார்த்தான். எல்லாமே புதியனவாகவும் அசாதாரணமான அக்கறை கொண்டனவாகவும் இருந்தன. சிவந்த கன்னங்களும் அடக்கமான நடத்தையும் கொண்ட அழகிய இளம் பெண் ஒருத்தி தெருவிலே விரைந்து வருகிறாள், இலியா வைப் பார்த்து பிரகாசமான, மகிழ்ச்சிமிக்க பார்வையை வீசுகிறாள், இப்படிச் சொல்ல விரும்புவதைப் போலத் தெரிகிறது:

"நீங்க எவ்வளவு கவர்ச்சியான ஆள்!.."

இலியா அவளைப் பார்த்து புன்னகை செய்தான். கடைப் பையன் ஒருவன் செப்புக் கெட்டிலுடன் தெருவிற்குள்ளாக ஓடி வருகிறான், நடந்து போவோரின் கால்களில் குளிர்ந்த நீரைத் தெளித்த போது கெட்டிலின் மூடி இனிமையான கலகலப்பொலியை ஏற்படுத்துகிறது. தெருவில் வெப்பமாகவும் இரைச்சலாகவும், காற்றோட்டமில்லாமலும், இருக்கிறது. நகரத்து இடுகாட்டில் வளர்ந்துவரும் பழைய லின்டன் மரங்கள் தங்களது குளுமையாலும் அருமையான நிழலாலும் வசீகரித்தன. பண்டைய இடுகாட்டின் வெள்ளைக் கற்சுவருக்குப் பின்னால் இலை தழைகள் மிகப்பெரிய பச்சைநிற அலைகள் போன்று எழுந்து நின்றன. அவற்றின் கொண்டைகள், நுரை போல, இலைகளின் அருமையான ஒப்பனைத் தோரணிகளால் அழகுபடுத்தப்பட் டிருந்தன. உயரே காற்றில், ஒவ்வொரு தனி இலையும் நீலவானத்திற்கு எதிராகச் சித்திரம் போல உருவாகியும், பரந்த ஆகாய வெளிக்குள்ளாக உருகிவிடவிருப்பது போல நடுங்கிக்கொண்டும் இருந்தன...

இடுகாட்டின் வெளிவாயில் வழியாக இலியா உள்ளே நுழைந்து, லின்டன் மரங்களின் நறுமணத்தை ஆழ்ந்து சுவாசித்தவாறு அகன்ற பாதை நெடுகிலும் செல்கிறான். மரங்களுக்கு இடையே, அவற்றின் கிளைகளின் நிழலில் சலவைக் கற்களாலும் பளிங்குக் கற்களாலும் கட்டப்பட்ட கல்லறைகள் மீது -பளுவான, கனந்த, பாசி படிந்த, நினைவுச் சின்னங்கள் நிற்கின்றன... மணற்திட்டுகளின் சோகத்தைத் திரை-யிட்டவாறு, ஒவ்வொரு புறத்திலும் பூமியினின்றும் புற்களும் புதர்களும் பலமாக அழுத்திக்கொண்டு ஒளியை நோக்கிச் செல்கின்றன. மனிதனது கண்ணையும் இதயத்தையும் மகிழ்விக்க, இடுகாட்டின் அனைத்துப் பசுமைத் தாவரங்கள் வளரவும் விரிவாகவும் வெளிச்சத்தையும் காற்றையும் உள்கொண்டு, இந்த வளமான பூமியின் சாறையெல்லாம் வண்ணமாகவும் நறுமணமாகவும் அழகாகவும் மாற்ற அவசரமாகப் பொறுப்புச் சுமத்தப்பட்டிருக்கின்றன. வாழக்கை எங்கெனும் வெற்றி முழக்கமிடுகிறது! வாழ்க்கை எப்போதுமே வெற்றி பெறும்!...

இங்கே அமைதியில், மலர்களின், லிண்டன் மரங்களின் நறுமணத்தை நுரையீரல்களில் நிறைத்துக்கொண்டு நடப்பதை இலியா ரசித்தான். அவனுங்கூட அமைதியாகவும் தொல்லையற்று இருப்பதாகவும் உணர்ந்தான்; தன் ஆன்மாவிற்கு அமைதியும், மனத்திற்கு ஓய்வும் கிடைத்திருப்பதை உணர்ந்தான். நீண்ட காலமாக அவன் ஏங்கிய ஏகாந்த அமைதியில் குளிர் காய்ந்தான்.

முக்கியப் பாதையை விட்டுத் திரும்பி இடப்புறத்தில் ஒரு சிறு பாதைக்குள்ளாக வந்தான். அதில் நடந்து செல்லும் போது சிலுவைகளிலும் நினைவுச் சின்னங்களிலும் பொறிக்கப்பட்டிருந்தவற்றைப் படித்தான்.

"இந்தச் சிலுவையின் கீழே ஆண்டவனின் ஊழியன் போனிஃபாந்தியின் எச்சமிச்சங்கள் கிடக்கின்றன," புன்முறுவலுடன் படித்தான். பெயர் குதூகல மூட்டியது. போனி ஃபாந்தியின் எச்சமிச்சங்களுக்கு மேலாக சாம்பல் நிறக் கருங்கல்லால் மிகப்பெரும் நினைவுச்சின்னம் எழுப்பப்பட்டிருந்தது.

அவனை அடுத்து, மற்றொரு அடைப்புக்குப் பின்புறத்தில் இருபத்தெட்டு வயதுடைய பியோதர் பாபுஷ்கின், அடக்கம் செய்யப்பட்டிருந்தான்.

"மிகவும் இளமை," என்று இலியா நினைத்தான். வெண்ணிறச் சலவைக்கல்லின் மிதமான அடைப்புக்குள்ளாக எழுதப்பட்டிருந்தது:

சுகந்தமலர் ஒன்றின்றி வையகமே வறண்டதே...

சுடர்நட்சத் திரமொன்றால் வானுலகு செழித்ததே!

இந்த வரிகளைப் பற்றிச் சிந்தித்த இலியா அவை மிகவும் உணர்வுப்பூர்வமாக இருப்பதைக் கண்டான். திடீரென்று யாரோ அவன் இதயத்தில் கத்தியைப் பாய்ச்சியது போல இருந்தது. தள்ளாடிய அவன் கண்களை மூடிக்கொண்டான். மூடப்பட்ட கண்களின் ஊடாகவும் கத்தி பாய்ச்சியது போன்ற அந்த எழுத்துகளை அவனால் பார்க்க முடிந்தது. பழுப்புநிறக் கல்லில் வெட்டப்பட்ட அந்தப் பொன்னெழுத்துகள் அவனது மனத்திற்குள்ளாகப் பதிந்து விட்டன:

"இரண்டாம் சபையின் வியாபாரி, வசீலி காவ்ரிலோவிச் பலுயேக்தவின் உடல் இங்கே கிடக்கிறது." அடுத்த கணமே தனது பயத்தால் அவன் நடுங்கிப் போனான்; அவசரமாகத் தனது கண்களைத் திறந்து கள்ளத்தனமாகச் சுற்றிலும் பார்த்தான்...

மேப்பிள் மரத்தின் மீது சாய்ந்துகொண்டு தான் கொலை செய்துவிட்ட மனிதனது கல்லறையைக் கருத்தூன்றிப் பார்த்தான். மரத்தில் அழுத்திக் கொண்டிருந்த அவனது தொப்பி நெற்றிக்கு மேலாக உயர்ந்தது. புருவங்கள் சுருங்கின, உதடுகள் துடித்து, விரிந்து பற்களை வெளிக்காட்டின. அவனது கைகளைக் காற்சட்டைப் பைகளுக்குள்ளாகத்

திணித்து, பாதங்களால் தரையைக் கிளறினான். அது அவனது மன நிலையைப் பிரதிபலித்தது.

பலுயேக்தவினுடைய கல்லறை நினைவுக்கல் கல்சவப் பெட்டியின் வடிவத்தில் இருந்தது, அதன் மூடியில் திறந்த புத்தகம், மண்டையோடு, மற்றும் குறுக்காகக் கிடக்கின்ற இரண்டு துடையெலும்பு வரையப்பட்டிருந்தன. அதற்கு அருகே, அதே அடைப்புக்குள்ளாக மற்றொரு சிறிய கல் சவப்பெட்டி இருந்தது, அதில் இருபத்திரண்டு வயது யெவ்ப்ராக்சியா பலுயேக்தவாவின் எச்சமிச்சங்கள் இருக்கின்றன என்று எழுதப்பட்டிருந்தது.

"அவனது முதலாவது மனைவி," என்று இலியா நினைத்தான். நினைவுபடுத்தும் கடுமையான உழைப்பிலிருந்து அதுவரை சுதந்திரமாக இருந்து வந்த அவனது மூளையின் சிறிய பகுதியில் இச்சிந்தனை பளிச்சிட்டது. அவனது முழு உடம்புமே பலுயேக்தவின் நினைவுகளில் அமிழ்ந்தது- அவனுடனான தனது முதல் சந்திப்பு, அவனது கழுத்தை நெறித்தது, கிழவனுடைய எச்சில் அவன் கையில் வடிந்தது. ஆனால் இவை எல்லாவற்றையும் தன் மனத்தில் இலியா புதுப்பித்துக்கொண்ட போது, பயத்தையோ, வருத்தத்தையோ உணரவில்லை; கல்லறையைப் பார்த்தது அவனிடத்தில் வெறுப்பையும் வேதனையையும் ஆத்திரத்தையும் ஏற்படுத்தியது.

அந்த லேவாதேவிக்காரனிடம் ஓசையில்லாமல் தனக்குள் பேசிய போது, தனது வார்த்தைகளின் உண்மையை ஆழமாகப் புரிந்துகொண்டதால் அவனது இதயத்தில் கடுங்கோபம் பெருக்கெடுத்தது:

"உன்னால என் வாழ்க்கை பூராத்தையும் நான் பாழாக்கிட்டேன், உன்னால தான், கேட்கிறியா?.. பழைய பேய் நீ! நான் எப்படி வாழப்போறேன்?.. நான் சாகிற மட்டும் உன் ரத்தக் கறையை அணிஞ்சுக்குவேன்..."

மரத்திலிருந்து தானாகவே இழுத்துக்கொண்டு அப்பால் சென்றான். அவனது தொப்பி கீழே விழுந்தது. அதை எடுப்பதற்காக அவன் கீழே குனிந்த போது, லேவாதேவிக்காரனும் திருட்டுச் சாமான்களை வாங்குபவனுமான பலுயேக்தவின் கல்லறையை விட்டு தனது கண்களை அவனால் அகற்ற இயலவில்லை. நலமில்லாதும், மூச்சுவிட உடல் முடியாதும் உணர்ந்தான், ரத்தம் அவனது தலைக்குள்ளாகப் பாய்ந்தது, அவனது கண்கள் வலித்தன. மிகுந்த சிரமத்துடன் நினைவுக்கல்லினின்றும் கண்களை விடுவித்துக் கொண்டு, அடைப்புக்குள்ளாகச் சென்று, வெறுப்புடன் அதைத் தனது கைகளில் பற்றிக் கல்லறை மீது காறித் துப்பினான்... அப்பால் நடந்து சென்ற போது தரையைக் காயப்படுத்த விரும்புவது போல தனது பாதங்களால் அதை பலமாக உதைத்தான்...

22

அவன் வீட்டுக்குப் போக விரும்பவில்லை. அவனது இதயம் கனமாக இருந்தது, வேதனையின் பாரம் கீழே அழுத்தியது. எதையுமே கவனிக்காமல், எதிலும் ஆர்வமின்றி, எதைப் பற்றியும் சிந்திக்காது மெதுவாக நடந்தான். தெருவின் கடைசியை அடைந்ததும், தன்னை அறியாமலே மூலையில் திரும்பினான், பெத்ரூகாவினுடைய அருந்தகத்தின் அருகாண்மையில் தான் இருப்பதைத் திடீரென்று உணர்ந்தான். இது அவனை யாக்கவ் பற்றி சிந்திக்க வைத்தது. வெளிவாசலை அடைந்ததும், உள்ளே போயாக வேண்டும் என உணர்ந்தான், அவனுக்கு விருப்பமில்லாத போதும். பின் வாசல் வழியாகப் படிகளில் ஏறிய போது, “நல்லவர்களே!” என்று பெர்ஃபீஷ்காவினுடைய குரல் வந்தது, “உங்க கைகளுக்குக் கருணை காட்டி என் விலா எலும்புகளை விட்டு வையுங்க...”

கதவு வழியில் இலியா நின்றான். மங்கலான தூசி மற்றும் சுருட்டுப் புகையின் ஊடாகக் கவுண்டருக்குப் பின் யாக்கவ் நின்று கொண்டிருப்பதைக் கவனித்தான். அவனது தலைமுடி வழவழப்பாகச் சீவப்பட்டிருந்தது, குட்டையான கைகள் கொண்ட இறுக்கமான ஜாக்கெட் அணிந்து கொண்டிருந்தான். தேநீர் குவளைகளை விரைந்து நிரப்பி, ஜீனிக்கட்டிகளை எண்ணிப் போட்டு, வோத்காவை ஊற்றினான், கல்லாச் செருகு பெட்டியை ஓசையுடன் உள்ளேயும் வெளியேயும் இழுத்தான். அவனை நோக்கி ஓடி வந்து கொண்டிருந்த வெயிட்டர்கள், கவுண்டர் மீது தங்களது செக்குகளை வீசிய போது கத்திக் கொண்டிருந்தார்கள்:

“பாதி!” “இரண்டு பீர்!” “பத்துக் கோபெக் மதிப்புக்கு இறைச்சித் துண்டு!”

தன் நண்பனுடைய கைகள் உணவையும் மது வகைகளையும் வழங்குகின்ற விரைவைக் கவனித்த போது இலியா “அவனும் திறமை பெற்று விட்டான்!” என்று பொறாமைமிக்க திருப்தியடைந்தான். ‘ஓ, நீயா!” இலியா கவுண்டரை நெருங்கிய போது யாக்கவ் கூவினான், ஆனால் உடனடியாகத் தனக்குப்பின் இருந்த கதவை சிரமத்துடன் நோக்கினான். அவனது நெற்றியில் வியர்வை அரும்பியது, கன்ன எலும்புகளில் சிவப்புப் புள்ளிகளுடனிருந்த முகம் வெளிறிப் போய் இருந்தது. அவன் இலியாவினுடைய கையைப் பற்றி வலுவாகக் குலுக்கிக் கொண்டு வறண்ட முறையில் அடிவயிற்றிலிருந்து இருமினான்.

“எப்படி இருக்கே?” என்ற இலியா, வலிந்து முறுவலித்தான். “ஆக உனக்கும் சேணம் பூட்டிட்டாங்க?”

“ஒன்னும் செய்ய முடியாது.”

யாக்கவினுடைய தோள்கள் தொய்ந்து போயிருந்தன, சுருங்கிப் போனது போல அவன் காணப்பட்டான்.

“நான் உன்னைப் பார்த்து ரொம்பக் காலமாச்சு!” என்ற அவன், தனது வருந்தந் தோய்ந்த அன்புமிக்க கண்களால் இலியாவைக் கருத்தூன்றிப் பார்த்தான். “உன்னோடு பேச விரும்புறேன்... இதற்கிடையே, இன்னைக்கு என் அப்பா வெளியே போயிட்டாரு... பொறு, இங்கே வா... எனக்குப் பதிலா என் மாற்றாந்தாயைப் பார்க்கும்படி சொல்றேன்...”

தன் அப்பாவினுடைய அறைக்குள்ளாகச் செல்லும் கதவைத் திறந்து, மரியாதைமிக்க தொனியில் அழைத்தான்:

“அம்மா!.. இங்கே ஒரு நிமிஷம் வாங்க...”

முன்னர் தன் சித்தப்பாவுடன் இருந்த அறைக்குள்ளாகச் சென்ற இலியா அதைக் கவனமாகப் பரிசீலித்தான். அவன் கவனித்த ஒரே மாற்றம் - சுவர்த்தாள்கள் அழுக்காகிப் போயிருந்ததும் அறையில் இரண்டுக்குப் பதிலாக ஒரே ஒரு படுக்கையும் அதற்கு மேலாக ஒரு புத்தக அலமாரி இருந்ததும்தான். இலியாவினுடைய படுக்கை இருந்த இடத்தை இப்போது பெரிய, விகாரமான, பெட்டி ஒன்று எடுத்துக் கொண்டிருந்தது.

“நல்லது, ஒரு மணி நேரத்துக்கு எனக்கு வேலை இல்லை!” என்று மகிழ்வுடன் கூவிய யாக்கவ், உள்ளே வந்ததும் கதவைத் கதவைத் தாழிட்டான். “கொஞ்சம் தேநீர் வேணுமா? நல்லது... இ-வான்! தேநீர்!” என்று கத்தினான். சத்தம் அவனுக்கு இருமலை ஏற்படுத்தியது, நீண்ட நேரத்திற்கு இருமினான், தன் நுரையீரல்களினின்னும் எதையோ வெளியேற்ற முயல்வது போல உடம்பை முழுமையாக வளைத்தான்.

“நல்ல இருமல் பிடிச்சிருக்கு உனக்கு!” என்றான் இலியா.

“காச நோயால நான் மோசமாயிட்டேன். ஆனா உன்னைப் பார்க்க சந்தோஷப்படுறேன்... நீ அந்தளவு முக்கியமான மனுஷனாயிட்டே... நல்லது, உன்னோட வாக்கை எப்படி இருக்கு?”

“என்னைப் பற்றி என்ன?” சற்று நேரங்கழித்து பதிலளித்தான் இலியா. “நான் உயிரோட இருக்கேன்... ஆனா உன்னைப் பற்றித்தான் ஏதாவது கேட்கணும்னு ஆசைப்படுறேன்...”

தன்னைப் பற்றிப் பேசுவதற்கு அல்லது சும்மா பேசுவதற்குமே இலியா அருவருப்புக் கொண்டான். யாக்கவினுடைய சோர்வான தோற்றம் அவனுக்கு இரக்கத்தை ஏற்படுத்தியது. ஆனால் அது வறட்சியான இரக்கமாக இருந்தது - உணர்ச்சியின் வறட்சியான வகை.

“எப்படியோ என் வாழ்க்கையைச் சகித்துக்கொண்டு போறேன், சகோதரனே...” என்றான் யாக்கவ் மெதுவாக.

“உன்னோட அப்பா உன்னிடமுள்ள எல்லா ரத்தத்தையும் உறிஞ்சிட்டார்...”

சுவரின் மறுபுறத்தில் பெர்ஃபீஷ்கா தனது அக்கார்டியனை வாசித்துப் பாடிக் கொண்டிருந்தான்:

காசும் ஏனோ கேட்கிறாய்?
காதல் செய்யலாம் இலவசமாய்!

“பெட்டி மாதிரி இருக்கே, என்ன அது?” என்றான் இலியா.

“அதுவா? அது ஆர்மோனியம். எனக்காக அப்பா இருபத்தைந்து ரூபிளுக்கு வாங்கினார்... நான் அதை வாசிக்கக் கத்துக்கிறனும்னு சொல்றார், பிறகு எனக்கு நல்லதா ஒன்னு வாங்கி அருந்தகத்தில் வைப்பார், என்னால வாடிக்கையாளர்களுக்கு வாசித்துக் காட்ட முடியும். இதுதான் என்னிடமிருந்து ஏதாவது நல்லதைப் பெற ஒரே வழியாம். அதை ஏன் விரும்புறார்னு எனக்குத் தெரியும்: வேறு எல்லா அருந்தகங்களிலும் வாத்தியங்கள் வச்சிருக்காங்க - அது இல்லாம இருக்கிறது எங்க கடை மட்டுந்தான். அதை வாசிக்க விரும்புறேன்...”

“எப்படிப்பட்ட கயவன்!” என்று சற்று சிரிப்புடன் சொன்னான் இலியா.

“ஏன்? அவர் இருக்கட்டும்... உண்மையாவே என்னால அவருக்குத் துளிகூடப் பயனில்லே...”

இலியா அவன் மீது கடுமையாகப் பார்த்துவிட்டு ஆத்திரத்தோடு சொன்னான்:

“அவர்கிட்ட நீ இந்த மாதிரி ஆலோசனை சொல்லு: ‘அன்புள்ள அப்பா, நான் சாகிற போது, என் உடலை அருந்தகத்திற்குள்ளாக வைத்து என்னைப் பார்க்க விரும்புற ஒவ்வொருவரிடமிருந்தும் ஐந்து கோபெக் வாங்கிக்கங்க...’ இப்படித்தான் நீ அவருக்குப் பயன்பட முடியும்...”

யாக்கவ் குழப்பத்துடன் சிரித்துவிட்டு, தன் தொண்டையையும் மார்பையும் மூர்க்கத்தனமாகப் பிடித்துக்கொண்டு மீண்டும் ஒருமுறை பலங்கொண்ட மட்டும் இருமத் தொடங்கினான்.

இதற்கிடையே பெர்ஃபீஷ்கா நடனமாடிக் கொண்டே பாடினான்:

ஊண் உண்டதில்லை ஊன் உண்டதில்லை,
உண்பதற்கென்று அவனுக்கு கொஞ்சமிருந்தது,
வெற்றுக்கும்பி ஐயோ வேதனையால் அழுதது,
மற்றுமவன் அன்னக்குழாய் சுத்தமாய் இருந்தது...

“ஐயோ... புனிதத்தன்மை!” பாடலின் சொற்களை அவனது அக்கார்டியன் உச்சக் குரலில் அலங்கரித்தது. “உன் வளர்ப்புத் தம்பியுடன் எப்படிக் காலங்கழிக்கிறே?” யாக்கவ் இருமி முடித்த போது, இலியா கேட்டான்.

“அவன் எங்களோட வசிக்கலே,” மூச்சுத் திணறலில் நீலநிறமாகிப் போன முகத்தை உயர்த்தியவாறு யாக்கவ் சொன்னான். “அவனோட கண்காணிகள் அவனை விட மாட்டார்கள்... இது ஓர் அருந்தகம்னு அவர்கள் சொல்றாங்க, கனவான் ஆகுறதுக்குக் கத்துக்கிட்டிருக்கான்..”

யாக்கவ் தனது குரலைத் தாழ்த்தி சோகத்தோடு தொடர்ந்தான்:

“அந்தப் புத்தகம் நினைவிருக்கா? பழுப்பு நிறத்தில்?.. அப்பா அதை என்னிடமிருந்து எடுத்துக்கிட்டார்... அது அபூர்வமானது என்றும் நிறையப் பணம் மதிப்புள்ளது என்றும் சொன்னார்... ஆகவே அதை எடுத்துக்கிட்டார்... வேண்டான்னு அவரைக் கெஞ்சினேன், ஆனா என் பேச்சை அவர் கேட்கலே...”

இலியா சிரித்தான். பிறகு இரு நண்பர்களும் ஒரு சேரத் தேநீர் அருந்தினார்கள். சுவர்த்தாள் சில இடங்களில் கிழிந்து போயிருந்தது, சுவரில் இருந்த கீறல்கள் வழியாக அருந்தகத்திலிருந்து சப்தமும் வாசனையும் வந்தன.

“இப்ப ஒரு புத்தகத்தைப் படித்துக் கொண்டிருக்கேன்,” என்றான் யாக்கவ். அது ‘ஜூலியா, அல்லது மாஜினி கோட்டையின் குகை’ எனப்படும்... மிகவும் ஆர்வமிக்கது!.. இப்பவெல்லாம் நீ ஏதாவது படிச்சுக்கிட்டு இருக்கியா?”

“உன்னோட கோட்டையின் குகையில் நான் துப்ப விரும்புகிறேன்! நானே பாதாளச் சுரங்கமாக இருக்கேன்...” என்றான் வாட்டத்துடன் இலியா.

யாக்கவ் அவனைப் பரிவுடன் நோக்கினான். “உன் வாழக்கையில் ஏதாவது கஷ்டமா?” என்று கேட்டான்.

மாஷாவைப் பற்றி அவனிடம் சொல்ல வேண்டுமா கூடாதா என்று இலியா சிந்தித்தான். ஆனால் பணிவான குரலில் பேசத் தொடங்கினான் யாக்கவ்:

“நீ எப்பவுமே இப்படித்தான் இருக்கே, இலியா... கோபக்காரன்... இதெல்லாம் வேண்டான்னு நான் நினைக்கிறேன். எப்படிப் பார்த்தாலும், இந்த விஷயங்களுக்காக உண்மையில் யாரையும் குற்றம் சுமத்தக் கூடாது!”

பதில் பேசாது இலியா தனது தேநீரைப் பருகினான்.

“இப்படிச் சொல்லப்பட்டிருக்கு: ‘அவனவன் தகுதிப்படி தான் எல்லாமே கிடைக்கு”; மேலும் அதுதான் உண்மை! என் அப்பாவை

எடுத்துக்க... கடினமான ஆள்! அதை நான் வெளிப்படையாச் சொல்லியாகணும். பிறகு திடீரென்று அவரோட புதிய மனைவி வந்து, தன் பெருவிரலாலே அவரை ஆட்டுறா! ஐயோ, அவரோடு என்ன வாழ்க்கை நடத்துறா! மனைவியுடன் ஏற்பட்ட இந்தத் தொல்லைகளால் தான் அவன் குடிக்கக் கூட ஆரம்பிச்சான்... அவர்களுக்குக் கல்யாணமாகி ரொம்பக் காலம் ஆகலே. ஒவ்வொரு மனுஷனுக்கும் யாராவது அவனோட பாவங்களுக்குத் தண்டிக்கிறதுக்காகக் காத்துக்கிட்டு இருக்கா!.."

இந்தப் பேச்சு இலியாவுக்குக் களைப்பைத் தந்தது. பொறுமை- யின்றி தனது குவளையை அப்பால் தள்ளிவைத்து விட்டு, தானே வியப்படையும் படி, திடீரென்று தன் தோழனிடம் கேட்டான்:

"இப்ப நீ எதுக்காகக் காத்துக்கிட்டிருக்கே?"

"எங்கே இருந்து?" தனது கண்களை அகல விரித்து யாக்கவ் அமைதியாகக் கேட்டான்.

"ஊம், வந்து... அதாவது, எதிர்காலத்தில் நீ எதுக்காகக் காத்துக்கிட்டு இருக்கே?" திரும்பவும் இலியா கடுமையாகக் கேட்டான்.

யாக்கவ் தனது தலையைத் தொங்கப் போட்டு சிந்தனையில் மூழ்கினான்.

"ஆகவே?" என்று தணிவான குரலில் பேசினான் இலியா. அவன் பெரும் சங்கடப்பட்டுப் போய் இருந்தான், முடிந்தளவுக்கு விரைவாகப் போய்விட விரும்பினான்.

"காத்துக் கொண்டிருக்க எனக்கு என்ன இருக்கு?" என்றான் யாக்கவ் அமைதியாக, இலியாவைப் பார்க்காமலேயே. "எனக்குக் காத்துக்கொண்டிருக்க... ஒன்னுமில்லே! நான் சீக்கிரம் செத்துப் போவேன்... அவ்வளவுதான்."

அவன் தலையை நிமிர்த்தினான், அவனது வேதனைமிக்க முகத்தில் மகிழ்ச்சியான புன்னகை அரும்பியது. அவன் தொடர்ந்தான்:

"நான் நீலக் கனவுகளைப் பார்த்துக் கொண்டிருக்கிறேன்... தெரியுமா? எல்லாமே நீலமயமானது... வானம் மட்டுமல்ல, ஆனா பூமி, மரங்கள், பூக்கள், புல் - எல்லாமே! எல்லாமே அவ்வளவு அமைதியா இருக்கு... அங்கே எதுவுமே இல்லாதது போல அவ்வளவு அமைதியா இருக்கு... எல்லாமே நீலமயம். அவற்றின் வழியாக நான் நடந்துக்கிட்டே இருக்கேன், முடிவே இல்லாமல்... கொஞ்சங்கூட களைப்படையவே இல்லை. உண்மையிலே இல்லையா என்பதை உறுதியா என்னால அது நானா சொல்ல முடியாது. அவ்வளவு மகிழ்ச்சியாகவும், சுலபமாகவும் இருக்கு. நீலக் கனவுகள்... அதன் அர்த்தம் நான் சீக்கிரமே செத்துப்போயிருவேன் என்பது."

“நல்லது, நான் புறப்படுறேன்!” என்ற இலியா எழுந்தான்.

“ஆனா ஏன்? இன்னும் கொஞ்சம் நேரம் தங்கு!”

இல்லே, நான் புறப்படுறேன். வாறேன்!”

யாக்கவும் எழுந்தான்.

“நல்லது, அப்படியா போய்வா!..”

இலியா அவனது சூடான கையைப் பற்றிக்கொண்டு கணநேரம் பிரிகையில் சொல்ல எதுவும் கிடைக்காமல் அவனது கண்களுக்குள்ளாக உற்றுப் பார்த்தான். ஏதோ சொல்ல விரும்பினான், அவ்வளவு அதிகமாக விரும்பியதனால் அவன் இதயம் வேதனையடைந்தது.

“மாஷா கூட, தெரியுமா? அவளுக்கு இப்ப மோசமான நேரம்னு கேள்விப்பட்டேன்...” என்றான் யாக்கவ் வருத்தத்துடன்.

“ஆமாம்...”

“நாம எல்லாருக்குமே ஒரே மாதிரிதான் முடிவு இருக்கும் போலத் தெரியுது... உன் வாழ்க்கையும் கஷ்டமாயிருக்கு, இல்லையா?”

பேசிய போது யாக்கவ் உற்சாகமற்றுச் சிரித்தான். அவனுடைய குரலும் வார்த்தைகளும் - எல்லாமே - ஒரு வகையில் குருதியற்றும் நிறமற்றும் இருந்தன. இலியா தனது பிடியைத் தளர்த்த, யாக்கவுடைய கை அவனது பக்கவாட்டில் தளர்ச்சியாக விழுந்தது.

“நல்லது, போய்வாறேன், யாக்கவ், என்னை மன்னிச்சிரு...”

“மன்னிக்க வேண்டியவர் ஆண்டவர் தான்! நீ திரும்பவும் வருவியா?”

பதில் பேசாமல் இலியா வெளியேறினான்.

வெளியே தெருவுக்கு வந்ததுமே அவன் சற்று சுகமாக உணர்ந்தான். யாக்கவ் சீக்கிரமே இறந்துவிடுவான் என்பதை மிகத் தெளிவாகப் புரிந்துகொண்டான், அதற்கு யாரையாவது எரிச்சலாகக் குற்றஞ்சாட்ட வேண்டுமென உணர்ந்தான். யாக்கவ் சாகப் போகிறான் என்பதற்காக அவன் வருத்தப்படவில்லை, ஏனெனில் இந்தளவு சாதுவான பையன் மக்களுக்கு மத்தியில் எப்படி வாழ முடியும் என்பதை அவனால் கற்பனை செய்ய முடியவில்லை. நீண்ட காலமாகவே யாக்கவைச் சாகப் போகிறவனாகத்தான் பார்த்து வந்தான். ஆனால் அவனது சிந்தனை அவனுக்குக் கோபமூட்டியது: யாரும் தீங்கு செய்யாத ஒருவன் ஏன் இவ்வளவு துன்பத்திற்கு ஆளாக்கப்பட வேண்டும், அவனது காலத்திற்கு முன்பே உலகத்தை விட்டு ஏன் துரத்தப்பட வேண்டும்? அவனிடத்தில் நிலைக்கொண்டு விட்ட வெறுப்பை இந்தச் சிந்தனை பலப்படுத்தவும் வளர்க்கவும் செய்தது; இந்த வெறுப்பு அவனுடைய ஆன்மாவின் அடித்தளமாகியது.

அந்த இரவு அவனால் தூங்க முடியவில்லை. சன்னல் திறந்திருந்த போதும், அவனுக்கு மூச்சுத்திணறியது. வெளியே முற்றத்திற்குச் சென்று வேலியோரமாக வளர்ந்திருந்த ஓர் எல்ம் மரத்திற்குக் கீழாகத் தரையில் படுத்தான். இரவு வானத்தை கருத்தூன்றிப் பார்த்தவாறு மல்லாக்கப் படுத்திருந்தான், எவ்வளவு அதிகமாக நோக்கினானோ அவ்வளவு அதிகமான நட்சத்திரங்களைப் பார்த்தான். யாக்கவினுடைய நீலக் கனவுகளை இலியா நினைவு கூர்ந்தான், யாக்கவின் உருவமே அவனுக்கு முன்னால் எழுந்தது, நீல நிற யாக்கவ், மெலிந்தும், ஒளி ஊடுருவுமாறும், நட்சத்திரங்களைப் போல அத்தனை பிரகாசமான அன்புமிக்க கண்களுடன் வந்தான்... அந்தோ: அவன் கல்லறைக்குள்ளாக விரட்டப்பட்டுக் கொண்டிருந்தான், ஏனெனில் அவன் அவ்வளவு சாந்தமாகவும் பணிவாகவும் இருந்தான்... அதே நேரம் அவனைத் துன்புறுத்தியவர்கள் தங்கள் விருப்பம் போல வாழ்கிறார்கள்...

23

காவ்ரிக்குடைய அக்காள் இப்போது அநேகமாக ஒவ்வொரு நாளும் கடைக்கு வந்தாள். அவள் எப்போதுமே தனது காரியத்திலேயே அவசரம் காட்டினாள். இலியாவிடம் உறுதியாகக் கைகுலுக்கியும், அவனுடன் ஓரிரு வார்த்தைகளைப் பரிமாறிக்கொண்டும், சிந்திப்பதற்குப் புதிதாக எதையாவது அவனிடம் ஏற்படுத்திவிட்டுப் புறப்பட்டுப் போய்விடுவாள். ஒருநாள் அவனிடம் கேட்டாள்:

“சாமான் விற்பதை நீங்க விரும்புறீங்களா?”

“அதைக் குறிப்பா விரும்புறதா நான் சொல்ல மாட்டேன்,” என்று தனது தோள்களைக் குலுக்கியவாறு பதிலளித்தான், “ஆனா எப்படியோ வாழ்க்கையை நடத்தியாகணுமே...”

அவளது கண்டிப்பான கண்கள் துருவிப் பார்ப்பது போல அவனை நோக்கின, அவளது முகம் முன்னே வருவது போலக் காணப்பட்டது.

“உங்களோட சொந்த உழைப்பால வாழ்க்கை நடத்த நீங்க ஒருபோதும் முயற்சி செய்தது கிடையாதா?” எனக் கேட்டாள்.

இலியா புரிந்து கொள்ளவில்லை:

“என்ன சொல்றீங்க?”

“எப்பவாவது வேலை செய்திருக்கிறீர்களா?”

“எப்பவுமே. என் வாழ்க்கை பூரா. இதோ, கடையில் நான் வேலை செய்கிறேன்...” என்று சிறிது தடுமாற்றத்தோடு பதிலளித்தான் இலியா.

அவள் புன்னகை செய்தாள், எனினும் அவளது புன்னகையில் ஏதோ புண்படுத்துவதாக இருந்தது.

"சாமான்களை விற்கிறது நியாயமான உழைப்புன்னு நினைக்கிறீங்களா? உங்களால வித்தியாசத்தைக் காண முடியலே?" விரைந்து கேட்டாள்.

"ஏன், வித்தியாசம் இருக்கா?"

அவளது முகத்தை மேற்போக்காகப் பார்த்த போது அதில் நியாயமிருப்பதை இலியா உணர்ந்தான்.

உண்மையில் இருக்கு," தயாள நோக்குடன் புன்னகை செய்துவிட்டு அவள் தொடர்ந்தாள். "தனது சொந்த வலிமையைப் பெருக்கி ஒருவன் ஏதாவது செய்வதுதான் உழைப்பு... நாடா, ரிப்பன், நாற்காலிகள், அலமாரிகள் ஆகிய பொருள்களை அவன் செய்யும் போதுதான்... புரியுதா?"

இலியா தலையாட்டினான், அவன் முகம் சிவந்தது: அவனுக்குத் தெரியவில்லை என்பதை ஒப்புக்கொள்ள வெட்கப்பட்டான்.

"ஆனா வியாபாரத்தைப் பொருத்த வரை அதை எப்படி உழைப்பு என்று சொல்ல முடியும்? அது மக்களுக்கு எதையும் கொடுக்கிறதில்லே!" என்று திட நம்பிக்கையோடு கூறினாள், பேசுகிற போது இலியாவினுடைய முகத்தை நன்கு ஆராய்வது போலப் பார்த்தாள்.

"அது சரிதான்..." மெதுவாகவும் எச்சரிக்கையாகவும் இலியா பேசலானான். "வியாபாரம் செய்யுறது கஷ்டமில்லே... ஒருமுறை அதைப் பழகிக்கிட்டா... ஆனா உண்மையில் அது மக்களுக்கு ஏதோ கொடுக்கிறது... அது லாபத்தைத் தரலேன்னா, ஏன் வியாபாரம் செய்ய வேண்டும்?"

அந்த விஷயத்தை விட்டுவிட்டு தன் தம்பியை நோக்கிப் பேசுவதற்குத் திரும்பினாள். இலியாவைப் பார்த்து லேசாகத் தலையாட்டி விட்டு அவள் சீக்கிரமே வெளியேறிச் சென்று விட்டாள். அவளது முகம் வறட்சியாகவும் கர்வமாகவும் காணப்பட்டது, மாஷாவின் விவகாரத்துக்கு முன்பு இருந்தது போல. தான் சொன்னது எதுவும் அவளைச் சங்கடப்படுத்தி இருக்கக் கூடுமோ என்று இலியா சந்தேகப்பட்டான். தான் குறிப்பிட்ட எல்லாவற்றையும் திரும்ப மனத்தில் எண்ணிப்பார்த்தான், ஆனால் குற்றமாக எதையும் அவனால் கண்டுபிடிக்க முடியவில்லை. பிறகு அவள் சொன்னவற்றை நினைவு கூர்ந்து, அது பற்றிச் சிந்திக்கத் தொடங்கினான். உழைப்புக்கும் வியாபாரத்திற்கும் என்ன வித்தியாசத்தை அவளால் காண முடியும்?

உண்மையில் அவள் மிகுந்த அன்புள்ளம் கொண்டவளாகவும், மக்களுக்காக இரக்கப்படுவதுடன் நில்லாது அவர்களுக்கு உதவ தன் சக்திக்கு முடிந்த எல்லாவற்றையும் அவள் செய்தபோது, ஏன் அவள் அவ்வளவு கோபமாகவும் அகந்தையாகவும் காணப்பட்டாள் என்பதை அவனால் புரிந்துகொள்ள முடியவில்லை. பாவெல் அவளுடைய வீட்டிற்குச் சென்று பார்த்து, அவளைப் பற்றியும் அவள் வாழ்ந்த முறையைப் பற்றியும் பரவசத்தில் மூழ்கி இருக்கிறான்.

“அவளுடைய வீட்டிற்குச் சென்ற பொழுதெல்லாம்... “உங்களைப் பார்க்க மகிழ்ச்சி!” என்று சொல்வார்கள். அது அவர்களுடைய மதிய உணவு நேரமாக இருந்தால், நம்மையும் அன்புடன் அழைப்பார்கள், தேநீர் வேளையாக இருந்தால், தேநீர் தருவார்கள்! அவர்களோடு இருப்பது மிகவும் சுலபமானது. ஏராளமான ஆட்கள்! எல்லாருமே பாடிக்கொண்டும் கத்திக்கொண்டும் புத்தகங்களைப் பற்றி விவாதித்துக்கொண்டும் இருக்கிறார்கள். அங்கே மகிழ்ச்சியாக இருக்கிறது. ஏராளமான புத்தகங்கள், ஒரு புத்தகக் கடையைப் போல. வீடு பெரியது அன்று, ஒருவர் உள்ளே வர ஒருவர் வெளியே போகிறார், ஆனால் எல்லாரும் சிரிக்கிறார்கள். எல்லாருமே படித்தவர்கள்: ஒருவர் வழக்குரைஞர், மற்றொருவர் சீக்கிரமே டாக்டர் ஆகப்போகிறார், அங்கே மாணவர்களும் உண்டு மற்ற ஆட்களும் உண்டு. ஆனால் அவர்களுக்குக் கீழானவர்கள் என்பதைச் சீக்கிரமே மறந்து விடுகிறோம், அவர்களோடு சேர்ந்து சிரிக்கவும் புகைக்கவும் செய்கிறோம். அவர்கள் அருமையான ஆட்கள்! அவர்கள் உற்சாகமாகவும் நேர்மையாகவும் இருக்கிறார்கள்...”

“ஆனா பாரு, அங்கே அவ என்னை அழைக்கலே...” சோர்வோடு இலியா சொன்னான். “அவள் மிகுந்த கர்வக்காரி...”

“அவளா?” என்று கூவினான் பாவெல். “அவள் அந்தளவுக்கு எளிமையானவள்னு நான் உனக்குச் சொல்றேன்! நீயே போனால் கேட்கட்டும் என்று காத்திராதே. ஒரு தரம் அங்கே சும்மா போனா அங்கேயே இருப்பே... அவர்களோட வீடு ஒரு பொதுவிடுதி மாதிரி உண்மைதான்! அங்கே சுதந்திரம் உண்டு... என்னைப் பாரு - அவர்களோடு ஒப்பிடும் போது நான் யாரு? ஆனா இரண்டு தடவை மட்டும் நான் அங்கே போயிருந்தால் கூட, சொந்த வீட்டில் இருப்பது போல உணர்றேன்...”

“ஊம், மாஷா எப்படி இருக்கா?” எனக் கேட்டான் இலியா.

“பரவாயில்லை, மூச்சை லேசா விடுறா... முகத்தில் புன்னகை தவழ எழுந்து உட்கார்றா. அவளை அவுங்க நல்லாப் பாத்துக்கிறாங்க... பால் குடிக்கவும் மருந்து சாப்பிடவும் வைக்கிறாங்க... ஹிரெனோவ் அவனுக்குரியதைப் பெறத்தான் போறான்!.. தான் செய்தவற்றுக்கெல்லாம் பதில் சொல்ல வைக்கும்படி அந்தப் பழைய பிசாசை அவர்கள்

செய்வாங்கன்னு வழக்குரைஞர் சொல்றார்... மாஷாவை அரசாங்கப் புலனாய்வாளரிடம் கூட்டிப் போறாங்க... வேராவுக்காக எதோ செய்யுறாங்க - விசாரணையை வேகப்படுத்த முயற்சி செய்யுறாங்க... ஆமாம், அவர்களுடைய வீட்டில் அருமையா இருக்கு... குடியிருப்பு ரொம்பச் சிறியது -ஆட்களால நிறைஞ்சு கட்டைகள் வைத்த சூட்டடுப்பு மாதிரி, அதேயளவு வெப்பத்தையும் வெளிச்சத்தையும் தருது..."

"அவ? அவளைப் பத்தி என்ன?" என்றான் இலியா. குழந்தைப்பருவத்தில் தனக்குப் படிக்கவும் எழுதவும் கற்றுக்கொடுத்த சிறைக் கைதிகளைப் பற்றிப் பேசிய அதே மரியாதையுடன் அவளைப் பற்றி பாவெல் பேசினான். மிகவும் உணர்ச்சிவசப்பட்டுப் போனான், அவனது வாக்கியங்கள் வியப்புக்குரியனவாயின.

"அவளா? ஓகோ! முன்பின் தெரியாதவ, நான் உனக்குச் சொல்றேன்! சுற்றி இருக்கிறவுங்களுக்குத் தலைவி, ஒருத்தன் ஏதாவது கெட்ட விஷயம் சொல்லிவிட்டா, அவள் பூனை மாதிரி!.."

"எனக்குத் தெரியும் அது..." என்றான் இலியா சிரிப்புடன்.

பாவெல் மீது பொறாமைப்பட்டான்: இந்த நெருங்க முடியாத இளம் பெண்ணின் வீட்டிற்குச் செல்ல வேண்டும் என்று பயங்கரமாக ஆசைப்பட்டான், ஆனால் அழைப்பில்லாமல் போவதற்கு அவனுடைய கௌரவம் தடுத்தது.

கவுண்டருக்குப் பின்னால் நின்ற போது அவன் சிந்திப்பான்:

"இந்த உலகத்தில் ஏராளமான மக்கள் இருக்கிறார்கள், தனது அண்டை வீட்டாரிடமிருந்து ஏதேனும் நல்லதைப் பெற ஒவ்வொருவரும் தன்னாலியன்றதைச் செய்கிறார்கள். ஆனால் அவள் செய்வதில்லை. மாஷாவுக்கும் வேராவுக்கும் உதவி செய்வதன் மூலம் அவளுக்கு என்ன நன்மை கிடைக்கிறது?.. அவள் ஏழை. அந்த வீட்டில் ஒவ்வொரு கவளமும் எண்ணப்படுகிறது... வேறு வார்த்தைகளில் சொன்னால், அவளுக்குப் பெரிய மனசு... இருந்தும், அவள் என்னிடம் எப்படிப் பேசுகிறாள் பார்... பாவெலை விட நான் மோசமானவனா?"

மற்ற எதுவும் அவனுக்கு முக்கியமற்றுப் போகுமாறு இந்தச் சிந்தனைகளில் அந்தளவுக்கு மூழ்கிப் போனான். அவனது வாழ்வின் இருளில் ஒரு வெடிப்பு ஏற்படுத்தப்பட்டது போல இருந்தது. அதன் ஊடாக அவன் இதுவரை தொடர்பு கொள்ளாத தொலைதூர ஒளியைப் பார்ப்பதை விட உணர்ந்தான்.

"என் நண்பா, இந்தக் குறுகலான கம்பளி டேப்புக்கு இன்னும் கூடுதலாக நீ வருவிக்க வேண்டும்," என்று தத்யானா உறுதிமிக்க தொனியில் சொன்னாள். "லேஸ் துணிகள் கூட அநேகமாக உன்னிடம் கிடையாது... ஐம்பதாம் எண் கருப்பு நூலும் இல்லை... ஒரு கம்பெனி முத்துப் பொத்தான்களை நமக்கு

விற்க முயல்கிறது. அதன் முகவர் என்னைப் பார்க்க வந்தார்... அவரை நான் உங்கிட்ட அனுப்பினேன். அவர் இங்கு வந்தாரா?"

"இல்லை," என்று சுருக்கமாகச் சொன்னான் இலியா. இந்தப் பெண்ணை நெஞ்சார வெறுக்கத் தொடங்கி விட்டான். சமீபத்தில் போலீஸ் தலைவராகப் பதவி உயர்வு பெற்ற கர்ஸகோவுடன் அவள் வசித்துக் கொண்டிருப்பதாகச் சந்தேகப்பட்டான். எப்போதும் போலவே அவனுடன் அன்பாகவும் கேலியாகவும் அவள் நடந்து கொண்டாலும் இலியாவுடனான சந்திப்புகளை மிக அபூர்வமாகத் தான் வைத்துக்கொண்டாள். அவனைச் சந்திக்க அவள் முயன்ற போதெல்லாம், அதைத் தவிர்ப்பதற்கு ஏதாவது காரணம் கண்டுபிடித்து விடுவான். இது அவளுக்குக் கோபமுண்டாக்கவில்லை என்பது அவளை மேலும் அவன் வெறுக்கும்படி செய்தது.

"வேசி... தேவடியாள்..." என்று தனக்குத்தானே சொல்லிக் கொள்வான்.

சரக்குகளைச் சரிபார்ப்பதற்காக அவள் கடைக்கு வந்த போது அவளைக் குறிப்பாக வெறுத்தான். பம்பரம் போலச் சுழல்வாள், கவுண்டர் மீது குதிப்பாள், உச்சி அலமாரிகளிலிருந்து பெட்டிகளை எடுக்க, அவற்றின் தூசியால் தும்முவாள், தலையைப் பின்னுக்கு ஆட்டுவாள். இடைவிடாது காவ்ரிக்கைக் குறைகூறிக் கொண்டிருந்தாள்:

"கடைப் பையன் விரைவாகவும் பணிவாகவும் இருக்கணும். கதவுப் பக்கம் உட்கார்ந்து மூக்கைச் சொறிவதற்காக அவனுக்குச் சம்பளம் கொடுக்கலே. அவனோட எசமானி அவனிடம் பேசுற போது கவனமாக் கேட்கணும், உறுத்துப் பார்க்கக் கூடாது..."

ஆனால் காவ்ரிக் பண்புமிக்கவன். அவளது திட்டுகளைப் பதட்டமில்லாது எடுத்துக்கொண்டு, தனது எசமானி என்ற தகுதிக்குரிய குறைந்தளவு மரியாதை கூட இல்லாமல் அவளிடம் முரட்டுத்தனமாகப் பேசினான். அவள் போன பிறகு இலியாவிடம் குறிப்பிட்டான்:

"நீர்ப்பறவை போயிருச்சு..."

"உன் எசமானியிடம் நீ இந்த மாதிரி பேசக் கூடாது," தனது புன்முறுவலை அடக்கிக்கொண்டு இலியா சொன்னான்.

"எசமானி, என்னோட கண்ணு!" என்றான் காவ்ரிக். "அவள் செய்யுறதெல்லாம் குதிக்கிறது, கத்துறது, தாவுறது தான்... நீங்கதான் எசமானர்."

"அவளும்..." என்று இலியா தளர்ச்சியாகச் சொன்னான், அவனுடைய கபடமற்ற தன்மைக்காகவும் சுதந்திர உணர்ச்சிக்காகவும் விரும்பினான்.

"அவளோ ஒரு நீர்ப்பறவை..." என்றான் காவ்ரிக். தத்யானா இலியாவிடம் சொல்வாள்:

“நீ பையனுக்கு முறையா பயிற்சி கொடுக்கிறது இல்லே. மொத்தத்தில்... இதைச் சொல்றதை என்னோட கடமையாக் கருதுறேன், சமீப காலமா எல்லாமே நடக்கிற விதம்... நான் அதை எப்படிச் சொல்வேன்? ஆர்வமில்லாமல், வியாபாரத்திற்கான விருப்பம் இல்லாமல்...”

இலியா பதில் பேசவில்லை, ஆனால் அவளை மனதார வெறுத்து தனக்குள்ளாக எண்ணிக்கொண்டான்:

“நீ இங்கே குதிக்கிறபோது உன் கணுக்கால் சுளுக்கிக் கொள்ளணும்னு ஆசைப்படுறேன்...”

தன் சித்தப்பா தெரேன்தியிடமிருந்து இவனுக்கு வந்த கடிதத்தில், தான் கீவ் மட்டுமன்றி வெண்கடலில் உள்ள சோலோவ்கி தீவுகளிலுள்ள புகழ்பெற்ற மடாலயப் பயணத்தை ஏறத்தாழ முடித்து விட்டதாகவும் ஆனால் லடோகா ஏரியிலுள்ள வலாவாம் தீவிலுள்ள மடாலயத்தை மட்டும் பார்த்துவிட்டு விரைவில் வீடு திரும்பப் போவதாகவும் எழுதியிருந்தான்.

எதிர்பார்க்க வேண்டியது ஏதோ இருப்பதாக இலியா எரிச்சலுடன் நினைத்தான்: “அநேகமாக அவன் என்னுடன் வாழ்வதற்கு விரும்பலாம்...”

சில வாடிக்கையாளர்கள் உள்ளே வந்தார்கள், அவர்களிடம் வியாபாரம் செய்து கொண்டிருந்த போது காவ்ரிக்கின் அக்காள் நுழைந்தாள். அவள் மிகவும் களைப்பாக இருந்ததால் அவளால் நிற்கக்கூட முடியவில்லை, அவனுக்கு வணக்கம் தெரிவித்ததுமே அவனது அறைக்குச் செல்லும் கதவை நோக்கித் தலையை ஆட்டிக் கேட்டாள்:

“உள்ளே ஏதாவது தண்ணி இருக்கா?”

“இதோ ஒரு நிமிஷத்தில் கொண்டு வாறேன்!” என்றான் இலியா.

“வேண்டாம், நான் எடுத்துக்கிறேன்...”

அவள் அறைக்குள்ளாகச் சென்று, இலியா தனது வியாபாரத்தை முடித்துவிட்டுத் தன்னுடன் சேர்ந்து கொள்ளும் வரை அங்கேயே தங்கியிருந்தாள். ‘மனித வாழ்வின் கட்டங்கள்’ என்ற படத்துக்கு முன்னால் அவள் நின்று கொண்டிருப்பதைக் கண்டான். அவன் உள்ளே நுழைந்த போது அவள் தலையைத் திருப்பி, கண்களால் படத்தைச் சுட்டிக்காட்டிச் சொன்னாள்:

“எவ்வளவு கொச்சைத்தனம்...”

அவளது கருத்தால் சற்று அதிர்ச்சியடைந்து குற்றமுள்ள புன்னகை செய்தான், அந்தப் படம் கொச்சையாக இருந்தது அவனது தவறு என்பது போல அது இருந்தது. ஆனால் அவளிடமிருந்து அவன் விளக்கம் கேட்பதற்கு முன்பாகவே அவள் வெளியேறிப் போய்விட்டாள்...

சில நாள்களுக்குப் பிறகு தன் தம்பியின் தூய்மையான லினன் துணிகளைக் கொண்டுவந்து அதை அவன் கிழித்ததற்காகவும், போதிய கவனமின்றி அழுக்காக்கியதற்காகவும் திட்டினாள்.

“அதோ அவ போறா,” என காவ்ரிக் துடுக்காகச் சொன்னான். “தத்யானா என் காதை எப்பவுமே இழுக்கிறதுக்காக இருக்கா, நீயும் அந்தளவு மோசமா இருக்கே!..”

“அவன் ரொம்பவும் குறும்புக்காரனா?” இலியாவிடம் கேட்டாள்.

“அவனா? ஏதோ முடிஞ்ச அளவுக்குக் குறும்பு செய்கிறான்...” மரியாதையாகச் சொன்னான் இலியா.

“நான் ரொம்ப நல்லா நடக்கிறேன்,” என்றான் காவ்ரிக்.

“அவனிடம் உள்ள ஒரே தொல்லை தன் அளவுக்கு மீறிப் பேசுவதே,” என்றான் இலியா.

“கேட்கிறியா?” என்று தன் தம்பியைப் பார்த்து புருவஞ் சுளித்தாள்.

“ஊம், கேட்கிறேன்,” என்று கோபமாகச் சொன்னான் காவ்ரிக்.

“அதனால் பரவாயில்லே...” இரக்கத்தோடு இலியா சொன்னான். “திரும்பப் பதில் பேச முடிந்த ஒருத்தனுக்குச் சொல்ல முடியாதவர்களைக் காட்டிலும் வசதி உண்டு... திரும்ப அடிக்க முடியாதவனை அடிக்கிற போது அவன் வாயைப் பொத்திக்கிட்டு இருக்கான், ஆகவே தான் அவனைச் சாகும் வரை அடிக்கிறாங்க...”

அவன் சொன்னதைக் கேட்ட போது அதை ஏற்றுக் கொண்ட குறிப்பு அவள் முகத்தில் காணப்பட்டது. இலியா இதைக் கவனித்தான்.

“உங்ககிட்ட நான் கேட்க விரும்பிய விஷயம் ஏதோ இருக்கு,” கொஞ்சம் சங்கடத்துடன் கேட்டான்.

“என்ன அது?”

அவள் அருகே வந்து அவனை நேராக நோக்கினாள். அவளது பார்வையைத் தாங்க முடியாதவனாகத் தனது விழிகளைத் தாழ்த்தினான்.

“வியாபாரம் செய்யுற ஆட்களை உங்களுக்குப் பிடிக்கலேன்னு நினைக்கிறேன்.”

“பிடிக்கலே!..”

“ஏன் பிடிக்கலே?”

“ஏன்னா அவுங்க மற்றவுங்க உழைப்பில வாழ்றாங்க...” என்று மிகவும் தெளிவாக விளக்கினாள்.

இலியா தன் தலையைப் பின்னுக்குச் சாய்த்து, புருவங்களை உயர்த்தினான். அவளது வார்த்தைகளால் அவன் வியப்புற்றதோடு

மட்டுமல்லாமல் நேரடியாகப் புண்பட்டாள். அவளோ அவற்றை எவ்வளவு தெளிவாக உச்சரித்துவிட்டாள்.

"அது உண்மையில்லே," சற்று இடைவெளிக்குப் பிறகு இலியா உரக்கச் சொன்னான்.

இப்பொழுது அவளது முகத்திலே ஒரு மாற்றம் ஏற்பட்டு, முகஞ் சிவந்து போனது.

"அந்த நாடாக்களுக்காக நீங்க எவ்வளவு கொடுத்தீங்க?" என்று சுருக்கமாகக் கேட்டாள்.

"அவற்றுக்கா? எழுபது சென்டிமீட்டருக்குப் பதினேழு கோபெக்..."

"எவ்வளவுக்கு விக்கிறீங்க?"

"இருபதுக்கு..."

"பார்த்திங்களா?.. நீங்க வாங்குற மூணு கோபெக் அந்த நாடாவைத் தயாரிச்சவுங்களுக்குச் சொந்தமானது, உங்களுக்குப் புரியுதா?"

"இல்லே!" என்று வெளிப்படையாக இலியா ஒத்துக் கொண்டான்.

இதைக் கேட்டதும் அவளுடைய கண்கள் ஏதோ பகைமையால் மின்னின. இதை அவன் தெளிவாகக் கண்டு, அவளுக்கு முன்பு கெஞ்சுவது போல நின்றான், ஆனால் தான் கெஞ்சுவதற்காகத் தன்னையே வெறுத்தான்.

"அந்த மாதிரி சின்ன விஷயங்களைப் புரிஞ்சுக்கிறது உங்களுக்குக் கஷ்டம் என்று நினைக்கிறேன்," என்ற அவள் கதவை நோக்கி நடந்தாள். "ஆனா நீங்க ஓர் உழைப்பாளியாக இருந்து இது எல்லாத்தையும் தயாரிச்சதாக வைத்துக் கொள்ளுங்க..."

கடையில் இருந்த எல்லாப் பொருள்களையும் தனது கை வீச்சால் சுட்டிக்காட்டி, உழைப்பு, உழைப்பாளியைத் தவிர மற்ற எல்லாரது வாக்கையையும் செழிக்கச் செய்கிறது என்பதைத் தொடர்ந்து பேசினாள். முதலில் அவள் தனது வழமையான முறையில் - வறட்சியாகவும் தெளிவாகவும் பேசினாள், அவளது அழகில்லாத முகம் எந்தக் குறியையும் காட்டவில்லை; ஆனால் சீக்கிரத்தில் புருவங்கள் துடித்து ஒன்று சேர்ந்தன, நாசித்துவாரங்கள் விரிவடைந்தன, தலையைப் பின்னுக்குச் சாய்த்துக்கொண்டு அவன் மீது கடும் வார்த்தைகளை வீசினாள், அவற்றின் உண்மையில் இளமையும், பிடிவாதமிக்க நம்பிக்கையும் இருந்தன.

"தொழிலாளர்களுக்கும் வாடிக்கையாளர்களுக்கும் மத்தியில் நிற்கிறான் வியாபாரி... பொருள்களின் மதிப்பைத் துளியும் கூட்டாமல் விலையை உயர்த்துகிறான்... வியாபாரம் என்பது சட்டபூர்வமாக்கப்பட்ட திருட்டு என்பதைத் தவிர வேறொன்றுமில்லை."

புண்படுத்தப்பட்டதாக இலியா உணர்ந்தான், ஆனால் தனது முகத்துக்கு நேராகவே தன்னைத் திருடன் என்றும் எதுவும் செய்யாதவன் என்றும் கூறிய இந்தத் துணிச்சலான பெண்ணை எதிர்த்துப் பேச எந்த வழியும் காண முடியவில்லை. இதைக் கேட்ட போது தனது பற்களை நெறித்தான், ஆனால் அவள் சொன்னதை அவன் நம்பவில்லை; அதை நம்ப முடியவில்லை. அவளது வாதங்களை உடனடியாக நிர்மூலமாக்கி, அவளை அமைதியாக இருக்கும்படி கட்டாயப்படுத்தக் கூடிய விடைக்காகத் தனது மூளையைக் குழப்பிக் கொண்டிருந்த போது, தன்னையும் அறியாது அவளது துணிச்சலுக்காக அவளை தான் பாராட்டிக் கொண்டிருப்பதைக் கண்டான்... புண்படுத்தக் கூடியதும் எதிர்பார்க்காதவையுமான அவளது சொற்கள் அலைக்கழிக்கக் கூடிய எச்சரிக்கையான ஒரு வினாவை எழுப்பியது: “எதற்காக?”

“இது எல்லாமே சரியில்லை!” இனிமேலும் மௌனமாக இருக்க முடியாது என்பதை அவன் கண்டபோது உரத்த குரலில் இடைமறித்தான். “இல்லை... உங்க கருத்தை நான் ஏற்றுக்கொள்ளலே!”

அவனது இதயத்தில் எதிர்ப்புப் புயல் எழுந்தது, முகம் கோபத்தால் கன்றிச் சிவந்தது.

“அப்படியானால் எனக்குத் திரும்ப பதில் சொல்லுங்க!” என்று அமைதியாகக் கூறிவிட்டு, ஓர் இருக்கையில் அமர்ந்து, தனது நீண்ட பின்னலை விளையாடுவதற்குத் தோள்மீது இழுத்துவிட்டுக் கொண்டாள்.

அவளது வெறுப்புப் பார்வையை இலியா தவிர்த்தான். “சொல்றேன்!” தன்னைத்தானே கட்டுப்படுத்திக் கொள்ள முடியாது கத்தினான். “நான்... என் வாழ்க்கை தான் முழுவதும் என்னோட பதில்! நான்... நான் இருக்கிற இந்த நிலைக்கு வர ஏதேனும் பெரும் பாவம் செய்திருக்கக் கூடும்.”

“இது இன்னும் உங்களுக்கு மோசமானதாக இருந்தாலும் அது விடையில்லே...” அவனது முகத்தில் குளிர்ந்த நீரைத் தெளித்தது போல அவளது குரல் இருந்தது. கவுண்டருக்கு மேலாகத் தனது கைகளை வைத்து முன்னுக்குச் சாய்ந்திருந்தான், அது பாயப் போவது போல இருந்தது. தனது சுருள் முடியைப் பின்னால் ஆட்டிக் கொண்டு, அவளது வார்த்தைகளால் புண்பட்டும் அவளது அமைதியால் வியப்புற்றும் சில நிமிடங்களுக்கு மௌனமாக அவளையே கருத்தூன்றிப் பார்த்தான். அவளது அமைதியான தோற்றமும் அசைவுறா நம்பச் செய்கிற முகமும் அவனைப் பிரமிக்கச் செய்து, அவனது கோபத்தைத் தடை செய்வது போலச் செயல்பட்டது. அவளது நடத்தையில் ஏதோ அச்சமற்றதும் விட்டுக்கொடுக்காத் தன்மையும் இருப்பதை உணர்ந்தான். அவனுக்குத் தேவைப்பட்ட வார்த்தைகள் வெளிவரவில்லை.

“ஊம், ஏன் நீங்க எதுவும் சொல்லக் கூடாது?” என்று சவால் விடுவது போல கோபத்தை அடக்கிக்கொண்டு கேட்டாள். பிறகு லேசாகச் சிரித்து, வெற்றிப் பெருமிதத்துடன் கூறினாள்: “உங்களால சொல்ல முடிஞ்சது எதுவும் இல்லே, ஏன்னா நான் சொன்னதுதான் உண்மை!”

“எதுவுமே இல்லையா?” ஆதரவின்றி கேட்டான் இலியா.

“ஆம், எதுவுமே இல்லை! உங்களால என்ன மறுப்புச் சொல்ல முடியும்?”

மீண்டும் ஒரு முறை ஆதரவு காட்டும் பாங்கில் அவனைப் பார்த்து முறுவலித்தாள்.

“போய் வாறேன்!” என்று சொல்லி வெளியேறிய அவள் தலையை எப்போதையும் விட உயரமாக நிமிர்த்திக் கொண்டு சென்றாள்.

“அது பிதற்றல்! அது உண்மையில்லை!” அவளுக்குப் பின்னே இலியா கத்தினான். ஆனால் அவள் திரும்பிப் பார்க்கவே இல்லை.

ஒரு நாற்காலியில் நிலைகுலைந்து அமர்ந்தான் இலியா. கதவருகே நின்று கொண்டிருந்த காவ்ரிக், தன் அக்காளுடைய நடத்தையில் மகிழ்ச்சி அடைந்திருக்க வேண்டும், ஏனெனில் அவனது பார்வையில் பெருமையும், வெற்றிக் களிப்பும் நிறைந்திருந்தன.

“என்ன அப்படி முறைச்சுப் பார்க்கிறே?” பையனுடைய பார்வையில் அதிர்ச்சியுற்றிருந்த இலியா கோபமாகக் கத்தினான்.

“ஒன்னுமில்லே!’ பதிலளித்தான் காவ்ரிக்.

“உன்னைக் கவனிச்சுக்கோ!” என்று பயமுறுத்தலோடு சொன்னான் இலியா, சற்று இடைவெளிக்குப் பிறகு, “உலாவப் போடா!..” என்றான்.

ஆனால் அவன் தனிமையில் இருந்த போதுகூட தனது நினைவுகளை ஒன்றுதிரட்ட முடியவில்லை. அவளுடைய வார்த்தைகளில் அந்தளவுக்கு கடும் வேதனையை உணர்ந்தான், ஏனெனில் அவற்றின் அர்த்தத்தை அவனால் ஊடுருவிப் பார்க்க முடியவில்லை.

“அவளுக்கு நான் எப்போதேனும் தவறு செய்திருக்கிறேனா?.. அவள் வருகிறாள், என்னைக் குற்றம் சொல்கிறாள். பிறகு போகிறாள், சும்மா அவ்வளவேதான்... நல்லது, திரும்ப வாருங்கள், இளம் பெண்ணே, உங்களுக்கு விடை கிடைக்கும் - கிடைக்காவிட்டால் பாருங்கள்...”

அவளை அச்சுறுத்தினான், அதே நேரத்தில் இந்தளவு ஏன் அவள் அவனை அவமானப்படுத்தினாள் என்பதைக் கண்டுபிடிக்க முயன்றான். அவளது புத்திசாலித்தனத்திற்கும் எளிமைக்கும் பாவெல் அவளை எப்படிப் பாராட்டினான் என்பதை நினைவு கூர்ந்தான்.

“பாவெலுடைய உணர்வுகளை அவள் புண்படுத்தவில்லை...”

தலையை அவன் நிமிர்த்த, கண்ணாடியில் தனது பிரதிபலிப்பைக் கண்டான். அவனது கருத்த மீசை முறுக்கிக் கொண்டிருந்தது, பெரிய கண்கள் களைப்புற்ற தோற்றத்தைக் கொண்டிருந்தன, கன்னங்களில் இரு சிவப்புப் புள்ளிகள் எரிந்து கொண்டிருந்தன.

உணர்ச்சிவயப்பட்டும் சோர்வுற்றும் போன அவனது முகம் இப்போதும் கூட, பார்ப்பதற்கு ஏதோ அழகானதாக இருந்தது. பாவெலின் மஞ்சள் பாரித்த, நோய்ப் பிடித்த, எலும்பும் தோலுமான முகத்துடன் கண்டிப்பாக ஒப்பிட முடியாது.

“உண்மையிலே அவள் என்னைக் காட்டிலும் பாவெலை விரும்புகிறாளா?” என்று நினைத்தான். அதே நேரம் தன்னைத்தானே மறுத்துப் பேசினான்: ‘ஆனால் நான் எப்படித் தோன்றினாலும் என்னைப் பற்றி எதற்காக அவள் கவலைப்பட வேண்டும்? நான் அவளுடைய மணமகன் இல்லை...”

தனது அறைக்குள்ளாகச் சென்று ஒரு கிளாஸ் நீர் குடித்து விட்டுச் சுற்றிலும் பார்த்தான். ‘மனித வாழ்வின் கட்டங்கள்’ என்ற ஓவியத்தின் பிரகாசமான வண்ணங்கள் அவன் கண்ணைப் பற்றின.

“அது எல்லாமே மோசடி. மக்கள் உண்மையில் இந்த முறையில் தான் வாழ்கிறார்களா?” தனக்குத்தானே சொல்லிக்கொண்டான். “அப்படி அவர்கள் செய்தால், அது எவ்வளவு சலிப்பாக இருக்கும்!...”

சுவரை நோக்கிச் சென்று, படத்தைக் கிழித்தெடுத்துக் கடைக்குள்ளாக எடுத்துச் சென்றான். அங்கே கவுண்டர் மீது அதை விரித்து வைத்து இன்னும் ஆழ்ந்து நோக்கினான். அதனது வர்ணங்கள் எல்லாம் ஒன்று சேருகின்ற வரை அதைக் கெடுநோக்கானதாகக் கருதி கூர்ந்து நோக்கினான். பிறகு அதைப் பற்றி எடுத்துப் பந்து போல உருட்டி கவுண்டருக்குக் கீழாகச் சுழற்றி வீசினான். ஆனால் அது வெளியே உருண்டு அவனது பாதங்களுக்குக் கீழாக வந்தது. வேதனையுற்ற அவன் அதைத் திரும்ப எடுத்து மிக நெருக்கமாகக் கசக்கி கதவு வழியாக வெளியே தெருவிற்குள்ளாக வீசினான்...

இலியா மணிச்சட்டத்தை எடுத்து அதில் இருபது கோபெக்கைக் குறித்து வைத்தான். பதினேழைக் கழித்தான். மூன்று எஞ்சியது. மணிகளைத் தனது நகத்தால் சுண்டி விட்டான்; மந்தமான ஒலியுடன் அவை கம்பியைச் சுற்றி உருண்டு, பிரிந்து போய் நிலையாக நின்றுவிட்டன.

ஒரு பெருமூச்சு விட்டவாறு மணிச்சட்டத்தைப் பக்கத்தில் வைத்தான். பிறகு மார்பை கவுண்டர் மீது வைத்துச் சாய்ந்து, அங்கே படுத்து தனது இதயத் துடிப்புகளைக் கேட்டுக் கொண்டிருந்தான்.

மறுநாள், காவ்ரிக்குடைய அக்காள் திரும்ப வந்தாள். வழக்கம் போலவே இருந்தாள், அதே நைந்த துணியை அணிந்துகொண்டும் முகத்தில் அதே பாவனையைக் காட்டிக்கொண்டும் இருந்தாள்.

அவள் தலை வணங்குவதற்கு மனமின்றி லேசாகத் தலையை ஆட்டிப் பதிலளித்தான். திடீரென்று அவளது முகத்தில் உள்ளன்பு மிக்க புன்னகை தவழ, அவனிடம் மென்மையாகக் கேட்டாள்:

"ஏன் அவ்வளவு வெளிறிப் போய் காணப்படுறீங்க? உடம்புக்கு நல்லா இல்லையா?"

"நல்லா இருக்கேன்," என்று இலியா சுருக்கமாகப் பதிலளித்து, அவளது அக்கறையால் கிளறப்பட்ட உணர்ச்சியை மறைக்க முயன்றான். அது அருமையான, மகிழ்ச்சிமிக்க உணர்ச்சி; அவளது புன்னகையும் வார்த்தைகளும் அவனது இதயத்தை இதமாக வருடிவிட்டன, ஆனால் ஓர் இரகசிய நம்பிக்கையில் தனது மனத்தாங்கலை வெளிக்காட்டுவது என்று தீர்மானித்தான், ஏனெனில் இது திரும்பவும் புன்னகை செய்யவும், மென்மையான வார்த்தைகளைப் பேசவும் அவளைத் தூண்டக்கூடும். அதற்காக அவளைப் பார்க்காமல் அவன் காத்திருந்தான், கோபமாக இருந்தான்.

"நான் சொன்னதை உங்களைப் புண்படுத்தறதா எடுத்துக்கிட்டீங்கன்னு தோணுது," என்று உறுதியான குரலில் குறிப்பிட்டாள். சற்று முன்னர் அவள் பயன்படுத்திய தொனியிலிருந்து இது அந்தளவு மாறுபட்டதாக இருக்கவே, எச்சரிக்கையோடு இலியா அவளை உற்று நோக்கினான். அவளிடம் மீண்டும் வழமையான நிலை, கர்வமானதும் உற்சாகமானதுமான ஒன்று கருத்த விழிகளில் தெரிந்தது.

"நான் பல தடவை புண்படுத்தப்பட்டிருக்கிறேன்," என்ற இலியா அகந்தையுடன் முறுவலித்தான். ஆனால் அவனது இதயம் ஏமாற்றத்தால் சில்லிட்டும் போனது. "ஆக, நீ என்னுடன் விளையாட முயல்றே!' என்று நினைத்தான். "முதலில் என் முதுகில் தட்டுறே, பிறகு முகத்தில் அறையுறே? ஓ, இல்லை..."

"நான் உங்களைப் புண்படுத்தனும்னு நினைக்கலே.." என்றாள்.

"அதைச் செய்வது உங்களுக்குச் சிரமமானதா இருக்கும்!" உரத்த, நிமிரான குரலில் மறுத்துச் சொன்னான். "உங்க விலை எனக்குத் தெரியும், உங்களைப் போன்ற பறவைகளால் உயரே பறக்க முடியாது!"

பின்வாங்கிக் கொண்ட அவள் வியப்புடன் கண்களை அகல விரித்து அவனை நோக்கினாள். ஆனால் இலியாவோ ஒன்றுமே கவனிக்காதவாறு, அவளுக்குப் பதிலடி கொடுக்க வேண்டும் என்ற பைத்தியக்காரத்தனமான ஆவல் கொண்டான்.

"உங்களோட அதிகாரவர்க்க கர்வத்துக்கும் அதிக மதிப்பு இல்லே. எல்லாரும் போகிற அந்த உயர்நிலைப் பள்ளியில் அதைப் பெற முடியும்... ஆனா அந்தப் பள்ளி மட்டும் இல்லாட்டா நீங்க ஒரு சாதாரண தையல்காரியாகவோ வீட்டில் பணிப்பெண்ணாகவோ

இருப்பீங்க... நீங்க மிகவும் ஏழை என்பதால் வேற எதுவும் ஆக முடியாது.''

''என்ன பேசுறோம் என்பதைக் கவனத்தில் வச்சுக்கங்க!'' என்று மென்மையாகக் கூவினாள்.

இலியா அவளது முகத்திற்குள்ளாக உற்றுப் பார்த்து, அவளது நாசித்துவாரங்கள் விரிவடைந்திருப்பதையும், கன்னங்கள் எரிந்து கொண்டிருப்பதையும் காண மகிழ்ச்சியடைந்தான்.

''நான் நினைக்கிறதைச் சொல்றேன்! நான் அப்படி நினைக்கிறதுக்குக் காரணம் உங்களோட அதிகாரம் ஒரே ஒரு கோபெக்தான் பெறும்.''

''நான் ஒன்னும் அதிகாரவர்க்கமில்லே,'' என்று கணீரென்ற குரலில் கத்தினாள் அப்பெண். அவளுடைய தம்பி ஓடிச் சென்று அவள் கையைப் பற்றினான்.

''நாம இங்கிருந்து போயிறலாம், சோன்யா!'' என்று கத்திய அவன் கோபத்தோடு தன் எசமானனைப் பார்த்தான்.

அவர்கள் மீது விரைந்த பார்வையைச் செலுத்திய இலியா வெறுப்புடனும் கோபத்துடனும் பேசினான்:

''அப்படியா, வெளியேறுங்கள்! நான் உங்களுக்கும், நீங்க எனக்கும் வேண்டாம்.''

அவர்கள் இருவரும் அவனது பார்வையில் கண நேரத்திற்கு நிழலாடி விட்டு வெளியே சென்றார்கள். அவர்கள் போனதும் இலியா சிரித்தான். தனிமையில் விடப்பட்ட அவன், ஓரிரு நிமிடங்களுக்கு அசையாமல் நின்று, பழிவாங்கியதன் இன்பத்தில் திளைத்துக் கொண்டிருந்தான். அவனது மனத்தின் ஆழத்தில் அப்பெண்ணினுடைய அருவருப்புற்ற, குழம்பிய, லேசாகப் பயந்திருந்த முகம் நன்கு பொறிக்கப்பட்டிருந்தது.

''ஆனால் பையனோ... அவன் எப்படிப்பட்டவன்...'' இந்தத் தொடர்பற்ற சிந்தனை அவனது மனத்தில் தொடர்ந்து ரீங்காரம் செய்து கொண்டிருந்தது. காவ்ரிக்கினுடைய நடத்தை அவனுக்குக் கொஞ்சம் தடை செய்தது, அவனது மனநிலையைக் கெடுத்தது.

''ஆக இப்ப நீ உன்னோட பெருமையை அடைஞ்சிட்டே!'' சற்று சிரிப்புடன் சிந்தித்தான். ''தத்யானா இப்போது உள்ளே வந்தால் அவளுக்கும் கூட நன்றாகக் கொடுப்பேன்...''

தன்னிடமிருந்து எல்லாரையும் முரட்டுத்தனமாக, புண்படுத்தியவாறு, கருணையின்றி, இரக்கமின்றி தள்ளிவிட வேண்டும் என்ற தடுக்க இயலாத ஆர்வம் அவனுக்கு ஏற்பட்டிருந்தது.

ஆனால் தத்யானா வரவில்லை. முழு நாளையும் அவன் தனிமையில் செலவிட்டான், நாள் முடிவில்லாதது போலக் காணப்பட்டது. படுக்கிற

நேரம் வந்த போது மிக அதிகமாகத் தனிமையை உணர்ந்தான். அந்தப் பெண்ணினுடைய வார்த்தைகளைக் காட்டிலும் அவனது தனிமையால் மிகவும் புண்பட்டான். கண்களை மூடிக்கொண்டு இரவின் அமைதிக்குள்ளாகச் செவிமடுத்தான். சத்தத்தை எதிர்பார்த்துக் கொண்டிருந்தான், ஆனால் சத்தம் வந்த போது இலியா திடுக்குற்றான். தலையணையினின்றும் தலையை உயர்த்தி, கண்களை அகல விரித்தவாறு இருளுக்குள்ளாக உற்று நோக்கினான். ஒரு நிலவறையில் பூட்டப்பட்டவனைப் போன்ற உணர்வுடன் எதையோ எதிர்பார்த்து, வெப்பத்தாலும் இருட்டிலே தடவிப் பார்த்ததாலும் அழுத்தப்பட்டு, தொடர்பற்ற சிந்தனைகளுடன் விடியும் வரை அங்கேயே கிடந்தான். காலை வரை அவனால் தூங்க முடியவில்லை. தலைவலியுடன் எழுந்தான். சமோவாரைச் சூடாக்க வேண்டும் என்று நினைத்தான், ஆனால் செய்யவில்லை. முகங்கழுவிய பிறகு கொஞ்சம் தண்ணீர் குடித்து விட்டு, கடையைத் திறந்தான்.

நண்பகலில் கோபமாகவும் புருவங்களைச் சுழித்தவாறும் இருந்த பாவெல் அவனைப் பார்க்க வந்தான். இலியாவுக்குப் போதிய வணக்கம் தெரிவிக்காமலேயே நேராகக் கேட்டான்:

"நீ உன்னை இவ்வளவு உயர்ந்தவனாக நினைத்துக் கொள்வது எதனால்?"

இலியா அதன் அர்த்தத்தைப் புரிந்து கொண்டு, பதிலேதும் பேசாமல் நம்பிக்கையற்று தன் தலையை ஆட்டினான். "இவனுங்கூட எனக்கு எதிராக இருக்கிறான்..." என்று நினைத்தான்.

"சோன்யாவை ஏன் நீ புண்படுத்துறே?" தன் நண்பனுக்கு முன்னால் நின்றுகொண்டு பாவெல் கண்டிப்பாகக் கேட்டான். பாவெலுடைய தாழ்ந்த முகத்திலும் கண்டிக்கின்ற பார்வையிலும் தன் மீது நிறைவேற்றப்பட்ட தீர்ப்பை இலியா படிக்க முடிந்தது, ஆனால் அதை அவன் பொருட்படுத்தவில்லை.

"பேசத் தொடங்குறதுக்கு முன்னே வணக்கம் சொல்றது நல்லது... குல்லாவைக் கழற்று - மூலையில் தெய்வபீடம் இருக்கு..." களைப்புற்ற குரலில் இலியா மெதுவாகச் சொன்னான்.

குல்லாவின் உச்சியைப் பற்றி இழுத்து அதை இன்னும் நெருக்கமாகத் தன் தலை மீது வைத்து அழுத்தினான் பாவெல், உதடுகள் வெறுப்பால் துடித்தன, விரைவாகவும், சூடாகவும், நடுங்குகின்ற குரலில் பேசத் தொடங்கினான்:

"சரி, நீயே பெருமைப்பட்டுக்க. இப்ப நீ பணக்காரன்! வயிறு நிறைஞ்சு போச்சு! ஒருதரம் நீ எப்படிச் சொன்னாய் என்பதை நினைச்சுப் பாரு, 'நம்மைப் பார்த்துக்கிறதுக்கு யாருமே இல்லையே!'

ஆனா அத்தகைய மனிதன் நம்மிடம் வந்தால், அவளை அப்பால துரத்துறே... அப்படி வா, பணம் பிடுங்கி நீ!"

சோம்பல் போன்ற ஓர் உணர்வு எழுந்து திரும்பப் பதில் சொல்ல முடியாதவாறு இலியாவைத் தடுத்தது. பாவெலுடைய கண்டிப்புகள் தன்னைப் புண்படுத்தவில்லை என்பதை உணர்ந்த இலியா அவனுடைய கிளர்ச்சியுற்ற, கேலி செய்கின்ற முகத்தைப் படபடப்பின்றி பார்த்தான். பாவெலுடைய தாடையிலும் மேல் உதட்டிலும் இருந்த மஞ்சள் நிற முடி அவனது மெலிந்த முகத்தில் பூஞ்சக்காளான் வளர்வது போல இருந்தது, அவற்றை இலியா பார்த்தபோது அலட்சியமாகச் சிந்தித்தான்:

"உண்மையில் அவளை நான் அந்தளவு புண்படுத்தி விட்டேனா? இன்னும் மோசமான விஷயங்களை நான் சொல்லியிருக்க முடியும்..."

"அவளுக்கு எல்லாமே புரியுது, எல்லாத்தையும் அவளால விளக்க முடியும்... நீயோ அவளுக்கு... ஐயோ!" வழக்கம் போல வியப்புக்குறிகளுடன் பாவெல் காரசாரமாகப் பேசினான்.

"நிறுத்து! எனக்குச் சொல்லிக் கொடுக்க வேண்டாம்," என்றான் இலியா. "என் விருப்பம் போலச் செய்வேன்... என் விருப்பம் போல வாழ்வேன்... உங்க எல்லாராலும் நான் சலிச்சுப் போயிட்டேன்... அறிவுரை சொல்லிக்கிட்டு..."

இலியா அலமாரி ஒன்றின் மீது பலமாகச் சாய்ந்து கொண்டு தன்னைத் தானே கேட்டுக்கொள்வது போல சிந்தனையோடு கூறினான்:

"சொல்லத் தகுந்த விஷயம் உங்கிட்ட என்ன இருக்கு?" "அவகிட்ட எல்லாம் இருக்கு!" ஆழ்ந்த நம்பிக்கையுடன் சொன்ன பாவெல், உறுதிமொழி எடுப்பது போலக் கையை உயர்த்தினான்,

"அந்த ஆட்களுக்கு எல்லாமே தெரியும்!"

"பிறகு போய் அவர்களோட சேர்ந்துக்க!" என்று இலியா அலட்சியமாகச் சொன்னான்.

பாவெல் சொன்னதும், உணர்ச்சிவயப்பட்டு அவன் பேசியன எல்லாம் இலியாவுக்கு மகிழ்ச்சியற்றதாக இருந்தன. ஆனால் விவாதம் செய்ய வேண்டும் என்ற விருப்பம் அவனுக்கு இல்லை.

"சரி, நான் போறேன்!" அச்சுறுத்துகின்ற தொனியில் பாவெல் சொன்னான். "நான் அவர்களிடம் போறேன், ஏன்னா அது ஒன்னுதான் நான் வசிக்கத்தக்க இடம் என்பது எனக்குத் தெரியும்... எனக்குத் தேவையான எல்லாவற்றையும் அவர்களிடமிருந்து என்னால பெற முடியும், ஆம்!"

"சத்தம் போடாதே," என்று இலியா மெல்லவும் வலிமையற்றும் சொன்னான்.

சிறுமி ஒருத்தி உள்ளே வந்து ஆணின் சட்டைக்கு ஒரு டஜன் பொத்தான்கள் கேட்டாள். இலியா அவசரப்படாமல் அவள் தந்த இருபது கோபெக் நாணயத்தைத் தனது விரல்களுக்கிடையே வைத்துத் தேய்த்து விட்டு, திரும்பவும் அதை அவளிடம் ஒப்படைத்துச் சொன்னான்:

"எங்கிட்ட சில்லறை இல்லே. அடுத்த முறை தா..."

கல்லாப் பெட்டியில் சில்லறை இருந்தது, ஆனால் சாவி அவனது அறையில் இருந்தது, அதை எடுத்து வர வேண்டும் என்று அவன் கருதவில்லை. அச்சிறுமி போய்விட்ட பிறகு தங்களுடைய உரையாடலை பாவெல் திரும்பத் தொடரவில்லை. கடைசியாகத் தான் அகற்றிவிட்ட குல்லாயால் முழங்காலில் தட்டிக்கொண்டு, இலியாவிடம் எதையோ எதிர்பார்த்தது போல அவனையே பார்த்துக்கொண்டு கவுண்டர் அருகே நின்றான். ஆனால் இலியா தனது தலையைத் திருப்பிக்கொண்டு, பற்களின் ஊடாக மெதுவாகச் சீட்டியடித்தான்.

"நல்லது? என்ன சொல்வாய்?" கேட்டான் பாவெல் சவால் விடுவது போல.

"ஒன்னுமில்லே," என்று இலியா சற்று இடைவேளைக்குப் பிறகு பதிலளித்தான்.

"சொல்ல உனக்கு எதுவுமே இல்லையா?"

"ஆண்டவனுக்காக என்னைத் தனியா விட்டுவிடு!" என்று பொறுமையின்றி கூவினான் இலியா. குல்லாவைத் தலையில் மாட்டிக் கொண்டு பாவெல் வெளியே சென்றான். தனது கண்களால் அவனைப் பின் தொடர்ந்த இலியா திரும்பவும் சீட்டியடிக்கத் தொடங்கினான்...

ஒவ்வொரு நிமிடமும் ஏதேனும் புதியதும் எதிர்பாராததும் ஏற்பட்டுக்கொண்டே இருந்தன. தனது பல்வேறு கூக்குரல்களாலும் தனது இயக்கத்தின் சோர்வின்மையாலும் தனது இடைவிடாத படைப்பூக்கத்தின் சக்தியாலும் வாழ்க்கை அழியாமல் நிலை நின்று பிரமிக்கச் செய்யும் கற்பனையாக இருந்தது. ஆனால் இலியாவினுடைய ஆன்மாவிற்குள்ளாக, எல்லாமே நிலையாகவும் உயிரற்றும் இருந்தன; எல்லாமே அசைவற்ற நிலைக்கு வந்துவிட்டதைப் போலக் காணப்பட்டது: சிந்தனைகள் இல்லை, ஏக்கங்கள் இல்லை, பெரும் சலிப்பைத் தவிர எதுவுமே இல்லை. அத்தகைய நிலையில் எஞ்சிய நாளையும் தீய கனவுகளால் வாட்டிவதைக்கப்பட்ட இரவையும், அது போல இன்னும் பல பகல்களையும் இரவுகளையும் கழித்தான். வாடிக்கையாளர்கள் வந்து தாங்கள் விரும்பியதை வாங்கிக் கொண்டு சென்றார்கள், அவர்களைக் கவனித்த நேரத்தில் கசப்புடன் சிந்தித்தான்:

"அவர்களுக்கு நான் தேவையில்லை, அவர்களும் எனக்குத் தேவை-யில்லை... தானாகவே நான் வாழ்வேன்..."

சமோவாரைச் சூடாக்கும் காவ்ரிக்கினுடைய பணியை இப்போது சிவந்த முகமும் நிறமற்ற அசையாத கண்களும் கொண்ட மெலிந்த, பிடிவாதக்காரியாகிய வீட்டுக்காரரின் சமையல்காரி செய்தாள். சில நேரங்களில் அவளைக் கவனித்த போது, துயரத்தோடு சிந்திப்பான்:

“என் வாழ்க்கையில் எந்த நல்ல விஷயங்களையும் நான் பார்க்கவே முடியாதா?”

தன்னுடைய நாட்கள் அவனுக்கு எரிச்சலையும், ஆத்திரத்தையும் ஏற்படுத்திய போதும், புதிய மனப்பதிவுகளால் தனது நாட்களை நிரப்பிக்கொள்ள அவன் பழக்கப்பட்டுப் போயிருந்தான். ஏனெனில் அவை வாழ்க்கையை ஆர்வமுடையதாக்கின. இந்த மனப்பதிவுகளை மக்கள் அவனுக்குக் கொண்டுவந்தார்கள். இப்போது மக்களே வாடிக்கையாளர்களை விட்டுவிட்டு அவர்கள் எல்லாரும் மறைந்து விட்டார்கள். பிறகு அவனது தனிமை உணர்வும், சிறந்த வாழ்க்கைக்கான அவனது ஏக்கமும் எல்லா விஷயங்களுக்குமான விரிந்த அலட்சியத்தில் அடிக்கடி மூழ்கிப்போயின. பிறகு சலிப்பூட்டுகின்ற சூழலில் நாள்கள் முடிவின்றி இழுத்துக்கொண்டே செல்லும். இல்லாதிருந்தனர்;

ஒருநாள் காலை இலியா அப்போதுதான் விழித்தெழுந்து, இந்தப் புதிய நாளில் தான் வாழ வேண்டும் என்பதைப்படுக்கையின் விளிம்பில் உட்கார்ந்து சிந்தித்துக் கொண்டிருந்த போது, பின் கதவில் யாரோ மெல்ல அவசரமாகத் தட்டினார்கள்.

சமோவாரைச் சூடாக்க வேலைக்காரி வந்திருப்பாள் என்று எண்ணிக் கொண்டு, எழுந்து கதவைத் திறக்க, தனக்கு முன்னே நேருக்கு நேராகக் கூனன் நிற்பதைக் கண்டான்.

“ஐயோ!” என்ற தெரேன்தி முறுவலித்துக்கொண்டும் தலையை ஆட்டிக்கொண்டும் இருந்தான். “ஒன்பது மணி, நம்ம இளம் வியாபாரி இன்னமும் கடையைத் திறக்கலே!”

அறைக்குள்ளாகச் செல்ல வழிவிட்டபடி, இலியாவும் கூட அவனுக்கு முன்னால் முறுவலித்துக்கொண்டு நின்றான். தெரேன்தியினுடைய முகம் வெயிலில் அடிபட்டுக் கருத்திருந்தது, கண்கள் மகிழ்ச்சியாக, சக்திமிக்க பிரகாசத்துடன் இருந்தன, மொத்தத்தில் மறுபடியும் இளமை பெற்றவன் போலக் காணப்பட்டான். அவனது பாதங்களில் சாக்கு மூட்டைகளும் கட்டுகளும் கிடந்தன, அவற்றிற்கு மத்தியில் நின்ற போது, அவனுங்கூட ஒரு மூட்டையைப் போலக் காணப்பட்டான்.

“நீ என்னை உள்ளே விடப்போறது இல்லையா?” என்றான்.

ஒரு வார்த்தை கூடப் பேசாது இலியா மூட்டைகளை உள்ளே தூக்கிக்கொண்டு போக ஆரம்பித்தான், அதே வேளை தெரேன்தி

தெய்வபீடத்தின் மீது தனது கண்களைப் பதித்தவாறு குனியவும் சிலுவை வைத்துக்கொள்ளவும் செய்தான்.

"திரும்பவும் நான் வீட்டுக்கு வந்ததுக்காக ஆண்டவனுக்கு நன்றி செலுத்து!" என்றான். "வணக்கம், இலியா!"

தன் சித்தப்பாவை இலியா கட்டித் தழுவிய போது, கூனனுடைய உடல் உறுதியும் பலமும் பெற்றிருப்பதை உணர்ந்தான்.

"நான் முகம் கழுவ விரும்புறேன்," என்ற தெரேன்தி அறையைச் சுற்றிலும் நோட்டமிட்டான். முதுகில் மூட்டையுடன் அவன் சுற்றித்திரிந்தது கூனலைக் கீழே இறக்கிவிட்டது போலக் காணப்பட்டது.

"வாழ்க்கை எப்படி இருக்கு?" தன் முகத்தின் மீதுகொஞ்சம் நீரைத் தெளித்துக்கொண்ட போது தன் அண்ணன் மகனிடம் கேட்டான்.

அத்தகைய நல்ல ஆர்வத்துடன் தன் சித்தப்பாவைப் பார்க்க இலியா மகிழ்ச்சியடைந்தான். ஆனால் மேசையில் காலை உணவை தயார்செய்து வைப்பதில் அவன் முனைப்பாக இருந்தபோது கிழவனுடைய வினாக்களுக்கு அவன் அளித்த பதில்கள் எச்சரிக்கைமிக்கனவாகவும், தன்னடக்கமிக்கனவாகவும் இருந்தன.

"உங்க வாழ்க்கை எப்படி இருக்கு?"

"என்னதா? அருமையா இருக்கு!" தனது கண்களை மூடிக்கொண்டு தெரேன்தி மகிழ்வுடன் முறுவலித்தான். "என்னோட பயணம் எவ்வளவு அற்புதமா இருந்ததுன்னு நீ நம்ப மாட்டே! ஒரு வார்த்தையில், நான் உயிர் நீர் பருகினேன்."

மேசை முன்னர் அமர்ந்து, விரலால் தாடியைச் சுருட்டி, தலையை ஒரு பக்கமாகச் சாய்த்து தனது கதையைத் தொடங்கினான்:

"பல புனித இடங்களுக்குச் சென்று வந்தேன்... வலாவாம் தீவுக்கும் கூடச் சென்று வந்தேன்... ஓ, இந்த மண்ணில் கால்நடையாகவே நீண்ட தொலைவு பயணம் செய்தேன். நான் வணங்கிய புனிதர்கள் ஏராளம்..."

புனிதர்கள் மற்றும் நகரங்களின் பெயர்களைக் கேட்பதில் சொல்ல முடியா மனநிறைவு பெறுவது போலக் காணப்பட்டான். ஏனெனில் அவனது உதடுகளில் அன்பான முறுவலிப்பும், கண்ணில் பெருமைமிக்க தோற்றமும் காணப்பட்டன. தேவதைக் கதைகளையோ, துறவிகளின் வாழ்க்கைக் கதைகளையோ சொல்லும் போது செய்கின்ற பாட்டுப்பாடும் தொனியில் அவன் பேசினான்.

"புனித மடாலயத்தின் அடிநிலக் குகைகளில் மரண அமைதியும், குகை இருட்டும் இருக்கு. இருட்டிலே சிறு குழந்தைகளோட கண்ணைப் போல தெய்வபீட விளக்குகள் கண் சிமிட்டுது, எல்லாப் பக்கங்களிலேயும் சாம்பிராணி வாசனை..."

திடீரென்று மழை கொட்டத் தொடங்கியது. சன்னலுக்கு வெளியே சர்சர் என்ற ஒலியும் கர்ஜனையும் கேட்டது, தகரக் கூரைகளின் மீது மழைத்துளிகள் விழுந்தன, அவற்றினின்று வடிகின்ற நீரானது களகளத்து ஓடியது.

"ஹூம்," பெருமூச்சு விட்டான் இலியா. "நல்லது, இப்ப உங்க ஆன்மாவுக்குச் சுகமா இருக்கா?"

கணநேரத்திற்கு தெரேன்தி அமைதியாக இருந்தான், பிறகு சாய்ந்துகொண்டு தணிவான குரலில் பேசினான்:

"அது இந்த மாதிரிதான்: இறுக்கமான காலணி நம்ம பாதத்தைக் கடிக்கிறது மாதிரி என்னோட பாவம் என் இதயத்தை பிழிஞ்செடுத்தது. ஆனா அது என்னோட சொந்தப் பாவம் இல்லே... என்னோட சொந்தப் பாவமில்லே, ஏன்னா பெத்ருகாவோட பேச்சை நான் கேட்காம இருந்தா என்னை அவன் வெளியே துரத்தியிருப்பான்! செய்திருப்பான், இல்லையா?..."

"செய்திருப்பான்!" ஒப்புக்கொண்டான் இலியா.

"பார்க்கிறாயா?.. ஆனா நான் புனிதப் பயணம் புறப்பட்ட உடனேயே... ஆமாம், அந்தப் பளு என் நெஞ்சை விட்டுக் கீழே இறங்கிருச்சு. நடந்து போறப்ப எனக்குள்ளாகவே சொல்லிக்கிட்டேன்: "பாருங்க, ஆண்டவரே! உங்க புனிதர்களை நோக்கி நான் போய்க்கிட்டு இருக்கேன், புனிதர்களை நோக்கி..."

"ஆக நீங்க கணக்கைத் தீர்த்திட்டிங்க?" என்று புன்முறுவலுடன் இலியா பேசினான்.

"என்னோட வேண்டுகோளை ஆண்டவர் எப்படி ஏற்றுக் கொள்வார் என்பது எனக்குத் தெரியலே!" கண்களை மேலே பார்த்துக்கொண்டு கூனன் பேசினான்.

"ஆனா உங்களோட மனசாட்சி-இப்ப அது ஓய்வா இருக்கா?"

தெரேன்தி கண நேரம் சிந்தித்தான், எதையோ கேட்டுக் கொண்டிருப்பது போன்ற தோற்றத்தில் இருந்தான்.

"அது ஓய்வா இருக்கு..." என்றான். இலியா எழுந்து சன்னலுக்குச் சென்றான். அழுக்கு நீர் அகன்ற ஓடைகளாக அருகிருந்த நடைபாதையில் விழுந்து கொண்டிருந்தன; உருளைக் கற்களின் மீது சிறு குமிழிகள் உருவாயின; சேற்றுமடுக்களில் நின்ற நீர் மழையின் வீச்சால் நடுங்கிக்கொண்டிருந்தது. சாலை கூட நடுங்குவது போலக் காணப்பட்டது. இலியாவினுடைய கடைக்கு எதிராக இருந்த வீடு ஈரமாகவும் வெறிச்சோடியும் கிடந்தது; மழையினால் சன்னல்கதவுகள் மங்கலாகத் தெரிந்தன; அவற்றிற்குப் பின்னால் எந்த மலர்களையும் பார்க்க முடியவில்லை. மழையின் இரைச்சலையும் சிற்றோடைகளின்

களகள ஒலியையும் தவிர்த்து தெரு வெறிச்சோடியும் அமைதியாகவும் இருந்தது. தன்னந்தனியான ஒரு மாடப்புறா கட்டட உச்சியின் பிதுக்கத்தில் சுருண்டு போய் உட்கார்ந்திருந்தது. தெருவிலிருந்த எல்லாமே ஈரமாகவும் கனமாகவும் அலுப்பாகவும் காணப்பட்டன.

"இலையுதிர் காலம் வந்துவிட்டது," இலியா தனக்குத் தானே சொல்லிக்கொண்டான்.

"தொழுவதைத் தவிர்த்து நாம எப்படி மன்னிப்பைத் தேட முடியும்?" தனது சாக்கு மூட்டையை அவி"கின்ற போது தெரேன்தி சொன்னான்.

"எல்லாமே ரொம்ப எளிமையானது: பாவம், தொழுகை, சிலேட்டு சுத்தமாகி விடும்!" தன் சித்தப்பாவைப் பார்க்காமலேயே இலியா சோர்வோடு சொன்னான். "திரும்பவும் பாவத்தைத் தொடங்க முடியும்..."

"ஆனா எதுக்காக? தூய்மையா வாழ்..."

"எதுக்காக?"

"சுத்தமான மனசாட்சிக்காக."

"அதனால் என்ன பயன்?"

"ஹூம்..." ஏற்றுக்கொள்ளாதவாறு தெரேன்தி மெதுவாகச் சொன்னான்: "எப்படிச் சொல்றே..."

"அப்படிதான் சொல்கிறேன்," தன் சித்தப்பா பக்கம் முதுகைக் காட்டிக்கொண்டு நின்ற இலியா வலியுறுத்திச் சொன்னான்.

"அம்மாதிரி சொல்றது பாவம்!"

"எனக்குக் கவலை இல்லை..."

"நீ தண்டிக்கப்படுவாய்!"

"இல்லை, தண்டிக்கப்பட மாட்டேன்..."

சன்னல் பக்கமிருந்து திரும்பி தெரேன்தியைப் பார்த்தான். மறுத்துச் சொல்வதற்கான வார்த்தைகளைக் கண்டுபிடிக்கும் முயற்சியில் கூனன் சிறிது நேரம் உதடுகளைப் பிதுக்கிக் கொண்டிருந்தான். அவற்றை அவன் கண்டுபிடித்த போது பேச்சு அழுத்தமாக இருந்தது:

"தண்டிக்கப்படுவே!.. என்னைப் பாரு. நான் பாவம் செய்தேன் தண்டிக்கப்பட்டேன்..."

"எப்படி?" இலியா கடுகடுப்பாகக் கேட்டான். "என் பயத்தால! எல்லா நேரமும் நான் சந்திச்சுக்கிட்டே இருந்தேன்: யாராவது தெரிந்து கொண்டால் என்னவாகும்?"

"நானும் பாவம் செய்தேன், ஆனா பயப்படலே," ஏளனமான சிரிப்புடன் இலியா அறிவித்தான்.

“நீ பேசுறது முட்டாள்தனம்,” என்று தெரேன்தி கண்டிப்பான குரலில் சொன்னான்.

“நான் பயப்படலே! ஆனா கஷ்டமான வாழ்க்கை வாழ்றேன்...”

“ஆகா!” வெற்றிக்களிப்புடன் கூவினான் கூனன். “ஆக, அது தான் உனக்குத் தண்டனை!”

“எதுக்குத் தண்டனை?” இலியா கத்தினான். அவனது தாடை நடுங்கிக்கொண்டிருந்தது. அச்சத்துடன் தெரேன்தி அவனை உற்று நோக்கி, கயிற்றைக் காற்றிலே அலைத்தான்.

“கத்தாதே, கத்தாதே!” அரைக் குரலில் சத்தமாகச் சொன்னான்.

ஆனால் இலியா கத்தினான். அவன் மற்றவர்களுடன் பேசி எவ்வளவோ காலமாகி விட்டது. தனிமையில் அவன் நாள்களைக் கழித்த போது அவனது ஆன்மாவிற்குள்ளாகச் சேர்ந்துவிட்டிருந்த எல்லாவற்றையும் இப்போது காலி செய்தான்.

“திருடமட்டும் இல்லே, கொலை கூடச் செய்யலாம், எதுவும் நடக்காது! உன்னைத் தண்டிக்க யாரும் இல்லே... காரியத்தைச் செய்ய முடியாதவங்க மட்டுமே தண்டிக்கப்படுறாங்க, ஆனா எப்படிச் செய்யணும்னு தெரிஞ்சவங்க, செய்ய முடிஞ்சவங்க எதுவும் இல்லாமத் தப்பிக்க முடியும். எதுவுமே இல்லாம!”

திடீரென்று வெளியே நொறுங்கும் சப்தம்கேட்டு, ஏதோ பெரும் ஓசையுடன் தரையில் உருண்டு கதவில் மோதி நின்றது. இருவருமே துடுக்குற்று பேச்சை நிறுத்தினார்கள்.

“என்ன அது?” பயத்தோடு கிசுகிசுத்தான் கூனன்.

இலியா கதவை நோக்கி விரைந்து, அதைத் திறந்து முற்றத்திற்குள்ளாக நோட்டமிட்டான்: மெதுவான சப்தத்துடன் காற்று கிறீச்சிட்டு, சீட்டியடித்து, சலசலத்தவாறு அறைக்குள்ளாக விரைந்தது.

“சில பெட்டிகளும் கூடைகளும் கீழே விழுந்துருச்சு,”என்ற இலியா, கதவைச் சாத்திவிட்டு திரும்பவும் சன்னலுக்குச் சென்றான்.

தனது பொட்டலங்களை அவிழ்ப்பதற்காகத் தெரேன்தி தரையில் அமர்ந்தான்.

“இல்லை, நீ என்ன சொல்றே என்று சிந்திச்சுப் பாரு, இலியா!’ என்று எச்சரித்தான். “அந்த மாதிரி வார்த்தைகளை நீ கத்திக்கொண்டிருக்கிறாய், ஐயோ, ஐயோ! உன்னோட நாத்திகத்தால ஆண்டவனுக்கு எந்தக் கோபத்தையும் தீங்கையும் உன்னால ஏற்படுத்த முடியாது, ஆனா அது உன்னோட சொந்த அழிவைக் கொண்டுவந்துறும்... இந்த அறிவுமிக்க வார்த்தைகளை ஒரு மனிதனிடமிருந்து நான் கேட்டேன். அவர் வாயிலிருந்து வந்ததெல்லாம் அவ்வளவும் அறிவுதான்!”

தனது பயணத்தை மீண்டும் தொடர ஆரம்பித்தான், பேசுகின்ற போது தன் அண்ணன் மகனைப் பக்கப் பார்வை பார்த்துக்கொண்டான். ஆனால் இலியாவுக்கோ அவன் சொன்னதெல்லாம் மழையின் ஓசையைப் போலவே இருந்தது; தன் சித்தப்பாவுடன் எப்படி வாழப் போகிறோம் என்ற சிந்தனைகளில் இலியா மூழ்கியிருந்தான்...

அருமையாக வாழத் தொடங்கினார்கள். இரவில் நிழல்கள் மிகவும் நெருக்கமாக இருக்கும் மூலையில் சூட்டடுப்பிற்கும் கதவுக்கும் இடையே பெட்டிகளை அடுக்கிவைத்து தெரேன்தி தனக்குப் படுக்கைத் தயாரித்துக்கொண்டான். இலியாவினுடைய வாழக்கை முறையைப் புரிந்துகொண்ட உடனேயே, முன்னர் காவ்ரிக் நிறைவேற்றிய பணிகளை தெரேன்தி தானே மேற்கொண்டான்: சமோவாரைச் சூடாக்குவது, கடையையும் அறையையும் சுத்தம் செய்வது, மதிய உணவை வாங்கிவர அருந்தகத்துக்குப் போவது, மேலும் இந்தக் காரியங்களை அவன் செய்த போது தனக்குத்தானே புனிதப் பாடல்களைத் தொடர்ந்து முணுமுணுத்துக்கொண்டே இருந்தான். ஹாலிலுயாவின் மனைவி தனது குழந்தையைச் சூட்டடுப்பிற்குள்ளாக வீசி எறிந்து விட்டு, அதற்குப் பதிலாக கிறிஸ்துவைத் தனது கரங்களில் தாங்கி எதிரிகளிடமிருந்து அவரைக் காப்பாற்றியது எப்படி; தொடர்ச்சியாக முந்நூறு ஆண்டுகளுக்குப் பறவையின் பாடலை ஒரு துறவி கேட்டுக்கொண்டிருந்தது எப்படி என்பன போன்ற கதைகளையும் மற்றும் பிறவற்றையும்மாலை நேரங்களில் இலியாவிடம் விவரிப்பான். அவன் சொல்வதைக் கேட்ட போது, இலியாவின் மனத்தில் அவனது சொந்தச் சிந்தனைகளே நிறைந்தன... மாலை வேளைகளில் அடிக்கடி உலாவச் செல்வான். எப்போதுமே நகரத்திற்கு வெளியே. எல்லாமே அவனது ஆன்மாவைப் போல அமைதியாகவும் இருண்டும் வெறுமையாகவும் இருந்த வயல்வெளிகளுக்குச் செல்லவே விரும்பினான்.

தான் வந்து சேர்ந்த ஒரு வாரத்திற்குப் பிறகு பெத்ருகாவைப் பார்ப்பதற்காகத் தெரேன்தி சென்றான். அழுந்தியும் உற்சாகமிழந்தும் திரும்பினான், ஆனால் என்ன விஷயம் என்று இலியா கேட்ட போது, அவசரமாகச் சொன்னான்:

“ஓ, ஒன்னுமில்லே, ஒன்னுமில்லே! போய் எல்லாரையும் பார்த்தேன், நல்லது... எல்லாருடனும் பேசினேன்...”

“யாக்கவ் எப்படி இருக்கான்?” கேட்டான் இலியா.

“யாக்கவ் மோசமா மோசமா இருக்கான்... இந்த உலகத்தில் யாக்கவ் நீண்ட நாளைக்கு இருக்க மாட்டான்... அவன் வெளுத்துப் போ-யிருக்கான்... இருமுறான்...”

தெரேன்தி அமைதியாகி மூலைக்குள்ளாகப் பார்த்தவாறு, துயரமிக்க, பரிதாபத்திற்குரிய உருவமாக உட்கார்ந்திருந்தான். வாழ்க்கை ஒரே மாதிரியாகச் சலிப்பாகச் சென்றது. ஒரே அச்சில் அச்சடிக்கப்பட்ட நாணயங்களைப் போல ஒரு நாளைப் போலவே மறு நாளும் இருந்தது. தனது வாழ்வின் எல்லா இன்பங்களையும் விழுங்கிவிட்ட பெரிய பாம்பைப் போல இலியாவினுடைய இதயத்தின் அடித்தளத்திலே விசனமான மனக்கசப்பு சுருண்டு கிடந்தது. அவனது பழைய நண்பர்கள் அவனைப் பார்க்க வருவதே இல்லை: பாவெலும் மாஷாவும் வேறு பாதைகளில் சென்றுவிட்டார்கள் எனத் தெரிந்தது; மதித்ஸா மீது குதிரை ஒன்று பாய்ந்து ஓடியதால், மருத்துவமனையில் அவள் இறந்து போனாள்; பெர்ஃபீஷ்கா எங்கோ காற்றோடு காற்றாக மறைந்து போய்விட்டான். யாக்கவைப் போய்ப் பார்க்க வேண்டும் என்று இலியா எண்ணினான், ஆனால் செத்துக் கொண்டிருக்கும் தனது நண்பனுக்குச் சொல்லத் தன்னிடம் எதுவுமில்லை என்பதை அறிந்து தொடர்ந்து தள்ளிப் போட்டுக்கொண்டே சென்றான். காலையில் பத்திரிகை வாசித்தான். பகல் நேரத்தில் தனது கடையில் உட்கார்ந்து இலையுதிர் காலக் காற்று மஞ்சள் இலைகளைத் தெருவிற்குள்ளாகத் தள்ளுவதைக் கவனித்துக் கொண்டிருந்தான். சில நேரங்களில் கடைக்குள்ளாகவும் அப்படிப்பட்ட இலை நுழைந்தது...

ஒரு ஞாயிற்றுக்கிழமை, பத்திரிகையை எடுத்துப் பார்த்த போது, ‘அன்றும் இன்றும்’’ என்ற தலைப்பில் எஸ். என். எம். என்பவர்க்கு ‘பாவெல் கிராச்சோ’வால் கையெழுத்திட்டு அர்ப்பணிக்கப்பட்ட கவிதை ஒன்று கண்ணிற்பட்டது.

விலைமதிப்பற்றதோர் வாலிபப்பருவம்
வேதனை, அறி யாமையில் கழித்தேன்,
நிலைபெறு மெய்ந்நெறி எதுவென்று எவரை
எங்கு எப்போது எங்ஙனம் விளித்தேன்.

கண்ணும்மங்கிடக் கருத்தும் மங்கிடக்
காரிருள் ஆத்மா தன்னைச் சூழ்ந்திட
உண்மை ஒளிபெறும் வேட்கைமிகுதியால்
அல்லும் பகலும் இடைவிடாது அலைந்தேன்.

அடடா! விசும்பில் வெண்கீற்றன்ன
பொருளாய்ப் புதிராய் என்முன் நின்றாய்.
படாரெனத்தோன்றிய கதிரொளி முன்னர்
பயமும் இருளும் பனியெனக் கரைந்தது.

இருள்வீழ்ந்தது என் மருள்வீழ்ந்தது
என் அடிமைத் தளையும் தெறித்து விழுந்தது.
இறுதியில் பகைவன் இனியன் எவன் என
இனம் கண்டறிந்து கொண்டே மகிழ்ந்தேன்!..

அதை வாசித்து முடித்த போது, இலியா கோபமாகப் பத்திரிகையைப் பக்கவாட்டில் வைத்தான்."வா, கவிதைகள் எழுதுகிறாய்! கற்பனை செய்! இனியன்... பகைவன்... ஏன்னா முட்டாளுக்கு மற்ற எல்லாருமே எதிரிங்கதான்... ஆமாம்!" குறும்புத்தனமாக முறுவலித்தான். ஆனால் திடீரென்று, அவனுக்குள்ளாகவே மற்றொரு உயிரி இருந்து அதை உறுதிப்படுத்துவது போல இருக்கவே சிந்தித்தான்:

'நான் அங்கே போய் அவர்களைப் பார்த்து விட்டால்என்ன? சும்மா போய்ச் சொல்வது, 'நல்லது, இதோ இருக்கேன், உங்க மன்னிப்பைக்கோருகிறேன்...'

பிறகு முதலாவது குரல்: "ஆனால் எதுக்காக? அவள் என்னை வெளியே தள்ளவே செய்வாள்..." என்ற உறுதியான நம்பிக்கையோடு உரையாடல் முடிவுக்கு வந்தது.

திரும்பவும் கவிதையை வாசித்தான், அவனது இதயம் வேதனையாலும் பொறாமையாலும் நிறைந்தது. மீண்டும் ஒரு முறை அந்தப் பெண்ணைப் பற்றி நினைத்தான்:

"அவள் அந்தளவு கர்வமிகுந்தவள்... அவள் என்னை அந்த மாதிரியாக நோக்குவாள்... வந்து, வெறுங்கையுடன் திரும்பிப் போவார்கள்."

அதே பத்திரிகையில் இருந்த அறிவிப்புகளுக்கு இடையே, திருட்டுக் குற்றம் சாட்டப்பட்ட வேராவின் வழக்கு செப்டம்பர் இருபத்தி மூன்றாம் தேதி நீதிமன்றத்தில் விசாரணைக்கு வருகிறது என்ற செய்தியும் இருந்தது. இலியாவுக்கு விஷமத்தனமான பேரானந்தம் ஏற்பட்டது. பாவெலிடம் பேசுவது போலத் தனக்குத்தானே சொல்லிக் கொண்டான்:

"அவள் இன்னமும் சிறையில் இருக்கும் போது கவிதை எழுதிக்கொண்டு நேரத்தைச் செலவிடுகிறாய், இல்லையா!" "அன்பான ஆண்டவரே!பாவியாகிய என்மீது கருணை காட்டுங்கள்," பெருமூச்சு விட்டபடி முணுமுணுத்த தெரேன்தி, துயரத்துடன் தன் தலையை ஆட்டிக்கொண்டான். பத்திரிகையை சலசலப்பு ஏற்படப் புரட்டிய தன் அண்ணன் மகனை ஓரக் கண்ணால் நோக்கினான்.

"இலியா..." என்றான்.

"என்ன?"

"பெத்ருகா..."

கூனன் மனம் உடைந்து இரக்கத்துடன் முறுவலித்தான். "அவனுக்கென்ன?" வினவினான் இலியா.

"என்னைக் கொள்ளையடுச்சிட்டான்," மெதுவாகவும், குற்ற உணர்வோடும் தெரேன்தி தெரிவித்தான். பிறகு தனக்குத்தானே முணுமுணுக்கத் தொடங்கினான். இலியா உணர்ச்சியற்று அவனை நோக்கினான்.

"நீங்க இரண்டு பேரும் எவ்வளவு திருடினீங்க?" தெரேன்தி மேசையிலிருந்து நாற்காலியை பின்னால் நகர்த்திக்கொண்டு தலையைத் தாழ்த்தினான், அவனது கைகள் முழங்கால்களின் மீது கிடக்க, மனக் கணக்குக்குத் தான் உதவி செய்வது போல விரல்களை நெறித்தான். "எவ்வளவு?" இலியா திரும்பக் கேட்டான். "பத்தாயிரமா?"

கூனன் திடீரென்று தலையை நிமிர்த்தினான்.

"பத்தா?" பிரமிப்புடன் கேட்டான். "உனக்கு என்ன ஆச்சு? மொத்தத்தில் மூவாயிரத்து அறுநூற்றுச் சில்லறை ரூபிள். பத்தா! இவ்வளவு பெரிய தொகையை பற்றி நீ சொல்கிறாயா!.."

"யெரெமேய் தாத்தா பத்தாயிரத்துக்கு மேலே வச்சிருந்தார்," செருமினான் இலியா.

"அது பொய்!"

"அவரே அப்படி எங்கிட்டச் சொன்னார்..."

"அவர் எண்ணிப் பார்த்தது போல!'

"உங்களையும் பெத்ரூகாவையும் விட அவர் எண்ணுவதில் சிறந்தவர்..."

திரும்பவும் தலையைத் தொங்கப் போட்ட தெரேன்தி சிந்தனையில் ஆழ்ந்தான்.

"பெத்ரூகா எவ்வளவு வச்சுக்கிட்டான்?" என்றான் இலியா.

"சுமாரா எழுநூறு..." பெருமூச்சு விட்டபடி தெரேன்தி சொன்னான். "ஆக அவர் கிட்ட பத்தாயிரத்துக்கு மேலே இருந்துச்சுன்னு நீ சொல்றியா? அவ்வளவு பணத்தை அவர் எங்கே ஒளிச்சு வச்சிருந்தார்? எல்லாத்தையும் நாங்க எடுத்துக் கிட்டதாக நான் நெனச்சேன்... ஒருவேளை பெத்ரூகா என்னை மோசடி செய்திருக்கலாம், இல்லையா?.."

"இந்த விவகாரத்தைப் பற்றி எதுவுமே பேசாம இருக்கிறது உங்களுக்கு நல்லது!" என்று இலியா கடுமையாகச் சொன்னான்.

"உண்மைதான், அதைப் பத்தி இப்பப் பேசிக்கிட்டு இருக்கிறதிலே அருத்தமில்லே!" என்று பெருமூச்சுடன் ஒப்புக் கொண்டான் தெரேன்தி.

மனிதனது பேராசை பற்றியும் பண ஆசையால் மனிதர்கள் செய்யும் தீங்கு பற்றியும் சிந்தனையில் இலியா ஆழ்ந்தான். ஏதோ நினைவில் நூறாயிரக்கணக்கான ரூபிள்கள் தன்னிடம் இருப்பதாகத் திடீரென்று கற்பனை செய்தான். ஓ, மக்களிடம் பெருமையடித்துக்கொள்ள மாட்டானா, என்ன! தனக்கு முன்னால் நான்கு பக்கங்களிலிருந்தும் தவழ்ந்து வரும்படி செய்வான்... பழிவாங்க வேண்டும் என்ற வெறியால் தூண்டப்பட்டு, முட்டியால் மேசை மீது குத்தினான். இந்த ஓசை அவனைத் திடுக்கிடச் செய்யவே, வாய் திறந்து தொங்கியவாறும் கண்கள் பயத்தால் மருண்டவாறும் சித்தப்பா இலியாவைக் கடைக்கண்ணால் நோக்கினான்.

“நான் சும்மா நினைச்சுப்பார்த்தேன்,” சிடுசிடுப்பாகப் பேசிய இலியா எழுந்தான்.

“ஆமாம், சில நேரம் அப்படி நடக்குது,” என்றான் கூனன் நம்பிக்கையின்றி.

இலியா கடைக்குள்ளாகப் போவதைத் தெரேன்தி கவனித்தான், அவனது உதடுகள் ஓசையின்றி அசைந்தன. அவனை இலியா பார்க்கவில்லை என்றாலுங் கூட, தன் முதுகின் மீது அவனது சந்தேகக் கண்கள் பதிந்திருந்ததை உணர்ந்தான். சிறிது காலமாகவே எதையோ கேட்க விரும்பியது போல, எதையோ தெளிவுபடுத்திக் கொள்ள விரும்பியது போல தன் சித்தப்பா இருந்ததை அவன் கவனித்தான். இது அவனுடன் எந்தப் பேச்சுவார்த்தையும் மேற்கொள்ளாது தவிர்க்குமாறு செய்தது. நாட்கள் செல்லச்செல்ல தன் சித்தப்பாவின் முன்னிலையே அவனது சங்கடத்தை அதிகப்படுத்திக் கொண்டிருந்தது. தன்னைத்தானே தொடர்ந்து கேட்டுவந்தான்:

“எவ்வளவு காலத்திற்கு இது நீடிக்க முடியும்?”

“அவனது ஆன்மாவிற்குள்ளாகக் கழலை வளர்ந்து கொண்டிருப்பது போல இருந்தது; மேன்மேலும் தாங்கிக்கொள்ள முடியாததாக வாழ்க்கை மாறியது. அதில் மிகவும் மோசமாக இருந்தது அவன் எதையும் செய்ய விரும்பாததும், எங்கும் போக விரும்பாததுமாகும். சில நேரங்களில், இருண்ட, அடியற்ற பாதாளத்திற்குள்ளாகத் தான் மெதுவாக உறிஞ்சப்படுவது போன்ற தெளிவான உணர்வு அவனுக்கேற்பட்டது.

கிராமப்புறத்திற்குச் சிறு பயணமாகச் சென்றிருந்த தத்யானா, தெரேன்தி திரும்பி வந்த சில நாள்களுக்குள்ளாகவே கடை க்கு வந்தாள். பழுப்பு நிற முரட்டுத் துணியாலான ஆடையுடன் அருவருப்பாகக் காணப்பட்ட கூனனைக்கண்டதுமே, வெறுப்புடன் தனது உதடுகளைப் பிதுக்கியவாறு சொன்னாள்:

“அது உங்க சித்தப்பாவா?”

“ஆமாம்,” சுருக்கமாக இலியா பதிலளித்தான்.

“உங்களோட வசிக்கப் போறாரா?”

“அநேகமாத் தங்குவார்...”

அவனது தொனியில் ஏதோ இருந்த எதிர்ப்பு மேலும் பேசவிடாதவாறு அவளைத் தடுத்தது. அவனது சித்தப்பாவைக் கவனிப்பதை நிறுத்தினாள். காவ்ரிக் கதவருகே அமரும் இடத்தில் நின்று கொண்டிருந்த தெரேன்தி, இந்த மெலிவான, சாம்பல் நிற உடையணிந்த சிறிய பெண்ணை ஆவலோடு கருத்தூன்றிப் பார்த்துக் கொண்டிருந்தான். சிட்டுக் குருவி போல தாவியவாறு அவள் கடையைச் சுற்றிலும் பார்த்ததை இலியாவும் கவனித்தான். அவள் மற்றொரு கேள்வி கேட்டால், கடுமையான பதிலால் அவளைப் புண்படுத்த முடியும் என்று நம்பினான். ஆனால் கடைக்கண்ணால் அவனது முகத்தை வெறுப்புடன் பார்த்தது, அவ்வாறு செய்வதினின்றும் அவளைத் தடுத்துவிட்டது. கவுண்டருக்குப் பின்னால் நின்று, பேரேட்டைப் புரட்டிக் கொண்டும், கிராமப்புறத்தில் வசிப்பது எவ்வளவு மகிழ்ச்சியானது, எவ்வளவு சிக்கனமானது, உடல் நலத்திற்கு எவ்வளவு பயனுள்ளது என்று சொல்லிக்கொண்டும் இருந்தாள்.

“அங்கே ஒரு சின்ன ஆறு, மிகவும் இன்பமான, மிகவும் அமைதியான ஆறு! அத்தகைய மகிழ்ச்சியான கூட்டாளிங்க... அவர்களில் ஒருத்தர் - டெலிகிராப் ஆப்பரேட்டர் - வயலின் அழகா வாசிச்சார்.. நான் படகு ஓட்டக் கத்துக்கிட்டேன்... ஆனா அந்த விவசாயக் குழந்தைகள்! அவுங்க எப்படிப்பட்ட பூச்சிகள் என்று உன்னால கற்பனை செய்ய முடியாது! கொசுக்கள் மாதிரி - பிச்சை கேட்டுத் தொடர்ந்து மொச்சுக்கிட்டே இருந்தாங்க - இதைக் கொடுங்க எங்களுக்கு, அதைக் கொடுங்க எங்களுக்கு என்று... அவுங்களோட அம்மா அப்பா அந்த மாதிரி கற்றுக் கொடுத்திருக்காங்க...”

“அவுங்க கத்துக்கொடுக்கிறதில்லே,” என்றான் இலியா வறட்சியாக. “அவுங்க அம்மாவும் அப்பாவும் நாள் முழுக்க வேலை செய்யுறாங்க... ஆகவே குழந்தைகளைப் பார்த்துக்கிற ஒருத்தரும் இல்லே.. நீ சுத்தமாகத் தப்பாப் புரிஞ்சுக்கிட்டு இருக்கே...”

தத்யானா வியப்புடன் அவனை உற்றுப் பார்த்து, எதையோ சொல்லவிருப்பது போலத் தனது வாயைத் திறந்தாள், ஆனால் அவளுக்கு வாய்ப்புக் கிடைப்பதற்கு முன்பே தெரேன்தி மரியாதையாக முறுவலித்து விட்டுச் சொன்னான்;

“கிராமத்தில் இப்பவெல்லாம் ஜமீன்தார்கள் மிகமிக அரிதாகிப் போயிட்டாங்க... ஒவ்வொரு கிராமத்துக்கும் ஒரு கிராமப் பெரியவர் இருந்து எல்லாக் காலமும் அங்கே வசிச்சிக்கிட்டிருந்தார். இப்பவெல்லாம் சும்மா சுத்திப் பார்க்கத்தான் வர்றாங்க...”

தத்யானா தனது பார்வையை முதலில் அவன் பக்கமாகவும் பிறகு இலியாவின் பக்கமாகவும் திருப்பிவிட்டு, ஒரு வார்த்தை கூடப் பேசாது பேரேட்டைப் பார்க்கத் தொடங்கினாள். தெரேன்தி தன் சட்டையைச் சங்கடத்துடன் இழுத்துவிட்டுக் கொண்டான். சில நிமிடங்களுக்கு எல்லாருமே பேசாது இருந்தார்கள். பக்கங்களைப் புரட்டியதால் ஏற்பட்ட சலசலப்பும், கதவுக் குமிழியில் தெரேன்தி தனது கூனை உரசியபோது எழுந்த துணியின் உராய்வுச் சப்தமுமே அமைதியைக் குலைத்த ஒரே ஓசை...

“நீங்க நாகரிகமில்லாத பட்டிக்காட்டு ஆள்,”

அமைதியான வறண்ட குரலில் இலியா திடீரென்று பேசினான்.

“உங்களைவிட மேலானவர்களிடம் நீங்க பேசுறதுக்கு முன்னாலே அனுமதி கேட்கணும். “உங்க மன்னிப்பைக் கோருறேன், அன்பு கூர்ந்து என்னைப் பேசுறதுக்கு அனுமதிப்பீங்களா...’ முழங்காலிட்டுக் கொண்டு சொல்லணும்...”

தத்யானா பேரேட்டைக் கீழே மேசையில் வைத்தாள். ஆனால் அதன் மீது படாரென்று ஒரு குத்துவிட்டு குலுங்கக் குலுங்கச் சிரிக்கத் தொடங்கினாள். தெரேன்தி தலையைத் தொங்கப் போட்டுக்கொண்டு தெருவிற்குள்ளாக நழுவினான்... இதைப் பார்த்த தத்யானா இலியாவினுடைய கருத்த முகத்தை ஒரு பார்வை பார்த்துவிட்டு மெதுவாகக் கேட்டாள்:

“கோபமாக இருக்கியா? எதுக்காக?” அவளது தோற்றம் கபடமாகவும் அன்பாகவும் இருந்தது, அவளது கண்களில் குறும்புப் பார்வை பளிச்சிட்டது...

இலியா தனது கையை நீட்டி அவளது தோளைப் பற்றினான்... திடீரென்று அவள் மீது வெறுப்புக்கொண்டு, அவளைத் தன் மார்போடு சேர்த்து அணைக்கவும், அவளது மெல்லிய எலும்புகள் நொறுங்குவதைக் கேட்கவும் மிருகத்தனமான ஆசை கொண்டான். பற்களைக் காட்டியவாறு, அவளைத் தன் பக்கமாக இழுத்தான், ஆனால் அவள் அவனது கையைப் பற்றிக்கொண்டு தன்னை விடுவிக்க முயன்றாள்.

“ஐயோ... என்னைப் போகவிடு... வேதனையானது!... உனக்குப் பைத்தியமா?” அவள் கிசுகிசுத்தாள். “இங்கே என்னிடம் நீ காதல் செய்ய முடியாது... வந்து... கேளு! உன்னோடு வசிப்பதற்கு உன் சித்தப்பாவை நீ வைத்துக் கொள்ள முடியாது... அவன் ஒரு கூனன்... சனங்க அவனைப் பார்த்துப் பயப்படுவாங்க... என்னைப் போக விடு! அவனுக்கு வேறே ஓர் இடத்தை நீ பார்த்தாகணும், தெரியுமா?”

ஆனால் அவன் ஏற்கெனவே அவளைத் தன் கரங்களில் பற்றி விரிந்த கண்களுடன் இருந்த அவளது முகத்திற்கு நேராகத் தனது தலையை மெதுவாகச் சாய்த்துக் கொண்டிருந்தான்.

“நீ என்ன செய்றே? இங்கே வேணாம்... என்னைப் போகவிடு!”

திடீரென்று, ஒரு மீனின் நழுவலுடன், அவனது கைகளி-னின்றும் விடுவித்துக் கொண்டாள். வெப்பமான கண்ணைக் கூசச் செய்யும் வெளிச்சத்தின் ஊடாக, தெருக் கதவருகே அவள் நின்று கொண்டிருப்பதை இலியா பார்த்தான்.

“எவ்வளவு முரடனாக இருக்கே!” நடுங்கிக் கொண்டிருந்த கைகளால் தனது சட்டையை நன்கு இழுத்துவிட்டுக் கொண்டாள். “உன்னால பொறுக்க முடியாதா?” ஒரு டஜன் நீரோடைகளின் கர்ஜனைகள் போன்று அவனது தலைக்குள்ளாகக் கேட்டது. கவுண்டருக்குப் பின்னே அசைவற்று நின்று, தனது விரல்களை இறுக்கமாக மடித்துக்கொண்டு, தனது வாழ்வின் எல்லாக் கெடுதல்களையும் துயரங்களையும் அவளிடம் மட்டுமே காண்பது போல, அவளை வெறித்துப் பார்த்துக் கொண்டிருந்தான்.

“ஆசைப்படுற நல்ல விஷயந்தான், கண்ணே, ஆனா எப்படி அதைக் கட்டுப்படுத்துறது என்பதையும் ஒருத்தர் தெரிஞ்சிருக்கணும்...”

“வெளியே போ!” என்றான் இலியா.

“நான் போறேன்... இன்னைக்கு உன்னைப் பார்க்க முடியாது... ஆனா நாளை மறுநாள் - இருபத்தி மூணாம் தேதி என்னோட பிறந்த நாள்...நீ வருவியா?”

அவள் பேசிய போது கழுத்திலிருந்த கொக்கியின் மீது விரல்களை ஓடவிட்டுக் கொண்டிருந்தாள், ஆனால் இலியாவைப் பார்க்கவில்லை.

“வெளியே போ!” அவளைப் பிடித்துச் சித்திரவதை செய்ய வேண்டும் என்ற விருப்பத்துடன் நடுங்கியவாறு திரும்பவும் சொன்னான் இலியா.

அவள் வெளியேறினாள். உடனே தெரேன்தி வந்து சேர்ந்தான்.

“அது உன்னோட பங்காளியா?” என்று மரியாதையோடு கேட்டான்.

இலியா தலையசைத்து விட்டு ஒரு நிம்மதிப் பெருமூச்சு விட்டான்.

“அதை இப்ப பார்த்திங்களே! எவ்வளவு சின்னவ, இருந்தாலும்...”

“நடத்தை கெட்டவள்!” என்றான் இலியா அழுத்தமாக.

“உம்...” முணுமுணுத்தான் தெரேன்தி நம்பிக்கை இல்லாதவாறு. தன் சித்தப்பாவினுடைய கண்கள் தன்னை விசாரிப்பது போல இலியா உணர்ந்தான்.

“எதை உறுத்துப் பார்க்கிறீங்க?” கோபமாகக் கேட்டான்.

“நானா? கருணையுள்ள ஆண்டவனே! ஏன், ஒன்னுமில்லே...”

“நான் என்ன சொல்றேன்னு எனக்குத் தெரியும்... நடத்தை கெட்டவள், அவள் அப்படித்தான்! என்னால ஏதாவது இன்னும் மோசமாச் சொல்ல வேண்டும் என்றால்! அது உண்மையுங் கூட... “

“ஆக, அது அப்படியா...” முற்றிலும் பரிவுமிக்க குரலில் கூனன் இழுத்தான்.

“என்ன?” இலியா பலமாகக் கத்தினான்.

“வேறுவிதமாச் சொன்னா...”

“வேறுவிதமாச் சொன்னா, என்ன?”

தெரேன்தி காலை. மாற்றி மாற்றி வைத்துக் கொண்டிருந்தான், இலியாவினுடைய தொனியால் நடுக்குற்றும் புண்பட்டும் போ-யிருந்தான். சிமிட்டிக் கொண்டிருந்த கண்களில் வெறுக்கத்தக்க தோற்றம் இருந்தது.

“வேறுவிதமாச் சொன்னா... உனக்கு நல்லாத் தெரியும்,” என்று சற்று இடைவெளிக்குப் பிறகு சொன்னான்.

தெருவில் காலநிலை சலிப்பூட்டியது. சில நாள்களுக்குத் தொடர்ச்சியாக மழை பெய்து கொண்டிருந்தது. சுத்தமான சாம்பல் நிற கற்கள் மேலே சாம்பல் நிற வானத்தை மகிழ்ச்சியற்றுக் கவனித்தன, மக்களுடைய முகங்கள் போலக் காணப்பட்டன. கற்களுக்கு இடையில் இருந்த பிளவுகளில் சேறு நிறைந்து அவற்றின் குளுமையான தூய்மையை பாழ்படுத்தியது... மரணத்துக்கு முன் வரும் நடுக்கம் ஒன்று மரங்களின் மஞ்சள் இலைகளைப் பிடித்துக் கொண்டிருந்தது. தெருவின் கடைசியில் வீட்டுக் கூரைகளுக்கு மேலாக கனத்த சாம்பல் நிறமானதும் வெண்ணிறமானதுமான மேகங்கள் எழுந்து நின்றன. பேரலைகளாக அவை ஒன்றின் மீது ஒன்றாக ஏறின, மேலே மேலே, தொடர்ச்சியாக வடிவத்தை மாற்றிக்கொண்டு, ஒரு நேரம் நெருப்புப் புகையைப் போலவும், ஒரு நேரம் மலைகளாகவும், ஒரு நேரம் நதியின் கலங்கிய அலைகளாகவும். வீடுகள், மரங்கள், கீழேயுள்ள பூமி ஆகியன பெரும் சக்தியோடு உடைந்து நொறுங்க வேண்டும் என்ற ஒரே நோக்கத்துடன் அந்தச் சாம்பல்நிற உயரத்திற்குள்ளாக அவை ஏறிக்கொண்டிருப்பவை போன்றும் காணப்பட்டன. தனக்கு முன்பாக உயிருள்ள மேகச் சுவரை இலியா கண்ணுற்ற போது குளிராலும் சஞ்சலத்தாலும் நடுக்குற்றுத் தனக்குத்தானே சொல்லிக்கொண்டான்:

“எல்லாவற்றையும் நான் விட்டுவிட வேண்டி இருக்கிறது... கடையையும் எல்லாவற்றையும்... தத்யானாவுடன்என் சித்தப்பா நடத்த முடியும்... நான் போய்விடுவேன்...”

அவனது மனக்கண்ணில், பரந்த ஈரமான வயலை, சாம்பல் நிற மேகங்களால் சூழப்பட்ட விரிந்த வானத்தை, இரு பக்கங்களிலும் பிர்ச் மரங்கள் கொண்ட அகன்ற சாலையைக் கற்பனை செய்துகொண்டு, அந்தச் சாலையில் செல்லுகின்ற போது பாதங்கள் சகதியில் அமிழ்ந்தும், முகம் குளிர்ந்த மழையினால் தாக்கப்படுவதாகவும் எண்ணினான்.

வயலிலோ சாலையிலோ வேறு எந்த ஜீவனும் இல்லை... மரங்களில் காக்கைகள் கூட கிடையாது. தலைக்கு மேலாக ஓசையின்றி நகர்ந்து கொண்டிருக்கும் சாம்பல் நிற மேகங்களைத் தவிர எதுவுமே இல்லை...

“நான் தூக்குப் போட்டுக்கொள்வேன்...” என்று அலட்சியமாக எண்ணினான்.

இரண்டு நாள்களுக்குப் பிறகு காலையில் அவன் விழித்தெழுந்த போது திறந்த நாள்காட்டியில் ‘23’ என்ற கருப்பு எண்ணைக் கவனித்து விட்டு, இன்று தான் வேராவினுடைய விசாரணை நாள் என்பதை நினைவு கூர்ந்தான். கடையை விட்டுத் தப்பிப்பதற்கு நொண்டிச் சாக்குக் கிடைத்ததற்காக மகிழ்ச்சியடைந்தான். அந்தப் பெண்ணினுடைய தலைவிதியை எண்ணி பெரிதும் கவலைப்படவும் செய்தான். ஒரு கிளாஸ் தேநீரை அவசரமாக அவன் விழுங்கி விட்ட போது, நீதிமன்றத்திற்கு விரைந்து சென்றான். உள்ளே அனுமதிப்பதற்கு இன்னமும் நேரமாகிவிடவில்லை. கதவு திறக்கப்படுவதற்காகக் காத்துக்கொண்டு நுழைவாசலில் ஒரு சிறு கூட்டம் காத்துக் கொண்டிருப்பதைக் கண்டான். அவர்களோடு சேர்ந்து கொண்ட இலியா சுவரில் சாய்ந்தவாறு நின்றான்.

மக்கள் பசித்த முகங்களுடன் சோர்ந்து சாம்பல் நிறமாகக் காணப்பட்டார்கள். அவர்களது களைப்புற்ற கண்கள் ஒருவரையொருவர் பார்த்துக்கொண்டன. அவர்களது பேச்சு மெதுவாக இருந்தது.

அவர்களில் ஒருவன் நீண்ட தலைமுடியுடனும் கசங்கிய தொப்பியுடனும் காணப்பட்டான். தனது மோவாய் வரை வருமாறு மெல்லிய மேற்சட்டைக்குப் பொத்தான்களை மாட்டியிருந்தான். தனது கூரிய சிவந்த தாடியை சில்லிட்ட சிவப்பு விரல்களால் முறுக்கிக்கொண்டும், வாய்பிளந்த காலணிக்குள்ளாகப் பாதங்களைத் திணித்துக்கொண்டும் இருந்தான். மற்றொருவன் ஒட்டுப் போட்ட ஆட்டுத்தோல் சட்டையணிந்து, கண்கள் வரை வருமாறு தொப்பியைக் கீழாக இழுத்துவிட்டுக் கொண்டு, தனது நெஞ்சின் மீது தலையைத் தாழ்த்தியவாறு, ஒரு கையைச் சட்டைக்குள்ளாகவும் மற்றொரு கையைப் பைக்குள்ளாகவும் திணித்துக் கொண்டு நின்றான். தூங்கி விழுகிறவனைப் காணப்பட்டான். ஜாக்கெட்டும், முழங்கால் வரையுள்ள காலணிகளும் அணிந்த கருத்த தலைமுடி கொண்ட ஒருவன் கருவண்டைப் போலத் தோன்றினான். அவன் ஓய்வற்ற ஓர் உயிரி; தனது வெளிறிய கூர்மையான முகத்தை வானத்தை நோக்கி அடிக்கடி நிமிர்த்தியவாறு, சீட்டியடித்துக் கொண்டு, புருவங்களைச் சுழித்துக்கொண்டு, நாக்கால் மீசையைத் துழாவிக்கொண்டு நின்றான். மற்ற எவரைக் காட்டிலும் அதிகமாகப் பேசினான்.

"கதவைத் திறக்கிறாங்களா?" என்று கத்திய அவன் தன் தலையைத் தோள்மீது சாய்த்தான். "இன்னும் இல்லே... உம்... நேரமாச்சு... நீங்க நூலகத்துக்குப் போயிருக்கீங்களா, அருமை நண்பரே?"

"இல்லே, இன்னும் நேரமிருக்கு..." என்று பதில் வந்தது, அது சேகண்டியில் மூன்று அடிகள் கொடுத்தது போல ஒலித்தது. நீண்ட தலைமுடி கொண்டவன்தான் அப்படிப் பேசினான்.

"எல்லாம் நாசமாப் போகட்டும்... இங்கே ஒரே குளிரா இருக்கு!"

பரிவோடு பேசிய நீண்ட தலைமுடி கொண்டவன் பிறகு வருத்தத்தோடு சொன்னான்:

"நூலகமும் நீதிமன்றமும் இல்லை என்றால் எங்கேபோய் நாம் வெதுவெதுப்பாக இருக்க முடியும்?" கருத்த தலைமுடி கொண்ட மனிதன் எதுவும் சொல்லாமல் தனது தோள்களைக் குலுக்கிக் கொண்டான். இலியா அவர்களைக் கவனிக்கவும் அவர்களது பேச்சைக் கேட்கவும் செய்தான்.

அவர்கள் உதவி கோரிக் கடிதங்களுடன் வீடுவீடாகச் செல்பவர்கள், அல்லது தப்பான வழியில் செல்பவர்கள், அதாவது விவசாயிகளுக்காகப் பயனற்ற ஆவணங்களைத் தயாரித்து அவர்களை ஏமாற்றுபவர்கள் என்பதைக் கண்டான்.

நுழைவாசலின் அருகே தளத்தின் மீது ஒரு ஜோடிப் புறாக்கள் இறங்கின. விம்மிய மார்பு கொண்ட கொழுத்த ஆண் புறா, உரக்கக் கூவியவாறு தனது துணையைச் சுற்றிச் சுற்றி வட்டமடித்தது.

"ச்சூ!" என்று கத்தினான் கருத்த தலைமுடி மனிதன். ஆட்டுத்தோல் சட்டையணிந்தவன் திடுக்குற்றுத் தன் தலையை நிமிர்த்தினான். அவனது முகம் உப்பியும் கருப்புசாயமிட்டது போலவும் இருந்தது, கண்கள் கண்ணாடி போலக் காணப்பட்டன.

"புறாக்களை என்னால பொறுக்க முடியாது!" அவை அப்பால் பறந்து செல்வதைக் கவனித்த கருப்புத் தலைமுடி மனிதன் கத்தினான். "அவை எவ்வளவு பெருத்துப் போச்சு... பணக்காரக் கடைக்காரர்களைப் போல... சங்கடப்படக் கூடிய முறையில் கூவுது... சே! நீங்க விசாரணைக்காக வந்திருக்கிறீங்களா?" அவன் திடீரென்று இலியாவைக் கேட்டான்.

"இல்லே..."

கருப்புத் தலைமுடி மனிதன் இலியாவின் உச்சி முதல் கால் வரை பார்வையைச் செலுத்தினான்.

"விநோதமாயிருக்கு..." என்று மூக்கொலியால் இழுத்தான்.

"அதைப் பத்தி என்ன விநோதம்?" என்றான் இலியா.

“உங்களுக்குக் குற்றவாளியோட மூஞ்சி இருக்கு,” என்று அவன் விரைவாகச் சொன்னான். “ஆ, திறக்கிறாங்க...” திறந்த வழியின் ஊடாகப் புகுந்த முதல் ஆள் அவன் தான். அவனது குறிப்பால் வருத்தமுற்ற இலியா அவனைப் பின்தொடர்ந்து சென்று நீண்ட தலைமுடி கொண்டவனை மோதினான்.

“இவ்வளவு வேகமாக் கூடாது, அறிவில்லாதவனே,” என்று அந்த மனிதன் அமைதியாகச் சொன்னான். ஆனால் அவனது முறைக்கு இலியாவை மோதிவிட்டு அவனை முந்திச் சென்றான்.

அவனது நடத்தையால் சங்கடப்பட்டதை விட இலியா பெரிதும் வியப்படையவே செய்தான்.

“வேடிக்கையானது!” என்று நினைத்தான் இலியா. “பெரிய கனவான் போல முன்னே தள்ளுகிறான், ஆனால் அவனைப் பார்த்துக்கொள்ள வேண்டும்...”

விசாரணை அறை அமைதியாகவும் சோர்வாகவும் இருந்தது. எல்லாமே பாரமாகவும், அச்சத்தை ஊட்டுவதாகவும் இருந்தன: பச்சை விரிப்பால் மூடப்பட்ட நீண்ட மேசை, உயர்ந்த பின்பகுதி கொண்ட நாற்காலிகள், தங்க முலாம் பூசிய படச் சட்டங்கள், ஆளுயரத்தில் ஜாரின் முழு உருவப்படம், ஜூரிகளின் கருஞ்சிவப்பு நிற நாற்காலிகள், கம்பிகளுக்குப் பின்னால் இருந்த பெரிய மர பெஞ்சு. தடித்த சாம்பல் நிறச் சுவர்களில் சன்னல்கள் ஆழமாகப் பதிக்கப்பட்டிருந்தன; அவற்றிற்கு மேலாகக் கனத்த மடிப்புகளுடன் திரைகள் தொங்கின. சன்னல் கண்ணாடிகள் மங்கலாக இருந்தன. கனத்த, மிகப்பெரிய கதவுகள் ஓசையின்றி திறக்க, சீருடையணிந்த உதவியாளர்கள் ஓசையின்றி பாதங்களை எடுத்து வைத்து வந்தார்கள். தன்னைச் சுற்றிலுமாக இலியா பார்த்த போது பெரிதும் அச்சங் கொண்டான். “நீதிபதி வருகிறார்!” என்று எழுத்தன் அறிவித்த போது, வழக்குமன்ற மரபின்படி எழுந்து நிற்க வேண்டும் என்பதை அறியாத போதும், வேறு யாரும் எழுந்து நிற்பதற்கு முன்னால் இலியா திடுக்குற்று குதித்தெழுந்தான். வழக்கு விசாரணை அறைக்குள் நுழைந்த நால்வரில், இலியாவினுடைய கடைக்கு எதிர் வீட்டில் குடியிருந்த கிரோமவும் ஒருவர். நடு இருக்கையில் அமர்ந்த அவர், இரு கைகளாலும் தலைமுடியை ஒழுங்கு செய்து, நிமிர்த்திவிட்டு, தங்கச் சரிகை வேலைப்பாடுகள் அதிகம் கொண்ட தனது கழுத்துப் பட்டியை நிமிர்த்திவிட்டுக் கொண்டார். அவரது முகத்தைப் பார்த்ததும் இலியாவுக்கு ஓரளவு நம்பிக்கை எழுந்தது; அது எப்போதும் போலவே நற்பண்புடன் சிவப்பாக இருந்தது; ஆனால் மீசை மேல்நோக்கி முறுக்கிவிடப்பட்டிருந்தது. அவனுக்கு வலப்புறத்தில் சிறிய வெண்ணிற வெள்ளாட்டுத் தாடியுடன் மேல்தூக்கிய மூக்குடன், கண்ணாடி அணிந்தவாறு முகமலர்ச்சியோடு

ஒரு கிழவன் உட்கார்ந்திருந்தான்; இடப்புறத்தில் - வழுக்கைத் தலையுடன், அடர்த்தியற்ற சிவப்புநிறத் தாடியுடன், மஞ்சள் நிறமான அசைவற்ற முகத்துடன் கூடிய ஒருவன் இருந்தான். குறுகத் தலைமயிரைக் கத்தரித்துக்கொண்ட தலையும், பிதுங்கிக் கொண்டிருந்த கருத்த விழிகளும் கொண்ட ஓர் இளமைமிக்க நீதிபதி நிற்கும் மேசைக்குப் பின்னால் இருந்த இடத்தை எடுத்துக்கொண்டார். அவர்கள் நுழைந்த போது ஏற்பட்ட சற்று இடைவெளியின் போது மேசையின் மீது இருந்த கோப்புகளைக் கடைக்கண்ணால் பார்த்ததை அச்சத்துடன் கவனித்த இலியா, அவர்களில் ஒருவர் உடனே எழுந்து ஏதாவது மிக முக்கியமானதை உரக்க அறிவிப்பார் என்று எதிர்பார்த்தான்.

திடீரென்று தனது தலையை இடப்பக்கம் திருப்பிய இலியா, பெத்ரூகாவின் கொழுத்த, அறிமுகமான, பளபளப்பான முகத்தைப் பார்த்துவிட்டான். கருஞ்சிவப்பு நாற்காலிகளின் முதலாவது வரிசையில் உட்கார்ந்து கொண்டிருந்த அவன், தனது தலையைப் பின்னுக்குச் சாய்த்துக் கொண்டு பொது மக்களைக் கருத்தூன்றிப் பார்த்துக் கொண் டிருந்தான். சுமார் இரண்டு முறை அவனது கண்கள் இலியாவின் முகத்தைப் பார்த்தன, ஒவ்வொரு முறையும் குதித்துத் தாவி பெத்ரூகாவிடம் அல்லது கிரோமவிடம் அல்லது பொதுவாக வழக்குமன்றத்தில் ஏதாவது சொல்ல வேண்டும் என்ற ஆர்வத்தால் இலியா உந்தப்பட்டான்.

“நீ திருடனே!.. உன் மகனை நீ எப்படி அடித்தாய் என்பது அவர்களுக்குத் தெரியுமா?..” என்ற வார்த்தைகள் இலியாவினுடைய மனத்தில் பளிச்சிட்டன, அதே நேரத்தில் அவனது தொண்டையில் எரிகின்ற உணர்வும் இருந்தது.

“உங்களுக்கு எதிராகக் கொண்டு வரப்பட்டுள்ள குற்றச்சாட்டு” மென்மையான தொனியில் கிரோமவ் சொன்னார், ஆனால் யாரைப் பார்த்துச் சொல்லப்பட்டது என்பதை இலியா பார்க்கவில்லை; அவனுடைய கண்கள் பெத்ரூகாவினுடைய முகத்தில் முகத்தில் நிலைக்குத்தி நின்றன. மேலும் மற்றவர்கள் மீது தீர்ப்புக் கூறுவதற்காக இங்கே பெத்ரூகா இருக்கும் பயங்கரமான பொருத்தமற்ற நிலையால் மலைத்துப் போனான்...

“கைதி இதற்கு பதிலளிப்பாரா,” தனது நெற்றியைத் தேய்த்தவாறு அரசு வழக்குரைஞர் சோர்வான குரலில் கேட்டார், “கொஞ்சம் பொறு! உனக்குத் திருப்பித் தருவேன்!” என்று கடைக்காரர் அனிசிமோவிடம் சொன்னது உண்மையா, இல்லையா?”

சிறிய காற்றோட்ட சன்னல் ஒன்று அதனது கீல்களில் பெரும் இரைச்சலுடன் ஆடியது: “இ-இ-இ...”

ஜூரிகளுக்கு மத்தியில் அறிமுகமான மேலும் இருவர் இருப்பதை இலியா கண்டுகொண்டான். பெத்ருகாவுக்குப் பின்னால், உயரத்தில் சிலச்சோவ் என்ற கொத்தன் அமர்ந்திருந்தான். அவனுக்குச் சொந்தத் தொழில் இருந்தது. நீண்ட கைகளும், கடுமையான சிறிய முகமும் கொண்ட விவசாயக் குடும்பத்தைச் சேர்ந்த அவன் வலுவான ஆசாமி; பெத்ருகாவினுடைய அவன் நண்பனாகிய அடிக்கடி அவனுடன் சொக்கட்டான் ஆடினான். ஒருமுறை, தனதுவேலையாள் ஒருவனுடன் ஏற்பட்ட சச்சரவில், சாரக்கட்டிலிருந்து அவனைக் கீழே தள்ளி விட்டதில் பயங்கரமான காயங்களால் அவன் செத்துப் போனதாக வதந்தி நிலவியது. முன்வரிசையில், பெத்ருகாவுக்கு ஓர் ஆள் தள்ளி, பெரும் துணிக்கடையின் சொந்தக்காரனான ததோனவ் உட்கார்ந்திருந்தான். அவனிடமிருந்து தான் இலியா அடிக்கடி பொருள்கள் வாங்கினான், ஆகவே அவன் கொடுமைக்காரன் என்பதும் பேராசைக்காரன் என்பதும் இவனுக்குத் தெரியும், ஏனெனில் இரண்டு சந்தர்ப்பங்களில் திவாலானதாக அறிவித்து ரூபிளுக்கு பத்துக் கோபெக் வீதம் கொடுத்தவன்...

"சாட்சி அனிசிமோவினுடைய வீடு தீப்பற்றி எரிந்ததை எப்போது பார்த்தீர்கள்..."

"இ-இ-இ!' கிறீச்சிட்டது சன்னல், இலியாவின் உள்ளுக்குள்ளும் ஏதோ கிறீச்சிட்டது.

"முட்டாள்!" இலியாவுக்கு அருகிலிருந்தவன் கிசுகிசுத்தான். இலியா சுற்றிலும் நோட்டமிட்டான்; அது கருத்த தலைமுடியன், அவனது உதடுகள் ஏளனமான முறுவலிப்பில் திருகிக் கொண்டிருந்தன.

"யாரு?" அவனை முட்டாள்தனமாக நோக்கியவாறு இலியா கிசுகிசுத்தான்.

"கைதி... அந்த சாட்சியை எதிருரைக்க அருமையான வாய்ப்பு அவனுக்கு, ஆனா அதை நழுவவிடுறான்... நானா மட்டும் இருந்தா, இப்ப!.."

இலியா கைதியை நோக்கினான். அவன் கோணல் தலை கொண்ட உயரமான விவசாயி. அவனது முகம் பயத்தையும் அறியாமையையும் வெளிப்படுத்தியது. அவன் ஒரு மூலைக்குள்ளாகத் துரத்தப்பட்டு எதிரிகளால் சுற்றிவளைக்கப்படும் களைப்புற்ற வேட்டை நாய். அவன் சண்டையிடச் சக்தியற்றுப் போன முறையில் தனது பற்களைக் காட்டினான். பெத்ருகா, சிலச்சோவ், ததோனவ் மற்றும் பிறரும் தின்று கொழுத்த தங்கள் சாந்தப் பார்வையை அவன் பக்கமாகத் திருப்பினார்கள். அவர்கள் தங்களுக்குள்ளாகச் சொல்லிக்கொண்டிருப்பது போல இலியா கற்பனை செய்தான்:

"ஆக, அவன் கையும் மெய்யுமாகப் பிடிபட்டிருந்தால், அவன் குற்றவாளியாகத்தான் இருக்க வேண்டும்..."

"ரொம்பச் சலிப்பா இருக்கு!" பக்கத்திலிருந்தவன் கிசு கிசுத்தான். "இது உற்சாகமற்ற வழக்குத்தான்... கைதி மடையன், அரசு வழக்குரைஞர் உதவாக்கரை, சாட்சிகள் வழக்கம் போல மரமண்டைகள்... நான் மட்டும் அரசு வழக்குரைஞராக இருந்தால், பத்து நிமிடங்களில் அவனோட வாத்தை சமையல் செய்திருப்பேன்..."

"அவன் குற்றவாளியா?" குளிரினால் நடுங்கிக் கொண்டே இலியா கிசுகிசுத்தான்.

"எனக்கு அப்படித் தோணலே... ஆனா அவனுக்குத் தண்டனை கிடைக்கும். எப்படி எதிர் வழக்காடுறது என்பது அவனுக்குத் தெரியலே. விவசாயிகளுக்கும் இது மொத்தமாகத் தெரியலே... உதவாக்கரைகள்! எலும்பும் சதையும் ஏராளம், ஆனா சூழ்ச்சி என்பது துளிகூடக் கிடையாது!"

"இது உண்மை..."

"உங்கிட்ட இருபது கோபெக் இருக்கா?" அந்த மனிதன் திடீரென்று கேட்டான்.

"ஆமா..."

"எங்கிட்டக் கொடுங்கோ..."

தனது பணப்பையை வெளியே எடுத்த இலியா அதை அவனுக்குக் கொடுப்பதா வேண்டாமா என்பதைச் சிந்திப்பதற்கு முன்பாகவே அவனுக்குக் கொடுத்தான். பிறகு அவனைப் பக்கப் பார்வை பார்த்துவிட்டு, தன்னையுமறியாமல் அவனைப் பாராட்டினான்: "நல்ல தந்திரக்காரன் தான்..."

"கனவான் ஜூரிகளே!" என்றார் அரசு வழக்குரைஞர் மென்மையானதும் அழுத்தமானதுமான தொனியில், "இந்த மனிதனின் முகத்தைக் கவனிங்க. சாட்சிகளின் ஆதாரங்களைக் காட்டிலும் மிகத் தெளிவா இருக்கு, தனது குற்றத்தை மறுக்க முடியாதவாறு நிறுவுவது போல... இந்த முகத்தை நீங்க பார்க்கிற போது, உங்களுக்கு முன்னால் ஓர் எடுத்துக்காட்டான குற்றவாளி, சட்டத்தின் எதிரி, சமூகத்தின் எதிரி நிற்கிறான் என்பதைத் தவிர உங்களால வேறு எதையும் எண்ண முடியாது..."

'சமூக எதிரி' உண்மையில் உட்கார்ந்து கொண்டிருந்த போது, நிற்பதாகச் சொல்லப்பட்டது காணப்படவே, அவன் மெதுவாக எழுந்து நிற்கத் தொடங்கினான். தலை கவிழ்ந்திருந்தது, கைகள் பக்கவாட்டில் சோர்வாகத் தொங்கின.

நீதியின் அகன்ற பள்ளத்தாக்கிற்குள்ளாகக் குதிக்கத் தயாராகிக் கொண்டிருந்தவனைப் போல, நீண்டதும் சாம்பல் நிறமானதுமான அவனது முழு உடம்புமே குனிந்து நின்றது...

கிரோமவ் இடைவேளையை அறிவித்த போது, இலியாவும் கருத்த தலைமுடியனும் வெளியே தாழ்வாரத்திற்குள் சென்றார்கள். தனது ஜாக்கெட் பையை விட்டு நசுங்கிய சிகரெட்டை எடுத்து, அதை நேர் செய்த போது அந்த மனிதன் சொன்னான்:

“தான் நிரபராதின்னு சத்தியம் செய்யுறான், முட்டாள். தான் அதற்கு நெருப்பு வைக்கலேன்னு சொல்றான். இங்கே சத்தியம் செய்யுறதில் எந்தப் பயனும் இல்லை; காற்சட்டையைக் கழற்றிவிட்டு மறை உறுப்புகளைக் காட்டணும்... இது முக்கியமான வழக்கு, ஒரு கடைக்காரனுக்கு மனத்தாங்கல் ஏற்படுத்திவிட்டான்...”

“அவன் உண்மையாகவே குற்றவாளின்னு நீங்க நினைக்கிறீங்களா?” என்று இலியா சிந்தனையோடு கேட்டான்.

“அநேகமா இருக்கலாம், ஏன்னா அவன் ஒரு மடையன். புத்திசாலிங்க எப்பவுமே குற்றவாளியா இருக்கிறதில்லே...” என்று அந்த மனிதன் சிகரெட்டை வேகமாகப் புகைத்தவாறு படாரென்று பேசினான்.

“அங்கே ஜூரிகளாக உட்கார்ந்திருக்கிற ஆட்கள்...” தணிவான, இறுக்கமான குரலில் இலியா தொடங்கினான்.

“அவர்களில் பலர் கடைக்காரர்கள்,” என்றான் கருப்புத் தலைமுடியன். இலியா அவன் மீது விரைந்து பார்வையைச் செலுத்தினான்.

“அவர்களில் கொஞ்ச பேரை எனக்குத் தெரியும்...” என்றான்.

“அப்படியா...”

“பொல்லாதவர்கள்... நான் நேராகச் சொன்னால்...” “திருடர்கள்,” அந்த மனிதன் பலமாகக் குரல் கொடுத்தான்.

தனது சிகரெட்டை வீசி எறிந்து விட்டு உதடுகளைப் பிதுக்கி, சீட்டியடிக்கத் தொடங்கிய அவன் எல்லாரையும் திமிரோடு நோக்கினான். அவனது உடம்பு முழுவதும், அதிலுள்ள ஒவ்வொரு எலும்பும் தொடர்ந்து குலுங்கவும், பசியுடன் பெருமூச்சு விடவும் செய்தது.

“அது இந்த மாதிரிதான் ஏற்பட்டது. மொத்தத்தில், பெரும்பாலான வழக்குகளில் நீதி என்று சொல்லப்படுவது நாடகமாகத்தான் இருக்கு - ஒரே மோசடி,” தனது தோள்களைக் குலுக்கிக் கொண்டே சொன்னான் அந்த மனிதன். “நன்கு தின்று கொழுத்தவுங்க தங்களோட மூளைகளுக்குப் பயிற்சி கொடுக்க பசித்தவர்களின் தவறான போக்குகளைத் திருத்துவதற்கு முயற்சி செய்யுறாங்க. என்னோட பெரும்பகுதி நேரத்தை நீதிமன்றத்தில் செலவழிக்கிறேன். ஆனா தின்று கொழுத்தவனைப் பசித்தவர்கள் கண்டனம் செய்யுற வழக்கை

தான் பார்க்கவில்லை. தின்று கொழுத்தவுங்க தங்களுக்குள்ளாக ஒருத்தரைக் கண்டிக்கிற மாதிரி நடந்தா அது அவர்களுக்குள்ளாக இருக்கிற பொறாமையால செய்யப்பட்டதுதான். தண்டிக்கப்படுபவன் எல்லாவற்றையும் சுரண்டாது, மத்தவுங்களுக்கும் ஏதாவது விட்டு வைக்கணும் என்பது தான் இந்தப் பாடத்தோடநோக்கம்."

" தின்னு கொழுத்தவனால பசியோட இருக்கிறவனைப் புரிஞ்சுக்குற முடியாது' என்பது பழமொழி," என்று குறிப்பிட்டான் இலியா.

"வெட்டிப் பேச்சு! அவங்களுக்கு ரொம்ப நல்லாவே தெரியும். அதுதான் அவங்களை அவ்வளவு கண்டிப்பா இருக்க வைக்குது..." என்று மறுத்துச் சொன்னான் அந்த மனிதன்.

"அவங்க தின்னு கொழுத்தும் நேர்மையாகவும் இருந்தா பரவா-யில்லே!" தணிந்த குரலில் இலியா பேசினான், "ஆனா அவங்க தின்னு கொழுத்தவுங்களாகவும் போக்கிரிகளாகவும் இருக்கிற போது, மத்தவுங்க மீது எப்படித் தீர்ப்புச் சொல்ல முடியும்?"

"போக்கிரிகளே எல்லாரிலும் மிகவும் கண்டிப்பான நீதிபதிகளாக இருக்காங்க," கருப்புத் தலைமுடியன் அமைதியாகச் சொன்னான். " நல்லது, இப்ப நாம் திருட்டு வழக்கைப் பத்திக் கேட்கப் போறோம்."

"கைதி எனக்கு அறிமுகமானவள்..." என்றான் இலியா மெதுவாக.

"ஆ!" என்ற அவன் இலியா மீது விரைந்து பார்வையைச் செலுத்தினான்.

"நல்லது, உங்களுக்கு அறிமுகமான இந்த பெண்ணை நாம் பார்க்கலாம்..."

இலியாவினுடைய மனம் குழம்பிய நிலையில் இருந்தது. கூடை-யிலிருந்து பட்டாணி வெளியே விழுவது போல தன் வார்த்தைகளைக் கொட்டிய ஒல்லியான மனிதனிடம் அவன் கேட்க ஆசைப்பட்ட விஷயங்கள் நிறைய இருந்தன. ஆனால் அவனைப் பற்றி ஏதோ ஏற்றுக்கொள்ள முடியாததும் அச்சுறுத்துவதும் இருந்ததால் இலியா கேட்காமல் இருந்துவிட்டான். இருப்பினும் இங்கே ஒரு நீதிபதியின் பாத்திரத்தில் பெத்ருகா இருந்தான் என்னும் எண்ணம் அவனைக் கீழே அழுத்துவதாகவும், எல்லாவற்றையும் மறைப்பதாகவும் இருந்தது. அவனது இதயத்தை விட்டு எல்லாவற்றையும் பிழிந்து வெளியே தள்ளும் பல் சக்கரம் போல இருந்தது... நீதிமன்ற அறைக்குள்ளாக அவன் நுழைந்த போது பாவெலின் பின்னந்தலையும் சிறிய காதுகளும் கண்ணில் பட்டன.

பெருமகிழ்ச்சியுடன் பாவெலுடைய சட்டைக் கையைப் பற்றி இழுத்து, அவனது முகத்தைப் பார்த்து பெரிதாகப் பல் இளித்தான். பதிலுக்கு பாவெலும் இளித்தான், ஆனால் அது அலட்சியமாகவும் சஞ்சலமானதாகவும் இருந்தது.

சில நிமிட நேரத்திற்கு ஒன்றும் பேசாது ஒருவரை யொருவர் பார்த்தபடி நின்றார்கள். ஆனால் இருவரும் எதையோ உணர்ந்திருக்க வேண்டும், அது அவர்களை ஒரே நேரத்தில் பேசுமாறு செய்தது.

"வழக்கை கவனிக்கிறதுக்காக வந்திருக்கியா?" குறும்புத்தனமான புன்னகையுடன் பாவெல் கேட்டான்.

"அவ இங்கே இருக்காளா?" இலியா சங்கடத்துடன் கேட்டான்.

"யார்?"

"உன்னோட அந்த சோன்யா..."

"அவ என்னோடவ இல்லே," பாவெல் சோர்வுடன் இடைமறித்தான். அவர்கள் இப்போது வழக்காடும் அறைக்குள் இருந்தார்கள்.

"நாம சேர்ந்து உட்காரலாம்," ஆலோசனை சொன்னான் இலியா. பாவெல் தயங்கினான்.

"பாரு... சில நண்பர்களோட இருக்கிறேன்..." என்று பதிலளித்தான்.

"ஓ... அப்ப சரி..."

"போய்வாறேன்!"

பாவெல் அப்பால் விரைந்து நடந்தான். அவன் போவதை இலியா கவனித்த போது, தனது உடம்பிலுள்ள காயத்தின் மீது பாவெல் மூர்க்கத்தனமாகத் தாக்கியது போல உணர்ந்தான். அவனுக்குள்ளாகக் கடும் வலி ஏற்பட்டது. பாவெல் நல்ல புதிய கோட் அணிந்திருந்ததையும், கடந்த சில மாதங்களில் அவனது முகம் தூய்மையாகவும் கவர்ச்சியான தோற்றத்துடன் இருந்ததையும் காண வேதனைப்பட்டான். காவ்ரிக்கினுடைய அக்காள் உட்கார்ந்திருந்த பெஞ்சுக்கு பாவெல் சென்றான். அவளிடம் அவன் எதையோ சொல்ல, அவள் இலியாவினுடைய திசையில் விரைந்து பார்த்தாள். அந்த இறுக்கமான முகத்தைக் கண்டதும் இலியா வேறு பக்கம் திரும்பிக்கொண்டான், வேதனைப்படவும் கோபப்படவும் செய்தான், அவை அவனது இதயத்தை நெருக்கமாகச் சுற்றிக்கொண்டன...

வேரா உள்ளே அழைத்து வரப்பட்டாள். சாம்பல்நிறச் சிறைச்சாலை உடையுடன், தலையில் வெள்ளைத் தலைக் குட்டை அணிந்து கம்பிகளுக்குப் பின்னே நின்றாள். இலியா அவளது முகச்சாயலைப் பார்த்தான்; அவளது நெற்றிக்கு மேலாகப் பொன்னிறத் தலைமுடி கொத்தாகத் தொங்கின, கன்னங்கள் வெளிறி இருந்தன, உதடுகள் இறுகிப் போய் இருந்தன. கிரோமவை துயரத்துடனும் கண்டிப்புடனும் நோக்கினாள்.

“ஆமா... ஆமா... இல்லே,” அவளது வார்த்தைகள் மந்தமாக இலியாவின் காதுகளில் ஒலித்தன.

கிரோமவ் அவளை அன்பாக நோக்கி, பூனை கத்துவது போல அவ்வளவு மெதுவாக, மென்மையாகப் பேசினான். “அன்றைக்கு இரவில்... நீ ஒப்புக்கொள்கிறாயா...” அவனது வளமான, நெளிவு சுளிவுமிக்க குரல் ஊர்ந்து சென்று வேராவினுடைய காதுகளை அடைவது போலக் காணப்பட்டது.

நன்கு வளைந்து, தலையைத் தொங்கப்போட்டவாறு, தொப்பியைக் கைகளில் நசுக்கியவாறு உட்கார்ந்திருந்த பாவெலை நோக்கினான் இலியா. அவனுக்கு அருகே இருந்த பெண் நிமிர்ந்தாள். அவளது முகத்தோற்றம் அங்கிருந்த எல்லார் மீதும் தீர்ப்புச் சொல்லிக்கொண்டிருப்பது போல இருந்தது: வேரா, நீதிபதிகள், ஜூரிகள் மற்றும் பொதுமக்கள். ஒவ்வொரு பக்கமாகத் தனது தலையைத் திருப்பிக் கொண்டே இருந்தாள். அவளது உதடுகள் இகழ்ச்சியாகக் காணப்பட்டன. வளைந்த புருவங்களுக்குக் கீழிருந்து பெருமை நிறைந்த கண்களில் கடினமான, உற்சாகமற்ற மினுமினுப்புக் காணப்பட்டது...

“நான் ஒப்புக்கொள்கிறேன்,” என்றாள் வேரா. அவளது குரலில் நடுங்குகின்ற தொனி இருந்தது; உடைந்து போன சீனத் தட்டில் கரண்டி கொண்டு தட்டுவது போல அது இருந்தது.

இரு ஜூரிகள் - ததோனவும் சிவப்புத் தலையும் வழவழப்பான முகமும் கொண்ட அருகிருந்தவரும் - தங்களது தலைகளை நெருக்கமாக வைத்துக்கொண்டு ஓசையின்றி உதடுகளை அசைத்துக் கொண்டிருந்தார்கள், அந்தப் பெண்ணைப் பார்த்த போது அவர்களது கண்கள் முறுவலித்தன. தன் முழு உடம்பையும் முன்னுக்கு வளைத்திருந்தான் பெத்ரூகா. அவனது முகம் முன்னிலும் சிவந்திருந்தது, மீசை மேலே சென்றது. ஜூரிகளில் வேறு சிலர் வேராவை நோக்கினார்கள், அவர்கள் அனைவருமே குறிப்பிட்ட அக்கறை கொண்டிருந்தனர்; அதற்கான காரணம் இலியாவுக்குத் தெரிந்திருந்ததால், அவனைக் கிளர்ச்சியடையச் செய்தது.

“அவர்கள் அவளது நீதிபதிகளாக இருந்தும், தங்களது கண்களாலேயே அவளது உடம்பைத் தழுவுவது போல,” உணர்வதை எண்ணிய இலியா தனது பற்களை நறநற எனக் கடித்தான். பெத்ரூகாவைப் பார்த்துக் கத்த ஏங்கினான்: “ஏய், வேசி மகனே! உன் மனசிலே என்ன நினைச்சுக்கிட்டு இருக்கே?”

ஏதோ தொண்டையை அடைக்கவே மூச்சுத் திணறினான்.

“சொல்லு... நீ... எனக்கு,” தனது நாக்கைச் சிரமத்துடன் பலமாக அசைத்துக்கொண்டும், வெப்பத்தினால் துயருறும் கடாவைப் போலத்

தனது கண்களை உருட்டிக் கொண்டும் அரசு வழக்குரைஞர் சொன்னார், "நீ ரொம்ப நாளா விபச்சாரத்தில் ஈடுபட்டிருக்கிறாயா?"

இந்தக் கேள்வி தனது சிவந்த கன்னத்தில் விழுந்தது போல வேரா முகத்திற்கு மேலாகக் கையால் தடவினாள். "ஆமாம்."

அவளது பதில் உறுதியாக இருந்தது, பாம்பு ஊர்ந்து செல்வது போன்ற சலசலப்பு பார்வையாளரிடையே எழுந்தது. பாவெல் தனது தலையை இன்னும் கீழாகக் கவிழ்த்தான், அது ஒளிந்து கொள்ள முயல்வது போல இருந்தது. கொண்டே தனது தொப்பியை இடைவிடாது கசக்கிக் இருந்தான்.

"சரியா எவ்வளவு காலமா?"

வேரா பதில் பேசவில்லை, தனது கண்டிப்பான பார்வையை கிரோமவ் மீது பதித்தவாறு நின்றாள்.

"ஓர் ஆண்டா? இரண்டா? அல்லது ஐந்தா?" வலியுறுத்திக் கேட்டார் அரசு வழக்குரைஞர்.

அவள் இன்னமும் பதில் பேசவில்லை. சிலை போல நின்றாள், அவளது மார்பின் மீது கிடந்த தலைக்குட்டையின் முனைகள் நடுங்கியதைத் தவிர அந்தளவு சாம்பல் நிறமாகவும் அசைவற்றும் இருந்தாள்.

"நீ விரும்பினா இதற்கு பதில் சொல்லாமல் இருக்க உனக்கு உரிமை உண்டு," தனது மீசையைத் தடவியபடி கிரோமவ் பேசினார்.

இத்தருணத்தில் அவளது வழக்குரைஞர் குதித்து எழுந்து நின்றார். கூர்மையான தாடியும், வாதாங்கொட்டை போன்ற கண்களும் கொண்ட ஒல்லியான ஆள். அவரது மூக்கு நீளமாயும் ஒல்லியாயும் இருந்தது, தலையின் பின்புறம் அகலமாக இருந்து, சிறு கைக்கோடரியின் தோற்றத்தை அவருக்குத் தந்தது.

"இந்தத் தொழிலைச் செய்யும்படி உன்னைக் கட்டாயப்படுத்தியது எது என்பதை ஜூரிகளிடம் சொல்லு," என்ற உரத்த கூர்மையான குரலில் சொன்னார்.

"எதுவும் என்னைக் கட்டாயப்படுத்தலே," என்ற வேரா, நீதிபதிகளின் கண்களுக்குள்ளாக நேராகக் கூர்ந்து பார்த்தாள்.

"ஹூம்... அது அப்படி அன்று! வந்து... அது எனக்குத் தெரியும்... நீயே என்னிடம் சொல்லியிருக்கிறாய்..."

"நான் உங்களுக்கு எதுவுமே சொல்லவில்லை," என்றாள் வேரா. அவள் திரும்பி அவர் பக்கம் கடுமையாக நோக்கினாள். அவளது குரலில் கோபம் இருந்தது: "நான் உங்ககிட்ட எதுவுமே சொல்லலே."

பொதுமக்களை விரைந்து ஒரு பார்வை பார்த்துவிட்டு, நீதிபதிகளை நோக்கி, தனது வழக்குரைஞரின் திசையில் லேசாகத் தலையை ஆட்டி, சொன்னாள்: "நான் அவரிடத்தில் பேச விரும்பவில்லை."

திரும்பவும் பாம்பு சலசலப்பு ஏற்படுத்தியது, இந்த முறை வெளிப்படையாகவே அது உரக்க இருந்தது. ஆத்திரத்தில் இலியா நடுங்கிப்போய் பாவெலை நோக்கினான்.

அவனிடமிருந்து எதையோ எதிர்பார்த்தான், மிக நிச்சயமாக எதிர்பார்த்தான். ஆனால் பாவெலோ தனக்கு முன்னால் இருந்த மனிதனின் முதுகுக்குப் பின்னிருந்தவாறு, எதுவும் பேசவோ கலக்கமுறவோ செய்யாமல் வெளியே பார்த்துக்கொண்டு உட்கார்ந்திருந்தான். கிரோமவ் முறுவலித்தவாறு வளவளவென்று சில வார்த்தைகள் பேசிய பிறகு வேரா தணிந்த உறுதியான குரலில் பேசத் தொடங்கினாள்:

"நான் பணக்காரியாக விரும்பினேன், அவ்வளவுதான்... அதனால்தான் நான் பணத்தை எடுத்தேன்... அவ்வளவு தான்... நான் எப்பவுமே அது போலத்தான் இருந்தேன்..."

ஜூரிகள் கிசுகிசுப்புகளைப் பரிமாறிக் கொள்ளவும், தங்களது முகங்களைச் சுழிக்கவும் செய்தனர். நீதிபதிகளின் முகங்கள் கூட அதிருப்தியை வெளிப்படுத்தின. வழக்குமன்றத்தில் அமைதி நிலவியது. உருளைக் கற்களின் மீது அளந்து அடியெடுத்து வைக்கும் மந்தமான ஓசைவெளியிலிருந்து கேட்டது. இராணுவத்தினர் அணிவகுத்துச் சென்று கொண்டிருந்தார்கள்.

"கைதி குற்றத்தை குற்றத்தை ஒப்புக்கொண்டதைப் பார்க்கும் போது, நான் சொல்வது..." என்றார் அரசு வழக்குரைஞர். அடுத்து ஒரு நிமிடம் கூட தன்னால் அங்கே உட்கார முடியாது என்பதை உணர்ந்த இலியா எழுந்து வெளியே ஓர் எட்டு வைத்தான்...

"ஸ்ஸ்!" வாயிற்காப்போன் உரக்க எச்சரித்தான்.

அவன் திரும்பவும் உட்கார்ந்து பாவெலைப் போலத் தலையைத் தாழ்த்தினான். பெத்ரூகாவினுடைய சிவந்த முகத்தை அவனால் காணச் சகிக்க முடியவில்லை. அவனது பெருமையெல்லாம் குலைந்து உடம்பு ஊதிப்போனது போல இப்போது காணப்பட்டது. ஆத்ம திருப்தியுள்ள நீதிபதியாகிய சாந்தமான கிரோமவிடத்தில், தச்சன் பலகைகளை இழைப்பது போலத் தனது சக ஆட்களின் மீது நீதி வழங்குகின்ற உற்சாகமிக்க பெரிய மனிதனைக் கண்டான். அச்சுறுத்துகின்ற சிந்தனை அவனுக்கு எழுந்தது:

"நான் குற்றத்தை ஒப்புக்கொண்டால் எனக்கும் இது தான் நடக்கும். பெத்ரூகா எனக்குத் தண்டனை வழங்குவான்... நான்

கடுந்தண்டனை பெறுவேன், அவன் எப்போதும் போலவே வாழ்ந்து கொண்டிருப்பான்..."

இந்தக் கருத்தின் மீது அவன் மனம் லயித்து நின்றது. யாரையும் பார்க்காமல் எதையும் கேட்காமல் அப்படியே உட்கார்ந்திருந்தான்.

"இல்லை... அதைப் பற்றி நீங்க பேச வேண்டியதில்லை!" வேதனையுடன், நடுங்குகின்ற குரலில் வேரா கத்தினாள். பிறகு தனது தொண்டையைப் பிடித்துக் கொண்டும், தலைக்குட்டையை அவிழ்த்துக் கொண்டும் புலம்பத் தொடங்கினாள்.

மந்தமான இரைச்சல் அறையை நிறைத்தது; இவளுடைய அழுகை-யினால் எல்லாருமே குழம்பிப்போய் இருந்தார்கள். கம்பிகளுக்குப் பின்னால் எரிக்கப்பட்டவளைப் போல இப்படியும் அப்படியும் அலைந்தவாறு நெஞ்சைத் தொடுமாறு தேம்பினாள்.

இலியா தாவிக்குதித்து முன்னே பாய்ந்து விழ முயன்றான். ஆனால் மக்கள் எல்லாருமே எதிர் திசையில் போய்க் கொண்டிருந்தார்கள், தன்னையறியாமலேயே தாழ்வாரத்தில் தான் இருப்பதைக் கண்டான்.

"அவளோட ஆன்மாவைக் கொன்னுட்டாங்க," கருந்தலைமுடியனின் குரல் வந்தது.

வெளிறியும் உருக்குலைந்தும் போன பாவெல் சுவரில் சாய்ந்து கொண்டு நின்றான், அவனது தாடை நடுங்கிக் கொண்டிருந்தது.

இலியா அவனிடம் சென்று கெடு நோக்குடன் பார்த்தான்.

"என்ன? அதை நீ எப்படி நினைக்கிறே?" எனக் கேட்டான். பாவெல் அவனைப் பார்த்துவிட்டுத் தன் வாயைத்திறந்தான், ஆனால் அதினின்றும் வார்த்தையேதும் வரவில்லை.

"அவளைப் பாழாக்கிட்டே, இல்லையா?" தொடர்ந்தான் இலியா. சாட்டையால் அடிபட்டது போல பாவெல் துடுக்குற்றான். இலியாவினுடைய தோளின் மீது ஒரு கையை வைத்தவாறு, கிளர்ச்சியுற்றுச் சொன்னான்:

"நானா? நாங்க ஒரு புகார் தாக்கல் செய்யப் போறோம்..."

இலியா அவனது கையை உதறிவிட்டு, "உனக்காகத்தான் அவள் பணத்தைத் திருடினாள் என்று நீ நீதிபதிகளிடம் சொல்லவில்லையே' என்று அவனிடம் சொல்ல விரும்பினான். ஆனால் இப்படிச் சொன்னான்:

"பாரு, பெத்ருகா அவளுக்குத் தண்டனை கொடுக்கிறான்... இது சரியா?" என்று இளித்தான்.

பாவெல் தன்னை நிமிர்த்திக் கொண்டான். முகம் சிவப்பாக மாறி அவசரமாக எதையோ சொல்லத் தொடங்கினான். ஆனால் அதைக்

கேட்காமலேயே இலியா புறப்பட்டுப் போனான். தனது முகத்தில் அதே இளிப்பு இன்னமும் இருக்க, வெளியே சென்று, வீடற்ற நாயைப் போல பகல் முழுக்கத் தெருக்களில் மெதுவாக நடந்தான். இருட்டும் வரையும் கடும் பசியை உணரும் வரையும்அலைந்தான். வீடுகளின் சன்னல்களில் விளக்குகள் ஏற்றப்பட்டு, அவற்றின் அகன்ற மஞ்சள் நிற ஒளிக்கற்றை தெருவில் விழுந்தது, சன்னல்களில் இருந்த மலர்களுடைய நிழல்கள் அந்த அகன்ற ஒளிக்கற்றைகளில் இளைப்பாறின. கிரோமவுடைய சன்னல் அடிக்கட்டைகளின் மீது இருந்த மலர்களும் தேவதைக் கதையில் வரும் அரசி போன்ற கிரோமவின் மனைவியும் பாடிய சிரிக்க வைத்த துயரமான பாடல்களும் அவனுடைய நினைவுக்கு வந்தன... எச்சரிக்கையான சிறிய எட்டுகளுடன் பாதங்களை அலைத்துக்கொண்டு ஒரு பூனை தெருவைக் கடந்து சென்றது.

"அருந்தகத்திற்குப் போவேன்," என்று தீர்மானித்த இலியா தெருவின் மத்தியில் நடந்தான்.

"கவனிச்சுப் போ!" எச்சரிக்கிற கத்தல் கேட்டது. தனது மூச்சின் வெதுவெதுப்பான சுவாசத்தை இலியாவின் முகத்தில் படுமாறு செய்துவிட்டு குதிரையின் கருத்த தலை அவனை விரைந்து கடந்து சென்றது... இலியா பக்கவாட்டில் தாவினான். வண்டிக்காரனுடைய ஏச்சு காதில் விழவும் ஓரமாக ஒதுங்கி அருந்தகத்தினின்றும் நடந்து போய்விட்டான்.

"இது சாதாரண வண்டி, என்னைக் கொன்றிருக்க முடியாது," என்று அமைதியாக எண்ணிப்பார்த்தான். "ஆனால் நான் ஏதாவது சாப்பிட்டாகணும்... இப்பொழுது வேரா நிச்சயமாகத் தொலைந்தாள்... அவள் கர்வம் பிடித்தவள் கூட... பாவெலைக் குறிப்பிட விரும்பவில்லை... அவளுடைய கதையைச் சொல்ல அங்கே யாருமில்லை என்பது அவளுக்குத் தெரியும்... அங்கிருந்த வேறு எவரைக் காட்டிலும் அவள் மேலானவள்... அது மட்டும் இப்போது ஒலிம்பியாதாவாக இருந்திருந்தால்... இல்லை, ஒலிம்பியாதா அப்படிப்பட்டவள்... ஆனால்.ஞ்ஞ்

இது அன்று தத்யானாவுக்குப் பிறந்தநாள் என்பதை அவனுக்கு நினைவுபடுத்தியது. அவளது விருந்தில் கலந்து கொள்ள வேண்டும் என்ற எண்ணம் வெறுக்கத்தக்கதாக அவனுக்குத் தோன்றியது. ஆனால் மறு நிமிடமே வெப்பமான உணர்வு அவன் இதயத்தைத் தொட்டது...

ஒரு வண்டியை வாடகைக்கு அமர்த்திக்கொண்டு புறப்பட்ட அவன், ஓரிரு நிமிடங்களுக்குப் பிறகு அவ்தனோமவ் வீட்டுச் சாப்பாட்டு அறையின் வாசலில் வந்து நின்று கொண்டு, வெளிச்சத்திற்கு எதிராகக் கண்களைச் சுருக்கிக் கொண்டு, அந்தப் பெரிய அறையில்

மேசையைச் சுற்றி நெருக்கமாக உட்கார்ந்திருந்த ஆட்களை நோக்கி முட்டாள்தனமாக முறுவலித்தபடி நின்றான்.

“ஆகா, ஆக நீ வந்துட்டே!” என்று கத்தினான் கீரிக். “கொஞ்சம் சாக்லேட் கொண்டு வந்திருக்கியா? என்ன? பிறந்தநாள் கொண்டாடுகிற பெண்ணுக்கு எந்தப் பரிசும் இல்லையா? இது எப்படி இருக்கு, சகோதரனே?”

“நீ எங்கே இருந்து வருகிறாய்?” என்று தத்யானா வினவினாள்.

கீரிக் அவனது சட்டைக் கையைப் பற்றியவாறு மேசையைச் சுற்றி அழைத்துச் சென்று, தனது விருந்தினர்களிடம் அறிமுகம் செய்து வைத்தான். அவர்களது வெதுவெதுப்பான கரங்களை இலியா குலுக்கினான், அவர்களுடைய முகங்கள் ஒன்று சேர்ந்து பெரிய பற்கள் கொண்ட ஒரு நீண்ட முகமாக அவனது மனத்திற்குள்ளாகத் தெரிந்தது.

ஏதோ வறுக்கின்ற வாசனை அவனது நாசித்துவாரங்களைத் துளைத்தது. பெண்களுடைய பேச்சின் கொக்கரிப்புகளால் அவனது காது நிறைந்தது. அவனது கண்கள் சூடாக இருந்தன. வர்ணத்தின் தெளிவற்ற ஏதோ மூடுபனியைத் தவிர அவன் எதையும் பார்க்கவில்லை.

உட்கார்ந்ததும், களைப்பினால் பாதங்கள் வலிப்பதையும், பசி வயிற்றைக் கிள்ளுவதையும் உணர்ந்தான். எதுவும் பேசாது, ஒரு ரொட்டித் துண்டை எடுத்துத் தின்னத் தொடங்கினான். விருந்தினர்களில் ஒருவன் பலமாக மூச்செறிய, அதே நேரத்திலே தத்யானா அவனிடம் குறிப்பிட்டாள்:

“நீ ஏன் என்னை வாழ்த்தலே? அவன் எவ்வளவு அருமையா இருக்கான்! உள்ளே வருவது, ஒரு வார்த்தையும் வாழ்த்திச் சொல்லாமல் உண்ணத் தொடங்குறது…”

குனிந்து தேநீர்ப் பாத்திரத்திற்குள்ளாக அவள் தண்ணீர் ஊற்றிய போது, மேசைக்குக் கீழாகத் தனது காலால் அவனது காலைத் தொட்டாள்.

தனது ரொட்டித் துண்டைக் கீழே வைத்துவிட்டு, கைகளை ஒருசேரத் தேய்த்துவிட்டுக் கொண்ட இலியா உரத்த குரலில் சொன்னான்:

“நாள் பூராவையும் நீதிமன்றத்தில் கழித்திருக்கிறேன்…” அவனுடைய குரல் உரையாடல்களின் இரைச்சலுக்கு மேலே தெளிவாகக் கேட்டது. விருந்தினர்கள் பேசுவதை நிறுத்தினர். அவர்களது பார்வைகள் தன் முகத்தின் மீது பதிந்திருப்பதை அறிந்த போது இலியா குழம்பினான். வளைந்த புருவங்களுக்குக் கீழாக அவர்களைத் திரும்பிப் பார்த்தான். இந்த அகன்ற தோள் கொண்ட, சுருள் முடி இளைஞன் ஏதேனும் ஆர்வமிக்க விஷயத்தைத் தங்களுக்குச் சொல்ல முடியுமா என்பதைச் சந்தேகிப்பது போல அவர்களது தோற்றங்கள் சந்தேகத்துடன் இருந்தன. அறையில் குழப்பமான

அமைதி நிலவியது. வெறுமையானதும் தொடர்பற்றதுமான சிந்தனைத் துணுக்குகள் அவனது மனத்திற்குள்ளாகச் சுற்றிச் சுழன்று, பிறகு அவனது ஆன்மாவின் இருளுக்குள்ளாக விழுங்கப்பட்டு மறைந்து போயின.

“சில நேரங்களில் சுவாரசியமான கதைகளை நீதிமன்றத்தில் கேட்க முடியும்,” என்று அதுக்கும் மிட்டாய்ப் பெட்டியை எடுத்து இனிப்புகளை இடுக்கியால் தள்ளியபோது கிரிஸ்லோவ் மனைவி சலிப்பூட்டுகிற குரலில் குறிப்பிட்டாள்.

தத்யானாவின் கன்னங்கள் சிவந்தன, கீரிக் தனது மூக்கைப் பலமாக உறிஞ்சினானான்.

“அடிக்க விருப்பமில்லாதவன் கையை ஆட்டக் கூடாது,” என்றான். “ஆக, பகல் முழுக்க நீதிமன்றத்தில் இருந்திருக்கே?..”

“நான் அவர்களைக் குழப்புகிறேன்,” என்பதை இலியா புரிந்துகொண்டான். அவனது உதடுகள் மெதுவான புன்னகையால் விரிந்தன. விருந்தினர்கள் பல்வேறு குரல்களில் பேசத் தொடங்கினார்கள்.

“ஒரு முறை கொலை வழக்கு ஒன்னைக் கேட்டேன்,” என்றான் வெளிறிய முகமும் கருத்த விழிகளும் சிறிய மீசையும் கொண்ட இளம் தந்தி இயக்குநன்.

“கொலைகளைப் பற்றி படிக்கவும் கேட்கவும் எனக்கு ஆர்வமுண்டு!” என்று கூவினாள் திராவ்கினுடைய மனைவி. அவளுடைய கணவன் விருந்தினர்களைச் சுற்றிலும் பார்த்துவிட்டுச் சொன்னான்:

“பகிரங்க விசாரணை ஆதாயமான அமைப்பு என்பது பொருள்படும்...”

“கைதி யெவ்கேனியெவ் என்ற எனது நண்பன்...” தொடர்ந்தான் தந்தி இயக்குனன். “ஒரு முறை கருவூலத்தைக் காவல் காத்த போது, ஒரு சிறு பையனிடம் விளையாடத் தொடங்கி, திடீரென்று அவனைச் சுட்டுட்டான்...”

“எவ்வளவு பயங்கரமா இருக்கு!” கூவினாள் தத்யானா.

“அவனைச் சுட்டுக் கொன்னுட்டான்!” ரசித்தவாறு திரும்பவும் சொன்னான் தந்தி இயக்குநன்.

“ஒரு சமயம் ஒரு வழக்கில் என்னை சாட்சியா கூப்பிட்டிருந்தாங்க,” தனது வறட்சியான, சலசலத்த குரலில் சொன்னான் திராவ்கின், “அச்சமயத்தில் நான் இருந்த போது இருபத்து மூன்று களவுகளைச் செய்த ஒருவனது விசாரணையைக் கேட்டேன். மோசமில்லை, இல்லையா?”

கீரிக் அட்டகாசமாகச் சிரித்தான். விருந்தினர்கள் இரு பிரிவுகளாகப் பிரிந்தனர்: பையனின் கொலையைப் பற்றிச் சொல்லும் தந்தி இயக்குநனின் பேச்சைக் கேட்டவர்கள் ஒருபுறமும், இருபத்து மூன்று களவுகளைச் செய்த மனிதனைப் பற்றிச் சலிப்பூட்டுகிறவாறு சொல்லும் திராவ்கினின் பேச்சைக் கேட்டவர்கள் மறுபுறமும் இருந்தனர். தன்னுள்ளாக இருந்த ஒன்று மெதுவாகத் தீப்பற்றி எரிந்ததை உணர்ந்த இலியா தத்யானாவைக் கவனித்தான். அது இன்னமும் விளக்கம் பெறவில்லை, ஆனால் படிப்படியாக அவனது இதயத்திற்குள்ளாக எரிந்துகொண்டு வந்தது. தங்களது விருந்தினர்கள் அதிர்ச்சியடைய ஏதாகிலும் தான் சொல்லக்கூடும் என அவ்தனோமவ் தம்பதியர் எந்தளவுக்கு நடுக்குற்றிருந்தனர் என்பதை இலியா உணர்ந்த உடனேயே, அவனது மனம் மிகத் தெளிவடைந்தது.

அடுத்த அறையில் போத்தல்கள் குவிக்கப்பட்டிருந்த மேசையின் முன்பாக தத்யானா நின்றாள். சுவர்களின் வெள்ளைத் தாளின் பின்னணியில் அவளது கருஞ்சிவப்புச் சட்டை பிரகாசமாகத் தெரிந்தது. அறையைச் சுற்றிலும் ஒரு வண்ணத்துப் பூச்சியைப் போலப் பறந்து கொண்டிருந்தாள். வீட்டுக் காரியங்களை ஒழுங்காக வைத்திருக்கும் திறமை மிக்க மனைவியின் பெருமை அவளது முகத்தில் பளிச்சிட்டது. தன்னுடன் வந்து சேர்ந்து கொள்ளுமாறு இருமுறை அவள் தந்த சாதுரியமான அடையாளங்களை இலியா கண்டுகொண்டான், ஆனால் அவன் போகவில்லை. அது அவளை அலைக்கழித்தது என்பதைக் காண ஒருவிதமான மன நிறைவை அவனுக்குத் தந்தது.

“என்ன, சகோதரனே, அங்கே எதற்காக பொம்மை மாதிரி உட்கார்ந்திருக்கே?” என்று கீரிக் அவனிடம் திடீரென்று கேட்டான். “உனக்கு விருப்பமான எதையும் சொல்லு... குழம்ப வேணாம்... இவர்கள் எல்லாருமே படிச்சவுங்க, உனக்கு எதிரா எடுத்துக்கிற மாட்டாங்க.”

இலியா உடனே உரத்த குரலில் பேசத் தொடங்கினான்: “எனக்கு அறிமுகமான ஒருத்தியை இன்னைக்கு விசாரணை செய்தாங்க... அவ நடத்தை கெட்டவ, ஆனா மற்றபடி அருமையானவள்...”

மீண்டும் ஒரு முறை அவன் எல்லாரது கவனத்தையும் ஈர்த்தான்; மீண்டும் எல்லாரது கண்களும் அவன் மீது பதிந்தன. கிரிஸ்லோவின் மனைவி தனது வாயை அகல விரித்து பற்களைத் தெரியக் காட்டிக் கேலியாக இளித்தாள்; தந்தி இயக்குநன் தனது மீசையைத் தடவி-விட்ட போது கையால் தன் வாயை மூடிக்கொண்டான்; ஏறத்தாழ எல்லாருமே கண்டிப்பாகவும் கவனமாகவும் இருக்க முயன்றார்கள். தத்யானா திடீரென்று மேசை மீது கத்திகளையும் கவர்முள்களையும் போட்ட ஓசையானது இலியாவினுடைய இதயத்தில் போர்ப்பாடல் போல எதிரொலித்தது... திரும்பவும் தொடர்வதற்கு முன்பாக கூடி-

யிருந்த விருந்தினர்களின் மீது அமைதியாகப் பார்வையைச் செலுத்திய இலியா தொடர்ந்து பேசினான்:

"எதுக்காக முறுவலிக்கிறீங்க? அத்தகையவர்களுக்கு மத்தியிலும் சில அருமையான இளம் பெண்கள் இருக்காங்க..."

"இருக்காங்க, இருக்காங்க," என்று கீரிக் அவனிடம் குறுக்கிட்டான், "ஆனா வேண்டாம்... ரொம்பவும் வெளிப்படையாப் பேச வேணாம்..."

"நீங்க எல்லாரும் படிச்சவுங்க," என்றான் இலியா, "நான் எதாவது தவறாச் சொன்னா எனக்கு எதிரா எடுத்துக்கிற மாட்டாங்க!"

திடீரென்று தனக்குள்ளாக ஏதோ வெடிகுண்டு வெடித்தது போல உணர்ந்தான். கேலி செய்வது போல லேசாக முறுவலித்தான், கவனக்குறைவான வார்த்தைகளைச் சொல்லவிருந்தாலும், அவனது இதயம் இன்னமும் மகிழ்ச்சியாகவே இருந்தது.

"நல்லது, இந்தப் பெண் ஒரு வியாபாரியிடமிருந்து கொஞ்சம் பணத்தைத் திருடிட்டா..."

"வேளைக்கொரு தொல்லை புதுசாக வருது," முகத்தைக் கேலியாக வைத்துக்கொண்டும், தலையை பொம்மை போல ஆட்டிக்கொண்டும் கத்தினான் கீரிக்.

"அவ எப்ப, எங்கே திருடியிருக்க முடியும் என்பதை நீங்களாகவே ஊகிக்க முடியும்... ஒருகால் அவ திருடாமலே கூட இருக்கலாம், ஒருகால் அன்பளிப்பாகவும் இருக்கலாம்..."

"தத்யானா!" அழைத்தான் கீரிக். "இங்கே வா! இங்கே இலியா இப்படிப்பட்ட விகடக் கதைகள் சொல்லிக்கிட்டிருக்கான்!.."

ஆனால் தத்யானா ஏற்கெனவே இலியாவுக்கு அருகே நின்றாள். "அதிலே எதுவும் வேடிக்கை இருக்கிறதா எனக்குத் தெரியலே," வலிந்து செய்யப்பட்டமுறுவலிப்புடனும்,தோள்களை லேசாகக் குலுக்கிக்கொண்டும் சொன்னாள்.

"ரொம்பச் சாதாரணமான கதை... இது போல நூற்றுக் கணக்கா கேட்டிருக்கிறாய்... இங்கே யாரும் இளம் பெண்கள் இல்லே... ஆனா அதைப் பற்றிப் பிறகு பார்ப்போம்... குடிக்கிறதுக்காக அடுத்த அறைக்குப் போகலாம், சிற்றுணவு வகைகள் இருக்கு!"

"தயவு செய்து போங்க, நானுங்கூட ஏதோ சாப்பிடுவேன். ஓ! அந்தக் கதை ஒருகால் நல்லா இல்லாம இருக்கலாம், ஆனா அது வேடிக்கையானது..." "பசியைத் தூண்டுது..." என்ற திராவ்கின், தனதுதொண்டையைத் தடவிக் கொடுத்தான்.

அவர்கள் எல்லாரும் இலியாவிடமிருந்து அப்பால் திரும்பினார்கள். தான் சொல்வதைக் கேட்க அவர்கள் விரும்பவில்லை என்பது

அவனுக்குத் தெரிந்தது, ஏனெனில் அவர்களது விருந்தினர்கள் அதைக் கேட்பதை விரும்பவில்லை. இது அவனுக்கு அதிகமான கிளர்ச்சியை ஏற்படுத்தியது. அவன் எழுந்து நின்று எல்லாரையும் பார்த்துப் பேச்சைத் தொடர்ந்தான்:

“பாருங்க, அவளை விசாரித்தவர்களே பல முறை அப்பெண்ணைப் பயன்படுத்தி இருக்கணும்... அவர்களில் சிலரை எனக்குத் தெரியும்... அவர்களை வஞ்சகர்கள் என்று சொன்னா மட்டும் போதாது...”

“இருங்க!” என்றான் திராவ்கின் தனது விரலை உயர்த்தியவாறு கண்டிப்புடன். “அது பேசுற முறை இல்லை! அவர்கள் ஜூரி உறுப்பினர்கள்... நானும்...”

“அதுதான், ஜூரி உறுப்பினர்கள்!” என்று கத்தினான் இலியா. “அவர்கள் எப்படி நேர்மையான நீதிபதிகளாக இருக்க முடியும், அவர்களே...”

“இருங்க! ஜூரியை வைத்து விசாரிக்கின்ற அமைப்பு, சொல்லப்போனால், மேன்மை தங்கிய இரண்டாம் அலெக்சாண்டரால் பொது நன்மைக்காக நடைமுறைப் படுத்தப்பட்ட ஒரு சீர்திருத்தம்! அத்தகைய அரசு அமைப்பைக் குறை சொல்ல நீ யாரு?”

திராவ்கின் இலியாவினுடைய முகத்தை நோக்கி கரகரத்த குரலில் பேசினான். அவனது நன்கு பருத்த, சுத்தமாக மழிக்கப்பட்ட கன்னங்கள் குலுங்கின. அவனது கண்கள் வலமிருந்து இடமாக மாறிமாறிச் சுழன்றன. விருந்தினர்கள் அவர்களைச் சுற்றி நின்று நெருக்கினர், மகிழ்ச்சியான சம்பவத்தை எதிர்பார்த்தபடி அவர்கள் கதவுப் பக்கம் சுற்றித் திரிந்தனர். வெளிறியும் நடுங்கியும் போன தத்யானா தனக்கருகில் இருந்தவர்களுடைய சட்டைக் கைகளைப் பற்றி இழுத்தாள்.

“கனவான்களே, அதை விட்டுறுங்க!” எனக் கத்தினாள். “அது ஒரே சலிப்பு! கீரிக், அவர்களைக் கேள்...”

எதையும் புரிந்துகொள்ளாமல் குழப்பத்துடன் கேட்டுக் கொண்டிருந்த கீரிக் கேட்டான்:

“தயவு செய்து!.. அந்தச் சீர்திருத்தமும் கீர்திருத்தமும் அது மாதிரித் தத்துவமும் நாசமாப் போக...”

“தத்துவம் இல்லே, ஆனா அ-ர-சி-யல்!” என்று கரகரத்த குரலில் பேசினான் திராவ்கின். “அந்த மாதிரி விஷயங்களைச் சொல்றவுங்க அ-ர-சி-ய-லி-ல் சந்தேகப்பேர்வழிகள், ஆபத்தான ஆட்கள்!”

இலியாவின் உடம்பு முழுக்கச் சுடர் விட்டது. ஈரமான உதடுகளுடனும், நன்கு மழித்த முகத்துடனும் இருந்த இந்தப்

பருத்த சிறிய மனிதனை கோபத்துடன் பார்ப்பது அவனுக்குப் பெரும் வேடிக்கையாக இருந்தது. அவ்தனோமவ் தம்பதியின் விருந்தினர்களுக்கு முன்னால் அவர்களைக் குழப்பமடையச் செய்ததில் பெருமகிழ்ச்சி கொண்டான். அவனது உணர்வுகள் சாந்தமடைந்தன, இந்த ஆட்களுக்கு எதிராகச் சண்டையிட வேண்டும், அவர்களைக் கேவலப்படுத்த வேண்டும், அவர்களை வெறி கொள்ளச் செய்ய வேண்டும் என்ற ஏக்கம் அவனுக்குள்ளாக ஓர் உருக்குக் கம்பிச் சுருளைப் போல அவனை உயரத்திற்குத் தூக்கியது. அவனது குரல் சாந்தமாகவும் உறுதியாகவும் மாறியது:

"நீங்க விரும்புற நேரமெல்லாம் என்னைக் கூப்பிடமுடியும், நீங்க படிச்சவர். ஆனா என் வார்த்தைகளைத் திரும்பப் பெற மாட்டேன்!.. தின்னு கொழுத்தவரால பசிக்கிறவனைப் புரிஞ்சுக்கிற முடியுமா?.. பசிக்கிறவன் திருடனாகக்கூட இருக்கலாம், ஆனா தின்னு கொழுத்தவுங்களும் திருடனும்..."

"கீரிக்!" பலமாக மூச்சு விட்டான் திராவ்கின். "இது ஒரு கேவலம்! இது..."

ஆனால் தத்யானா அவனுக்குக் கைலாக்குக் கொடுத்து தன்னுடன் அழைத்து உரத்த குரலில் சொன்னாள்:

"வாங்க, உங்களுக்குப் பிடித்தமான வடைகறி இருக்கு: ஹெர்ரிங் மீன், வெந்த முட்டை, வெண்ணையில் கலந்த பச்சை வெங்காயம்..."

"ஹூம்! அவனை மாதிரி ஆட்களை எனக்குத் தெரியும்!" உதடுகளில் பலத்த ஓசை எழுப்பியவாறு புண்பட்ட தொனியில் திராவ்கின் முணுமுணுத்தான். தன் கணவனுடைய மற்றொரு கையைப் பற்றிய போது, அவனது மனைவி இலியாவை அழித்துவிடுவது போலப் பார்த்தாள்.

"அற்ப விஷயத்துக்காக இப்படிப் பதறாதிங்க, கண்ணே..." என்றாள்.

திடீரென்று திராவ்கின் பாதங்களைத் தரையில் ஊன்றி மிதித்து இலியாவைப் பார்ப்பதற்காகச் சுற்றித் திரும்பினான். "நீ ரொம்பவும் அஜாக்கிரதையானவன், இளைஞனே!" என்று கண்டிக்கின்ற, ஆனால் பெருந்தன்மையுள்ள தொனியில் சொன்னான். "பாராட்டத் தெரிஞ்சுக்கணும், புரிந்துகொள்ளணும்..."

"ஆனால் எனக்குப் புரியலே!" என்று கூவினான் இலியா. "அதனால்தான் சொல்றேன்... மற்றவர்களைக் காட்டிலும் பெத்ரூகா எதற்காக உச்சியில் நிற்கணும்?.."

அவனைத் தொட்டுவிடக் கூடாது என்று வெளிப்படையாகத் தெரியும் வண்ணம் விருந்தினர்கள் அவனை விரைந்து கடந்து சென்றனர். ஆனால் கீரிக் அவனிடம் நேராக வந்து முரட்டுத்தனமாகவும், தான் கோபமாக இருந்ததைக் காட்டும் தொனியிலும் சொன்னான்:

“நாசமாப் போக, நீ ஒரு மடையன், நீ அப்படித்தான்.” இலியா தலையின் மீது தாக்கப்பட்டவனைப் போலத் துடுக்குற்றான். அவனது கண்களுக்கு முன்னால் எல்லாமே இருட்டிக்கொண்டு வந்தன. தனது முட்டிகளை மடக்கிக் கொண்டு கீரிக்கை நோக்கி நகர்ந்தான். ஆனால் அவனோ இவனது இயக்கத்தைக் கவனியாமல் சிற்றுணவு வகைகள் மேசை மீது வைக்கப்பட்டிருந்த அடுத்த அறைக்குள்ளாக விரைந்து சென்றான். இலியா ஆழமான பெருமூச்சு விட்டான்...

கதவருகே அவன் நின்ற இடத்திலிருந்தே மேசையைச் சுற்றி நெருக்கமாக நிற்கும் ஆட்களின் முதுகுகளைப் பார்க்கவும் உதடுகள் அசையும் ஓசையையும் அவனால் கேட்க முடிந்தது.

“ஊம்!” கதறினான் திராவ்கின். “என்ன அற்புதமான உணவு... அற்புதம்!..”

“உங்களுக்குக் கொஞ்சம் மிளகுப் பொடி போடட்டுமா?” என்று இனிமையாகக் கேட்டாள் தத்யானா.

“உனக்குக் கொஞ்சம் மிளகுப் பொடி போடுறேன்!” என்று வன்மத்துடன் உறுதி பூண்டவனாக, தலையைப் பின்னுக்குச் சாய்த்துக்கொண்டு மேசையை நோக்கி விரைந்தான் இலியா. யாருடைய ஒயின் கிளாசையோ பறித்து அதை தத்யானாவுக்கு முன்னால் நீட்டி, ஒவ்வொரு வார்த்தையும் ஒரு குத்தாக மாறுவது போன்று தெளிவாகப் பேசினான்:

“இதோ உனக்கு, பெண்ணே!..”

விளைவு அதிர்ச்சியாக இருந்தது-காது செவிடாவது போன்ற பெருத்த சப்தம், அல்லது விளக்குகள் திடீரென்று மறைந்து, அறை இருளில் மூழ்கியது போலவும் இந்த இருளில் எல்லாருமே அதே இடங்களில் அப்படியே நிலையாய் நின்றது போலவும் இருந்தது. அசை போட்ட உணவுடன் திறந்திருந்த வாய்கள் அச்சமுற்ற, பதறிப்போன முகங்களில் காயங்களைப் போலக் காணப்பட்டன.

“வா இப்படி, குடி! என்னோட குடிக்கும்படி என்வைப்பாட்டி-யிடம் சொல்லு, கீரிக்! என்ன விஷயம்?.. நம்மோட அசிங்கமாமான வேலையை எதற்காக ரகசியமாச் செய்யணும்? வெளியே வந்துறலாம்! அதுதான் நான் செய்யத் தீர்மானித்தது - வெளியே வந்துறலாம்...”

“அயோக்கியன்!” தத்யானாவுடைய குரல் கிறீச்சிட்டது.

அவளது கை அலைவதை இலியா பார்த்தான், அவனது தலையை அவள் குறிபார்த்து எறிந்த தட்டிலிருந்து தப்பித்துக் கொள்ள அவனுக்குச் சற்று நேரமிருந்தது. சீனாத்தட்டு உடைந்தது விருந்தினர்களை மேலும் அதிர்ச்சியடையச் செய்தது. மெதுவாகவும் அமைதியாகவும் மேசையை விட்டு அப்பால் விலகி, அவ்தனோமவ்

தம்பதி இலியாவை நேருக்கு நேராகப் பார்க்கட்டும் எனச் சென்றார்கள். வெளிறிப் போய், முட்டாள்தனமாக, ஏளனமாக, மீன் ஒன்றின் வாலைப் பிடித்தவாறு கண்ணைச் சிமிட்டிக் கொண்டு கீரிக் நின்றான். தத்யானா உடம்பெல்லாம் நடுங்கியவாறு இலியாவை நோக்கித் தன் முட்டியை அலைத்துக் கொண்டிருந்தாள். அவளது சட்டையைப் போல முகம் சிவந்து போனது, வார்த்தைகளை உச்சரிக்க அவளது நாக்குச் சிரமப்பட்டது.

"நீ... பொய் பேசுறே... பொய் பேசுறே..." கழுத்தை நீட்டி மெதுவாகப் பேசினாள்.

"நிர்வாணமாக நீ எப்படி இருப்பாய் என்று அவர்களுக்குச் சொல்லவா?" பதட்டமில்லாதபடி இலியா மறுத்துச் சொன்னான். "உன்னோட அபூர்வமான பிறவிக் குறிகளை என்னிடம் காட்டி இருக்கிறாய்... நான் பொய் பேசுறேனா இல்லையா என்பது உன் கணவனுக்குத் தெரியும்."

அடங்கியிருந்த சிரிப்பு சிற்றலைகளாக எழுந்தது. தத்யானா தன் தொண்டையைப் பிடித்துக்கொண்டு ஓசையின்றி ஒரு நாற்காலியில் சாய்ந்தாள்.

"போலீசைக் கூப்பிடுங்க!" கத்தினான் தந்தி இயக்குனன். கீரிக் அவன் பக்கமாகத் திரும்பினான், திடீரென்று தலையைத் தாழ்த்தியவாறு ஒரு காளையைப் போல இலியாவை நோக்கி முன்னேறினான்.

இலியா அவனைத் தள்ளிவிட்டான்.

"எங்கே போறே?" கடுமையாகச் சொன்னான். "நீ ஆட்டங்கண்டவன்... திரும்பவும் ஒன்னு விட்டேன்னா நொறுங்கிப் போயிருவே... ஆனா கேளு!.. நீங்க எல்லாருமே கேளுங்க... உங்களுக்கு உண்மையான விஷயங்கள் அடிக்கடி சொல்லப்படுறது இல்லே."

ஆனால் தள்ளப்பட்டதினின்றும் மீண்ட கீரிக், தலையைத் தாழ்த்திக்கொண்டு இரண்டாவது முறையும் இலியாவை நோக்கிச் சென்றான். விருந்தினர்கள் அமைதியாகக் கவனித்தார்கள். திராவ்கினைத் தவிர எல்லாருமே நின்ற இடத்திலேயே நின்றார்கள். அவன் மட்டும் பெருவிரலால் மூலைக்கு நடந்து சென்று ஒரு சோஃபாவின் மீது, தனது முழங்கால்களுக்கிடையே உள்ளங்கைகளை ஒருசேர வைத்து அழுத்தியபடி அமர்ந்திருந்தான்.

"கவனமா இரு, அல்லது சாத்துவேன்!" எச்சரித்தான் இலியா துயரத்தோடு. "உன்னைப் புண்படுத்துறதுக்கு எனக்கு எந்தக் காரணமும் இல்லை! நீ முட்டாள்... தீங்கற்றவன்... நீ எனக்கு எந்தத் தப்பும் செய்யலே... போயிரு!'

அவனை மற்றொரு முறை, இந்த முறை அழுத்தமாக, தள்ளிவிட்டு விட்டு சுவருக்குத் திரும்பி, அங்கிருந்தவாறு விருந்தினர்களைப் பார்த்தான் இலியா.

“உன் மனைவி தானாகவே என் கைகளில் விழுந்தாள்,” தொடர்ந்து பேசினான். “இந்த உலகத்தில்இவளைக் காட்டிலும் இழிவான பெண் கிடையாது! ஆனா நீங்களும் - எல்லாருந்தான் - மிகவும் இழிவான ஆட்கள். இன்றைய பொழுதை நீதிமன்றத்தில் கழித்து... நீதிபதியாக நடப்பதற்குக் கற்று வந்திருக்கேன்...”

அவன் சொல்ல விரும்பியது ஏராளம், ஆனால் அவனது சிந்தனைகளை ஓர் ஒழுங்கில் அவனால் கொண்டுவர முடியாது, கற்களை வீசுவது போல மனம்போன போக்கில் பேசினான்.

“நான் தத்யானாவைக் கண்டிக்கவில்லை... எப்படியோ அது தானாகவே வந்துருச்சு... என் வாழ்க்கை முழுதும் எல்லாம் தானாகவே வந்துருச்சு!.. நான் கொலைகூடச் செய்தேன்... நான் விரும்பமில்லாமல், ஆனால் கொலை செய்தேன். தத்யானா! நான் கொலை செய்த மனிதனிடமிருந்து எடுத்த பணத்தில்தான் நீயும் நானும் கடை நடத்துறோம்...”

“அவன் ஒரு பைத்தியம்!’ என்று மகிழ்ச்சியோடு கத்திய கீரிக், ஒவ்வொரு விருந்தினரிடமும் ஓடி கிளர்ச்சியுடன் கத்திக் கொண்டிருந்தான்: “பார்த்தீர்களா? அவனுக்குப் பைத்தியம்!.. ஆ, இலியா அப்பாவிப் பயலே!.. அப்பாவிப் பயலே!”

இலியா விலா நோகச் சிரித்தான். கொலையை ஒப்புக் கொண்டு விட்டதால் இப்போது அவன் முன்னிலும் அமைதியாகவும், கவலையற்றும் இருந்தான்.

அவனது பாதங்களுக்குக் கீழே தரையே இல்லாதது போல, அவன் காற்றிலே நிறுத்தப்பட்டிருப்பது போல இருந்தது. மேன்மேலும் உயர்வது போன்ற ஓர் உணர்வு அவனுக்கிருந்தது. பலமாகவும் திடமாகவும் தலையைப்பின்னுக்குச் சாய்த்து நெஞ்சை முன்னே நிமிர்த்தினான். சுருண்ட தலைமுடி அகன்ற வெண்ணிற நெற்றியின் மீது கிடந்தது.அவனதுகண்களில் கேலி செய்கின்ற, வன்மமான பார்வை இருந்தது...

தத்யானா எழுந்து கிரிஸ்லோவின் மனைவியிடம் தள்ளாடியவாறு சென்றாள்.

“அதை ரொம்ப நேரமாகவே கவனிச்சு நான் வாறேன்...” நடுங்குகின்ற குரலில் சொன்னாள். “நீண்ட நேரமாக... அந்தக் கொடூரப் பார்வை அவனது கண்களில் தெரிந்தது... ஓ, பயங்கரமானது...”

“அவனுக்கு மூளை புரண்டு போனா நாம் போலீசை அழைத்தாகணும்,” என்றாள் கிரிஸ்லோவின் மனைவி, கடுமையாக இலியாவைப் பார்த்தவாறு.

“அவன் ஒரு பைத்தியம்! அவன் ஒரு பைத்தியம்!” கத்தினான் கீரிக்.

“என்னமோ அவன் நம் எல்லாரையுமே கொலை செய்வான்...” கள்ளத்தனமாகக் கடைக் கண்ணால் பார்த்துக் கொண்டு கிரிஸ்லோவ் கிசுகிசுத்தான். அறையை விட்டு அகல யாருக்கும் துணியவில்லை.

கதவுக்கு அருகே இலியா நின்று கொண்டிருந்தான், அவனைத் தாண்டிச் செல்லாது யாராலும் வெளியே போக முடியாது. அவன் தொடர்ந்து சிரித்துக் கொண்டே இருந்தான். தன்னைக் கண்டு அம்மக்கள் பயப்பட்டதற்காக மகிழ்ச்சியடைந்தான்; அவ்தனோமவ் தம்பதிக்காக விருந்தினர்கள் வருத்தப்படவில்லை என்பதையும் இலியாவுக்குப் பயன்படவில்லை என்றால், அன்று முழுக்க அவனுடைய இகழ்ச்சிகளை அவர்கள் மகிழ்ச்சியோடு கேட்டுக் கொண்டிருப்பார்கள் என்பதையும் கவனித்தான்.

“நான் பைத்தியம் இல்லை,” தன் புருவங்களைப் பயங்கரமாக ஒன்று சேர்த்தவாறு கூறினான். “ஆனா நீங்க அப்படியே நில்லுங்க! யாரையும் நான் வெளியே விட மாட்டேன்... யாராவது என்னைத் தாக்கினா, அவனுக்குக் கொடுத்துறுவேன்... அவனைக் கொல்லுவேன்... நான் ரொம்பவும் பலசாலி...”

முட்டியை பலமாக இறுக்கித் தனது நீண்ட கையைக் காற்றிலே அலைத்துக் காட்டினான். பிறகு கையைக் கீழே போட்டான்.

“இதை எனக்குச் சொல்லுங்க: நீங்க என்ன மாதிரியான மனிதர்கள்? எதுக்காக நீங்க வாழ்றீங்க? நீங்க பரிதாபத்துக்குரிய தோட்டிகள்... வேசிகள், அதுதான் நீங்க...”

“உன் வாயைப் பொத்துடா!” கத்தினான் கீரிக்.

“உன் வாயைப் பொத்து! என் மனசில இருக்கிறதைப் பேசப் போறேன்... உங்களைப் பார்க்கிறேன் - நீங்க செய்யுறது எல்லாமே குடிச்சிட்டு உங்க வயித்தை நிரப்புறதும், ஒருத்தரை ஒருத்தர் ஏமாத்துறதுந்தான்... உண்மையானபரிவு யார் மீதும் உங்களுக்குக் கிடையாது... எதைத் தேடுறீங்க? தூய்மையான, நாகரிகமான வாழ்க்கை நடத்த முயற்சி செய்தேன், ஆனா அதைக் காண முடியலே!.. தேடுறதில் நான் தான் கெட்டுப் போனேன்... நல்ல ஆள் உங்களுக்கு மத்தியில் வாழ முடியாது. நல்ல ஆட்களைக் கல்லறைக்கு அனுப்பி வைப்பீங்க... என்னைப் பாருங்க!நான் வலிமையானவன், சண்டை போடுறவன், ஆனா உங்களுக்கு மத்தியில் நான், இருட்டறையில் எலிகளால் வைக்கப்பட்ட வலையில் விழுந்த பூனை மாதிரி உதவியில்லாம

இருக்கேன்… நீங்கள் எங்கும் இருக்கீங்க… நீங்கதான் நீதிபதிகள், சட்டத்தை உருவாக்குபவர்கள், எசமானர்கள்… ஆனா உண்மையில் நீங்கள் கயவர்கள்…”

இத்தருணத்தில் தந்தி இயக்குனன் சுவரிலிருந்து குதித்துத்தாவி அறைக்கு வெளியே விரைந்து, இலியாவை நழுவி வெளியே சென்றான்.

“ஒருத்தனை வெளியே போகவிட்டுட்டேன்!” முறுவலித்தான் இலியா.

“நான் போலீசிடம் போகப் போறேன்!” கத்தினான் தந்தி இயக்குனன்,

“போ! பரவாயில்லே…” என்றான் இலியா.

தத்யானா தூக்கத்தில் நடப்பவனைப் போன்று அவனைப் பார்க்காமல் தள்ளாடியவாறு அவனைக் கடந்து சென்றாள்.

“நான் அவளுக்குச் சரியாக் கொடுத்துட்டேன்!” அவளது திசையில் தலையை ஆட்டியவாறு இலியா சொன்னான். “அந்தப் பாம்புக்கு வேண்டியதுதான்…”

“உன் நாக்கை அடக்குடா!” மூலையில் முழங்காலிட்டு நின்று பெட்டியின் இழுப்பறையில் எதையோ தேடிக்கொண்டிருந்த கீரிக் கத்தினான்.

“சத்தம் போடாதே, அப்பாவிப் பயலே!” என்ற இலியா தன் நெஞ்சின் மீது கைகளை மடித்து வைத்துவாறு உட்கார்ந்தான். “எதுக்காகக் கத்திக்கிட்டு இருக்கே? அவளை எனக்குத் தெரியும் - அவளோட வாழ்ந்தேன்… லேவாதேவிக்காரன் பலுயேக்தவைக் கொன்னேன்… எத்தனை முறை பலுயேக்தவைப் பற்றி உங்கிட்டக் கேட்டேன் என்பதை நினைச்சுப் பாரு? அதனாலதான் அவனைக் கொன்னேன்… ஆண்டவன் மீது சத்தியமாச் சொல்றேன், அவனோட பணத்தில் தான் என் கடையைத் திறந்தேன்…”

இலியா அறையைச் சுற்றிலும் கருத்தூன்றிப் பார்த்தான். நடுக்குற்ற, அற்ப மனிதர்கள் சுவரில் சாய்ந்து கொண்டு அமைதியாக நின்றார்கள். அவர்களிடத்தில் அவனுக்கு அளவுகடந்த வெறுப்பு ஏற்பட்டது. மேலும் கொலையைப் பற்றி அவர்களிடம் சொன்னதற்காகத் தன் மீதே சங்கடப்பட்டான்.

“நான் குழம்பிப் போனதால் இதை உங்ககிட்டச் சொல்றேன்னு நினைக்கிறீங்களா?” கத்தினான் இலியா. “ஓ கிடையாது, அந்த மாதிரி எதுவும் இல்லை. நான் உங்களைப் பார்த்துச் சிரிக்கிறேன், அதைத்தான் நான் செய்துக்கிட்டிருக்கேன்.”

கீரிக் மூலையிலிருந்து குதித்து எழுந்து நின்றான், முகஞ் சிவந்து, தலைவிரி கோலமாய், வெறித்தனமான கண்களுடன் கைத்துப்பாக்கியை அலைத்தான்.

"இப்ப நீ தப்பிப் போயிற முடியாது!" கத்தினான்.

"ஆக, நீதான் அவனைக் கொன்னே, இல்லையா?" பெண்கள் 'ஆ' வென்று அலறினார்கள். இன்னமும் சோஃபா மீது உட்கார்ந்து கொண்டிருந்த திராவ்கின் கால்களை அலைத்து கஷ்டப்பட்டு மூச்சு விட்டான்:

"கனவான்களே! இதை இனிமேலும் என்னால பொறுக்க முடியாது! என்னைப் போக விடுங்க... இது உங்க குடும்ப விவகாரம்..."

ஆனால் அவன் சொன்னதை கீரிக் கேட்கவில்லை. கைத்துப்பாக்கியைக் காட்டியபடி இலியா பக்கம் தாவியபடி அலறினான்:

"உனக்குக் கடுங்காவல்! உனக்குப் பாடம் கற்பிப்போம்!"

"உன்னோட சின்ன பீரங்கியில் குண்டு இருக்கிறதா நான் நினைக்கலே, இருக்கா?" என்று அலட்சியமாகக் கேட்ட இலியா, சோர்வான கண்களுடன் அவனைக் கூர்ந்து பார்த்தான். "எதைப் பற்றி இவ்வளவு உணர்ச்சி வசப்படுறே? நான் ஓடிப் போக முயற்சி செய்யலே... ஓடிப் போக இடமும் இல்லே... கடுங்காவலா? சரி, அது கடுங்காவலாகவே இருக்கட்டும்..."

"அந்தோன், அந்தோன்!" திராவ்கினுடைய மனைவியின் உரத்த கிசுகிசுப்பு வந்தது. "நாம போகலாம்..."

"என்னால முடியாது, அன்பே..."

அவனது கையைப் பற்றி அவள் தூக்கினாள், பின்னர் தாழ்த்திய விழிகளுடன் அவர்கள் இலியாவைக் கடந்து விரைந்து நடந்தார்கள். அடுத்த அறையில் தத்யானா தேம்பிய போது சிறு ஒலிகள் கேட்டன.

திடீரென்று இலியா தனக்குள்ளாக பெரும் வெறுமையை உணர்ந்தான். இலையுதிர் காலவானில் மங்கிய நிலவு போல, உற்சாகமற்ற வினா இருண்ட சூனியத்திற்குள்ளாக எழுந்தது: "அடுத்து என்ன நடக்கும்?"

"இத்துடன் என் முழு வாழ்க்கையும் முடிவுக்கு வந்து விட்டது!" மெதுவாகவும் துயரமாகவும் சொன்னான் அவன்.

"உனக்காக நாங்க வருத்தப்பட முயற்சி செய்யாதே!" என்று இலியாவுக்கு முன்னர் நின்றவாறு வெற்றிப் பெருமிதத்துடன் கத்தினான் கீரிக்.

“நான் முயற்சி செய்யலே... நீங்க நாசமாப் போக! உங்களுக்காக இரக்கப்படுவதைக் காட்டிலும் ஒரு நாய்க்காக நான் மிகவும் இரக்கப்படுவேன்... என்னால முடிச்சா, உங்க எல்லாரையும் துடைத்து எறிவேன் - உங்களில் கடைசி ஆள் வரையும்! கீரிக், எங்காவது போ. உன்னைப் பார்ப்பதைக்கூட என்னால சகிக்க முடியலே...”

ஒருவர் பின் ஒருவராக விருந்தினர்கள் அறையை விட்டு வெளியே ஊர்ந்து சென்றார்கள். போகின்ற போது அச்சமுற்ற பார்வையை இலியா மீது செலுத்தினார்கள். அவனைப் பொருத்தமட்டில் அவர்கள் அற்பமானவர்கள், அவனுக்கு எந்தச் சிந்தனையையோ உணர்வையோ அவர்கள் ஏற்படுத்தவில்லை. அவனது ஆன்மாவின் வெறுமை விரிவடைந்து, அவனை முழுமையாகச் சுற்றிச் சூழ்ந்தது. ஒன்று அல்லது இரண்டு நிமிட நேரம் அமைதியாக உட்கார்ந்து கீரிக்கினுடைய கூச்சல்களைக் கேட்டான். பிறகு லேசாகச் சிரித்தபடி திடீரென்று சொன்னான்:

“நாம மல்லுக்கட்டலாம், வா, கீரிக்?”

“உன் தலைவழியா குண்டைப் பாய்ச்சிருவேன்!” கிறீச்சிட்டான் கீரிக்.

“உன் துப்பாக்கியில் குண்டு கிடையாது!” சிரித்த இலியா தொடர்ந்து சொன்னான்: “சண்டையில் உன்னைக் காட்டிலும் நல்லாச் செய்வேன்னு நம்புறேன்!”

பிறகு எஞ்சியிருந்த விருந்தினர்களைப் பார்த்துவிட்டு,

தனது குரலை உயர்த்தாதபடி மிகவும் எளிமையாகச் சொன்னான்:

“உங்களைத் துடைச்சு எறிய எந்தப் பெரிய சக்தி போதுமானது என்பது எனக்குத் தெரிந்திருக்கணும்னு விரும்புறேன், ஆனா தெரியாது!..”

இதன் பிறகு அவன் மேற்கொண்டு எதுவுமே பேசவில்லை. கலவரமடையாமல் வெறுமனே உட்கார்ந்திருந்தான்.

சற்று நேரத்தில் இரண்டு போலீஸ்காரர்களும் ஒரு போலீஸ் அதிகாரியும் உள்ளே வந்தார்கள்.

அவர்களுக்குப் பின்னே தோன்றிய தத்யானா இலியாவைச் சுட்டிக்காட்டி மூச்சுத்தடுமாறிச் சொன்னாள்:

“இப்பத்தான் ஒத்துக்கொண்டான்... தான் கொன்னதாக... பலுயேக்தவை, லேவாதேவிக்காரனை... நினைவிருக்கா?”

“இதை உறுதிப்படுத்த முடியுமா?” என்று அந்த அதிகாரி விரைவாகக் கேட்டான்.

“ஏன் முடியாது? நான் உறுதிப்படுத்த முடியும்...” என்று அமைதியான களைப்புடன் சொன்னான் இலியா. அந்த அதிகாரி மேசை முன்னர் உட்கார்ந்து எழுதத் தொடங்கினான். அதேவேளை இரு போலீஸ்காரர்களும் இலியாவின் இரு பக்கங்களிலும் போய் நின்றார்கள். இலியா அவர்களைக் கவனித்துப்பார்த்து விட்டு, ஆழ்ந்த பெருமூச்சு விட்டான், அவனது தலை கவிழ்ந்திருந்தது. தாளின் மீது பேனா கிறுக்கும் ஓசை மட்டுமே அறையின் அமைதியைக் குலைத்தது. வெளியே இருந்த இருட்டு சன்னல்களுக்கு எதிராக தடித்த கருப்புச் சுவர்போல நின்றது. சன்னல் ஒன்றுக்கு முன்னால் நின்ற கீரிக் இருளுக்குள்ளாகக் கருத்தூன்றிப் பார்த்துக் கொண்டிருந்தான். திடீரென்று தனது கைத்துப்பாக்கியை மூலைக்குள்ளாகச் சுழற்றி எறிந்து விட்டு அதிகாரியிடம் சொன்னான்:

“சவேலியெவ்! அவனுக்கு செம அடி கொடுத்து அனுப்பு. அவனுக்கு வெறி பிடிச்சிருக்கு.”

அதிகாரி கீரிக்கை உற்றுப்பார்த்து, கண நேரச் சிந்தனைக்குப் பிறகு சொன்னான்:

“அனுப்ப முடியாது... இது மாதிரி குற்றச்சாட்டு இருக்கும் போது!”

“ஐயே...” பெருமூச்சு விட்டான் கீரிக்.

“உனக்கு ரொம்ப இளகிய மனசு, கீரிக்!” அசட்டையாக முறுவலித்தான் இலியா. “இது மாதிரி நாய்கள் உண்டு, அவற்றை அடி, திரும்பவும் கொஞ்சவரும்... அல்லது ஒருவேளை எனக்காக நீ வருத்தப்படுறே என்பதன்று காரணம், விசாரணையின் போது உன்மனைவியைப் பற்றி நான் சொல்வேன் என்று நீ பயப்படுறது காரணமாக இருக்கலாம்? பயப்படாதே... நான் அதைச் செய்ய மாட்டேன்! அவளைப் பற்றி நினைக்கக்கூட வெட்கப்படுறேன்...”

கீரிக் அடுத்த அறைக்குள்ளாக விரைந்து சென்று உட்கார்ந்தான்.

“ஊம், இதோ,” இலியாவின் பக்கம் திரும்பி அதிகாரி கேட்டான், “இந்தத் தாளில் நீ கையெழுத்திட முடியுமா?”

“முடியும்...”

அதைப் படிக்காமலேயே கொட்டை எழுத்துகளில் எழுதினான்: இலியா லுனியோவ். தலையை உயர்த்திய போது அதிகாரி தன்னை வியப்புடன் நோக்குவதைக் கண்டான். சில நிமிடங்களுக்குப் பேசிக்கொள்ளாமலேயே ஒருவருடைய கண்ணை ஒருவர் கூர்ந்து நோக்கினார்கள். ஒருவர் மிகுந்த ஆர்வத்தோடும் திருப்தியோடும், மற்றவர் அமைதியான அலட்சியத்துடன்.

“உன்னோட மனசாட்சிதான் உன்னைத் தொந்தரவு செய்ததா?” வினவினான் மெதுவாக அதிகாரி.

“ எனக்கு மனசாட்சி கிடையாது,” உறுதியாகச் சொன்னான் இலியா.

திரும்பவும் அவர்கள் மௌனமானார்கள். அந்நேரத்தில் கீரிக்குடைய குரல் அடுத்த அறையிலிருந்து கேட்டது: “அவனுக்குப் புத்தி புரண்டு போச்சு...”

“புறப்படு!” தனது தோள்களை உயர்த்தியவாறு அதிகாரி சொன்னான். “நான் உன் கைகளைக் கட்ட மாட்டேன், ஆனா... ஓட முயலாதே!”

“எங்கே என்னால ஓட முடியும்?” சுருக்கமாகக் கேட்டான் இலியா.

“நல்லது, எப்படியோ, ஓட மாட்டேன்னு சத்தியம் செய்... ஆண்டவன் பேரில்!”

வருத்தத்தைத் தெரிவிக்கும் அவனது சுருக்கம் விழுந்த முகத்தை இலியா கூர்ந்து நோக்கினான்.

“ஆண்டவனிடத்தில் எனக்கு நம்பிக்கை இல்லை,” என்று சிடுசிடுப்போடு கூறினான்.

அதிகாரி தன் கையை அலைத்தான்.

“கூட வாங்க,கூட்டாளிகளே!..” என்றான்.

இரவின் இருளாலும் ஈரத்தாலும் தான் சூழப்பட்டிருப்பதை இலியா உணர்ந்த உடனேயே ஆழ்ந்து பெருமூச்சு விட்டு நின்றான். அந்தளவு கருமையாக இருந்த வானத்தைக் கருத்தூன்றிப் பார்த்த போதுதான் சிறியதும் காற்றோட்டமில்லாத அறையின் தூசிபடிந்த கூரை என்பதை நினைத்தான்.

“வா கூட!” என்றான் அதிகாரி.

அவன் சென்றான்... தெருவின் இரு புறங்களிலும் வீடுகள் பெரிய பாறைகளைப் போல நின்றன. பாதங்களுக்குக் கீழாக சேறு தெறித்தது. சாலை இறக்கத்தை நோக்கி கும்மிருட்டுக்குள்ளாகச் சென்றது, இலியா ஒரு பாறையின் மீது இடறி அநேகமாக விழுந்துவிட்டான். அவனது ஆன்மாவின் வெறுமைக்குள்ளாக ஒரே ஒரு கேள்வி மட்டும் தொடர்ச்சியாக கேட்டுக் கொண்டே இருந்தது:

“அடுத்து என்ன நடக்கும்? பெத்ரூகா என்னை விசாரிப்பானா?”

இந்தக் கேள்வி சற்று முன்னர் பார்த்திருந்த விசாரணையின் காட்சியைக் கண் முன் நிறுத்தியது - கிரோமவுடைய வழவழப்பான குரல், பெத்ரூகாவுடைய சிவந்த முகம்...

இடறிய கால் பெருவிரல்களில் வலியை உணர்ந்தான், அது அவனது நடையைச் சுணக்கியது. தின்று கொழுத்தவர்கள் பற்றி கருப்புத் தலைமுடியன் சொன்ன வார்த்தைகள் அவனது காதுகளில் ஒலித்தன:

“அவங்களுக்கு ரொம்ப நல்லாவே தெரியும். அதுதான் அவங்களை அவ்வளவு கண்டிப்பா இருக்க வைக்குது...” பிறகு கிரோமவின் மிருதுவான குரலைத் திரும்பவும் கேட்டான்:

“நீ ஒப்புக்கொள்கிறாயா?..”

அரசு வழக்குரைஞரின் இழுத்துப் பேசும் குரல்: “இதை எங்களுக்குச் சொல், கைதியே...”

பெத்ரூகாவினுடைய சிவப்பு முகத்திலே முகச்சுளிப்பையும், அவனது தடித்த உதடுகளின் அசைவையும் கண்டான்... வார்த்தைகளால் சொல்ல முடியாத அளவுக்கு கத்தியைப் போல கூர்மையான வேதனை இலியாவை கொண்டது.

முன்னே பாய்ந்து தன்னால் முடிந்த அளவு பலத்துடன் உருளைக் கற்களின் மீது தனது பாதங்களை அழுத்தி மிதித்து ஓடினான் இலியா. காற்று அவனது காதுகளில் சீட்டியடித்தது, அவனது மூச்சு பெருமூச்சுகளாக வந்தது. இருளுக்குள்ளாக மேன்மேலும் முன்னோக்கித் தனது உடம்பை எடுத்துச் செல்லக் கைகளை ஆட்டினான். அவனுக்குப் பின்னே போலீசின் அழுத்தமான காலடியோசை கேட்டது. எச்சரிக்கை ஊதல் ஒலி காற்றைக் கிழித்துச் செல்ல, ஓர் ஆழமான குரல் கூக்குரலிட்டது:

“அவனைப் பிடிங்க!”

இலியாவைச் சுற்றியிருந்த எல்லாமே-வீடுகள், சாலை, வானம் - சுழன்றும் ஆடியும், ஒரு தடித்த கருப்புப் பொருள் போல அவன் முன்னர் எழுந்து நின்றன. பெத்ரூகாவைப் பார்க்கின்ற அவனது அச்சத்தால் உந்தப்பட்டு களைப்பை அறியாது முன்னோக்கிப் பாய்ந்தான். தட்டையானதும் சாம்பல் நிறமானதுமான ஏதோ ஒன்று, அவனது துணிச்சலை ஊக்குவிப்பது போல முன்னே நிழல்களை பிரமாண்டமாகக் காட்டியது. அந்தச் சாலை வலப்பக்கத்தில் வலக் கோணலாகத் திரும்பி முக்கியச் சாலைக்குள்ளாகச் செல்லும் என்பதை நினைவு வைத்திருந்தான்... அங்கே ஆட்கள் இருப்பார்கள். அவன் பிடிபடுவான்...

“முன்னே வந்து என்னைப் பிடிங்க!” தனது தலையைத் தாழ்த்தவும் எட்டுகளை விரைவுபடுத்தவும் செய்தபோது தனது குரலின் உச்சத்தில் கத்தினான்... அவனுக்கு முன்னே சாம்பல் நிற கற்சுவர் எழுந்து நின்றது. இரவின் இருளிலே குறுகிய அலையைப் பிளப்பது போன்ற அடி கேட்டது. மந்தமான அடியைத் தொடர்ந்து அமைதி நிலவியது...

மற்ற இரு கருப்பு உருவங்கள் சுவர்வரை ஓடிவந்தன. கணநேரத்திற்கு தரையில் கிடந்த மூன்றாவது உருவத்திற்கு மேலாகக் குனிந்தன... மற்ற

ஆட்கள் குன்றிலிருந்து கீழே ஓடிவந்து கொண்டிருந்தார்கள். கூக்குரல். காலடி ஓசை. துளைக்கின்ற விசில் ஒலி…

"செத்துப் போயிட்டானா?" ஒரு போலீஸ்காரன்கேட்டான். மற்றவன் தீக்குச்சியைக் கொளுத்திக் கொண்டு கீழேஉட்கார்ந்தான். அவனது பாதத்தில் இறுக்கமாக மூடப்பட்ட முட்டி மெதுவாக விரிந்தவாறு கிடந்தது.

"அவனோட தலை அகலமாகப் பிளந்துருச்சு போலத் தெரியுது…"

"பாரு. மூளையை…"

இருளினின்றும் கருத்த உருவங்கள் வெளிவந்துகொண்டே இருந்தன.

"அற்பப் பிசாசு…" என்று நின்றுகொண்டிருந்த போலீஸ்காரன் முணுமுணுத்தான். மற்றவன் நிமிர்ந்து, சிலுவை வைத்துக்கொண்டு களைப்புற்றதும் மூச்சற்றதுமான குரலில் சொன்னான்:

"ஆண்டவரே… அவனது ஆன்மா சாந்தியடையட்டும்."

முற்றும்